இப்புத்தகத்திற்குக் கி

“ஸ்டீபன் ஆர். கவி, மனிதர்களின் நிலை குறித்து ஓர் அற்புதமான புத்தகத்தை எழுதியுள்ளார். இது மிகவும் நேர்த்தியாக, நமது கவலைகளைப் புரிந்து கொள்ளும் நோக்கோடு, நமக்குத் தனிப்பட்ட முறையிலும் நிறுவனங்களுக்கு அமைப்புரீதியாகவும் மிகவும் உதவியாக இருக்கும் விதத்தில் எழுதப்பட்டிருப்பதால், எனக்குத் தெரிந்த அனைவருக்கும் நான் இப்புத்தகத்தைப் பரிசாக அளிக்கப் போகிறேன்.”

வாரன் பென்னிஸ்
‘ஆன் பிகம்மிங் எ லீடர்’ புத்தகத்தின் ஆசிரியர்

“தனிமனித ஆற்றலில் இந்த அளவு மிகச் சிறப்பான மாற்றத்தை விளைவிக்கவல்ல இவரைப் போன்ற ஓர் ஆசிரியரையோ அல்லது ஓர் ஊக்குவிப்பாளரையோ நான் இதுவரை அறிந்திருக்கவில்லை. ஸ்டீபனின் கொள்கைத் தத்துவங்களை இப்புத்தகம் மிக அழகாகப் படம்பிடித்துக் காட்டுகிறது. நானும் பிறரும் டாக்டர் கவியின் பாடங்களால் எவ்வளவு தூரம பயனடைந்துள்ளோம் என்பதை இதைப் படிக்கும் எவராலும் எளிதில் புரிந்து கொள்ள முடியும்.”

ஜான் பெப்பர்
தலைவர், ப்ராக்டர் & கேம்பிள்

“ஸ்டீபன் கவி அவர்களே! நீடித்து நிலைத்திருக்கக்கூடிய விஷயங்களான நன்மதிப்புகள், குடும்பம், உறவுகள், கருத்துப் பரிமாற்றம் போன்றவை குறித்து விசாலமாகச் சிந்திக்க உதவுகின்ற ஓர் அமெரிக்க சாக்ரடீஸ் நீங்கள்.”

பிரையன் டிரேசி
‘சைக்காலஜி ஆஃப் அச்சீவ்மெண்ட்’ புத்தகத்தின் ஆசிரியர்

“ஸ்டீபன் கவியின் இப்புத்தகம், சக்தியோடும், உறுதியோடும், உணர்ச்சிப் பிரவாகத்தோடும் நமக்குக் கற்றுக் கொடுக்கிறது. இதில் கூறப்பட்டுள்ள கொள்கைகளில் அடங்கியிருக்கும் விஷயங்களும், அவை சொல்லிக் கொடுக்கப்படுகின்ற விதமும், மிகச் சிறப்பான தகவல் பரிமாற்றத்திற்கான வலுவான அடித்தளத்தை அமைத்துக் கொடுக்கின்றன. ஒரு கல்வியாளர் என்ற முறையில், எனது நூலகத்திற்கு ஒரு குறிப்பிடத்தக்கச் சேர்ப்பாக நான் இந்நூலைக் கருதுகிறேன்.”

வில்லியம் ரோல்ஃப் கெர்
உயர் கல்வி ஆணையர், உட்டா மாநிலம், அமெரிக்கா

“நிர்வாகம் மற்றும் அமைப்பைப் பற்றியும் மக்களைப் பற்றியும் கற்றுக் கொண்டிருப்பவர்களில் ஸ்டீபன் கவியைப்போல் தீவிரமாகவும் ஆழமாகவும் சிந்திப்பவர்கள் வெகு சிலரே. இப்புத்தகத்தை ஒரு செய்முறைக் கையேடாக அவர் நமக்கு வழங்கவில்லை, மாறாக இதில் அவர் நமக்கு ஒரு வாய்ப்பை அளித்துள்ளார். நம்மை நாமே முழுவதுமாக ஆராயவும், அடுத்தவர்கள்மீதான நமது தாக்கத்தை அலசி ஆராயவும் நமக்குக் கொடுக்கப்பட்ட வாய்ப்பு அது. அப்படிச் செய்யும்போது, நாம் அவரது ஆழ்ந்த கண்ணோட்டங்களை உள்வாங்கிக் கொள்ள நமக்கு ஒரு சந்தர்ப்பம் கிடைக்கிறது. இந்த அற்புதமான நூல் உங்களது வாழ்க்கையையே மாற்றக்கூடிய ஒன்று.”

டாம் பீட்டர்ஸ்
‘சர்ச் ஆஃப் எக்ஸலென்ஸ்’ புத்தகத்தின் ஆசிரியர்

“அமெரிக்க நிறுவனங்கள் தங்கள் ஊழியர்களுக்கு உத்வேகம் அளிக்கவும், எல்லாத் தளங்களிலும் தலைவர்களை உருவாக்கவும் துடித்துக் கொண்டிருக்கும் இவ்வேளையில், சக்திமிக்க ஒரு வாழ்க்கைத் தத்துவத்தை அளிக்கிறார் ஸ்டீபன் கவி. அது தொழிலிலும் வெற்றி பெற உறுதியளிக்கிறது. சீரிய அறிவு, கருணை மற்றும் நடைமுறை அனுபவம் ஆகியவற்றின் மிகச் சரியான கலவையாகவும் இது விளங்குகிறது.”

ரோசபெத் மாஸ் கேன்டர்
‘ஹார்வர்டு பிசினஸ் ரிவ்யூ’ இதழின் ஆசிரியர்

“இப்புத்தகம் மக்கள் மத்தியில் பிரபலமாகியுள்ள ஓர் உளவியல் போக்கோ அல்லது நவீன சுயமுன்னேற்ற வழிகாட்டுதலோ அல்ல. இது வலுவான ஞானத்தையும் உறுதியான கொள்கைகளையும் உள்ளடக்கிய ஒன்று.”

ரிச்சர்ட் எம். ஐர்
‘டீச்சிங் சில்ட்ரன் வேல்யுஸ்’ புத்தகத்தின் ஆசிரியர்

“பொதுப்பணியில் எல்லாத் தளத்திலும் இருக்கும் ஒவ்வொருவரும் இதைப் படித்து நடைமுறையில் உபயோகப்படுத்த வேண்டும் என்பதைக் கட்டாயப்படுத்தினால் மிகவும் நன்றாக இருக்கும். நன்னடத்தை குறித்த எந்தவொரு சட்டத்தையும்விட இது மிகவும் பலனளிக்கவல்லது.”

செனட்டர் ஜேக் கார்ன்
விண்வெளிக்குச் சென்ற முதல் செனட்டர்

“இதுவரை வெளிவந்துள்ள புத்தகங்களிலேயே அதிகமாக விற்பனையாகிக் கொண்டிருக்கும் புத்தகங்களில் இப்புத்தகமும் ஒன்று.”

‘ஃபார்ச்சூன்’ பத்திரிகை

"இப்புத்தகத்தில் விவாதிக்கப்பட்டுள்ள கொள்கைகள் உலகளாவியவை. அவற்றை வாழ்க்கையின் அனைத்து அம்சங்களிலும் பயன்படுத்தலாம். ஆனால் இக்கொள்கைகள் 'ஓப்பரா' இசை நடனத்தைப் போன்றவை. எடுத்த எடுப்பிலேயே அவற்றை அரங்கேற்றிவிட முடியாது. அவை நன்றாக ஒத்திகை பார்க்கப்பட வேண்டும்."

ஏரியல் பைபி
ஓப்பரா பாடகி

"இந்நூல் சிந்தனையைத் தூண்டுவதாகவும் உத்வேகமூட்டுவதாகவும் இருப்பதாக நான் கருதுகிறேன். உண்மையில் நான் இதை அடிக்கடி எடுத்துப் பயன்படுத்தி வருகிறேன்."

ரிச்சர்டு எம். டீவோஸ்
நிறுவனர், ஆம்வே நிறுவனம்

"வெற்றியடைதல் என்பது ஒரு பழக்கம். தோல்வியடைதலும் அதேபோலத்தான். இதில் கூறப்பட்டுள்ள 7 பழக்கங்களும், மகிழ்ச்சியான, ஆரோக்கியமான வெற்றியாளர்களை, குறுகிய கண்ணோட்டத்தில் வெற்றியைக் கருத்தில் கொண்டு, அதற்காக மகிழ்ச்சியையும் வாழ்வின் பொருளையும் தொலைத்தவர்களிடம் இருந்து வேறுபடுத்திக் காட்டுகின்றன என்பதில் ஸ்டீபன் கவி உறுதியாக இருப்பதற்கு அவரது இருபத்து ஐந்து ஆண்டு கால அனுபவமும், சிந்தனையும், ஆய்வும் பெருந்துணை புரிகின்றன."

ரான் செம்கி
'தி சர்வீஸ் எட்ஜ்' புத்தகத்தின் இணை ஆசிரியர்

"ஸ்டீபன் கவி நுண்ணறிவுத் திறனுடன் எழுதுவதோடு, சக மனிதர்கள்மீது அக்கறையும் கொண்டுள்ளார். இந்த ஒரு புத்தகத்திற்குள் வெற்றி இலக்கியங்களின் ஒரு நூலகமே அடங்கி உள்ளது. இந்நூலில் அவர் கற்றுக் கொடுத்துள்ள கொள்கைகள் என் வாழ்வில் பெரும் மாற்றத்தை ஏற்படுத்தியுள்ளன."

கென் பிளான்சார்டு, பி.எச்டி.,
'ஒரு நிமிட மேலாளர்' புத்தகத்தின் ஆசிரியர்

"மக்களுடனான நமது தனிப்பட்ட உறவுகளில் ஓர் ஒழுங்கைக் கடைபிடிக்க இப்புத்தகம் வலியுறுத்துகிறது. அதைப் பற்றி மக்கள் நின்று நிதானித்துச் சிந்தித்தால், அது மதிப்பு வாய்ந்த ஒன்றாக விளங்கும் என்பதில் சந்தேகமில்லை."

ஜேம்ஸ் சி. ப்ளெட்சர்
முன்னாள் நிர்வாக அதிகாரி, 'நாசா'

“ஸ்டீபன் கவி அளவிற்கு நமது சமுதாயத்தில் தலைவர்களுக்கு உதவியவர்கள் எனக்குத் தெரிந்தவரை வேறு யாரும் இல்லை. எழுதப் படிக்கத் தெரிந்த எவரொருவரும் இப்புத்தகத்தைப் படித்து, இதிலுள்ள கொள்கைகளை நடைமுறைப்படுத்தினால், அவர்களால் பயனடையாமல் இருக்கவே முடியாது.’

செனட்டர் ஆர்ரின் ஜி. ஹேட்ச்

“குடும்பம், தொழில், மற்றும் சமூகம் ஆகியவற்றில் பயன்படுத்தக்கூடிய, நீடித்து நிலைத்திருக்கக்கூடிய உண்மைகளை ஸ்டீபன் கவி இதில் உறுதிப்படுத்துகிறார். மனித உறவுகள் குறித்து சமீபத்தில் வெளிவந்து கொண்டிருக்கும் வெளியீடுகளில் முழங்கப்படுகின்ற தேவையற்ற உளவியல்ரீதியான புலம்பல்களை அவர் இதில் தவிர்த்துவிடுகிறார். நம்மால் மட்டுமே நம்முள் ஒரு மாற்றத்தைக் கொண்டுவர முடியும் என்று நம்புகின்றவர் கவி. இப்புத்தகத்தைப் படிப்பதற்கு ஏழு காரணங்களுக்கும் மேல் இருக்கிறது.”

ஸ்டீவ் லாபுன்ஸ்கி
நிர்வாக இயக்குனர், இன்டர்நேஷனல் ரேடியோ & டெலிவிஷன் சொஸைட்டி

“ஸ்டீபன் கவியின் ஞானத்தைக் கற்று, அதை உள்வாங்கிக் கொள்வது, உங்களை மேம்படுத்துவதற்கு நீங்கள் வளர்த்துக் கொள்ளக்கூடிய தலைசிறந்த பழக்கங்களில் ஒன்றாக அமையும். அவர் தன் போதனையின்படியே வாழ்ந்தும் வருகிறார். நீங்கள் ‘வெற்றியாளர் வட்டத்’திற்குள் நிரந்தரமாக வாழ இப்புத்தகம் உதவும்.”

டாக்டர் டெனிஸ் வெயிட்லி
‘த சைக்காலஜி ஆஃப் வின்னிங்’ புத்தகத்தின் ஆசிரியர்

“இது ஒரு சக்திவாய்ந்த புத்தகம். முன்னோக்கு, தலைமைத்துவம், மற்றும் மனித உறவுகள் குறித்த அவரது கொள்கைகள், இன்றைய தொழிற்துறைத் தலைவர்களுக்கு நடைமுறைப் பயிற்சிக்கான சாதனமாக விளங்குகிறது. நான் இதை உயர்வாகப் பரிந்துரைக்கிறேன்.”

நோலன் ஆர்ச்சிபால்ட்
தலைமை நிர்வாக அதிகாரி, பிளாக் & டெக்கர்

“கடும் போட்டி நிலவும் இன்றைய உலகில், நேரம், பயணம், குடும்பம் போன்றவை அளிக்கும் நெருக்கடி மற்றும் பொறுப்பு நம்மைத் திணறடிக்கும் வேளையில், ஸ்டீபன் கவியின் இப்புத்தகம் ஒரு வரப்பிரசாதமாக வந்துள்ளது.”

மேரி ஆஸ்மான்ட்
நாடக நடிகை மற்றும் பாடகி

"இது ஓர் அற்புதமான பங்களிப்பு. ஸ்டீபன் கவி, மிகச் சிறந்த சாதனையாளர்களின் பழக்கங்களை அருமையாகத் தொகுத்து, எளிதாக உபயோகிக்கத்தக்க, சக்திமிக்க ஒன்றாக அளித்துள்ளார். அமெரிக்க மக்களின் மனத்தைத் திறப்பதற்குச் சிறப்பான ஒரு வரைபடம் நம்மிடம் இப்பொழுது உள்ளது."

சார்லஸ் கார்ஃபீல்ட்
'பீக் பெர்ஃபார்மர்ஸ்' புத்தகத்தின் ஆசிரியர்

"இது ஓர் அசாதாரணமான புத்தகம். நான் இதுவரை படித்துள்ள மற்ற எந்தவொரு புத்தகத்தைவிடவும், ஒருவருடைய வாழ்வில் உள்ள தனிப்பட்ட, குடும்ப, மற்றும் தொழில்ரீதியான பொறுப்புகளை ஒருங்கிணைக்க உத்வேகம் அளிப்பதில் இப்புத்தகம் தலைசிறந்து விளங்குகிறது."

பால் ஹெச். தாம்சன்
முதல்வர், மாரியாட் ஸ்கூல் ஆஃப் மேனேஜ்மென்ட் மற்றும்
'நோவேஷன்ஸ்' புத்தகத்தின் ஆசிரியர்

"ஸ்டீபன் கவி என் வாழ்வில் ஆழ்ந்த தாக்கத்தை ஏற்படுத்தி உள்ளார். அவரது கொள்கைகள் சக்திமிக்கவை. அவை நடைமுறையில் செயல்படுகின்றன. இப்புத்தகத்தை வாங்குங்கள். படியுங்கள். இதன் கொள்கைகளை உங்கள் வாழ்வில் கடைபிடிக்கும்போது உங்கள் வாழ்க்கை செழித்துத் தழைக்கும்."

ராபர்ட் சி. ஆலன்
'கிரியேட்டிங் த வெல்த்' &
'நத்திங் டவுன்' புத்தகங்களின் ஆசிரியர்

"தங்களுடைய வாழ்க்கை, தொழில் மற்றும் வேலை ஆகியவற்றைத் தங்களுடயை கட்டுப்பாட்டிற்குள் கொண்டுவர விரும்புபவர்களுக்குத் தேவையான நடைமுறை அறிவு இப்புத்தகம் முழுவதும் பரவியிருக்கிறது. நான் படித்தப் பகுதிகளை மீண்டும் படிக்கும் ஒவ்வொரு முறையும் எனக்குப் புதிய உள்நோக்கு கிடைக்கிறது. அப்படியெனில், இதன் கொள்கைகள் ஆழமானவை, அடிப்படையானவை என்று பொருள்."

கிஃபோர்டு பிஞ்சோட்
'இன்ட்ராபிரென்யூரிங்' புத்தகத்தின் ஆசிரியர்

"டேல் கார்னகிக்குப் பிறகு அமெரிக்கத் தொழில்துறையில் பெரிதும் விரும்பப்படுகிற சுயமுன்னேற்ற ஆலோசகர் ஸ்டீபன் கவிதான்."

'யுஎஸ்ஏ டுடே' பத்திரிகை

"அடிப்படைகள்தான் வெற்றிக்கான திறவுகோல். ஸ்டீபன் கவி அவற்றில் மேதை. அவரது இப்புத்தகத்தை வாங்குங்கள். அதைவிட முக்கியமாக, அதைப் பயன்படுத்துங்கள்."

ஆன்டனி ராபின்ஸ்
'அன்லிமிட்டெட் பவர்' புத்தகத்தின் ஆசிரியர்

"ஒருவர் தன் வாழ்க்கையைத் தன் கட்டுப்பாட்டிற்குள் கொண்டு வந்து, தான் கனவு காண்கின்ற முழுமையான, நிறைவான ஒரு வாழ்க்கையை வாழ்வது எப்படி என்பதற்கான ஒரு முழுநீள விருந்தை ஸ்டீபன் கவி இப்புத்தகத்தின் மூலமாகப் படைத்துப் பரிமாறுகிறார். தனிப்பட்ட மற்றும் தொழில்ரீதியான முன்னேற்றம் பெறுவதற்கான, திருப்தி அளிக்கின்ற, ஆற்றல்மிக்க, படிப்படியான வழிமுறைகளைக் காட்டும் புத்தகம் இது."

ரோஜர் ஸ்டாபாக்
புகழ்பெற்றக் கால்பந்து விளையாட்டு வீரர்

"ஸ்டீபன் கவி இப்புத்தகத்தின் மூலம் கண்டெடுக்கும் முடிவு நமது சமுதாயத்தில் மனிதப் பண்புநலன் நடத்தையை மீண்டும் நிலைநிறுத்துவதற்கான தேவையை வலியுறுத்துகிறது. சுயமுன்னேற்ற இலக்கியங்களில் இது ஒரு மதிப்புவாய்ந்த புதிய வரவு."

கிளெமன்ட் ஸ்டோன்
'சக்சஸ்' பத்திரிகையின் நிறுவனர்

"இப்புத்தகம் சிந்தனையைத் தூண்டுவதாகவும் விழிப்புணர்வை ஏற்படுத்துவதாகவும் இருக்கிறது."

நார்மன் வின்சென்ட் பீல்
'நேர்மறைச் சிந்தனையின் வியத்தகு சக்தி' புத்தகத்தின் ஆசிரியர்

அதிக ஆற்றல்வாய்ந்த மனிதர்களின் 7 பழக்கங்கள்

அதிக ஆற்றல்வாய்ந்த மனிதர்களின் 7 பழக்கங்கள்

தனிநபர் மாற்றத்திற்கான சக்திமிக்கப் படிப்பினைகள்

ஸ்டீபன் ஆர். கவி

தமிழில்: நாகலட்சுமி சண்முகம்

MANJUL

மஞ்சுள் பப்ளிஷிங் ஹவுஸ்

First published in India by

Manjul Publishing House
Corporate and Editorial Office
- 2nd Floor, Usha Preet Complex, 42 Malviya Nagar, Bhopal 462 003 - India
Sales and Marketing Office
- 7/32, Ground Floor, Ansari Road, Daryaganj, New Delhi 110 002 - India
Website: www.manjulindia.com
Distribution Centres
Ahmedabad, Bengaluru, Bhopal, Kolkata, Chennai,
Hyderabad, Mumbai, New Delhi, Pune

Tamil translation of *The 7 Habits of Highly Effective People*
by Stephen R. Covey

This edition first published in 2013
Third impression 2016

FranklinCovey India and SouthAsia
JIL Tower A, Institutional Area, Ground Floor, Plot No. 78, Sector-18,
Gurgaon, Haryana - 122 015 India Tel: +91 124 4782222
Mumbai: +91 22 42754444, Bangalore: +91 80 41678888
www.franklincoveysouthasia.com

ISBN   978-81-8322-311-9

Translation by Nagalakshmi Shanmugam
Editing & Layout by PSV Kumarasamy

Printed and bound in India by Replika Press Pvt. Ltd.

சமர்ப்பணம்

அதிகாரம் அளிக்கப்பட்டுள்ள,

அதைக் கொண்டு பிறருக்கு அதிகாரம் அளிக்கின்ற

என் சகாக்களுக்கு

நன்றி

சார்பின்மையைவிட சகசார்பு அதிக மதிப்பு வாய்ந்தது.

இப்புத்தகம் பல மூளைகளின் கூட்டியக்கம். நான் 1970களின் மத்தியில் என்னுடைய முனைவர் பட்டத்திற்காகக் கடந்த 200 வருடங்களில் வெற்றி குறித்து எழுதப்பட்டிருந்த படைப்புகளை ஆய்வு செய்து கொண்டிருந்தபோது இது துவங்கியது. எனக்கு உத்வேகம் அளித்த பல சிந்தனையாளர்களுக்கு நான் வெகுவாக நன்றிக்கடன் பட்டுள்ளேன்.

பிரிஹாம் யங் பல்கலைக்கழகத்திலும் கவி லீடர்ஷிப் சென்டரிலும் என்னுடன் பணிபுரிந்த சகாக்கள், நண்பர்கள், மாணவர்கள் ஆகியோருக்கும், இதில் கூறப்பட்டுள்ள விஷயங்களை சோதித்துப் பார்த்துத் தங்கள் கருத்துக்களைத் தெரிவித்து ஊக்குவித்த ஆயிரக்கணக்கான பெற்றோர்கள், இளைஞர்கள், நிர்வாக அதிகாரிகள், ஆசிரியர்கள் மற்றும் பிற வாடிக்கையாளர்கள் ஆகியோருக்கும் நான் நன்றி கூறுகிறேன். இதில் கூறப்பட்டுள்ள விஷயங்களும் அவற்றின் வரிசைக்கிரமமும் படிப்படியாக வளர்ச்சியடைந்து இந்நிலையை அடைந்துள்ளன. அதோடு, தனிப்பட்ட மற்றும் சகசார்பு ஆற்றலை வளர்த்துக் கொள்வதற்கு ஒருங்கிணைப்பான மற்றும் ஒரு முழுமையான அணுகுமுறையை இந்த ஏழு பழக்கங்கள் பிரதிநுதப்படுத்துவதோடு, தனிப்பட்டப் பழக்கங்களைக் காட்டிலும் அவற்றிற்கு இடையே இருக்கும் தொடர்பும், அவற்றின் வரிசைக்கிரமமும்தான் முக்கியம் என்ற உறுதியான நம்பிக்கையை இதில் ஆத்மார்த்தமாகவும் ஆழமாகவும் தங்களை ஈடுபடுத்திக் கொண்டுள்ளவர்களின் மனங்களில் இவை ஆழமாகப் பதிவு செய்துள்ளன.

இப்புத்தகத்தின் வளர்ச்சி மற்றும் தயாரிப்பில் உதவிய இவர்களுக்கு நான் மனதார நன்றி தெரிவித்துக் கொள்கிறேன்:

— நாணயமான, சேவைபூர்வமான வாழ்க்கை நடத்திக் கொண்டு, என்னுடைய பல பயணங்களிலும், வீட்டிற்கு வெளியேயும் எனக்கு உதவி புரிந்த என் மனைவி சாண்ட்ராவுக்கும், எங்கள் குழந்தைகள் ஒவ்வொருவருக்கும், அவர்களது துணைவர்களுக்கும். அன்பான நெஞ்சங்களின் வாழ்க்கையோடு இரண்டறக் கலந்திருக்கும் கொள்கைகளைப் பிறருக்கு போதிப்பது எளிது.

— என் சகோதரர் ஜானுக்கு, அவர் காட்டிய தொடர்ச்சியான அன்பு, ஈடுபாடு, முன்னோக்கு மற்றும் தூய்மையான ஆன்மாவிற்காக.

— என் தந்தையாரின் சந்தோஷமான ஞாபகங்களுக்காக.

— என் தாயாருக்கு, வாழ்ந்து கொண்டிருக்கும் தனது 87 வம்சாவழியினரிடம் அவர் காட்டிய அர்ப்பணிப்பிற்காகவும், தொடர்ந்து அவர் காட்டி வந்த அன்பின் வெளிப்பாட்டிற்காகவும்.

— தொழிலில் என்னுடன் பணிபுரிந்தவர்கள் மற்றும் நண்பர்கள். குறிப்பாக:

— பில் மார்ரே, ரான் மேக்மில்லன், மற்றும் லெக்ஸ் வாட்டர்சன் ஆகியோருக்கு, பின்னூட்டக் கருத்துக்கள் கொடுத்ததற்காகவும், உத்வேகம் அளித்ததற்காகவும், ஆலோசனை வழங்கியதற்காகவும் மற்றும் தயாரிப்பில் உதவியதற்காகவும்.

— பிராட் அன்டர்சனுக்கு, ஒரு வருடத்திற்கு மேலாகத் தன் தனிப்பட்ட வாழ்க்கையைத் தியாகம் செய்து, வீடியோ அடிப்படையில் அமைந்த ஏழு பழக்கங்கள் வளர்ச்சித் திட்டம் ஒன்றை உருவாக்கியதற்காக. இது அவரது தலைமைத்துவத்தின்கீழ் பரிசோதிக்கப்பட்டு, நுணுக்கமாகத் திருத்தப்பட்டு, பலதரப்பட்ட நிறுவனங்களில் பல்லாயிரக்கணக்கான மக்களிடையே நடைமுறைப்படுத்தப்பட்டது. இதைச் செயல்படுத்திய எங்களது வாடிக்கையாளர்கள் அனைவரும் கிட்டத்தட்ட விதிவிலக்கின்றி, மேலும் அதிகமான ஊழியர்களுக்கு இதை அறிமுகப்படுத்த ஆர்வம் காட்டி, ‘இது வேலை செய்கிறது’ என்று நாங்கள் வைத்திருந்த நம்பிக்கையைப் பன்மடங்கு உயர்த்தினர்.

— பாப் தேலேக்கு, எங்கள் நிறுவனத்திற்காக ஓர் அமைப்பு முறையை உருவாக்க உதவியதற்காக. அது எனக்கு மனஅமைதியை அளித்து, இப்புத்தகத்தில் என் கவனத்தைச் செலுத்த வழிவகுத்தது.

— டேவிட் கான்லீக்கு, ஏழு பழக்கங்களின் மதிப்பையும் சக்தியையும் பல நூற்றுக்கணக்கான வணிக நிறுவனங்களுக்கு எடுத்துக்கூறியதற்காக. அதன் காரணமாக, நானும் என் சகாக்கள் பிளைன் லீ, ரோய்ஸ் க்ருகர், ரோஜர் மெர்ரில், மற்றும் அல் ஸ்வைட்ஸ்லர் ஆகியோரும் பலதரப்பட்டத் தளங்களில் இக்கருத்துக்களைத் தொடர்ந்து பகிர்ந்து கொள்ள எங்களுக்கு சந்தர்ப்பம் கிடைத்தது.

— என் புத்தக ஏஜெண்ட் யான் மில்லருக்கும், ‘எதையும் செய்து முடிக்கும்’ என் சகா கிரெய்க் லிங்குக்கும், அவரது உதவியாளர் ஸ்டெஃபனி ஸ்மித்துக்கும், ராலீன் பெக்கம் வாஹ்லினுக்கும், அவர்களுடைய தைரியமான, படைப்புத் திறனுடன்கூடிய விற்பனைத் திறமைக்காக.

— என் பதிப்பாளர்களான சைமன் அன்ட் சுஸ்டர் நிறுவனத்தின் ஆசிரியர் பாப் அசாஹினாவிற்கு, அவரது தொழில் நேர்த்தி, தலைமைத்துவம், மற்றும் சிறப்பான ஆலோசனைகளுக்காகவும், பேச்சிற்கும் எழுத்திற்கும் இடையே உள்ள வேறுபாட்டை நான் புரிந்து கொள்ள உதவியதற்காகவும்.

— அர்ப்பணிப்புடன் பணிபுரிந்த என்னுடைய முன்னாள் உதவியாளர்கள் ஷிர்லி மற்றும் ஹீதர் ஸ்மித்துக்கும், என்னுடைய தற்போதைய உதவியாளர் மர்லின் ஆன்ட்ரூஸுக்கும், வெகு அபூர்வமாகக் காணப்படுகின்ற ராஜ விசுவாசத்திற்காக.

— எக்சிகியூட்டிவ் எக்சலன்ஸ் பத்திரிக்கை ஆசிரியரான கென் ஷெல்டனுக்கு, பல வருடங்களுக்கு முன்பு என் கையெழுத்துப் பிரதியைத்

திருத்திக் கொடுத்ததற்காகவும், அதை மெருகேற்ற உதவியதற்காகவும், பல இடங்களில் அதை சோதித்துப் பார்க்க உதவியதற்காகவும், அவரது தரத்திற்காகவும், அவரது நேர்மைக்காகவும்.

— ரிபெக்கா மெர்ரிலுக்கு, தயாரிப்பில் உதவியதற்காகவும், அபாரமாக திருத்தியமைத்ததற்காகவும், அவரது மனப்பூர்வமான அர்ப்பணிப்பிற்காகவும், அவரது திறமைக்காகவும், கொடுத்த வாக்குறுதியைக் காப்பாற்றுவதில் கவனமாக இருந்ததற்காகவும். அவரது கணவர் ரோஜருக்கு அவரது மதிநுட்பமான, கூட்டியகத்துடன்கூடிய உதவிக்காக.

— கே ஸ்விமுக்கும் அவரது மகன் கே லார்டுக்கும், எங்களது நிறுவனத்தின் துரித வளர்ச்சிக்குத் தங்களது முன்னோக்கு மூலம் பங்களிப்பு செய்ததற்காக.

உள்ளடக்கம்

முன்னுரை

இப்புத்தகம் முதன்முதலாக 1989ல் வெளிவந்தது. அதன் பிறகு, பிரமிக்க வைக்கின்ற ஏராளமான மாறுதல்களை இவ்வுலகம் சந்தித்துள்ளது. வாழ்க்கை மேலும் சிக்கல் நிறைந்த ஒன்றாக, அதிக மனஅழுத்தத்தை உண்டாக்கக்கூடிய ஒன்றாக, ஈவிரக்கமற்ற ஒன்றாக மாறியுள்ளது. நாம் தொழில் யுகத்திலிருந்து தகவல் யுகம் அல்லது அறிவுடைமைத் தொழிலாளர் யுகம் என்று அழைக்கப்படுகின்ற காலகட்டத்திற்கு வந்து சேர்ந்திருக்கிறோம். பத்து இருபது ஆண்டுகளுக்கு முன்பு கற்பனையிலும் நினைத்திராத பிரச்சனைகளையும் சவால்களையும் நாம் இன்று நமது தனிப்பட்ட வாழ்விலும், குடும்ப வாழ்விலும், பணிபுரியும் இடங்களிலும் எதிர்கொள்கிறோம். இம்மாற்றங்கள், அளவில் மட்டும் மிகப் பெரிதானவையாக இருக்கவில்லை; அவை முற்றிலும் வேறு வகையைச் சேர்ந்தவையாக உள்ளன.

சமுதாயத்தின் எல்லா இடங்களிலும் பரவியிருக்கின்ற இம்மாற்றங்களின் காரணமாகவும், அதன் எதிரொலியாக இன்றைய உலகளாவிய மின்னியல் சந்தையில் கேட்டுக் கொண்டிருக்கும் சலசலப்புகள் காரணமாகவும், பலர் அடிக்கடி என்னிடம் ஒரு முக்கியமான கேள்வியைக் கேட்கின்றனர். "அதிக ஆற்றல் வாய்ந்த மனிதர்களின் 7 பழக்கங்கள் 'இன்றும்' பொருத்தமானவையாக விளங்குகின்றன என்று நீங்கள் கருதுகிறீர்களா?" என்பதுதான் அக்கேள்வி. "இன்னும் பத்து வருடங்கள், இருபது வருடங்கள், ஐம்பது வருடங்கள், நூறு வருடங்கள் கழித்து அவை பொருத்தமானவையாக இருக்குமா?" என்றுகூட நாம் கேட்கலாம். அதற்கு எனது பதில் இதுதான்: மாற்றங்கள் எவ்வளவுக்கு எவ்வளவு பெரிதாக உருவாகின்றனவோ, சவால்கள் எவ்வளவுக்கு எவ்வளவு கடினமானவையாக ஆகின்றனவோ, அவ்வளவுக்கு அவ்வளவு இப்பழக்கங்களும் பொருத்தமானவையாக இருக்கும். இதற்கு என்ன காரணம்? நமது பிரச்சனைகளும் வலிகளும் உலகளாவியவை, அதிகரித்துக் கொண்டே இருப்பவை; அவற்றிற்கான தீர்வுகள், வரலாறு நெடுகிலும் நீடித்து நிலைத்திருந்த, செழிப்பாக இயங்கிக் கொண்டிருந்த சமுதாயங்கள் அனைத்திலும் பொதுவாகக் காணப்பட்ட, உலகளாவிய, காலத்தால் அழியாத, விளக்கம் தேவைப்படாத கொள்கைகளின் அடிப்படையிலேயே அமைந்திருந்தன. நானொன்றும் அவற்றைப் புதிதாகக் கண்டுபிடிக்கவில்லை. அவற்றிற்கு உரிமை கோரவும் இல்லை. நான் அவற்றைக் கண்டெடுத்து வரிசைமுறைப்படுத்தியுள்ளேன். அவ்வளவுதான்.

என் வாழ்வில் நான் கற்றறிந்த, என்மீது ஆழ்ந்த தாக்கத்தை ஏற்படுத்திய விஷயங்களில் ஒன்று இது: உங்களுடைய மிக உயர்ந்த ஆழ்விருப்பத்தை அடையவும், உங்களுடைய மிகப் பெரிய சவால்களை சமாளிக்கவும் நீங்கள் விரும்பினால், நீங்கள் பெற விரும்பும் தீர்வின்மீது தாக்கத்தை ஏற்படுத்தும் இயற்கை விதியைக் கண்டறிந்து அதை உபயோகித்துக் கொள்ள வேண்டும். நாம் அதை உபயோகிக்கும் முறை, ஒருவருக்கொருவர் வெகுவாக வேறுபடலாம். நம்முடைய தனித்துவமான திறமைகள், வலிமைகள் மற்றும் படைப்பாற்றல் போன்றவற்றை அது சார்ந்திருக்கும். ஆனால் இறுதியில், எந்தவொரு துறையிலும் வெற்றி என்பது, எந்தக் கோட்பாடுகள் வெற்றியோடு பின்னிப் பிணைந்துள்ளனவோ, அவற்றோடு இணக்கமாக இயங்குவதில் இருந்துதான் பெறப்படுகிறது.

பெரும்பாலானவர்கள் இப்படி சிந்திப்பது இல்லை. குறைந்தபட்சம் சுயநினைவோடு அவர்கள் இவ்வாறு சிந்திப்பதில்லை. நம்முடைய ஜனரஞ்சகமான கலாச்சாரத்தில், கொள்கைப் பிடிப்புள்ள தீர்வுகள், நாம் பொதுவாகப் பின்பற்றுகின்ற நடைமுறைப் போக்கிற்கும் சிந்தனைக்கும் நேரெதிரானவையாக இருப்பதைக் கண்டு நீங்கள் ஆச்சரியம் அடைவீர்கள். நாம் வழக்கமாக எதிர்கொள்ளும் ஒருசில சவால்கள் மூலம் இந்த முரண்பாட்டை நான் விவரிக்கிறேன்.

பயமும் பாதுகாப்பின்மையும்

பெரும்பாலான மக்கள் இன்று பயத்தின் அசுரப் பிடியில் சிக்கித் தவித்துக் கொண்டிருக்கிறார்கள். வருங்காலம் குறித்து அவர்களுக்கு பயமாக இருக்கிறது. அலுவலகத்தில் தாங்கள் காவு கொடுக்கப்பட்டுவிடுவோமோ என்று அஞ்சுகின்றனர். வேலை போய்விடுமோ, குடும்பத்தைக் காப்பாற்ற முடியாமல் போய்விடுமோ என்று ஓயாது கவலைப்படுகின்றனர். இந்தப் பாதுகாப்பின்மை உணர்வு காரணமாக, வாழ்க்கையில் துணிச்சலுடன் செயல்படாத தன்மையும், அலுவலகத்திலும் வீட்டிலும் பிறரைச் சார்ந்திருக்கும் போக்கும் தலைதூக்குகின்றன. மேலும் மேலும் தற்சார்புடன் இருப்பதை இப்பிரச்சனைக்கான தீர்வாக நமது கலாச்சாரம் பரிந்துரைக்கிறது. 'நான்' மற்றும் 'என்னுடையது' என்பதில் இனி நான் கவனம் செலுத்தப் போகிறேன். நான் என் வேலையைச் செய்வேன், அதைச் செம்மையாகச் செய்வேன்; என்னுடைய உண்மையான மகிழ்ச்சியை வேலைக்கு வெளியே தேடிக் கொள்வேன். சுயசார்பு என்பது முக்கியமான விஷயமாகவும், ஓர் இன்றியமையாத மதிப்பாகவும், பெருமையான ஒன்றாகவும் ஆகிவிட்டது. இதில் பிரச்சனை என்னவென்றால், நாம் இப்போது சகசார்புச் சமுதாயம் ஒன்றில் வாழ்ந்து வருகிறோம். நம்முடைய முக்கியமான சாதனைகளை நாம் அடைய வேண்டுமென்றால், அதற்கு நம்மிடம் இப்போது இருக்கும் திறமைகள் மட்டும் போதாது; சகசார்புத் திறமைகளும் கட்டாயம் தேவை.

'எனக்கு அது இக்கணமே வேண்டும்'

மக்களுக்கு எல்லாம் வேண்டும், அதுவும் இக்கணத்திலேயே வேண்டும். "எனக்குப் பணம் வேண்டும். எனக்கு ஒரு பெரிய, அழகான வீடு வேண்டும். அருமையான கார் வேண்டும். இருப்பதிலேயே பெரிய, மிகச் சிறந்த பொழுதுபோக்குச் சாதனம் வேண்டும். இவை அனைத்தும் வேண்டும். அவற்றிற்கு நான் தகுதியானவன்தான்." இன்றையக் கடனட்டைக் கலாச்சாரம், "இப்பொழுது வாங்கிக் கொள்ளுங்கள், பிறகு பணம் கொடுத்தால் போதும்" என்பதை எளிதாக்கியுள்ள போதிலும், பொருளாதார நிதர்சனங்கள் ஒருநாள் எப்படியும் வந்து கதவைத் தட்டும். நம்மால் ஈட்ட முடிகின்ற வருவாயைவிட நாம் வாங்குபவை அதிகமாக இருக்கின்றன என்பது அப்போது நமக்கு நினைவூட்டப்படும்; சமயங்களில் பெரும் வலியுடன் அவை நினைவூட்டப்படும். நிலைமை அப்படியில்லை என்று பாசாங்கு செய்வதைக் காலாகாலத்திற்கும் தொடர்ந்து கொண்டிருக்க முடியாது. வட்டியின் இரும்புப் பிடி தொடர்ந்து ஈவிரக்கமற்றே இருக்கும். எவ்வளவு கடினமாக உழைத்தாலும் போதுமானதாக இருக்காது. தலைசுற்ற வைக்கும் தொழில்நுட்ப மாறுதல்கள், உலகமயமாதலால் முடுக்கிவிடப்படும் போட்டியின் அதிகரிப்பு ஆகியவற்றின் காரணமாக, இன்று நாம் வெறுமனே கல்வி கற்றால் மட்டும் போதாது, மாறாக, தொடர்ந்து நம்மைப் புதுப்பித்து கொண்டும், கூர்தீட்டிக் கொண்டும் இருக்க வேண்டும். நாம் தேவையற்றவர்களாகப் போய்விடாமல் இருக்க வேண்டும் என்றால், நாம் தொடர்ந்து நம்முடைய புத்திசாலித்தனத்தை வளர்த்துக் கொண்டே இருக்க வேண்டும். அதோடு நம்முடைய திறமைகளைப் பட்டைத் தீட்டிக் கொள்ள வேண்டும்; அவற்றை வளர்த்துக் கொள்ளத் தேவையான முதலீடுகளைச் செய்ய வேண்டும். வேலையைப் பொறுத்தவரை, நமது இலக்குகளை நாம் அடைவதற்கு நமது மேலதிகாரிகள் நம்மைத் தொடர்ந்து தள்ளிக் கொண்டே இருப்பார்கள். அவர்களைப் பொறுத்தவரை அதற்கு வலுவான காரணம் இருக்கலாம். போட்டி கடுமையாக இருக்கிறது; இதில் தப்பிப் பிழைத்திருப்பதில்தான் எல்லாமே அடங்கி இருக்கிறது. காலையில் விதைத்தால் மாலையில் அறுவடை செய்ய வேண்டும் என்பது போன்ற தேவைதான் இன்றைய யதார்த்தமாக உள்ளது. மூலதனத்திற்கும் அதுதான் தேவை. ஆனால், நீடித்திருத்தலும் வளர்ச்சியும்தான் வெற்றியின் உண்மையான மந்திரம். உங்களுடைய காலாண்டு இலக்கை உங்களால் எட்ட முடிந்திருக்கலாம். ஆனால் இன்றிலிருந்து ஒரு வருடம், ஐந்து வருடம் அல்லது பத்து வருடம் கழித்தும் நிலைத்திருக்கக்கூடிய வெற்றிக்கான முதலீட்டை நீங்கள் இப்போது செய்கிறீர்களா என்பதுதான் சரியான கேள்வி. நம்முடைய கலாச்சாரமும் சரி, வால்ஸ்டிரீட் பங்குச் சந்தையும் சரி, எல்லாமே இன்றே நடந்தாக வேண்டும் என்று கூச்சலிடுகின்றன. ஆனால் இன்றையத் தேவையின் கூத்துக்கு ஆடிக் கொண்டிருக்கும்போதே, நாளைய வெற்றியை உருவாக்கும் திறனில் முதலீடு செய்வதற்கான

தேவையையும் சமாளித்துக் கொள்ள வேண்டும் என்பதைத் தவிர்க்க இயலாது. இது உங்களுடைய ஆரோக்கியம், திருமணம், குடும்ப உறவுகள் மற்றும் சமூக உறவுகளுக்கும் பொருந்தும்.

பழிபோடுதலும் பலிகடாவாக உணர்தலும்

ஒருவர் ஒரு பிரச்சனையை எதிர்கொள்ளும் ஒவ்வொரு முறையும், அப்பிரச்சனைக்கு அவர் அடுத்தவர்மீது பழிபோடுவதை நாம் சர்வசாதாரணமாகக் காணலாம். என்னைப் பலிகடாவாக்கிவிட்டார்கள் என்று கூச்சல் போடும் பழக்கத்திற்கு இச்சமுதாயம் அடிமையாகிவிட்டது. "என் மேலதிகாரி மட்டும் இப்படிப்பட்ட ஒரு முட்டாள்தனமான அடக்குமுறையாளனாக இல்லாதிருந்தால் . . . நான் மட்டும் ஏழையாகப் பிறந்திருக்காவிட்டால் . . . நான் மட்டும் ஒரு நல்ல இடத்தில் வாழ்ந்திருந்தால் . . . நான் மட்டும் இந்த முன்கோப குணத்தை என் தந்தையிடம் இருந்து பெற்றிருக்காவிட்டால் . . . என் குழந்தைகள் மட்டும் இவ்வளவு வீம்பு பிடிக்கிறவர்களாக இல்லாதிருந்தால் . . . அந்தத் துறை மட்டும் அனைத்து ஆர்டர்களையும் மோசமாகக் கையாளாமல் இருந்தால் . . . பலவீனமடைந்து கொண்டிருக்கும் இத்துறையில் மட்டும் நான் இல்லாதிருந்தால் . . . நம்முடைய மக்கள் மட்டும் இவ்வளவு சோம்பேறிகளாக இல்லாதிருந்தால் . . . என் மனைவி மட்டும் இன்னும் கொஞ்சம் புரிந்து கொள்பவராக இருந்திருந்தால் . . . இப்படி இருந்திருந்தால் . . . அப்படி இருந்திருந்தால் . . ." நம்முடைய பிரச்சனைகளுக்கும் நெருக்கடிகளுக்கும் எல்லோரையும், எல்லாவற்றையும் குறைகூறுவது நமது பொதுவான பழக்கமாக இருக்கலாம். வலியிலிருந்து அது தற்காலிகமாக நிவாரணம்கூட அளிக்கலாம். ஆனால் அது நம்மை அப்பிரச்சனைகளில் இருந்து மீட்பதற்குப் பதிலாக அவற்றோடு பிணைத்துவிடுகின்றது. தன்னுடைய சூழலை ஏற்றுக் கொண்டு, பணிவுடன் அதற்குப் பொறுப்பேற்றுக் கொண்டு, அத்தகைய சவாலை நேரடியாகவோ அல்லது சுற்றி வளைத்தோ எதிர்கொள்ளத் தேவையான முயற்சிகளை எடுக்கும் துணிச்சல்மிக்க ஒருவரை எனக்குக் காட்டுங்கள், விருப்பத் தேர்வின் உச்சகட்ட சக்தியை நான் உங்களுக்குக் காட்டுகிறேன்.

இயலாமை

பிறர்மீது பழிசுமத்துதலின் வெளிப்பாடுதான் இயலாமையும் ஏளனம் செய்தலும். நாம் நம் சுற்றுச்சூழலின் பலிகடாக்கள் என்று நம்புவதாலும், ஒவ்வொரு விளைவிற்கும் ஒரு காரணம் உண்டு என்று நாம் எண்ணுவதாலும் நம் உறுதி குலைகிறது; உத்வேகம் காணாமல் போய்விடுகிறது. அதனால் நாம் விரக்தியடைந்து, மேலும் முன்னேற முடியாத நிலைக்குத் தள்ளப்படுகிறோம். "வாழ்க்கையெனும் சதுரங்க விளையாட்டில் பிறரால் நகர்த்தப்படக்கூடிய ஒரு காலாட்படை வீரனைப்போல, ஒரு விளையாட்டு பொம்மையைப்போல,

சக்கரத்திலுள்ள ஒரு பற்சக்கரத்தைப்போல, சொந்தமாக எதுவும் செய்ய இயலாதவன் நான். நான் என்ன செய்ய வேண்டும் என்று கூறுங்கள், செய்கிறேன்." ஏராளமான புத்திகூர்மையுடைய திறமைசாலிகள்கூட இப்படி உணர்கின்றனர். அதனால், அதைத் தொடர்ந்து வரும் ஊக்க இழப்புகளாலும் மனச்சோர்வாலும் அவர்கள் பாதிக்கப்படுகின்றனர். இதற்கு நமது கலாச்சாரம் அளிக்கும் தற்காப்பு நடவடிக்கை இதுதான்: "நீங்கள் எவராலும் எதனாலும் ஏமாற்றம் அடையாத நிலைக்கு, வாழ்க்கை குறித்த உங்களுடைய எதிர்பார்ப்புகளைக் குறைத்துக் கொள்ளுங்கள்." ஆனால் இதற்கு நேரெதிரான, "நான்தான் என் வாழ்வின் படைப்பு சக்தி" என்ற கண்டுபிடிப்புதான் வளர்ச்சி மற்றும் நம்பிக்கை குறித்தக் கொள்கையாக வரலாறு நெடுகிலும் விளங்கியது.

வாழ்க்கையில் சமநிலையின்மை

நம்முடைய இந்த அலைபேசிக் கலாச்சாரத்தில் நம் வாழ்க்கை மேலும் மேலும் சிக்கல் நிறைந்த ஒன்றாக, அதிகமான மனஅழுத்தத்தை உருவாக்குகின்ற ஒன்றாக, மிக அதிகபட்ச எதிர்பார்ப்புகளை உள்ளடக்கிய ஒன்றாக, முற்றிலும் மனச்சோர்வடையச் செய்கின்ற ஒன்றாக உருவாகியிருக்கிறது. நாம் நவீனத் தொழில்நுட்பத்தின் மாயாஜாலத்தோடு, நம்முடைய நேரத்தைச் செம்மையாக நிர்வகிக்கவும், குறைந்த நேரத்தில் அதிகமான விஷயங்களைச் செய்யவும், அதிகத் திறனை அடையவும் பெருமுயற்சி செய்தாலும், உடல்நலம், குடும்பம் மற்றும் வேலை போன்றவற்றைப் பின்னுக்குத் தள்ளிவிட்டு, அதிக முக்கியமற்ற விஷயங்களுக்கு நாம் ஏன் தேவைக்கு அதிகமான முக்கியத்துவத்தை கொடுத்துக் கொண்டிருக்கிறோம்? நம் வாழ்வின் ஆதாரமாக விளங்கும் 'வேலை' இங்கு பிரச்சனை அல்ல. மாற்றம்கூடப் பெரிய பிரச்சனை அல்ல. "சீக்கிரமாக வேலைக்கு போ, தாமதமாக அங்கிருந்து கிளம்பு, திறமையாக இயங்கு, தியாகம் செய்," என்று நமது நவீனக் கலாச்சாரம் கூறுகிறது. ஆனால், வாழ்வில் சமநிலையையும் மனஅமைதியையும் இவை கொடுப்பதில்லை என்பதுதான் உண்மை. தங்களுடைய முன்னுரிமைகள் எவை என்று அறிந்திருந்து, அவை குறித்து நாணயத்துடனும் ஒருமித்த கவனத்துடனும் இயங்குபவர்களையே சமநிலையும் மனஅமைதியும் பின்தொடர்ந்து செல்கின்றன.

"இதில் எனக்கு என்ன இருக்கிறது?"

வாழ்க்கையில் ஏதேனும் ஒன்று நமக்கு வேண்டுமென்றால், நாம் அதிலுள்ள முதலிடத்தைக் குறி வைக்க வேண்டும் என்று நமது கலாச்சாரம் நமக்குக் கற்றுக் கொடுத்துள்ளது. "வாழ்க்கை என்பது ஒரு விளையாட்டு, ஒரு போட்டி, ஒரு பந்தயம், அதில் நீங்கள் எப்பாடு பட்டாவது வெற்றி பெற்றுவிட வேண்டும்," என்று அது கூறுகிறது. சக மாணவர்கள், சக ஊழியர்கள், குடும்ப உறுப்பினர்கள்கூடப் போட்டியாளர்களாகவே கருதப்படுகின்றனர். நீங்கள் அவர்களை

அதிகமாக வெல்ல வெல்ல, அவர்கள் உங்களைவிட்டு விலகிப் போய்விடுவார்கள். நாம் பெருந்தன்மை மிக்கவர்களாக இருப்பது போலவும், அடுத்தவர்களின் வெற்றியில் மகிழ்வதுபோலவும் காட்டிக் கொண்டாலும், நம்மில் பெரும்பாலானோர், அடுத்தவர்கள் எதையாவது சாதிக்கும்போது மனத்திற்குள் புழுங்கித் தள்ளவே செய்கிறோம். மனித நாகரீக வரலாற்றில் நிகழ்த்தப்பட்டப் பெரும் சாதனைகள் பலவும், தளராத ஊக்கத்துடன் இருந்த தனிமனிதர்களின் சொந்த மனஉறுதியால்தான் ஏற்பட்டுள்ளன என்றாலும், இன்றைய அறிவுடைமைத் தொழிலாளர்களின் சகாப்தத்தில், 'நாம்' என்ற மந்திரத்தைக் கைக்கொள்கின்றவர்களுக்கே மாபெரும் சந்தர்ப்பங்களும் சாதனை செய்வதற்குக் கணக்கிலடங்கா வாய்ப்புகளும் ஒதுக்கப்பட்டுள்ளன. பரஸ்பர மரியாதையுடன், பரஸ்பர நலனுக்காக சுயநலமின்றி உழைக்கும் பரந்து விரிந்த மனத்தின் ஊடாகத்தான் உண்மையான மேன்மையை அடைய முடியும்.

புரிந்து கொள்ளப்பட வேண்டும் என்கிற தணியாத தாகம்

தான் புரிந்து கொள்ளப்பட வேண்டும் என்பதற்கான தேவையைவிட மேலான மனிதத் தேவைகள் வெகுசிலவே உள்ளன. அடுத்தவர்களிடம் தங்கள் கருத்துக்களைத் தெளிவாக எடுத்துச் செல்கின்ற, அவர்களைத் தங்கள் கருத்துக்குச் செவிசாய்க்க வைக்கின்ற தகவல் தொடர்புதான், தாக்கத்தை ஏற்படுத்துவதற்கான முக்கிய அம்சம் என்று பலர் நம்புகின்றனர். இதைப் பற்றி ஆழ்ந்து சிந்தித்துப் பாருங்கள். அடுத்தவர்கள் உங்களிடம் பேசிக் கொண்டிருக்கும்போது, நீங்கள் அவர் கூறுவதைக் காது கொடுத்து கவனமாகக் கேட்காமல், அவருக்கு எப்படி பதிலளிப்பது என்பதில் கவனம் செலுத்திக் கொண்டிருப்பீர்கள், அப்படித்தானே? நீங்கள் அவர்களது தாக்கத்திற்கு ஆளாகியுள்ளீர்கள், அவர்கள் கூறுவதை நீங்கள் புரிந்து கொண்டுவிட்டீர்கள், அவர்கள் கூறியதை நீங்கள் உண்மையாகவும் ஆழமாகவும் காதுகொடுத்துக் கேட்டீர்கள், நீங்கள் திறந்த மனத்துடன் இருக்கிறீர்கள் என்ற உணர்வு அவர்களுக்கு ஏற்படும்போதுதான் உண்மையான தாக்கம் வெளிப்படத் துவங்குகிறது. தங்களுடைய சொந்தக் கருத்துக்களைத் தெரிவிப்பதை வெகுநேரம் ஒதுக்கி வைத்துவிட்டு, அடுத்தவர்களைப் புரிந்து கொள்வதில் கவனம் செலுத்தும் அளவிற்குப் பெரும்பாலான மக்கள் உணர்வுபூர்வமாகப் பக்குவப்படாதவர்கவே இருக்கிறார்கள். புரிந்து கொள்ளுதல் மற்றும் தாக்கம் ஏற்படுத்துதல் குறித்து நமது கலாச்சாரம் கூக்குரலிடுகிறது. சமயங்களில் அது நம்மை நிர்ப்பந்திக்கவும் செய்கிறது. ஆனால், தகவல் பரிமாறிக் கொண்டிருக்கும் இருவரில் யாரேனும் ஒருவராவது முதலில் ஆழமாகக் காதுகொடுத்துக் கேட்பதற்குத் தன்னைத் தயார்படுத்திக் கொள்வதன் வாயிலாகப் பிறக்கின்ற பரஸ்பரப் புரிதல்தான் தாக்கக் கொள்கையைத் தூக்கி நிறுத்துகின்றது.

முரண்பாடுகளும் வேறுபாடுகளும்

மக்கள் தங்களுக்கிடையே ஏராளமான விஷயங்களைப் பகிர்ந்து கொள்கிறார்கள். எனினும், அவர்களிடையே மிகக் கடுமையான வேறுபாடுகள் நிலவுகின்றன. அவர்கள் ஒவ்வொருவரும் வித்தியாசமாகச் சிந்திக்கின்றனர். அவர்களிடம் சமயங்களில் எதிரும்புதிருமான மதிப்பீடுகள், உத்வேகங்கள், மற்றும் நோக்கங்கள் இருக்கின்றன. இத்தகைய வேறுபாடுகளின் காரணமாக, இயல்பாகவே முரண்பாடுகள் தலைதூக்குகின்றன. வேறுபாடுகளையும் முரண்பாடுகளையும் களைய, போட்டியை ஊக்குவிக்கும் அணுகுமுறையை இச்சமுதாயம் முன்னிறுத்துகிறது. 'எவ்வளவு முடியுமோ அவ்வளவு வெல்ல வேண்டும்,' என்பதில் கவனத்தைக் குவிக்கத் தூண்டுகிறது. கருத்து வேறுபாட்டில் ஈடுபட்டுள்ள இருவரும் தத்தம் நிலைகளில் இருந்து இறங்கி வந்து, இருவரும் ஒப்புக் கொள்கின்ற ஒரு நடுநிலையை அடைகின்ற விதத்தில் எட்டப்படும் சமரசத் தீர்வின் மூலமாக நிறையப் பயன் விளைந்தாலும், அதில் சம்பந்தப்பட்டுள்ள இருவருக்குமே உண்மையான திருப்தி கிடைப்பதில்லை. தொடர்புள்ள இருவரும், கடைந்தெடுத்த அடிமட்ட நிலைக்குச் செல்லத் தள்ளப்படுவது என்னவொரு வீணான செயல்! இதில் இடம்பெற்றிருக்கும் இருவரும முதலில் நினைத்தே பார்த்திராத தீர்வுகளை உருவாக்கித் தருகின்ற ஆக்கபூர்வமான கூட்டுறவைக் கட்டவிழ்த்துவிடத் தவறும் விஷயம் என்னவொரு விரயமான ஒன்று!

தனிநபர்த் தேக்க நிலை

மனித இயல்பானது உடல், மனம், இதயம், மற்றும் ஆன்மா ஆகிய நான்கு பரிணாமங்களைக் கொண்டது. கீழே குறிப்பிடப்பட்டுள்ள இருவிதமான அணுகுமுறையில் உள்ள வேறுபாடுகளையும் பயன்களையும் இப்போது பார்க்கலாம்.

உடல்

கலாச்சாரப் போக்கு: சிறந்த வாழ்க்கைமுறையை மேற்கொள்ளுதல்; உடற்பிணிகளை மருந்துகள் மற்றும் அறுவை சிகிச்சைகள் மூலம் குணமாக்குதல்.

கொள்கைரீதியான போக்கு: ஆரோக்கியம் குறித்து உலகளாவிய விதத்தில் ஏற்றுக் கொள்ளப்பட்டுள்ள ஒத்திசைவான போக்கில் வாழ்க்கைமுறையை அமைத்துக் கொள்வதன் மூலம் நோய்களை அண்டவிடாமல் பார்த்துக் கொள்ளுதல்.

மனம்

கலாச்சாரப் போக்கு: தொலைக்காட்சி பார்த்தல், 'என்னைக் களிப்புறச் செய்,' என்பதை முழக்கமாகக் கொள்ளுதல்.

கொள்கைரீதியான போக்கு: பலவகைப்பட்ட விஷயங்களைப் பற்றி ஆழமாகப் படித்தல், அறிவைத் தொடர்ந்து வளர்த்துக் கொள்ளுதல்.

இதயம்

கலாச்சாரப் போக்கு: உங்களுடைய சுயநலனுக்காக உறவினர்கலளையும் பிறரையும் பயன்படுத்திக் கொள்ளுதல்.

கொள்கைரீதியான போக்கு: மற்றவர்கள் பேசும்போது மரியாதையுடன் கவனமாகக் கேட்பதன் மூலமாகவும் அடுத்தவர்களுக்கு சேவை புரிவதன் மூலமாகவும் திருப்தியையும் ஆனந்தத்தையும் அடைதல்.

ஆன்மா

கலாச்சாரப் போக்கு: அதிகரித்துக் கொண்டிருக்கும் மதச்சார்பின்மை மற்றும் பிறர்மீது நம்பிக்கையற்றத் தன்மை ஆகியவற்றிற்குப் பலியாதல்.

கொள்கைரீதியான போக்கு: வாழ்விற்கான அர்த்தமும், வாழ்விலிருந்து நாம் பெற விழையும் விஷயங்கள் குறித்தத் தேடுதலுக்கான ஆதாரமும் இயற்கை விதிகளில் உள்ளன என்பதை ஏற்றுக் கொள்வது. இந்த இயற்கை விதிகளின் 'மூலாதாரம்' கடவுளில் இருக்கிறது என்று தனிப்பட்ட முறையில் நான் நம்புகிறேன்.

உலகளாவிய இவ்விரு கண்ணோட்டங்களையும், உங்களது தனிப்பட்டத் தேவைகளையும், சவால்களையும் கருத்தில் எடுத்துக் கொள்ளுமாறு உங்களை நான் கேட்டுக் கொள்கிறேன். அப்படிச் செய்யும்போது, நிலைத்திருக்கக்கூடிய தீர்வுகளையும், பயணிக்க வேண்டிய திசையையும் நீங்கள் கண்டு கொள்வீர்கள். அதோடு, ஜனரஞ்சகமான கலாச்சாரப் போக்கிற்கும், காலத்தால் அழியாத கொள்கைரீதியான போக்கிற்கும் இடையே உள்ள முரண்பாடுகள் மேலும் மேலும் தெளிவாவதையும் நீங்கள் காண்பீர்கள்.

என் கருத்தரங்குகளில் நான் எப்போதும் கேட்கும் ஒரு கேள்வியை உங்கள் முன் வைக்கிறேன். மரணப் படுக்கையில் இருப்பவர்களில் எவர் தாங்கள் இன்னும் அதிகமான நேரத்தை அலுவலகத்திலோ அல்லது தொலைக்காட்சி பார்ப்பதிலோ செலவழித்து இருக்கலாம் என்று விரும்புவார்கள்? எவரும் அவ்வாறு விரும்ப மாட்டார்கள். தாங்கள் நேசிப்பவர்கள், தங்கள் குடும்பத்தார், தாங்கள் சேவை புரிந்துள்ள நபர்கள் ஆகியோரைப் பற்றித்தான் அவர்கள் அப்போது சிந்திப்பர்.

மனிதத் தேவைப் பிரமீட்டின் உச்சியில் இருப்பது 'சுயஅறிதல்' என்று முழங்கிய, மிகப் பெரிய அமெரிக்க உளவியலாளரான ஏப்ரஹாம் மாஸ்லோகூட, மரணப் படுக்கையில் இருந்தபோது, மகிழ்ச்சி, மனநிறைவு, மற்றும் தன் இறப்பிற்குப் பின் தன் பங்களிப்பாக விட்டுச் செல்லவிருந்த நினைவுச் சொத்து ஆகியவற்றைத் தான் முதலில் முன்மொழிந்த 'சுயஅறிதலு'க்கும் மேலாக வைத்தார்.

என்னைப் பொறுத்தவரையும் இதுதான் உண்மை. 'ஏழு பழக்கங்களி'ல் பொதிந்து கிடக்கின்ற கொள்கைகளின் தாக்கத்திலேயே அதிகத் திருப்தியளிக்கின்ற, மிகச் சிறப்பான தாக்கம் என் குழந்தைகள் மற்றும் பேரக் குழந்தைகளின் வாழ்வில் இருந்துதான் எனக்குக் கிடைத்துள்ளது.

உதாரணமாக, என் பத்தொன்பது வயது பேத்தி ஷானன், ருமேனியா நாட்டிலுள்ள அனாதைகளுக்கு சேவை செய்ய ஈர்க்கப்பட்டாள். அவள் எனக்கும் என் மனைவி சான்ட்ராவுக்கும் எழுதிய கடிதத்தில், "ஒருநாள் நோய்வாய்ப்பட்டிருந்த ஒரு சிறு குழந்தை என்மீது வாந்தி எடுத்துவிட்டு என்னைக் கட்டியணைக்க முற்பட்டது. அதற்கு அடுத்த நாள் எனக்கு ஒரு தெய்வீக வழிகாட்டுதல் கிடைத்தது," என்று குறிப்பிட்டிருந்தாள். "நான் இனியும் சுயநலமாக வாழ விரும்பவில்லை. நான் பிறருக்கு சேவை செய்ய என் வாழ்வை அர்ப்பணிக்கப் போகிறேன்," என்று ஷானன் மனஉறுதி பூண்டாள். நான் இதை எழுதிக் கொண்டிருந்த வேளையில் அவள் மீண்டும் ருமேனியாவிற்குத் திரும்பிச் சென்று அம்மக்களுக்கு சேவை புரிந்து வருகிறாள்.

எங்களுடைய குழந்தைகள் அனைவருக்கும் திருமணமாகிவிட்டது. அவர்கள் அனைவரும் தங்களுடைய வாழ்க்கைத் துணைவர்களுடன் இணைந்து சேவையை அடிப்படையாகக் கொண்ட வாழ்க்கைக் குறிக்கோள்களை வடிவமைத்துள்ளனர். அவர்கள் அதன்படி வாழ்ந்து வருவதைக் காணும்போது எங்கள் மனத்தில் பெருக்கெடுத்து ஓடும் மகிழ்ச்சியை அளவிட முடியாது.

இப்போது இப்புத்தகத்தைப் படிக்கத் துவங்கவிருக்கும் உங்களுக்கு, இது ஒரு பரபரப்பான, சாகசம் மிகுந்த கற்றுக் கொள்ளுதலாக இருக்கும் என்று நான் உறுதி கூறுகிறேன். நீங்கள் படிப்பதை உங்கள் அன்புக்குரியவர்களுடன் பகிர்ந்து கொள்ளுங்கள். எல்லாவற்றையும்விட முக்கியமாக, கற்றுக் கொள்பவற்றை நடைமுறைப்படுத்தத் துவங்குங்கள். வெறுமனே படித்துவிட்டு அதைப் பயன்படுத்தாமல் இருப்பது, படிக்காமலேயே இருப்பதற்குச் சமானம் என்பதை நினைவில் கொள்ளுங்கள்.

இந்த ஏழு பழக்கங்களை அடிப்படையாகக் கொண்டு வாழ்வது என்பது என்னைப் பொறுத்தவரை, தொடர்ந்து ஒரு பெரும் போராட்டமாகவே இருந்து வருகிறது. பனிச்சருக்கு, கோல்ஃப, டென்னிஸ் அல்லது மற்ற பிற விளையாட்டுக்களைப் போலவே, இதிலும் நீங்கள் தொடர்ந்து மேம்படும்போது, நீங்கள் எதிர்கொள்கின்ற சவால்களின் தீவிரமும் அதிகரித்துக் கொண்டே போவதுதான் இதற்கு முக்கியமான காரணம். கொள்கை அடிப்படையில் அமைந்துள்ள இப்பழக்கங்களை வாழ்க்கைமுறையாக்கிக் கொள்ள நான் ஒவ்வொரு நாளும் உண்மையாக உழைக்கிறேன், உண்மையாகப் போராடுகிறேன் என்பதால், இந்த சாகசத்தில் பங்கு கொள்ள வருமாறு உங்களையும் அழைக்கிறேன்.

ஸ்டீபன் ஆர். கவி
ப்ரோவோ, உட்டா
ஜூலை 24, 2004
www. stephencovey.com

ஒன்றாம் பகுதி

கருத்துக் கண்ணோட்டங்களும் கொள்கைகளும்

உள்ளிருந்து துவங்குதல்

> *"நெறி பிறழாத வாழ்விலிருந்து தனியாகப் பிரித்து எடுக்கப்படக்கூடிய மகத்துவம் என்ற ஒன்று இவ்வுலகில் எங்குமில்லை."*
>
> **- டேவிட் ஸ்டார் ஜோர்டான்**

வியாபாரம், கல்வி, திருமணம் மற்றும் குடும்ப அமைப்புகள் போன்ற பல பின்புலங்களைச் சேர்ந்த மக்களுடன் கடந்த இருபத்தைந்து ஆண்டுகளுக்கும் மேலாக நான் பணியாற்றி வந்ததில், வெளியுலகில் நம்புதற்கரிய வெற்றிகளைக் குவித்திருந்த, ஆனால் அதே சமயம் தனிப்பட்ட முறையில் மற்றவர்களுடனான ஆரோக்கியமான உறவுகள் குறித்து ஓர் உள்ளார்ந்த பசியுடனும் ஆழ்ந்த தேவையுடனும் போராடிக் கொண்டிருந்த பல நபர்களை நான் சந்தித்துள்ளேன்.

அவர்கள் என்னிடம் பகிர்ந்து கொண்டுள்ள பல பிரச்சனைகள் உங்களுக்குப் பரிச்சயமானவையாக இருக்கக்கூடும் என்பது என் ஊகம்.

நான் என் தொழில் தொடர்பாகப் பல இலக்குகளை நிர்ணயித்து, அவற்றை அடைந்து வந்திருக்கிறேன். தொழில்ரீதியாக நான் ஏராளமான வெற்றிகளைக் குவித்துக் கொண்டிருக்கிறேன். ஆனால் அதற்காக நான் என்னுடைய தனிப்பட்ட மற்றும் குடும்ப வாழ்க்கையைக் காவு கொடுக்க வேண்டியதாயிற்று. என்னுடைய மனைவியும் குழந்தைகளும் இப்போது எனக்கு அன்னியர்களாக உள்ளனர். எனக்கு நானே பரிச்சயமற்றவனாக இருக்கிறேன். எனக்கு உண்மையிலேயே எது முக்கியம் என்பதும் எனக்குத் தெரியவில்லை. "இதெல்லாம் தேவைதானா?" என்று என்னையே நான் கேட்டுக் கொள்ள வேண்டியதாயிற்று.

இவ்வருடத்தில் ஐந்தாவது முறையாக நான் ஒரு புதிய உணவுக் கட்டுப்பாட்டைத் துவக்கி இருக்கிறேன். என்னுடைய எடை அளவுக்கதிகமாக இருப்பதை நான் அறிவேன். நான் மாற வேண்டும் என்று உண்மையி9லேயே நான் விரும்புகிறேன். அது குறித்தப் புதிய தகவல்கள் அனைத்தையும் நான் படிக்கிறேன், இலக்குகளை நிர்ணயிக்கிறேன், ஒரு நேர்மறையான மனப்போக்கைக் கடைபிடிக்கிறேன், என்னால் முடியும் என்று எனக்கு நானே கூறிக் கொள்கிறேன். ஆனால் ஒருசில வாரங்களுக்குப் பிறகு, எல்லாம் நின்றுவிடுகின்றது. எனக்கு நானே கொடுத்துக் கொள்ளும் ஒரு வாக்குறுதியை என்னால் ஒருபோதும் நிறைவேற்ற முடிவதே இல்லை.

திறமையான நிர்வாகம் குறித்தப் பயிற்சிப் பட்டறைகள் பலவற்றில் நான் கலந்து கொண்டு பயின்று வந்திருக்கிறேன். என் ஊழியர்களிடமிருந்து நான் ஏராளமானவற்றை எதிர்பார்க்கிறேன். அவர்களுடன் தோழமையாக

இருப்பதற்கும், சரியான முறையில் அவர்களை நடத்துவதற்கும் நான் கடினமாக உழைக்கிறேன். ஆனால் அவர்களிடமிருந்து எந்த விசுவாசத்தையும் என்னால் உணர முடியவில்லை. உடல்நிலை சரியில்லை என்று என்றேனும் ஒரு நாள் நான் வீட்டில் ஓய்வெடுத்தால், அவர்கள் வெட்டிப் பேச்சில் ஈடுபட்டுத் தங்களுடைய நேரத்தின் பெரும்பகுதியை விரயம் செய்துவிடுவார்கள் என்ற எண்ணம் எனக்கு ஏற்படுகிறது. சார்பற்றவர்களாக, பொறுப்பானவர்களாக இருப்பதற்கு அவர்களை என்னால் ஏன் பயிற்றுவிக்க முடியவில்லை? அல்லது, அப்படிப்பட்ட ஊழியர்களை என்னால் ஏன் கண்டுபிடிக்க முடியவில்லை?

என்னுடைய பருவ வயது மகன் அடக்கமின்றியும் கீழ்ப்படியாமலும் நடந்து கொள்கிறான். அவனுக்கு போதை மருந்துப் பழக்கமும் உள்ளது. நான் எவ்வளவோ முயற்சிக்கிறேன், ஆனால் அவன் என் பேச்சுக்கு செவிசாய்ப்பதே இல்லை. நான் என்ன செய்வது?

செய்வதற்கு ஏராளமான வேலைகள் இருக்கின்றன. நேரம் மட்டும் ஒருபோதும் போதுமான அளவு இருப்பதில்லை. ஒவ்வொரு நாளும் நான் மனஅழுத்தத்துடன் போராடிக் கொண்டும் இருக்கிறேன். நேர நிர்வாகம் குறித்தப் பயிலரங்குகளில் நான் பங்கு கொண்டிருக்கிறேன். திட்டமிடுதல் தொடர்பான பல்வேறு வகையான செயல்முறைகளை நான் முயற்சித்துப் பார்த்துவிட்டேன். ஒருசில விஷயங்களில் அவை எனக்கு உதவியுள்ளது உண்மையென்றாலும், எனக்கு விருப்பமான மகிழ்ச்சியான, ஆக்கபூர்வமான, அமைதியான வாழ்க்கையை வாழ்கின்ற உணர்வு எனக்கு ஏற்படுவதில்லை.

வேலையின் மதிப்பைப் பற்றி என் குழந்தைகளுக்குக் கற்றுத் தர வேண்டும் என்று நான் விரும்புகிறேன். ஆனால் அவர்களை ஒரு வேலையைச் செய்து முடிக்க வைப்பதற்கு அவர்களுடைய ஒவ்வோர் அசைவையும் நான் கண்காணிக்க வேண்டியுள்ளது. அந்த வேலையின் ஒவ்வொரு நிலையிலும் அவர்கள் கூறும் குறைகளை நான் மௌனமாகப் பொறுத்துக் கொள்ள வேண்டியுள்ளது. குழந்தைகள் தங்கள் வேலையை மகிழ்ச்சியாகவும், அடுத்தவர் அதை நினைவுபடுத்த வேண்டிய தேவையின்றியும் ஏன் செய்வதில்லை?

எனக்கு உண்மையிலேயே ஏகப்பட்ட வேலைகள் இருக்கின்றன. சில சமயங்களில், நான் இப்போது செய்து கொண்டிருக்கும் வேலை காலப்போக்கில் ஏதேனும் வித்தியாசத்தை ஏற்படுத்துமா என்று வியக்கிறேன். என் வாழ்வில் உண்மையிலேயே ஓர் அர்த்தம் உள்ளது என்றும், நான் இங்கு இருப்பதால் விஷயங்கள் எப்படியோ வித்தியாசமாக இருப்பதாகவும் நான் நினைக்க விரும்புகிறேன்.

என்னுடைய நண்பர்கள் அல்லது உறவினர்கள் ஓரளவுக்கு வெற்றி பெறுவதையோ அல்லது அங்கீகாரம் பெறுவதையோ பார்த்துப் புன்னகைத்து, உற்சாகமாக நான் அவர்களைப் பாராட்டுகிறேன். ஆனால் உள்ளுக்குள் புழுங்கிச் சாகிறேன். நான் ஏன் இவ்வாறு உணர்கிறேன்?

நான் ஓர் ஆதிக்க ஆளுமையைப் பெற்றிருக்கிறேன். கிட்டத்தட்ட எந்தவொரு கருத்துப் பரிமாற்றத்திலும், அதன் உரையாடலின் விளைவை என்னால்

கட்டுப்படுத்த முடியும் என்பதை நான் அறிவேன். பெரும்பாலான சமயங்களில், நான் விரும்பும் அதே தீர்வை முன்வைக்கும் விதத்தில் மற்றவர்கள்மீது என்னால் தாக்கத்தை ஏற்படுத்த முடியும். ஒவ்வொரு சூழ்நிலையையும் நான் தீவிரமாக அலசுகிறேன். என்னுடைய யோசனைகள் அனைவருக்கும் சிறப்பானவையாக உள்ளதாக நான் உண்மையிலேயே உணர்கிறேன். ஆனால் நான் சற்று அசௌகரியமாக உணர்கிறேன். என்னைப் பற்றியும் என்னுடைய யோசனைகளைப் பற்றியும் மற்றவர்கள் உண்மையிலேயே என்ன நினைக்கிறார்கள் என்று நான் எப்போதுமே வியக்கிறேன்.

என்னுடைய திருமண வாழ்க்கை ஜீவனற்றுப் போய்விட்டது. நாங்கள் சண்டை எதுவும் போட்டுக் கொள்வதில்லை. ஆனால், நாங்கள் இனியும் ஒருவரையொருவர் நேசிக்கவில்லை. நாங்கள் திருமண ஆலோசனை பெற்றுள்ளோம். இன்னும் எண்ணற்ற விஷயங்களை முயற்சித்துப் பார்த்துள்ளோம். ஆனால், முன்பு எங்கள் இருவருக்கும் இடையே இருந்த அந்த உணர்வை எங்களால் மீண்டும் சுடர்விடச் செய்ய முடியவில்லை.

இவை அனைத்தும் ஆழமான, வேதனை தரும் பிரச்சனைகள். தற்காலிகத் தீர்வுகள் எதுவும் இப்பிரச்சனைகளைத் தீர்ப்பதற்கு உதவாது.

ஒருசில வருடங்களுக்கு முன்பு, நானும் என் மனைவி சான்ட்ராவும் ஒரு விஷயம் குறித்துக் கவலைப்பட்டுக் கொண்டிருந்தோம். எங்களுடைய மகன்களில் ஒருவனுக்குப் பள்ளிக்கூடத்தில் பிரச்சனை இருந்தது. படிப்பில் அவன் மோசமாக இருந்தான். தேர்வு விதிமுறைகளை எப்படிக் கடைபிடிக்க வேண்டும் என்பதைக்கூட அவனால் புரிந்து கொள்ள முடியவில்லை. சமுதாயரீதியாக அவன் பக்குவப்படாதவனாக இருந்தான். அவனுக்கு நெருக்கமானவர்களை அவன் அடிக்கடி தர்மசங்கடத்திற்கு ஆளாக்கிக் கொண்டிருந்தான். அவன் மிகவும் நோஞ்சானாகவும் ஒல்லியாகவும் இருந்தான். கைகளால் மட்டையைப் பிடித்து, தன்னை நோக்கி எறியப்படும் பந்தைச் சரியாக அடிக்கக்கூடிய அளவுக்குக்கூட அவனது கைகளும் கண்களும் ஒருங்கிணைந்து செயல்படவில்லை. பந்து அவனை நெருங்குவதற்கு முன்பே அவன் தன் மட்டையைச் சுழற்றி முடித்தான். மற்றவர்கள் அவனைப் பார்த்துச் சிரித்தனர்.

சான்ட்ராவும் நானும் அவனுக்கு உதவ மிகவும் ஆர்வமாக இருந்தோம். வாழ்வின் எந்தப் பகுதியில் ‘வெற்றி’ முக்கியமானதாக இருக்கிறதோ இல்லையோ, ‘பெற்றோர்கள்’ என்ற பாத்திரத்தைச் சிறப்பாக வகிப்பதில் அது மிகவும் முக்கியம் என்று நாங்கள் கருதினோம். எனவே எங்கள் மகனைப் பற்றி நாங்கள் கொண்டிருந்த மனப்போக்குகளை மாற்றிக் கொள்ள முயற்சித்தோம். அதோடு, அவனுடைய மனப்போக்குகள் மீதும் நடத்தையின்மீதும் தாக்கம் ஏற்படுத்த முயற்சித்தோம். நேர்மறை மனப்போக்கு உத்திகளைக் கொண்டு அவனை மனத்தளவில் உற்சாகப்படுத்த முயற்சித்தோம். “உன்னால் முடியும்! உன்னால் முடியும் என்று எங்களுக்குத் தெரியும். உன் கைகளை அந்த மட்டையின் மேல் சற்று உயரத்தில் வை. உன் பார்வை அந்தப் பந்தின்மீது

குவியட்டும். பந்து உன்னிடம் நெருங்கும்வரை மட்டையைச் சுழற்றாதே," என்று நாங்கள் அவனுக்குப் பல்வேறு அறிவுரைகளை அள்ளி வழங்கினோம். அவனிடம் சிறிதளவு முன்னேற்றம் ஏற்படுவதைக் கண்டால்கூட, "அபாரம்! இதேபோல் தொடர்ந்து செய். உன்னால் முடியும்," என்று தொடர்ந்து நாங்கள் வலியுறுத்தினோம்.

மற்றவர்கள் அவனைப் பார்த்துச் சிரித்தபோது, நாங்கள் அவர்களைக் கண்டித்தோம். "அவனைத் தனியாக விட்டுவிடுங்கள். அவனைத் தொந்தரவு செய்யாதீர்கள். அவன் இப்போதுதான் கற்றுக் கொண்டிருக்கிறான்," என்று அவர்களிடம் கூறினோம். பிறகு எங்கள் மகன் அழுது புலம்பி, தன்னால் ஒருபோதும் சரியாக விளையாட முடியாது என்றும், பேஸ்பால் தனக்குப் பிடிக்காது என்றும் எங்களிடம் வலியுறுத்துவான்.

நாங்கள் செய்த எதுவுமே அவனுக்கு உதவியதுபோல் தோன்றவில்லை. நாங்கள் உண்மையிலேயே கவலை கொண்டோம். இது அவனுடைய சுயமதிப்பின்மீது பாதகமான தாக்கத்தை ஏற்படுத்துவதை எங்களால் காண முடிந்தது. நாங்கள் நேர்மறையாகவும், அவனை ஊக்குவிப்பவர்களாகவும், அவனுக்கு உதவியாகவும் இருக்க முயற்சித்தோம். ஆனால் தொடர் தோல்விகளுக்குப் பிறகு, இறுதியில் நாங்கள் அவனை ஊக்குவிக்கும் முயற்சிகளைக் கைவிட்டுவிட்டு, சூழ்நிலையை வேறொரு கோணத்திலிருந்து பார்க்க முயன்றோம்.

அந்த சமயத்தில், நாடு முழுவதிலுமுள்ள பல்வேறு வாடிக்கையாளர்களுக்குத் தலைமைத்துவப் பயிற்சி அளிப்பதில் நான் ஈடுபட்டிருந்தேன். அப்பயிற்சியின் ஒரு பகுதியாக, கருத்துப் பரிமாற்றம் மற்றும் கண்ணோட்டம் ஆகிய தலைப்புகளில், ஐபிஎம் நிறுவனத்தின் 'நிர்வாகிகள் மேம்பாட்டுத் திட்டத்தில்' கலந்து கொண்டிருந்த ஊழியர்களுக்கு மாதம் இருமுறை வழங்கப்பட வேண்டிய ஒரு செயற்திட்டத்தை நான் உருவாக்கிக் கொண்டிருந்தேன்.

இது தொடர்பான ஆராய்ச்சியிலும் உருவாக்கத்திலும் நான் மும்முரமாக ஈடுபட்டிருந்தபோது, கண்ணோட்டங்கள் எவ்வாறு உருவாகின்றன, அவை நாம் பார்க்கும் விதத்தை எவ்வாறு கட்டுப்படுத்துகின்றன, நாம் பார்க்கும் விதம் நம் நடத்தையை எவ்வாறு கட்டுப்படுத்துகின்றது ஆகியவை குறித்து நான் குறிப்பாக ஆர்வம் கொள்ளத் துவங்கினேன். இந்த ஆர்வமானது, எதிர்பார்ப்புக் கொள்கை மற்றும் நிஜமாகும் சுயதீர்க்கதரிசனம் அல்லது 'பிக்மேலியன் விளைவு' குறித்த ஓர் ஆய்விற்கு என்னை இட்டுச் சென்றது. அதோடு, நம் கண்ணோட்டங்கள் நம்முள் எவ்வளவு தூரம் ஆழமாகப் பதிந்துள்ளன என்பது குறித்த உணர்தலையும் அது எனக்குக் கொடுத்தது. நாம் எந்த லென்ஸின் வழியாக உலகத்தைப் பார்க்கிறோமோ அந்த லென்ஸையும் நாம் கணக்கில் எடுத்துக் கொள்ள வேண்டும் என்றும், நாம் பார்க்கும் உலகை நாம் எப்படி அர்த்தப்படுத்திக் கொள்கிறோம் என்பதைப் பொறுத்து, அந்த லென்ஸ் தன் வடிவத்தை மாற்றிக் கொள்கிறது என்றும் அது எனக்குக் கற்றுக் கொடுத்தது.

ஐபிஎம் நிறுவனத்தாருக்கு நான் கற்றுக் கொடுத்துக் கொண்டிருந்த கோட்பாடுகளைப் பற்றி நானும் சான்ட்ராவும் பேசிக் கொண்டிருந்தபோது, எங்கள் மகனுக்கு உதவும் நோக்கத்தில் நாங்கள் மேற்கொண்டிருந்த காரியங்கள், நாங்கள் உண்மையிலேயே அவனைப் பார்த்த விதத்துடன் இணக்கமாக இல்லை என்பதை உணரத் துவங்கினோம். எங்களுடைய ஆழமான உணர்வுகளை நாங்கள் நேர்மையாக ஆய்வு செய்தபோது, அடிப்படையில் எங்கள் மகன் போதுமானவனாக இல்லை, அவன் எப்படியோ 'பின்தங்கி' இருக்கிறான் என்ற கண்ணோட்டம் எங்களிடம் இருந்ததை நாங்கள் உணர்ந்தோம். எங்களுடைய மனப்போக்கின்மீதும் எங்களுடைய நடத்தையின்மீதும் நாங்கள் அதிக அளவு கவனம் செலுத்தியபோதும், எங்கள் முயற்சிகள் பலனளிக்காமல் இருந்ததற்குக் காரணம், எங்களுடைய நடவடிக்கைகளும் வார்த்தைகளும் அவனுக்கு ஊக்கத்தைக் கொடுக்கும் நோக்கத்தில் இருந்தாலும், நாங்கள் உண்மையில், "நீ திறனற்றவன். உனக்குப் பாதுகாப்புத் தேவை," என்ற செய்தியைத்தான் அவனுக்குத் தெரிவித்துக் கொண்டிருந்தோம்.

சூழ்நிலையை மாற்ற விரும்பினால், நாங்கள் எங்களை முதலில் மாற்றிக் கொள்ள வேண்டும் என்பதை உணரத் துவங்கினோம். எங்களைத் திறமையாக மாற்றுவதற்கு, முதலில் எங்களுடைய கண்ணோட்டங்களை நாங்கள் மாற்ற வேண்டியிருந்தது.

ஆளுமை மற்றும் குணநல நெறிமுறைகள்

அதே சமயத்தில், கருத்துக் கண்ணோட்டம் குறித்த என்னுடைய ஆய்வின் கூடவே, 1776ம் ஆண்டு முதலாக அமெரிக்காவில் பிரசுரிக்கப்பட்ட வெற்றி தொடர்பான படைப்புகள் பற்றிய ஆழமான ஆய்வு ஒன்றில் நான் தீவிரமாக மூழ்கிப் போயிருந்தேன். சுயமேம்பாடு, ஜனரஞ்சகமான உளவியல், மற்றும் சுயஉதவி ஆகியவை தொடர்பான நூற்றுக்கணக்கான புத்தகங்களையும், கட்டுரைகளையும், ஆய்வறிக்கைகளையும் நான் படித்தேன். சுதந்திரமான, ஜனநாயகமான மக்கள் வெற்றிகரமான வாழ்க்கைக்கான திறவுகோலாகக் கருதுகின்ற ஒட்டுமொத்த விஷயங்களும் என் விரல்நுனிகளில் இருந்தன.

வெற்றி குறித்துக் கடந்த 200 ஆண்டுகளாக எழுதப்பட்டு வந்திருந்த விஷயங்களை நான் ஆய்வு செய்ததில், அதிலிருந்து ஒரு திகைப்பூட்டும் பாணி வெளிவந்து கொண்டிருந்ததை நான் கவனித்தேன். என்னுடைய சொந்த மனவலியின் காரணமாகவும், கடந்த பல வருடங்களாக நான் உதவி வந்துள்ள மக்களின் வாழ்க்கையிலும் உறவுகளிலும் நான் பார்த்து வந்திருந்த அதே போன்ற மனவலிகளின் காரணமாகவும், வெற்றி தொடர்பாகக் கடந்த 50 வருடங்களாக எழுதப்பட்டு வந்துள்ள விஷயங்கள் அனைத்தும் மேலோட்டமானவை என்ற உணர்வு எனக்குள் அதிகரிக்கத் துவங்கியது. இப்படைப்புகள் அனைத்தும் சமுதாய அந்தஸ்து குறித்த உணர்வுகளாலும், உத்திகள் மற்றும் உடனடித் தீர்வுகளாலும் நிரம்பி வழிகின்றன. இவை சில தீவிரமான பிரச்சனைகளுக்குத்

தற்காலிகத் தீர்வுகளை வழங்குவதுபோலத் தோன்றினாலும், அடிப்படையில் இருக்கும் நாட்பட்டப் பிரச்சனைகளைக் கண்டுகொள்ளாமல் போய்விடுவதால், இப்பிரச்சனைகள் மீண்டும் மீண்டும் தலைதூக்கி மக்களைச் சித்தரவதைக்கு ஆளாக்குகின்றன.

இதற்கு நேர்மாறாக, முதல் 150 வருடங்களில் வெளிவந்த எழுத்துப் படைப்புகள் அனைத்தும் நாணயம், பணிவு, நம்பகத்தன்மை, மிதவுணர்ச்சி, துணிவு, நியாயம், பொறுமை, கடின உழைப்பு, எளிமை, அடக்கம், பொன்விதி போன்ற குணநல நெறிமுறைதான் வெற்றியின் அடிப்படை என்று முழங்கின. பெஞ்சமின் பிராங்க்ளினுடைய சுயசரிதை இதற்கான ஒரு சிறந்த எடுத்துக்காட்டு. அடிப்படையில், அந்த சுயசரிதை, சில குறிப்பிட்டக் கொள்கைகளையும் பழக்கங்களையும் அவர் தனது இயல்போடு ஒருங்கிணைப்பதற்கு மேற்கொண்ட முயற்சியைப் பற்றிய ஒரு கதையாகும்.

திறம்பட வாழ்வதற்கு சில அடிப்படைக் கோட்பாடுகள் உள்ளன என்றும், மக்கள் இக்கொள்கைகளைக் கற்றுக் கொண்டு, அவற்றைத் தங்கள் அடிப்படை குணநலன்களோடு ஒருங்கிணைப்பதன் மூலமாகத்தான் உண்மையான வெற்றியையும் நிரந்தரமான மகிழ்ச்சியையும் அவர்களால் அனுபவிக்க முடியும் என்றும் குணநல நெறிமுறை கற்பித்தது.

ஆனால் முதலாம் உலகப் போர் முடிந்த சிறிது காலத்திற்குள், வெற்றியின் அடிப்படைக் கண்ணோட்டம் குணநல நெறிமுறையிலிருந்து ஆளுமை நெறிமுறைக்கு மாறியது. வெற்றி என்பது மனிதர்களுக்கிடையே சுமூகமான கருத்துப் பரிமாற்றத்தைச் சாத்தியமாக்குகின்ற ஆளுமை, சமூக பிம்பம், மனப்போக்குகள், நடத்தைகள், திறமைகள், உத்திகள் ஆகியவற்றின் ஒரு செயல்பாடாக மாறியது. இந்த ஆளுமை நெறிமுறை குறிப்பாக இரண்டு பாதைகளைத் தேர்ந்தெடுத்தது: ஒன்று, மக்கள் தொடர்புக்கான உத்திகள்; மற்றொன்று, நேர்மறையான மனப்போக்கு. இத்தத்துவத்தில் சிறிதளவு, "உங்கள் மனப்போக்கு உங்கள் வளர்ச்சியைத் தீர்மானிக்கிறது," "நெற்றியின் சுருக்கத்தைவிட உதட்டின் மலர்ச்சி அதிக நண்பர்களைப் பெற்றுத் தரும்," "மனிதனுடைய மனம் எதைக் கருத்தரித்து நம்புகிறதோ, அதை அடைந்தே தீரும்" என்பவை போன்ற மதிப்புமிக்க, உத்வேகமூட்டும் மெய்யுரைகளில் வெளிப்படுத்தப்பட்டன.

ஆளுமை அணுகுமுறையின் பிற பகுதிகள் மற்றவர்களை ஏமாற்றிக் காரியம் சாதிப்பதற்கு உதவும் வகையில் இருந்தன என்பது மிகத் தெளிவாகப் புலப்படுகின்றது. பிறரைத் தங்கள்மீது விருப்பம் கொள்ள வைப்பதற்கு சில உத்திகளைப் பயன்படுத்தவும், மற்றவர்களிடமிருந்து தங்களுக்கு விருப்பமானவற்றைப் பெறுவதற்காக, அவர்களுக்குப் பிடித்தமான பொழுதுபோக்கு விஷயங்களில் போலியான ஆர்வம் காட்டவும் அவை மக்களை ஊக்குவித்தன. மொத்தத்தில், தங்கள் வாழ்வில் காரியங்களைச் சாதிப்பதற்கு மற்றவர்களை ஏமாற்றுவதற்கு அவை மக்களைத் தூண்டின.

இதில் சில படைப்புகள் குணநலன்களை வெற்றியின் ஓர் அம்சமாக அங்கீகரித்தன என்றாலும், அதுதான் வெற்றியின் அடிப்படை என்று ஏற்றுக் கொள்வதற்குப் பதிலாக, அதை ஒரு தனிப் பிரிவாகக் காட்டின. குணநல நெறிமுறை வெறும் உதட்டளவில்தான் பேசப்பட்டது. மற்றவர்கள்மீது தாக்கத்தை ஏற்படுத்துவதற்கான உடனடித் தீர்வு உத்திகள், சக்திமிக்க வியூகங்கள், கருத்துப் பரிமாற்றத் திறமைகள், நேர்மறையான மனப்போக்குகள் ஆகியவற்றுக்குத்தான் அதிக முக்கியத்துவம் கொடுக்கப்பட்டது.

இந்த ஆளுமை நெறிமுறைதான் நானும் என் மனைவி சான்ட்ராவும் எங்கள் மகனுடைய விஷயத்தில் பயன்படுத்த முயற்சித்தத் தீர்வுகளுக்கான ஆழ்மன மூலம் என்பதை நான் உணரத் துவங்கினேன். ஆளுமை நெறிமுறைக்கும் குணநல நெறிமுறைக்கும் இடையேயான வேறுபாட்டைப் பற்றி நான் அதிக ஆழமாக சிந்திக்கத் துவங்கியபோது, எங்களுடைய குழந்தைகளின் நன்னடத்தையின் வாயிலாக சமூகத்தில் எங்களுக்கு நல்ல பெயர் கிடைத்துக் கொண்டிருந்ததை நான் உணர்ந்தேன். எங்களுடைய கண்ணோட்டத்தில், எங்களுடைய இந்த மகன் அதற்கு ஏற்றவாறு நடந்து கொள்ளவில்லை. எங்களைப் பற்றி நாங்கள் கொண்டிருந்த பிம்பமும், நல்ல, அக்கறையான பெற்றோர்கள் என்ற எங்களது கதாபாத்திரமும் எங்கள் மகனுடைய பிம்பத்தைவிட ஆழமாக இருந்தன. அவை எங்கள் மகனுடைய பிம்பத்தின்மீது தாக்கத்தை ஏற்படுத்தின. எங்கள் மகன் தொடர்பான பிரச்சனையை நாங்கள் பார்த்த விதத்திலும், அதை நாங்கள் கையாண்ட விதத்திலும், எங்கள் மகனின் நலன் குறித்து நாங்கள் கொண்டிருந்த அக்கறையைவிட அதிகமான விஷயங்கள் பொதிந்திருந்தன.

நானும் சான்ட்ராவும் பேசியபோது, எங்களுடைய சொந்த நடத்தை மற்றும் உள்நோக்கங்களின் சக்திமிக்கத் தாக்கம், அவனைப் பற்றி நாங்கள் கொண்டிருந்த கண்ணோட்டம் ஆகியவற்றைப் பற்றி எங்களுக்கு ஏற்பட்ட விழிப்புணர்வு எங்கள் மனத்தை வேதனைப்படுத்தியது. சமுதாய ஒப்பீட்டு உள்நோக்கங்கள் எங்களது ஆழமான மதிப்பீடுகளோடு முரண்பட்டவை என்பதையும், நிபந்தனையுடன்கூடிய அன்பிற்கு அவை வழிவகுக்கும் என்பதையும், இறுதியில் அவை எங்களுடைய மகனின் சுயமதிப்பைக் குறைத்துவிடும் என்பதையும் நாங்கள் அறிந்தோம். எனவே, எங்களுடைய முயற்சிகளை எங்கள்மீது குவிப்பதென்று நாங்கள் தீர்மானித்தோம். அதாவது, எங்களது உத்திகளின்மீது எங்கள் கவனத்தைக் குவிப்பதற்குப் பதிலாக, எங்களுடைய ஆழமான உள்நோக்கங்கள் மற்றும் எங்கள் மகனைப் பற்றிய எங்கள் கண்ணோட்டம் ஆகியவற்றை மாற்றிக் கொள்வதென்று நாங்கள் தீர்மானித்தோம். அவனை மாற்ற முயற்சிப்பதற்குப் பதிலாக, அவனை எங்களிடமிருந்து பிரித்துப் பார்த்து, அவனது அடையாளம், தனித்துவம், மதிப்பு ஆகியவற்றை உணர்ந்து கொள்ள முயற்சித்தோம்.

ஆழ்ந்த சிந்தனை, விசுவாசம், மற்றும் பிரார்த்தனையின் வாயிலாக, எங்கள் மகனை அவனது தனித்துவத்தின் அடிப்படையில் நாங்கள்

பார்க்கத் துவங்கினோம். அவன் தனக்குப் பொருத்தமான வேகத்தில் உணர்ந்து செயல்படுத்தக்கூடிய பல்வேறு ஆற்றல் நிலைகள் அவனுக்குள் இருப்பதை நாங்கள் கண்டோம். நாங்கள் அவனது வழியைவிட்டு விலகி ஆசுவாசமாக இருப்பதென்றும், அவனது சொந்த ஆளுமை தானாகவே வெளிவர அனுமதிப்பதென்றும் தீர்மானித்தோம். அவனது தனித்துவத்தை வலியுறுத்துவதும், அவனை மதிப்பதும், அவனுடனான நேரத்தை அனுபவிப்பதும்தான் எங்களுடைய இயல்பான பாத்திரம் என்பதை நாங்கள் கண்டுகொண்டோம். நாங்கள் எங்கள் உள்நோக்கங்கள்மீது மனசாட்சிக்குக் கட்டுப்பட்ட நடவடிக்கைகளைத் தொடர்ந்து மேற்கொண்டோம்; எங்களுடைய மதிப்பு எங்களது குழந்தைகளின் 'ஏற்றுக் கொள்ளத்தக்க' நடத்தையைச் சார்ந்திருக்காமல் இருக்கும் விதமாக, நாங்கள் பாதுகாப்பாக உணர்வதற்கான அடித்தளங்களை எங்களுக்குள் நிர்மாணிக்கத் துவங்கினோம்..

எங்களுடைய மகனைப் பற்றி நாங்கள் கொண்டிருந்த பழைய கண்ணோட்டத்தை ஒதுக்கிவிட்டு, மதிப்பின் அடிப்படையில் அமைந்த உள்நோக்கங்களை நாங்கள் உருவாக்கியபோது, புதிய உணர்வுகள் வெளிவரத் துவங்கின. அவனை மற்றவர்களுடன் ஒப்பிட்டுப் பார்ப்பது அல்லது சீர்தூக்கிப் பார்ப்பதற்குப் பதிலாக, நாங்கள் அவனை ரசித்து வருவதைக் கண்டோம். அவனை அப்படியே எங்களது சொந்த பிம்பத்தின்படி செதுக்க முயற்சிப்பதையும், சமுதாயத்தின் எதிர்பார்ப்புகளைக் கொண்டு அவனைச் சீர்தூக்கிப் பார்ப்பதையும் நாங்கள் நிறுத்தினோம். சமுதாயத்தால் ஏற்றுக் கொள்ளப்படும் ஒருவனாக அவனை மாற்றுவதற்கு, அன்பாகவும் நேர்மறையாகவும் அவனை எங்கள் வழிக்குக் கொண்டுவர முயற்சிப்பதை நாங்கள் நிறுத்தினோம். அடிப்படையில் அவன் போதுமானவன், தன் வாழ்க்கையைக் கையாளக்கூடிய திறன் அவனிடம் உள்ளது என்ற கண்ணோட்டத்தில் அவனை நாங்கள் பார்த்ததால், மற்றவர்களின் ஏளனப் பேச்சிலிருந்து அவனைப் பாதுகாப்பதையும் நாங்கள் நிறுத்தினோம்.

அவன் இதுவரை இப்படிப்பட்டப் பாதுகாப்பில் வளர்ந்து வந்திருந்ததால், முதலில் சில விலகல் வேதனைகளை அனுபவித்தான். இதை அவன் எங்களிடம் வெளிப்படுத்தவும் செய்தான். நாங்கள் அதை ஏற்றுக் கொண்டோம், ஆனால் பதிலேதும் கூறவில்லை. "நாங்கள் உனக்குப் பாதுகாப்பளிக்கத் தேவையில்லை. அடிப்படையில் நீ கச்சிதமானவன்தான்," என்பது எங்களது மௌனமான செய்தியாக இருந்தது.

பல வாரங்களும் பல மாதங்களும் உருண்டோடிய பிறகு, ஓர் அமைதியான தன்னம்பிக்கையை அவன் உணரத் துவங்கினான். தன் சொந்த வேகத்தில் மலரத் துவங்கினான். கல்வியிலும், விளையாட்டிலும், சமுதாயரீதியாகவும் இயல்பான வளர்ச்சிச் செயல்முறையையும் தாண்டி அவன் மிக வேகமாக வளர்ந்தான். வருடங்கள் செல்லச் செல்ல, மாணவர்கள் அமைப்புகள் பலவற்றில் அவன் தலைமை இடங்களை வகித்தான், மாநில அளவில் பேசப்பட்ட ஒரு விளையாட்டு வீரனாக

உருவானான், படிப்பிலும் தலைசிறந்து விளங்கினான். பிறரை ஏய்க்காத, மற்றவரது மனத்தைக் கவரும் ஓர் ஆளுமையை அவன் வளர்த்துக் கொண்டான். அச்சுறுத்தாத, சகஜமான முறையில் அனைத்து விதமான மக்களிடத்திலும் பழகுவதற்கு அது அவனுக்கு உதவியது.

எங்கள் மகனின் 'சமுதயரீதியாக பிரமிக்கத்தக்க' சாதனைகள் அனைத்தும், சமுதாய வெகுமதிக்கான அவனது செயல்விடை அல்ல, மாறாக, அவன் தன்னைப் பற்றிக் கொண்டிருந்த உணர்வுகளின் அதிர்ஷ்டவசமான வெளிப்பாடுதான் என்று நானும் என் மனைவியும் நம்புகிறோம். எனக்கும் என் மனைவிக்கும் இது ஓர் அற்புதமான அனுபவமாக அமைந்தது. எங்களுடைய மற்றக் குழந்தைகளைக் கையாள்வதிலும், எங்களுடைய பிற பாத்திரங்களை வகிப்பதிலும் இது ஒரு முக்கியமான அறிவுறுத்தலாகவும் அமைந்தது. வெற்றிக்கான ஆளுமை நெறிமுறைக்கும் குணநல நெறிமுறைக்கும் இடையேயான மிக முக்கியமான வேறுபாட்டைத் தனிப்பட்ட நிலையில் இது எங்கள் விழிப்புணர்விற்குக் கொண்டு வந்தது. "தளரா முயற்சியுடன் உங்கள் சொந்த இதயத்தைத் தேடி பாருங்கள்; ஏனெனில், வாழ்வின் பிரச்சனைகள் அனைத்தும் அங்கிருந்துதான் வெளிக்கிளம்புகின்றன," என்று எங்களுடைய நம்பிக்கையை பைபிள் மிக அழகாக வெளிப்படுத்துகிறது.

முதன்மை மகத்துவமும் இரண்டாம்பட்ச மகத்துவமும்

என் மகனுடனான எனது அனுபவம், கருத்துக் கண்ணோட்டம் பற்றிய எனது ஆய்வு, மற்றும் வெற்றி தொடர்பான படைப்புகள் பற்றி நான் படித்தவை அனைத்தும் சேர்ந்து என் வாழ்வில் ஒரு மறக்க முடியாத அனுபவத்தை ஏற்படுத்தின. ஆளுமை நெறிமுறையின் சக்திவாய்ந்த தாக்கத்தைத் திடீரென்று என்னால் தரிசிக்க முடிந்தது. அதோடு, உண்மை என்று நான் அறிந்துள்ள விஷயங்களுக்கும், அதாவது, பல வருடங்களுக்கு முன்பு ஒரு குழந்தையாக எனக்குக் கற்றுக் கொடுக்கப்பட்டிருந்த விஷயங்கள் மற்றும் என் சொந்த மதிப்பீட்டில் ஆழமாகப் பதிந்துள்ள விஷயங்களுக்கும், தினமும் என்னைச் சூழ்ந்திருக்கும் உடனடித் தீர்வுத் தத்துவங்களுக்கும் இடையே நிலவி வந்த நுட்பமான முரண்பாடுகளை என்னால் தெளிவாகப் புரிந்து கொள்ள முடிந்தது. நான் கற்றுக் கொடுத்துக் கொண்டிருந்த, பலனளிக்க வல்லவை என்று நான் உறுதியாக அறிந்திருந்த விஷயங்கள் இந்த ஜனரஞ்சகமான குரல்களுடன் ஏன் முரண்பட்டு நின்றன என்பதைப் பல வருடங்களாக அனைத்து விதமான மக்களுடனும் நான் பணியாற்றி வந்ததிலிருந்து ஓர் ஆழமான நிலையில் அறிந்து கொண்டேன்.

ஆளுமை நெறிமுறையின் அம்சங்களான தனிப்பட்ட வளர்ச்சி, கருத்துப் பரிமாற்றத் திறனுக்கான பயிற்சி, ஆளுமை உத்திகள் மற்றும் நேர்மறையான மனப்போக்கு தொடர்பான படிப்புகள் ஆகியவற்றால் பயனில்லை என்று நான் கூறவில்லை. உண்மையில், சில சமயங்களில், வெற்றிக்கு இவை மிகவும் இன்றியமையாதவை என்று நான் நம்புகிறேன்.

ஆனால் இவை யாவும் இரண்டாம்பட்சப் பண்புநலன்களே அன்றி, முதன்மைப் பண்புநலன்கள் அல்ல. எதிர்கால சந்ததியினருக்கான அடித்தளத்தை உருவாக்குவதில் நம் மனிதத் திறனைப் பயன்படுத்துவதில் நாம் கவனம் செலுத்தியதில், நம் கட்டுமானத்தின்மீது மட்டுமே நம் கவனம் முழுவதையும் குவித்துவிட்டு, அதைத் தாங்கிப் பிடிக்கின்ற அடித்தளத்தை நாம் முற்றிலுமாக மறந்துவிட்டோம். நாம் விதைத்திராத இடங்களிலிருந்து நெடுங்காலமாகத் தொடர்ந்து அறுவடை செய்து வந்ததில், விதைப்பதற்கான தேவையை நாம் மறந்துவிட்டிருக்கிறோம்.

"எனக்கு விருப்பமானவற்றை அடுத்தவர்களைச் செய்ய வைப்பது எப்படி, அவர்களைச் சிறப்பாக வேலை செய்ய வைப்பது எப்படி, அதிக ஊக்குவிப்புடன் இருக்கச் செய்வது எப்படி, அவர்களை என்மீது விருப்பம் கொள்ள வைப்பது எப்படி போன்ற, பிற மனிதர்கள்மீது தாக்கத்தை ஏற்படுத்தக்கூடிய வியூகங்களையும் உத்திகளையும் நான் பயன்படுத்த முயற்சிக்கும் அதே நேரத்தில், என் குணநலன்கள் அடிப்படையிலேயே குறையோடு இருந்து, வஞ்சகம் மற்றும் உண்மையின்மை ஆகியவை அதில் கலந்திருந்தால், காலப்போக்கில் நான் வெற்றிகரமான மனிதனாக விளங்க முடியாது. என் வஞ்சகத்தன்மை நம்பிக்கையின்மையை வளர்த்தெடுக்கும். அதன் பிறகு, நல்ல மனித உறவுகளுக்கான உத்திகள் உட்பட, நான் செய்யும் அனைத்தும் சூழ்ச்சித் திட்டம் என்ற கண்ணோட்டத்தில் பார்க்கப்படும். நோக்கங்கள் எவ்வளவு சிறப்பானவையாக இருந்தாலும், சொல் அலங்காரம் எவ்வளவு நன்றாக இருந்தாலும், அது எந்தவொரு வித்தியாசத்தையும் ஏற்படுத்தாது. குறைந்த நம்பிக்கை அல்லது நம்பிக்கையின்மை இருக்குமிடத்தில், நிரந்தரமான வெற்றிக்குத் தேவையான அடித்தளம் இருக்க முடியாது. அடிப்படை நற்குணங்கள் மட்டுமே உத்திகளுக்கு உயிரோட்டம் அளிக்கின்றன.

உத்திகளின்மீது கவனத்தைக் குவிப்பது என்பது பள்ளிக்கூட வாழ்க்கை நெடுகிலும் அவசர அவசரமாகப் படிப்பதைப் போன்றது. சில சமயங்களில் நீங்கள் எப்படியோ தேர்ச்சி பெற்றுவிடுவீர்கள், சில சமயங்களில் நல்ல மதிப்பெண்களைக்கூடப் பெறுவீர்கள். ஆனால் அன்றாடம் நீங்கள் கொடுக்க வேண்டிய விலையைக் கொடுக்காவிட்டால், நீங்கள் படிக்கின்ற பாடங்களில் உண்மையான மேதைமையை உங்களால் ஒருபோதும் அடைய முடியாது, ஒரு கற்றறிந்த மனத்தையும் உங்களால் உருவாக்க முடியாது.

ஒரு வயலில் அவசர அவசரமாகச் செயல்பட முற்படுவது எவ்வளவு கேலிக்கூத்தாக இருக்கும் என்று எப்போதாவது நீங்கள் நினைத்துப் பார்த்தது உண்டா? வசந்தகாலத்தில் பயிரிட மறந்துவிட்டு, கோடைக்காலம் முழுவதிலும் விளையாடிவிட்டு, இலையுதிர்காலத்தில் அறுவடைக்கு அவசரப்படுவது நகைப்புரிய செயலல்லவா? ஒரு வயல் என்பது ஓர் இயற்கையான அமைப்பு. அங்கு அதற்கான விலை கொடுக்கப்பட்டாக வேண்டும், செயல்முறைகள் பின்பற்றப்பட்டாக வேண்டும். நீங்கள் விதைப்பதை மட்டுமே நீங்கள் எப்போதும் அறுவடை செய்கிறீர்கள். இங்கு சுருக்கு வழி எதுவும் கிடையாது.

மனித நடத்தையிலும் மனித உறவுகளிலும்கூட இக்கொள்கை உண்மைதான். இவையும் அறுவடை விதியின் அடைப்படையில் அமைந்த இயற்கையான அமைப்புகள்தான். குறுகிய காலத்தில், பள்ளிக்கூடத்தைப் போன்ற ஒரு செயற்கையான சமுதாய அமைப்பில், மனிதர்களால் உருவாக்கப்பட்ட விதிகளை எவ்வாறு உங்களுக்கு சாதகமாகப் பயன்படுத்திக் கொள்ளலாம் என்பதை நீங்கள் கற்றுக் கொண்டால், உங்களால் சுலபமாகத் தேறிவிட முடியும். ஒரே ஒரு முறையோ அல்லது குறுகிய காலம் மட்டுமே நிலவுகின்ற பெரும்பாலான கருத்துப் பரிமாற்றங்களில், காரியங்களை சாதித்துக் கொள்வதற்கும், உங்களுடைய வசீகரத்தாலும், திறமையாலும், அடுத்தவர்களின் பொழுதுபோக்குகளில் உண்மையிலேயே உங்களுக்கு ஆர்வம் உள்ளதுபோல் நடிப்பதன் மூலமாகவும் அவர்களை உங்கள்மீது நல்ல அபிப்பிராயம் கொள்ள வைப்பதற்கும் ஆளுமை நெறிமுறையை உங்களால் பயன்படுத்த முடியும். குறுகிய காலச் சூழ்நிலைகளில் பலனளிக்கக்கூடிய விரைவான, சுலபமான உத்திகளை நீங்கள் பயன்படுத்தலாம். ஆனால் நீண்டகால உறவுகளில் இந்த இரண்டாம்பட்சப் பண்புநலன்களுக்கு எவ்விதமான நிரந்தர மதிப்பும் கிடையாது. இறுதியில், ஆழமான நாணயமும் அடிப்படையான வலிமையான குணநலன்களும் இல்லாவிட்டால், வாழ்வின் சவால்கள் உங்களுடைய உண்மையான உள்நோக்கங்களை வெளிக்கொண்டு வந்துவிடும். குறுகிய கால வெற்றி தூக்கியெறியப்பட்டு, மனித உறவு அங்கு தோற்றுப் போகும்.

'தங்களது திறமைகளுக்குக் கிடைக்கின்ற சமுதாய அங்கீகாரம்' என்னும் இரண்டாம்பட்ச மகத்துவத்தைக் கொண்ட பல மக்களிடம் முதன்மை மகத்துவம் இல்லாமல் போய்விடுகிறது, அவர்களுடைய குணநலங்களில் நற்குணம் இல்லாமல் போய்விடுகிறது. என்றேனும் ஒரு நாள், அவர்கள் கொண்டுள்ள ஒவ்வொரு நீண்டகால உறவிலும் இதை நீங்கள் காணலாம். அது ஒரு வியாபாரரீதியான தொடர்பாகவோ, ஒரு வாழ்க்கைத் துணைவராகவோ, ஒரு நண்பராகவோ, அல்லது தன் அடையாளத்தைத் தேடிக் கொண்டிருக்கும் ஒரு பருவ வயதுக் குழந்தையாகவோ இருக்கலாம். ஒருவரது குணநலன்கள்தான் மிகவும் நாவன்மையுடன் கருத்துக்களைப் பரிமாறுகின்றன. "உண்மையிலேயே நீங்கள் யாராக இருக்கிறீர்களோ, அது, நீங்கள் என்ன கூற வருகிறீர்களோ, அதைவிட சத்தமாக என் காதில் விழுகிறது," என்று எமர்சன் கூறியுள்ளார்.

வலிமையான குணநலன்களைக் கொண்டுள்ள, ஆனால் கருத்துப் பரிமாற்றத் திறமை இல்லாத மக்களைக் கொண்ட சூழ்நிலைகளும் இருக்கின்றன. உறவுகளின் தரத்தை அது பாதிக்கின்றது என்பதில் எள்ளளவும் சந்தேகமில்லை. ஆனாலும், அது ஏற்படுத்தும் விளைவுகள் இரண்டாம்பட்சமானவைதான்.

இறுதியில், நாம் யாராக இருக்கிறோமோ, அது, நாம் கூறும் விஷயங்கள் அல்லது செய்யும் காரியங்களைவிடத் திறமையாகப்

பேசுகிறது. அது நம் எல்லோருக்கும் தெரிந்த ஒன்றுதான். அவர்களிடம் இருக்கும் குணநலன்களுக்காக நாம் முழுமையாக நம்பும் மக்கள் பலர் உள்ளனர். அவர்கள் திறம்படப் பேசுகிறார்களோ இல்லையோ, மனித உறவுகளுக்கான உத்திகள் அவர்களிடம் இருக்கின்றனவோ இல்லையோ, நாம் அவர்களை முற்றிலுமாக நம்புகிறோம், அவர்களுடன் இணைந்து வெற்றிகரமாகச் செயல்படுகிறோம்.

வில்லியம் ஜார்ஜ் ஜோர்டான் இவ்வாறு கூறியுள்ளார்: "நல்லது அல்லது கெட்டதைச் செய்வதற்கான சக்தி ஒவ்வொரு மனிதனுக்கும் கொடுக்கப்பட்டுள்ளது. அவன் தனது வாழ்வின் மூலம் ஏற்படுத்துகின்ற, அமைதியான, மறைமுகமான, கண்களுக்குப் புலப்படாத தாக்கம்தான் அது. அவன் உண்மையிலேயே யாராக இருக்கிறானோ, அதன் நிரந்தர வெளிப்பாடுதான் அது; அவன் யாராக இருப்பதாக நடிக்கிறானோ, அதன் வெளிப்பாடு அல்ல."

ஒரு கருத்துக் கண்ணோட்டத்தின் சக்தி

அதிக ஆற்றல் வாய்ந்த மனிதர்களின் ஏழு பழக்கங்கள் மனித ஆற்றலுக்கான அடிப்படைக் கொள்கைகளை உள்ளடக்கியுள்ளன. இப்பழக்கங்கள் யாவும் அடிப்படையானவை, முதன்மையானவை. நிரந்தரமான மகிழ்ச்சிக்கும் வெற்றிக்கும் அடிப்படையாக விளங்குகின்ற சரியான கொள்கைகளை உட்கிரகித்துக் கொள்வதை இவை குறிக்கின்றன.

ஆனால் இந்த ஏழு பழக்கங்களை நாம் உண்மையிலேயே புரிந்து கொள்வதற்கு முன், நம்முடைய சொந்தக் கருத்துக் கண்ணோட்டங்களையும், கருத்துக் கண்ணோட்டத்தில் ஒரு மாற்றத்தை எவ்வாறு ஏற்படுத்துவது என்பதைப் பற்றியும் நாம் புரிந்து கொள்ள வேண்டியது அவசியம்.

குணநல நெறிமுறையும் ஆளுமை நெறிமுறையும் சமுதாயக் கருத்துக் கண்ணோட்டங்களுக்கான எடுத்துக்காட்டுகள். கண்ணோட்டம் என்பது இவ்வுலகை நாம் பார்க்கும் விதத்தையும், அதைப் புரிந்து கொள்ளும் விதத்தையும், அதை அர்த்தப்படுத்திக் கொள்ளும் விதத்தையும் குறிக்கிறது.

கருத்துக் கண்ணோட்டங்களை நாம் இங்கு வரைபடங்களாகப் பார்ப்பது அவற்றை நாம் புரிந்து கொள்வதற்கான ஓர் எளிய வழி. "வரைபடம் என்பது பிராந்தியம் அல்ல," என்பது நாம் எல்லோரும் அறிந்த விஷயம்தான். ஒரு வரைபடம் என்பது ஒரு பிராந்தியத்தின் சில குறிப்பிட்ட அம்சங்களின் விளக்கம்தான். ஒரு கருத்துக் கண்ணோட்டம் என்பதும் துல்லியமாக அதேதான். அது வேறு ஏதோ ஒன்றின் ஒரு கோட்பாடு, ஒரு விளக்கம், அல்லது ஒரு மாதிரியாகும்.

மத்திய சிக்காகோவில் ஒரு குறிப்பிட்ட இடத்திற்கு நீங்கள் செல்ல விரும்புவதாக வைத்துக் கொள்வோம். நீங்கள் விரும்பும் அந்த இடத்தைச் சென்றடைவதற்கு சிக்காகோ நகரின் தெருக்களைப் பற்றிய ஒரு வரைபடம் உங்களுக்குப் பேருதவியாக இருக்கும். ஆனால் ஒரு தவறான

வரைபடம் உங்களுக்குக் கொடுக்கப்பட்டுள்ளதாக வைத்துக்
கொள்வோம். அச்சில் ஏற்பட்ட ஒரு பிழையால், 'சிக்காகோ' என்று
தலைப்பிடப்பட்ட வரைபடம் உண்மையிலேயே 'டெட்ராய்ட்' நகரின்
வரைபடமாகும். இந்த வரைபடத்தை வைத்துக் கொண்டு நீங்கள்
விரும்பிய இடத்திற்குச் செல்ல முயற்சிப்பது எவ்வளவு விரக்தியையும்
கால விரயத்தையும் ஏற்படுத்தும் என்பதை உங்களால் கற்பனை செய்ய
முடிகிறதா ?

உங்கள் நடத்தையின்மீது நீங்கள் நடவடிக்கை எடுக்கக்கூடும். நீங்கள்
தளராமல் இன்னும் கடினமாக முயற்சிக்கக்கூடும், உங்கள் வேகத்தை
இருமடங்கு அதிகரிக்கக்கூடும். ஆனால் தவறான இடத்திற்கு விரைவாகச்
சென்று சேர்வதற்கு மட்டுமே உங்கள் முயற்சிகள் உங்களுக்கு உதவும்.

உங்கள் மனப்போக்கின்மீது நீங்கள் நடவடிக்கை எடுக்கக்கூடும்.
நீங்கள் இன்னும் அதிக நேர்மறையாக சிந்திக்கக்கூடும். ஆனாலும்,
சரியான இடத்திற்கு உங்களால் வந்து சேர முடியாது. நீங்கள் அதைப்
பற்றிக் கவலைப்படாமலும் இருக்கலாம். நீங்கள் எந்த இடத்தில்
இருந்தாலும் மகிழ்ச்சியாக இருக்கும் வகையில், உங்கள் மனப்போக்கு
அவ்வளவு நேர்மறையானதாக மாறிவிட்டிருக்கும்.

விஷயம் என்னவென்றால், நீங்கள் திக்குத் தெரியாமல் இன்னும்
சுற்றிக் கொண்டிருப்பீர்கள். உங்கள் மனப்போக்கோ அல்லது உங்கள்
நடத்தையோ அடிப்படைப் பிரச்சனைக்கான காரணம் அல்ல. தவறான
வரைபடம் உங்கள் கையில் இருப்பதுதான் உங்கள் பிரச்சனைக்கான
காரணம்.

சிக்காகோ நகரின் சரியான வரைபடம் உங்களிடம் இருந்தால்,
தளராத முயற்சி முக்கியமாகிவிடுகிறது. வழியில், விரக்தியளிக்கும்
தடைகளை நீங்கள் எதிர்கொள்ளும்போது, உங்கள் மனப்போக்கு ஓர்
உண்மையான வித்தியாசத்தை ஏற்படுத்தும். ஆனால், துல்லியமான ஒரு
வரைபடம்தான் முதலில் உங்களுக்கு முக்கியமாகத் தேவைப்படும்
விஷயமாகும்.

நம் ஒவ்வொருவரின் தலைக்குள்ளும் ஏராளமான வரைபடங்கள்
உள்ளன. அவற்றை இரண்டு முக்கிய வகையாகப் பிரிக்கலாம்: ஒன்று,
விஷயங்கள் எப்படி இருக்கின்றனவோ, அவற்றுக்கான வரைபடங்கள்,
அதாவது யதார்த்தங்கள்; இரண்டாவது, விஷயங்கள் எவ்வாறு இருக்க
வேண்டுமோ, அவற்றுக்கான வரைபடங்கள், அதாவது மதிப்பீடுகள்.
நாம் அனுபவிக்கும் அனைத்தையும் இந்த மனரீதியான வரைபடங்கள்
வாயிலாகத்தான் நாம் அர்த்தப்படுத்துகிறோம். அவற்றின் துல்லியத்தைப்
பற்றி நாம் கேள்வி கேட்பதே இல்லை. அவை நம்மிடம் இருப்பது குறித்தப்
பிரக்ஞைகூட நமக்கு இருப்பதில்லை. விஷயங்களை நாம் எவ்வாறு
பார்க்கிறோமோ, உண்மையிலேயே அவை அவ்வாறுதான் இருக்கின்றன
அல்லது அவ்வாறுதான் இருக்க வேண்டும் என்று நாம்
அனுமானிக்கிறோம்.

நமது மனப்போக்குகளும் நடத்தைகளும் இந்த
அனுமானங்களிலிருந்துதான் பிறக்கின்றன. விஷயங்களை நாம் பார்க்கும்

விதம்தான் நாம் சிந்திக்கும் விதத்திற்கும் நாம் நடந்து கொள்ளும் விதத்திற்குமான மூலமாகும்.

நாம் மேலும் தொடர்ந்து செல்வதற்கு முன், அறிவுபூர்வமான, உணர்ச்சிரீதியான ஓர் அனுபவத்தைப் பகிர்ந்து கொள்ள உங்களை நான் அழைக்கிறேன். ஒருசில வினாடிகளை எடுத்துக் கொண்டு, எதிர்ப் பக்கத்தில் இருக்கும் படத்தைப் பாருங்கள்.

அதைத் தொடர்ந்து, அடுத்தப் பக்கத்தில் உள்ள படத்தைப் பார்த்து, அதைப் பற்றிக் கவனமாக விவரியுங்கள்.

ஒரு பெண்மணியின் உருவம் உங்களுக்குத் தெரிகிறதா? அவருக்கு எவ்வளவு வயது இருக்கும் என்று நினைக்கிறீர்கள்? அவரது தோற்றம் எப்படி இருக்கிறது? அவர் என்ன அணிந்திருக்கிறார்? அவரை எப்படிப்பட்டப் பாத்திரங்களில் நீங்கள் பார்க்கிறீர்கள்?

இரண்டாவது படத்தில் இருக்கும் இருக்கும் பெண்ணிற்கு 25 வயது இருக்கும் என்று நீங்கள் நினைக்கக்கூடும். அவர் அழகான, நவீனமான பெண் என்றும், மெல்லிய மூக்கும் அடக்கமும் கொண்டவர் என்றும் நீங்கள் விவரித்திருப்பீர்கள். நீங்கள் திருமணமாகாதவராக இருந்தால், அவரைத் திருமணம் செய்து கொள்ள நீங்கள் விரும்பக்கூடும். நீங்கள் வியாபாரத் துறையில் இருந்தால், அவரை ஒரு ஃபேஷன் மாடலாக அமர்த்த நீங்கள் விரும்பியிருக்கக்கூடும்.

ஆனால் உங்கள் ஊகம் தவறு என்று நான் கூறினால்? இந்தப் படத்தில் இருக்கும் பெண்ணிற்கு 60 அல்லது 70 வயது இருக்கும் என்றும், அவர் வருத்தமாகவும், பெரிய மூக்குடனும் இருப்பதாகவும், நிச்சயமாக அவர் ஒரு ஃபேஷன் மாடலாக இருக்க முடியாது என்றும் நான் கூறினால்? தெருவைக் கடப்பதற்கு நீங்கள் உதவக்கூடிய ஒரு மூதாட்டிதான் அவர்.

நம் இருவரில் யார் கூறுவது சரி? மீண்டும் படத்தைப் பாருங்கள். வயதான ஒரு பெண்ணை உங்களால் பார்க்க முடிகிறதா? முடியவில்லை என்றால் தொடர்ந்து முயற்சி செய்யுங்கள். கொக்கி போன்ற அவரது பெரிய மூக்கு உங்களுக்குத் தெரிகிறதா? அவரது சால்வையை உங்களால் பார்க்க முடிகிறதா?

நீங்களும் நானும் நேருக்கு நேர் உட்கார்ந்து பேசினால், அந்தப் படத்தைப் பற்றி நம்மால் விவாதிக்க முடியும். நீங்கள் பார்ப்பதை நீங்கள் எனக்கு விவரிக்கலாம், நான் பார்ப்பதைப் பற்றி உங்களிடம் என்னால் பேச முடியும். அந்தப் படத்தில் நீங்கள் பார்ப்பதைத் தெளிவாக நீங்கள் எனக்குக் காட்டும்வரையும், அதில் நான் பார்ப்பதைத் தெளிவாக நான் உங்களுக்குக் காட்டும்வரையும், நம் இருவராலும் தொடர்ந்து பேசிக் கொண்டிருக்க முடியும்.

ஆனால் நம்மால் அவ்வாறு செய்ய முடியாது என்பதால், 71ம் பக்கத்திற்குச் சென்று, அங்கு கொடுக்கப்பட்டிருக்கும் படத்தை ஆய்வு செய்யுங்கள். பிறகு இந்தப் படத்தை மீண்டும் பாருங்கள். வயதான பெண்மணியை இப்போது உங்களால் பார்க்க முடிகிறதா? தொடர்ந்து படிப்பதற்கு முன் அவரை நீங்கள் பார்ப்பது முக்கியம்.

இப்பயிற்சியைப் பல ஆண்டுகளுக்கு முன்பு ஹார்வர்டு பிசினஸ் ஸ்கூலில் முதன்முதலாக நான் எதிர்கொண்டேன். இரு நபர்களால் ஒரே படத்தைப் பார்த்து முரண்பட்டு நிற்க முடிகின்ற அதே நேரத்தில், அவர்கள் இருவர் கூறுவதும் சரிதான் என்பதைத் தெளிவாக விளக்குவதற்காக எங்கள் பேராசிரியர் இப்படத்தைப் பயன்படுத்தினார். இது பகுத்தறிவுரீதியானதல்ல, மாறாக உளவியல்ரீதியானது.

ஒன்றன்மீது ஒன்றாக அடுக்கப்பட்டப் பல அட்டைகளை அவர் எங்கள் வகுப்பறைக்குள் கொண்டு வந்தார். அதில் பாதி அட்டைகளில் 45ம் பக்கத்தில் நீங்கள் பார்த்த இளம் பெண்ணின் உருவம் இருந்தது. மீதிப் பாதி அட்டைகளில் 46ம் பக்கத்தில் நீங்கள் பார்த்த வயதான பெண்மணியின் உருவம் இருந்தது.

எங்கள் வகுப்பறையின் ஒரு பக்கத்தில் இருந்த மாணவர்களுக்கு இளம்பெண்ணின் உருவம் இருந்த அட்டைகளையும், மறு பக்கத்தில் இருந்தவர்களுக்கு வயதான பெண்மணியின் உருவம் இருந்த அட்டைகளையும் அவர் கொடுத்தார். சுமார் பத்து வினாடிகள் அந்த அட்டைகளின்மீது கவனத்தைக் குவிக்குமாறு அவர் எங்களைக் கேட்டுக் கொண்டார். பிறகு அவர் அவற்றை எங்களிடமிருந்து பெற்றுக் கொண்டார். பிறகு, 46ம் பக்கத்தில் இரண்டு உருவங்களும் ஒன்றாக இணைந்திருக்கும் படத்தை அவர் திரையில் போட்டுக் காட்டி, நாங்கள் எதைப் பார்த்தோம் என்பதை விவரிக்கும்படி அவர் எங்களிடம் கூறினார். அட்டையில் இளம்பெண்ணின் உருவத்தை முதலில் பார்த்த மாணவர்களில் கிட்டத்தட்ட அனைவரும் திரையில் அந்த இளம்பெண்ணின் உருவத்தைத்தான் பார்த்தனர். அதேபோல், வயதான பெண்மணியின் உருவத்தை முதலில் பார்த்தவர்களில் கிட்டத்தட்ட அனைவரும் திரையில் அந்த வயதான பெண்மணியின் உருவத்தைத்தான் பார்த்தனர்.

பிறகு எங்கள் பேராசிரியர், வகுப்பறையின் ஒரு பக்கத்தில் இருந்த ஒரு மாணவனிடம், அவன் பார்த்ததை வகுப்பறையின் மறுபக்கத்தில் இருந்த மாணவர்களிடம் விளக்கச் செய்தார். அவர்கள் அனைவரும் மாறி மாறிப் பேசியதில், கருத்துப் பரிமாற்றப் பிரச்சனைகள் உருவாயின.

"என்ன உளறுகிறாய்? 'வயதான பெண்மணி' எங்கே இருக்கிறார்? படத்தில் உள்ள பெண்ணிற்கு 20 அல்லது 22 வயதிற்கு மேல் இருக்க முடியாது."

"விளையாடாதே! அவளுக்கு நிச்சயமாக 70 வயதாவது இருக்க வேண்டும். 80 வயது என்றுகூடச் சொல்லலாம்."

"உனக்கு என்ன பிரச்சனை? உனக்குப் பார்வைக் கோளாறு ஏதாவது உள்ளதா? இந்தப் பெண் மிகவும் இளமையாகவும், அழகான தோற்றம் கொண்டவளாகவும் இருக்கிறாள். நான் அவளை வெளியே அழைத்துச் செல்வதற்குத் தயாராக இருக்கிறேன். அவள் அவ்வளவு அழகாக இருக்கிறாள்."

"அழகாக இருக்கிறாளா? அவள் ஒரு கிழவி."

விவாதங்கள் தொடர்ந்து நிகழ்ந்தன. ஒவ்வொரு நபரும் தங்கள் நிலையில் உறுதியாக இருந்தனர். மிக முக்கியமான ஓர் அனுகூலம்

முன்கூட்டியே அந்த மாணவர்களுக்குக் கொடுக்கப்பட்டும் இவை அனைத்தும் நிகழ்ந்தன. எங்கள் பேராசிரியர் இப்பயிற்சியை எங்களுக்குக் கொடுப்பதற்கு முன்பாகவே, வேறொரு கண்ணோட்டம் நிச்சயமாக உள்ளது என்பதைப் பெரும்பாலான மாணவர்கள் அறிந்திருந்தனர். ஆனாலும், முதலில், ஒருசில மாணவர்கள் மட்டுமே இப்படத்தை வேறொரு கோணத்திலிருந்து பார்க்க உண்மையிலேயே முயற்சித்தனர்.

சிறிது நேரம் விவாதித்தப் பிறகு, எந்தப் பலனும் ஏற்படாத நிலையில், ஒரு மாணவன் எழுந்து திரையை நோக்கிச் சென்று, படத்திலிருந்த ஒரு கோட்டைச் சுட்டிக்காட்டி, "அந்த இளம்பெண்ணின் கழுத்துச் சங்கிலி இது," என்று கூறினான். "இல்லை, இது அந்த வயதான பெண்மணியின் வாய்," என்று இன்னொரு மாணவன் கூறினான். மெல்ல மெல்ல, அவர்கள் அப்படத்தில் இருந்த குறிப்பிட்ட வேறுபாடுகளைப் பற்றி அமைதியாக விவாதிக்கத் துவங்கினர். அமைதியான, மதிப்பான, திட்டவட்டமான கருத்துப் பரிமாற்றம் தொடர்ந்தது. அதன் விளைவாக, அறையில் இருந்த எங்கள் ஒவ்வொருவராலும் அடுத்தவரின் கண்ணோட்டத்தைப் பார்க்க முடிந்தது. ஆனால் திரையிலிருந்து எங்கள் பார்வையை விலக்கிவிட்டு மீண்டும் அப்படத்தை நாங்கள் பார்த்தபோது, பத்து வினாடிகள் எந்த உருவத்தைப் பார்ப்பதற்கு நாங்கள் பக்குவப்படுத்தப்பட்டு இருந்தோமோ, அந்த உருவத்தைத்தான் நாங்கள் முதலில் பார்த்தோம்.

தனிப்பட்ட மக்களுக்கும் நிறுவனங்களுக்கும் நான் பயிற்சி அளிக்கும்போது, கண்ணோட்டத்திற்கான இப்பயிற்சியை நான் அடிக்கடிப் பயன்படுத்துகிறேன். ஏனெனில், தனிப்பட்ட முறையிலும், மற்றவர்களுடன் இணைந்து செயல்படுவதிலும் உள்ள ஆற்றல் குறித்தப் பல ஆழ்ந்த உள்நோக்குகளை அது வழங்குகிறது. முதலில், பக்குவப்படுத்துதல் என்பது நம்முடைய கண்ணோட்டங்கள்மீது எவ்வளவு சக்திமிக்கத் தாக்கத்தை ஏற்படுத்துகிறது என்பதை அது நமக்குக் காட்டுகிறது. நாம் பார்க்கும் விஷயங்களின்மீது வெறும் பத்து வினாடிகளால் அவ்வளவு சக்திவாய்ந்த தாக்கத்தை ஏற்படுத்த முடியும் என்றால், வாழ்நாள் முழுவதும் நாம் பக்குவப்படுத்தப்பட்டு வருவதைப் பற்றி என்ன கூறுவது? நம் வாழ்வில் தாக்கத்தை ஏற்படுத்துகின்ற நமது குடும்பம், பள்ளிக்கூடம், கோவில், தேவாலயம், அலுவலகச் சூழல், நண்பர்கள், பிற தொடர்புகள் போன்ற அம்சங்களும், ஆளுமை நெறிமுறை போன்ற தற்போதைய சமுதாயக் கருத்துக் கண்ணோட்டங்களும் அமைதியான, நமக்கே தெரியாத தாக்கத்தை நம்மீது ஏற்படுத்தி, நமது கருத்துக் கண்ணோட்டங்களையும் வரைபடங்களையும் வடிவமைக்க உதவுகின்றன.

இந்தக் கருத்துக் கண்ணோட்டங்கள்தான் நமது மனப்போக்குகள் மற்றும் நடத்தைகளின் மூலாதாரம் என்பதையும் இது காட்டுகிறது. இவற்றுக்கு வெளியே நம்மால் நாணயமாகச் செயல்பட முடியாது. நாம் பார்க்கும் விஷயங்களுக்கு முரணாக நாம் பேசும்போதும் நடந்து கொள்ளும்போதும் நம்மால் முழுமையை நிலைநிறுத்த முடியாது.

இரண்டு உருவங்களும் ஒருசேர இணைந்திருந்த படத்தில், *90* சதவீதத்தினரைப்போல நீங்களும் அந்த இளம்பெண்ணைத்தான் பார்த்தீர்கள் என்றால், தெருவைக் கடக்க அவருக்கு உதவுவது பற்றி நீங்கள் யோசிப்பீர்கள் என்பதில் சந்தேகமே இல்லை. அவரைப் பற்றிய உங்கள் மனப்போக்கும், அவர் குறித்த உங்கள் நடத்தையும் நீங்கள் அவரைப் பார்த்த விதத்துடன் முழுமையாக ஒத்திருக்கத்தான் வேண்டும்.

ஆளுமை நெறிமுறையில் உள்ள ஓர் அடிப்படைத் தவறை இது நம் கவனத்திற்குக் கொண்டு வருகிறது. நமது மனப்போக்குகளும் நடத்தைகளும் எந்த அடிப்படைக் கருத்துக் கண்ணோட்டங்களில் இருந்து உருவாகின்றனவோ, அந்தக் கருத்துக் கண்ணோட்டங்களை நாம் ஆய்வு செய்யத் தவறினால், நமது மனப்போக்குகளையும் நடத்தைகளையும் நாம் மாற்ற முயற்சிப்பது எவ்விதப் பலனையும் கொடுக்காது.

நமது கருத்துக் கண்ணோட்டங்கள் மற்றவர்களுடனான நமது கருத்துப் பரிமாற்றத்தின்மீது எவ்வளவு சக்திவாய்ந்த தாக்கத்தை ஏற்படுத்துகின்றன என்பதையும் கண்ணோட்டம் தொடர்பான இந்த விளக்கம் நமக்குத் தெளிவாகக் காட்டுகிறது. விஷயங்களைத் தெளிவாகவும் பாரபட்சம் இன்றியும் நாம் பார்ப்பதாக நாம் நினைக்கும் அதே வேளையில், மற்றவர்களும் தங்கள் கண்ணோட்டத்தில் அதே அளவு தெளிவாகவும் பாரபட்சமின்றியும் அவற்றை வேறு விதமாகப் பார்க்கிறார்கள் என்பதை நாம் உணர்கிறோம். நம்முடைய நிலைப்பாடு நாம் வீற்றிருக்கும் இடத்தைச் சார்ந்த ஒன்று.

விஷயங்களை நாம் உள்ளபடியே பார்ப்பதாகவும், பாரபட்சமற்று இருப்பதாகவும் நாம் ஒவ்வொருவரும் நினைக்கிறோம். ஆனால் உண்மை அப்படியல்ல. உலகத்தை நாம் உள்ளபடியே பார்ப்பதில்லை, மாறாக, நாம் எப்படிப்பட்டவராக இருக்கிறோமோ, எப்படிப் பார்ப்பதற்கு நாம் பக்குவப்படுத்தப்பட்டு இருக்கிறோமோ, அவ்வாறுதான் நாம் இவ்வுலகத்தைப் பார்க்கிறோம். நாம் பார்ப்பவற்றை விவரிப்பதற்கு நம் வாயைத் திறக்கும்போது, நாம் நம்மையும், நமது கண்ணோட்டங்களையும்தான் விவரிக்கிறோம். மற்றவர்கள் நம்முடன் ஒத்துப்போக மறுக்கும்போது, நாம் உடனடியாக அவர்களிடம் ஏதோ தவறு உள்ளதாக நினைக்கிறோம். ஆனால், உண்மையான, தெளிவான சிந்தனை கொண்ட மக்கள் விஷயங்களை வேறு விதமாகப் பார்க்கிறார்கள் என்பதையும், ஒவ்வொருவரும் தங்களுடைய தனித்துவமான அனுபவம் என்னும் லென்ஸின் வழியாகப் பார்க்கிறார்கள் என்பதையும் அந்த விளக்கம் நமக்கு எடுத்துக்காட்டுகிறது.

உண்மைத் தகவல் என்ற ஒன்று இல்லை என்பது இதன் பொருளல்ல. நான் கூறிய விளக்கச் செயல்முறையில், துவக்கத்தில் வெவ்வேறு படங்களால் பக்குவப்படுத்தப்பட்டிருந்த இரண்டு தனிநபர்கள் மூன்றாவது படத்தைச் சேர்ந்து பார்க்கும்போது, அவர்கள் இருவருமே ஒரே மாதிரியான உண்மைத் தகவல்களைத்தான் பார்க்கிறார்கள். கறுப்புக் கோடுகளையும் வெள்ளை இடைவெளிகளையும்தான் அவர்கள் இருவருமே பார்க்கிறார்கள். இவற்றை உண்மைத் தகவல்களாக அவர்கள்

இருவருமே அங்கீகரிப்பார்கள். ஆனால் இந்த உண்மைத் தகவல்களுக்கு அவர்கள் ஒவ்வொருவரும் தனித்தனியாகக் கொடுக்கும் அர்த்தம், அவர்களுடைய முந்தைய அனுபவங்களைத்தான் குறிக்கின்றது. அவர்கள் கொடுக்கும் அர்த்தத்திற்கு அப்பால் இத்தகவல்களுக்கு எந்த அர்த்தமும் கிடையாது.

நம்முடைய அடிப்படைக் கருத்துக் கண்ணோட்டங்கள், வரைபடங்கள், அனுமானங்கள் ஆகியவை குறித்தும், நமது அனுபவம் நம்மீது எந்த அளவுக்குத் தாக்கத்தை ஏற்படுத்தியுள்ளது என்பது குறித்தும் நாம் எவ்வளவு அதிகமான விழிப்புணர்வைப் பெற்றுள்ளோமோ, அந்தக் கருத்துக் கண்ணோட்டங்களுக்கு அவ்வளவு அதிகமான பொறுப்பை ஏற்றுக் கொண்டு, அவற்றை ஆய்வு செய்து, யதார்த்தத்திற்கு எதிராக அவற்றைப் பரிசோதித்து, மற்றவர்கள் கூறுவதைக் காதுகொடுத்துக் கேட்டு, அவர்களுடைய கண்ணோட்டங்களைத் திறந்த மனத்துடன் அலசி, முழுப் படத்தையும் புரிந்து கொண்டு, இன்னும் அதிகப் பாரபட்சமற்றக் கண்ணோட்டத்தை நம்மால் பெற முடியும்.

கருத்துக் கண்ணோட்ட மாற்றத்தின் சக்தி

கருத்துக் கண்ணோட்டம் பற்றிய விளக்கச் செயல்முறையிலிருந்து நாம் பெற வேண்டிய மிக முக்கியமான உள்நோக்கு, கருத்துக் கண்ணோட்ட மாற்றம் என்னும் பகுதியில் உள்ளது. இரண்டு உருவங்களும் ஒன்றாக இணைந்துள்ள படத்தை இறுதியில் யாரோ ஒருவர் வேறு விதமாகப் 'பார்க்கும்'போது கிடைக்கின்ற அந்த அற்புதமான 'ஆஹா!' அனுபவத்தைக் கருத்துக் கண்ணோட்ட மாற்றம் என்று நாம் கூறலாம். முதலில் தான் கொண்டிருந்த கண்ணோட்டத்தில் ஒருவர் எவ்வளவு அதிகப் பிடிவாதமாக இருக்கிறாரோ, அவ்வளவு அதிக சக்திவாய்ந்த அனுபவமாக அந்த 'ஆஹா!' அனுபவம் அமையும். உள்ளுக்குள் திடீரென்று ஒரு விளக்கு எரிந்ததைப்போல் அது இருக்கும்.

கருத்துக் கண்ணோட்ட மாற்றம் என்ற வார்த்தையை 'த ஸ்ட்ரக்சர் ஆஃப் சயன்டிஃபிக் ரெவல்யூஷன்ஸ்' என்ற தனது மிகப் பிரபலமான புத்தகத்தில் தாமஸ் குன் அறிமுகப்படுத்தினார். அறிவியல் துறையில் ஏற்பட்ட ஒவ்வொரு குறிப்பிடத்தக்கக் கண்டுபிடிப்பும், பாரம்பரியம், பழைய சிந்தனை முறைகள், பழைய கருத்துக் கண்ணோட்டங்கள் ஆகிய சங்கிலிகளிலிருந்து விடுபட்டதால் நிகழ்ந்தவையே.

மாபெரும் எகிப்திய வானியல் வல்லுனரான தாலமியைப் பொறுத்தவரை, பூமிதான் பிரபஞ்சத்தின் மையமாக இருந்தது. ஆனால் கோப்பர்நிக்கஸ் இந்தக் கருத்துக் கண்ணோட்டத்திலிருந்து மாறுபட்டு, சூரியனை மையமாக வைத்ததன் மூலம் ஒரு மாற்றத்தை உருவாக்கியதோடு, கூடவே பலத்த எதிர்ப்பையும் ஏற்படுத்தினார். திடீரென்று, அனைத்தும் ஒரு வித்தியாசமான அர்த்தத்தைப் பெற்றன.

நியூட்டனின் இயற்பியல் மாதிரியானது 'துல்லியமாக இலக்கரீதியாக இயங்கக்கூடியது' என்ற கருத்துக் கண்ணோட்டத்தின் அடிப்படையில் அமைந்திருந்தது. நவீனப் பொறியியலின் அடிப்படையாக இன்றும் அது

விளங்கி வருகிறது. ஆனால் அது முழுமையானதாக இல்லை. ஐன்ஸ்டீனின் ஒப்புமைக் கோட்பாடு எனும் கருத்துக் கண்ணோட்டம் அறிவியல் உலகில் புரட்சியை ஏற்படுத்தியது. அவரது இக்கண்ணோட்டம் அதிக முன்கணிப்பு மதிப்பையும் விளக்க மதிப்பையும் கொண்டதாக அமைந்திருந்தது.

மனித ஆரோக்கியத்தில் நோய்க்கிருமிகள் வகுத்தப் பங்கு குறித்தக் கோட்பாடு உருவாக்கப்படும்வரை, மகப்பேற்றின்போது அதிக எண்ணிக்கையிலான பெண்களும் குழந்தைகளும் இறந்ததற்கான காரணம் எவருக்கும் புரியவில்லை. போரில் காயப்பட்ட இராணுவ வீரர்கள், சிறிய காயங்கள் மற்றும் நோய்களால் இறந்தனர். போர்முனையில் சண்டையிட்டு உயிரிழந்தவர்களின் எண்ணிக்கையைவிட இத்தகையக் காயங்கள் மற்றும் நோய்களால் இறந்தவர்களின் எண்ணிக்கை அதிகமாக இருந்தது. ஆனால் நோய்க்கிருமிகளின் தாக்கம் குறித்தக் கோட்பாடு உருவாக்கப்பட்டவுடன், ஒட்டுமொத்தமாகப் புதியதொரு கண்ணோட்டமும், என்ன நிகழ்ந்து கொண்டிருந்தது என்பதைப் பற்றிய ஒரு சிறந்த புரிதலும் குறிப்பிடத்தக்க மருத்துவ மேம்பாட்டைச் சாத்தியமாக்கின.

ஒரு கருத்துக் கண்ணோட்ட மாற்றத்தின் பலன்தான் இன்றைய அமெரிக்கா. பல நூற்றாண்டுகளாக முடியாட்சிதான் அரசாங்கத்தின் பாரம்பரியக் கோட்பாடாகவும் அரசர்களின் தெய்வீக உரிமையாகவும் இருந்து வந்தது. பிறகு, 'மக்களுடைய, மக்களால் ஆளப்படுகின்ற, மக்களுக்கான அரசாங்கம்' என்ற ஒரு வித்தியாசமான கருத்துக் கண்ணோட்டம் உருவாக்கப்பட்டது. அரசியலமைப்புரீதியான ஜனநாயகம் பிறந்தது. இது ஏராளமான மனித ஆற்றலையும் அறிவாற்றலையும் கட்டவிழ்த்துவிட்டு, உலக வரலாற்றில் ஈடு இணையற்ற ஒரு தரமான வாழ்க்கைமுறையையும், சுதந்திரத்தையும், விடுதலையையும், தாக்கத்தையும், நம்பிக்கையையும் உருவாக்கியது.

அனைத்துக் கருத்துக் கண்ணோட்ட மாற்றங்களும் நேர்மறையான திசைகளில் இருப்பதாகக் கூற முடியாது. நாம் ஏற்கனவே பார்த்துள்ளதுபோல், குணநல நெறிமுறையிலிருந்து ஆளுமை நெறிமுறைக்கு ஏற்பட்ட மாற்றம், உண்மையான வெற்றியையும் மகிழ்ச்சியையும் பேணிப் பாதுகாக்கின்ற அந்த இன்றியமையாத வேர்களிடமிருந்து நம்மைப் பிரித்து வெகுதூரம் கூட்டிச் சென்றுவிட்டது.

மாற்றங்கள் நேர்மறையான திசையில் இருந்தாலும் சரி, எதிர்மறையான திசையில் இருந்தாலும் சரி, அவை உடனடியாக உருவாகும் மாற்றங்களாக இருந்தாலும் சரி, அல்லது காலப்போக்கில் உருவாகும் மாற்றங்களாக இருந்தாலும் சரி, கருத்துக் கண்ணோட்டங்களில் ஏற்படும் மாற்றங்கள் உலகை நாம் பார்க்கும் விதத்தில் மாற்றத்தை ஏற்படுத்துகின்றன. இந்த மாற்றங்கள் பிற சக்திமிக்க மாற்றங்களை உருவாக்குகின்றன. நம்முடைய கருத்துக் கண்ணோட்டங்கள், அவை சரியானவையோ அல்லது தவறானவையோ, அவைதான் நமது மனப்போக்குகள் மற்றும் நடத்தைகளின் மூலங்கள்.

இறுதியில், அவைதான் மற்றவர்களுடனான நமது உறவுகளின் மூலங்களாகவும் ஆகின்றன.

ஒரு ஞாயிற்றுக்கிழமை காலையில் நியூயார்க் நகரின் பாதாள ரயிலில் பயணம் செய்து கொண்டிருந்தபோது ஒரு சிறு கருத்துக் கண்ணோட்ட மாற்றத்தை நான் அனுபவித்தது எனக்கு நினைவிருக்கிறது. மக்கள் அமைதியாக அமர்ந்திருந்தனர். சிலர் செய்தித்தாள்களைப் படித்துக் கொண்டிருந்தனர், சிலர் சிந்தனையில் மூழ்கியிருந்தனர், சிலர் தங்கள் கண்களை மூடி ஓய்வெடுத்துக் கொண்டிருந்தனர். அது ஓர் அமைதியான, சாந்தமான காட்சியாக இருந்தது.

பிறகு திடீரென்று ஒருவர் தன் குழந்தைகளுடன் அந்த ரயில்பெட்டியில் ஏறினார். அக்குழந்தைகள் பெருத்தக் குரலில் கத்திக் கொண்டும், அடக்கமின்றி நடந்து கொண்டும் இருந்தனர். திடீரென்று அந்த ஒட்டுமொத்தச் சூழலும் மாறியது.

அந்த மனிதர் எனக்கடுத்த இருக்கையில் அமர்ந்து, தன் கண்களை மூடிக் கொண்டார். தன்னைச் சுற்றி நடந்து கொண்டிருந்தவற்றை அவர் கண்டுகொள்ளவே இல்லை. குழந்தைகள் மாறி மாறிக் கத்திக் கொண்டிருந்தனர், பொருட்களை அங்குமிங்கும் தூக்கியெறிந்து கொண்டிருந்தனர், மக்களுடைய செய்தித்தாள்களையும் பிடுங்கிக் கொண்டிருந்தனர். அவர்களது இந்த நடத்தை எல்லோருக்கும் தொந்தரவாக இருந்தது. ஆனாலும், என் பக்கத்தில் அமர்ந்திருந்த நபர் அது குறித்து எதுவுமே செய்யவில்லை.

அவர்மீது எரிச்சல்படாமல் இருப்பது மிகவும் கடினமாக இருந்தது. அவர் தன்னுடைய குழந்தைகள் இவ்வாறு தாறுமாறாக நடந்து கொள்வதைப் பொருட்படுத்தாமல், அது குறித்து எதுவும் செய்யாமல், அவர்களது நடத்தைக்கு பொறுப்பெடுத்துக் கொள்ளாமலும் இருந்ததை என்னால் நம்ப முடியவில்லை. ரயிலில் இருந்த அனைவரும் எரிச்சலுடன் இருந்தது வெளிப்படையாகத் தெரிந்தது. எனவே இறுதியில், நான் என் வழக்கத்திற்கு மாறான பொறுமையுடனும் கட்டுப்பாட்டுடனும் அவரை நோக்கித் திரும்பி, “உங்களுடைய குழந்தைகள் இங்குள்ள மக்களை உண்மையிலேயே தொந்தரவு செய்து கொண்டிருக்கின்றனர். அவர்களை நீங்கள் சற்றுக் கண்டிக்கக்கூடாதா?” என்று கேட்டேன்.

அச்சூழ்நிலை குறித்து அவருக்கு அப்போதுதான் தன்னுணர்வு வந்ததுபோல் அவர் தன் பார்வையை உயர்த்தி, என்னிடம் மெதுவாக, “ஆம், நீங்கள் கூறுவது சரிதான். அது குறித்து நான் நிச்சயமாக ஏதாவது செய்தாகத்தான் வேண்டும். ஆனால் ஒருமணிநேரத்திற்கு முன்புதான் அவர்களுடைய தாயார் ஒரு மருத்துவமனையில் வைத்துக் காலமானார். நாங்கள் இப்போது நேராக அந்த மருத்துவமனையில் இருந்துதான் வருகிறோம். என்ன செய்ய வேண்டும் என்று எனக்குத் தெரியவில்லை. இந்தச் சூழ்நிலையை எவ்வாறு கையாள வேண்டும் என்று என் குழந்தைகளுக்கும் தெரியவில்லை என்று நான் நினைக்கிறேன்,” என்று கூறினார்.

அக்கணத்தில் நான் எவ்வாறு உணர்ந்தேன் என்று உங்களால் கற்பனை செய்ய முடிகிறதா? என்னுடைய கருத்துக் கண்ணோட்டத்தில் ஒரு மாற்றம் ஏற்பட்டது. திடீரென்று விஷயங்களை நான் வித்தியாசமாகப் பார்த்தேன். ஏனெனில் நான் வேறு விதமாகப் பார்த்தேன், வேறு விதமாக சிந்தித்தேன், வேறு விதமாக உணர்ந்தேன், வேறு விதமாக நடந்து கொண்டேன். என் எரிச்சல் மாயமாய் மறைந்துவிட்டது. என்னுடைய மனப்போக்கையோ அல்லது நடத்தையையோ கட்டுப்படுத்துவதைப் பற்றி நான் கவலைப்பட வேண்டியிருக்கவில்லை. என் இதயம் இந்த மனிதரின் வலியால் நிரம்பி வழிந்தது. இரக்க உணர்வும், மனிதாபிமான உணர்வும் என்னுள் பெருக்கெடுத்து ஓடின. "உங்கள் மனைவி இப்போதுதான் இறந்து போனாரா? நான் அதற்காக வருந்துகிறேன். என்ன நடந்தது? உங்களுக்கு என்னால் ஏதாவது உதவி செய்ய முடியுமா?" என்று நான் அவரிடம் கேட்டேன். ஒரு கணத்தில் எல்லாமே மாறிவிட்டன.

பல மனிதர்கள் தங்கள் வாழ்க்கையை அச்சுறுத்தும் ஒரு நெருக்கடியை எதிர்கொள்ளும் நேரத்தில் திடீரென்று தங்களுடைய முன்னுரிமைகளை வேறொரு கோணத்திலிருந்து பார்க்கும்போதோ, அல்லது கணவன், மனைவி, தாத்தா, பாட்டி, மேலாளர் அல்லது தலைவர் போன்ற ஏதோ ஒரு புதிய பாத்திரத்தை அவர்கள் திடீரென்று ஏற்க நேரிடும்போதோ தங்களது சிந்தனையில் இதேபோன்ற ஓர் அடிப்படை மாற்றத்தை அனுபவிக்கின்றனர்.

நமது மனப்போக்குகளையும் நடத்தைகளையும் மாற்றும் முயற்சியில் நாம் நம் ஆளுமை நெறிமுறையின்மீது வாரக்கணக்கில், மாதக்கணக்கில், அல்லது வருடக்கணக்கில் நடவடிக்கை மேற்கொண்டும்கூட, விஷயங்களை வேறு விதமாகப் பார்க்கும்போது உடனடியாக நிகழ்கின்ற மாற்றத்தில் ஒரு சிறு துளியைக்கூட அப்போது நம்மால் அனுபவிக்க முடிவதில்லை.

நம் வாழ்வில் சிறு மாற்றங்களை நாம் அனுபவிக்க விரும்பினால், நமது மனப்போக்குகள் மற்றும் நடத்தைகளின்மீது முறையான கவனம் செலுத்த வேண்டியது அவசியம் என்பது வெளிப்படை. ஆனால், குறிப்பிடத்தக்க, பிரம்மாண்டமான மாற்றங்களை நாம் விரும்பினால், நம்முடைய அடிப்படைக் கருத்துக் கண்ணோட்டங்களின்மீது நாம் நடவடிக்கை எடுக்க வேண்டியது அவசியம்.

தோரோ அதை இவ்வாறு கூறியுள்ளார்: "தீவினையின் இலைகளை வெட்டிச் சாய்ப்பதற்கு ஆயிரம் பேர் இருக்கும்போது, அதன் வேரை வெட்டிச் சாய்க்கின்ற ஒருவரும் இருப்பார்." நமது மனப்போக்கு மற்றும் நடத்தையை இலையளவில் கையாள்வதை விட்டுவிட்டு, அவற்றின் வேரின்மீது கவனம் செலுத்தினால் மட்டுமே நம் வாழ்வில் மலையளவு மேம்பாடுகளை நம்மால் அடைய முடியும். வேர் என்பது இங்கு நமது கருத்துக் கண்ணோட்டங்களைக் குறிக்கின்றது. நமது மனப்போக்குகளும் நடத்தைகளும் இந்தக் கருத்துக் கண்ணோட்டங்களில் இருந்துதான் உதயமாகின்றன.

பார்த்தலும் இருத்தலும்

அனைத்துக் கருத்துக் கண்ணோட்ட மாற்றங்களும் உடனடியானவையாக இருக்க வேண்டும் என்பதில்லை. பாதாள ரயில் பாதையில் எனக்கு உடனடி உள்நோக்குக் கிடைத்தது. அதே சமயம், நானும் என் மனைவி சான்ட்ராவும் எங்கள் மகனின் விஷயத்தில் அனுபவித்தக் கருத்துக் கண்ணோட்ட மாற்றம் மெதுவான, கடினமான, நிதானமான செயல்முறையாக இருந்தது. அவனை நாங்கள் முதலில் அணுகிய விதம், ஆளுமை நெறிமுறையில் பல வருடங்களாக எங்களுக்குக் கிடைத்த அனுபவத்தின் விளைவுதான். பெற்றோர்கள் என்ற முறையில் எங்களுடைய சொந்த வெற்றியைப் பற்றியும், எங்கள் குழந்தைகளின் வெற்றிக்கு நாங்கள் வரையறுத்து வைத்திருந்த அளவீட்டைப் பற்றியும் நாங்கள் கொண்டிருந்த ஆழமான கருத்துக் கண்ணோட்டங்களின் விளைவுதான் அது. நாங்கள் எங்களது அந்த அடிப்படைக் கருத்துக் கண்ணோட்டங்களை மாற்றி, விஷயங்களை வேறு விதமாகப் பார்க்கத் துவங்கியபோதுதான், எங்களிடத்திலும் சூழ்நிலைகளிடத்திலும் பெரும் மாறுதல்களை எங்களால் உருவாக்க முடிந்தது.

எங்கள் மகனை வேறு விதமாகப் பார்ப்பதற்கு, சான்ட்ராவும் நானும் வேறு விதமாக இருக்க வேண்டியிருந்தது. நாங்கள் எங்களது சொந்த நடத்தையின் வளர்ச்சியிலும் உருவாக்கத்திலும் நேரத்தை முதலீடு செய்தபோது, எங்களிடம் ஒரு புதிய கருத்துக் கண்ணோட்டம் உருவாகியது.

கருத்துக் கண்ணோட்டங்கள் நடத்தையிலிருந்து பிரிக்க முடியாதவை. மனிதப் பரிமாணத்தில், இருத்தல் என்பது பார்த்தல். நாம் எதைப் பார்க்கிறோம் என்பது நாம் யாராக இருக்கிறோம் என்பதோடு அதிகத் தொடர்பு கொண்டது. நாம் யாராக இருக்கிறோமோ அதை மாற்றாமல், நமது பார்வையில் பெருமளவு மாற்றத்தை நம்மால் ஏற்படுத்த முடியாது. அதேபோல், நம் பார்வையை மாற்றாமல், நாம் யாராக இருக்கிறோமோ அதைப் பெருமளவிற்கு நம்மால் மாற்ற முடியாது.

நியூயார்க் நகரின் பாதாள ரயில் பாதையில் அன்றொரு நாள் காலையில் எனக்குக் கிடைத்த உடனடிக் கருத்துக் கண்ணோட்ட மாற்றத்தில்கூட, என் பார்வையில் ஏற்பட்ட மாற்றம் என்னுடைய அடிப்படை நடத்தையின் விளைவுதான்.

உண்மையான சூழ்நிலையைப் புரிந்து கொண்டும்கூட, தன் மனைவியின் மரணத்தால் வருந்திக் கொண்டிருக்கும் அந்த நபரின் அருகில் வெறுமனே ஒரு லேசான மனவருத்தம் அல்லது குற்ற உணர்வுடன் ஒரு தர்மசங்கடமான அமைதியில் தொடர்ந்து உட்கார்ந்து இருக்கக்கூடிய மக்கள் இவ்வுலகில் இருக்கிறார்கள் என்பதில் நான் உறுதியாக இருக்கிறேன். அதேபோல், அந்நபருக்கு ஏதோ ஓர் ஆழமான பிரச்சனை உள்ளது என்பதைக் கண்டுகொண்டு, அவரது சூழ்நிலையைப் புரிந்து கொண்டு, நான் உதவுவதற்கு முன்பாக அவருக்கு உதவுவதற்கு முன்வருகின்ற, மற்றவர்களின் உணர்ச்சிகளைப் புரிந்து கொள்கின்ற மக்களும் இருக்கிறார்கள் என்றும் நான் நிச்சயமாக நம்புகிறேன்.

கருத்துக் கண்ணோட்டங்கள் சக்திவாய்ந்தவை. ஏனெனில், நாம் இவ்வுலகத்தை எந்த லென்ஸின் ஊடாகப் பார்க்கிறோமோ, அந்த லென்ஸை அவைதான் உருவாக்குகின்றன. ஒரு கண்ணோட்ட மாற்றம் உடனடியானதாக இருந்தாலும் சரி, அல்லது அது ஒரு மெதுவான, நிதானமான செயல்முறையாக இருந்தாலும் சரி, அந்த மாற்றத்தின் சக்திதான் ஒரு மாபெரும் புனர்நிர்மாணத்திற்குத் தேவையான இன்றியமையாத சக்தியாகும்.

கொள்கையை மையமாகக் கொண்ட கருத்துக் கண்ணோட்டம்

மனித ஆற்றலைக் கட்டுப்படுத்துகின்ற கொள்கைகள் உள்ளன என்ற அடிப்படை யோசனையைத் தழுவியே குணநல நெறிமுறை அமைந்துள்ளது. பௌதீகப் பரிமாணத்தில் புவியீர்ப்பு விதி போன்ற உண்மையான, மாறாத, விவாதத்திற்கு இடமின்றி ஒப்புக் கொள்ளப்படுகின்ற விதிகள் இருப்பதைப்போல், மனிதப் பரிமாணத்திலும் சில இயற்கை விதிகள் உள்ளன. மனித ஆற்றலைக் கட்டுப்படுத்துகின்ற கொள்கைகள் இவைதான்.

இக்கொள்கைகளின் யதார்த்தமும் தாக்கமும் இன்னொரு கருத்துக் கண்ணோட்ட மாற்ற அனுபவத்தின் மூலம் விளக்கப்படுகிறது. கபபற்படைக் கழகத்தின் 'புரொசீடிங்ஸ்' என்ற இதழில் ஃபிராங்க் கூச் அந்த அனுபவத்தைப் பற்றிக் கூறுகிறார்.

பயிற்சிப் பிரிவைச் சேர்ந்த இரண்டு போர்க்கப்பல்கள் கடலில் பல நாட்களாகப் பயிற்சியில் ஈடுபட்டிருந்தன. வானிலை மிகவும் மோசமாக இருந்தது. முன்னடத்திச் சென்ற போர்க்கப்பலில் நான் பணிபுரிந்து கொண்டிருந்தேன். இரவில் கப்பலின் பாலத்தில் நின்று நான் கண்காணித்துக் கொண்டிருந்தேன். மூடுபனியின் காரணமாகக் குறைவான தூரத்தில் இருந்தவற்றை மட்டுமே பார்க்க முடிந்ததால், எங்களது கப்பலின் தலைவரும் எங்களுடன் பாலத்திலிருந்து அனைத்து நடவடிக்கைகளின்மீதும் கவனம் செலுத்திக் கொண்டிருந்தார்.

நன்றாக இருட்டிய சிறிது நேரத்தில், பாலத்தில் நின்று கொண்டிருந்த ஒரு கப்பற்படை வீரர், "வலது பக்கத்திலிருந்து வெளிச்சம் வருகிறது," என்று தெரிவித்தார்.

"அது நகர்ந்து கொண்டிருக்கிறதா அல்லது நிலையாக இருக்கிறதா?" என்று கப்பற்படைத் தலைவர் கேட்டார்.

அதற்கு அந்த வீரர், "நிலையாக இருக்கிறது," என்று பதிலளித்தார். அப்படியென்றால், அந்தக் கப்பலுடன் பயங்கரமான மோதல் ஏற்படக்கூடிய ஒரு பாதையில் எங்கள் கப்பல் சென்று கொண்டிருந்தது என்று அர்த்தம்.

எங்கள் தலைவர் எங்கள் கப்பலின் சமிக்கையாளரை அழைத்து, " 'உங்கள் கப்பலுடன் மோதக்கூடிய ஒரு பாதையில் எங்கள் கப்பல் வந்து கொண்டிருக்கிறது; 20 டிகிரி பாதை மாறிச் செல்லவும்' என்று அந்தக் கப்பலுக்குச் சமிக்கை அனுப்புங்கள்," என்று கட்டளையிட்டார்.

"நீங்கள் 20 டிகிரி பாதை மாறிச் செல்லுமாறு அறிவுறுத்துகிறோம்," என்று அவர்களிடமிருந்து பதில் சமிக்கை வந்தது.

"'நான் இக்கப்பலின் தலைவன். உடனடியாக 20 டிகிரி பாதை மாறிச் செல்லவும்' என்று சமிக்கை அனுப்புங்கள்," என்று எங்கள் தலைவர் உத்தரவிட்டார்.

"நானும் ஒரு கடற்படை வீரன்தான். 20 டிகிரி பாதை மாறிச் செல்வது உங்களுக்கு நல்லது," என்று பதில் வந்தது.

அதற்குள் எங்கள் தலைவருக்குக் கோபம் தலைக்கேறியிருந்தது. "'நான் ஒரு போர்க்கப்பல். 20 டிகிரி பாதை மாறிச் செல்லவும்,' என்று சமிக்கை அனுப்புங்கள்," என்று கத்தினார்.

"நான் ஒரு கலங்கரைவிளக்கம்," என்று மின்னல் வேகத்தில் பதில் வந்தது.

நாங்கள் எங்கள் பாதையை மாற்றினோம்.

அந்தக் கப்பற்படைத் தலைவரும், அந்த நிகழ்வைப் படித்த நாம் அனைவரும் அனுபவித்தக் கருத்துக் கண்ணோட்ட மாற்றம், சூழ்நிலையை முற்றிலுமாக வேறொரு கோணத்தில் நிலைநிறுத்துகிறது. மட்டுப்படுத்தப்பட்ட நம்முடைய கண்ணோட்டம் ஒரு யதார்த்தத்தை மிஞ்சி நின்றதை நம்மால் காண முடிகிறது. மூடுபனியில் பயணித்த அந்தத் தலைவருக்கு இருந்ததுபோல், நம் அன்றாட வாழ்வில் நாம் புரிந்து கொள்ள வேண்டிய இக்கட்டான ஒரு யதார்த்தம் அது.

கொள்கைகள் கலங்கரை விளக்கங்களைப் போன்றவை. உடைத்தெறிய முடியாத இயற்கை விதிகள் அவை. 'த டென் கமான்ட்மென்ட்ஸ்' என்ற தனது சிறப்புமிக்கத் திரைப்படத்தில் உள்ளடங்கியிருந்த கொள்கைகளைப் பற்றி சிசில் பி. டெமிலி இவ்வாறு கூறினார்: "விதிகளை உடைப்பது நமக்கு சாத்தியமற்றது. விதிகளுக்கு எதிராகச் சென்றால் நமது எலும்புகள் மட்டுமே உடைந்து நொறுங்கும்."

தனிநபர்கள் தங்கள் வாழ்க்கையையும் கருத்துப் பரிமாற்றங்களையும், தங்களுடைய அனுபவங்கள் மற்றும் தாங்கள் பக்குவப்படுத்தப்பட்ட விதத்திலிருந்து வெளிவருகின்ற கருத்துக் கண்ணோட்டங்கள் அல்லது வரைபடங்கள் என்ற அடிப்படையில் பார்த்தாலும்கூட, இந்த வரைபடங்கள் பிராந்தியமல்ல. அவை ஒரு 'அகசார்பு யதார்த்தம்' மட்டுமே. அதாவது, அந்தப் பிராந்தியத்தை விவரிப்பதற்கான ஒரு முயற்சி மட்டுமே.

"பாரபட்சமற்ற யதார்த்தம்" அல்லது பிராந்தியம் என்பது மனித வளர்ச்சியையும் மகிழ்ச்சியையும் கட்டுப்படுத்துகின்ற 'கலங்கரை விளக்க'க் கொள்கைகளால் ஆனது. வரலாறு நெடுகிலும் நாகரீகமான சமுதாயத்துடன் பின்னிப் பிணைந்துள்ள இயற்கை விதிகள் இவை. தொடர்ந்து நீடித்து நிலைத்திருக்கின்ற, செழிப்பாகத் திகழ்ந்து வருகின்ற குடும்பங்கள் மற்றும் பிற அமைப்புகளின் வேர்களாக விளங்குவது இக்கொள்கைகள்தான். நமது மனரீதியான வரைபடங்கள் எவ்வளவு துல்லியமாகப் பிராந்தியத்தை விவரிக்கின்றன என்பது இதன் இருத்தலை எந்த விதத்திலும் மாற்றப் போவதில்லை.

ஆழ்ந்து சிந்திக்கின்ற, சமுதாயத்தின் வரலாற்றுச் சுழற்சிகளை ஆய்வு செய்கின்ற எவரொருவருக்கும் இக்கொள்கைகள் அல்லது இயற்கை விதிகளின் யதார்த்தம் வெளிப்படையாகத் தெரிகிறது. இக்கொள்கைகள்

மீண்டும் மீண்டும் தலைதூக்குகின்றன. ஒரு சமுதாயத்தில் உள்ள மக்கள் இக்கொள்கைகளை எந்த அளவுக்கு அங்கீகரித்து, அவற்றுடன் இணக்கமாக வாழ்கின்றனர் என்பது, அவர்கள் பிழைத்திருப்பதற்கும் நிலைத்திருப்பதற்கும் உதவும் அல்லது அவர்களது அழிவிற்கும் சிதைவிற்கும் வழிவகுக்கும்.

நான் இங்கு குறிப்பிடுகின்ற கொள்கைகள் இலைமறை காய் போன்ற, புதிரான, அல்லது 'மதரீதியான' யோசனைகள் அல்ல. இப்புத்தகத்தில் கற்றுக் கொடுக்கப்பட்டுள்ள கொள்கைகளில் ஒன்றுகூட, என் மதம் உட்பட எந்தவொரு குறிப்பிட்ட மதத்தின் தனித்துவமான கொள்கையல்ல. இக்கொள்கைகள் அனைத்தும், காலங்காலமாக நீடித்து நிலைத்து வந்துள்ள முக்கியமான மதங்கள், சமுதாயத் தத்துவங்கள், நெறிமுறைரீதியான அமைப்புகள் ஆகியவற்றின் ஒரு பகுதியாகும். இவற்றுக்கு விளக்கம் தேவையில்லை. எந்தவொரு தனிநபராலும் இவற்றின் செல்லுபடித்தன்மையை எளிதில் பரிசோதித்துப் பார்க்க முடியும். இக்கொள்கைகள் அல்லது இயற்கை விதிகள் கிட்டத்தட்ட மனித இருத்தலின் ஒரு பகுதியாக, மனித விழிப்புணர்வின் ஒரு பகுதியாக, மனித மனசாட்சியின் ஒரு பகுதியாக இருப்பதுபோல் தோன்றுகின்றது. இவை அனைத்து மனிதர்களிடத்திலும் குடிகொண்டிருப்பதுபோல் தோன்றுகிறது, அவர்களுடைய சமுதாய வளர்ப்பு எப்படி இருந்தாலும் சரி, அவர்களது சமுதாயச் சார்பு எப்படி இருந்தாலும் சரி. சமயங்களில், இப்படிப்பட்டச் சூழ்நிலைகளில் அவை வெளியே தெரியாமல் இருக்கக்கூடும்.

எடுத்துக்காட்டாக, நியாயம் என்ற ஒரு கொள்கையை எடுத்துக் கொள்ளலாம். நமது ஒட்டுமொத்த சமத்துவம் மற்றும் நீதிக் கோட்பாடுகள் இதிலிருந்துதான் உருவாக்கப்பட்டுள்ளன. தாங்கள் வளர்ந்த விதம் எப்படிப்பட்டதாக இருந்தாலும் சரி, நியாயம் குறித்த யோசனை சிறு குழந்தைகளிடத்தில் குடிகொண்டுள்ளது. நியாயம் எவ்வாறு வரையறுக்கப்படுகிறது, அடையப்படுகிறது என்பதில் பெருமளவில் வேறுபாடுகள் உள்ளன. ஆனால் நியாயத்தைப் பற்றிய விழிப்புணர்வு உலகளாவிய ஒன்று.

நாணயமும் நேர்மையும் நான் குறிப்பிட்டுள்ள வேறு இரு கொள்கைகள். இவை இரண்டும் நம்பிக்கையின் அடித்தளமாக விளங்குகின்றன. ஒத்துழைப்பிற்கும், நீண்டகாலத் தனிப்பட்ட வளர்ச்சிக்கும், உறவுகளின் மேம்பாட்டிற்கும் இவை இன்றியமையாதவை.

இன்னொரு கொள்கை கண்ணியம். அமெரிக்க சுதிந்திரப் பிரகடனத்தின் அடிப்படைக் கோட்பாடு இந்த மதிப்பீட்டைக் குறிப்பிடுகிறது. "இந்த உண்மைகளுக்கு விளக்கம் தேவையில்லை என்று நாங்கள் கருதுகிறோம்: மக்கள் அனைவரும் சமமானவர்களாகவே படைக்கப்பட்டுள்ளனர். மறுக்க முடியாத சில குறிப்பிட்ட உரிமைகளை இவர்களைப் படைத்தவர் இவர்களுக்கு வழங்கியுள்ளார். வாழ்க்கை, விடுதலை, மற்றும் மகிழ்ச்சிக்கான தேடல் ஆகியவை இவற்றில் சில உரிமைகளாகும்."

சேவை என்பது இன்னொரு கொள்கை. ஒரு பங்களிப்பைப் பற்றிய யோசனை அது. இன்னொரு கொள்கை தரம் அல்லது மேன்மை.

ஆற்றல் என்ற ஒரு கொள்கையும் உள்ளது. நாம் வளரக்கூடியவர்கள், நம்மால் வளர்ந்து, உருவாகி, அதிகப்படியான ஆற்றல்களை விடுவிக்க முடியும், அதிகப்படியான திறமைகளை உருவாக்க முடியும் என்ற யோசனை இது. ஆற்றல் கொள்கையோடு மிக உயர்ந்த தொடர்பு கொண்ட கொள்கை வளர்ச்சிக் கொள்கையாகும். பொறுமை, பராமரிப்பு, ஊக்குவிப்பு ஆகிய கொள்கைகளின் துணையுடன் ஆற்றலை விடுவித்து, திறமைகளை உருவாக்கும் செயல்முறைதான் வளர்ச்சி.

கொள்கைகள் என்பவை நடைமுறைச் செயல்பாடுகள் அல்ல. நடைமுறைச் செயல்பாடு என்பது ஒரு குறிப்பிட்ட நடவடிக்கை அல்லது செயலைக் குறிக்கும். ஒரு சூழலில் பலனளிக்கக்கூடிய ஒரு நடைமுறைச் செயல்பாடு இன்னொரு சூழலில் பலனளிக்க வேண்டும் என்ற அவசியமில்லை. தங்களுடைய முதல் குழந்தையை வளர்த்ததுபோலவே தங்களுடைய இரண்டாவது குழந்தையையும் வளர்க்க முயற்சித்துள்ள பெற்றோர்கள் இதற்குச் சான்று பகர்வார்கள்.

நடைமுறைச் செயல்பாடுகள் சூழ்நிலைகளுக்கு ஏற்ப மாறுபவை. ஆனால், கொள்கைகள் என்பவை உலகளாவிய முறையில் நடைமுறைப்படுத்தக்கூடிய ஆழமான, அடிப்படை உண்மைகள். தனிநபர்கள், திருமண உறவுகள், குடும்பங்கள், மற்றும் அனைத்து விதமான தனியார் மற்றும் பொது நிறுவனங்களுக்கும் இவை பொருந்தும். இந்த உண்மைகள் பழக்கங்களுக்குள் உட்புகுத்தப்படும்போது, வெவ்வேறு சூழ்நிலைகளைக் கையாள்வதற்கான பல்வேறு வகையான நடைமுறைச் செயல்பாடுகளை உருவாக்க மக்களுக்கு இவை சக்தியளிக்கின்றன.

கொள்கைகள் என்பவை மதிப்பீடுகள் அல்ல. திருட்டுக் கும்பல்களில் இருப்பவர்களுக்கிடையேயும் மதிப்பீடுகள் இருக்கும். ஆனால், அவை நாம் இங்கு பேசிக் கொண்டிருக்கும் அடிப்படைக் கொள்கைகளுக்கு எதிரானவை. கொள்கைகள்தான் பிராந்தியம். மதிப்பீடுகள்தான் வரைபடங்கள். சரியான கொள்கைகளை நாம் மதிக்கும்போது, உண்மை நம் வசம் இருக்கும். விஷயங்களை உள்ளபடியே நாம் தெரிந்து கொள்வோம்.

கொள்கைகள் என்பவை மனித நடத்தைக்கான வழிமுறைகள். அவற்றுக்கு நீடித்த, நிரந்தரமான மதிப்பு எப்போதுமே இருக்கின்றது என்பது நிரூபிக்கப்பட்டுள்ளது. அவை அடிப்படையானவை, விவாதத்திற்கு அப்பாற்பட்டவை. ஏனெனில், அவற்றுக்கு விளக்கம் தேவையில்லை, அவை வெளிப்படையானவை. கொள்கைகளின் இந்த வெளிப்படையான இயல்பை விரைவாகப் புரிந்து கொள்வதற்கான ஒரு வழி, அவற்றுக்கு நேரெதிரானவற்றைக் கடைபிடித்து ஒரு பயனற்ற வாழ்க்கையை வாழ முயற்சிப்பதில் உள்ள அபத்தத்தை உணர்ந்து கொள்வதுதான். நியாயமின்மை, வஞ்சனை, சிறுமைத்தனம், பயனின்மை, மேன்மையின்மை, அல்லது சீர்குலைவு போன்றவை நிரந்தரமான மகிழ்ச்சிக்கும் வெற்றிக்குமான திடமான அடித்தளம் என்று

எவரொருவரும் தீவிரமாகக் கருதுவார் என்று நான் நினைக்கவில்லை. இக்கொள்கைகள் எவ்வாறு வரையறுக்கப்படுகின்றன அல்லது அடையப்படுகின்றன என்பது பற்றி மக்கள் விவாதிக்கக்கூடும். ஆனாலும், இவை யாவும் யதார்த்தத்தில் நிலவுகின்றன என்பது குறித்த ஓர் உள்ளார்ந்த விழிப்புணர்வு மக்களிடையே இருக்கத்தான் செய்கிறது.

நமது வரைபடங்கள் அல்லது கருத்துக் கண்ணோட்டங்கள் இந்தக் கொள்கைகளுடன் எவ்வளவு தூரம் நெருக்கமாக ஒத்திசைந்து இருக்கின்றனவோ, அவை அவ்வளவு தூரம் துல்லியமாகவும், செயல்படுபவையாகவும் இருக்கும். நமது மனப்போக்குகளையும் நடத்தைகளையும் மாற்றுவதில் நாம் மேற்கொள்ளக்கூடிய முயற்சிகள் அனைத்தைக் காட்டிலும் அதிகமாக, சரியான வரைபடங்கள் நமது தனிப்பட்ட ஆற்றல்மீதும் பிறருடனான உறவுகள்மீதும் அளப்பரிய தாக்கத்தை ஏற்படுத்தும்.

வளர்ச்சி மற்றும் மாற்றம் குறித்தக் கொள்கைகள்

உழைப்பு மற்றும் வளர்ச்சி ஆகிய இயற்கையான செயல்முறைகள் எதையும் கடைபிடிக்காமலேயே, தரமான வாழ்க்கை கைவரப் பெறுவதற்கும், தனிப்பட்ட ஆற்றலை அடைவதற்கும், மற்றவர்களுடன் வளமான, ஆழமான உறவுகளை ஏற்படுத்திக் கொள்வதற்கும் ஒரு சுலபமான, விரைவான வழி உள்ளது என்பது ஆளுமை நெறிமுறையின் முழக்கமாகும். இந்த முழக்கம் அனைவரையும் கவர்ந்திழுக்கிறது.

சரக்கு ஏதுமற்ற ஒரு வெற்றுக் குறிக்கோள் இது. ‘உழைக்காமலேயே செல்வம்’ என்ற வாக்குறுதியை அள்ளி வழங்குகின்ற ‘விரைவில் பணக்காரர் ஆகுங்கள்’ என்ற திட்டம் இது. இத்திட்டம் வெற்றி பெறுவதுபோலக்கூட சில சமயங்களில் தோன்றக்கூடும்.

ஆளுமை நெறிமுறை மாயையானது, ஏமாற்றுவது. இதன் உத்திகளையும் உடனடித் தீர்வுகளையும் பயன்படுத்தி உயர்தர விளைவுகளைப் பெற முயற்சிப்பது, டெட்ராய்ட் நகரின் வரைபடத்தைக் கொண்டு சிக்காகோ நகரில் ஏதோ ஓர் இடத்திற்குச் செல்ல முயற்சிப்பதைப் போன்றது.

ஆளுமை நெறிமுறையின் வேர்களையும் பலன்களையும் நுணுக்கமாக ஆய்வு செய்த **எரிக் ஃப்ராம்** இவ்வாறு கூறியுள்ளார்:

> *தன்னைப் பற்றி அறிந்திருக்காத அல்லது புரிந்திருக்காத, ஒரு போலியான மனிதனைப்போல் நடந்து கொள்கின்ற ஒரு தனிநபரை இன்று நாம் எதிர்கொள்கிறோம். தான் யாராக இருக்க வேண்டுமோ, அந்த நபரைப் பற்றி மட்டுமே அவருக்குத் தெரிந்திருக்கிறது. அந்த நபரின் அர்த்தமற்றப் பேச்சு அறிவார்ந்த கருத்துப் பரிமாற்றத்தின் இடத்தைப் பிடித்துக் கொண்டுவிட்டது, அவரது செயற்கைப் புன்னகை உண்மையான சிரிப்பின் இடத்தைப் பிடித்துக் கொண்டுவிட்டது, அவரது மந்தமான மனத்தளர்ச்சி உண்மையான வலியின் இடத்தைப் பிடித்துக் கொண்டுவிட்டது. இந்தத் தனிநபரைப் பற்றி இரண்டு விஷயங்களைக் கூறலாம். ஒன்று, அவர் இயல்புத்தன்மை மற்றும் தனித்துவம் ஆகியவற்றின் தீராத குறைபாடுகளால் துன்புறுகிறார். அதே நேரத்தில், இப்புவியில் நடைபோடும் நம்மைப் போன்ற கோடிக்கணக்கான நபர்களிலிருந்து அவர் மாறுபட்டிருக்கவில்லை என்றும் அவரைப் பற்றிக் கூறலாம்.*

அனைத்து வாழ்க்கையிலும், வளர்ச்சி மற்றும் உருவாக்கத்திற்குப் பல்வேறு வரிசை நிலைகள் உள்ளன. ஒரு குழந்தை குப்புற விழுவதற்கும், தவழ்வதற்கும், எழுந்து உட்காருவதற்கும், பிறகு நடப்பதற்கும், ஓடுவதற்கும் கற்றுக் கொள்கிறது. ஒவ்வோர் அடியும் முக்கியமானது. ஒவ்வொன்றுக்கும் காலம் பிடிக்கும். எந்தவோர் அடியையும் தாண்டிச் செல்ல முடியாது.

இது வாழ்வின் அனைத்து நிலைகளிலும், உருவாக்கத்தின் அனைத்துப் பகுதிகளிலும் உண்மை — அது பியானோ வாசிக்கக் கற்றுக் கொள்வதாக இருந்தாலும் சரி அல்லது உடன் பணிபுரியும் ஒரு நபருடன் திறமையாகக் கருத்துக்களைப் பரிமாறிக் கொள்வதாக இருந்தாலும் சரி. தனிநபர்கள், குடும்பங்கள், திருமண உறவுகள், மற்றும் நிறுவனங்களுக்கும் இது பொருந்தும்.

பௌதீக விஷயங்களில், செயல்முறை என்னும் இக்கோட்பாட்டை அல்லது உண்மைத் தகவலை நாம் அறிந்து, ஏற்றுக் கொண்டுள்ளோம். ஆனால் உணர்ச்சிரீதியான பகுதிகளிலும், மனித உறவுகளிலும், தனிப்பட்ட நடத்தை போன்ற தளங்களிலும் இது அவ்வளவு பரவலாக இல்லை என்பதோடு, அதிக சிரமமான ஒன்றாகவும் திகழ்கிறது. அதை நாம் புரிந்து கொண்டால்கூட, அதை ஏற்றுக் கொள்வதும், அதனோடு ஒத்திசைவாக வாழ்வதும் அதைவிடக் கடினமாகவும், அவ்வளவு பிரபலமின்றியும் உள்ளது. இதன் விளைவாக, நேரத்தையும் முயற்சியையும் மிச்சப்படுத்துவதற்காக இந்த இன்றியமையாத அம்சங்களில் சிலவற்றைத் தவிர்த்துவிட்டுச் சென்றுவிடலாம், ஆனாலும் நமக்கு விருப்பமான விளைவுகளை நம்மால் அறுவடை செய்ய முடியும் என்ற எதிர்பார்ப்பில், சில சமயங்களில் நாம் ஒரு குறுக்கு வழியைத் தேடுகிறோம்.

ஆனால் நமது வளர்ச்சியிலும் உருவாக்கத்திலும் உள்ள ஓர் இயற்கையான செயல்முறையில் ஒரு குறுக்கு வழியை நாம் முயற்சிப்பதால் என்ன நிகழ்கிறது? நீங்கள் ஒரு சராசரி டென்னிஸ் வீரராக இருந்து, மற்றவர்களின் நன்மதிப்பைப் பெறுவதற்காக ஓர் உயர்ந்த நிலையில் விளையாடுவதென்று தீர்மானித்தால் என்ன நிகழும்? ஒரு தொழில்முறை விளையாட்டு வீரருடன் திறமையாகப் போட்டியிடுவதற்கு நேர்மறைச் சிந்தனை மட்டுமே போதுமா?

நீங்கள் தற்போதுதான் பியானோ வாசிக்கக் கற்றுக் கொண்டிருப்பதாக வைத்துக் கொள்வோம். ஒரு பெரிய அரங்கில் ஓர் இசை நிகழ்ச்சியில் உங்களால் பியானோ வாசிக்க முடியும் என்று நீங்கள் உங்கள் நண்பர்களை நம்ப வைத்தால் என்ன விளையும்?

இக்கேள்விகளுக்கான விடைகள் வெளிப்படையானவை. இந்த உருவாக்கச் செயல்முறையை உங்களால் மீற முடியாது, புறக்கணிக்க முடியாது, அல்லது இதில் ஒரு குறுக்கு வழியைப் புகுத்த முடியாது. அது இயற்கைக்குப் புறம்பானது. அப்படிப்பட்ட ஒரு குறுக்கு வழியைத் தேட முயற்சிப்பது ஏமாற்றத்திற்கும் விரக்திக்கும்தான் வழிவகுக்கும்.

பத்துப் புள்ளிகள் கொண்ட ஓர் அளவீட்டில், ஏதோ ஒரு துறையில் நான் இரண்டாம் நிலையில் இருப்பதாக வைத்துக் கொள்வோம். அதில் நான் ஐந்தாம் நிலைக்குச் செல்ல விரும்பினால், முதலில் நான் மூன்றாம்

நிலையை நோக்கி அடியெடுத்து வைக்க வேண்டும். "ஆயிரம் மைல் தூரத்தைக் கொண்ட ஒரு பயணம் முதலடியில் இருந்துதான் துவங்குகின்றது." அதோடு, ஒரு நேரத்தில் ஓரே ஓர் அடியை மட்டுமே எடுத்து வைக்க முடியும்.

ஒரு கேள்வியின் மூலமாகவோ அல்லது உங்களுடைய அறியாமையை வெளிப்படுத்திக் கொள்வதன் மூலமாகவோ, நீங்கள் எந்த நிலையில் இருக்கிறீர்கள் என்பதை ஓர் ஆசிரியருக்கு நீங்கள் தெரியப்படுத்தாவிட்டால், நீங்கள் கற்றுக் கொள்ளவும் மாட்டீர்கள், வளரவும் மாட்டீர்கள். நெடுங்காலம் உங்களால் நடிக்க முடியாது. ஏனெனில், இறுதியில் உங்கள் நாடகம் வெளிச்சத்திற்கு வந்துவிடும். அறியாமையை ஒத்துக் கொள்வது நம் கல்வியில் உள்ள முதலடியாகும். "எல்லா நேரங்களிலும் நாம் நம் அறிவைப் பயன்படுத்திக் கொண்டிருக்கும்போது, நமது வளர்ச்சிக்குத் தேவையான அறியாமையை நம்மால் எவ்வாறு நினைவில் வைத்திருக்க முடியும்?" என்று தோரோ கேட்கிறார்.

ஒரு விஷயம் எனக்கு நினைவுக்கு வருகிறது. என்னுடைய நண்பர் ஒருவரின் மகள்களான இரண்டு இளம்பெண்கள், தங்களுடைய தந்தையின் கடுமையையும் புரிதலின்மையையும் பற்றிக் குறைகூறிக் கொண்டு கண்ணீருடன் என்னிடம் வந்தனர். விளைவுகளைப் பற்றிய பயத்தால், அவர்கள் தங்கள் பெற்றோர்களிடம் இதைப் பற்றி மனம் திறந்து பேசுவதற்கு பயந்தனர். ஆனாலும், அவர்களுக்கு அவர்களது பெற்றோரின் அன்பும், புரிதலும், வழிகாட்டுதலும் அதிகமாகத் தேவைப்பட்டன.

நான் என் நண்பருடன் பேசியதில், என்ன நிகழ்ந்து கொண்டிருந்தது என்பது பற்றிய விழிப்புணர்வு அவருக்கு இருந்ததை நான் கண்டுகொண்டேன். தான் அதிகமாகக் கோபப்படுவதை அவர் ஒப்புக் கொண்டாலும், அதற்குப் பொறுப்பேற்கவும், தனது உணர்ச்சிரீதியான வளர்ச்சி மிகக் குறைந்த நிலையில் இருப்பதை நேர்மையாக ஒத்துக் கொள்ளவும் அவர் மறுத்தார். மாற்றத்தை நோக்கி முதலடியை எடுத்து வைக்க முடியாத அளவுக்குப் பெரியதாக இருந்தது அவரது தலைக்கனம்.

ஒரு மனைவி, கணவன், குழந்தைகள், நண்பர்கள், அல்லது சக ஊழியர்கள் ஆகியோருடன் சிறந்த உறவை வளர்த்துக் கொள்வதற்கு, முதலில் நாம் காதுகொடுத்துக் கேட்கக் கற்றுக் கொள்ள வேண்டும். இதற்கு வலிமையான உணர்ச்சிகள் தேவை. காதுகொடுத்துக் கேட்பது என்பது பொறுமை, திறந்த மனம், புரிந்து கொள்வதற்கான விருப்பம் ஆகியவற்றை உள்ளடக்கியது. அதிக வளர்ச்சி பெற்றுள்ள நடத்தைக்கான பண்புநலன்கள் இவை. ஒரு குறைவான உணர்ச்சி நிலையில் இருந்து கொண்டு, உயர்ந்த நிலையிலான அறிவுரையைக் கொடுப்பது மிகவும் சுலபமானது.

நமது வளர்ச்சி நிலை டென்னிஸ் விளையாட்டிலும் பியானோ வாசிப்பிலும் வெளிப்படையாகத் தெரிந்துவிடும். ஏனெனில் இவற்றில் நம்மால் நடிக்க முடியாது. ஆனால் நடத்தை மற்றும் உணர்ச்சிரீதியான

உருவாக்கத்தில் இது அவ்வளவு வெளிப்படையாகத் தெரிவதில்லை. ஓர் அன்னியரிடமோ அல்லது சக கூட்டாளியிடமோ நம்மால் நாடகமாட முடியும். சிறிது காலம் அவ்வாறு நம்மால் சமாளிக்கவும் முடியும் — குறைந்தபட்சம் பொது இடங்களில். நம்மையேகூட நாம் ஏமாற்றிக் கொள்ளக்கூடும். ஆனாலும், உள்ளுக்குள் நாம் உண்மையிலேயே யாராக இருக்கிறோம் என்ற உண்மையை நம்மில் பெரும்பாலானவர்கள் நன்றாகவே அறிந்திருக்கிறோம் என்று நான் நம்புகிறேன். அதோடு, நம்முடன் வாழ்பவர்கள் மற்றும் நம்முடன் பணியாற்றுபவர்கள் பலருக்கும் அந்த உண்மை தெரிந்திருக்கும் என்றும் நான் நினைக்கிறேன்.

வியாபார உலகில் வளர்ச்சியின் இந்த இயற்கையான செயல்முறையில் குறுக்கு வழியில் செல்ல முயற்சிப்பதால் ஏற்பட்டும் விளைவுகளை நான் பார்த்திருக்கிறேன். மேம்பட்ட உற்பத்தித் திறன், தரம், ஊழியர்களின் மனஉறுதி, மற்றும் வாடிக்கையாளர் சேவை ஆகியவற்றை உள்ளடக்கிய ஒரு புதிய கலாச்சாரத்தை வியாபார உலகின் நிர்வாக உயரதிகாரிகள் வலிமையான உரைகள், புன்னகைப் பயிற்சிகள், வெளிப்புறத் தலையீடுகள், பிற நிறுவனங்களுடனான சேர்க்கைகள், தோழமையான அல்லது ஆதிக்கமான கையகப்படுத்துதல்கள் ஆகியவற்றின் மூலமாக 'வாங்க' முற்படுகின்றனர். ஆனால் சூழ்ச்சிகரமான இப்படிப்பட்ட வேலைகளால் மக்களிடையே உருவாகின்ற நம்பிக்கைக் குறைவை அவர்கள் புறக்கணித்துவிடுகின்றனர். இந்த வழிமுறைகள் வேலை செய்யாதபோது, உயர் நம்பிக்கைக் கலாச்சாரத்தின் அடிப்படையாக விளங்குகின்ற இயற்கைக் கொள்கைகளையும் செயல்முறைகளையும் புறக்கணித்துவிட்டு, அவர்கள் பிற ஆளுமை நெறிமுறை உத்திகளைத் தேடுகின்றனர்.

பல வருடங்களுக்கு முன்பு, ஒரு தந்தையாக நானே இக்கொள்கையை மீறியிருந்தேன். ஒருநாள் என் இளைய மகளின் மூன்றாவது பிறந்த நாள் விழாவை எங்கள் வீட்டில் வைத்துக் கொண்டாடிக் கொண்டிருந்தோம். அப்போது அவள் எங்கள் வீட்டின் முன்னறையில் ஒரு மூலையில் உட்கார்ந்து கொண்டு, தனக்கு வந்த பரிசுப் பொருட்கள் அனைத்தையும் இறுக்கமாகப் பற்றிக் கொண்டிருந்தாள். மற்றக் குழந்தைகள் அவற்றை வைத்து விளையாட அவள் அனுமதிக்கத் தயாராக இல்லை. அந்த அறையில் இருந்த பல பெற்றோர்கள் இந்த சுயநலமான நடத்தையைக் கவனித்துக் கொண்டிருந்ததுதான் என் பார்வையில் பட்ட முதல் விஷயம். நான் இருமடங்கு சங்கடத்தில் நெளிந்தேன். ஏனெனில், அந்த நேரத்தில் நான் பல்கலைக்கழக வகுப்புகளில் மனித உறவுகளைப் பற்றிக் கற்றுக் கொடுத்துக் கொண்டிருந்தேன். என் வீட்டிற்கு வந்திருந்த பெற்றோர்களின் எதிர்பார்ப்பு எனக்கு நன்றாகப் புரிந்தது. அதை என்னால் உணர முடிந்தது.

அந்த அறை உண்மையில் களைகட்டி இருந்தது. பிறந்தநாள் விழாவிற்கு வந்திருந்த குழந்தைகள் அனைவரும் என்னுடைய மகளைச் சுற்றி நின்று கொண்டு, தாங்கள் அவளுக்குக் கொடுத்தப் பரிசுகளை வைத்து விளையாடுவதற்காக அவற்றைத் தருமாறு அவளிடம் தங்கள்

கைகளை விரித்தபடிக் கேட்டனர். என் மகள் விடாப்பிடியாக மறுத்துக் கொண்டிருந்தாள். "பகிர்ந்து விளையாடுவதற்கு நான் என் மகளுக்கு நிச்சயமாகக் கற்றுக் கொடுக்க வேண்டும். பகிர்ந்து கொள்ளுதல் என்னும் மதிப்பீடு நாங்கள் நம்புகின்ற மிக அடிப்படையான விஷயங்களில் ஒன்று," என்று நான் எனக்குள் கூறிக் கொண்டேன்.

எனவே முதலில் நான் அவளிடம் ஓர் எளிமையான கோரிக்கையை முன்வைத்தேன். "செல்லமே, உன் நண்பர்கள் உனக்குப் பரிசளித்துள்ள பொம்மைகளை தயவு செய்து அவர்களுடன் பகிர்ந்து விளையாடுவாயா ?"

"முடியாது," என்று உடனடியாக அவள் மறுத்தாள்.

என்னுடைய இரண்டாவது வழியாக, அவளிடம் காரணம் கற்பிக்க முயன்றேன். "செல்லமே, அவர்கள் உன் வீட்டில் இருக்கும்போது உன்னுடைய பொம்மைகளை நீ அவர்களுடன் பகிர்ந்து கொண்டால், நீ அவர்கள் வீட்டிற்குச் செல்லும்போது அவர்கள் தங்களுடைய பொம்மைகளை உன்னுடன் பகிர்ந்து விளையாடுவார்கள்."

மீண்டும், "முடியாது," என்ற பதில் உடனடியாக வந்தது.

என் மகள்மீது என்னால் எந்தவிதமான தாக்கத்தையும் ஏற்படுத்த முடியவில்லை என்பது எல்லோருக்கும் வெளிப்படையாகத் தெரிந்ததால், அது எனக்கு இன்னும் அதிகமான தர்மசங்கடத்தை ஏற்படுத்தியது. மூன்றாவதாக, கையூட்டு முறையைப் பயன்படுத்தினேன். நான் அவளிடம் மிகவும் மெதுவாக, "நீ அவர்களுடன் பகிர்ந்து கொண்டால் உனக்குப் பிடித்தமான பபிள்கம் ஒன்றை நான் உனக்குத் தருவேன்," என்று கூறினேன்.

"எனக்கு பபிள்கம் வேண்டாம்," என்று அவள் கத்தினாள்.

இப்போது நான் எரிச்சலடையத் துவங்கியிருந்தேன். நான்காவது முயற்சியாக, பயத்தையும் அச்சுறுத்தலையும் பயன்படுத்தினேன். "நீ பகிர்ந்து கொள்ளாவிட்டால், நிச்சயமாக நீ பிரச்சனையில் மாட்டிக் கொள்ளப் போகிறாய்," என்று அவளிடம் கூறினேன்.

அவள் அழுதவாறே, "அதைப் பற்றி எனக்கு அக்கறையில்லை. இவை யாவும் என்னுடைய பொருட்கள். இவற்றை நான் பகிர்ந்து கொள்ள வேண்டிய அவசியமில்லை," என்று அவள் கூறினாள்.

இறுதியாக, நான் அதிகாரத்தைப் பயன்படுத்தினேன். நான் வெறுமனே அவளது சில பொம்மைகளை எடுத்து மற்றக் குழந்தைகளுக்குக் கொடுத்தேன். "குழந்தைகளே, இவற்றை வைத்து விளையாடுங்கள்."

தன் பொருட்களை மற்றவர்களுக்குக் கொடுப்பதற்கு முன் அவற்றைத் தன்வசம் வைத்திருக்கும் அனுபவம் என் மகளுக்குத் தேவைப்பட்டிருக்கக்கூடும். (வாஸ்தவத்தில், என் வசம் இல்லாத ஒரு பொருளை என்னால் எப்படி மற்றவர்களுக்குக் கொடுக்க முடியும்?) அவளுக்கு அந்த அனுபவத்தைக் கொடுப்பதற்கு, உயர்ந்த நிலையிலான உணர்ச்சிரீதியான பக்குவத்தைக் கொண்ட ஒரு தந்தை அவளுக்குத் தேவைப்பட்டார். அவள் என்னிடமிருந்து அதைத்தான் எதிர்பார்த்தாள்.

ஆனால் அக்கணத்தில், என் மகளின் வளர்ச்சி, உருவாக்கம், மற்றும் எங்கள் இருவருக்கிடையேயான உறவு ஆகியவற்றைக் காட்டிலும் அங்கிருந்த பெற்றோர்கள் என்னைப் பற்றிக் கொண்டிருந்த அபிப்பிராயத்தைத்தான் நான் அதிகமாக மதித்தேன். அவள் பகிர்ந்து விளையாட வேண்டும் என்று நான் நினைத்தது சரி என்று நான் முதலிலேயே தீர்மானித்துவிட்டேன். அவள் அவ்வாறு செய்யாததால், அவள் தவறு செய்துவிட்டதாக நான் முடிவு கட்டிவிட்டேன்.

நான் அவளிடம் மிகவும் அதிகமாக எதிர்பார்த்துவிட்டேன். ஏனெனில், என்னுடைய அளவீட்டில் நான் மிகக் குறைந்த நிலையில் இருந்தேன். பொறுமையையும் புரிதலையும் வழங்க நான் தயாராக இல்லை, அல்லது அதைச் செய்ய என்னால் முடியவில்லை. எனவே அவள் தன்னுடைய பொருட்களைக் கொடுக்க வேண்டும் என்று நான் எதிர்பார்த்தேன். என்னுடைய குறைபாட்டை ஈடுகட்டும் முயற்சியில், என் நிலையிலிருந்து வலிமையைக் கடன் வாங்கி, என் அதிகாரத்தைப் பயன்படுத்தி, அவள் என்ன செய்ய வேண்டும் என்று நான் விரும்பினேனோ அதை அவளை வலுக்கட்டாயமாகச் செய்ய வைத்தேன்.

ஆனால் வலிமையைக் கடன் வாங்குவது பலவீனத்தை உருவாக்குகிறது. கடன் வாங்குபவரிடம் அது பலவீனத்தைத் தோற்றுவிக்கிறது. ஏனெனில், விஷயங்களை சாதிப்பதற்கு வெளிப்புறக் காரணிகளைச் சார்ந்திருப்பதை அது வலியுறுத்துகிறது. அவ்வாறு வலுக்கட்டாயமாகச் செய்ய வைக்கப்படுபவரிடத்திலும் அது பலவீனத்தை உருவாக்கி, அந்நபரின் தனிமனிதப் பகுத்தறிவுத் திறன், வளர்ச்சி, மற்றும் உள்ளார்ந்த ஒழுங்கு ஆகியவற்றின் உருவாக்கத்தை அது தடுத்துவிடுகிறது. இறுதியில், அவர்களுக்கிடையேயான உறவிலும் அது பலவீனத்தை ஏற்படுத்துகிறது. அங்கு ஒத்துழைப்பு மறைந்து, பயம் புகுந்து கொள்கிறது. இதில் சம்பந்தப்பட்டுள்ள இருவரும் தங்களைத் தற்காத்துக் கொள்வதிலும் தன்னிச்சையாக நடந்து கொள்வதிலும் அதிகம் ஈடுபடுகின்றனர்.

கடன் வாங்கப்பட்ட வலிமையின் மூலாதாரமாக விளங்குகின்ற உடல் வலிமை, பதவி, அதிகாரம், தகுதிச் சான்றுகள், தகுதிநிலைக் குறியீடுகள், தோற்றம், அல்லது கடந்தகால சாதனைகள் போன்றவை மாறும்போதோ அல்லது மறையும்போதோ என்ன நிகழ்கிறது?

நான் அதிகப் பக்குவம் கொண்டவனாக இருந்திருந்தால், பகிர்ந்து கொள்ளுதல் மற்றும் வளர்ச்சி குறித்த எனது புரிதல், அன்பு செலுத்துவதற்கும் பேணுவதற்குமான எனது திறன் போன்ற என்னுடைய உள்ளார்ந்த வலிமையைப் பயன்படுத்தி, தன் பொருட்களைப் பகிர்ந்து கொள்ள விரும்புகிறாளா இல்லையா என்று சுதந்திரமாக முடிவெடுப்பதற்கு என் மகளுக்கு என்னால் அனுமதி கொடுத்திருக்க முடியும். அவளிடம் காரணப்படுத்தி விளக்கிய பிறகு, மற்றக் குழந்தைகளின் கவனத்தை வேறு ஏதேனும் ஒரு சுவாரசியமான விளையாட்டின்மீது திருப்பி, என் குழந்தையின்மீது சுமத்தப்பட்ட உணர்ச்சிரீதியான அழுத்தத்தை என்னால் போக்கியிருக்க முடியும். ஒரு

பொருள் உண்மையிலேயே தங்கள் வசமாகிவிட்டது என்ற உணர்வு குழந்தைகளுக்கு ஏற்படும்போது, அவர்கள் தாராளமாகவும், இயல்பாகவும், உடனடியாகவும் பகிர்ந்து கொள்கிறார்கள் என்பதை நான் கற்றுக் கொண்டேன்.

கற்றுக் கொடுப்பதற்கான சில நேரங்களும், கற்றுக் கொடுக்காமல் இருப்பதற்கான சில நேரங்களும் உண்டு என்பதை என் அனுபவத்தின் வாயிலாக நான் கற்றுக் கொண்டுள்ளேன். உறவுகளில் பிரச்சனை ஏற்பட்டு, சூழ்நிலை உணர்ச்சிகரமானதாக மாறும்போது, கற்றுக் கொடுக்க முயற்சிப்பது என்பது, சீர்தூக்கிப் பார்ப்பது மற்றும் நிராகரிப்பு ஆகியவற்றின் ஒரு வடிவமாகத்தான் கருதப்படும். ஆனால் உறவு நல்லபடியாக இருக்கும்போது, குழந்தையைத் தனியாக, அமைதியாக அழைத்து, நீங்கள் கற்றுக் கொடுக்க விரும்புகின்ற விஷயத்தைப் பற்றிப் பேசுவது அதிகத் தாக்கத்தை ஏற்படுத்தும். அவ்வாறு செய்வதற்கான உணர்ச்சிரீதியான பக்குவம் அந்த நேரத்தில் என் பொறுமை மற்றும் உள்ளார்ந்த கட்டுப்பாட்டு நிலைக்கு அப்பால் இருந்திருக்கக்கூடும்.

ஒரு பொருளை உண்மையாகப் பகிர்ந்து கொள்ளும் உணர்வு ஏற்படுவதற்கு முன், அதைக் கைவசப்படுத்திய உணர்வு ஏற்பட வேண்டியது அவசியம் போலும். திருமண வாழ்க்கையிலும் குடும்ப வாழ்க்கையிலும் இயந்திரத்தனமாகக் கொடுக்கின்ற மக்கள், அல்லது கொடுக்கவும் பகிர்ந்து கொள்ளவும் மறுக்கின்ற மக்கள் பலர், கைவசப்படுத்துவது என்றால் என்ன என்பதையும், தங்கள் சொந்த அடையாளத்தையும் சுயமதிப்புக் குறித்த உணர்வையும் ஒருபோதும் அனுபவித்திருக்க மாட்டார்கள். நம் குழந்தைகள் வளர்வதற்கு உண்மையிலேயே உதவுவது என்பது, கைவசப்படுத்திய உணர்வைப் பெறுவதற்கு அவர்களை அனுமதிக்கும் அளவுக்குப் பொறுமையாக இருப்பதையும், நம்மையே எடுத்துக்காட்டுகளாகப் பயன்படுத்தி, கொடுத்தலின் மதிப்பை அவர்களுக்குக் கற்றுக் கொடுக்கும் அளவுக்கு அறிவு படைத்தவராக இருப்பதையும் உள்ளடக்கியது.

பிரச்சனையை நாம் பார்க்கும் விதம்தான் பிரச்சனையே

வலிமையான கொள்கைகளை அடிப்படையாகக் கொண்டு அமைந்துள்ள தனிநபர்களின் வாழ்க்கையிலும், குடும்பங்களிலும், நிறுவனங்களிலும் ஏற்படும் நல்ல விஷயங்களைப் பார்க்கும்போது, அதில் மக்கள் கட்டுக்கடங்கா ஆர்வம் காட்டுகின்றனர். அப்படிப்பட்டத் தனிப்பட்ட வலிமை, பக்குவம், குடும்ப ஒற்றுமை, குழுப்பணி, நிறுவனங்களின் ஒருமித்தச் செயல்பாட்டுக் கலாச்சாரம் ஆகியவற்றை அவர்கள் மெச்சுகின்றனர்.

அவர்களது உடனடிக் கோரிக்கை அவர்களது அடிப்படைக் கருத்துக் கண்ணோட்டத்தை அப்படியே வெளிப்படுத்துவதாக உள்ளது. "அதை நீங்கள் எவ்வாறு செய்தீர்கள்? அதன் உத்திகளை எனக்குக் கற்றுக் கொடுங்கள்." அவர்கள் உண்மையிலேயே கூறுவது என்னவென்றால், "என்னுடைய வலியிலிருந்து எனக்கு நிவாரணம் அளிக்கக்கூடிய

ஏதேனும் ஓர் உடனடித் தீர்வையோ அல்லது அறிவுரையையோ எனக்குத் தாருங்கள்," என்பதுதான்.

தங்களுடைய விருப்பங்களை நிறைவேற்றுவதற்குத் தேவையான விஷயங்களைக் கற்றுக் கொடுக்கக்கூடிய மனிதர்களை அவர்கள் கண்டுபிடிப்பார்கள். ஒரு குறுகிய காலத்திற்கு இந்தத் திறமைகளும் உத்திகளும் பலனளிப்பதுபோலத் தோன்றக்கூடும். சமுதாய வலிநிவாரணிகளின் மூலமாக அவர்கள் தங்களது சில தீவிரமான பிரச்சனைகளை நீக்கவும்கூடும்.

ஆனால் அடிப்படையில் இருக்கும் சீழ்பட்ட நிலைமை அப்படியே இருக்கும். இறுதியில், புதிய தீவிரப் பிரச்சனைகளுக்கான அறிகுறிகள் தோன்றும். மக்கள் எவ்வளவு அதிகமாக உடனடித் தீர்வுகளுக்குத் தாவுகிறார்களோ, எவ்வளவு அதிகமாகத் தங்களது தீவிரப் பிரச்சனைகள் மற்றும் வலியின்மீது கவனத்தைக் குவிக்கிறார்களோ, அவ்வளவு அதிகமாக அவர்களது அந்த அணுகுமுறையே அந்த அடிப்படை சீழ்பட்ட நிலைமைக்குப் பங்களிப்பதாக அமைந்துவிடுகின்றது.

பிரச்சனையை நாம் பார்க்கும் விதம்தான் பிரச்சனையே.

இந்த அத்தியாயத்தின் துவக்கத்தில் குறிப்பிடப்பட்டிருந்த சில பிரச்சனைகளையும், ஆளுமை நெறிமுறைச் சிந்தனையின் தாக்கத்தையும் மீண்டும் பார்க்கலாம்.

திறமையான நிர்வாகம் குறித்தப் பயிற்சிப் பட்டறைகள் பலவற்றில் நான் கலந்து கொண்டு பயின்று வந்திருக்கிறேன். என் ஊழியர்களிடமிருந்து நான் ஏராளமானவற்றை எதிர்பார்க்கிறேன். அவர்களுடன் தோழமையாக இருப்பதற்கும், சரியான முறையில் அவர்களை நடத்துவதற்கும் நான் கடினமாக உழைக்கிறேன். ஆனால் அவர்களிடமிருந்து எந்த விசுவாசத்தையும் என்னால் உணர முடியவில்லை. உடல்நிலை சரியில்லை என்று என்றேனும் ஒரு நாள் நான் வீட்டில் ஓய்வெடுத்தால், அவர்கள் வெட்டிப் பேச்சில் ஈடுபட்டுத் தங்களுடைய நேரத்தின் பெரும்பகுதியை விரயம் செய்துவிடுவார்கள் என்ற எண்ணம் எனக்கு ஏற்படுகிறது. சார்பற்றவர்களாக, பொறுப்பானவர்களாக இருப்பதற்கு அவர்களை என்னால் ஏன் பயிற்றுவிக்க முடியவில்லை? அல்லது, அப்படிப்பட்ட ஊழியர்களை என்னால் ஏன் கண்டுபிடிக்க முடியவில்லை?

இதற்கு ஏதேனும் ஓர் அதிரடி நடவடிக்கை மேற்கொண்டு, உலுக்க வேண்டியவற்றை உலுக்கி, உருட்ட வேண்டிய தலைகளை உருட்டி, எனது ஊழியர்கள் தங்கள் வேலையை ஒழுங்காகச் செய்வதற்கும், தாங்கள் பெற்றிருக்கும் விஷயங்களுக்காக நன்றியுடன் இருப்பதற்கும் என்னால் ஏதேனும் செய்ய முடியும், அல்லது அவர்கள் தங்களை முழுமையாக அர்ப்பணித்துக் கொள்வதற்கு அவர்களுக்கு உதவக்கூடிய ஏதேனும் ஓர் ஊக்குவிப்புப் பயிற்சித் திட்டத்தை என்னால் கண்டுபிடிக்க முடியும், அல்லது இவர்களைவிட மிகச் சிறப்பாகப் பணியாற்றக்கூடிய புதிய நபர்களை என்னால் வேலைக்கு அமர்த்த முடியும் என்று ஆளுமை நெறிமுறை என்னிடம் கூறுகிறது.

ஆனால் அவர்கள் விசுவாசமற்ற முறையில் நடந்து கொள்வது வெளிப்படையாகத் தெரிகின்ற இந்தச் சூழ்நிலையில், நான்

உண்மையிலேயே அவர்களுடைய நலனை மனத்தில் வைத்து நடந்து கொள்கிறேனா என்று எனது ஊழியர்கள் என்னைக் கேள்வி கேட்பது சாத்தியமா? நான் அவர்களை இயந்திரங்களைப்போல் நடத்துவதாக அவர்கள் உணர்கிறார்களா? அதில் ஏதேனும் உண்மை உள்ளதா?

என் மனத்தின் ஆழத்தில், நான் உண்மையிலேயே அவர்களை அந்த விதத்தில்தான் பார்க்கிறேனா? என்னிடம் பணியாற்றும் ஊழியர்களை நான் பார்க்கும் விதம் என் பிரச்சனையின் ஒரு பகுதியாக இருப்பதற்கு ஏதேனும் வாய்ப்பு உள்ளதா?

செய்வதற்கு ஏராளமான வேலைகள் இருக்கின்றன. நேரம் மட்டும் ஒருபோதும் போதுமான அளவு இல்லை. ஒவ்வொரு நாளும் நான் மனஅழுத்தத்துடனும் போராடிக் கொண்டும் இருக்கிறேன். நேர நிர்வாகம் குறித்தப் பயிலரங்குகளில் நான் பங்கு கொண்டிருக்கிறேன். திட்டமிடுதல் தொடர்பான பல்வேறு வகையான செயல்முறைகளை நான் முயற்சித்துப் பார்த்துவிட்டேன். ஒருசில விஷயங்களில் அவை எனக்கு உதவியுள்ளது உண்மையென்றாலும், நான் எனக்கு விருப்பமான மகிழ்ச்சியான, ஆக்கபூர்வமான, அமைதியான வாழ்க்கையை வாழ்கின்ற உணர்வு எனக்கு ஏற்படுவதில்லை.

இந்த மனஅழுத்தங்கள் அனைத்தையும் அதிகத் திறமையான வழியில் நான் கையாள்வதற்கு எனக்கு உதவக்கூடிய ஏதோ ஒரு புதிய திட்டம் அல்லது பயிலரங்கு நிச்சயமாக எங்கேனும் இருந்தாக வேண்டும் என்று ஆளுமை நெறிமுறை என்னிடம் கூறுகிறது.

ஆனால் 'செயற்திறன்' என்பது இதற்கான விடையாக இல்லாமல் போவதற்கு ஏதேனும் வாய்ப்பு உள்ளதா? குறைவான நேரத்தில் அதிகமான விஷயங்களைச் செய்ய முடிவது ஏதேனும் வித்தியாசத்தை ஏற்படுத்தப் போகிறதா அல்லது என் வாழ்க்கையைக் கட்டுப்படுத்துவதுபோல் தோன்றுகின்ற மக்களிடமும் சூழல்களிடமும் நான் நடந்து கொள்ளும் விதத்தின் வேகத்தை மட்டுமே அது அதிகரிக்கப் போகிறதா?

இன்னும் மிக ஆழமாக, அதிக அடிப்படையான வழியில் நான் பார்க்க வேண்டிய ஏதேனும் ஒன்று இருக்கிறதா? என் நேரத்தையும், என் வாழ்க்கையையும், என்னுடைய சொந்த இயல்பையும் நான் பார்க்கும் விதத்தைப் பாதிக்கின்ற ஏதேனும் ஒரு கருத்துக் கண்ணோட்டம் எனக்குள் ஒளிந்திருக்கிறதா?

என்னுடைய திருமண வாழ்க்கை ஜீவனற்றுப் போய்விட்டது. நாங்கள் சண்டை எதுவும் போட்டுக் கொள்வதில்லை. ஆனால், நாங்கள் இனியும் ஒருவரையொருவர் நேசிக்கவில்லை. நாங்கள் திருமண ஆலோசனை பெற்றுள்ளோம். இன்னும் எண்ணற்ற விஷயங்களை முயற்சித்துப் பார்த்துள்ளோம். ஆனால், முன்பு எங்கள் இருவருக்கும் இடையே இருந்த அந்த உணர்வை எங்களால் மீண்டும் சுடர்விடச் செய்ய முடியவில்லை.

என் மனைவி என்னைச் சிறப்பாகப் புரிந்து கொள்வதற்கு உதவும் வகையில், என்னுடைய உணர்வுகள் அனைத்தையும் கொட்டித் தீர்ப்பதற்கு இடமளிக்கின்ற ஏதேனும் புதிய புத்தகமோ அல்லது

பயிலரங்கோ நிச்சயமாக இருந்தாக வேண்டும் என்று ஆளுமை நெறிமுறை என்னிடம் கூறுகிறது. ஒருவேளை அந்தப் புத்தகமோ அல்லது பயிலரங்கோ பிரயோஜனமற்ற ஒன்றாகவும் போய்விடலாம். ஒரு புதிய உறவால் மட்டுமே எனக்குத் தேவையான அன்பைக் கொடுக்க முடியும் என்பதாகவும் அது இருக்கக்கூடும்.

ஆனால் என் வாழ்க்கைத் துணைவர் எனது உண்மையான பிரச்சனையாக இல்லாமல் இருப்பதற்கான சாத்தியக்கூறு உள்ளதா? அல்லது, என் வாழ்க்கைத் துணைவரின் பலவீனங்களுக்கு சக்தியூட்டி, என் வாழ்க்கையை, நான் நடத்தப்படும் விதத்தின் ஒரு செயல்பாடாக நானே ஆக்கிக் கொண்டிருக்கிறேனா?

என் வாழ்க்கைத் துணைவரைப் பற்றியும், திருமணத்தைப் பற்றியும், எது உண்மையான அன்பு என்பது பற்றியும் நான் கொண்டிருக்கும் ஏதோ ஓர் அடிப்படைக் கருத்துக் கண்ணோட்டம் என்னிடம் இருந்து, அது எனது பிரச்சனைக்கு உரமூட்டிக் கொண்டிருக்கின்றதா?

நமது பிரச்சனைகளை நாம் பார்க்கும் விதத்தையும், அவற்றைத் தீர்ப்பதற்கு நாம் முயற்சிக்கும் விதத்தையும் ஆளுமை நெறிமுறையின் கருத்துக் கண்ணோட்டங்கள் எவ்வாறு அடிப்படையாக பாதிக்கின்றன என்பதை உங்களால் காண முடிகிறதா?

மக்கள் அதைப் பார்க்கிறார்களோ இல்லையோ, ஆளுமை நெறிமுறை வாரி வழங்குகின்ற வெறுமையான வாக்குறுதிகளால் அதிகமான மக்கள் ஏமாற்றமடைந்து வருகின்றனர். நான் நாடு முழுவதிலும் பயணம் செய்து, பல நிறுவனங்களுடன் பணியாற்றி வருகையில், நீண்டகால சிந்தனையைக் கொண்ட நிர்வாக உயரதிகாரிகள் ஊக்குவிப்பு உளவியலாலும், வெறும் சுவாரசியமான கதைகளைத் தங்கள் சொல்லாற்றலுடன் குழைத்துக் கொடுப்பதைத் தவிர அதிகமாக வேறு எதையும் பகிர்ந்து கொள்ளாத 'ஊக்குவிப்புப்' பேச்சாளர்களாலும் ஏமாற்றமடைந்துள்ளதை நான் காண்கிறேன்.

அவர்கள் அர்த்தமுள்ள விஷயங்களையும் செயல்முறைகளையும் விரும்புகின்றனர். வலிநிவாரணிகளைக் காட்டிலும் அதிகமானவற்றை அவர்கள் விரும்புகின்றனர். அடிப்படையில் இருக்கின்ற நாட்பட்டப் பிரச்சனைகளைத் தீர்க்கவும், நீண்டகால விளைவுகளைப் பெற்றுத் தருகின்ற கோட்பாடுகள்மீது கவனம் செலுத்தவும் அவர்கள் விரும்புகின்றனர்.

ஒரு புதிய சிந்தனை நிலை

ஆல்பர்ட் ஐன்ஸ்டீன் இவ்வாறு கூறினார்: "நாம் எதிர்கொள்கின்ற குறிப்பிடத்தக்கப் பிரச்சனைகளை, அவற்றை நாம் உருவாக்கியபோது நமது சிந்தனை எந்த நிலையில் இருந்ததோ, அதே நிலையிலான சிந்தனையைக் கொண்டு தீர்க்க முடியாது."

நாம் நம்மைச் சுற்றியும் நமக்கு உள்ளேயும் பார்த்து, ஆளுமை நெறியைக் கடைபிடித்து வாழ்ந்து வருவதன் மூலம் நாம் உருவாக்கியுள்ள பிரச்சனைகளை அடையாளம் காணும்போது, இவை மிகவும் ஆழமான,

அடிப்படைப் பிரச்சனைகள் என்பதையும், எந்த மேலோட்டமான நிலையில் அவை உருவாக்கப்பட்டனவோ அந்த நிலையில் அவற்றைத் தீர்க்க முடியாது என்பதையும் நாம் உணரத் துவங்குகிறோம்.

நமக்கு ஒரு புதிய நிலை, ஓர் ஆழமான சிந்தனை நிலை தேவை. இந்த ஆழமான பிரச்சனைகளைத் தீர்ப்பதற்கு, திறமையான மனிதர்களாகவும், திறமையாகக் கருத்துக்களைப் பரிமாறுபவர்களாகவும் இருப்பதற்கான பிராந்தியத்தைத் துல்லியமாக வரையறுக்கின்ற கொள்கைகளின் அடிப்படையில் அமைந்த ஒரு கருத்துக் கண்ணோட்டம் நமக்குத் தேவை.

இந்தப் புதிய சிந்தனை நிலையைப் பற்றியதுதான் 'அதிக ஆற்றல் வாய்ந்த மனிதர்களுக்கான 7 பழக்கங்கள்.' தனிப்பட்ட மேம்பாடு மற்றும் மற்றவர்களுடனான உறவுகளின் மேம்பாட்டிற்கான, கொள்கைகளை மையமாகக் கொண்ட, குணநலன்களை அடிப்படையாகக் கொண்ட, உள்ளிருந்து துவங்கும் அணுகுமுறை இது.

'உள்ளிருந்து துவங்குதல்' என்றால் முதலில் நம்மிடமிருந்து துவங்குவது என்று பொருள். இன்னும் அடிப்படையாக விவரித்தால், உங்களுக்குள் ஆழமாக உறைந்திருக்கின்ற கருத்துக் கண்ணோட்டங்கள், உங்கள் குணநலன்கள், மற்றும் உங்கள் உள்நோக்கங்கள் ஆகியவற்றிலிருந்து துவங்குவது என்று அர்த்தம்.

மகிழ்ச்சியான திருமண வாழ்க்கை உங்களுக்கு அமைய வேண்டும் என்று நீங்கள் விரும்பினால், எதிர்மறை ஆற்றலுக்கு சக்தியூட்டுவதை விட்டுவிட்டு, எதிர்மறை ஆற்றலைப் புறக்கணித்துவிட்டு, நேர்மறை ஆற்றலை உற்பத்தி செய்யக்கூடிய நபராக இருங்கள். உங்களுடைய பருவ வயதுக் குழந்தை இனிமையானவனாக, ஒத்துழைப்பவனாக இருக்க வேண்டும் என்று நீங்கள் விரும்பினால், அதிகப் புரிதலுடன்கூடிய, பச்சாதாப உணர்வு கொண்ட, ஒரே சீராக நடந்து கொள்கின்ற, அன்பான பெற்றோராக இருங்கள். உங்கள் வேலையில் அதிக சுதந்திரத்தையும் அதிக வாய்ப்பையும் நீங்கள் விரும்பினால், அதிகப் பொறுப்புள்ள, அதிக உதவிகரமான, அதிகமாகப் பங்காற்றுகின்ற ஓர் ஊழியராக இருங்கள். பிறர் உங்களை நம்ப வேண்டும் என்று நீங்கள் விரும்பினால், மற்றவர்களின் நம்பிக்கைக்கு உரியவராக இருங்கள். அங்கீகரிக்கப்பட்டத் திறமை என்னும் இரண்டாம்பட்ச மகத்துவத்தை நீங்கள் விரும்பினால், குணநலன்கள் என்னும் முதன்மை மகத்துவத்தின்மீது கவனத்தைக் குவியுங்கள்.

பொது வெற்றியைவிட ஒருவரது தனிப்பட்ட வெற்றிக்கு முன்னுரிமை அளிக்கப்பட வேண்டும் என்றும், மற்றவர்களுக்கு வாக்குறுதிகளைக் கொடுப்பது, அவற்றைக் காப்பாற்றுவது ஆகியவற்றோடு ஒப்பிடும்போது, நமக்கு நாமே வாக்குறுதிகளைக் கொடுத்துக் கொள்வதற்கும், அவற்றைக் காப்பாற்றுவதற்கும் முன்னுரிமை அளிக்கப்பட வேண்டும் என்று 'உள்ளிருந்து துவங்குதல்' அணுகுமுறை கூறுகிறது. குணநலன்களோடு ஒப்பிடுகையில் ஆளுமைக்கு முன்னுரிமை கொடுப்பதும், நம்மை மேம்படுத்திக் கொள்வதற்கு முன்

மற்றவர்களுடனான உறவுகளை மேம்படுத்திக் கொள்ள முயற்சிப்பதும் வீணானது, பயனற்றது என்றும் அது கூறுகிறது.

உள்ளிருந்து துவங்குதல் என்பது ஒரு செயல்முறை. மனித வளர்ச்சியையும் முன்னேற்றத்தையும் கட்டுப்படுத்துகின்ற இயற்கை விதிகளின் அடிப்படையில் அமைந்த புதுப்பித்தல் குறித்த ஒரு தொடர்ச்சியான செயல்முறை இது. பொறுப்புடன்கூடிய சார்பின்மை மற்றும் திறமையான பரஸ்பர சார்பு ஆகியவற்றின் உயர்ந்த வடிவத்திற்கு இட்டுச் செல்கின்ற ஒரு மேல்நோக்கிய வளர்ச்சி இது.

அற்புதமான மனிதர்கள், திறமையான மனிதர்கள், மகிழ்ச்சியையும் வெற்றியையும் அடைவதற்குத் தீவிர விருப்பம் கொண்ட மக்கள், தேடிக் கொண்டிருக்கும் மக்கள், பிறரைக் காயப்படுத்திக் கொண்டிருக்கும் மக்கள் என்று பலதரப்பட்ட மக்களுடன் பணியாற்றுவதற்கு என் வாழ்வில் வாய்ப்புக் கிடைத்தது. நிர்வாக உயரதிகாரிகள், கல்லூரி மாணவர்கள், தேவாலயக் குழுக்கள், சமூக நலக் குழுக்கள், குடும்பங்கள் மற்றும் தம்பதியினருடன் நான் பணியாற்றியுள்ளேன். என்னுடைய அனைத்து அனுபவங்களிலும், பிரச்சனைகளுக்கான நிரந்தரத் தீர்வுகளும், நிரந்தமான மகிழ்ச்சியும், நிரந்தரமான வெற்றியும், வெளியிலிருந்து உள்ளே வந்ததாக நான் ஒருபோதும் பார்த்ததில்லை.

'வெளியிருந்து உள்ளாக' என்னும் கருத்துக் கண்ணோட்டத்தினால் பின்வரும் விளைவுகள் நிகழ்ந்துள்ளதை நான் பார்த்திருக்கிறேன். தாங்கள் பலிகடாக்கள் என்ற உணர்வுடன், செயலற்றுப் போயிருக்கின்ற, தங்களுடைய தேக்க நிலைக்கு மற்றவர்களின் பலவீனங்கள் மற்றும் சூழல்கள்மீது குற்றம் சுமத்துகின்ற, மகிழ்ச்சியற்ற மக்களை நான் பார்த்திருக்கிறேன். தங்களுடைய வாழ்க்கைத் துணைவர் மாற வேண்டும் என்று விரும்புகின்ற, தம்பதியர் இருவரும் பரஸ்பரம் அடுத்தவர்களின் 'பாவச் செயல்'களைப் பட்டியலிடுகின்ற, அடுத்தவரைத் தங்கள் வழிக்குக் கொண்டு வர முயற்சிக்கின்ற மக்களை நான் பார்த்திருக்கிறேன். நம்பிக்கை என்னும் அடித்தளம் உண்மையிலேயே இருக்கின்றது என்பதுபோல் தொழிலாளர்கள் நடந்து கொள்வதற்கு அவர்களைக் கட்டாயப்படுத்துகின்ற சட்டங்களை உருவாக்குவதில் ஏராளமான நேரத்தையும் ஆற்றலையும் செலவழிக்கின்ற மக்களை உள்ளடக்கிய தொழிலாளர் நிர்வாகத் தகராறுகளை நான் பார்த்திருக்கிறேன்.

எங்களுடைய குடும்ப உறுப்பினர்கள் தென்னாப்பிரிக்கா, இஸ்ரேல், மற்றும் அயர்லாந்தில் வாழ்ந்துள்ளனர். இந்த ஒவ்வோர் இடத்திலும், வெளியிருந்து உள்ளாக என்ற ஆதிக்கமான சமுதாயக் கருத்துக் கண்ணோட்டம்தான் தொடர்ச்சியான பிரச்சனைகளுக்கான மூலம் என்று நான் நம்புகிறேன். இதில் சம்பந்தப்பட்டுள்ள ஒவ்வொரு குழுவினரும் பிரச்சனை 'வெளியே' இருப்பதாகவும், 'அவர்கள்' (அதாவது, அடுத்தக் குழுவினர்) தங்களை நெறிப்படுத்திக் கொண்டால் அல்லது மாயமாய் மறைந்துவிட்டால், பிரச்சனை தீர்ந்துவிடும் என்றும் உறுதியாக நம்பினர்.

உள்ளிருந்து துவங்குதல் என்பது பெரும்பாலான மக்களுக்கு ஒரு குறிப்பிடத்தக்கக் கருத்துக் கண்ணோட்ட மாற்றமாகும். இதற்கு முக்கியக் காரணம், அவர்களது வளர்ப்பு அவர்கள்மீது ஏற்படுத்தியுள்ள சக்திமிக்கத் தாக்கமும், ஆளுமை நெறி குறித்தத் தற்போதைய சமுதாயக் கருத்துக் கண்ணோட்டமும்தான்.

ஆனால் என்னுடைய தனிப்பட்ட அனுபவமும், பிற ஆயிரக்கணக்கான மக்களுடன் பணியாற்றியதிலிருந்து எனக்குக் கிடைத்த அனுபவமும், வரலாறு நெடுகிலும் இருந்து வந்துள்ள வெற்றிகரமான தனிநபர்கள் மற்றும் சமுதாயங்கள் ஆகியவற்றை நான் கவனமாக ஆய்வு செய்ததில் கிடைத்த விஷயங்களும், ஏழு பழக்கங்களில் பொதிந்துள்ள பல கொள்கைகள் நமக்குள்ளும், நமது மனசாட்சியிலும், நமது பொது அறிவிலும் ஏற்கனவே ஆழமாகப் பதிந்துள்ளன என்று என்னை ஏற்றுக் கொள்ள வைத்துள்ளன. அவற்றை அடையாளம் கண்டுகொள்வதற்கும், அவற்றை உருவாக்குவதற்கும், நமது ஆழமான பிரச்சனைகளைத் தீர்ப்பதற்கு அவற்றைப் பயன்படுத்துவதற்கும், நாம் வித்தியாசமாகச் சிந்திக்க வேண்டும், நம்முடைய கருத்துக் கண்ணோட்டங்களை ஒரு புதிய, ஆழமான, உள்ளிருந்து துவங்கும் நிலைக்கு மாற்ற வேண்டும்.

இக்கொள்கைகளைப் புரிந்து கொண்டு, இவற்றை நமது வாழ்வில் ஒருங்கிணைப்பதற்கு நாம் உண்மையிலேயே முயற்சி செய்தால், **டி.எஸ். எலியட்டின்** கூற்றில் உள்ள உண்மையை நம்மால் கண்டுபிடிக்க முடியும் என்று நான் உறுதியாக நம்புகிறேன்.

"நாம் நமது தேடலை ஒருபோதும் நிறுத்தக்கூடாது. நாம் நிறுத்தும் இடம் நாம் துவங்கிய இடமாக இருக்க வேண்டும். அது அந்த இடத்தை நாம் முதன்முதலாக அறிவதுபோலவும் இருக்க வேண்டும்."

ஏழு பழக்கங்கள் - ஓர் அறிமுகம்

"நாம் எதை மீண்டும் மீண்டும் செய்கிறோமோ
அதுவாகவே ஆகிவிடுகிறோம்.
அப்படிப் பார்த்தால், மகத்துவம் என்பது ஒரு செயல்
நடவடிக்கையல்ல, அது ஒரு பழக்கம்."
*- **அரிஸ்டாட்டில்***

நமது குணநலன்கள் என்பவை அடிப்படையில் நமது பழக்கங்களின் ஒரு கலவை. "ஓர் எண்ணத்தை விதைத்தால், ஒரு செயலை அறுவடை செய்வீர்கள்; ஒரு செயலை விதைத்தால் ஒரு பழக்கத்தை அறுவடை செய்வீர்கள்; ஒரு பழக்கத்தை விதைத்தால் ஒரு குணநலனை அறுவடை செய்வீர்கள்; ஒரு குணநலனை விதைத்தால் ஒரு தலைவிதியை அறுவடை செய்வீர்கள்," என்று ஒரு கூற்று உள்ளது.

பழக்கங்கள் நம்முடைய வாழ்வில் சக்திவாய்ந்த காரணிகளாக உள்ளன. அவை தொடர்ச்சியானவையாகவும், பெரும்பாலும் நம்மையும் அறியாமல் வெளிப்படுபவையாகவும் இருப்பதால், அவை எவ்வித மாற்றமும் இன்றி ஒவ்வொரு நாளும் நம்முடைய குணநலன்களை வெளிப்படுத்தி, நமது ஆற்றலை அல்லது ஆற்றலின்மையை உருவாக்குகின்றன.

மாபெரும் கல்வியாளரான ஹொரேஸ் மான் ஒருமுறை இவ்வாறு கூறியுள்ளார்: "பழக்கங்கள் உறுதியான கயிற்றைப் போன்றவை. ஒவ்வொரு நாளும் நாம் அதன் ஒவ்வோர் இழையை முடைகிறோம். விரைவில் அது அறுக்க முடியாத ஒன்றாக ஆகிவிடுகிறது." அவரது கூற்றின் கடைசிப் பகுதியோடு தனிப்பட்ட முறையில் எனக்கு உடன்பாடில்லை. பழக்கத்தை உடைக்க முடியும் என்று எனக்குத் தெரியும். பழக்கங்களை நம்மால் கற்றுக் கொள்ளவும் முடியும், நம்மால் அவற்றை மறக்கவும் முடியும். ஆனால் இதற்கு உடனடித் தீர்வு எதுவும் கிடையாது என்பதும் எனக்குத் தெரியும். இது ஒரு செயல்பாட்டையும், ஏராளமான அர்ப்பணிப்பையும் உள்ளடக்கியது.

அப்போலோ 11 விண்வெளிக்கலனில் பயணம் செய்த விண்வெளி வீரர்கள் நிலாவில் முதன்முதலில் காலடி எடுத்து வைத்ததை நம்மில் பலர் தொலைக்காட்சியில் கண்டு மெய்மறந்து போனோமல்லவா? அந்த அபாரமான சாதனைகளை விவரிப்பதற்கு 'அதி அற்புதம்,' 'நம்புதற்கரிய அதிசயம்' போன்ற வார்த்தைகள் போதுமானவையாக இருக்கவில்லை. ஆனால் அந்த வீரர்கள் நிலவைச் சென்றடைவதற்கு, புவியின் அளப்பரிய ஈர்ப்பு விசையில் இருந்து தங்களை விடுவித்துக் கொள்ள

வேண்டியிருந்தது. அந்த விண்வெளிக்கலன் பல நாட்களாகப் பல லட்சம் மைல்கள் பயணம் செய்வதற்குச் செலவிட்ட ஆற்றலைவிடப் பல மடங்கு அதிகமான ஆற்றலை பூமியைவிட்டு மேலே கிளம்பிய முதல் ஒருசில நிமிடங்களில் செலவிட்டது.

பழக்கங்கள் ஏராளமான ஈர்ப்பு விசையைக் கொண்டுள்ளன. பெரும்பாலான மக்கள் இதை உணர்வதில்லை அல்லது ஒப்புக் கொள்ள விரும்புவதில்லை. காலம் தாழ்த்துவது, பொறுமையின்மை, சீர்தூக்கிப் பார்த்தல், சுயநலம் போன்ற, மனித ஆற்றலுக்கான அடிப்படைக் கொள்கைகளை மீறுகின்ற, நம்முள் ஆழமாகப் பதிந்துள்ள பழக்கங்களை உடைத்தெறிவதற்கு சற்றுக் கூடுதலான மனஉறுதியும், நம் வாழ்வில் ஒருசில சிறிய மாற்றங்களும் தேவை. 'மேலே கிளம்புவதற்கு' ஏராளமான முயற்சி தேவை. ஆனால் ஈர்ப்பு விசையின் பிடியில் இருந்து நாம் நம்மை விடுவித்துக் கொண்டுவிட்டால், நமது சுதந்திரம் முற்றிலும் ஒரு புதிய பரிமாணத்தைப் பெறுகிறது.

இயற்கையின் எந்தவொரு விசையையும் போலவே, ஈர்ப்பு விசையால் நமக்காகவும் செயல்பட முடியும் அல்லது நமக்கு எதிராகவும் செயல்பட முடியும். நம்முடைய பழக்கங்கள் சிலவற்றின் ஈர்ப்பு விசை, நாம் செல்ல விரும்பும் இடத்திற்குச் செல்வதிலிருந்து தற்போது நம்மைத் தடுத்துக் கொண்டிருக்கக்கூடும். ஆனால், நம்முடைய உலகத்தைக் கட்டுக்கோப்பாகத் தாங்கிப் பிடித்திருப்பதும், கோள்கள் தம் சுற்றுப்பாதையில் சுற்றி வருவதற்குக் காரணமாக இருப்பதும், நமது பிரபஞ்சத்தை ஒழுங்குடன் வைத்திருப்பதும் ஈர்ப்பு விசைதான். அது ஒரு சக்திவாய்ந்த விசை. அதை நாம் திறமையாகப் பயன்படுத்தினால், நம் வாழ்வில் ஆற்றலை நிர்மாணித்துக் கொள்வதற்குத் தேவையான இணக்கத்தையும் ஒழுங்கையும் உருவாக்குவதற்கு அதை நம்மால் பயன்படுத்திக் கொள்ள முடியும்.

'பழக்கங்கள்' வரையறுக்கப்படுகின்றன

ஒரு பழக்கம் என்பது அறிவு, திறமை, மற்றும் விருப்பம் ஆகியவற்றின் சந்திப்பு என்று நாம் இங்கு வரையறுத்துக் கொள்ளலாம்.

அறிவு என்பது, என்ன செய்ய வேண்டும், ஏன் அதைச் செய்ய வேண்டும் என்ற கோட்பாட்டுரீதியான கருத்துக் கண்ணோட்டம். அதை எப்படிச் செய்வது என்பதுதான் திறமை. அதைச் செய்வதற்கான ஊக்குவிப்புதான் விருப்பம். ஒன்றை நம் வாழ்வில் ஒரு பழக்கமாக ஆக்குவதற்கு, இந்த மூன்றும் நம்மிடம் இருக்க வேண்டும்.

என் சக பணியாளர்கள், என் வாழ்க்கைத் துணைவர், அல்லது என் குழந்தைகள் ஆகியோருடன் நான் மேற்கொள்ளும் கருத்துப் பரிமாற்றத்தில் நான் திறமையற்றவனாக இருக்கக்கூடும். ஏனெனில், நான் சிந்திக்கும் விஷயங்களைப் பற்றி மட்டுமே எப்போதும் நான் அவர்களிடம் கூறிக் கொண்டிருக்கிறேனே தவிர, அவர்கள் கூறுவதை ஒருபோதும் நான் செவிமடுப்பதில்லை. மனிதக் கருத்துப் பரிமாற்றத்தின் சரியான கொள்கைகளை நான் தேடிக் கண்டுபிடிக்காவிட்டால், நான்

காதுகொடுத்துக் கேட்க வேண்டியது அவசியம் என்பதுகூட எனக்குத் தெரியாமல் போய்விடும்.

மற்றவர்களுடன் திறம்படக் கருத்துக்களைப் பரிமாறிக் கொள்வதற்கு நான் உண்மையிலேயே அவர்களது பேச்சைக் காதுகொடுத்துக் கேட்க வேண்டும் என்பது எனக்குத் தெரிந்திருந்தாலும், அதற்கான திறமை என்னிடம் இல்லாமல் போகலாம். இன்னொரு மனிதர் பேசுவதை எவ்வாறு உண்மையிலேயே ஆழ்ந்து கவனிக்க வேண்டும் என்பது எனக்குத் தெரியாமலேயே போகக்கூடும்.

நான் காதுகொடுத்துக் கேட்க வேண்டும் என்பதும், எவ்வாறு காதுகொடுத்துக் கேட்க வேண்டும் என்பதும் மட்டும் எனக்குத் தெரிந்திருந்தால் போதாது. காதுகொடுத்துக் கேட்க வேண்டும் என்று உண்மையிலேயே நான் விரும்பினால் தவிர, அது என் வாழ்வில் ஒரு பழக்கமாக ஆகாது. ஒரு பழக்கத்தை உருவாக்குவதற்கு மூன்று பரிமாணங்களிலும் நடவடிக்கை எடுக்க வேண்டியது அவசியம்.

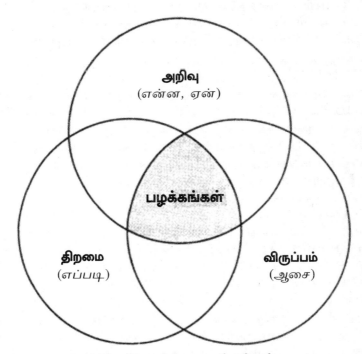

ஆற்றல்வாய்ந்த பழக்கங்கள்
உட்கிரகித்துக் கொள்ளப்பட்டக் கொள்கைகளும் நடத்தையும்

இருத்தல் அல்லது பார்த்தல் மாற்றம் என்பது மேல்நோக்கிய ஒரு செயல்முறை — இருத்தல் பார்த்தலை மாற்றுகிறது; இதன் விளைவாக, பார்த்தல் இருத்தலை மாற்றுகிறது; மேல்நோக்கிய வளர்ச்சிச் சுழற்சியில் இது மாற்றி மாற்றி நடந்து கொண்டேயிருக்கிறது. அறிவு, திறமை, மற்றும்

விருப்பம் ஆகியவற்றின்மீது நாம் கவனம் செலுத்தி, தேவையான நடவடிக்கையை மேற்கொள்ளும்போது, பல வருடங்களாக ஒரு போலியான பாதுகாப்பில் இருந்து வந்திருந்த நம்முடைய பழைய கருத்துக் கண்ணோட்டங்களில் இருந்து விடுபட்டு, தனிப்பட்ட ஆற்றல் மற்றும் மற்றவர்களுடனான உறவில் மேம்பாடு ஆகியவற்றில் ஒரு புதிய நிலையை நோக்கி நம்மால் பயணிக்க முடியும்.

சில சமயங்களில் இது வேதனை தரக்கூடிய ஒரு செயல்முறையாக அமையும். இந்த மாற்றம் ஓர் உயர்ந்த நோக்கத்தினால் ஊக்குவிக்கப்பட வேண்டிய ஒன்று. உங்கள் வாழ்வில் பின்னாளில் உங்களுக்கு என்ன வேண்டும் என்று நீங்கள் விரும்புகிறீர்களோ, அதற்கு முன்னுரிமை கொடுத்து, நீங்கள் இப்போது கைவசப்படுத்த விரும்பும் விஷயத்தைப் பின்னுக்குத் தள்ளிப் போடுவதற்கான விருப்பத்தால் ஊக்குவிக்கப்பட வேண்டிய ஒன்று அது. ஆனால் இச்செயல்முறை, 'நமது இருத்தலின் நோக்கம் மற்றும் வடிவமைப்'பாக விளங்கும் மகிழ்ச்சியை உருவாக்குகிறது. இறுதியில் நாம் சாதிக்க விரும்புகின்ற விஷயத்திற்காக, இப்போது நாம் விரும்பும் விஷயத்தைத் தியாகம் செய்வதற்கான விருப்பம் மற்றும் திறன்தான் மகிழ்ச்சி என்று மகிழ்ச்சியை நாம் வரையறுக்கலாம்.

தொடர் முதிர்ச்சி

ஏழு பழக்கங்கள் என்பவை உற்சாகத்தைத் தூண்டுவதற்கான சூத்திரங்களின் தனித்தனி அம்சங்கள் அல்ல. வளர்ச்சிக்கான இயற்கை விதிகளுடன் இணைந்து, தனிப்பட்ட ஆற்றல் மற்றும் மற்றவர்களுடனான உறவுகளின் மேம்பாடு ஆகியவற்றின் உருவாக்கத்திற்கான படிப்படியான, வரிசையொழுங்குடன்கூடிய, சிறப்பாக ஒருங்கிணைக்கப்பட்ட அணுகுமுறைதான் இந்த ஏழு பழக்கங்கள். சார்பு நிலையிலிருந்து சார்பின்மை நிலைக்கும், பிறகு சகசார்பு நிலைக்கும் அவை நம்மைப் படிப்படியாக ஒரு தொடர் முதிர்ச்சியில் அழைத்துச் செல்கின்றன.

நாம் ஒவ்வொருவரும் நம்முடைய வாழ்க்கையை, எல்லாவற்றுக்கும் பிறரை முழுவதுமாகச் சார்ந்திருக்கின்ற ஒரு பச்சிளம் குழந்தையாகத் துவங்குகிறோம். நாம் மற்றவர்களால் வழிநடத்தப்படுகிறோம், பராமரிக்கப்படுகிறோம், பாதுகாக்கப்படுகிறோம். இந்தப் பராமரிப்பு நமக்குக் கிடைக்காவிட்டால், ஒருசில மணிநேரங்கள் அல்லது அதிகபட்சமாக ஒருசில நாட்கள் மட்டுமே நம்மால் உயிர்வாழ முடியும்.

பிறகு, மாதங்களும் வருடங்களும் செல்லச் செல்ல, படிப்படியாக, நாம் உடல்ரீதியாகவும், மனரீதியாகவும், உணர்ச்சிரீதியாகவும், பொருதாரரீதியாகவும் அதிக சுதந்திரமானவர்களாக, சார்பற்றவர்களாக உருவாகிறோம். இறுதியில் ஒருநாள் நம்மை நாமே கவனித்துக் கொள்ளக்கூடிய ஒரு நிலையை எட்டிவிடுகிறோம், நாம் உள்ளிருந்து வழிநடத்தப்படுகிறோம், சுயசார்புடையவர்களாக மாறுகிறோம்.

நாம் தொடர்ந்து வளர்ந்து பக்குவமடையும்போது, சமுதாயம் உட்பட, இயற்கையில் உள்ள அனைத்தும் பரஸ்பர சார்புடன் இருக்கின்றன, இயற்கையைக் கட்டுப்படுத்துகின்ற ஒரு சூழலியல் அமைப்பு உள்ளது என்ற விழிப்புணர்வு நமக்கு அதிக அளவில்

ஏற்படுகிறது. அதோடு, மனித வாழ்வும் பரஸ்பர சார்புடையதாகவே இருப்பதையும் நாம் கண்டறிவோம்.

குழந்தைப் பருவத்தில் துவங்கி, பெரியவர்களாவது வரை நமது வளர்ச்சி முழுவதும் இயற்கை விதிக்கு இசைவாகவே அமைந்துள்ளது. வளர்ச்சிக்குப் பல பரிமாணங்கள் உள்ளன. எடுத்துக்காட்டாக, நாம் உடல்ரீதியாக முழுமையாகப் பக்குவமடைவது என்பது, உணர்ச்சிரீதியாகவோ அல்லது மனரீதியாகவோ நாம் அதே அளவு பக்குவத்தை அடைவோம் என்பதற்கான உத்தரவாதமல்ல. அதே சமயத்தில், உடல்ரீதியாக ஒருவர் பிறரைச் சார்ந்திருக்க நேர்ந்தால், அவர் உளரீதியாகவோ அல்லது உணர்சிரீதியாகவோ பக்குவமற்றவராக இருக்க வேண்டிய அவசியமில்லை.

தொடர் முதிர்ச்சிக் கோட்பாட்டில் சார்பு என்பது நீங்கள் என்பதற்கான உருவகக் கண்ணோட்டம் — நீங்கள் என்னைக் கவனித்துக் கொள்கிறீர்கள்; நீங்கள் எனக்கு ஆதரவாக இருக்கிறீர்கள்; நீங்கள் என் உதவிக்கு வரவில்லை; விளைவுகளுக்கு நீங்கள்தான் பொறுப்பு.

சார்பின்மை என்பது நான் என்பதற்கான உருவகக் கண்ணோட்டம் — என்னால் செய்ய முடியும்; நான்தான் பொறுப்பு; நான் சுயசார்பு உள்ளவனாக இருக்கிறேன்; என்னால் தேர்ந்தெடுக்க முடியும்.

சகசார்பு என்பது நாம் என்பதற்கான உருவகக் கண்ணோட்டம் — நம்மால் செய்ய முடியும்; நம்மால் ஒத்துழைக்க முடியும்; நமது திறமைகளையும் திறன்களையும் பயன்படுத்தி, சிறப்பான ஏதேனும் ஒன்றை நம்மால் இணைந்து உருவாக்க முடியும்.

பிறரைச் சார்ந்திருக்கும் மக்கள் தங்களுக்கு விருப்பமானவற்றைப் பெறுவதற்கு மற்றவர்களின் உதவி அவர்களுக்குத் தேவை. எவரையும் சார்ந்திருக்காத மக்கள் தங்களுக்கு வேண்டியதைத் தங்கள் சொந்த முயற்சியின் மூலம் பெற்றுக் கொள்வார்கள். சகசார்புடைய மக்கள் மாபெரும் விஷயங்களைச் சாதிப்பதற்குத் தங்கள் சொந்த முயற்சிகளை மற்றவர்களின் முயற்சிகளோடு இணைத்துக் கொள்கின்றனர்.

நான் உடல்ரீதியாக மற்றவர்களைச் சார்ந்திருந்தால் — பக்கவாதம் அல்லது வேறு ஏதோ ஒரு வழியில் உடல்ரீதியாக நான் மட்டுப்படுத்தப்பட்டு இருந்தால், உங்கள் உதவி எனக்குத் தேவைப்படும். உணர்ச்சிரீதியாக நான் உங்களைச் சார்ந்திருந்தால், என் சுயமதிப்பும் பாதுகாப்பு உணர்வும் என்னைப் பற்றி நீங்கள் கொண்டுள்ள அபிப்பிராயத்திலிருந்து வரும். உங்களுக்கு என்னைப் பிடிக்கவில்லை என்றால், அது என்னை நிலைகுலையச் செய்துவிடும். அறிவுரீதியாக நான் உங்களைச் சாந்திருந்தால், எனக்காக சிந்திப்பதற்கு நான் உங்களை நம்பியிருப்பேன். என் வாழ்வில் உள்ள விவகாரங்களையும் பிரச்சனைகளையும் சமாளிப்பதற்கு உங்கள் சிந்தனையைச் சார்ந்திருப்பேன்.

நான் சார்பற்றவனாக இருந்தால், உடல்ரீதியாக என் வேலைகளை என்னால் பார்த்துக் கொள்ள முடியும். உளரீதியாக, என்னால் சொந்தமாக சிந்தித்துக் கொள்ள முடியும். ஒரு நுட்பமான சிந்தனை நிலையிலிருந்து வேறொரு சிந்தனை நிலைக்கு என்னால் செல்ல முடியும்.

படைப்புத்திறனுடனும் பகுத்தறிவுரீதியாகவும் சிந்தித்து, பிறருக்குப் புரிகின்ற விதத்தில் என் எண்ணங்களை என்னால் வெளிப்படுத்த முடியும். உணர்ச்சிரீதியாக, எனக்குள்ளிருந்து நான் மதிப்பிடப்படுவேன். நான் உள்ளிருந்து வழிநடத்தப்படுவேன். என் சுயமதிப்பு மற்றவர்கள் என்னை விரும்புவதையோ அல்லது நன்றாக நடத்துவதையோ சார்ந்திருக்காது.

சார்பின்மை என்பது சார்பைவிட அதிகப் பக்குவமானது என்பதை நம்மால் சுலபமாகக் கண்டு கொள்ள முடியும். சார்பின்மை என்பது ஒரு மாபெரும் சாதனை. ஆனால் அது முதன்மையானது அல்ல.

ஆனாலும், தற்போதைய சமுதாயக் கருத்துக் கண்ணோட்டம் சார்பின்மையை அரியணையில் ஏற்றி வைக்கிறது. அது பல தனிநபர்கள் மற்றும் சமுதாய இயக்கங்களின் உறுதியான இலக்காக உள்ளது. கருத்துப் பரிமாற்றம், குழுப்பணி, ஒத்துழைப்பு ஆகியவை அனைத்தும் ஏதோ குறைந்த மதிப்பீடுகள் என்பதுபோல், சுயமேம்பாடு குறித்தப் படைப்புகளும் பேச்சுகளும் சார்பின்மையை உயர்ந்த நிலையில் வைக்கின்றன.

சார்பின்மைக்கு அளிக்கப்படுகின்ற தற்போதைய முக்கியத்துவத்தின் பெரும்பகுதி, சார்பிற்கு எதிரான ஓர் எதிர்வினையே. மற்றவர்கள் நம்மைக் கட்டுப்படுத்துவது, வரையறுப்பது, வஞ்சிப்பது, தங்களுக்கு அனுகூலமாக நம்மை ஏமாற்றிப் பயன்படுத்துவது ஆகியவற்றுக்கு எதிரான ஒரு நடவடிக்கைதான் அது.

மிகக் குறைவாகவே புரிந்து கொள்ளப்பட்டுள்ள சகசார்பு, சார்புக்கு விழும் அடியாகப் பலருக்குத் தோன்றுவதால், சார்பின்மை என்ற பெயரில் அவர்கள் தங்கள் சுயநலக் காரணங்களுக்காகத் தங்கள் வாழ்க்கைத் துணைவரைவிட்டுப் பிரிவது, குழந்தைகளைக் கைவிடுவது, அனைத்துவிதமான சமூகப் பொறுப்புகளைப் புறக்கணிப்பது போன்ற காரியங்களில் ஈடுபடுவதை நாம் காண்கிறோம்.

தங்கள் பொறுப்புகளைத் தட்டிக் கழிப்பது, சுதந்திரமானவர்களாக ஆவது, தங்கள் உரிமையை நிலைநாட்டுவது, தங்கள் சொந்த விஷயத்தைச் செய்வது போன்ற எதிர்வினை விளைவுகள், நம்மால் தப்பியோட முடியாத அதிக அடிப்படையான சார்புகளை வெளிப்படுத்துகின்றன. ஏனெனில், மற்றவர்களுடைய பலவீனங்கள் நம்முடைய உணர்ச்சிரீதியான வாழ்க்கையைப் பாழ்படுத்த அனுமதிப்பது அல்லது நம் கட்டுப்பாட்டிற்கு அப்பாற்பட்டச் சூழல்களாலும் மக்களாலும் நாம் பலிகடாவாக ஆக்கப்பட்டதுபோல் உணர்வது போன்ற சார்புகள் புறவுலகில் இல்லை, மாறாக அவை நமக்குள்தான் இருக்கின்றன.

நமது சூழல்களை நாம் மாற்ற வேண்டியிருக்கலாம். ஆனால் சார்புப் பிரச்சனை ஒரு தனிப்பட்டப் பக்குவம் தொடர்பான ஒரு பிரச்சனையாகும். சூழலுக்கும் அதற்கும் எவ்விதத் தொடர்பும் கிடையாது. சிறந்த சூழ்நிலைகளில்கூட, பக்குவமின்மையும் சார்பும் தொடர்ந்து நிலைத்திருக்கக்கூடும்.

உண்மையான சார்பின்மையானது செயலில் இறங்குவதற்கு நமக்கு அதிகாரம் அளிக்கிறது. சூழல்கள் மற்றும் பிற மக்களைச்

சார்ந்திருப்பதிலிருந்து அது நம்மை விடுவிக்கிறது. அது நம்மை விடுவிக்கின்ற ஒரு மதிப்புவாய்ந்த இலக்கு. ஆனால் ஆற்றல்மிக்க வாழ்க்கையில் இது உச்சகட்ட இலக்கு அல்ல.

சார்பற்றச் சிந்தனை மட்டுமே சகசார்பு யதார்த்தத்திற்குப் பொருத்தமானதல்ல. பரஸ்பர சார்புடன் சிந்திப்பதற்கான மற்றும் நடந்து கொள்வதற்கான பக்குவத்தைப் பெற்றிராத சார்பற்ற மக்களால் சிறந்த உற்பத்தியைக் கொடுக்கின்ற நல்ல தனிநபர்களாக இருக்க முடியும். ஆனால் அவர்களால் நல்ல தலைவர்களாகவோ அல்லது குழுவீரர்களாகவோ இருக்க முடியாது. திருமணம், குடும்பம், அல்லது நிறுவன யதார்த்தத்தில் வெற்றி பெறுவதற்குத் தேவையான பரஸ்பர சார்பு என்ற கருத்துக் கண்ணோட்டத்திலிருந்து அவர்கள் வருவதில்லை.

வாழ்க்கை இயல்பாகவே அதிக சகசார்புடைய ஒன்று. சார்பின்மையின் மூலம் உச்சபட்ச ஆற்றலை அடைய முயற்சிப்பது, கோல்ஃப் மட்டையைக் கொண்டு டென்னிஸ் விளையாடுவதைப் போன்றது. யதார்த்தத்திற்குப் பொருத்தமான கருவியல்ல அது.

சகசார்பு என்பது அதிகப் பக்குவமான, மேம்பாடான கோட்பாடு. உடல்ரீதியாக நான் பரஸ்பர சார்புடையவனாக இருந்தால், நான் தற்சார்புடையவனாகவும் திறன்மிக்கவனாகவும் இருக்கிறேன். ஆனால், நாம் இருவரும் சேர்ந்து பணிபுரிந்தால், என்னுடைய மிகச் சிறந்த முயற்சியைக் கொண்டு என்னால் தனியாக சாதிக்க முடிவதைவிட மிக அதிகமாக நம்மால் சாதிக்க முடியும் என்பதையும் நான் உணர்கிறேன். உணர்ச்சிரீதியாக நான் சகசார்பு கொண்டவனாக இருந்தால், என்னைப் பற்றிய உயர்ந்த மதிப்பை நான் எனக்குள்ளிருந்து உருவாக்கிக் கொள்கிறேன். அதே சமயத்தில், அன்பின் தேவையையும், பிறருக்கு அன்பைக் கொடுப்பதற்கான தேவையையும், மற்றவர்களிடமிருந்து அன்பைப் பெறுவதற்கான தேவையையும் நான் உணர்கிறேன். அறிவுரீதியாக நான் பரஸ்பர சார்பைக் கொண்டிருந்தால், என்னுடைய சிந்தனையுடன் இணைத்துக் கொள்வதற்கு மற்றவர்களுடைய சிறந்த சிந்தனை எனக்குத் தேவை என்பதை நான் உணர்கிறேன்.

சகசார்பு கொண்டவன் என்ற முறையில், என்னை மற்றவர்களுடன் ஆழமாகவும் அர்த்தத்துடனும் பகிர்ந்து கொள்வதற்கான வாய்ப்பு எனக்குக் கிடைக்கிறது. மற்றவர்களிடம் இருக்கும் பரந்த வளங்களையும் ஆற்றலையும் பயன்படுத்திக் கொள்வதற்கான வாய்ப்பும் எனக்கு வாய்க்கிறது.

சகசார்பு என்பது சார்பற்ற மனிதர்களால் மட்டுமே தேர்ந்தெடுக்கப்படக்கூடிய ஒன்று. சார்ந்திருக்கும் மக்களால் சகசார்பு கொண்டவர்களாக ஆவதைத் தேர்ந்தெடுக்க முடியாது. அதைச் செய்வதற்கான குணநலன்கள் அவர்களிடம் இல்லை. அவர்கள் அதற்கு அவ்வளவு பொறுப்பெடுத்துக் கொள்வதில்லை.

அதனால்தான் இனி வரவிருக்கும் அத்தியாயங்களில் கொடுக்கப்பட்டுள்ள 1வது, 2வது, மற்றும் 3வது பழக்கங்கள் சுயகட்டுப்பாட்டுத் திறனை அலசுகின்றன. இத்திறன் ஒரு நபரைச் சார்பு நிலையிலிருந்து சார்பற்ற நிலைக்கு அழைத்துச் செல்கிறது. இவைதான்

தனிப்பட்ட வெற்றிகளின் ஆதாரம்; குணநல வளர்ச்சியின் சாராம்சம். தனிப்பட்ட வெற்றிகள் பொது வெற்றிகளுக்கு முன்பாக வருகின்றன. ஒரு பயிரை நடுவதற்கு முன் எப்படி அறுவடை செய்ய முடியாதோ, அதேபோல் தனிப்பட்ட வெற்றிக்கு முன் பொது வெற்றி வருவதற்கான வாய்ப்பு கிடையாது. உள்ளிருந்து துவங்கும் செயல்முறை இது.

நீங்கள் உண்மையிலேயே சார்பற்றவராக ஆகும்போது, ஆற்றல்மிக்கப் பரஸ்பர சார்பிற்கான அடித்தளத்தைப் பெறுகிறீர்கள். 4வது, 5வது, மற்றும் 6வது பழக்கங்களில் உள்ள குழுப்பணி, ஒத்துழைப்பு, கருத்துப் பரிமாற்றம் போன்ற, ஆளுமை சார்ந்த 'பொது வெற்றிகள்' மீது திறம்படச் செயலாற்றுவதற்கான குணநல அடித்தளத்தை நீங்கள் பெறுகிறீர்கள்.

ஆனால், 4 வது, 5 வது, மற்றும் 6வது பழக்கங்களின்மீது கவனம் செலுத்துவதற்கு முன், முதல் மூன்று பழக்கங்களிலும் நீங்கள் கச்சிதமானவராக இருக்க வேண்டும் என்று அதற்குப் பொருளல்ல. இந்த வரிசையைப் புரிந்து கொள்வது உங்கள் வளர்ச்சியை அதிக ஆற்றலுடன் கையாள்வதற்கு உங்களுக்கு உதவும். ஆனால் முதல் மூன்று பழக்கங்களையும் நீங்கள் முழுமையாக உருவாக்கும்வரை பல வருடங்கள் உங்களைத் தனிமைப்படுத்திக் கொள்ளுங்கள் என்று நான் உங்களுக்குப் பரிந்துரைக்கவில்லை.

சகசார்பு உலகில் நீங்களும் ஓர் அங்கமாக இருப்பதால், ஒவ்வொரு நாளும் நீங்கள் அதனோடு தொடர்பு கொள்ள வேண்டியுள்ளது. ஆனால் அவ்வுலகின் தீவிரமான பிரச்சனைகள், அவற்றின் அடிப்படையான நாட்பட்ட குணநலக் கோளாறுகளை சுலபமாக மறைத்துவிடுகின்றன. நீங்கள் யாராக இருக்கிறீர்கள் என்பது உங்களுடைய ஒவ்வொரு பரஸ்பர சார்புக் கருத்துப் பரிமாற்றத்தின்மீதும் எவ்வாறு தாக்கத்தை ஏற்படுத்துகிறது என்பதைப் புரிந்து கொள்வது, வளர்ச்சிக்கான இயற்கை விதிகளுக்கு இசைவாக உங்களது முயற்சிகள்மீது வரிசைமுறையில் கவனம் செலுத்த உங்களுக்கு உதவும்.

ஏழாவது பழக்கம் ஒரு புதுப்பித்தல் பழக்கம் — வாழ்வின் நான்கு அடிப்படைப் பரிமாணங்களின் ஒரு முறையான, சமநிலையுடன்கூடிய புதுப்பித்தல் இது. இது மற்ற அனைத்துப் பழக்கங்களையும் உள்ளடக்கியது. தொடர்ச்சியான மேம்பாட்டிற்கான இப்பழக்கம், மேல்நோக்கிய வளர்ச்சியை உருவாக்கி, ஒவ்வொரு பழக்கத்தையும் நீங்கள் புரிந்து கொள்வதற்கும் அவற்றோடு வாழ்வதற்குமான புதிய நிலைகளுக்கு உங்களை உயர்த்துகிறது.

எதிர்ப்பக்கத்தில் இருக்கும் வரைபடம் ஏழு பழக்கங்களின் வரிசை மற்றும் பரஸ்பர சார்பை விளக்குகிறது. பழக்கங்களுக்கு இடையேயான வரிசைமுறையான உறவுகள் மற்றும் அவற்றின் கூட்டாற்றலைப் பற்றியும், அவை ஒன்றோடு ஒன்று தொடர்பு கொள்ளும்போது எவ்வாறு வலிமையான புதிய வடிவங்களைப் பெற்றுத் தங்கள் மதிப்பைக் கூட்டுகின்றன என்பது பற்றியும் நாம் ஆய்வு செய்யும்போது, கூடவே இந்த வரைபடம் இப்புத்தகம் நெடுகிலும் பயன்படுத்தப்பட்டு வரும். ஒவ்வொரு பழக்கமும் அறிமுகப்படுத்தப்படும்போது, அவற்றை நான் குறிப்பாகச் சுட்டிக்காட்டியுள்ளேன்.

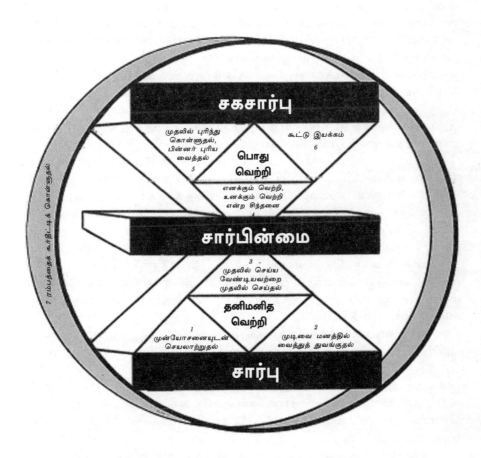

ஏழு பழக்கங்கள் – கருத்துக் கண்ணோட்டம்

ஆற்றல் வரையறுக்கப்படுகிறது

ஏழு பழக்கங்களும் ஆற்றலுக்கான பழக்கங்கள். அவை கொள்கைகளை அடிப்படையாகக் கொண்டிருப்பதால், நீண்டகாலப் பயனளிக்கும் உச்சபட்ச விளைவுகளை அவை உருவாக்கித் தருகின்றன. இவை ஒரு நபருடைய குணநலன்களின் அடிப்படையாக ஆகி, சரியான வரைபடங்களை மையமாகக் கொண்ட ஒரு சக்தி வட்டத்தை உருவாக்குகின்றன. இந்த வரைபடங்களின் உதவியுடன் ஒரு தனிநபரால் தன் பிரச்சனைகளைத் திறமையாகத் தீர்த்துக் கொள்ள முடியும், வாய்ப்புகளைப் பெருக்கிக் கொள்ள முடியும், மேல்நோக்கிய வளர்ச்சிப் பாதையில் உள்ள பிற கொள்கைகளைத் தொடர்ந்து கற்றுக் கொண்டு, அவற்றைத் தன் வாழ்வில் ஒருங்கிணைக்க முடியும்.

அவை ஆற்றலுக்கான பழக்கங்களாக இருப்பதற்கான மற்றொரு காரணம், அவை இயற்கை விதியுடன் இசைவாக உள்ள, ஆற்றலுக்கான கருத்துக் கண்ணோட்டத்தை அடிப்படையாகக் கொண்டவையாக இருப்பதுதான். அந்த விதியை நான் 'உற்பத்தி/ உற்பத்தித் திறன் சமநிலை' என்று அழைக்கிறேன். பெரும்பாலான மக்கள் இதற்கு எதிராகச் செயல்பட்டுத் தங்களைக் காயப்படுத்திக் கொண்டுள்ளனர். ஈசாப்பின் 'பொன் முட்டையிடும் வாத்து' என்ற கதையை நினைவுகூர்வதன் மூலம் இக்கொள்கையை நம்மால் சுலபமாகப் புரிந்து கொள்ள முடியும்.

அந்தக் கதை இவ்வாறு செல்கிறது. ஒருநாள் ஓர் ஏழை விவசாயி தான் செல்லமாக வளர்த்து வந்த ஒரு வாத்தின் கூட்டில் ஒரு பிரகாசமான பொன் முட்டையைக் கண்டான். முதலில், இது ஏதோ ஒரு விதமான தந்திரம் என்று அவன் நினைத்தான். ஆனால் அந்த முட்டையைத் தூக்கி எறியவிருந்த நேரத்தில், அவனது மனத்தில் வேறோர் எண்ணம் குறுக்கிட்டது. அந்த முட்டையை மதிப்பீடு செய்வது என்று அவன் தீர்மானித்தான்.

அந்த முட்டை சுத்தத் தங்கத்தால் ஆனதாக இருந்தது. தன்னுடைய அதிர்ஷ்டத்தை அந்த விவசாயியால் நம்ப முடியவில்லை. அடுத்த நாளும் அதேபோல் ஒரு முட்டை அவனுக்குக் கிடைத்தபோது அவனுக்கு இன்னும் அதிக ஆச்சரியம் ஏற்பட்டது. ஒவ்வொரு நாளும் அவன் அந்தக் கூட்டிற்கு விரைந்து சென்றான். ஒவ்வொரு நாளும் அவன் அங்கு ஒரு பொன் முட்டையைக் கண்டெடுத்தான். அவன் மிகப் பெரிய செல்வந்தனானான்.

ஆனால் அவனது செல்வம் அதிகரிக்க அதிகரிக்க, பேராசையும் பொறுமையின்மையும் உடன் வந்தன. பொன் முட்டைகளுக்காக ஒவ்வொரு நாளும் அவனால் காத்திருக்க முடியவில்லை. எனவே அந்த வாத்தைக் கொன்றுவிட்டு, எல்லா முட்டைகளையும் ஒரே சமயத்தில் எடுத்துக் கொள்வதென்று அவன் திட்டமிட்டான். ஆனால், வாத்தைக் கொன்று அதைத் திறந்தபோது, அது வெறுமையாக இருந்ததை அவன் கண்டான். பொன் முட்டைகள் எதுவும் அங்கு இருக்கவில்லை. இப்போது பொன் முட்டைகளைப் பெறுவதற்கு வேறு எந்த வழியும்

இல்லை. பொன் முட்டைகளைக் கொடுத்த வாத்தை அந்த விவசாயி கொன்றுவிட்டான்.

இந்தக் கதைக்குள் ஓர் இயற்கை விதி, ஒரு கோட்பாடு, ஆற்றலுக்கான அடிப்படை வரையறை ஒன்று மறைந்துள்ளது. பெரும்பாலான மக்கள் பொன் முட்டைக் கருத்துக் கண்ணோட்டத்தில் இருந்துதான் ஆற்றலைப் பார்க்கின்றனர்: நீங்கள் எவ்வளவு அதிகமாக உற்பத்தி செய்கிறீர்களோ, எவ்வளவு அதிகமாகச் செயல்படுகிறீர்களோ, அவ்வளவு அதிக ஆற்றல் வாய்ந்தவராக இருப்பீர்கள்.

ஆனால் இக்கதை நமக்குக் காட்டுவதைப்போலவே, உண்மையான ஆற்றல் இரண்டு விஷயங்களின் செயல்பாடாகும்: உற்பத்தி செய்யப்படும் பொருள் (பொன் முட்டைகள்) மற்றும் உற்பத்தி செய்கின்ற சொத்து அல்லது உற்பத்தி செய்வதற்கான திறன் (வாத்து).

பொன் முட்டைகள்மீது கவனத்தைக் குவித்து, வாத்தை உதாசீனப்படுத்துகின்ற ஒரு வாழ்க்கை முறையை நீங்கள் சுவீகரித்தால், அந்தப் பொன் முட்டைகளை உற்பத்தி செய்கின்ற சொத்தை வெகு விரைவில் நீங்கள் இழந்துவிடுவதைக் காண்பீர்கள். மறுபுறம், பொன் முட்டைகள்மீது எந்த ஆர்வமும் இன்றி அந்த வாத்தின்மீது மட்டும் அக்கறை காட்டி அதை நீங்கள் கவனித்து வந்தால், வெகு விரைவில் உங்களுக்கோ அல்லது அந்த வாத்திற்கோ உணவளிப்பதறகு எந்த வழியும் இல்லாமல் போய்விடுவதை நீங்கள் காண்பீர்கள்.

ஆற்றல் சமநிலையில் அடங்கியுள்ளது. இதைத்தான் நான் 'உற்பத்தி/ உற்பத்தித் திறன் சமநிலை' என்று அழைக்கிறேன். உற்பத்தி என்பது நீங்கள் விரும்பும் விளைவுகளின், அதாவது, பொன் முட்டைகளின் உற்பத்தியை உணர்த்துகிறது. உற்பத்தித் திறன் என்பது அந்தப் பொன்முட்டைகளை உற்பத்தி செய்கின்ற உற்பத்தித் திறனைக் குறிக்கிறது. அதாவது, அவற்றை உற்பத்தி செய்கின்ற சொத்தைக் குறிக்கின்றது.

மூன்று விதமான சொத்துக்கள்

அடிப்படையில், மூன்று விதமான சொத்துக்கள் உள்ளன: பௌதீகரீதியான சொத்துக்கள், பொருளாதாரரீதியான சொத்துக்கள், மற்றும் மனிதவளம் எனும் சொத்துக்கள். இவை ஒவ்வொன்றையும் வரிசையாகப் பார்க்கலாம்.

ஒருசில வருடங்களுக்கு முன்பு, நான் புல்லை வெட்டிச் சீராக்குகின்ற 'லான் மோவர்' இயந்திரத்தை, ஒரு பௌதீகரீதியான சொத்தை வாங்கினேன். அதைப் பராமரிப்பதற்கு எதுவும் செய்யாமல், அதை மீண்டும் மீண்டும் பயன்படுத்திக் கொண்டே இருந்தேன். இரண்டு பருவகாலங்களுக்கு அந்த இயந்திரம் நன்றாக வேலை செய்தது. ஆனால் அதன் பிறகு, அவ்வப்போது அது பழுதாகத் துவங்கியது. நான் அதை சுத்தப்படுத்தி, கூர்தீட்டி உயிர்பெறச் செய்ய முயன்றபோது, அதன் எஞ்சின் தனது சக்தியில் பாதியை இழந்துவிட்டிருந்ததை நான் கண்டேன். அது சல்லிக்காசுகூடப் பெறாது என்பதை நான் உணர்ந்தேன்.

உற்பத்தித் திறனில் நான் முதலீடு செய்திருந்தால், உற்பத்தியை நான் இன்னும் அனுபவித்துக் கொண்டிருந்திருப்பேன். ஆனால் இப்போது, அதைக் கொடுத்துவிட்டு, அதிகப் பணத்தையும் நேரத்தையும் செலவழித்து வேறோர் இயந்திரத்தை நான் வாங்கினேன். அதை நான் ஒழுங்காகப் பராமரித்திருந்தால், எனக்கு இந்தச் செலவு இருந்திருக்காது. நான் இப்போது செய்தது ஆற்றல் வாய்ந்த செயலல்ல.

குறுகியகால பதிலீடுகள் அல்லது விளைவுகளுக்கான நமது தேடலில், நாம் ஒரு விலையுயர்ந்த பௌதீக சொத்தைப் பாழ்படுத்திவிடுகிறோம் — ஒரு கார், ஒரு கணினி, துணி துவைக்கும் இயந்திரம், அல்லது நமது உடல் அல்லது நமது சுற்றுச்சூழல் என்று எதுவாக வேண்டுமானாலும் அது இருக்கலாம். உற்பத்தியையும் உற்பத்தித் திறனையும் சமநிலையில் வைத்திருப்பது, பௌதீக சொத்துக்களைத் திறமையான ஆற்றலுடன் பயன்படுத்துவதில் ஒரு மாபெரும் வித்தியாசத்தை ஏற்படுத்தும்.

பொருளாதாரச் சொத்துக்களைத் திறமையாகப் பயன்படுத்துவதிலும் இது சக்திவாய்ந்த தாக்கத்தை ஏற்படுத்துகிறது. முதலீட்டுத் தொகைக்கும் வட்டிக்குமான வித்தியாசம் தெரியாமல் மக்கள் எவ்வளவு அடிக்கடிக் குழப்பம் அடைகின்றனர்? உங்களது வாழ்க்கைத் தரத்தை உயர்த்துவதற்கும், அதிகப் பொன் முட்டைகளைப் பெறுவதற்கும் உங்களுடைய முதலீட்டுத் தொகையில் எப்போதேனும் நீங்கள் கை வைத்துள்ளீர்களா? குறைந்து கொண்டிருக்கும் முதலீட்டுத் தொகையின், வட்டியை அல்லது வருமானத்தை உற்பத்தி செய்வதற்கான திறன் மெல்ல மெல்லக் குறைந்துவிடுகிறது. குறைந்து வரும் முதலீட்டுத் தொகை படிப்படியாகக் குறைந்து, அடிப்படைத் தேவைகளுக்குக்கூட பதிலீட்டை உற்பத்தி செய்ய முடியாத நிலையை அடைந்துவிடுகிறது.

சம்பாதிப்பதற்கான நமது சொந்தத் திறன்தான் நமது மிக முக்கியமான பொருளாதாரரீதியான சொத்து. நமது சொந்த உற்பத்தித் திறனை மேம்படுத்துவதற்கு நாம் தொடர்ந்து முதலீடு செய்யவில்லை என்றால், நமது வாய்ப்புகளை நாம் தீவிரமாக மட்டுப்படுத்திவிடுகிறோம். நமது தற்போதையைச் சூழ்நிலையில் நம்மை நாமே பூட்டி வைத்துக் கொண்டு, நமது நிறுவனம் அல்லது நமது மேலதிகாரி நம்மைப் பற்றிக் கொண்டிருக்கும் அபிப்பிராயத்தைக் கண்டு பயந்து கொண்டு அங்குமிங்கும் ஓடிக் கொண்டிருக்கிறோம். பொருளாதாரரீதியாக, நாம் பிறரைச் சார்ந்திருக்கிறோம், தற்காத்துக் கொள்ளும் முயற்சியிலும் ஈடுபடுகிறோம். இதுவும் அவ்வளவு ஆற்றல் வாய்ந்த செயல் அல்ல.

மனிதவளத்தைப் பொறுத்தவரை, உற்பத்தி/ உற்பத்தித் திறன் சமநிலை என்பது சம அளவில் அடிப்படையானது. ஆனால் மற்ற இரண்டு சொத்துக்களையும்விட, இந்த சொத்தில் இந்த சமநிலை அதிக முக்கியமானது. ஏனெனில், மக்கள்தான் பௌதீகரீதியான சொத்துக்களையும் பொருளாதாரரீதியான சொத்துக்களையும் கட்டுப்படுத்துகிறார்கள்.

ஒரு கணவனும் மனைவியும், தங்கள் உறவைப் பேணிப் பராமரிப்பதில் செலுத்தும் கவனத்தைவிட, அந்த உறவினால் விளைகின்ற

நன்மைகள்மீது, அதாவது, பொன் முட்டைகள்மீது அதிக அக்கறை கொண்டிருக்கும்போது, அடுத்தவருடைய உணர்ச்சிகளைப் புரிந்து கொள்ளாதவர்களாக, அடுத்தவர்மீது அக்கறையற்றவர்களாக ஆகிவிடுகின்றனர். ஓர் ஆழமான உறவிற்கு மிக முக்கியமான அம்சங்களாக இருக்கின்ற சிறு சிறு அன்பு வெளிப்பாடுகளையும் இங்கிதங்களையும் அவர்கள் புறக்கணித்துவிடுகின்றனர். அடுத்தவர்களைத் தங்கள் விருப்பப்படி நடந்து கொள்ள வைப்பதற்கும், தங்கள் சொந்தத் தேவைகள்மீது கவனம் செலுத்துவதற்கும், தங்களுடைய சொந்த நிலையை நியாயப்படுத்துவதற்கும், அடுத்தவர்மீது தவறு உள்ளதை நிரூபிப்பதற்கான ஆதாரங்களைத் தேடுவதற்கும் அவர்கள் கட்டுப்பாட்டு உத்திகளைப் பயன்படுத்தத் துவங்குகின்றனர். அன்பு, வளமை, மென்மை, மற்றும் இயல்புத்தன்மை சீர்குலையத் துவங்குகின்றன. நாட்கள் செல்லச் செல்ல, வாத்து நோய்வாய்ப்பட்டுக் கொண்டே போகிறது.

ஒரு குழந்தையுடனான ஒரு பெற்றோரின் உறவைப் பற்றி என்ன நினைக்கிறீர்கள்? குழந்தைகள் சிறியவர்களாக இருக்கும்போது, அவர்கள் அதிகமாகப் பிறரைச் சார்ந்துள்ளனர், எளிதில் தூண்டப்படுபவர்களாக உள்ளனர். பயிற்சி, கருத்துப் பரிமாற்றம், தொடர்புபடுத்துதல், காதுகொடுத்துக் கேட்டல் போன்ற உற்பத்தி திறன் வேலையைப் புறக்கணிப்பது வெகு சுலபமாக ஆகிவிடுகிறது. அவர்களை ஏமாற்றி, அவர்களது நிலையை உங்களுக்கு சாதகமாகப் பயன்படுத்தி, நீங்கள் விரும்புவதை நீங்கள் விரும்பும் விதத்தில் இக்கணமே அவர்களிடமிருந்து உங்களால் சுலபமாகப் பெற முடியும். நீங்கள் பெரியவர், சாமர்த்தியமானவர். நீங்கள் செய்வதுதான் சரி! எனவே, குழந்தைகள் என்ன செய்ய வேண்டும் என்று வெறுமனே நீங்கள் அவர்களிடம் கூறினால் என்ன? தேவைப்பட்டால், அவர்களிடம் கத்துங்கள், அவர்களை அச்சுறுத்துங்கள், உங்கள் வழியை வலியுறுத்துங்கள்.

அல்லது அவர்களைக் கெடுத்துக் குட்டிச் சுவராக்குங்கள். அவர்களை மகிழ்வித்துக் கொண்டே இருங்கள், எல்லா நேரமும் அவர்கள் போக்கிலேயே செல்லுங்கள். பிறகு அவர்கள் எவ்விதமான உள்ளார்ந்த தரங்களோ அல்லது எதிர்பார்ப்புகளோ இல்லாமல் வளர்வார்கள். ஒழுங்குமுறையாக அல்லது பொறுப்பாக இருப்பதற்கான தனிப்பட்ட அர்ப்பணிப்பு ஏதும் அவர்களிடம் இருக்காது.

அதிகாரம் செலுத்தினாலும் சரி, அடிபணிந்து போனாலும் சரி, நீங்கள் பொன் முட்டை மனப்போக்கைத்தான் கொண்டிருக்கிறீர்கள். உங்களுக்கு விருப்பமானதை நீங்கள் சாதிக்க விரும்புகிறீர்கள் அல்லது மற்றவர்கள் உங்களை விரும்ப வேண்டும் என்று விரும்புகிறீர்கள். ஆனால் இதற்கிடையில், அந்த வாத்திற்கு என்ன நிகழ்கிறது? ஒருசில வருடங்களுக்குப் பிறகு, நல்ல தேர்ந்தெடுப்புகளை மேற்கொள்வதற்கான திறன் அல்லது முக்கியமான இலக்குகளை அடைவதற்கான திறனில் ஒரு குழந்தை எப்படிப்பட்டப் பொறுப்புணர்வையும், சுயஒழுங்கு உணர்வையும், தன்னம்பிக்கையையும் கொண்டிருக்கப் போகிறது? உங்கள்

உறவு என்னவாகும்? உங்கள் மகன் தனது அடையாளத்தைப் பற்றியக் குழப்பம் எழுகின்ற விடலைப் பருவத்தை அடையும்போது, தன்னை சீர்தூக்கிப் பார்க்காமல் தான் கூறுவதை நீங்கள் காதுகொடுத்துக் கேட்பீர்கள் என்றும், ஒரு தனிநபர் என்ற முறையில் தன்மீது ஆழமான, உண்மையான அக்கறை கொண்டிருப்பீர்கள் என்றும், விஷயம் எதுவாக இருந்தாலும் சரி, தன்னால் உங்களை முழுவதுமாக நம்ப முடியும் என்றும் உங்களுடனான அவனது அனுபவத்திலிருந்து அவனுக்குத் தெரிந்திருக்குமா? அவனை அணுகுவதற்கும், அவனோடு கருத்துக்களைப் பரிமாறுவதற்கும், அவன்மீது தாக்கத்தை ஏற்படுத்துவதற்கும் தேவையான அளவு உங்கள் உறவு வலிமையானதாக இருக்குமா?

உங்கள் மகளின் அறை சுத்தமாக இருக்க வேண்டும் என்று நீங்கள் விரும்புவதாக வைத்துக் கொள்வோம். அதுதான் பொன் முட்டை, அதுதான் உற்பத்தி. அதை அவளே சுத்தப்படுத்த வேண்டும் என்று நீங்கள் விரும்புகிறீர்கள் என்று வைத்துக் கொள்வோம். அதுதான் உற்பத்தித் திறன். பொன் முட்டையை உற்பத்தி செய்கின்ற உங்கள் மகள்தான் வாத்து, அவள்தான் சொத்து.

உற்பத்தியும் உற்பத்தித் திறனும் உங்களிடத்தில் சமநிலையில் இருந்தால், அவள் தன் அறையை மகிழ்ச்சியாக சுத்தப்படுத்துவாள். நீங்கள் அதை அவளுக்கு நினைவுபடுத்த வேண்டிய தேவை இருக்காது. ஏனெனில், அவள் தன்னை அதற்கு அர்ப்பணித்துக் கொள்வதோடு, அந்த அர்ப்பணிப்பைத் தொடர்ந்து கடைபிடிக்கின்ற ஒழுங்கையும் கொண்டிருக்கிறாள். அவள் ஒரு விலையுயர்ந்த சொத்து, பொன் முட்டையிடும் வாத்து.

ஆனால் உங்களது கருத்துக் கண்ணோட்டம் உற்பத்தியின்மீது இருந்தால், அதாவது, அறையை சுத்தப்படுத்துவதன்மீது இருந்தால், அதைச் செய்யுமாறு அவளை நீங்கள் நச்சரிப்பீர்கள். அவளை அச்சுறுத்துகின்ற அல்லது அவளிடம் கத்துகின்ற அளவுக்கு உங்கள் முயற்சிகள் மேலோங்கக்கூடும். பொன் முட்டையைப் பெற வேண்டும் என்ற உங்களது விருப்பத்தில், வாத்தின் ஆரோக்கியத்தையும் நலனையும் நீங்கள் பாதிப்புக்கு உள்ளாக்குகிறீர்கள்.

என்னுடைய மகள்களில் ஒருத்தியுடன் எனக்கு ஏற்பட்ட ஓர் உற்பத்தித் திறன் அனுபவத்தை நான் உங்களுடன் பகிர்ந்து கொள்ள விரும்புகிறேன். நானும் அவளும் மட்டும் தனியாக வெளியே செல்வதற்குத் திட்டமிட்டுக் கொண்டிருந்தோம். என்னுடைய ஒவ்வொரு குழந்தையையும் தனித்தனியாக என்னுடன் எங்கேனும் வெளியே கூட்டிச் செல்வது எனது வழக்கம். இதை நான் மிகவும் ரசிக்கிறேன். வெளியே செல்வது எவ்வளவு திருப்தியைக் கொடுக்குமோ, அதே அளவு திருப்தியை அந்த நாளுக்கான எதிர்பார்ப்பு எங்களுக்குக் கொடுத்ததை நாங்கள் கண்டோம்.

எனவே நான் என் மகளை அணுகி, "செல்லமே, இன்றைய இரவு உன்னுடைய இரவு. நீ என்ன செய்ய விரும்புகிறாய்?" என்று கேட்டேன்.

"அப்பா, அதைப் பற்றிக் கவலைப்படாதீர்கள். பரவாயில்லை," என்று அவள் பதிலளித்தாள்.

"அது முடியாது, நீ என்ன செய்ய விரும்புகிறாய் என்று சொல்," என்று மீண்டும் கேட்டேன்.

இறுதியில் அவள், "நான் செய்ய விரும்புகின்ற விஷயத்தை நீங்கள் உண்மையிலேயே செய்ய விரும்ப மாட்டீர்கள்," என்று கூறினாள்.

"இல்லை, நான் அதைச் செய்ய விரும்புகிறேன். அது என்னவாக இருந்தாலும் சரி, இன்று உன்னுடைய விருப்பம்தான் முக்கியம்," என்று கூறினேன்.

"நான் திரையரங்கிற்குச் சென்று ஸ்டார் வார்ஸ் படத்தைப் பார்க்க விரும்புகிறேன். ஆனால் உங்களுக்கு ஸ்டார் வார்ஸ் பிடிக்காது என்று எனக்குத் தெரியும். முன்பொரு முறை அந்தப் படத்திற்கு நாம் சென்றபோது, படம் முடியும்வரை நீங்கள் நன்றாகத் தூங்கிவிட்டீர்கள். இத்தகைய கற்பனாவாதப் படங்கள் உங்களுக்குப் பிடிக்காது. பரவாயில்லை, அப்பா," என்று அவள் கூறினாள்.

"இல்லை, செல்லமே! அந்தப் படத்தைப் பார்ப்பதுதான் உன்னுடைய விருப்பம் என்றால், அதைச் செய்ய நான் ஆர்வமாக இருக்கிறேன்."

"அப்பா, அதைப் பற்றிக் கவலைப்படாதீர்கள். நாம் எப்போதும் இப்படித் தனியாக வெளியே செல்ல வேண்டும் என்ற அவசியமில்லை," என்று கூறிவிட்டு நிறுத்தினாள். ஒருசில வினாடிகளுக்குப் பிறகு, "ஸ்டார் வார்ஸ் படம் உங்களுக்கு ஏன் பிடிக்கவில்லை என்று உங்களுக்குத் தெரியுமா? அதற்குக் காரணம், 'ஜெடி' என்ற போர்வீரனின் பயிற்சித் தத்துவம் உங்களுக்குப் புரியாததுதான்," என்று அவள் கூறினாள்.

"என்ன?"

"அப்பா, நீங்கள் மற்றவர்களுக்குக் கற்றுக் கொடுக்கின்ற அதே விஷயங்கள்தான் ஒரு ஜெடி வீரனைப் பயிற்றுவிப்பதில் பயன்படுத்தப்படுகின்றன."

"உண்மையாகவா? சரி, நாம் ஸ்டார் வார்ஸ் படத்திற்குப் போகலாம்!"

நாங்கள் இருவரும் அத்திரைப்படத்திற்குச் சென்றோம். அவள் எனக்குப் பக்கத்தில் உட்கார்ந்து கொண்டு, எனக்குக் கருத்துக் கண்ணோட்டத்தைக் கொடுத்தாள். நான் அவளது மாணவன் ஆனேன். அவள் எனக்குக் கற்பித்தாள். அது முற்றிலும் அற்புதமாக இருந்தது. ஒரு ஜெடி வீரனின் பயிற்சியில் உள்ள அடிப்படைத் தத்துவம் எவ்வாறு பல்வேறு சூழல்களில் வெளிப்படுத்தப்படுகிறது என்பதை நான் ஒரு புதிய கண்ணோட்டத்திலிருந்து பார்க்கத் துவங்கினேன்.

அந்த அனுபவம் திட்டமிடப்பட்ட ஓர் உற்பத்தி அனுபவமல்ல. ஓர் உற்பத்தித் திறன் முதலீட்டினால் தானாகவே விளைந்த ஒரு பலன் அது. அந்த அனுபவம் எங்கள் இருவரையும் பிணைப்பதாகவும், மிகவும் திருப்தியளிப்பதாகவும் இருந்தது. ஆனால், 'உறவின் தரம்' என்ற வாத்தை நாங்கள் நன்றாக கவனித்துக் கொண்டதால், பொன் முட்டைகளையும் நாங்கள் மகிழ்ச்சியாக அனுபவித்தோம்.

நிறுவன உற்பத்தித் திறன்

எந்தவொரு சரியான கொள்கைக்குமான அதிக மதிப்புமிக்க அம்சங்களில் ஒன்று, அது பலதரப்பட்டச் சூழல்களில் பொருந்துவதாகவும் நடைமுறைப்படுத்தக்கூடியதாகவும் இருக்க வேண்டும். இப்புத்தகம் நெடுகிலும், நிறுவனங்கள், குடும்பங்கள், மற்றும் தனிநபர்களுக்கு இக்கொள்கைகளை நடைமுறைப்படுத்துவதற்கான சில வழிகளை நான் உங்களுடன் பகிர்ந்து கொள்ள விரும்புகிறேன்.

மக்கள் தங்கள் நிறுவனத்தில் உள்ள அசையும் மற்றும் அசையாச் சொத்துக்களைப் பயன்படுத்துவதில் உற்பத்தி/ உற்பத்தித் திறன் சமநிலையை மதிக்கத் தவறும்போது, நிறுவனத்தின் ஆற்றலை அவர்கள் குறைப்பதோடு, மடிந்து கொண்டிருக்கின்ற வாத்துக்களைத் தங்களுக்குப் பின் வருபவர்களுக்கு சீதனமாக விட்டுச் செல்கின்றனர்.

எடுத்துக்காட்டாக, ஓர் இயந்திரத்திற்குப் பொறுப்பேற்றுள்ள ஒரு நபர், தன்னுடைய மேலதிகாரிகளிடம் நற்பெயர் பெறுவதற்கு ஆர்வமாக இருக்கக்கூடும். அவரது நிறுவனம் அதிவேகமாக வளர்ச்சியடைந்து கொண்டிருப்பதால், பதவி உயர்வுகளும் வேகமாக வந்து கொண்டிருக்கின்றன. எனவே அவர் தன்னால் முடிந்த அளவுக்குச் சிறப்பாக உழைக்கிறார். அவர் தனது இயந்திரத்தைப் பராமரிக்கவும் இல்லை, அதற்கு ஓய்வு கொடுக்கவும் இல்லை. அந்த இயந்திரம் இரவு பகலாக இயக்கிக் கொண்டே இருக்கிறது. அபரிமிதமான உற்பத்தி நிகழ்ந்து கொண்டிருக்கிறது, செலவுகள் குறைவாக உள்ளன, லாபங்கள் விண்ணைத் தொடுகின்றன. ஒரு குறுகிய காலத்திற்குள் அவருக்குப் பதவி உயர்வு கிடைக்கிறது. பொன் முட்டைகள்!

ஆனால், அவருக்குப் பதவி உயர்வு கிடைத்துள்ளதால், அவரது வேலை இப்போது உங்களுக்குக் கொடுக்கப்பட்டுள்ளதாக வைத்துக் கொள்வோம். ஒரு நோய்வாய்ப்பட்ட வாத்தை நீங்கள் பெறுகிறீர்கள். அதாவது, துருப்பிடித்த, பழுதாகிக் கொண்டிருக்கின்ற ஓர் இயந்திரம் உங்களுக்குக் கொடுக்கப்பட்டுள்ளது. இயந்திரம் சரியாக வேலை செய்வதற்கு நீங்கள் அதிக நேரம் அதை நிறுத்தி வைக்க வேண்டியுள்ளது, அதிகமாக அதைப் பராமரிக்க வேண்டியுள்ளது. செலவுகள் விண்ணைத் தொடுகின்றன, லாபங்கள் குழிதோண்டிப் புதைக்கப்படுகின்றன. பொன் முட்டைகளின் இழப்பிற்கு யார்மீது குறைகூறப்படுகிறது? உங்கள்மீதுதான்! உங்களுக்கு முன்பு அந்த வேலையில் இருந்தவர் அந்த சொத்தைச் சீரழித்துவிட்டார். ஆனால் அவரது துறையின் உற்பத்தி, செலவுகள், மற்றும் லாபங்கள் மட்டுமே கணக்கில் எடுத்துக் கொள்ளப்பட்டன.

உற்பத்தி/ உற்பத்தித் திறன் சமநிலை ஒரு நிறுவனத்தின் மனித சொத்துக்களான வாடிக்கையாளர்கள் மற்றும் ஊழியர்களுக்கும் பொருந்தும் என்பதால், இச்சமநிலை குறிப்பிடத்தக்க முக்கியத்துவத்தைப் பெறுகிறது.

எனக்குத் தெரிந்த ஓர் உணவகத்தில் அருமையான கிளிஞ்சல் சூப் பரிமாறப்பட்டது. அங்கு ஒவ்வொரு நாளும் மதிய வேளையில் கூட்டம்

அலைமோதியது. பிறகு அந்த உணவகத்தை வேறொரு நபர் வாங்கினார். அந்தப் புதிய உரிமையாளர் பொன் முட்டைகளின்மீது கவனத்தைக் குவித்தார். கிளிஞ்சல் சூப்பில் சற்றுக் கூடுதலாகத் தண்ணீர் கலந்து விற்றார். ஒரு மாதம்வரை, செலவுகள் குறைவாகவும், வருமானம் சீராகவும், லாபங்கள் பூதாகாரமாகவும் இருந்தன. ஆனால் மெல்ல மெல்ல, வாடிக்கையாளர்களின் வரவு குறையத் துவங்கியது. நம்பிக்கை மறைந்து போனது, வியாபாரம் தரைமட்டமானது. வியாபாரத்தை மீண்டும் தலைதூக்கச் செய்வதற்கு அந்தப் புதிய உரிமையாளர் பெருமுயற்சி செய்தார். ஆனால், அவர் தன் வாடிக்கையாளர்களைப் புறக்கணித்து அவர்களது நம்பிக்கையைத் தவிடுபொடியாக்கி, வாடிக்கையாளர் விசுவாசம் என்ற சொத்தை முற்றிலுமாகத் தொலைத்துவிட்டிருந்தார். பொன் முட்டையை உற்பத்தி செய்வதற்கு அங்கு எந்த வாத்தும் இல்லாமல் போய்விட்டது.

வாடிக்கையாளர்களைப் பற்றி அதிகமாகப் பேசிவிட்டு, அந்த வாடிக்கையாளர்களைக் கையாள்கின்ற ஊழியர்களை ஒட்டுமொத்தமாக உதாசீனம் செய்கின்ற நிறுவனங்கள் உள்ளன. உங்கள் ஊழியர்கள் உங்களது சிறந்த வாடிக்கையாளர்களை எவ்வாறு நடத்த வேண்டும் என்று நீங்கள் விரும்புகிறீர்களோ, அவ்வாறே உங்கள் ஊழியர்களை எப்போதும நீங்கள் நடத்த வேண்டும் என்பதுதான் உற்பத்தித் திறன் கொள்கை.

ஒரு நபருடைய உழைப்பை உங்களால் வாங்க முடியும், ஆனால் அவரது இதயத்தை உங்களால் வாங்க முடியாது. அவரது உற்சாகம் அவரது இதயத்தில்தான் இருக்கிறது. உங்களால் அவரை முதுகொடிய வேலை வாங்க முடியும், ஆனால் அவரது மூளையை உங்களால் வாங்க முடியாது. ஏனெனில், அவரது படைப்புத்திறனும், அறிவாற்றலும், வளங்களும் அங்குதான் இருக்கின்றன.

உற்பத்தித் திறன் செயல்பாடு என்பது வாடிக்கையாளர்களை எவ்வாறு நீங்கள் தன்னார்வலர்களாக நடத்துகிறீர்களோ, அதேபோல் ஊழியர்களையும் நீங்கள் தன்னார்வலர்களாக நடத்த வேண்டும். ஏனெனில் அவர்கள் தன்னார்வலர்கள்தான். அவர்கள் தங்களிடமிருக்கும் சிறந்தவற்றை, அதாவது தங்களுடைய இதயங்களையும் மனங்களையும் தாங்களாகவே முன்வந்து கொடுக்கின்றனர்.

ஒருமுறை நான் ஒரு குழுவினருக்குப் பயிற்சியளித்துக் கொண்டிருந்தபோது, யாரோ ஒருவர் என்னிடம், "சோம்பேறிகளையும் தகுதியற்ற ஊழியர்களையும் எவ்வாறு வழிக்குக் கொண்டு வருவது?" என்று கேட்டார். அதற்கு இன்னொருவர், "எறிகுண்டுகளை அவர்கள்மீது போடுங்கள்," என்று பதிலளித்தார். 'ஒழுங்காக வேலை செய்யுங்கள் அல்லது வெளியேறுங்கள்' என்ற தொனியில் கூறப்பட்ட நிர்வாகத்தினரின் இத்தகையப் பேச்சைப் பலர் கைதட்டி ஊக்குவித்தனர்.

ஆனால் அக்குழுவில் இருந்த இன்னொருவர், "எறிகுண்டுகளைப் போடுவதால் ஏற்படுகின்ற சிதறல்களை யார் பொறுக்குவது?" என்று கேட்டார்.

"அங்கு எதுவுமே மிச்சமிருக்காது," என்று மூன்றாமவர் பதிலளித்தார்.

"நீங்கள் உங்கள் வாடிக்கையாளர்களிடம் ஏன் இவ்வாறு நடந்து கொள்ளக்கூடாது? 'இதோ பாருங்கள், வாங்குவதில் உங்களுக்கு விருப்பமில்லை என்றால், இந்த இடத்தைவிட்டு நீங்கள் செல்லலாம்,' என்று ஏன் நீங்கள் அவர்களிடம் கூறக்கூடாது?" என்று அவர் கேட்டார்.

அதற்கு அந்த மூன்றாமவர், "வாடிக்கையாளர்களிடம் அவ்வாறு நடந்து கொள்ள முடியாது," என்று கூறினார்.

"அப்படியென்றால், ஊழியர்களிடம் மட்டும் எப்படி உங்களால் அவ்வாறு நடந்து கொள்ள முடிகிறது?"

"ஏனெனில் அவர்கள் உங்கள் கட்டுப்பாட்டில் வேலை செய்கிறார்கள்."

"ஓ, அப்படியா! உங்கள் ஊழியர்கள் உங்களிடம் அர்ப்பணிப்புடன் நடந்து கொள்கிறார்களா? அவர்கள் கடினமாக உழைக்கிறார்களா? எவ்வளவு அடிக்கடி உங்கள் ஊழியர்கள் உங்கள் நிறுவனத்திலிருந்து வேலையைவிட்டுச் செல்கிறார்கள்?"

"என்ன விளையாடுகிறீர்களா? இக்காலத்தில் நல்ல மனிதர்களைக் கண்டுபிடிப்பது குதிரைக் கொம்பாக உள்ளது. ஊழியர்கள் முன்னறிவிப்பின்றி விடுப்பு எடுப்பது, வேலையைவிட்டு நின்றுவிடுவது, வேலையில் இருந்து கொண்டே நிறுவனத்திற்கு வெளியே வேறொரு வேலை பார்ப்பது ஆகியவை அதிக அளவில் நடைபெறுகின்றன. மக்களுக்கு நிறுவனத்தைப் பற்றி அக்கறையே இல்லை."

பொன் முட்டைகள்மீதான அந்த கவனம், அந்த மனப்போக்கு, அந்தக் கருத்துக் கண்ணோட்டமானது இன்னொரு நபரின் மனம் மற்றும் இதயத்தின் சக்திவாய்ந்த ஆற்றல்களைப் பயன்படுத்துவதற்கு முற்றிலும் போதுமானதல்ல. ஒரு குறுகியகாலத் திட்டம் முக்கியமானதுதான், ஆனால் அது மட்டுமே முக்கியமானதல்ல.

ஆற்றல் என்பது சமநிலையில் அடங்கியுள்ளது. உற்பத்தியின்மீது அளவுக்கதிகமான கவனம் செலுத்துவது ஆரோக்கியத்தைச் சீரழிக்கும், இயந்திரங்களைப் பழுதாக்கும், வங்கிக் கணக்குகளைக் காலியாக்கும், உறவுகளை முறிக்கும். உற்பத்தித் திறன்மீது அளவுக்கதிகமான கவனம் செலுத்துவது என்பது, ஒரு நாளைக்கு மூன்று அல்லது நான்கு மணிநேரம் ஓடுவது கூடுதலாகப் பத்து வருட ஆயுளை அதிகரிக்கும் என்று மார்தட்டிக் கொண்டு, அந்தப் பத்து வருடங்களைத் தன் ஓட்டத்தில் செலவழித்துக் கொண்டிருக்கின்ற, பிரக்ஞையின்றி அவ்வாறு ஓடிக் கொண்டிருக்கின்ற ஒரு நபரைப் போன்றது. அல்லது, ஒருபோதும் உற்பத்தி செய்யாமல், தொடர்ந்து படித்துக் கொண்டு, அடுத்தவர்களின் பொன் முட்டைகளின் உதவியுடன் வாழ்ந்து கொண்டிருக்கும் ஒரு நபரைப் போன்றது.

உற்பத்தி/ உற்பத்தித் திறன் சமநிலையைப் பராமரிப்பது, அதாவது, பொன் முட்டைக்கும், வாத்தின் ஆரோக்கியம் மற்றும் நலனுக்கும் இடையே சமநிலையைப் பராமரிப்பது என்பது சற்றுக் கடினமான விஷயம்தான். ஆனால் ஆற்றலின் ஜீவநாடி இதுதான். இது

குறுகியகாலத்தை நீண்டகாலத்தோடு சமநிலைப்படுத்துகிறது. இது பள்ளிக்குச் செல்வதையும், கல்வியைப் பெறுவதற்கு ஒரு விலையைக் கொடுப்பதையும் சமநிலைப்படுத்துகிறது. ஓர் அறையை சுத்தமாக வைத்திருப்பதற்கான விருப்பத்தையும், யாருடைய மேற்பார்வையுமின்றி மகிழ்ச்சியோடும் ஆர்வத்தோடும் அந்த வேலையைச் செய்வதற்கு ஒரு குழந்தை உள்ளூரத் தன்னை அர்ப்பணித்துக் கொள்வதற்கு இடமளிக்கின்ற ஓர் உறவை உருவாக்குவதையும் சமநிலைப்படுத்துகிறது.

இக்கொள்கை உங்கள் வாழ்வில் நிரூபணமாகியுள்ளதை நீங்கள் பார்த்திருப்பீர்கள். அதிகமான பொன் முட்டைகளைப் பெறுவதற்காக இரவு பகலாக உழைத்து, இறுதியில் களைத்துப் போயோ அல்லது நோய்வாய்ப்பட்டோ, ஒரே ஒரு பொன் முட்டையைக்கூட உற்பத்தி செய்ய முடியாத நிலையை நீங்கள் அடையும்போது இக்கொள்கை உங்கள் வாழ்வில் நிஜமாவதை நீங்கள் காண்பீர்கள். அதே சமயம், இரவு நன்றாக உறங்கி, அடுத்த நாள் காலையில் எழுந்திருக்கும்போது, அன்றைய நாள் முழுவதும் உற்பத்தி செய்வதற்கு நீங்கள் தயாராக இருக்கும்போதும் அதை உங்களால் காண முடியும்.

அடுத்தவரை உங்கள் வழிக்கு வரச் செய்வதற்கு அவரை வலுக்கட்டாயப்படுத்தி, உங்கள் உறவில் ஒரு வெறுமையை உணரும்போது அதை நீங்கள் காணபீர்கள்; அல்லது ஓர் உறவில் முதலீடு செய்வதற்கு நீங்கள் உண்மையிலேயே நேரத்தை எடுத்துக் கொள்ளும்போது, இணைந்து செயல்படுவதற்கும், கருத்துக்களைப் பரிமாறிக் கொள்வதற்குமான விருப்பமும் திறனும் ஏராளமாக அதிகரிப்பதை நீங்கள் கண்டுகொள்ளும்போது அதை நீங்கள் பார்ப்பீர்கள்.

உற்பத்தி/ உற்பத்தித் திறன் சமநிலைதான் ஆற்றலின் ஜீவநாடி. இது வாழ்வின் ஒவ்வொரு பகுதியிலும் பொருந்துவதாக உள்ளது. நாம் அதனோடு சேர்ந்து செயல்படலாம் அல்லது அதற்கு எதிராகச் செயல்படலாம். ஆனால் அது நிச்சயமாக இயக்கத்தில் இருக்கிறது. அது ஒரு கலங்கரை விளக்கம். இப்புத்தகத்தில் கொடுக்கப்பட்டுள்ள ஏழு பழக்கங்ளின் அடிப்படையாக விளங்குகின்ற ஆற்றலுக்கான வரையறை மற்றும் கருத்துக் கண்ணோட்டம் அது.

இப்புத்தகத்தை எவ்வாறு பயன்படுத்த வேண்டும்

அதிக ஆற்றல் வாய்ந்த மக்களுக்கான ஏழு பழக்கங்கள்மீது நாம் செயல்படத் துவங்குவதற்கு முன், இப்புத்தகத்திலிருந்து நீங்கள் பெறவிருக்கின்ற விஷயங்களின் மதிப்பைப் பெருமளவில் அதிகரிக்கக்கூடிய இரண்டு கருத்துக் கண்ணோட்ட மாற்றங்களை நான் உங்களுக்குப் பரிந்துரைக்க விரும்புகிறேன்.

முதலில், ஒரே ஒருமுறை மட்டுமே படித்துவிட்டு, அலமாரியில் அடுக்கி வைக்கப்பட வேண்டிய ஒரு புத்தகமாக இதைப் பார்க்காதீர்கள்.

இப்புத்தகம் எவற்றைக் கையாள்கின்றது என்பதைப் பற்றிய ஒரு யோசனையைப் பெறுவதற்கு முதலில் நீங்கள் இதை ஒருமுறை படிக்கலாம். ஆனால், மாற்றம் மற்றும் வளர்ச்சி ஆகிய தொடர்ச்

செயல்முறைகளில் உங்களுக்கு ஒரு வழித்துணையாக இருக்கும் விதத்தில் இது வடிவமைக்கப்பட்டுள்ளது. இது வரிசையாக ஒழுங்குபடுத்தப்பட்டு உள்ளது. ஒவ்வொரு பழக்கத்தின் முடிவிலும், அப்பழக்கத்தை நடைமுறைப்படுத்துவதற்கான பரிந்துரைகளும் கொடுக்கப்பட்டுள்ளன. நீங்கள் உங்கள் விருப்பம்போல் எந்தப் பழக்கத்தை வேண்டுமானாலும் தேர்ந்தெடுத்து, அதை ஆய்வு செய்து, அதன்மீது கவனம் செலுத்தி, அதை உங்களுடையதாக்கிக் கொள்ளலாம்.

புரிதல் மற்றும் நடைமுறைப்படுத்துதலின் ஆழமான நிலைகளுக்கு நீங்கள் முன்னேறும்போது, ஒவ்வொரு பழக்கத்திலும் உள்ளடங்கியுள்ள கொள்கைகளை மீண்டும் மீண்டும் படித்து, உங்கள் அறிவையும், திறமையையும், விருப்பத்தையும் விரிவாக்குவதற்கு உங்களால் நடவடிக்கை மேற்கொள்ள முடியும்.

இரண்டாவதாக, நீங்கள் இப்புத்தகத்தைப் படிக்கும்போது, கற்றுக் கொள்பவராக உங்களைப் பார்க்காமல், நீங்கள் உங்களை ஓர் ஆசிரியராகப் பார்க்கும் விதத்தில் உங்கள் கருத்துக் கண்ணோட்டத்தை மாற்றிக் கொள்ளுங்கள். உள்ளிருந்து துவங்குதல் அணுகுமுறையைக் கடைபிடியுங்கள். நீங்கள் இதில் கற்றுக் கொண்டுள்ள விஷயங்களை இதைப் படித்த 48 மணிநேரத்திற்குள் மற்றவர்களுடன் பகிர்ந்து கொள்வது அல்லது விவாதிப்பது என்பதை ஒரு நோக்கமாக வைத்துக் கொண்டு இதைப் படியுங்கள்.

எடுத்துக்காட்டாக, உற்பத்தி/ உற்பத்தித் திறன் கொள்கையைப் பற்றி அடுத்த 48 மணிநேரத்தில் நீங்கள் இன்னொருவருக்குக் கற்றுக் கொடுக்க வேண்டியிருக்கும் என்ற ஒரு சூழ்நிலை உங்களுக்கு இருந்தால், நீங்கள் இப்புத்தகத்தைப் படிக்கும் விதத்தில் அது ஒரு வித்தியாசத்தை ஏற்படுத்தியிருக்குமா? இந்த அத்தியாயத்தின் கடைசிப் பகுதியை நீங்கள் இப்போது படித்துக் கொண்டிருக்கும் இவ்வேளையில் அதை முயற்சித்துப் பாருங்கள். உங்கள் வாழ்க்கைத் துணைவர், உங்கள் குழந்தை, ஒரு வியாபாரக் கூட்டாளி, அல்லது ஒரு நண்பருக்கு இன்றோ அல்லது நாளையோ இதை நீங்கள் கற்றுக் கொடுக்கப் போகிறீர்கள் என்பதுபோல் இதைப் படியுங்கள். உங்கள் மனரீதியான மற்றும் உணர்ச்சிரீதியான செயல்முறையில் ஏற்படும் வித்தியாசத்தைக் காணுங்கள்.

இப்புத்தகத்தின் இனிவரும் ஒவ்வோர் அத்தியாயத்தையும் நீங்கள் இதே வழியில் அணுகினால், நீங்கள் படிப்பது உங்கள் நினைவில் சிறப்பாகப் பதியும் என்பதோடு, உங்கள் கண்ணோட்டம் விரிவடையும், உங்கள் புரிதல் ஆழமாகும், இவ்விஷயங்களை நடைமுறைப்படுத்துவதற்கான ஊக்குவிப்பு உங்களிடம் அதிகரிக்கும்.

அதோடு, நீங்கள் கற்றுக் கொண்டிருக்கும் விஷயங்களைத் திறந்த மனத்துடனும் நேர்மையாகவும் பிறரிடம் நீங்கள் பகிர்ந்து கொள்ளும்போது, உங்களைப் பற்றி மற்றவர்கள் கொண்டிருக்கும் எதிர்மறையான அபிப்பிராயங்களும் கண்ணோட்டங்களும் மறைவதை நீங்கள் காண்பீர்கள். நீங்கள் யாருக்கு இவற்றைக் கற்றுக் கொடுத்துக் கொண்டிருக்கிறீர்களோ, அவர்கள் உங்களை, மாறிக் கொண்டிருக்கின்ற, வளர்ந்து கொண்டிருக்கின்ற ஒரு நபராகப் பார்ப்பார்கள். ஏழு

பழக்கங்களையும் உங்கள் வாழ்வில் ஒருங்கிணைப்பதற்கு நீங்கள் மேற்கொள்ளும் முயற்சியில் அவர்கள் உங்களுக்கு அதிக உதவிகரமாகவும் ஆதரவாகவும் இருப்பதற்கு ஆர்வம் காட்டுவார்கள். உங்களது இந்த முயற்சியில் இணைந்து செயல்படவும் விரும்புவார்கள்.

இதிலிருந்து நீங்கள் எதை எதிர்பார்க்கலாம்

மர்லின் ஃபெர்கூஸன் இவ்வாறு கூறியுள்ளார்: "தான் மாற வேண்டும் என்று எவரொருவராலும் அடுத்தவரை ஏற்றுக் கொள்ள வைக்க முடியாது. மாற்றம் என்னும் ஒரு கதவை நாம் ஒவ்வொருவரும் காவல் காத்து வருகிறோம். உள்ளிருந்து மட்டுமே அக்கதவைத் திறக்க முடியும். விவாதத்தின் மூலமாகவோ அல்லது உணர்ச்சிமயமான கோரிக்கையின் மூலமாகவோ இன்னொருவரின் கதவை நம்மால் திறக்க முடியாது."

ஏழு பழக்கங்களில் உள்ளடங்கியுள்ள கொள்கைகளை உண்மையாகப் புரிந்து கொள்வதற்கும், அவற்றை வாழ்வதற்கும் உங்கள் 'மாற்றத்திற்கான கதவை'த் திறப்பதென்று நீங்கள் தீர்மானித்தால், ஏராளமான நேர்மறையான விஷயங்கள் நிகழும் என்று என்னால் உங்களுக்கு உறுதியளிக்க முடியும்.

முதலில், உங்கள் வளர்ச்சி படிப்படியானதாக இருக்கும். ஆனால் இதன் நிகர விளைவு புரட்சிகரமானதாக இருக்கும்.

தனிப்பட்ட வெற்றிக்கான பழக்கங்களான முதல் மூன்று பழக்கங்களுக்கு நீங்கள் உங்கள் 'மாற்றத்திற்கான கதவை'த் திறந்தால், உங்கள் தன்னம்பிக்கை குறிப்பிடத்தக்க அளவு அதிகரிக்கும். நீங்கள் உங்களை ஓர் ஆழமான, அதிக அர்த்தமுள்ள வழியில் அறிந்து கொள்வீர்கள். உங்கள் இயல்பு, உங்கள் ஆழமான மதிப்பீடுகள், உங்களது தனித்துவமான பங்களிப்புத் திறன் ஆகியவற்றைப் பற்றிய ஆழ்ந்த, அர்த்தமுள்ள அறிவைப் பெறுவீர்கள். உங்கள் மதிப்பீடுகளை உங்கள் வாழ்வில் கடைபிடித்து வாழும்போது, நாணயம், கட்டுப்பாடு, உள்ளார்ந்த வழிகாட்டுதல் ஆகியவற்றைப் பற்றிய உங்களது உணர்வு மகிழ்ச்சி மற்றும் மனஅமைதியோடு உங்களைப் பின்னிப் பிணைக்கும். உங்களைப் பற்றிய மற்றவர்களின் அபிப்பிராயங்கள் அல்லது மற்றவர்களுடன் உங்களை ஒப்பிட்டுப் பார்த்தல் ஆகியவற்றைக் கொண்டு உங்களை வரையறுப்பதற்குப் பதிலாக, நீங்கள் உங்களுக்குள்ளிருந்து உங்களை வரையறுப்பீர்கள்.

இதில் வேடிக்கை என்னவென்றால், மற்றவர்கள் உங்களைப் பற்றி என்ன நினைக்கிறார்கள் என்பதைப் பற்றி நீங்கள் குறைவாக அக்கறை கொள்ளும்போது, மற்றவர்கள் தங்களைப் பற்றியும், உங்களுடனான தங்கள் உறவு உட்படத் தங்களது உலகைப் பற்றியும் என்ன நினைக்கிறார்கள் என்பது பற்றி நீங்கள் அதிக அக்கறை கொள்வதை நீங்கள் காண்பீர்கள். உங்களுடைய உணர்ச்சிரீதியான வாழ்க்கையை அடுத்தவர்களின் பலவீனங்களின்மீது உருவாக்குவதை நீங்கள் நிறுத்திவிடுவீர்கள். அதோடு, மாறுவது சுலபமானது என்பதையும், அதிகப் பலனளிக்கும் ஒன்று என்பதையும் நீங்கள் காண்பீர்கள்.

பொது வெற்றிக்கான பழக்கங்களான அடுத்த மூன்று பழக்கங்களை நீங்கள் திறந்த மனத்துடன் அணுகும்போது, சீர்குலைந்து போயுள்ள அல்லது முற்றிலுமாக முறிந்து போயுள்ள முக்கியமான உறவுகளை குணப்படுத்துவதற்கும் கட்டியெழுப்புவதற்கும் தேவையான விருப்பத்தையும் வளவசதிகளையும் நீங்கள் கண்டறிவீர்கள், கட்டவிழ்த்துவிடுவீர்கள். நல்ல உறவுகள் மேம்படும், ஆழமாகும், வலிமையடையும், அதிகப் படைப்புத்திறனைப் பெறும், அதிகத் துணிச்சலைப் பெறும்.

ஏழாவது பழக்கத்தை நீங்கள் ஆழமாக உட்கிரகித்தால், அது முதல் ஆறு பழக்கங்களைப் புதுப்பித்து, உங்களை உண்மையிலேயே சார்பற்றவராகவும், ஆற்றல்மிக்க சகசார்புக்கான திறன் பெற்றவராகவும் மாற்றும். இப்பழக்கத்தின் மூலமாக, உங்களை நீங்களே புதுப்பித்துக் கொள்ள முடியும்.

உங்களுடைய தற்போதையச் சூழ்நிலை எதுவாக இருந்தாலும் சரி, 'நீங்கள்' உங்கள் பழக்கங்கள் அல்ல என்பதை என்னால் உறுதியாகக் கூற முடியும். உங்களிடம் குடிகொண்டுள்ள சுய அழிவு நடத்தைக்கான பழைய பழக்கங்களைத் தூக்கியெறிந்துவிட்டு, ஆற்றல், மகிழ்ச்சி, மற்றும் நம்பிக்கையை அடிப்படையாகக் கொண்ட உறவுகள் ஆகியவற்றுக்கான புதிய பழக்கங்களை உங்களால் உருவாக்கிக் கொள்ள முடியும்.

இப்பழக்கங்களை நீங்கள் கற்கும்போது, மாற்றம் மற்றும் வளர்ச்சிக்கான கதவைத் திறக்குமாறு உண்மையான அக்கறையுடன் உங்களுக்கு நான் பரிந்துரைக்கிறேன். உங்களிடம் பொறுமையாக நடந்து கொள்ளுங்கள். சுயவளர்ச்சி மிகவும் மென்மையானது. அது புனிதத் தளம். இதைவிடப் பெரிய முதலீடு எதுவும் கிடையாது.

இது நிச்சயமாக ஓர் உடனடித் தீர்வு அல்ல. ஆனால், பலன்களை உங்களால் உணர முடியும், உங்களுக்கு ஊக்கமளிக்கின்ற உடனடியான வெகுமதிகளை இது கொடுக்கும் என்று நான் உங்களுக்கு உறுதியளிக்கிறேன். தாமஸ் பெயின் அதை இவ்வாறு கூறியுள்ளார்: "நாம் சுலபமாகக் கைவசப்படுத்துகின்ற விஷயங்களை நாம் மிகவும் சாதாரணமாக எடுத்துக் கொள்கிறோம். ஒரு பொருள் எவ்வளவு அரிதாக இருக்கிறதோ, அதைப் பொறுத்தே அதன் மதிப்பு அதிகரிக்கிறது."

இரண்டாம் பகுதி

தனிமனித வெற்றி

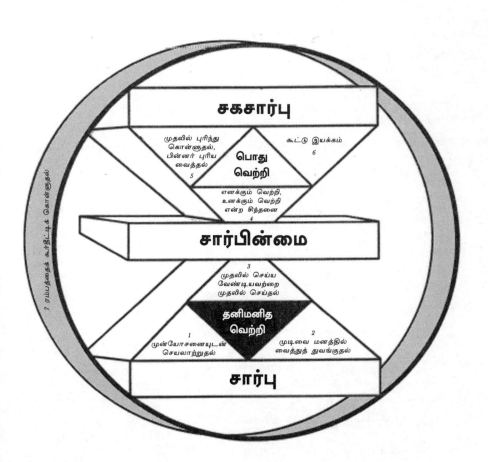

பழக்கம் 1

முன்யோசனையுடன் செயலாற்றுதல்

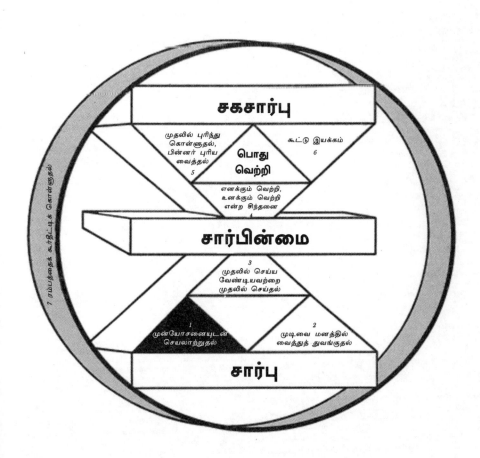

தனிமனித முன்னோக்குக் குறித்தக் கொள்கைகள்

"பிரக்ஞையுடன்கூடிய முயற்சியால் தன் வாழ்வை
உயர்த்திக் கொள்வதற்கான மறுப்பிற்கிடமற்ற
மனிதத் திறனைக் காட்டிலும் அதிகமாக
ஊக்குவிக்கின்ற விஷயத்தை நான் அறியேன்."
- ஹென்றி டேவிட் தோரோ

நீங்கள் இப்புத்தகத்தைப் படிக்கும்போது, உங்களிடமிருந்து விலகி நிற்க முயற்சி செய்யுங்கள். 'நீங்கள்' படித்துக் கொண்டிருப்பதை 'நீங்களே' தள்ளி நின்று பார்ப்பதாக உங்கள் மனக்கண்ணில் பாருங்கள். உங்களை வேறு யாரோ ஒருவராக உங்களால் பார்க்க முடிகிறதா?

இப்போது வேறொரு விஷயத்தை முயற்சித்துப் பாருங்கள். இப்போது நீங்கள் எந்த மனநிலையில் இருக்கிறீர்கள் என்பதைப் பற்றி சிந்தியுங்கள். அதை உங்களால் அடையாளம் காண முடிகிறதா? நீங்கள் என்ன உணர்ந்து கொண்டிருக்கிறீர்கள்? உங்களுடைய தற்போதைய மனநிலையை நீங்கள் எவ்வாறு விவரிப்பீர்கள்?

இப்போது, உங்கள் மனம் எவ்வாறு செயல்பட்டுக் கொண்டிருக்கிறது என்பதைப் பற்றி ஒரு நிமிடம் சிந்தித்துப் பாருங்கள். அது விரைவாகவும் எச்சரிக்கையாகவும் இருக்கிறதா? இப்பயிற்சியைச் செய்வதற்கும், இது கூறவருகின்ற கருத்தை மதிப்பீடு செய்வதற்கும் இடையேயான எண்ணத்தால் நீங்கள் அலைக்கழிக்கப்படுகிறீர்களா?

நீங்கள் இப்போது செய்த விஷயத்தைச் செய்வதற்கான உங்கள் திறன் மனிதர்களுக்கு மட்டுமே உள்ள தனித்துவமான திறனாகும். விலங்குகளிடம் இத்திறன் இல்லை. இதை நாம் 'சுயவிழிப்புணர்வு' அல்லது உங்கள் சிந்தனைச் செயல்முறையைப் பற்றி சிந்திப்பதற்கான திறன் என்று அழைக்கிறோம். மனிதன் இவ்வுலகிலுள்ள அனைத்து விஷயங்களின்மீதும் ஆட்சி செலுத்துவதற்கும், தலைமுறை தலைமுறையாக குறிப்பிடத்தக்க முன்னேற்றங்களை அவனால் சாதிக்க முடிவதற்கும் காரணம் இதுதான்.

மற்றவர்களின் அனுபவங்கள் மற்றும் நமது சொந்த அனுபவங்களில் இருந்து நம்மால் மதிப்பீடு செய்ய முடிவதும், கற்றுக் கொள்ள முடிவதும் இதனால்தான். நம்முடைய பழக்கங்களை நம்மால் உருவாக்க முடிவதும், உடைத்தெறிய முடிவதும் இதனால்தான்.

நாம் நமது உணர்வுகள் அல்ல. நாம் நமது மனநிலைகள் அல்ல. நாம் நமது எண்ணங்கள்கூட அல்ல. அவற்றைப் பற்றி நம்மால் சிந்திக்க

முடிகின்றது என்ற உண்மையே நம்மை அவற்றிடமிருந்தும் விலங்குகளிடமிருந்தும் பிரிக்கின்றது. நம்மிலிருந்து விலகி நின்று, நம்மை நாம் பார்க்கும் விதத்தை, அதாவது, ஆற்றலுக்கான மிக அடிப்படையான கருத்துக் கண்ணோட்டமான சுயகருத்துக் கண்ணோட்டத்தை, நாம் ஆய்வு செய்வதற்கு சுயவிழிப்புணர்வு நமக்கு உதவுகிறது. இது நமது மனப்போக்குகளையும் நடத்தைகளையும் மட்டும் பாதிப்பதில்லை, மற்றவர்களை நாம் பார்க்கும் விதத்தையும் பாதிக்கிறது. மனிதகுலத்தின் அடிப்படை இயல்பிற்கான வரைபடமாக அது ஆகிறது.

உண்மையில், நம்மையும் பிறரையும் நாம் எவ்வாறு பார்க்கிறோம் என்பதை நாம் கணக்கில் எடுத்துக் கொள்ளும்வரை, மற்றவர்கள் தங்களையும் தங்கள் உலகத்தையும் எவ்வாறு பார்க்கிறார்கள், எவ்வாறு உணர்கிறார்கள் என்பதை நம்மால் புரிந்து கொள்ள முடியாது. நம்மையும் அறியாமல் நம்முடைய நோக்கங்களை அவர்களது நடத்தையில் புகுத்தி, நம்மைப் பாரபட்சமற்றவர்கள் என்று நாம் அழைத்துக் கொள்வோம்.

இது நம்முடைய தனிப்பட்ட ஆற்றலையும், மற்றவர்களுடன் தொடர்புபடுத்திப் பார்ப்பதற்கான நமது திறனையும் குறிப்பிடத்தக்க அளவு மட்டுப்படுத்துகிறது. ஆனால் சுயவிழிப்புணர்வுக்கான தனித்துவமான மனிதத் திறனின் காரணமாக, அவை யதார்த்தமா அல்லது கொள்கையின் அடிப்படையில் அமைந்தவையா அல்லது வளர்ப்பு மற்றும் சூழ்நிலைகளின் ஒரு செயல்பாடா என்பதைத் தீர்மானிப்பதற்கு நமது கருத்துக் கண்ணோட்டங்களை நம்மால் ஆய்வு செய்ய முடியும்.

சமுதாயக் கண்ணாடி

நம்மைப் பற்றி நாம் கொண்டுள்ள ஒரே முன்னோக்கு சமுதாயக் கண்ணாடியிலிருந்து வந்தால், அதாவது, தற்போதைய சமுதாயக் கருத்துக் கண்ணோட்டங்கள், அபிப்பிராயங்கள், மற்றும் நம்மைச் சுற்றியுள்ள மக்களின் கருத்துக் கண்ணோட்டங்கள் ஆகியவற்றிலிருந்து வந்தால், நாம் நம்மைப் பற்றி மிகவும் குழப்பமான கண்ணோட்டத்தைக் கொண்டிருப்போம்.

"நீங்கள் ஒருபோதும் குறித்த நேரத்தில் வருவதில்லை."

"விஷயங்களை ஒழுங்குமுறையுடன் உங்களால் ஏன் வைத்திருக்க முடிவதில்லை?"

"நீங்கள் ஓர் ஓவியராக இருக்க வேண்டும்."

"நீங்கள் ஒரு குதிரையைப்போல் சாப்பிடுகிறீர்கள்."

"நீங்கள் வெற்றி பெற்றுவிட்டீர்கள் என்பதை என்னால் நம்ப முடியவில்லை."

"இது மிகவும் எளிதானது. உங்களால் ஏன் இதைப் புரிந்து கொள்ள முடியவில்லை?"

இந்த முன்னோக்குகள் அனைத்தும் தொடர்பற்றவை, விகிதப் பொருத்தத்திற்கு அப்பாற்பட்டவை. அவை திணிப்புகளே அன்றி, பிரதிபலிப்புகள் அல்ல. நாம் யார் என்பதைத் துல்லியமாகப்

பிரதிபலிப்பதற்குப் பதிலாக, அவை அந்த அபிப்பிராயங்களைக் கூறுபவர்களுடைய கவலைகளையும் குணநலன்களின் பலவீனங்களையும் நம்மீது திணிக்கின்றன.

நாம் சூழ்நிலைகளாலும் சூழ்நிலைகளின் தாக்கத்தாலும் பெருமளவில் தீர்மானிக்கப்படுவதாகத் தற்போதைய சமுதாயக் கருத்துக் கண்ணோட்டத்தின் பிரதிபலிப்பு கூறுகிறது. சூழ்நிலைகளின் தாக்கத்தின் அளப்பரிய சக்தி நம் வாழ்வில் இருப்பதை நாம் அங்கீகரிக்கும் அதே சமயத்தில், அத்தாக்கத்தால் நாம் தீர்மானிக்கப்படுகிறோம் என்றும், அதன்மீது நமக்கு எந்தக் கட்டுப்பாடும் இல்லை என்றும் கூறுவது ஒரு வித்தியாசமான வரைபடத்தை உருவாக்குகிறது.

உண்மையில், மனிதனின் இயல்பை விளக்குவதற்கு, பரவலாக ஏற்றுக் கொள்ளப்பட்டுள்ள மூன்று வகையான சமுதாய வரைபடங்கள், அதாவது, மூன்று வகையான நியதிக் கோட்பாடுகள் உள்ளன. உங்கள் தாத்தாக்களும் பாட்டிகளும்தான் அதற்குக் காரணம் என்று மரபியல் நியதி கூறுகிறது. அதனால்தான் உங்களுக்கு இவ்வளவு கோபம் வருகிறது. உங்கள் தாத்தா பாட்டிகள் எதற்கெடுத்தாலும் வெடுக்கென்று கோபப்படும் இயல்பைக் கொண்டவர்கள். அது உங்கள் டிஎன்ஏவில் உள்ளது. பரம்பரை பரம்பரையாக இது தொடர்ந்து வந்து கொண்டிருக்கிறது. நீங்கள் அதை சுவீகரித்துவிட்டீர்கள். அதோடு, நீங்கள் அயர்லாந்தைச் சேர்ந்தவர். அயர்லாந்து மக்களின் இயல்பு அதுதான்.

உங்கள் பெற்றோர்கள்தான் அதற்குக் காரணம் என்று உளவியல் நியதி கூறுகிறது. உங்கள் வளர்ப்பும், உங்கள் குழந்தைப் பருவ அனுபவமும், உங்களுடைய ஆளுமை மற்றும் குணநலன்களுக்கான அடித்தளத்தை அமைத்தன. அதனால்தான் ஒரு கூட்டத்தின் முன்னால் நிற்பதற்கு நீங்கள் பயப்படுகிறீர்கள். உங்கள் பெற்றோர்கள் உங்களை அப்படித்தான் வளர்த்துள்ளனர். ஒரு தவறு செய்துவிட்டால் நீங்கள் பெரும் குற்றவுணர்வைக் கொள்கிறீர்கள். ஏனெனில், உங்கள் குழந்தைப் பருவத்தில், நீங்கள் எளிதில் தூண்டப்படுபவராகவும், மென்மையானவராகவும், பிறரைச் சார்ந்தவராகவும் இருந்த நேரத்தில் உங்களுக்கு ஏற்பட்ட அனுபவங்கள் உங்கள் உணர்ச்சிகளின் ஆழத்தில் ஆழ வேரூன்றி இருப்பது உங்கள் நினைவில் உள்ளது. உணர்ச்சிரீதியான தண்டனைகள், நிராகரிப்புகள், எதிர்பார்த்த அளவுக்கு நீங்கள் சிறப்பாகச் செயல்படாதபோது உங்கள் பெற்றோர்கள் உங்களை மற்றவர்களுடன் ஒப்பிட்டுப் பார்த்தது ஆகியவை உங்களுக்கு நன்றாக நினைவில் உள்ளன.

உங்கள் மேலதிகாரி, உங்கள் மனைவி, உங்களது பருவ வயதுக் குழந்தைகள், உங்களுடைய பொருளாதாரச் சூழல், அல்லது தேசியக் கொள்கைகள்தான் அதற்குக் காரணம் என்று சுற்றுச்சூழல் நியதி கூறுகிறது. உங்களது சுற்றுச்சூழலில் உள்ள யாரோ ஒருவர் அல்லது ஏதோ ஒன்றுதான் உங்கள் சூழ்நிலைக்குப் பொறுப்பு.

இந்த வரைபடங்கள் ஒவ்வொன்றும், நாய்களுடன் பவ்லோவ் நடத்திய சோதனைகளுடன் தொடர்புபடுத்தப்படுகின்ற 'தூண்டுதல்/ செயல்விடை' என்ற கோட்பட்டின் அடிப்படையில் அமைந்தவை. ஒரு

குறிப்பிட்டத் தூண்டுதலுக்கு ஒரு குறிப்பிட்ட விதத்தில் நடந்து கொள்வதற்கு நாம் பக்குவப்படுத்தப்படுகிறோம் என்பதுதான் இங்கு அடிப்படை யோசனை.

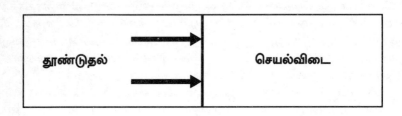

இந்த நியதிக் கோட்பாடுகள் அனைத்தும் பிராந்தியத்தை எந்த அளவுக்குத் துல்லியமாகவும் திட்டவட்டமாகவும் விவரிக்கின்றன? மனிதனின் இயல்பை இந்தக் கண்ணாடிகள் எவ்வளவு தூரம் தெளிவாகப் பிரதிபலிக்கின்றன? அவை சுயதீர்க்கதரிசனங்களாக மாறிவிடுகின்றனவா? நமக்குள்ளேயே மதிப்பீடு செய்து கொள்ளக்கூடிய கொள்கைகளின் அடிப்படையில் அவை அமைந்துள்ளனவா?

தூண்டுதலுக்கும் செயல்விடைக்கும் இடையே

அந்தக் கேள்விகளுக்கான விடையாக, விக்டர் ஃபிராங்க்கெல்லின் கதையை இங்கு நான் உங்களுடன் பகிர்ந்து கொள்கிறேன்.

நீங்கள் ஒரு குழந்தையாக இருக்கும்போது நிகழும் விஷயங்கள் உங்கள் குணநலன்களையும் ஆளுமையையும் வடிவமைத்து, அடிப்படையில் உங்கள் ஒட்டுமொத்த வாழ்க்கையையும் கட்டுப்படுத்துகிறது என்ற சிக்மன்ட் ஃபிராய்டின் உளவியல் தத்துவப் பாரம்பரியத்தில் வளர்க்கப்பட்டவர் ஃபிராங்க்கெல். உங்கள் வாழ்க்கையின் எல்லைகளும் காரணிகளும் வகுக்கப்பட்டுவிட்டன. அடிப்படையில், அவை குறித்து உங்களால் எதுவும் செய்ய முடியாது.

ஃபிராங்க்கெல் யூத சமயத்தைச் சேர்ந்தவர். அவர் ஒரு மனநல மருத்துவரும்கூட. ஹிட்லரின் காலத்தில் ஜெர்மனியின் வதை முகாம்களில் அவர் சிறை வைக்கப்பட்டார். மனித கண்ணிய உணர்வுக்கு முரணான பல விஷயங்களை அவர் அங்கு அனுபவித்தார். அவை மீண்டும் நிகழ்வதாக நினைத்துப் பார்ப்பதுகூட ஒருவருக்கு நடுக்கத்தை ஏற்படுத்தும்.

அவரது பெற்றோர்களும், சகோதரரும், மனைவியும் வதை முகாம்களில் கொல்லப்பட்டனர். அவரது சகோதரியைத் தவிர அவரது ஒட்டுமொத்தக் குடும்பமும் அழிந்து போனது. ஃபிராங்க்கெல்லும் பல சித்தரவதைகளையும் அவமதிப்புகளையும் அனுபவித்தார். தான்

கொல்லப்படுவோமா அல்லது கொல்லப்பட்டவர்களின் சடலங்களை அப்புறப்படுத்துகின்ற, 'தப்பிப் பிழைத்த' ஒருவராக இருப்போமா என்று தெரியாமல் ஒவ்வொரு கணமும் அவர் துன்புற்றுக் கொண்டிருந்தார்.

ஒரு நாள் அவர் ஒரு சிறிய அறையில் தனியாக இருந்தபோது, நாசிப் படையினரால் தன்னிடமிருந்து எடுத்துக் கொள்ள முடியாத சுதந்திரத்தைப் பற்றிய விழிப்புணர்வு அவருக்குள் உருவாகத் துவங்கியது. பின்னாளில் அவர் அதை 'மனித சுதந்திரங்களில் கடைசியானது' என்று அழைத்தார். நாசிப் படையினரால் அவரது ஒட்டுமொத்த சுற்றுச்சூழலையும் கட்டுப்படுத்த முடிந்தது, அவருடைய உடலுக்கு அவர்களால் எதை வேண்டுமானாலும் செய்ய முடிந்தது, ஆனால் விக்டர் ஃபிராங்க்கெல் சுயவிழிப்புணர்வு கொண்ட ஒரு நபர். தன்னை வெளியிலிருந்து அவரால் பார்க்க முடிந்தது. அவரது அடிப்படை அடையாளம் கட்டுக்கோப்பாக இருந்தது. இவையனைத்தும் தன்னை எவ்வாறு பாதிக்கப் போகின்றன என்பதைத் தனக்குள் அவரால் தீர்மானிக்க முடிந்தது. அவருக்கு நிகழ்ந்த விஷயத்திற்கும் அவரது செயல்விடைக்கும் இடையே, அந்தச் செயல்விடையைத் தேர்ந்தெடுப்பதற்கான சுதந்திரமும் சக்தியும் அவருக்கு இருந்தது.

அவர் தனது அனுபவங்களுக்கு இடையே, தன்னைப் பல்வேறு சூழ்நிலைகளில் வைத்துப் பார்த்தார். எடுத்துக்காட்டாக, வதை முகாம்களிலிருந்து தான் விடுவிக்கப்பட்டப் பிறகு தன்னுடைய மாணவர்கள் மத்தியில் சொற்பொழிவாற்றுவதாக அவர் தன்னைப் பார்த்தார். தன்னைப் பற்றியும், வதை முகாம்களில் சித்தரவதைகளை அனுபவித்துக் கொண்டிருந்தபோது தான் கற்றுக் கொண்டிருந்த விஷயங்களைப் பற்றியும் வகுப்பில் தன் மாணவர்களுக்கு விவரிப்பதை அவர் தன் மனக்கண்ணில் பார்த்தார்.

மனரீதியான, உணர்ச்சிரீதியான, ஒழுக்கரீதியான இப்படிப்பட்டப் பல ஒழுங்குகளின் மூலமாக, குறிப்பாகத் தனது நினைவாற்றல் மற்றும் கற்பனையின் உதவியுடன் அவர் தனது சிறிய சுதந்திரத்தைப் பயன்படுத்தினார். அது மெல்ல மெல்ல வளர்ந்தது; ஒரு சமயத்தில், அவரைப் பிடித்து வைத்திருந்த நாசிப்படை வீரர்களைவிட அதிக சுதந்திரம் அவரிடம் இருந்தது. தங்கள் சூழலில் இருந்து தேர்ந்தெடுப்பதற்கு அதிகமான விஷயங்களும், அதிக சுதந்திரமும் அவர்களிடம் இருந்தன; ஆனால் தனது விருப்பத்தேர்வுகளைச் செயல்படுத்துவதற்கான அதிக சுதந்திரமும் அதிக உள்ளார்ந்த சக்தியும் ஃபிராங்க்கெல்லுக்கு இருந்தன. சில நாசி வீரர்கள் உட்பட, தன்னைச் சுற்றி இருந்தவர்களுக்கு அவர் ஓர் உத்வேகமாக அமைந்தார். தங்களது துயரத்தில் வாழ்வின் அர்த்தத்தையும், சிறை வாழ்க்கையில் கண்ணியத்தையும் கண்டுபிடிப்பதற்கு மற்றவர்களுக்கு அவர் உதவினார்.

கற்பனை செய்து பார்க்க முடியாத அளவுக்கு மிகவும் கீழ்த்தரமான சூழல்களில்கூட, மனிதனின் இயல்பைப் பற்றிய ஓர் அடிப்படைக் கொள்கையைக் கண்டறிவதற்காக, மனிதர்களுக்கே உரிய சுயவிழிப்புணர்வை அவர் பயன்படுத்தினார். அந்தக் கொள்கை

இதுதான்: தூண்டுதலுக்கும் செயல்விடைக்கும் இடையே, தேர்ந்தெடுப்பதற்கான சுதந்திரம் மனிதனுக்கு இருக்கிறது.

தேர்ந்தெடுப்பதற்கான அந்த சுதந்திரத்திற்குள்தான், நம்மைத் தனித்துவமான மனிதர்களாக ஆக்குகின்ற அம்சங்கள் அடங்கியுள்ளன. சுயவிழிப்புணர்வோடு கூடவே, நமது தற்போதைய யதார்த்தத்திற்கு அப்பாற்பட்டு நம் மனத்தில் உருவாக்கக்கூடிய கற்பனைத் திறனும் நம்மிடம் உள்ளது. எது சரி, எது தவறு என்பது குறித்தும், நமது நடத்தையைக் கட்டுப்படுத்துகின்ற கொள்கைகள் குறித்தும், நமது எண்ணங்களும் நடவடிக்கைகளும் எவ்வளவு தூரம் அக்கொள்கைகளுடன் இணக்கமாக உள்ளன என்ற உணர்வு குறித்தும் நமக்குள் ஓர் ஆழமான உள்ளார்ந்த விழிப்புணர்வு உள்ளது. இதை மனசாட்சி என்று நாம் அழைக்கிறோம். தேர்ந்தெடுப்பதற்கான சுதந்திரம் நமக்கு இருக்கிறது. அதாவது, பிற தாக்கங்களின் குறுக்கீடு இன்றி, நமது விழிப்புணர்வின் அடிப்படையில் செயல்படுவதற்கான திறன் நம்மிடம் உள்ளது.

மிகவும் அறிவார்ந்த விலங்குகளுக்குக்கூட இந்தப் பண்புநலன்கள் இல்லை. உள்ளுணர்வு அல்லது பயிற்சியின் மூலம் அவை பக்குவப்படுத்தப்பட்டுள்ளன. பொறுப்புடன் நடந்து கொள்வதற்கு அவற்றைப் பயிற்றுவிக்க முடியும், ஆனால் அப்பயிற்சிக்கு அவற்றால் பொறுப்பேற்றுக் கொள்ள முடியாது. வேறு வார்த்தைகளில் கூறினால், அவற்றால் இயக்கி வழிநடத்த முடியாது. தாம் பக்குவப்படுத்தப்பட்டிருக்கும் விதத்தை அவற்றால் மாற்ற முடியாது. அது குறித்த விழிப்புணர்வுகூட அவற்றுக்குக் கிடையாது.

ஆனால் தனித்துவமான நமது பண்புநலன்களால், நமது உள்ளுணர்வுகள் மற்றும் பயிற்சிகளில் இருந்து முற்றிலுமாக வேறுபட்ட, பக்குவப்படுத்துதலுக்கான புதிய திட்டங்களை நம்மால் எழுத முடியும். ஒப்பிட்டுப் பார்க்கையில், ஒரு விலங்கின் திறன் மட்டுப்படுத்தப்பட்டு இருப்பதும், மனிதனின் திறன் எல்லையற்று இருப்பதும் இதன் காரணமாகத்தான் என்பது தெரிய வரும். ஆனால், நமது உள்ளுணர்வுகள், சூழ்நிலைத் தாக்கங்கள், சூழ்நிலைகள், மற்றும் நமது ஒட்டுமொத்த நினைவாற்றலின் ஊடாக நாம் விலங்குகளைப்போல் வாழ்ந்தால், நாமும் மட்டுப்படுத்தப்படுவோம்.

நியதிக் கருத்துக் கண்ணோட்டம் முக்கியமாக எலிகள், குரங்குகள், புறாக்கள், நாய்கள் போன்ற விலங்குகளையும், மனநோய் கொண்ட மக்களையும் ஆய்வு செய்ததிலிருந்து வருகிறது. இந்தக் கண்ணோட்டம் ஓரளவுக்கு அளவிடப்படக்கூடியதாகவும் கணிக்கப்படக்கூடியதாகவும் தோன்றுவதால் சில ஆராய்ச்சியாளர்களின் சில குறிப்பிட்டக் காரணிகளுடன் இது ஒத்துப் போனாலும்கூட, இந்த வரைபடமானது பிராந்தியத்தை வரையறுக்கவே இல்லை என்று மனிதகுலத்தின் வரலாறும் நமது சொந்த விழிப்புணர்வும் கூறுகின்றன.

மனிதர்கள் என்ற முறையில் நமக்கு வழங்கப்பட்டுள்ள தனித்துவமான அம்சங்கள் நம்மை விலங்குகளிடமிருந்து பிரித்து உயர்ந்த

நிலையில் வைக்கின்றன. இந்த அம்சங்களை நாம் எந்த அளவுக்குப் பயன்படுத்துகிறோம், உருவாக்குகிறோம் என்பதுதான் நமது தனித்துவமான மனித ஆற்றலை நிறைவேற்றுவதற்கு நமக்கு சக்தியூட்டுகின்றது. தூண்டுதலுக்கும் செயல்விடைக்கும் இடையே, தேர்ந்தெடுப்பதற்கான சுதந்திரம் என்ற நமது மாபெரும் சக்தி அடங்கியுள்ளது.

'முன்யோசனையுடன் செயலாற்றுதல்' - ஒரு வரையறை

மனித இயல்பின் அடிப்படைக் கொள்கையைக் கண்டுபிடித்ததில், ஒரு துல்லியமான சுயவரைபடத்தை விக்டர் ஃபிராங்க்கெல் விவரித்தார். எந்தவொரு சூழலிலும், அதிக ஆற்றல் வாய்ந்த ஒரு நபரின் முதலாவது பழக்கமும், மிகவும் அடிப்படையான பழக்கமுமான 'முன்யோசனையுடன் செயலாற்றுதல்' என்ற பழக்கத்தை அவர் அந்த வரைபடத்திலிருந்து உருவாக்கத் துவங்கினார்.

'முன்யோசனையுடன் செயலாற்றுதல்' என்ற சொற்றொடர் இப்போது மேலாண்மை தொடர்பான புத்தகங்களில் பொதுவாகக் காணப்பட்டாலும், பெரும்பாலான அகராதிகளில் இதை உங்களால் கண்டுபிடிக்க முடியாது. 'முன்யோசனையுடன் செயலாற்றுதல்' என்பது வெறுமேனே முனைப்புடன் செயல்படுவதைவிட அதிகமானது. மனிதர்கள் என்ற முறையில், நம்முடைய வாழ்விற்கு நாமே பொறுப்பு. நமது நடத்தை நமது தீர்மானங்களின் ஒரு செயல்பாடே அன்றி, நமது சூழ்நிலைகளின் செயல்பாடு அல்ல. உணர்வுகளுடன் ஒப்பிடுகையில், மதிப்பீடுகளுக்கு நம்மால் முன்னுரிமை கொடுக்க முடியும். விஷயங்களை நிகழ வைப்பதற்கான முனைப்பும் பொறுப்பும் நம்மிடம் உள்ளன.

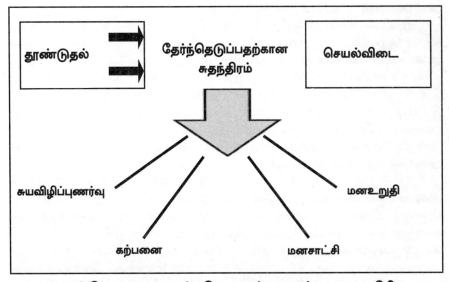

முன்யோசனையுடன் செயலாற்றுதலுக்கான மாதிரி

பொறுப்பு என்பது செயல்விடை அளிப்பதற்கான திறமை என்று பொருள்படும். உயர்ந்த முன்யோசனையுடன் செயல்படும் மக்கள் அப்பொறுப்பை அங்கீகரிக்கின்றனர். அவர்கள் தங்கள் நடத்தைக்குத் தங்களது சூழ்நிலைகளையோ, சூழல்களையோ, அல்லது தங்களது வளர்ப்பையோ குறைகூறுவதில்லை. அவர்களது நடத்தையானது, மதிப்பீட்டின் அடிப்படையில், தங்களது சொந்த விழிப்புணர்வுடன் அவர்கள் மேற்கொண்ட தேர்ந்தெடுப்பின் விளைவே அன்றி, உணர்வுகளின் அடிப்படையில் அமைந்த அவர்களது சூழ்நிலைகளின் விளைவல்ல.

நமது வாழ்க்கையானது நமது வளர்ப்பு மற்றும் சூழ்நிலைகளின் ஒரு செயல்பாடாக இருந்தால், தெரிந்தோ அல்லது தெரியாமலோ, நம்மைக் கட்டுப்படுத்துவதற்கான சக்தியை நாம் அவ்விஷயங்களுக்குக் கொடுத்துவிட்டிருப்பதுதான் அதற்குக் காரணம்.

அப்படிப்பட்ட ஒரு தேர்ந்தெடுப்பை மேற்கொள்ளும்போது, நாம் முன்யோசனையின்றிச் செயல்படுபவர்களாக ஆகிவிடுகிறோம். இவ்வாறு செயல்படும் மக்கள் பெரும்பாலான நேரங்களில் தங்கள் சுற்றுச்சூழலால் பாதிக்கப்படுகின்றனர். வானிலை நன்றாக இருந்தால், அவர்களும் நல்லவிதமாக உணர்கிறார்கள். வானிலை மோசமாக இருந்தால், அது அவர்களுடைய மனப்போக்கையும் செயற்திறனையும் பாதிக்கிறது. முன்யோசனையுடன் செயல்படும் மக்கள் தங்கள் சொந்த வானிலையை எப்போதும் தங்களுடன் அழைத்துச் செல்கின்றனர். மழையோ அல்லது வெயிலோ அவர்களிடம் எந்த வித்தியாசத்தையும் ஏற்படுத்துவதில்லை. அவர்கள் தங்கள் மதிப்பீட்டை மையமாக வைத்துச் செயல்படுகின்றனர். நல்ல, தரமான விளைவை உற்பத்தி செய்வது அவர்களது மதிப்பீடாக இருந்தால், வானிலை அதற்கு சாதகமாக உள்ளதா இல்லையா என்பது அவர்களுக்கு ஒரு பொருட்டே அல்ல.

முன்யோசனையின்றிச் செயல்படும் மக்கள் தங்கள் சமுதாயச் சுற்றுச்சூழலால், 'சமுதாய வானிலையால்' பாதிக்கப்படுகின்றனர். மக்கள் அவர்களை நல்லவிதமாக நடத்தும்போது, அவர்கள் நல்லவிதமாக உணர்கின்றனர். மக்கள் அவ்விதம் அவர்களிடம் நடந்து கொள்ளாதபோது, அவர்கள் தற்காப்பில் ஈடுபடுகின்றனர். இப்படிப்பட்டவர்கள் தங்கள் உணர்ச்சிரீதியான வாழ்க்கையை மற்றவர்களின் நடத்தையைச் சுற்றி உருவாக்கிக் கொள்கின்றனர். அடுத்தவர்களின் பலவீனங்கள் தங்களைக் கட்டுப்படுத்துவதற்கு அவர்களுக்கு சக்தியூட்டுகின்றனர்.

தூண்டுதலைப் பின்னுக்குத் தள்ளிவிட்டு, மதிப்பீட்டிற்கு முன்னுரிமை கொடுக்கும் திறன்தான் முன்யோசனையுடன் செயல்படும் ஒருவரது ஜீவநாடி. முன்யோசனையின்றிச் செயல்படும் மக்கள், தங்கள் உணர்வுகளாலும்,   சூழல்களாலும்,   சூழ்நிலைகளாலும், சுற்றுச்சூழல்களாலும் தூண்டப்படுகின்றனர். முன்யோசனையுடன் செயல்படும் மக்கள், தாங்கள் கவனமாக சிந்தித்து, தேர்ந்தெடுத்து, உட்கிரகித்துக் கொண்டுள்ள மதிப்பீடுகளால் தூண்டப்படுகின்றனர்.

முன்யோசனையுடன் செயல்படும் மக்களும் வெளித் தூண்டுதல்களின் தாக்கத்திற்கு உட்படுகின்றனர். அது உடல்ரீதியான தூண்டுதலாகவோ, சமுதாயரீதியான தூண்டுதலாகவோ, அல்லது உளவியல்ரீதியான தூண்டுதலாகவோ இருக்கலாம். ஆனால் தெரிந்தோ தெரியாமலோ அத்தூண்டுதலுக்கு அவர்கள் அளிக்கும் செயல்விடை, மதிப்பீட்டை அடிப்படையாகக் கொண்ட ஒன்றாகவே இருக்கும்.

"உங்கள் அனுமதியின்றி உங்களை யாராலும் காயப்படுத்த முடியாது," என்று எலினார் ரூஸ்வெல்ட் கூறியுள்ளார். "நாமாகக் கொடுத்தாலன்றி, நம்முடைய சுயமதிப்பை நம்மிடமிருந்து அவர்களால் பறித்துக் கொள்ள முடியாது," என்று மகாத்மா காந்தி கூறினார். நமக்கு நிகழும் விஷயங்களால் நமக்கு ஏற்படும் காயத்தைவிட, அவற்றுக்கு நாம் விருப்பத்துடன் அனுமதியும் ஒப்புதலும் அளிப்பதுதான் அதிகக் காயத்தை ஏற்படுத்துகிறது.

இதை ஏற்றுக் கொள்வது உணர்ச்சிரீதியாக நமக்கு மிகவும் கடினமாக இருக்கும் என்பதை நான் ஒப்புக் கொள்கிறேன், குறிப்பாக, சூழல் அல்லது வேறொருவரின் நடத்தை என்ற பெயரில், வருடக்கணக்கில் நாம் நமது துயரத்தை விளக்கி வந்திருக்கும் பட்சத்தில். "நான் இன்று யாராக இருக்கிறேனோ, அதற்குக் காரணம், நேற்று நான் மேற்கொண்ட தேர்ந்தெடுப்புகள்தான," என்று ஒருவரால் ஆழமாகவும் நேர்மையாகவும் கூற முடிந்தாலொழிய, "நான் வேறொன்றைத் தேர்ந்தெடுக்கிறேன்," என்று அவரால் கூற முடியாது.

முன்யோசனையுடன் செயலாற்றுதல் என்ற தலைப்பில், சாக்ரமென்டோ நகரில் நான் ஒருமுறை ஒரு கூட்டத்தில் பேசிக் கொண்டிருந்தபோது, பார்வையாளர்களில் ஒரு பெண் திடீரென்று எழுந்து நின்று, மிகவும் உற்சாகமாகப் பேசத் துவங்கினார். அது பெருந்திரளான மக்கள் கூடியிருந்த ஒரு கூட்டமாக இருந்ததால், பார்வையாளர்களில் பலர் அப்பெண்ணை நோக்கித் திரும்பினர். திடீரென்று அவருக்குத் தன்னுடைய செய்கையைப் பற்றிய விழிப்புணர்வு ஏற்பட்டது. அவர் தர்மசங்கடத்துடன் மீண்டும் அமர்ந்துவிட்டார். ஆனால் தன் பேச்சைக் கட்டுப்படுத்துவதற்கு அவர் மிகவும் சிரமப்பட்டார். எனவே, தன்னைச் சுற்றி இருந்தவர்களிடம் அவர் பேசத் துவங்கினார். அவர் மிகவும் மகிழ்ச்சியாக இருந்ததுபோல் தோன்றியது.

என்ன நிகழ்ந்தது என்பதைக் கண்டுபிடிக்க நான் மிகவும் ஆவலாக இருந்தேன். ஓர் இடைவேளைக்காக நான் காத்துக் கொண்டிருந்தேன். ஒரு வழியாக அந்த இடைவேளை வந்தபோது, நான் உடனடியாக அப்பெண்ணிடம் சென்று, தனது அனுபவத்தை என்னுடன் பகிர்ந்து கொள்ள அவருக்கு விருப்பமா என்று கேட்டேன்.

அவர் தன் அனுபவத்தை என்னிடம் இவ்வாறு விவரித்தார்: "எனக்கு நிகழ்ந்துள்ளதை உங்களால் கற்பனை செய்துகூடப் பார்க்க முடியாது. முற்றிலும் நன்றியற்ற, மிகவும் மோசமான ஒரு நபருக்கு நான் முழுநேரச் செவிலியாகப் பணி புரிந்து வருகிறேன். நான் செய்யும் எதுவும் அவருக்குப் போதுமானதாக இல்லை. அவர் ஒருபோதும் என்னைப்

பாராட்டுவதில்லை; அவர் என்னை அங்கீகரிப்பதுகூட மிகவும் அரிதாக நிகழும் ஒன்றுதான். ஆனால் எப்போதும் அவர் என்னைப் பார்த்துக் கத்திக் கொண்டும், நான் செய்யும் எல்லாவற்றிலும் குறை கண்டுபிடித்துக் கொண்டும் இருக்கிறார். இந்த மனிதர் என்னுடைய வாழ்க்கையை நரகமாக்கிவிட்டார். என்னுடைய விரக்தியையும் வெறுப்பையும் நான் அடிக்கடி என் குடும்பத்தாரின்மீது காட்டுகிறேன். மற்றச் செவிலியர்களும் அவ்வாறே உணர்கின்றனர். கிட்டத்தட்ட அவரது மரணத்திற்காக நாங்கள் பிரார்த்திக்கிறோம்.

“எந்தவொரு விஷயத்தாலும் என்னைக் காயப்படுத்த முடியாது, என்னுடைய அனுமதியின்றி யாராலும் என்னைக் காயப்படுத்த முடியாது, என்னுடைய துயர வாழ்க்கையை நானே தேர்ந்தெடுத்துக் கொண்டுள்ளேன் என்று நீங்கள் அந்த மேடையில் நின்று கொண்டு துணிச்சலாகப் பரிந்துரைத்ததை என்னால் ஏற்றுக் கொள்ள முடியவில்லை.

“ஆனால் அதைப் பற்றி நான் தொடர்ந்து சிந்தித்தேன். நான் உண்மையிலேயே எனக்குள் ஆழமாகச் சென்று, ‘என்னுடைய பதில்நடவடிக்கையைத் தேர்ந்தெடுப்பதற்கான அதிகாரம் என்னிடம் இருக்கிறதா?’ என்று கேட்டேன்.

“அந்த அதிகாரம் என்னிடம் இருப்பதாக இறுதியில் நான் உணர்ந்தபோது, அந்தக் கசப்பான மாத்திரையை விழுங்கிவிட்டு, துயரப்படுவதை நான் தேர்ந்தெடுத்துள்ளேன் என்பதை நான் உணர்ந்தேன். அதோடு, துயரப்படாமல் இருப்பதைத் தேர்ந்தெடுக்கவும் என்னால் முடியும் என்பதையும் உணர்ந்தேன்.

“அக்கணத்தில் நான் எழுந்து நின்றேன். சான்குவென்டின் சிறையில் இருந்து நான் விடுவிக்கப்பட்டதுபோல் உணர்ந்தேன். ‘நான் சுதந்திரப் பறவை! சிறையிலிருந்து நான் விடுவிக்கப்பட்டுவிட்டேன். வேறொருவரின் நடத்தையால் இனி நான் கட்டுப்படுத்தப்படப் போவதில்லை,’ என்று இவ்வுலகத்தாரிடம் உரத்தக் குரலில் உற்சாகமாகக் கத்த வேண்டும் என்று நான் விரும்பினேன்.”

நமக்கு நிகழும் விஷயம் நம்மைக் காயப்படுத்துவதில்லை, மாறாக அந்த விஷயம் குறித்து நாம் மேற்கொள்ளும் பதில்நடவடிக்கைதான் நம்மைக் காயப்படுத்துகிறது. விஷயங்கள் நம்மை உடல்ரீதியாகவோ அல்லது பொருளாதாரரீதியாகவோ காயப்படுத்தி, நமக்கு வருத்தத்தை விளைவிக்கக்கூடும். ஆனால் நமது அடிப்படை அடையாளமான நமது குணநலன்கள், காயப்பட வேண்டிய அவசியமே இல்லை. உண்மையில், நமது மிகக் கடினமான அனுபவங்கள் நம்மை சோதிப்பவையாக மாறி, நமது குணநலன்களை ஆழமாக வடிவமைக்கின்றன. அதோடு, எதிர்காலத்தில் ஏற்படக்கூடிய கடினமான சூழல்களைக் கையாண்டு, மற்றவர்களுக்கு உத்வேகமூட்டுவதற்கான சுதந்திரத்தை, அதாவது நமது உள்ளார்ந்த சக்திகளை அது உருவாக்குகிறது.

கடினமான சூழ்நிலைகளில் மற்றவர்களை உயர்த்துவதற்கும் உத்வேகப்படுத்துவதற்குமான தனிப்பட்ட சுதந்திரத்தை உருவாக்கும்

திறன் பெற்றப் பலரில் விக்டர் ஃபிராங்க்கெல்லும் ஒருவர். பரிபூரண மாற்றத்தை ஏற்படுத்தவல்ல அப்படிப்பட்டத் தனிப்பட்ட சுதந்திரத்தின் சக்திக்கும், அன்றும் சரி, இன்றும் சரி, சிறைக் கலாச்சாரத்தின்மீதும் கைதிகளின்மீதும் அந்த சுதந்திரத்தைப் பொறுப்பாகப் பயன்படுத்துவதன் விளைவு ஆகியவற்றுக்கும் வியட்நாம் போர்க்கைதிகளின் சுய வாழ்க்கை வரலாறுகள் கூடுதல் சான்று பகர்கின்றன.

உயிரைப் பறிக்கின்ற ஒரு நோய் அல்லது ஒரு தீவிரமான ஊனம் போன்ற மிகக் கடினமான சூழல்களில், அபாரமான உணர்ச்சிரீதியான வலிமையை வெளிப்படுத்துகின்ற மனிதர்களை நம் அனைவருக்கும் தெரிந்திருக்கக்கூடும். அவர்களது நாணயம் நம்மை எவ்வளவு தூரம் உத்வேகப்படுத்துகிறது! யாரோ ஒருவர் தன்னுடைய துன்பத்தையும் சூழலையும் தாண்டிச் சென்று, வாழ்க்கையை மேம்படுத்துகின்ற, உயர்த்துகின்ற, உத்வேகப்படுத்துகின்ற ஒரு மதிப்பீட்டை உட்கிரத்துக் கொண்டும் வெளிப்படுத்திக் கொண்டும் இருக்கிறார் என்ற விழிப்புணர்வைவிட அதிகமான, நீண்டகாலத் தாக்கத்தை வேறு எந்தவொரு விஷயத்தாலும் ஏற்படுத்த முடியாது.

எங்களது இனிய தோழியான கேரல் புற்றுநோய்க்கு ஆளாகியிருந்த ஒரு சமயத்தில், நானும் என் மனைவியும் அவரிடமிருந்து அதிக உத்வேகத்தைப் பெற்றோம். இருபத்தைந்து ஆண்டுகளாக அவரும் என் மனைவியும் சிறந்த தோழிகளாக இருந்து வந்தனர்.

கேரலின் நோய் இறுதிக்கட்டத்தை அடைந்திருந்தபோது, அவர் தனது தனிப்பட்ட வரலாற்றை எழுத அவருக்கு உதவுவதற்காக என் மனைவி அவரது படுக்கைக்கு அருகில் அமர்ந்து ஏராளமான நேரத்தைச் செலவிட்டார். இவை என் மனைவிக்கும் கடினமான சமயங்களாக இருந்தன. ஒவ்வொரு முறை அவர் கேரலுக்கு உதவி செய்துவிட்டு வந்தபோதும், தன் தோழியின் துணிச்சலையும், அவர் தன் குழந்தைகளுடைய வாழ்வின் வெவ்வேறு காலகட்டங்களில் அவர்களுக்குக் கொடுப்பதற்காகச் சிறப்புக் குறிப்புகளை எழுதுவதற்குக் கொண்டிருந்த விருப்பத்தையும் கண்டு என் மனைவி பிரமித்துப் போனார்.

வலியைப் போக்குவதற்கான மாத்திரைகளைக் கேரல் வெகு குறைவாகவே உட்கொண்டார். மனத்தளவிலும் உணர்ச்சியளவிலும் தான் எப்போதும் விழிப்புணர்வுடன் இருக்க வேண்டும் என்று அவர் விரும்பினார். பிறகு அவர் ஒரு டேப் ரெக்கார்டரில் மெல்லிய குரலில் பேசினார். சில சமயங்களில் சான்ட்ராவிடம் நேரடியாகப் பேசினார். கேரல் முன்யோசனையுடனும், துணிச்சலுடனும், மற்றவர்கள் குறித்து அக்கறையோடும் இருந்தார். தன்னைச் சுற்றி இருந்த பலருக்கு அவர் உத்வேகத்தின் ஊற்றாக விளங்கினார்.

அவர் இறப்பதற்கு முதல் நாள் நான் அவரது கண்களை ஆழமாகப் பார்த்த அனுபவத்தை என்னால் ஒருபோதும் மறக்க முடியாது. அந்த அளப்பரிய வேதனைக்கு நடுவிலும், அவரிடம் இருந்த அபரிமிதமான உள்ளார்ந்த மதிப்பை என்னால் உணர முடிந்தது. குணநலன்கள்,

பங்களிப்பு, சேவை, அன்பு, அக்கறை, நன்றியுணர்வு ஆகியவற்றை உள்ளடக்கிய ஒரு வாழ்க்கையை அவரது கண்களில் என்னால் காண முடிந்தது.

அபாரமான மனப்போக்கைக் கொண்ட, அன்பையும் மனிதாபிமானத்தையும் வெளிப்படுத்திய, கடைசிவரை ஈடு இணையற்ற வழிகளில் சேவை புரிந்த, இறந்து கொண்டிருக்கின்ற ஒரு தனிநபரின் முன்னிலையில் இருந்த அனுபவம் எத்தனை பேருக்குக் கிட்டியுள்ளது என்று கடந்த பல வருடங்களாக எனது குழுவினர் பலரிடம் நான் கேட்டு வந்துள்ளேன். வழக்கமாக, பார்வையாளர்களில் நான்கில் ஒரு பகுதியினர் மட்டுமே தங்களுக்கு அப்படிப்பட்ட அனுபவம் கிடைத்ததாகக் கூறுவர். பிறகு, எத்தனை பேரால் அந்தத் தனிநபர்களை ஒருபோதும் மறக்க முடியாது என்றும், அவர்களுடைய துணிச்சலால் உத்வேகம் பெற்று, மனம் நெகிழ்ந்து, அதிக உன்னதமான சேவைகளைப் புரிவதற்கும் மனிதாபிமானத்தை வெளிப்படுத்துவதற்கும் ஆழமாக ஊக்கப்படுத்தப்பட்டு, குறைந்தபட்சம் தற்காலிகமாக எத்தனை பேர் மாறியுள்ளனர் என்றும் நான் கேட்பேன். அந்தக் கேள்விக்கும் கிட்டத்தட்ட அதே நபர்கள்தான் பதிலளிப்பார்கள்.

வாழ்வில் மூன்று மைய மதிப்பீடுகள் உள்ளன என்று விக்டர் ஃபிராங்க்கெல் கூறுகிறார். முதலாவது, அனுபவரீதியானது — நமக்கு என்ன நிகழ்கிறது என்பது. இரண்டாவது, படைப்புரீதியானது — நாம் இவ்வுலகில் படைப்பது. மூன்றாவது, மனப்போக்குரீதியானது — உயிரைப் பறிக்கின்ற நோய்கள் போன்ற கடினமான சூழல்களில் நம் நடந்து கொள்ளும் விதம்.

கருத்துக் கண்ணோட்டத்தின் அடிப்படையில் பார்த்தால், மனப்போக்குரீதியான மதிப்பீடுகள்தான் மிக உயர்ந்த மதிப்பீடு என்ற ஃபிராங்க்கெல்லின் கருத்தை, மக்களுடனான எனது சொந்த அனுபவம் உறுதி செய்வதாக உள்ளது. ஃபிராங்க்கெல்லின் கருத்தை வேறு வார்த்தைகளில் கூறினால், வாழ்வில் நாம் எதிர்கொள்கின்ற விஷயங்களுக்கு நாம் எவ்வாறு செயல்விடை அளிக்கிறோம் என்பதுதான் மிகவும் முக்கியம்.

பெரும்பாலான நேரங்களில், கடினமான சூழல்கள் கருத்துக் கண்ணோட்ட மாற்றங்களை உருவாக்குகின்றன. மக்கள் இவற்றின் ஊடாக இவ்வுலகத்தையும், அதில் தங்களையும் மற்றவர்களையும், வாழ்க்கை தங்களிடமிருந்து எதை எதிர்பார்க்கின்றது என்பதையும் பார்க்கின்றனர். அவர்களுடைய உயர்ந்த கண்ணோட்டம்தான் நம் அனைவரையும் உயர்த்துகின்ற, ஊக்குவிக்கின்ற மனப்போக்குரீதியான மதிப்பீடுகளைப் பிரதிபலிக்கிறது.

தன்முனைப்புடன் செயல்படுவது

நமது அடிப்படை இயல்பு செயல்பாடு. குறிப்பிட்டச் சூழல்களுக்கான பதில்நடவடிக்கையைத் தேர்ந்தெடுப்பதற்கு இது நமக்கு சக்தியூட்டுவதுபோல், சூழல்களை உருவாக்குவதற்கும் இது நமக்கு ஆற்றலளிக்கிறது.

தன்முனைப்புடன் செயல்படுவது என்பதற்கு வலுக்கட்டாயப்படுத்துவது, ஆக்ரோஷமாகச் செயல்படுவது, சகிப்புத்தன்மையின்றிச் செயல்படுவது என்று பொருளல்ல. ஒன்றை நிகழச் செய்வதற்கான பொறுப்பை நாம் அங்கீகரிப்பது என்பதுதான் இதன் பொருள்.

இன்னும் சிறப்பான வேலைகளை விரும்பிய பலருக்கு நான் கடந்த பல வருடங்களாக ஆலோசனை வழங்கி வந்திருக்கிறேன். ஆர்வம் மற்றும் செயற்திறனுக்கான தேர்வில் கலந்து கொள்வது, தொழிற்துறை குறித்து ஆய்வு செய்வது ஆகியவற்றோடு, தாங்கள் சேர விரும்புகின்ற நிறுவனம் எதிர்கொண்டுள்ள குறிப்பிட்டப் பிரச்சனைகளை ஆய்வு செய்து, அப்பிரச்சனைகளைத் தீர்ப்பதற்குத் தங்கள் திறன்கள் எவ்வாறு உதவும் என்பதைக் காட்டக்கூடிய, வரைபடங்களுடன் எடுத்துரைக்கின்ற ஓர் ஆற்றல் வாய்ந்த விளக்கத்தை உருவாக்குவது போன்ற தன்முனைப்பான காரியங்களைச் செய்வதற்கு நான் அவர்களை ஊக்குவிக்கிறேன். இதற்குத் 'தீர்வு விற்பனை' என்று பெயர். வியாபார வெற்றியில் இது ஒரு முக்கியக் கருத்துக் கண்ணோட்டமாகும்.

வழக்கமாக இதன் விளைவாக ஏற்படுவது ஒப்பந்தம்தான். இப்படிப்பட்ட ஓர் அணுகுமுறை தங்களது உத்தியோகம் அல்லது முன்னேற்றத்திற்கான வாய்ப்புகள்மீது எப்படிப்பட்ட சக்திவாய்ந்த தாக்கத்தை ஏற்படுத்தும் என்பதைப் பெரும்பாலான மக்களால் பார்க்க முடிகிறது. ஆனால் அவர்களில் பலர், அதை நிகழ்த்துவதற்குத் தேவையான நடவடிக்கைகளை மேற்கொள்ளவும் தன்முனைப்புடன் செயல்படவும் தவறிவிடுகின்றனர்.

"ஆர்வம் மற்றும் செயற்திறனுக்கான தேர்வுகளை எங்கே சென்று எழுத வேண்டும் என்று எனக்குத் தெரியவில்லை."

"தொழிற்துறை மற்றும் நிறுவனப் பிரச்சனைகளை நான் எவ்வாறு ஆய்வு செய்வது? யாரும் எனக்கு உதவ விரும்பவில்லை."

"வரைபடங்களுடன்கூடிய ஓர் ஆற்றல்மிக்க விளக்கத்தை எவ்வாறு தயாரிக்க வேண்டும் என்பது பற்றி எனக்குத் துளிகூட யோசனை இல்லை."

ஏதாவது நிகழ்வதற்காக அல்லது யாரேனும் தங்களை கவனித்துக் கொள்வதற்காகப் பலர் காத்துக் கொண்டிருக்கின்றனர். ஆனால், பிரச்சனைகளாக இருப்பதற்குப் பதிலாகத் தீர்வுகளாக இருக்கின்ற, வேலையைச் செய்து முடிப்பதற்குத் தேவையானவற்றைச் செய்வதற்கான முனைப்பைக் கைவசப்படுத்துகின்ற, தொடர்ந்து சரியான கொள்கைகளை அடிப்படையாகக் கொண்டு முன்யோசனையுடன் செயல்படுகின்ற மக்களுக்குத்தான் நல்ல வேலைகள் அமைகின்றன.

எங்கள் குடும்பத்தில் யாரேனும் ஒருவர், அது எங்களுடைய இளைய குழந்தைகளில் ஒருவராக இருந்தாலும் சரி, பொறுப்பின்றி, தங்களுக்காக வேறு யாரேனும் ஒருவர் ஒன்றை நிகழச் செய்ய வேண்டும் அல்லது ஒரு தீர்வை வழங்க வேண்டும் என்று காத்துக் கொண்டிருந்தால், "உன் வளவசதிகளையும் தன்முனைப்பையும் பயன்படுத்து," என்று நாங்கள்

கூறுவோம். உண்மையில், பெரும்பாலான சமயங்களில், நாங்கள் அவ்வாறு கூறுவதற்கு முன்பாகவே அவர்கள், "எங்களுடைய வளவசதிகளையும் தன்முனைப்பையும் பயன்படுத்த வேண்டும் அப்படித்தானே?" என்று கேட்டுத் தங்கள் சொந்தக் குறைகளுக்கு விடையளிப்பர்.

மக்களைப் பொறுப்பேற்றுக் கொள்ள வைப்பது என்பது அவர்களைச் சிறுமைப்படுத்தும் விஷயமல்ல, மாறாக, அவர்களை உயர்த்தும் விஷயமாகும். முன்யோசனையுடன் செயல்படுதல் என்பது மனித இயல்பு. அவ்வாறு செயல்படுவதற்கான தசைகள் செயலின்றி இருந்தாலும், அவை நிச்சயமாக உள்ளன. மற்றவர்களுடைய முன்யோசனையுடன் செயல்படுகின்ற தன்மையை மதிப்பதன் மூலமாக, சமுதாயக் கண்ணாடியின் ஒரு தெளிவான, திரிவற்றப் பிரதிபலிப்பை நாம் அவர்களுக்குக் கொடுக்கிறோம்.

தனிநபரின் பக்குவ நிலையை நாம் கணக்கில் எடுத்துக் கொள்ள வேண்டியது அவசியம். உணர்ச்சிரீதியான சார்பைக் கொண்டிருப்பவர்களிடம் அதிகப் படைப்புத்திறனுடன்கூடிய ஒத்துழைப்பை நம்மால் எதிர்பார்க்க முடியாது. ஆனால், குறைந்தபட்சம், அவர்களது அடிப்படை இயல்பை வலியுறுத்தி, அவர்கள் அதிக சுயசார்பான வழிகளில் வாய்ப்புகளைக் கைவசப்படுத்தித் தங்களது பிரச்சனைகளைத் தீர்த்துக் கொள்வதற்கான ஒரு சூழலை நம்மால் உருவாக்க முடியும்.

செயல்படுங்கள் அல்லது உங்கள்மீது ஏதேனும் ஒன்று செயல்படுவதற்காகக் காத்திருங்கள்

தன்முனைப்புடன் செயல்படுபவர்களுக்கும் அவ்வாறு செய்யாதவர்களுக்கும் இடையேயான வேறுபாடு, இரவுக்கும் பகலுக்கும் இடையே உள்ள அதே வேறுபாடுதான். *25லிருந்து 50 சதவீத ஆற்றல்* வேறுபாட்டைப் பற்றி நான் பேசவில்லை. *5000க்கும் அதிகமான சதவீத ஆற்றல்* வேறுபாட்டைப் பற்றித்தான் நான் இங்கு பேசிக் கொண்டிருக்கிறேன், குறிப்பாக அவர்கள் சாதுரியமானவர்களாகவும், விழிப்புணர்வு கொண்டவர்களாகவும், மற்றவர்களின் உணர்ச்சிகளைப் புரிந்து நடந்து கொள்பவர்களாகவும் இருக்கும்பட்சத்தில்.

உங்கள் வாழ்வில் ஆற்றலுக்கான உற்பத்தி/உற்பத்தித் திறன் சமநிலையை உருவாக்குவதற்குத் தன்முனைப்பு அவசியம். இந்த ஏழு பழக்கங்களையும் உருவாக்குவதற்குத் தன்முனைப்பு அவசியம். மற்ற ஆறு பழக்கங்களையும் நீங்கள் ஆய்வு செய்யும்போது, அவை ஒவ்வொன்றும் உங்களது முன்யோசனைத் தசைகளின் உருவாக்கத்தைச் சார்ந்துள்ளது என்பதை நீங்கள் காண்பீர்கள். செயல்படுவதற்கான பொறுப்பை அவை ஒவ்வொன்றும் உங்கள்மீது சுமத்துவதை நீங்கள் காண்பீர்கள். உங்கள்மீது ஒன்று செயல்படுவதற்காக நீங்கள் காத்துக் கொண்டிருந்தால், நிச்சயமாக அது நிகழும். வளர்ச்சி மற்றும் வாய்ப்புகளின் விளைவுகளை நீங்கள் இருவழிகளிலும் எதிர்கொள்வீர்கள்.

ஒருமுறை வீட்டு மேம்பாட்டுத் துறையைச் சேர்ந்த ஒரு குழுவினருடன் சேர்ந்து நான் பணியாற்றிக் கொண்டிருந்தேன். அவர்கள் இருபது வெவ்வேறு நிறுவனங்களைச் சேர்ந்த பிரதிநிதிகள். மூன்று மாதங்களுக்கு ஒரு முறை சந்தித்துத் தங்கள் சாதனைகளையும் பிரச்சனைகளையும் திறந்த மனத்துடன் பகிர்ந்து கொள்பவர்கள் அவர்கள்.

பெரும் பணவீழ்ச்சி ஏற்பட்டிருந்த ஒரு சமயம் அது. பணவீழ்ச்சியால் பொருளாதாரத்தில் பொதுவாக ஏற்பட்டிருந்த எதிர்மறையான தாக்கத்தைவிட, குறிப்பிட்ட இத்துறையில் ஏற்பட்டிருந்த எதிர்மறையான தாக்கம் மிக அதிகமாக இருந்தது. நாங்கள் எங்கள் கூட்டத்தைத் துவக்கியபோது இவர்கள் பெரிதும் ஊக்கமிழந்து இருந்தனர்.

முதல் நாள், "நமக்கு என்ன நிகழ்ந்து கொண்டிருக்கிறது? நம்முடைய தூண்டுதல் எது?" என்பதுதான் நாங்கள் விவாதிக்க எடுத்துக் கொண்ட கேள்வி. பல விஷயங்கள் நடந்து கொண்டிருந்தன. சுற்றுச்சூழல் அழுத்தங்கள் சக்திமிக்கவையாக இருந்தன. வேலையில்லாத் திண்டாட்டம் பரவலாக இருந்தது. தங்களுடைய நிறுவனங்களைத் தாக்குப்பிடிக்கச் செய்வதற்காக இவர்களில் பலர் தங்கள் நண்பர்களை வேலையைவிட்டு நீக்கிக் கொண்டிருந்தனர். அன்றைய நாளின் முடிவில், எல்லோரும் இன்னும் அதிகமாக ஊக்கமிழந்து இருந்தனர்.

இரண்டாவது நாள், "எதிர்காலத்தில் என்ன நிகழப் போகிறது?" என்ற கேள்வியை நாங்கள் விவாதித்தோம். சுற்றுச்சூழல் போக்குக்கள்தான் அவர்களுடைய எதிர்காலத்தை உருவாக்கும் என்ற அனுமானத்தில் அவற்றை நாங்கள் ஆய்வு செய்தோம். இரண்டாம் நாளின் முடிவில், நாங்கள் இன்னும் அதிக மனச்சோர்வை அடைந்தோம். விஷயங்கள் சிறப்படைவதற்கு முன்பு, அவை இன்னும் மோசமடையப் போவதை நாங்கள் ஒவ்வொருவரும் அறிந்திருந்தோம்.

எனவே மூன்றாம் நாள், "நமது பதில்நடவடிக்கை என்ன? நாம் என்ன செய்யப் போகிறோம்? இந்தச் சூழ்நிலையில் தன்முனைப்பை நாம் எவ்வாறு செயல்படுத்துவது?" போன்ற முன்யோசனையுடன்கூடிய கேள்விகளின்மீது கவனம் செலுத்துவது என்று நாங்கள் தீர்மானித்தோம். செலவைச் சமாளிப்பதைப் பற்றியும், அதைக் குறைப்பதைப் பற்றியும் காலையில் நாங்கள் பேசினோம். மதியத்தில், அதிகரித்துக் கொண்டிருந்த விற்பனையைப் பற்றி நாங்கள் விவாதித்தோம். இரண்டு பகுதிகளிலும் நாங்கள் அறிவார்ந்த விவாதங்களில் ஈடுபட்டோம். பிறகு, சிறப்பாக நடைமுறைப்படுத்தக்கூடிய மற்றும் செய்யக்கூடிய பல விஷயங்கள்மீது நாங்கள் கவனம் செலுத்தினோம். ஒரு புதிய உற்சாகம், நம்பிக்கை, மற்றும் முன்யோசனையுடன்கூடிய விழிப்புணர்வுடன் கூட்டத்தை நாங்கள் நிறைவு செய்தோம்.

மூன்றாவது நாளின் இறுதியில், எங்கள் கருத்தரங்கின் விளைவுகளை, "வியாபாரம் எவ்வாறு நடைபெற்றுக் கொண்டிருக்கிறது?" என்ற கேள்விக்கான மூன்று பகுதிகள் அடங்கிய விடையாக நாங்கள் தொகுத்தோம்.

முதல் பகுதி: நமக்கு நிகழ்ந்து கொண்டிருப்பது நல்ல விஷயம் அல்ல. விஷயம் சிறப்படைவதற்கு முன் மிகவும் மோசமடையும் என்று போக்குகள் பரிந்துரைக்கின்றன.

இரண்டாவது பகுதி: ஆனால் நாங்கள் நிகழ வைத்துக் கொண்டிருக்கும் விஷயம் மிகவும் நல்ல விஷயமாகும். ஏனெனில், நாங்கள் எங்கள் செலவுகளைச் சிறப்பாகக் கையாண்டு கொண்டிருக்கிறோம், செலவுகளைக் குறைத்துக் கொண்டிருக்கிறோம், எங்களது விற்பனையை அதிகரித்துக் கொண்டிருக்கிறோம்.

மூன்றாவது பகுதி: எனவே, வியாபாரம் முன்பைவிடச் சிறப்பாகவே நடைபெற்றுக் கொண்டிருக்கிறது.

முன்யோசனையின்றி எதிர்வினையாற்றும் ஒரு மனம் இதைப் பற்றி என்ன கூறும்? "உண்மையை எதிர்கொள்ளுங்கள். இந்த நேர்மறைச் சிந்தனையையும் சுயஊக்க அணுகுமுறையையும் ஒரு நிலைவரை மட்டுமே உங்களால் எடுத்துச் செல்ல முடியும். எப்படியானாலும் யதார்த்தத்தை நீங்கள் எதிர்கொள்ளத்தான் வேண்டும்."

ஆனால், நேர்மறைச் சிந்தனைக்கும் முன்யோசனையுடன் செயல்படுவதற்கும் இடையே வேறுபாடு உள்ளது. நாங்கள் யதார்த்தத்தை நிச்சயமாக எதிர்கொண்டோம். தற்போதையச் சூழல் மற்றும் எதிர்காலக் கணிப்புகள் ஆகியவற்றின் யதார்த்தத்தை நாங்கள் எதிர்கொண்டோம். ஆனால் அச்சூழல்களுக்கும் கணிப்புகளுக்கும் ஒரு நேர்மறையான பதில்நடவடிக்கையைத் தேர்ந்தெடுப்பதற்கான சக்தி எங்களிடம் இருந்தது என்ற யதார்த்தத்தையும் நாங்கள் எதிர்கொண்டோம். யதார்த்தத்தை எதிர்கொள்ளாமல் இருப்பது என்பது, நமது சுற்றுச்சூழலில் நிகழ்ந்து கொண்டிருக்கும் விஷயங்கள்தான் நம்மைத் தீர்மானிக்கின்றன என்ற யோசனையை நாம் ஏற்றுக் கொள்வதாகும்.

வியாபாரங்கள், சமூகக் குழுக்கள், அனைத்து விதமான நிறுவனங்கள், குடும்பங்கள் ஆகிய அனைத்தாலும் முன்யோசனையுடன் செயல்பட முடியும். முன்யோசனையுடன் செயல்படுகின்ற தனிநபர்களின் வளவசதிகளையும் படைப்புத்திறனையும் இணைத்து, நிறுவனத்திற்குள் முன்யோசனையுடன் செயலாற்றும் ஒரு கலாச்சாரத்தை அவற்றால் உருவாக்க முடியும். நிறுவனம் சுற்றுச்சூழலின் தயவில் இருக்க வேண்டிய அவசியமில்லை. இதில் ஈடுபட்டுள்ள தனிநபர்களுக்கிடையேயான பொதுவான மதிப்பீடுகள் மற்றும் நோக்கங்களை சாதிப்பதற்குத் தன்முனைப்பு அவசியம்.

நமது வார்த்தைப் பயன்பாட்டைக் கவனித்தல்

நமது மனப்போக்குகளும் நடத்தைகளும் நமது கருத்துக் கண்ணோட்டங்களில் இருந்து வருகின்றன என்பதால், அவற்றை ஆய்வு செய்வதற்கு நமது சுயவிழிப்புணர்வை நாம் பயன்படுத்தினால், நமது அடிப்படையான வரைபடங்களை நம்மால் அதில் காண முடியும். எடுத்துக்காட்டாக, நமது வார்த்தைப் பயன்பாடு, முன்யோசனையுடன் செயல்படுகின்றவர்களாக நாம் நம்மை எந்த அளவுக்குப் பார்க்கிறோம் என்பதைச் சுட்டிக்காட்டுகின்ற உண்மையான குறியீடாகும்.

முன்யோசனையின்றிச் செயல்படும் மக்களின் வார்த்தைப் பயன்பாடு பொறுப்பிலிருந்து அவர்களை விடுவித்துவிடுகிறது.

"அதுதான் நான். என் வழி அதுதான்." நான் உறுதியாக இருக்கிறேன். அது குறித்து என்னால் எதுவும் செய்ய முடியாது.

"அவர் என்னக் கோபப்படுத்துகிறார்." அதற்கு நான் பொறுப்பல்ல. என் உணர்ச்சிரீதியான வாழ்க்கை என் கட்டுப்பாட்டிற்கு வெளியே உள்ள ஏதோ ஒன்றால் கட்டுப்படுத்தப்படுகிறது.

"என்னால் அதைச் செய்ய முடியாது. எனக்கு அதற்கு நேரமில்லை." எனக்கு வெளியே உள்ள ஏதோ ஒன்று — மட்டுப்படுத்தப்பட்ட நேரம் — என்னைக் கட்டுப்படுத்திக் கொண்டிருக்கிறது.

"என் மனைவி இன்னும் அதிகப் பொறுமையுடன் இருந்தால் . . ." வேறு யாரோ ஒருவருடைய நடத்தை என் ஆற்றலை மட்டுப்படுத்துகிறது.

"நான் அதைச் செய்தாக வேண்டும்." சூழல்கள் அல்லது மற்றவர்கள், நான் செய்து கொண்டிருப்பதைச் செய்வதற்கு என்னைக் கட்டாயப்படுத்துகின்றனர். என்னுடைய சொந்த நடவடிக்கைகளைத் தேர்ந்தெடுக்கும் சுதந்திரம் எனக்கு இல்லை.

முன்யோசனையின்றிச் செயல்படுபவர்களின் மொழி	**முன்யோசனையுடன் செயல்படுபவர்களின் மொழி**
என்னால் செய்யக்கூடியது எதுவும் இல்லை.	நாம் நம்மிடமுள்ள மாற்று வழிகளைப் பார்க்கலாம்.
நான் அப்படித்தான்.	வேறோர் அணுகுமுறையை என்னால் தேர்ந்தெடுக்க முடியும்.
அவர் என்னை மிகவும் கோபப்படுத்துகிறார்.	நான் என்னுடைய சொந்த உணர்வுகளைக் கட்டுப்படுத்துகிறேன்.
அவர்கள் அதை அனுமதிக்க மாட்டார்கள்.	வரைபடங்களுடன்கூடிய ஓர் ஆற்றல்மிக்க விளக்கத்தை என்னால் முன்வைக்க முடியும்.
நான் அதைச் செய்தாக வேண்டும்.	ஒரு பொருத்தமான பதில்நடவடிக்கையை நான் தேர்ந்தெடுப்பேன்.
என்னால் முடியாது.	நான் தேர்ந்தெடுக்கிறேன்.
நான் செய்தாக வேண்டியுள்ளது.	நான் அதை விரும்புகிறேன்.
இப்படி மட்டும் இருந்திருந்தால் . . .	நான் செய்வேன்.

இந்த வார்த்தை வெளிப்பாடுகள் நியதி என்ற ஓர் அடிப்படைக் கருத்துக் கண்ணோட்டத்தில் இருந்து வருகின்றன. இவை அனைத்தும், பொறுப்புகளை இடமாற்றம் செய்வது என்ற ஒட்டுமொத்த நோக்கில் உள்ளன. என்னுடைய பதில்நடவடிக்கையை என்னால் தேர்ந்தெடுக்க முடியாமல் இருப்பதற்கு நான் பொறுப்பாளி அல்ல.

ஒருமுறை ஒரு மாணவர் என்னிடம், "நான் டென்னிஸ் தொடர்பாக ஒரு சுற்றுப்பயணத்தில் கலந்து கொள்ள வேண்டியுள்ளது. அதனால் உங்கள் வகுப்பிற்கு என்னால் வர முடியாது. அதற்கு எனக்கு உங்கள் அனுமதி கிடைக்குமா?" என்று கேட்டார்.

"நீங்கள் போக வேண்டியுள்ளதா அல்லது போவதை நீங்கள் தேர்ந்தெடுக்கிறீர்களா?" என்று நான் கேட்டேன்.

"உண்மையிலேயே நான் போயாக வேண்டும்," என்று அவர் பதிலளித்தார்.

"நீங்கள் போகாவிட்டால் என்ன நடக்கும்?"

"அணியிலிருந்து என்னை நீக்கிவிடுவார்கள்."

"அந்த விளைவை நீங்கள் விரும்புகிறீர்களா?"

"நிச்சயமாக இல்லை."

"வேறு வார்த்தைகளில் கூறினால், அணியில் தொடர்ந்து இடம்பெறும் விளைவைப் பெறுவதற்காக, சுற்றுப்பயணத்திற்குச் செல்வதை நீங்கள் தேர்ந்தெடுக்கிறீர்கள். நீங்கள் என்னுடைய வகுப்பிற்கு வராமல் போனால் என்னவாகும்?"

"எனக்குத் தெரியாது."

"நன்றாக சிந்தித்துப் பாருங்கள். வகுப்பிற்கு வராமல் போவதால் ஏற்படக்கூடிய இயற்கையான விளைவு என்னவாக இருக்கும் என்று நீங்கள் நினைக்கிறீர்கள்?"

"நீங்கள் என்னை வகுப்பிலிருந்து வெளியேற்றிவிடுவீர்கள், அப்படித்தானே?"

"அது ஒரு சமுதாயரீதியான விளைவாக இருக்கும். அது செயற்கையானது. டென்னிஸ் அணியில் நீங்கள் பங்கு கொள்ளாவிட்டால், உங்களால் விளையாட முடியாமல் போய்விடும். அது இயற்கையானது. ஆனால் நீங்கள் என் வகுப்பிற்கு வராவிட்டால், அதனால் ஏற்படும் இயற்கையான விளைவு என்னவாக இருக்கும்?"

"கற்பதை நான் தவறவிட்டுவிடுவேன் என்று நினைக்கிறேன்."

"மிகவும் சரி. நீங்கள் இவ்விரண்டு விளைவுகளையும் சீர்தூக்கிப் பார்த்து, ஒன்றைத் தேர்ந்தெடுக்க வேண்டும். உங்கள் இடத்தில் நான் இருந்தால், டென்னிஸ் பயணத்தில் கலந்து கொள்வதைத்தான் நான் தேர்ந்தெடுப்பேன். ஆனால், எதையும் நீங்கள் செய்தாக வேண்டும் என்று ஒருபோதும் கூறாதீர்கள்.

"டென்னிஸ் சுற்றுப்பயணத்தில் கலந்து கொள்வதை நான் தேர்ந்தெடுக்கிறேன்," என்ற பணிவான பதில் அவரிடமிருந்து வந்தது.

"அப்படியென்றால், என் வகுப்பைத் தவறவிடப் போகிறீர்களா?" என்று போலியான நம்பிக்கையின்மையுடன் கேட்டேன்.

முன்யோசனையற்ற வார்த்தைகளில் உள்ள ஒரு தீவிரமான பிரச்சனை, அது ஒரு சுயதீர்க்கதரிசனமாக ஆகிவிடுகிறது. தாங்கள் உறுதியான தீர்மானத்துடன் இருப்பதான ஒரு கருத்துக் கண்ணோட்டத்தை மக்களிடம் அது வலியுறுத்துகிறது. அந்த நம்பிக்கையை ஆதரிப்பதற்கான ஆதாரத்தை அவர்கள் முன்வைக்கின்றனர். தாங்கள் பலிகடாக்கள் ஆக்கப்பட்டிருப்பதாகவும், எதுவும் தங்கள் கட்டுப்பாட்டில் இல்லை என்றும், தங்கள் வாழ்க்கையோ தங்கள் விதியோ தங்கள் வசம் இல்லை என்றும் அவர்கள் உணர்கின்றனர். தங்களுடைய சொந்த நிலைமைக்கு அவர்கள் மற்றவர்களையும், மற்றச் சூழல்களையும், ஏன், நட்சத்திரங்களையும்கூடக் குற்றப்படுத்துகின்றனர்.

முன்யோசனையுடன் செயல்படுதல் என்ற தலைப்பில் ஒரு பயிலரங்கில் நான் பேசிக் கொண்டிருந்தபோது, ஒருவர் என்னிடம் வந்து, "ஸ்டீபன், நீங்கள் கூறும் விஷயம் எனக்குப் பிடித்திருக்கிறது. ஆனால் ஒவ்வொரு சூழ்நிலையும் வித்தியாசமானது. என் திருமணத்தை எடுத்துக் கொள்ளுங்கள். எனக்கு உண்மையிலேயே கவலையாக இருக்கிறது. என் மனைவிக்கும் எனக்கும் இடையே துவக்கத்தில் இருந்த உணர்வுகள் இப்போது இல்லை. இனியும் நான் அவரை நேசிக்கவில்லை, அவரும் என்னை நேசிக்கவில்லை என்று நான் நினைக்கிறேன். நான் என்ன செய்வது?" என்று கேட்டார்.

"அந்த உணர்வு இப்போது இல்லையா?" என்று நான் கேட்டேன்.

"ஆம்," என்று அவர் வலியுறுத்திவிட்டு, "எங்களுக்கு மூன்று குழந்தைகள் உள்ளனர். எங்களுக்கு அவர்களைப் பற்றிக் கவலையாக உள்ளது. இதற்கு உங்கள் பரிந்துரை என்ன?" என்று கேட்டார்.

"உங்கள் மனைவியின்மீது அன்பு செலுத்துங்கள்," என்று நான் பதிலளித்தேன்.

"அந்த உணர்வு இப்போது என்னிடம் இல்லை என்று ஏற்கனவே உங்களிடம் கூறினேன்."

"அவர்மீது அன்பு செலுத்துங்கள்."

"நீங்கள் புரிந்து கொள்ளவில்லை. அன்பு உணர்வு என்னிடம் இல்லை."

"அப்படியென்றால் அவர்மீது அன்பு செலுத்துங்கள். அந்த உணர்வு இப்போது உங்களிடம் இல்லை என்றால், உங்கள் மனைவியின்மீது அன்பு செலுத்துவதற்கான ஒரு நல்ல காரணம் அது."

"ஆனால் நான் அவரை நேசிக்காதபோது என்னால் எப்படி அவர்மீது அன்பு செலுத்த முடியும்?"

"நண்பரே, அவரை நேசியுங்கள். அவருக்கு சேவை செய்யுங்கள். அவர் கூறுவதைக் காதுகொடுத்துக் கேளுங்கள். உங்களை அவரது நிலையில் வைத்துப் பாருங்கள். அவரைப் பாராட்டுங்கள். அவரிடம் வலியுறுத்திக் கூறுங்கள். அதைச் செய்வதற்கு நீங்கள் தயாராக இருக்கிறீர்களா?"

முன்னேறிக் கொண்டிருக்கும் சமுதாயங்களில் உள்ள அனைத்து மாபெரும் இலக்கியங்களிலும், அன்பு என்பது ஒரு வினைச்சொல். முன்யோசனையின்றிச் செயல்படும் மக்கள் அதை ஓர் உணர்வாக ஆக்கிவிடுகின்றனர். அவர்கள் உணர்வுகளால் வழிநடத்தப்படுகின்றனர். நாம் பொறுப்பாளிகள் அல்ல, நாம் நமது உணர்வுகளின் வெறும் விளைவுதான் என்று ஹாலிவுட் நம்மை நம்ப வைத்துள்ளது. ஆனால், ஹாலிவுட்டின் திரைக்கதை யதார்த்தத்தை விவரிக்கவில்லை. நமது உணர்வுகள் நம்முடைய நடவடிக்கைகளைக் கட்டுப்படுத்துகின்றன என்றால், நாம் நமது பொறுப்பை உதறித் தள்ளிவிட்டு, நமது உணர்வுகளுக்கு அந்த சக்தியைக் கொடுத்துவிட்டதுதான் காரணம்.

முன்யோசனையுடன் செயல்படும் மக்கள் அன்பை ஒரு வினைச்சொல்லாகப் பார்க்கிறார்கள். அன்பு என்பது நீங்கள் செய்கின்ற ஒரு விஷயம் — ஒரு புதிய குழந்தையை இவ்வுலகிற்குள் கொண்டு வருகின்ற ஒரு தாயைப்போல் நீங்கள் செய்கின்ற தியாகங்கள், நீங்கள் உங்களையே கொடுத்தல் போன்றவை. அன்பைப் பற்றி நீங்கள் படிக்க விரும்பினால், மற்றவர்களுக்காகத் தியாகம் செய்தவர்களைப் பற்றிப் படியுங்கள். தங்களைக் காயப்படுத்தியவர்களுக்காகவும், பதிலுக்குத் தங்களை நேசிக்காதவர்களுக்காகவும் தியாகம் செய்தவர்களைப் பற்றிப் படியுங்கள். நீங்கள் ஒரு பெற்றோராக இருந்தால், நீங்கள் எந்தக் குழந்தைகளுக்காகத் தியாகம் செய்தீர்களோ, அந்தக் குழந்தைகளிடம் நீங்கள் கொண்டுள்ள அன்பைப் பாருங்கள். அன்பு என்பது அன்பான நடவடிக்கைகள் மூலம் வெளிப்படுத்தப்படுகின்ற ஒரு மதிப்பீடு. முன்யோசனையுடன் செயல்படும் மக்கள் தங்கள் மதிப்பீடுகளுக்கு முன்னுரிமை கொடுத்துத் தங்கள் உணர்வுகளை இரண்டாம் நிலையில் வைக்கின்றனர். அன்பு என்ற உணர்வை நம்மால் மீண்டும் கைவசப்படுத்த முடியும்.

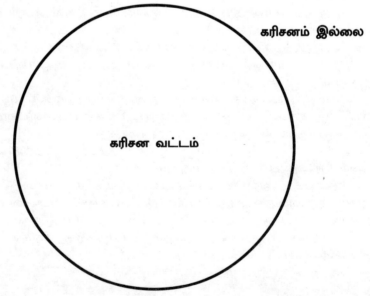

கரிசனம் இல்லை
கரிசன வட்டம்

கரிசன வட்டம்/ செல்வாக்கு வட்டம்

நாம் எந்த அளவுக்கு முன்யோசனையுடன் நடந்து கொள்கிறோம் என்பதைப் பற்றிய அதிக சுயவிழிப்புணர்வைப் பெறுவதற்கான இன்னோர் அற்புதமான வழி, நமது நேரத்தையும் ஆற்றலையும் எங்கே குவிக்கிறோம் என்பதைப் பார்ப்பது. நாம் அனைவரும் பலதரப்பட்டக் கரிசனங்களைக் கொண்டிருக்கிறோம். நமது ஆரோக்கியம், நமது குழந்தைகள், வேலையில் உள்ள பிரச்சனைகள், தேசியக் கடன், அணுசக்தி யுத்தம் போன்ற பல்வேறு விஷயங்கள் குறித்து நாம் கவலைப்படுகிறோம். அவ்விஷயங்களை, நாம் மனரீதியாக அல்லது உணர்ச்சிரீதியாகக் குறிப்பாக அக்கறை கொள்ளாத விஷயங்களை ஒரு 'கரிசன வட்டத்தை' உருவாக்குவதன் மூலம் பிரித்துவிடலாம்.

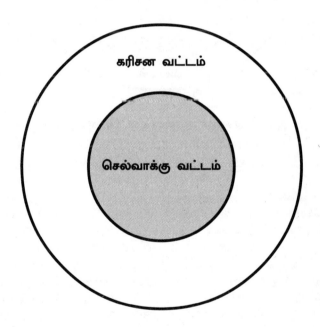

நமது கரிசன வட்டத்திற்குள் இருக்கும் விஷயங்களை நாம் பார்க்கும்போது, நமக்கு உண்மையிலேயே நம் கட்டுப்பாட்டிற்கு அப்பாற்பட்ட விஷயங்களும், நாம் நடவடிக்கை எடுக்கக்கூடிய விஷயங்களும் இருப்பது வெளிப்படையாகிறது. நம்மால் நடவடிக்கை எடுக்கக்கூடிய விஷயங்களை செல்வாக்கு வட்டம் என்னும் சிறிய வட்டத்திற்குள் அடக்குவதன் மூலம் நம்மால் அடையாளம் காண முடியும்.

இந்த இரு வட்டங்களில், எந்த வட்டத்தின்மீது நம்முடைய பெரும்பாலான நேரத்தையும் ஆற்றலையும் நாம் குவிக்கிறோம் என்பதைத் தீர்மானிப்பதன் மூலம், நாம் எவ்வளவு தூரம் முன்யோசனையுடன் செயல்படுகிறோம் என்பதை நம்மால் கண்டுகொள்ள முடியும்.

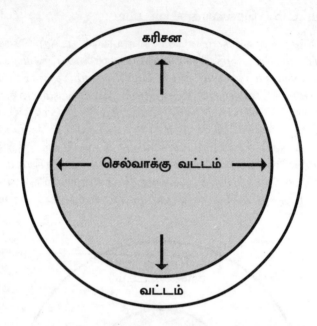

முன்யோசனையுடன்கூடிய கவனக்குவிப்பு
(நேர்மறையான ஆற்றல் செல்வாக்கு
வட்டத்தை விரிவுபடுத்துகிறது)

முன்யோசனையுடன் செயல்படும் மக்கள் தங்கள் முயற்சிகளை செல்வாக்கு வட்டத்தில் ஒருமுகப்படுத்துகின்றனர். தங்களால் ஏதேனும் நடவடிக்கை மேற்கொள்ளத்தக்க விஷயங்களில் அவர்கள் கவனம் செலுத்துகின்றனர். அவர்களுடைய ஆற்றலின் இயல்பு நேர்மறையானதாகவும், விரிவடைவதாகவும், பெரிதாவதாகவும் இருக்கிறது. இது அவர்களது செல்வாக்கு வட்டத்தை அதிகரிக்கிறது.

முன்யோசனையின்றிச் செயல்படும் மக்கள் தங்கள் முயற்சிகளைக் கரிசன வட்டத்தில் ஒருமுகப்படுத்துகின்றனர். மற்றவர்களுடைய பலவீனங்கள், தங்கள் சுற்றுச்சூழலில் உள்ள பிரச்சனைகள், தங்கள் கட்டுப்பாட்டிற்கு அப்பாற்பட்டச் சூழல்கள் ஆகியவற்றின்மீது அவர்கள் தங்கள் கவனத்தைக் குவிக்கின்றனர். அவர்களது இந்த கவனக்குவிப்பு, குறைகூறுகின்ற மற்றும் பழி சுமத்துகின்ற மனப்போக்குகளுக்கும், உணர்ச்சிவசப்பட்டுப் பேசக்கூடிய வார்த்தைகளுக்கும், தாங்கள் பலிகடாக்கள் என்ற உணர்வு அதிகரிப்பதற்கும் காரணமாக அமைகின்றது. அந்த கவனக்குவிப்பின் மூலமாக உற்பத்தி செய்யப்படுகின்ற எதிர்மறை ஆற்றலானது, அவர்களால் ஏதேனும் செய்யக்கூடிய விஷயங்களில் அவர்கள் காட்டிய அலட்சியத்துடன் சேர்ந்து, செல்வாக்கு வட்டம் சுருங்குவதற்குக் காரணமாகின்றது.

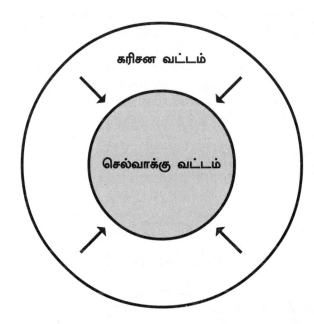

முன்யோசனையற்ற கவனக்குவிப்பு
(*எதிர்மறையான ஆற்றல் செல்வாக்கு வட்டத்தைச் சுருக்குகிறது*)

நாம் கரிசன வட்டத்தின்மீது கவனம் செலுத்தும்வரை, அந்த வட்டத்திற்குள் இருக்கும் விஷயங்கள் நம்மைக் கட்டுப்படுத்துவதற்கு நாம் அவற்றுக்கு சக்தியூட்டுகிறோம். நேர்மறையான மாற்றத்தை விளைவிப்பதற்குத் தேவையான முன்யோசனையுடன்கூடிய முயற்சியை நாம் மேற்கொள்ளவில்லை.

முன்பு, பள்ளியில் தீவிரமான பிரச்சனைகளுக்கு ஆளாகியிருந்த என் மகனின் கதையை நான் உங்களுடன் பகிர்ந்து கொண்டேன். அவனிடம் வெளிப்படையாகத் தெரிந்த இந்த பலவீனங்கள் குறித்தும், மற்றவர்கள் அவனை நடத்திய விதம் குறித்தும் நானும் என் மனைவியும் ஆழ்ந்த அக்கறை கொண்டிருந்தோம்.

ஆனால் அவ்விஷயங்கள் எங்கள் கரிசன வட்டத்திற்குள் இருந்தன. எங்கள் முயற்சிகளை நாங்கள் அவ்விஷயங்கள்மீது ஒருமுகப்படுத்திக் கொண்டிருந்தவரை, எங்களால் எதையும் சாதிக்க முடியவில்லை. எங்களுடைய சொந்தப் போதாமை உணர்வும் ஆதரவின்மை உணர்வும் அதிகரித்ததும், எங்கள் மகனின் சார்புத்தன்மையை நாங்கள் வலியுறுத்தியதும்தான் மிச்சம்.

நாங்கள் எங்கள் செல்வாக்கு வட்டத்திலிருந்த விஷயங்கள்மீது நடவடிக்கை மேற்கொண்டு, எங்களுடைய சொந்தக் கருத்துக்

கண்ணோட்டத்தின்மீது எங்கள் கவனத்தைக் குவிக்கத் துவங்கியபோதுதான், எங்களால் எங்கள் வாழ்க்கையை மாற்றி, இறுதியில் எங்கள் மகனின்மீது தாக்கத்தை ஏற்படுத்திய ஒரு நேர்மறையான ஆற்றலை உருவாக்க முடிந்தது. சூழ்நிலைகளைப் பற்றிக் கவலைப்படுவதற்குப் பதிலாக நாங்கள் எங்கள்மீது நடவடிக்கை எடுத்ததால், சூழ்நிலைகள்மீது எங்களால் தாக்கத்தை ஏற்படுத்த முடிந்தது.

பதவி, செல்வம், பொறுப்பு, அல்லது உறவுகள் போன்றவற்றின் காரணமாக, ஒருவரது செல்வாக்கு வட்டம் அவரது கரிசன வட்டத்தைவிட மிகப் பெரிதாக இருப்பதற்கான சில சூழல்களும் இருக்கின்றன.

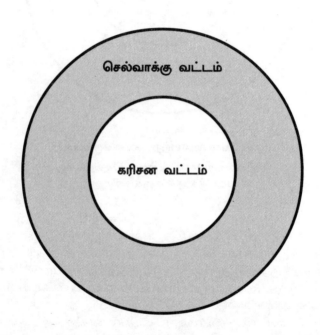

ஒருவர் சுயமாக வரவழைத்துக் கொண்ட ஓர் உணர்ச்சிரீதியான கிட்டப்பார்வையை இச்சூழ்நிலை பிரதிபலிக்கிறது. கரிசன வட்டத்தில் கவனம் செலுத்தப்படுகின்ற இன்னொரு முன்யோசனையற்ற, சுயநலமான வாழ்க்கைமுறை இது.

முன்யோசனையுடன் செயல்படும் மக்கள் தங்கள் செல்வாக்கைப் பயன்படுத்துவதை முன்னுரிமைப்படுத்திக் கொள்ள வேண்டியிருந்தாலும், குறைந்தபட்சம் அவர்களுடைய செல்வாக்கு வட்டத்தைப் போன்ற ஒரு பெரிய கரிசன வட்டம் அவர்களிடம் உள்ளது. அவர்கள் தங்கள் செல்வாக்கைத் திறமையாகப் பயன்படுத்துவதற்கான பொறுப்பை ஏற்றுக் கொள்கின்றனர்.

நேரடிக் கட்டுப்பாடு, மறைமுகக் கட்டுப்பாடு, கட்டுப்பாடின்மை

நாம் எதிர்கொள்கின்ற பிரச்சனைகள் இந்த மூன்று பகுதிகளில் ஒன்றில் அடங்குகின்றன: நேரடியான கட்டுப்பாடு (நமது சொந்த நடத்தையை உள்ளடக்கியப் பிரச்சனைகள்); மறைமுகமான கட்டுப்பாடு (மற்றவர்களுடைய நடத்தையை உள்ளடக்கியப் பிரச்சனைகள்); அல்லது கட்டுப்பாடின்மை (நமது சூழ்நிலைரீதியான யதார்த்தங்கள் அல்லது நமது கடந்தகாலம் போன்ற, நம்மால் எதுவும் செய்ய முடியாத பிரச்சனைகள்). முன்யோசனையுடன்கூடிய அணுகுமுறை, இந்த மூன்று வகையான பிரச்சனைகளுக்குமான தீர்வின் முதலடியை நமது தற்போதைய செல்வாக்கு வட்டத்திற்குள் வைக்கின்றது.

நேரடிக் கட்டுப்பாட்டுப் பிரச்சனைகளை நமது பழக்கங்கள்மீது நடவடிக்கை எடுப்பதன் மூலம் நம்மால் தீர்த்துக் கொள்ள முடியும். அவை நம்முடைய செல்வாக்கு வட்டத்திற்குள் இருப்பது வெளிப்படையான விஷயம். இவைதான் 1வது, 2வது, மற்றும் 3வது பழக்கங்களின் 'தனிப்பட்ட வெற்றிகள்.'

மறைமுகக் கட்டுப்பாடுப் பிரச்சனைகளை நமது தாக்கத்தின் வழிமுறைகளை மாற்றிக் கொள்வதன் மூலம் நம்மால் தீர்க்க முடியும். 4வது, 5வது, மற்றும் 6வது பழக்கங்களின் 'பொது வெற்றிகள்' இவை. மனிதர்கள்மீது தாக்கம் ஏற்படுத்துவது குறித்த 30க்கும் அதிகமான தனித்தனியான வழிமுறைகளைத் தனிப்பட்ட முறையில் நான் அடையாளம் கண்டிருக்கிறேன். இந்த வழிமுறைகளில் இரண்டு அல்லது மூன்று வழிமுறைகள் மட்டுமே பெரும்பாலான மக்களிடம் உள்ளன. வழக்கமாக அது காரணப்படுத்துவதில் துவங்கும். அது வேலை செய்யவில்லை என்றால், தப்பியோடுவது அல்லது சண்டையிடுவதை நோக்கி அது நகரும். மற்றவர்களை 'சரிப்படுத்துவதற்கு'ப் பழைய, பயனற்ற வழிமுறைகளைப் பயன்படுத்த முயற்சிப்பதற்குப் பதிலாக, மனிதர்கள்மீது தாக்கத்தை ஏற்படுத்துவதற்கான புதிய வழிமுறைகளை என்னால் கற்றுக் கொள்ள முடியும் என்ற யோசனையை ஏற்றுக் கொள்வது நமது மனத்திலிருந்த சுமை விலகியதுபோல் இருக்கிறது அல்லவா?

கட்டுப்பாடின்மைப் பிரச்சனைகள் நமது முகத்தின் கீழ்ப்பகுதியில் உள்ள கோட்டை மாற்றுவதற்கான பொறுப்பை உள்ளடக்கியவை. அதாவது, புன்னகைப்பதும், நமக்கு அப்பிரச்சனைகளைப் பிடிக்காவிட்டாலும்கூட அவற்றை அமைதியாக ஏற்றுக் கொண்டு, அவற்றோடு வாழ்வதற்குக் கற்றுக் கொள்வதும் இதில் அடங்கும். இவ்வழியில், இப்பிரச்சனைகள் நம்மைக் கட்டுப்படுத்துவதற்கு நாம் அவற்றுக்கு சக்தியளிக்காமல் இருக்கிறோம். "இறைவா, என்னால் மாற்றக்கூடிய விஷயங்களையும், மாற்றப்பட வேண்டிய விஷயங்களையும் மாற்றுவதற்கான துணிச்சலை எனக்குக் கொடு; மாற்ற முடியாத விஷயங்களை ஏற்றுக் கொள்வதற்கான மனஅமைதியை எனக்குக் கொடு; இவை இரண்டுக்கும் இடையேயான வேறுபாட்டை அறிந்து

கொள்வதற்கான ஞானத்தையும் எனக்குக் கொடு," என்ற பிரார்த்தனையில் பொதிந்துள்ள உணர்வை நாம் பகிர்ந்து கொள்கிறோம்.

ஒரு பிரச்சனை நேரடிக் கட்டுப்பாட்டுப் பிரச்சனையாக இருந்தாலும் சரி, மறைமுகக் கட்டுப்பாட்டுப் பிரச்சனையாக இருந்தாலும் சரி, அல்லது கட்டுப்பாடின்மைப் பிரச்சனையாக இருந்தாலும் சரி, தீர்வுக்கான முதல் நடவடிக்கை நம் கைகளில் உள்ளது. நமது பழக்கங்களை மாற்றுவதும், தாக்கம் ஏற்படுத்துவதற்கான நமது வழிமுறைகளை மாற்றுவதும், நமது கட்டுப்பாடின்மைப் பிரச்சனைகளை நாம் பார்க்கும் விதத்தை மாற்றுவதும் நமது செல்வாக்கு வட்டத்திற்குள்தான் இருக்கின்றன.

செல்வாக்கு வட்டத்தை விரிவுபடுத்துதல்

நமது சூழலுக்கு நாம் கொடுக்கின்ற செயல்விடையைத் தேர்ந்தெடுப்பதில், அந்தச் சூழல்மீது சக்திவாய்ந்த தாக்கத்தை நாம் ஏற்படுத்துகிறோம் என்று உணர்வது உத்வேகமூட்டுவதாக உள்ளது. வேதிச் சூத்திரத்தின் ஒரு பகுதியை நாம் மாற்றும்போது, விளைவுகளின் இயல்பை நாம் மாற்றுகிறோம்.

அதிகத் துடிப்புடனும் உற்சாகத்துடனும் செயல்பட்ட ஒருவரின் தலைமையில் இயங்கிய ஒரு நிறுவனத்துடன் பல வருடங்களாக நான் பணியாற்றினேன். அவரால் போக்குகளை நன்றாகக் கணிக்க முடிந்தது. அவர் படைப்புத்திறன் கொண்டவராகவும், திறமையானவராகவும், ஆற்றல்மிக்கவராகவும், அறிவார்ந்தவராகவும் இருந்தார். அனைவரும் அதை அறிந்திருந்தனர். ஆனால், அவரது நிர்வாகம் சர்வாதிகாரத்தனமான ஒன்றாக இருந்தது. தனது ஊழியர்களுக்கு எந்த அபிப்பிராயமும் கிடையாது என்ற நோக்கில் அவர் அவர்களை இளக்காரமாக நடத்தி வந்ததுபோல் இருந்தது. தன் நிறுவனத்தில் வேலை பார்த்தவர்களிடம் அவர் பேசிய விதம் இவ்வாறு இருந்தது: "இதை செய்யுங்கள் . . . அதைச் செய்யுங்கள் . . . இப்போது இதை நிறைவேற்றுங்கள் . . . இப்போது அதைச் செய்து முடியுங்கள் . . . தீர்மானங்கள் மேற்கொள்வதை நான் பார்த்துக் கொள்கிறேன்."

இதன் விளைவாக, தன்னைச் சுற்றி இருந்த கிட்டத்தட்ட ஒட்டுமொத்த நிர்வாக உயரதிகாரிகள் குழுவையும் தன்னிடமிருந்து அவர் விலகிச் செல்ல வைத்துவிட்டார். அலுவலகத்தில் ஆங்காங்கே கூடி நின்று, அவரைப் பற்றி அவர்கள் ஒருவரிடம் ஒருவர் குறைபட்டுக் கொண்டனர். சூழ்நிலையை மாற்றுவதற்கு உதவுவதாக நினைத்துக் கொண்டு அவர்கள் ஈடுபட்டக் கலந்துரையாடல்கள் அனைத்தும் மதிநுட்பமிக்கவையாகவும், தெளிவானவையாகவும் இருந்தன. ஆனால் அந்தக் கலந்துரையாடல்களுக்கு முடிவே இல்லாமல் போனது. நிறுவனத் தலைவரின் பலவீனங்கள் என்ற பெயரில் அவர்கள் தங்களது பொறுப்புகளைக் கைகழுவிக் கொண்டிருந்தனர்.

"இம்முறை நிகழ்ந்ததை உங்களால் கற்பனை செய்துகூடப் பார்க்க முடியாது. அன்றொரு நாள் அவர் என்னுடைய பிரிவிற்கு வந்தார்.

அவரது பார்வைக்காக நான் எல்லாவற்றையும் பரப்பி வைத்திருந்தேன். ஆனால் அவர் உள்ளே வந்து முற்றிலும் வேறு சமிக்கைகளைக் கொடுத்தார். பல மாதங்களாக நான் செய்த வேலை அனைத்தும் ஒரே நொடியில் வீணாகப் போனது. அவரிடம் எவ்வாறு வேலை பார்ப்பது என்று எனக்குத் தெரியவில்லை. அவர் ஓய்வு பெறுவதற்கு இன்னும் எவ்வளவு காலம் உள்ளது?" என்று ஒருவர் கேட்பார்.

"அவருக்கு ஐம்பத்தொன்பது வயதுதான் ஆகிறது. இன்னும் ஆறு வருடங்களுக்கு அவரிடம் உங்களால் தாக்குப்பிடித்து நிற்க முடியும் என்று நினைக்கிறீர்களா?" என்று இன்னொருவர் பதிலளிப்பார்.

"எனக்குத் தெரியவில்லை. இவரைப்போன்ற மனிதர்கள் ஓய்வு பெறுவார்கள் என்று எனக்குத் தோன்றவில்லை."

ஆனால் அவர்களில் ஒருவர் முன்யோசனையுடன் செயல்படுபவராக இருந்தார். அவர் உணர்வுகளால் வழிநடத்தப்படாமல், மதிப்பீடுகளால் வழிநடத்தப்பட்டார். அவர் யாருடைய தூண்டுதலும் இன்றி, தானாகவே நடவடிக்கை எடுத்தார். அவர் அச்சூழ்நிலையை எதிர்பார்த்தார், அதைப் புரிந்து கொண்டு ஆய்வு செய்தார். நிறுவனத் தலைவரின் பலவீனங்கள் பற்றி அவர் அறிந்திருக்காமல் இல்லை. ஆனால் அவரை விமர்சிப்பதற்குப் பதிலாக, அவற்றை ஈடுகட்ட அவர் முடிவு செய்தார். நிறுவனத் தலைவர் எந்தெந்தப் பகுதிகளில் பலவீனமாக இருந்தாரோ, அப்பகுதிகளில் இந்த உயரதிகாரி தன்கீழ் வேலை பார்த்தவர்களைக் கொண்டு அந்த பலவீனங்களை ஈடுசெய்து, அவற்றைத் தொடர்பற்றவையாக ஆக்கினார். நிறுவனத் தலைவரின் வலிமைகளான முன்னோக்கு, திறமை, படைப்புத்திறன் ஆகியவற்றுடன் அவர் பணியாற்றினார்.

இந்த அதிகாரி தனது செல்வாக்கு வட்டத்தின்மீது கவனம் செலுத்தினார். அவரும் அத்தலைவரால் இளக்காரமாகத்தான் நடத்தப்பட்டார். ஆனால் அவர் தன்னிடம் எதிர்பார்க்கப்பட்டதைவிட அதிகமானவற்றைச் செய்தார். தலைவரின் தேவையை அவர் முன்கூட்டியே எதிர்பார்த்தார். தலைவர் எந்த விஷயத்தின்மீது அடிப்படையில் அக்கறை கொண்டிருந்தாரோ, அதைப் புரிதலுடன் அவர் ஆய்வு செய்தார். எனவே அவர் தன் தலைவரிடம் தகவல்களைக் கொடுத்தபோது, தன் ஆய்வையும், அந்த ஆய்வின் அடிப்படையில் அமைந்த தனது பரிந்துரைகளையும் சேர்த்துக் கொடுத்தார்.

ஆலோசனை வழங்குபவர் என்ற ஸ்தானத்தில் ஒருநாள் நான் அத்தலைவருடன் அமர்ந்திருந்தபோது, அவர் என்னிடம், "ஸ்டீபன், இந்த மனிதர் செய்துள்ள வேலையை என்னால் நம்ப முடியவில்லை. அவர் நான் கோரிய தகவல்களைக் கொடுத்ததோடு மட்டுமல்லாமல், எனக்குத் தேவையான கூடுதல் தகவல்களையும் சேர்த்துக் கொடுத்திருக்கிறார். நான் ஆழமாக அக்கறை கொண்டுள்ள விஷயங்களின் அடிப்படையில் தான் மேற்கொண்ட ஆய்வையும், தனது பரிந்துரைகள் அடங்கிய ஒரு பட்டியலையும்கூட அவர் என்னிடம் கொடுத்திருக்கிறார்," என்று கூறினார்.

மேலும், "அவரது பரிந்துரைகள் அவரது ஆய்விற்கு இசைவாக உள்ளன. அவரது ஆய்வு அவர் கொடுத்தத் தகவல்களோடு ஒத்திருக்கிறது. அவர் தனிச்சிறப்புடையவர். வியாபாரத்தின் இப்பகுதியைப் பற்றி நான் கவலைப்பட வேண்டியதில்லை என்ற நினைப்பு எனக்கு எவ்வளவு நிம்மதியைக் கொடுக்கிறது தெரியுமா?" என்று கூறினார்.

அவர் தனது உயரதிகாரிகளுடன் நிகழ்த்திய அடுத்த சந்திப்புக் கூட்டத்தில், "இதைச் செய்யுங்கள் ... அதைச் செய்யுங்கள் ..." என்று மற்றவர்களுக்குக் கட்டளையிட்டுக் கொண்டிருந்தார். ஆனால் அந்த ஒரே ஓர் உயரதிகாரியிடம் மட்டும், "இது குறித்து உங்கள் அபிப்பிராயம் என்ன?" என்று கேட்டார். அந்த அதிகாரியின் செல்வாக்கு வட்டம் வளர்ந்திருந்தது.

இது நிறுவனத்தில் ஒரு பெரிய சர்ச்சையை ஏற்படுத்தியது. மற்ற உயர்திகாரிகள் அனைவரும் முன்யோசனையுடன் செயல்பட்ட இந்த மனிதரைப் பார்த்துப் பல பழிச் சொற்களை ஏவினர்.

பொறுப்பைத் தட்டிக் கழிப்பது முன்யோசனையின்றிச் செயல்படும் மக்களின் இயல்பு. அவர்களைப் பொறுத்தவரை, "நான் இதற்குப் பொறுப்பு அல்ல," என்று கூறுவது அதிகப் பாதுகாப்பானது. "நான் பொறுப்பானவன்," என்று நான் கூறினால், "நான் பொறுப்பானவன் அல்ல," என்றும் நான் கூற வேண்டி வரும். என்னுடைய பதில்நடவடிக்கையைத் தேர்ந்தெடுப்பதற்கான சக்தி என்னிடம் இருக்கிறது என்றும், நான் தேர்ந்தெடுத்துள்ள பதில்நடவடிக்கை என்னை ஓர் எதிர்மறையான, வஞ்சகச் சூழலில் ஈடுபடச் செய்துவிட்டது என்றும் கூறுவது எனக்கு மிகவும் கடினமாக இருக்கும், குறிப்பாக, வேறொருவருடைய பலவீனங்களைச் சாக்காக வைத்துப் பல வருடங்களாக நான் பொறுப்பைத் தட்டிக் கழித்து வந்திருக்கும் பட்சத்தில்.

எனவே, தாங்கள் ஏன் இதற்குப் பொறுப்பு அல்ல என்பதை விளக்குவதற்கான அதிகத் தகவல்கள், மற்றும் அதிக ஆதாரங்களைத் தேடிக் கண்டுபிடிப்பதில் இந்த உயரதிகாரிகள் கவனம் செலுத்தினர்.

ஆனால் அந்த ஒரே ஓர் உயரதிகாரி மட்டும் இவர்களிடமும் முன்யோசனையுடன் நடந்து கொண்டார். மெல்ல மெல்ல, இவர்கள் குறித்த அவரது செல்வாக்கு வட்டமும் வளர்ந்தது. இவரது ஈடுபாடும் ஒப்புதலும் இல்லாமல், நிறுவனத்தில் உள்ள எவரும், அதன் தலைவர் உட்பட, எந்தவொரு குறிப்பிடத்தக்க அசைவையும் மேற்கொள்ளத் தயாராக இல்லாத நிலை வரும் அளவுக்கு இவரது செல்வாக்கு வட்டம் விரிவடைந்தது. ஆனால் இவரது வளர்ச்சியைக் கண்டு நிறுவனத் தலைவர் பயப்படவில்லை. ஏனெனில், அந்த அதிகாரியின் வலிமை இவரது வலிமைக்குத் தோள் கொடுப்பதாகவும், இவரது பலவீனங்களை ஈடு செய்வதாகவும் இருந்தது. எனவே, அத்தலைவருக்கு இரண்டு நபர்களின் வலிமை கிட்டியது. அடுத்தவருக்குத் தோள் கொடுக்கின்ற ஒரு நல்ல குழுவாக அது அமைந்தது.

இந்த அதிகாரியின் வெற்றி அவரது சூழ்நிலையைச் சார்ந்திருக்கவில்லை. பலரும் அதே சூழ்நிலையில்தான் இருந்தனர். ஆனால் அந்தச் சூழ்நிலைக்கு அவர் தேர்ந்தெடுத்த பதில்நடவடிக்கையும், தனது செல்வாக்கு வட்டத்தின்மீது அவர் செலுத்திய கவனமும்தான் வித்தியாசத்தை ஏற்படுத்தின.

'முன்யோசனையுடன் செயல்படுவது' என்பதை, ஆக்ரோஷமாகச் செயல்படுவது, அடுத்தவரது உணர்ச்சிகளைப் புரிந்து கொள்ளாமல் செயல்படுவது, விரட்டி வேலை வாங்குவது என்று சிலர் அர்த்தப்படுத்துகின்றனர். ஆனால் உண்மை இதுவல்ல. முன்யோசனையுடன் செயல்படும் மக்கள் விரட்டி வேலை வாங்குவதில்லை. அவர்கள் சாமர்த்தியமானவர்கள், மதிப்பீடுகளால் வழிநடத்தப்படுபவர்கள். அவர்கள் யதார்த்தத்தை ஆய்வு செய்கின்றனர், எது வேண்டும் என்பதை அறிந்துள்ளனர்.

மகாத்மா காந்தியை எடுத்துக் கொள்ளுங்கள். ஆங்கிலேயர்கள் இந்தியர்களை அடக்குவதைக் கண்டித்து அவரது விமர்சகர்கள் அமைத்திருந்த கரிசன வட்டத்தில் அவர் சேராமல் இருந்ததற்காக சட்ட மேலவையில் இருந்துகொண்டு காந்தியை அவர்கள் விமர்சித்துக் கொண்டிருந்தபோது, அவர் வயல்களுக்குச் சென்று, அங்கிருந்த விவசாயிகளிடம் அமைதியாகவும, மெதுவாகவும், மறைமுகமாகவும் தனது செல்வாக்கு வட்டத்தை விரிவுபடுத்திக் கொண்டிருந்தார். ஆதரவும், நம்பிக்கையும், உறுதியும் கொண்ட ஒரு பெருங்கூட்டம் அந்த நாட்டுப்புறங்களில் அவரைப் பின்தொடர்ந்தது. அவருக்கென்று எந்தப் பொறுப்பும் அல்லது அரசாங்கப் பதவியும் இல்லாதபோதுகூட, பரிவு, துணிவு, உண்ணாவிரதம், மற்றும் ஒழுக்கத்தின் மூலமாக இறுதியில் அவர் ஆங்கிலேயர்களை மண்டியிடச் செய்து, மிகப் பெரிய அளவில் விரிவடைந்திருந்த தனது செல்வாக்கு வட்டத்தைக் கொண்டு 30 கோடி இந்தியர்களின்மீது ஆங்கிலேயர்கள் செலுத்திக் கொண்டிருந்த அரசியல் ஆதிக்கத்தைத் தகர்த்தெறிந்தார்.

'இருந்திருந்தால்' என்ற அணுகுமுறையும், 'முடியும்' என்ற அணுகுமுறையும்

நாம் எந்த வட்டத்தின்மீது அக்கறை கொண்டிருக்கிறோம் என்பதைத் தெரிந்து கொள்வதற்கான ஒரு வழி, 'இருந்திருந்தால்' என்பதையும், 'முடியும்' என்பதையும் வேறுபடுத்துவது. கரிசன வட்டம் 'இருந்திருந்தால்' என்பதால் நிரம்பி வழிகிறது:

"என் வீட்டின்மீதான கடன் மட்டும் அடைந்துவிட்டால், நான் மகிழ்ச்சியாக இருப்பேன்."

"என் மேலதிகாரி மட்டும் சர்வாதிகார முறையில் நடந்து கொள்ளாதவராக இருந்திருந்தால் . . ."

"எனக்கு மட்டும் அதிகப் பொறுமையான கணவன் வாய்த்திருந்தால் . . ."

"என் குழந்தைகள் மட்டும் அதிகக் கீழ்ப்படிதலுடன் நடந்து கொண்டால் . . ."

"நான் என் பட்டப்படிப்பை முடித்திருந்தால் . . ."

"எனக்கென்று அதிக நேரம் கிடைக்குமென்றால் . . ."

செல்வாக்கு வட்டம் 'முடியும் ' என்ற அணுகுமுறையால் நிரம்பி வழிகிறது. என்னால் அதிகப் பொறுமையாக இருக்க முடியும், அதிக விவேகத்துடன் இருக்க முடியும், அதிக அன்பாக இருக்க முடியும். குணநலன்கள் குறித்த கவனக்குவிப்பு அது.

பிரச்சனை 'வெளியே எங்கோ' இருக்கிறது என்று நாம் சிந்திக்கும் ஒவ்வொரு முறையும், அந்த எண்ணம்தான் பிரச்சனையே. வெளியே உள்ள ஏதோ ஒன்று நம்மைக் கட்டுப்படுத்துவதற்கு நாம் அதற்கு சக்தியூட்டுகிறோம். 'வெளியிருந்து உள்ளே' என்பதுதான் இங்கு மாற்றத்திற்கான கருத்துக் கண்ணோட்டமாக இருக்கிறது. நான் மாறுவதற்கு முன் வெளியே உள்ளது மாற வேண்டும்.

மாற்றம் உள்ளிருந்து துவங்குவதுதான் முன்யோசனையுடன் செயல்படுபவர்களின் அணுகுமுறை. அவர்கள் வித்தியாசமாக இருக்கத் துவங்குகின்றனர். அவ்வாறு வித்தியாசமாக இருப்பதன் மூலம், வெளியே உள்ள ஒன்றின்மீது அவர்கள் நேர்மறையான மாற்றத்தை விளைவிக்கின்றனர். என்னால் அதிக வளமுடையவனாக இருக்க முடியும்; என்னால் அதிகத் தளர்ச்சியின்றி இருக்க முடியும்; என்னால் அதிகப் படைப்புத்திறனுடன் இருக்க முடியும்; என்னால் அதிக ஒத்துழைப்பைக் கொடுக்க முடியும்.

எனக்குப் பிடித்தக் கதைகளில் ஒன்று, யூத—கிறித்தவப் பாரம்பரியத்தின் அடிப்படை இழையின் ஒரு பகுதியான 'பழைய ஏற்பாட்'டில் உள்ளது. தனது பதினேழாவது வயதில் தனது சகோதரர்களால் எகிப்து நாட்டில் போடிபர் என்பவருக்கு அடிமையாக விற்கப்பட்ட ஜோசப் என்பவரைப் பற்றிய கதை இது. போடிபரின் அடிமை என்ற முறையில் சுயபச்சாதாபத்தில் மூழ்கிப் போவதும், தனது சகோதரர்களின் மற்றும் தன்னைச் சிறைபிடித்தவர்களின் பலவீனங்கள்மீதும், தன்னிடம் இல்லாதவற்றின்மீதும் கவனம் குவிப்பதும் அவருக்கு எவ்வளவு சுலபமாக இருந்திருக்கும் என்பதை உங்களால் கற்பனை செய்ய முடிகிறதா? ஆனால் ஜோசப் முன்யோசனையுடன் செயல்பட்டார். 'முடியும்' என்ற அணுகுமுறையை அவர் பின்பற்றினார். ஒரு குறுகிய காலத்திற்குள் அவர் போடிபரின் வீட்டை நிர்வகித்துக் கொண்டிருந்தார். போடிபர் அவர்மீது உயர்ந்த நம்பிக்கை வைத்திருந்ததால், தனக்குச் சொந்தமான அனைத்திற்கும் ஜோசப்பைப் பொறுப்பாளராக்கினார்.

ஒருநாள் ஜோசப்பிற்கு ஒரு கடினமான சூழ்நிலை ஏற்பட்டது. அவர் தன்னுடைய நாணயத்தைக் காவு கொடுக்க மறுத்தார். அதன் விளைவாக, அநியாயமாகப் பதிமூன்று வருடங்கள் அவர் சிறையில் அடைக்கப்பட்டார். ஆனால் மீண்டும் அவர் முன்யோசனையுடன் செயல்பட்டார். அவர் தனது உள்வட்டத்தின்மீது நடவடிக்கை எடுத்தார், 'இருந்திருந்தால்' என்ற அணுகுமுறைக்குப் பதிலாக 'முடியும்' என்ற அணுகுமுறையை அவர் பின்பற்றினார். விரைவில் அவர்

அச்சிறைச்சாலை முழுவதையும் நிர்வகித்துக் கொண்டிருந்தார். இறுதியில், எகிப்து மன்னருக்கு அடுத்தபடியாக ஒட்டுமொத்த எகிப்தையும் நிர்வாகம் செய்தார்.

இந்த யோசனை பல மனிதர்களுக்கு ஒரு மாபெரும் கருத்துக் கண்ணோட்ட மாற்றமாக இருக்கும் என்பதை நான் அறிவேன். நம்முடைய சொந்தத் தேக்க நிலைக்கு மற்றவர்களையும், நமது வளர்ப்பையும். அல்லது சூழ்நிலைகளையும் குறைகூறுவது நமக்கு மிகவும் சுலபம். ஆனால் நாம் பொறுப்பானவர்கள். நாம் யாராக இருக்கிறோம் என்பதன்மீது நடவடிக்கை எடுப்பதன் மூலம் நமது வாழ்க்கையைக் கட்டுப்படுத்தி, நமது சூழல்கள்மீது சக்திவாய்ந்த தாக்கத்தை ஏற்படுத்துவதற்கு நாம் பொறுப்பேற்று இருக்கிறோம்.

என் திருமண வாழ்க்கையில் எனக்குப் பிரச்சனை இருந்தால், என் மனைவியின் தவறுகளைப் பற்றித் தொடர்ந்து பேசி வருவதால் உண்மையிலேயே எனக்கு என்ன லாபம்? நான் பொறுப்பாளி அல்ல என்று கூறுவதன் மூலம், நான் என்னை ஒரு சக்தியற்ற பலிகடாவாக ஆக்கிக் கொள்கிறேன், என்னை ஓர் எதிர்மறையான சூழ்நிலையில் தேங்கி நிற்க வைத்துவிடுகிறேன். என் மனைவியின்மீது தாக்கத்தை ஏற்படுத்துவதற்கான திறனும் குறைந்துவிடுகிறது. என்னுடைய நச்சரிப்பும், பழிதூற்றலும், விமர்சிக்கும் மனப்போக்கும் அவரது பலவீனங்களை அவரிடம் உறுதிப்படுத்துவதாக உள்ளன. எனது விமர்சனம் நான் அவரிடம் திருத்த விரும்புகின்ற நடத்தையைவிட மோசமானது. சூழ்நிலையின்மீது நேர்மறையான தாக்கத்தை ஏற்படுத்தும் எனது திறன் தளர்ந்து, மடிந்துவிடுகிறது.

என்னுடைய சூழ்நிலையை நான் உண்மையிலேயே மேம்படுத்த விரும்பினால், என் கட்டுப்பாட்டில் உள்ள ஒரு விஷயத்தின்மீது நான் நடவடிக்கை எடுக்கலாம். நான்தான் அந்த விஷயம். என் மனைவியை சரிப்படுத்த முயற்சிப்பதற்குப் பதிலாக, எனது சொந்த பலவீனங்கள்மீது நான் நடவடிக்கை எடுக்கலாம். என் மனைவிக்கு ஒரு சிறந்த வாழ்க்கைத் துணைவனாக இருப்பதிலும், அவரிடம் நிபந்தனையற்ற அன்பையும் ஆதரவையும் காட்டுவதிலும் நான் கவனம் செலுத்தலாம். முன்யோசனையுடன் நடந்து கொள்வதன் சக்தியை என் மனைவி உணர்ந்து, அவரும் அதேபோல் நடந்து கொள்வார் என்று நான் நம்புகிறேன். ஆனால் அவர் அவ்வாறு நடந்து கொண்டாலும் சரி, இல்லாவிட்டாலும் சரி, முடியும் என்ற அணுகுமுறையைக் கடைபிடித்து, என்மீது நடவடிக்கை எடுப்பதுதான் என் சூழ்நிலையின்மீது தாக்கத்தை ஏற்படுத்துவதற்கு நான் பின்பற்றக்கூடிய மிக நேர்மறையான வழி.

செல்வாக்கு வட்டத்தின்மீது நடவடிக்கை எடுப்பதற்குப் பல வழிகள் உள்ளன. நன்றாகக் காதுகொடுத்துக் கேட்பவராக இருப்பது, அதிக அன்பு செலுத்துகின்ற வாழ்க்கைத் துணைவராக இருப்பது, ஒரு சிறந்த மாணவராக இருப்பது, அதிக ஒத்துழைப்பை நல்குகின்ற, அர்ப்பணிப்புடன்கூடிய ஓர் ஊழியராக இருப்பது போன்றவை அவற்றில் சில. சில சமயங்களில், நாம் செய்யக்கூடிய அதிக முன்யோசனையுடன்கூடிய காரியம், வெறுமனே மகிழ்ச்சியாக இருப்பதும்

உண்மையிலேயே புன்னகைப்பதும்தான். மகிழ்ச்சியின்மையைப் போலவே, மகிழ்ச்சியும் ஒரு முன்யோசனையுடன்கூடிய தேர்ந்தெடுப்புதான். சில விஷயங்கள் நமது செல்வாக்கு வட்டத்திற்குள் ஒருபோதும் அடங்காது. எடுத்துக்காட்டாக, வானிலையைக் கூறலாம். ஆனால் முன்யோசனையுடன் செயல்படக்கூடிய மக்கள் என்ற முறையில், நமது சொந்த பௌதீக வானிலையையும் சமுதாயரீதியான வானிலையையும் நம்மால் சுமந்து செல்ல முடியும். நம்மால் கட்டுப்படுத்தக்கூடிய விஷயங்கள்மீது நம் முயற்சிகளை ஒருமுகப்படுத்துகின்ற அதே சமயத்தில், தற்சமயம் நமது கட்டுப்பாட்டில் இல்லாத அந்த விஷயங்களை ஏற்றுக் கொண்டு மகிழ்ச்சியாக இருக்க நம்மால் முடியும்.

கோலின் மறுமுனை

செல்வாக்கு வட்டத்தின்மீது நமது ஒட்டுமொத்த கவனத்தையும் செலுத்துவதற்கு முன், கரிசன வட்டத்தில் இருக்கின்ற, ஆழ்ந்து சிந்திக்க வேண்டிய இரண்டு விஷயங்களை நாம் கருத்தில் கொள்ள வேண்டியது அவசியம். விளைவுகள் மற்றும் தவறுகள்தான் அவை.

நமது நடவடிக்கைகளைத் தேர்ந்தெடுப்பதற்கான சுதந்திரம் நமக்கு இருக்கிறது, ஆனால் அதனால் ஏற்படும் விளைவுகளைத் தேர்ந்தெடுப்பதற்கான சுதந்திரம் நமக்கு இல்லை. விளைவுகள் இயற்கை விதிகளால் தீர்மானிக்கப்படுகின்றன. அவை கரிசன வட்டத்திற்குள் இருக்கின்றன. வேகமாக வந்து கொண்டிருக்கின்ற ஒரு ரயிலின் முன்னால் குதிப்பதென்று நம்மால் தீர்மானிக்க முடியும். ஆனால் ரயில் நம்மீது மோதிய பிறகு என்ன நிகழும் என்பதை நம்மால் தீர்மானிக்க முடியாது.

நமது வியாபாரப் பரிவர்த்தனைகளில் நேர்மையின்றி இருப்பதென்று நம்மால் திர்மானிக்க முடியும். அந்தத் தீர்மானத்தினால் ஏற்படுகின்ற சமுதாய விளைவுகள் நாம் கண்டுபிடிக்கப்படுகிறோமா இல்லையா என்பதன் அடிப்படையில் வேறுபட்டாலும், நமது அடிப்படை குணநலன்களுக்கு ஏற்படுகின்ற இயற்கையான விளைவுகள் ஒருபோதும் மாறாத விளைவுகள்தான்.

கொள்கைகள் நமது நடத்தையைக் கட்டுப்படுத்துகின்றன. அவற்றிற்கு இசைவாக வாழ்வது நேர்மறையான விளைவுகளைக் கொண்டு வரும். அவற்றை மீறுவது, எதிர்மறையான விளைவுகளைக் கொண்டு வரும். எந்தவொரு சூழ்நிலையிலும் நமது பதில்நடவடிக்கையைத் தேர்ந்தெடுப்பதற்கான சுதந்திரம் நமக்கு இருக்கிறது. "நாம் ஒரு கோலின் ஒரு முனையைப் பிடித்துத் தூக்கும்போது, மறுமுனையையும் சேர்த்தே தூக்குகிறோம்."

நாம் தவறான கோலைத் தேர்ந்தெடுத்திருக்கிறோம் என்பதைப் பின்னாளில் உணர்ந்த பல அனுபவங்கள் நம் வாழ்வில் நிகழ்ந்திருக்கும் என்பதில் சந்தேகமில்லை. நமக்கு விருப்பமில்லாத பல விளைவுகளை நம்முடைய தேர்ந்தெடுப்புகள் கொண்டு வந்துள்ளன. நாம் மீண்டும் முதலில் இருந்து தேர்ந்தெடுப்புகளை மேற்கொள்வதற்கான வாய்ப்பு

நமக்குக் கொடுக்கப்பட்டால், நாம் வேறு விதமாகத் தேர்ந்தெடுப்போம். தேர்ந்தெடுப்பில் ஏற்பட்டத் தவறுகள் என்று நாம் இவற்றை அழைக்கிறோம். நாம் ஆழ்ந்து சிந்திக்க வேண்டிய இரண்டாவது விஷயம் இவை.

மனம் முழுக்கப் பின்வருத்தத்துடன் இருப்பவர்களுக்கு, கரிசன வட்டத்தில் கடந்தகாலத் தவறுகளும் இருக்கின்றன என்பதை உணர்வதுதான் முன்யோசனையுடன் செயல்படுவதற்கான மிக அவசியமான பயிற்சி. நம்மால் அவற்றை மீண்டும் நினைவுகூர முடியாது, நிகழ்ந்து முடிந்துவிட்ட அவற்றை நிகழாமல் பார்த்துக் கொள்ள முடியாது, அவற்றால் ஏற்பட்ட விளைவுகளை நம்மால் கட்டுப்படுத்த முடியாது.

கல்லூரியின் கால்பந்து அணியில் விளையாடிய என் மகன்களில் ஒருவன், தானோ அல்லது வேறொரு மாணவனோ விளையாட்டில் ஏதேனும் தவறு செய்த போதெல்லாம், தன் கையில் அணிந்திருந்த கைப்பட்டியை வேகமாக இழுத்துச் சுண்டிவிடுவான். கடந்த முறை செய்த தவறு அடுத்த முறை விளையாடும்போது தங்கள் உறுதியையும் திறனையும் பாதிக்கக்கூடாது என்பதற்காக அவன் அவ்வாறு செய்தான்.

நீங்கள் செய்த ஒரு தவறை உடனடியாக அங்கீகரித்து, அதைத் திருத்தி, அதிலிருநது கற்றுக் கொள்வதுதான் அது குறித்த முன்யோசனையுடன்கூடிய அணுகுமுறையாகும். இது ஒரு தோல்வியை வெற்றியாக மாற்றுகிறது. "வெற்றி என்பது தோல்வியின் மறுமுனையில் உள்ளது," என்று ஐபிஎம் நிறுவனத்தின் நிறுவனர் டி.ஜே.வாட்சன் கூறினார்.

ஒரு தவறை அங்கீகரிக்காததும், அதைத் திருத்திக் கொள்ளாததும், அதிலிருந்து கற்றுக் கொள்ளாததும் முற்றிலும் வேறு வகையான ஒரு தவறு. அது வழக்கமாக சுயஏமாற்றம் மற்றும் சுயநியாயப்படுத்துதலுக்கான பாதையில் ஒருவரைத் தள்ளிவிடும். அவர்கள் மற்றவர்களிடமும் தன்னிடமும் காரணம் கற்பிப்பதும் அதில் அடங்கும். இந்த இரண்டாவது தவறு, அதாவது, மறைப்பதற்கான இந்த முயற்சி, முதல் தவறுக்கு சக்தியூட்டி, பொருத்தமற்ற முக்கியத்துவத்தை அதற்குக் கொடுத்து, ஒருவர் தனக்குத் தானே ஆழமான காயத்தை ஏற்படுத்த வழிவகுக்கிறது.

மற்றவர்கள் செய்யும் தவறோ அல்லது நமது சொந்தத் தவறுகளோ நம்மை அவ்வளவாகக் காயப்படுத்துவதில்லை; அவ்விஷயங்களுக்கான நமது பதில்நடவடிக்கைதான் நம்மை அதிகமாகக் காயப்படுத்துகின்றது. நம்மைக் கடித்த விஷப் பாம்பைத் துரத்திக் கொண்டு ஓடுவது, அதன் விஷம் நம் உடல் முழுவதிலும் பரவுவதற்குத்தான் உதவும். நமது உடலில் உள்ள அந்த விஷத்தை வெளியேற்றுவதற்கு உடனடியான நடவடிக்கைகளை மேற்கொள்வதுதான் சாலச் சிறந்த விஷயம்.

எந்தவொரு தவறுக்கும் நாம் மேற்கொள்ளும் பதில்நடவடிக்கை நமது அடுத்தக் கணத்தின் தரத்தைப் பாதிக்கிறது. அடுத்தக் கணத்தின்மீது நமது தவறுகளால் தாக்கத்தை ஏற்படுத்த முடியாத வண்ணம், நமக்கு மீண்டும் சக்தி கிடைக்கும் வண்ணம், அத்தவறுகளை உடனடியாக ஒப்புக் கொண்டு, அவற்றைத் திருத்துவது மிகவும் முக்கியம்.

வாக்குறுதிகளைக் கொடுப்பதும், அவற்றை நிறைவேற்றுவதும்

வாக்குறுதிகளைக் கொடுப்பது மற்றும் அவற்றை நிறைவேற்றுவதற்கான நமது திறன்தான் நமது செல்வாக்கு வட்டத்தின் மையமாக உள்ளது. நாம் நமக்கும் பிறருக்கும் கொடுத்துக் கொள்ளும் வாக்குறுதிகளும், அவற்றை நிறைவேற்றுவதற்கான நமது நாணயமும்தான், முன்யோசனையுடன்கூடிய நமது செயல்பாட்டின் ஜீவநாடியாகவும் தெளிவான வெளிப்பாடாகவும் விளங்குகின்றன.

நமது வளர்ச்சியின் ஜீவநாடியும் அதுதான். மனிதர்களுக்குக் கொடுக்கப்பட்டுள்ள சுயவிழிப்புணர்வு மற்றும் மனசாட்சி ஆகியவற்றின் மூலம், நமது பலவீனங்கள், மேம்பாட்டுக்கான பகுதிகள், உருவாக்கப்படக்கூடிய திறமைகள், நமது வாழ்வில் மாற்ற வேண்டிய அல்லது களைய வேண்டிய விஷயங்கள் ஆகியவற்றைப் பற்றிய விழிப்புணர்வை நாம் பெறுகிறோம். பிறகு, நமது கற்பனையையும் தனிப்பட்ட சுதந்திரத்தையும் அங்கீகரித்து, அவற்றை அந்த விழிப்புணர்வின்மீது பயன்படுத்தும்போது, அதாவது, வாக்குறுதிகளைக் கொடுத்தல், இலக்குகளை நிர்ணயித்தல், அவற்றுக்கு உண்மையாக இருத்தல் போன்ற நடவடிக்கைகளை எடுக்கும்போது, வலிமையான குணநலன்களை நாம் உருவாக்குகிறோம். நம்முடைய வாழ்வில் பிற நேர்மறையான விஷயங்கள் நடைபெறுவதற்கு அவை காரணமாக விளங்குகின்றன.

நமது வாழ்க்கையை உடனடியாக நமது கட்டுப்பாட்டிற்குள் கொண்டு வருவதற்கான இரண்டு வழிகளை நாம் இங்குதான் காண்கிறோம். நம்மால் ஒரு வாக்குறுதியைக் கொடுத்து, அதை நிறைவேற்ற முடியும். அல்லது ஓர் இலக்கை நிர்ணயித்து, அதை அடைவதை நோக்கிச் செயல்பட முடியும். நாம் தொடர்ந்து வாக்குறுதிகளைக் கொடுத்தும், அவற்றை நிறைவேற்றியும் வரும்போது, அவை சிறிய வாக்குறுதிகளாக இருந்தாலும்கூட, ஓர் உள்ளார்ந்த நாணயம் நமக்குள் உருவாகத் துவங்குகிறது. சுயகட்டுப்பாடு குறித்த விழிப்புணர்வையும், நமது சொந்த வாழ்க்கைக்கு அதிகப் பொறுப்புகளை ஏற்றுக் கொள்வதற்கு உதவக்கூடிய துணிச்சலையும் வலிமையையும் அது நமக்குத் தருகின்றது. நாம் நமக்கும் மற்றவர்களுக்கும் வாக்குறுதிகளைக் கொடுத்து, அவற்றை நிறைவேற்றுவதன் மூலம், சிறிது சிறிதாக நமது மதிப்பு நம்முடைய மனநிலைகளைவிடச் சிறப்பானதாக ஆகிறது.

நமக்கு நாமே வாக்குறுதிகளைக் கொடுத்து, அவற்றை நிறைவேற்றும் சக்திதான் ஆற்றலுக்கான அடிப்படைப் பழக்கங்களை உருவாக்குவதன் ஜீவநாடி. அறிவு, திறமை, மற்றும் விருப்பம் அனைத்தும் நமது கட்டுப்பாட்டில் உள்ளன. இந்த மூன்றின் சமநிலையையும் மேம்படுத்துவதற்கு, இவற்றில் ஏதோ ஒன்றின்மீது நம்மால் நடவடிக்கை எடுக்க முடியும். இவை மூன்றும் சந்திக்கும் பகுதிகள் விரிவடையும்போது, பழக்கங்களின் அடிப்படையாக விளங்குகின்ற கொள்கைகளை நாம் மிக ஆழமாக உட்கிரகித்துக் கொண்டு, நமது வாழ்வில் ஆற்றலை அதிகரிப்பதை நோக்கி ஒரு சமநிலையான வழியில் நம்மை வழிநடத்திச் செல்வதற்கான குணநலன்களுக்கு நாம் வலிமையூட்டுகிறோம்.

முன்யோசனையுடன் செயல்படுதல்: முப்பது நாள் சோதனை

நமது சொந்த முன்யோசனையுடன்கூடிய செயல்பாட்டை அடையாளம் கண்டு, அதை உருவாக்குவதற்கு விக்டர் ஃபிராங்க்கெல்லின் வதைமுகாம் அனுபவத்தை நாம் அனுபவிக்க வேண்டிய தேவையில்லை. நமது அன்றாட நிகழ்வுகளில்தான் வாழ்வின் அசாதாரணமான அழுத்தங்களைக் கையாள்வதற்கான முன்யோசனையுடன் செயல்படக்கூடிய திறனை நாம் உருவாக்குகிறோம். வாக்குறுதிகளை நாம் கொடுக்கும் விதமும், அவற்றை நாம் நிறைவேற்றும் விதமும், ஒரு போக்குவரத்து நெரிசலை நாம் சமாளிக்கும் விதமும், ஓர் எரிச்சலான வாடிக்கையாளரிடமோ அல்லது கீழ்ப்படிதல் இல்லாத ஒரு குழந்தையிடமோ நாம் நடந்து கொள்ளும் விதமும்தான் அது. நமது பிரச்சனைகளை நாம் பார்க்கும் விதமும், நமது ஆற்றல்களை நாம் எங்கே ஒருமுகப்படுத்துகிறோம் என்பதுமாகும் அது. நாம் பயன்படுத்தும் வார்த்தைகள்தான் அது.

முன்யோசனையுடன் செயல்படுதல் என்னும் கொள்கையை முப்பது நாட்களுக்கு சோதித்துப் பார்க்குமாறு நான் உங்களுக்கு அழைப்பு விடுக்கிறேன். வெறுமனே அதை முயற்சி செய்து பார்த்து, என்ன நிகழ்கிறது என்பதைக் காணுங்கள். முப்பது நாட்களுக்கு உங்கள் செல்வாக்கு வட்டத்தின்மீது மட்டும் நடவடிக்கை எடுங்கள். சிறிய வாக்குறுதிகளைக் கொடுத்து, அவற்றை நிறைவேற்றுங்கள். ஒரு நீதிபதியாக இல்லாமல் ஓர் ஒளியாக இருங்கள். ஒரு விமர்சகராக இல்லாமல், ஒரு முன்மாதிரியாக இருங்கள். பிரச்சனையின் ஒரு பகுதியாக இல்லாமல், தீர்வின் ஒரு பகுதியாக இருங்கள்.

இதை உங்கள் திருமண வாழ்விலும், உங்கள் குடும்பத்திலும், உங்கள் வேலையிலும் முயற்சித்துப் பாருங்கள். அடுத்தவர்களுடைய பலவீனங்களுக்காக வாதம் செய்யாதீர்கள். உங்கள் பலவீனங்களுக்காகவும் வாதிடாதீர்கள். நீங்கள் ஒரு தவறைச் செய்யும்போது, உடனடியாக அதை ஒத்துக் கொண்டு, திருத்தி, அதிலிருந்து கற்றுக் கொள்ளுங்கள். குறைகூறுகின்ற, பிறர்மீது பழிசுமத்துகின்ற மனநிலைக்குச் செல்லாதீர்கள். உங்களால் கட்டுப்படுத்தக்கூடிய விஷயங்கள்மீது நடவடிக்கை எடுங்கள். உங்கள்மீது நடவடிக்கை எடுங்கள். முடியும் என்ற அணுகுமுறையைக் கடைபிடியுங்கள்.

மற்றவர்களின் பலவீனங்களைப் பழிபோடும் நோக்கில் பார்க்காமல், பச்சாதாபத்துடன் பாருங்கள். அவர்கள் செய்யாத அல்லது செய்ய வேண்டிய விஷயம் இங்கு பிரச்சனையல்ல. உங்கள் சூழ்நிலைக்கு நீங்கள் தேந்தெடுத்த பதில்நடவடிக்கையும், நீங்கள் உண்மையிலேயே என்ன செய்ய வேண்டும் என்பதும்தான் இங்கு பிரச்சனையே. பிரச்சனை 'வெளியே எங்கோ' இருப்பதாக நீங்கள் சிந்திக்கத் துவங்கினால், உடனடியாக அந்த நினைப்பைக் கைவிடுங்கள். அந்த சிந்தனைதான் பிரச்சனையே.

ஒவ்வொரு நாளும் தங்கள் சுதந்திரத்தைச் செயல்படுத்துகின்ற மக்கள் மெல்ல மெல்ல அந்த சுதந்திரத்தை விரிவுபடுத்துவர். அவ்வாறு செய்யாதவர்கள், அந்த சுதந்திரம் மெல்ல மெல்ல மறைவதையும், தாங்கள் வெறுமனே வாழ்க்கையை ஓட்டிக் கொண்டிருப்பதையும் காண்பார்கள். அவர்கள் தங்களது பெற்றோர்களும், கூட்டாளிகளும், சமுதாயமும் எழுதி வைத்துள்ள திரைக்கதைக்கு ஏற்றவாறு நடித்துக் கொண்டிருப்பார்கள்.

நமது சொந்த ஆற்றலுக்கும், நமது சொந்த மகிழ்ச்சிக்கும், இறுதியில் நமது சொந்தச் சூழல்களுக்கும் நாம்தான் பொறுப்பு என்று நான் கூறுவேன்.

சாமுவேல் ஜான்சன் இவ்வாறு கூறியுள்ளார்: "திருப்தி என்னும் ஊற்று நமது மனத்திலிருந்து பொங்கியெழ வேண்டும். மனித இயல்பைப் பற்றி வெகு குறைவான அறிவைப் பெற்றுள்ள ஒருவர், தன்னுடைய மனநிலையை மாற்றிக் கொள்ளாமல் மற்றவர்களை மாற்றுவதன் மூலம் மகிழ்ச்சியைத் தேடிச் சென்றால், அவர் தனது வாழ்க்கையை வீணான முயற்சிகளில் விரயமாக்குவதோடு, தான் களைய விரும்புகின்ற துயரத்தையும் பெருக்குவார்."

நாம்தான் பொறுப்பு என்பதை அறிவது ஆற்றல்மிக்கச் செயல்பாட்டிற்கும், நாம் பார்க்கவிருக்கின்ற ஆற்றலுக்கான ஒவ்வொரு பழக்கத்திற்குமான அடிப்படையாகும்.

செயல்முறைப் பரிந்துரைகள்

1. ஒரு நாள் முழுவதும் நீங்கள் பேசும் வார்த்தைகளையும், உங்களைச் சுற்றி இருப்பவர்கள் பேசும் வார்த்தைகளையும் கவனியுங்கள். "அப்படி மட்டும் இருந்தால்," ""என்னால் முடியாது," அல்லது "நான் செய்தாக வேண்டும்" போன்ற முன்யோசனையின்றிப் பேசப்படும் சொற்றொடர்களை நீங்கள் எத்தனை முறை பயன்படுத்துகிறீர்கள்? எத்தனை முறை செவிமடுக்கிறீர்கள்?

2. கடந்தகாலத்தின் அடிப்படையில், நீங்கள் முன்யோசனையின்றிச் செயல்படக்கூடிய, எதிர்காலத்தில் நீங்கள் எதிர்கொள்ளக்கூடிய ஓர் அனுபவத்தை அடையாளம் காணுங்கள். செல்வாக்கு வட்டத்தின் கண்ணோட்டத்தில் அச்சூழ்நிலையை மறுபரிசீலனை செய்யுங்கள். முன்யோசனையுடன் நீங்கள் எவ்வாறு செயல்படுவீர்கள்? சிறிது நேரம் எடுத்துக் கொண்டு, அந்த அனுபவத்தை உங்கள் மனத்தில் விரிவாக உருவாக்கி, நீங்கள் முன்யோசனையுடன் செயல்படுவதாக உங்கள் மனத்தில் காட்சிப்படுத்துங்கள். தூண்டுதலுக்கும் செயல்விடைக்கும் இடையே உள்ள இடைவெளியை உங்களுக்கு நீங்களே நினைவூட்டிக் கொள்ளுங்கள். தேர்ந்தெடுப்பதற்கான உங்களது சுதந்திரத்தைச் செயல்படுத்துவதற்கு உங்களுக்கு நீங்களே வாக்குறுதி அளித்துக் கொள்ளுங்கள்.

3. உங்களுக்கு விரக்தியளிக்கின்ற ஒரு பிரச்சனையை உங்களது
    வேலையில் இருந்து அல்லது உங்களுடைய தனிப்பட்ட
    வாழ்க்கையில் இருந்து தேர்ந்தெடுங்கள். அது நேரடிக்
    கட்டுப்பாட்டுப் பிரச்சனையா, மறைமுகக் கட்டுப்பாட்டுப்
    பிரச்சனையா அல்லது கட்டுப்பாடின்மைப் பிரச்சனையா
    என்பதைத் தீர்மானியுங்கள். அதற்குத் தீர்வு காண்பதற்கு
    உங்களது செல்வாக்கு வட்டத்தில் நீங்கள் மேற்கொள்ளக்கூடிய
    முதல் நடவடிக்கையைக் கண்டுகொண்டு, அதைச்
    செயல்படுத்துங்கள்.

4. முன்யோசனையுடன் செயல்படுவதற்கான முப்பது நாள்
    சோதனையை முயற்சித்துப் பாருங்கள். உங்கள் செல்வாக்கு
    வட்டத்தில் ஏற்படக்கூடிய மாற்றம் குறித்து எச்சரிக்கையாக
    இருங்கள்.

பழக்கம் 2

முடிவை மனத்தில் வைத்துத் துவங்குதல்

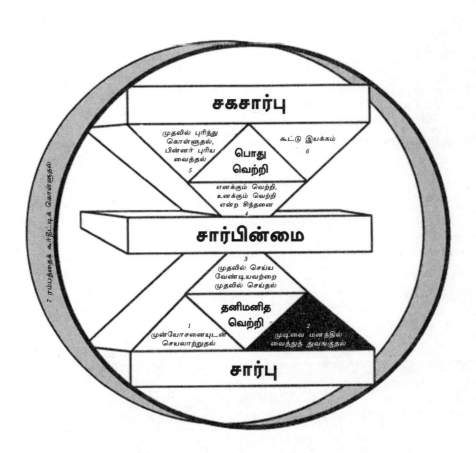

தனிமனிதத் தலைமைத்துவம் குறித்தக் கொள்கைகள்

"நமக்குள் இருக்கும் விஷயங்களுடன் ஒப்பிடுகையில், நமக்குப் பின்னால் உள்ளவையும் நமக்கு முன்னால் உள்ளவையும் அற்பமானவையே."
- ஆலிவர் வென்டெல் ஹோம்ஸ்

அடுத்த சில பக்கங்களைப் படிப்பதற்கு அமைதியான, தனியான, உங்களுக்கு இடையூறு ஏற்பட வாய்ப்பில்லாத ஓர் இடத்தைத் தேடிக் கண்டுபிடியுங்கள். உங்கள் மனத்திலுள்ள அனைத்து எண்ணங்களையும் களைந்து, உங்கள் மனத்தைத் தூய்மையாக்குங்கள். நீங்கள் படிக்கவிருக்கும் விஷயங்களையும், நான் உங்களுக்குக் கொடுக்கவிருக்கும் பயிற்சிகளையும் மட்டுமே உங்கள் மனத்தில் இருத்துங்கள். உங்களுடைய கால அட்டவணை, உங்கள் தொழில், உங்கள் குடும்பம் அல்லது உங்கள் நண்பர்களைப் பற்றியெல்லாம் கவலைப்படாதீர்கள். நான் கூறவிருக்கும் விஷயங்களில் என்னுடன் சேர்ந்து கவனம் செலுத்துங்கள். உண்மையிலேயே திறந்த மனத்துடன் இருங்கள்.

உங்களது அதிக அன்புக்குரிய ஒருவரின் இறுதிச் சடங்கில் நீங்கள் கலந்து கொள்வதாக உங்கள் மனக்கண்ணில் பாருங்கள். அவரது உடல் வைக்கப்பட்டுள்ள தேவாலயத்திற்கு நீங்கள் உங்கள் காரில் செல்வதையும், அங்கு சென்றதும் உங்கள் காரை ஓர் ஓரத்தில் நிறுத்துவதையும், காரிலிருந்து நீங்கள் வெளியேறுவதையும் உங்கள் மனத்தில் காட்சிப்படுத்துங்கள். நீங்கள் தேவாலயக் கட்டிடத்திற்குள் நுழையும்போது, அங்கு வைக்கப்பட்டிருக்கும் மலர்களைப் பார்க்கிறீர்கள், பின்னணியில் ஒலித்துக் கொண்டிருக்கும் சோக கீதத்தைக் கேட்கிறீர்கள். ஆங்காங்கே நின்று கொண்டிருக்கும் நண்பர்கள் மற்றும் குடும்பத்தினரின் முகங்களைப் பார்க்கிறீர்கள். அங்கு கூடியிருக்கும் மக்களின் இதயங்களிலிருந்து வெளிப்படுகின்ற இழப்புக் குறித்த வருத்தத்தையும், இறந்து போனவரைத் தெரிந்திருப்பது குறித்து அவர்கள் கொண்டிருக்கும் மகிழ்ச்சியையும் உணர்கிறீர்கள்.

அறையின் முன்வழியாக நடந்து சென்று, அவரது உடல் வைக்கப்பட்டுள்ள சவப்பெட்டியைக் காணும்போது, திடீரென்று உங்கள் முகத்தை நீங்கள் அதில் பார்க்கிறீர்கள். இன்றிலிருந்து மூன்று வருடங்களில் நடைபெறவிருக்கின்ற உங்களுடைய இறுதிச் சடங்கு அது. அங்குள்ள மக்கள் அனைவரும் உங்களுக்கு மரியாதை செலுத்துவதற்காகவும், உங்கள் வாழ்க்கை குறித்து அன்பையும் பாராட்டுதலையும் தெரிவிப்பதற்காகவும் அங்கு குழுமியுள்ளனர்.

நீங்கள் ஓரிடத்தில் அமர்ந்து கொண்டு, இறுதிச் சடங்கு துவங்குவதற்காகக் காத்துக் கொண்டிருக்கும்போது, உங்கள் கையில் உள்ள நிகழ்ச்சி நிரலைப் பார்க்கிறீர்கள். நான்கு பேர் உங்களைப் பற்றிப் பேசவுள்ளனர். முதல் நபர் உங்கள் குடும்பத்திலுள்ள ஒருவர். உங்களது குழந்தைகள், சகோதர சகோதரிகள், மைத்துனர்கள், மாமா மற்றும் அத்தைமார்கள், தாத்தா மற்றும் பாட்டிகள் அனைவரும் உங்கள் இறுதிச் சடங்கில் கலந்து கொள்வதற்காக நாடு முழுவதிலுமிருந்து வந்துள்ளனர். உங்களைப் பற்றிப் பேசவிருக்கும் இரண்டாவது நபர் உங்களுடைய நண்பர்களில் ஒருவர். மூன்றாவது நபர் உங்களுடன் வேலை பார்க்கும் ஒருவர். நான்காவது நபர், நீங்கள் ஈடுபட்டுள்ள ஒரு தேவாலயம் அல்லது சமூகத் தொண்டு நிறுவனம் ஏதோ ஒன்றைச் சேர்ந்த ஒருவர்.

இப்போது ஆழ்ந்து சிந்தியுங்கள். இந்த நான்கு பேரும் உங்களைப் பற்றியும் உங்கள் வாழ்க்கையைப் பற்றியும் என்ன பேச வேண்டும் என்று நீங்கள் விரும்புவீர்கள்? அவர்களுடைய வார்த்தைகள் எப்படிப்பட்டக் கணவராக, மனைவியாக, அப்பாவாக, அல்லது அம்மாவாக உங்களை வெளிப்படுத்த வேண்டும்? எப்படிப்பட்ட மகனாகவோ அல்லது மகளாகவோ உங்களை வெளிப்படுத்த வேண்டும்? எப்படிப்பட்ட நண்பராக நீங்கள் வெளிப்படுத்தப்பட விரும்புகிறீர்கள்? எப்படிப்பட்ட சக ஊழியராக நீங்கள் வெளிப்படுத்தப்பட விரும்புகிறீர்கள்?

உங்களுடைய எந்தப் பண்புநலனை அவர்கள் உங்களிடம் பார்த்திருக்க வேண்டும் என்று நீங்கள் விரும்புவீர்கள்? உங்களுடைய எந்தப் பங்களிப்புகளையும் சாதனைகளையும் அவர்கள் நினைவில் வைத்திருக்க வேண்டும் என்று விரும்புவீர்கள்? உங்களைச் சுற்றி இருக்கின்ற மக்களை கவனமாகப் பாருங்கள். அவர்களுடைய வாழ்வில் நீங்கள் எத்தகைய வித்தியாசத்தை ஏற்படுத்தியிருக்க விரும்புவீர்கள்?

நீங்கள் தொடர்ந்து படிப்பதற்கு முன், உங்களுடைய எண்ணங்களைக் குறித்துக் கொள்வதற்கு ஒருசில நிமிடங்களை எடுத்துக் கொள்ளுங்கள். 2வது பழக்கத்தைப் பற்றிய உங்களது தனிப்பட்டப் புரிதலை இது பெருமளவில் அதிகரிக்கும்.

'முடிவை மனத்தில் வைத்துத் துவங்குதல்' என்பது எதைக் குறிக்கிறது

இந்த மனக்காட்சிப்படைப்பு அனுபவத்தில் நீங்கள் தீவிரமாகப் பங்கு கொண்டிருந்தால், உங்களுடைய சில ஆழமான, அடிப்படை மதிப்பீடுகளை ஒரு கணம் நீங்கள் தொட்டிருப்பீர்கள். உங்களுடைய செல்வாக்கு வட்டத்தின் மையமாக விளங்குகின்ற உள்ளார்ந்த வழிகாட்டல் அமைப்புடன் ஒருசில கணங்கள் நீங்கள் ஒரு தொடர்பை ஏற்படுத்தியிருப்பீர்கள்.

ஜோசப் அடிசனின் இவ்வார்த்தைகளை கவனமாகக் கருத்தில் கொள்ளுங்கள்:

மாபெரும் மனிதர்களுடைய கல்லறைகளை நான் பார்க்கும்போது, பொறாமை உணர்ச்சி ஒவ்வொன்றும் என்னுள் மடிகின்றன.

அழகானவர்களின் கல்லறைக் கற்களை நான் படிக்கும்போது அர்த்தமற்ற ஆசைகள் ஒவ்வொன்றும் என்னைவிட்டு வெளியேறுகின்றன.

தங்கள் குழந்தையின் கல்லறையின் அருகே நிற்கும் பெற்றோர்களின் வருத்தத்தை நான் எதிர்கொள்ளும்போது, என் மனம் அனுதாபத்தால் உருகுகிறது;.

பெற்றோர்களின் கல்லறைகளை நான் பார்க்கும்போது, விரைவில் நாம் பின்தொடரவிருக்கின்ற அந்த மனிதர்களுக்காக வருத்தப்படுவது எவ்வளவு வீண் என்பதைக் கருத்தில் கொள்கிறேன்.

அரசர்கள் தங்களை வீழ்த்தியவர்களுடன் அருகருகே புதைக்கப்பட்டிருப்பதை நான் பார்க்கும்போதும், அறிவார்ந்த எதிராளிகள் அல்லது தங்கள் கருத்துக்களாலும் முரண்பாடுகளாலும் உலகைப் பிரித்த சமயச்சார்புடைய மக்கள் அருகருகே புதைக்கப்பட்டிருப்பதை நான் காண நேரும்போதும், மனிதகுலத்தின் சிறுசிறு போட்டிகள், பிரிவுகள், மற்றும் வாக்குவாதங்களை நான் வருத்தத்துடனும் ஆச்சரியத்துடனும் நினைத்துப் பார்க்கிறேன்.

2வது பழக்கம் வாழ்வின் பல்வேறு சூழல்கள் மற்றும் நிலைகளுக்குப் பொருத்தமானதாக இருந்தாலும், 'முடிவை மனத்தில் வைத்துத் துவங்குதல்' என்பதன் மிக அடிப்படையான நடைமுறைச் செயல்பாடு, உங்களுடைய வாழ்வின் முடிவின் உருவம், காட்சி, அல்லது கருத்துக் கண்ணோட்டத்தை மனத்தில் வைத்து உங்களது இன்றைய தினத்தைத் துவங்குவது, அல்லது பிற அனைத்தும் எந்தக் காரணியைக் கொண்டு ஆய்வு செய்யப்படுகின்றனவோ, அதை மனத்தில் வைத்துத் துவங்குவது. உங்களது இன்றைய நடத்தை, நாளைய நடத்தை, அடுத்த வார நடத்தை அல்லது அடுத்த மாத நடத்தை போன்ற, உங்களுடைய வாழ்வின் ஒவ்வொரு பகுதியையும், உங்களுக்கு உண்மையிலேயே எது முக்கியமானது என்ற ஒட்டுமொத்தக் கருத்துக் கண்ணோட்டத்தை மையமாக வைத்து ஆய்வு செய்ய வேண்டும். அந்த முடிவை உங்கள் மனத்தில் தெளிவாக வைத்திருப்பதன் மூலம், குறிப்பிட்ட எந்தவொரு நாளிலும் நீங்கள் செய்யக்கூடிய எதுவொன்றும், மிக முக்கியம் என்று நீங்கள் வரையறுத்துள்ள காரணியை மீறாமல் இருப்பதை உங்களால் உறுதி செய்து கொள்ள முடியும். அதோடு, உங்களுடைய ஒவ்வொரு நாளும் உங்கள் ஒட்டுமொத்த வாழ்விற்கென்று நீங்கள் கொண்டுள்ள முன்னோக்கிற்கு ஓர் அர்த்தமுள்ள பங்களிப்பை வழங்குவதையும் உங்களால் உறுதிப்படுத்த முடியும்.

முடிவை மனத்தில் வைத்துத் துவங்குதல் என்பதற்கு, நீங்கள் சென்றடைய விரும்புகின்ற இடத்தைப் பற்றிய ஒரு தெளிவான புரிதலுடன் துவங்குதல் என்று பொருள். அதாவது, இப்போது நீங்கள் எங்கே இருக்கிறீர்கள் என்பதைத் தெளிவாகப் புரிந்து கொள்வதற்காகவும், நீங்கள் மேற்கொள்ளும் நடவடிக்கைகள் எப்போதும் சரியான திசையிலேயே இருப்பதற்காகவும் நீங்கள் எங்கே போகிறீர்கள் என்பதைத் தெரிந்து கொள்வது என்பது அதன் அர்த்தம்.

வெற்றி ஏணியில் உயரே சென்றடைவதற்காக ஒவ்வொரு நாளும் ஏதோ ஒரு நடவடிக்கையில் சிக்கிக் கொண்டு, மிகவும் கடினமாக உழைத்து, இறுதியில் அந்த ஏணி தவறான சுவரில் சாய்த்து வைக்கப்பட்டிருப்பதை நாம் காண்பது அடிக்கடி நிகழக்கூடிய ஒன்றுதான். எவ்விதப் பயனுமின்றி ஏதோ ஒரு வேலையில் மும்முரமாக இருப்பது சாத்தியம்தான்.

தங்கள் வெற்றிகள் வெறுமையானவையாக இருப்பதையும், தங்கள் வெற்றிகளுக்காகத் தாங்கள் எவற்றைக் காவு கொடுத்தோமோ, அவை அந்த வெற்றிகளைவிட அதிக மதிப்பு வாய்ந்தவையாக இருப்பதையும் மக்கள் திடீரென்று உணர்வது அடிக்கடி நிகழ்ந்து கொண்டுதான் இருக்கின்றது. மருத்துவர்கள், கல்வியாளர்கள், நடிகர்கள், அரசியல்வாதிகள், தொழில்முறை வல்லுனர்கள், தடகள வீரர்கள், பிளம்பர்கள் போன்ற, வாழ்வின் பல்வேறு நிலைகளைச் சேர்ந்த மக்கள், அதிகமான வருமானம், அதிக அங்கீகாரம், அல்லது அதிகத் தொழிற்தகுதி ஆகியவற்றைப் போராடி சாதித்தப் பிறகு, அந்த இலக்குகளை அடைவது குறித்தத் தங்கள் வெறி, தங்களுக்கு உண்மையிலேயே மிகவும் முக்கியமானவையாக இருந்த விஷயங்களைத் தாங்கள் கண்டுகொள்ளாமல் இருந்துவிடக் காரணமாக இருந்ததையும், அந்த முக்கியமான விஷயங்கள் இப்போது தங்கள் வாழ்வில் இருந்து மறைந்துவிட்டதையும் காண்கின்றனர்.

நமக்கு உண்மையிலேயே மிகவும் முக்கியமான விஷயங்கள் எவை என்பதை அறிந்து கொண்டு, அவற்றை நம் மனத்தில் வைத்து, உண்மையிலேயே முக்கியமான விஷயங்களைச் செய்வதற்கு ஒவ்வொரு நாளும் நாம் நம்மை ஒழுங்கமைத்துக் கொள்ளும்போது, வாழ்க்கை மிகவும் வித்தியாசமாக இருக்கிறது. ஏணி சரியான சுவரில் சாய்ந்திருக்கவில்லை என்றால், நாம் எடுத்து வைக்கும் ஒவ்வோர் அடியும் தவறான இடத்திற்குத்தான் நம்மை வேகமாக அழைத்துச் செல்லும். நாம் பல வேலைகளில் மும்முரமாக இருக்கக்கூடும், நாம் ஆற்றல் வாய்ந்தவர்களாகவும் இருக்கக்கூடும். ஆனால் முடிவை மனத்தில் வைத்துத் துவங்கும்போதுதான் நாம் உண்மையிலேயே ஆற்றல் வாய்ந்தவர்களாக இருப்போம்.

இறுதிச் சடங்கு அனுபவத்தில் உங்களைப் பற்றி என்ன சொல்லப்பட்டிருக்க வேண்டும் என்று நீங்கள் விரும்பினீர்கள் என்பதை நீங்கள் கவனமாகக் கருத்தில் கொண்டால், வெற்றிக்கான உங்களது வரையறையை நீங்கள் கண்டுபிடிப்பீர்கள். இந்த வரையறை, வெற்றி குறித்து எந்த வரையறை உங்கள் மனத்தில் இருந்ததாக நீங்கள் நினைத்தீர்களோ, அதிலிருந்து முற்றிலுமாக வேறுபட்டிருக்கக்கூடும். புகழ், சாதனை, பணம், அல்லது நாம் கடுமையாக முயற்சிக்கின்ற வேறு பிற விஷயங்கள், சரியான சுவரின் ஒரு பகுதியாகக்கூட இல்லாமல் போகக்கூடும்.

முடிவை மனத்தில் வைத்துத் துவங்கும்போது, ஒரு வேறுபட்டக் கண்ணோட்டத்தை நீங்கள் பெறுகிறீர்கள். தங்கள் பரஸ்பர நண்பர்

ஒருவரது மரணம் குறித்து ஒருவர் மற்றவரிடம், "அவர் எவ்வளவு விட்டுச் சென்றார்?" என்று கேட்டார். "அவர் எல்லாவற்றையும் விட்டுச் சென்றார்," என்று மற்றொரு நண்பர் பதிலளித்தார்.

அனைத்து விஷயங்களும் இரண்டு முறை உருவாக்கப்படுகின்றன

'முடிவை மனத்தில் வைத்துத் துவங்குவது' என்பது 'அனைத்து விஷயங்களும் இரண்டு முறை உருவாக்கப்படுகின்றன' என்ற கொள்கையை அடிப்படையாகக் கொண்டது. அனைத்து விஷயங்களும் முதலில் மனத்தில் உருவாக்கப்படுகின்றன, பிறகு வெளியுலகில் இரண்டாவது முறையாக உருவாக்கப்படுகின்றன.

எடுத்துக்காட்டாக, ஒரு வீட்டின் நிர்மாணத்தை எடுத்துக் கொள்ளுங்கள். முதல் ஆணி அடிக்கப்படுவதற்கு முன்பே நீங்கள் அவ்வீட்டின் ஒவ்வொரு விஷயத்தையும் விரிவாகவும் விளக்கமாகவும் முதலில் உருவாக்குகிறீர்கள். உங்களுக்கு எப்படிப்பட்ட வீடு வேண்டும் என்பது குறித்த மிகத் தெளிவான ஒரு படத்தைப் பெற நீங்கள் முயற்சிக்கிறீர்கள். குடும்பத்தை மையமாகக் கொண்ட வீட்டை நீங்கள் விரும்பினால், எல்லோரும் கூடிப் பேசுவதற்கு ஏதுவாக, குடும்பத்தினர் ஒன்றுகூடுவதற்காக ஒரு பிரத்யேகமான அறையை நீங்கள் திட்டமிடக்கூடும். குழந்தைகள் வெளியே விளையாடுவதற்கு வசதியாகத் 'தள்ளுக் கதவுக'ளையும் முற்றத்தையும் திட்டமிடுவீர்கள். நீங்கள் உங்கள் வீடு குறித்துப் பலவற்றையும் யோசிப்பீர்கள். எதை உருவாக்க விரும்புகிறீர்கள் என்ற ஒரு தெளிவான உருவம் உங்களுக்குக் கிடைக்கும்வரை நீங்கள் சிந்தித்துக் கொண்டே இருப்பீர்கள்.

பிறகு உங்கள் வீட்டிற்கான வரைபடத்தை உருவாக்கி, கட்டிடத் திட்டங்களை உருவாக்குவீர்கள். நிலத்தைத் தோண்டுவதற்கு முன்பே இவை அனைத்தையும் நீங்கள் செய்து முடித்துவிடுவீர்கள்.

"இரண்டு முறை அளவெடுங்கள், ஒரு முறை வெட்டுங்கள்" என்பது தச்சர்களின் கொள்கைவிதி. முதல் படைப்பான அந்த வரைபடம் நீங்கள் உண்மையிலேயே விரும்புகின்ற அனைத்து விஷயங்களையும் உள்ளடக்கியிருக்கிறதா என்பதை நீங்கள் உறுதி செய்து கொள்ள வேண்டும். பிறகு, செங்கற்களையும் சிமெண்டையும் கொண்டு அதை இரண்டாவது முறையாக நீங்கள் உருவாக்குகிறீர்கள். நீங்கள் ஒவ்வொரு நாளும் கட்டுமானப் பணி நடைபெற்றுக் கொண்டிருக்கும் இடத்திற்குச் சென்று, அந்த வரைபடத்தை எடுத்து, அன்றைய தினம் செய்யப்பட வேண்டிய வேலைகளைப் பட்டியலிடுகிறீர்கள். முடிவை மனத்தில் வைத்துத் துவங்குகிறீர்கள்.

இன்னோர் எடுத்துக்காட்டாக, ஒரு வியாபாரத்தைப் பார்க்கலாம். ஒரு வெற்றிகரமான தொழிலை நீங்கள் கட்டியெழுப்ப விரும்பினால், நீங்கள் எதை சாதிக்க முயற்சித்துக் கொண்டிருக்கிறீர்கள் என்பதைத் தெளிவாக வரையறுக்க வேண்டும். நீங்கள் எப்படிப்பட்டப் பொருட்களை அல்லது சேவையை வழங்க விரும்புகிறீர்கள் என்பதை

கவனமாக எண்ணி முடிவெடுக்க வேண்டும். அந்தக் குறிக்கோளை நிறைவேற்றத் தேவையான நிதி, ஆய்வு மற்றும் உருவாக்கம், நிர்வாகம், விளம்பரம், மனிதவளம், பௌதீக வசதிகள் ஆகிய அனைத்து அம்சங்களையும் நீங்கள் ஒழுங்குபடுத்த வேண்டும். நீங்கள் எந்த அளவுக்கு முடிவை மனத்தில் வைத்துத் துவங்குகிறீர்கள் என்பது, ஒரு வெற்றிகரமான தொழிலை உங்களால் உருவாக்க முடியுமா இல்லையா என்பதைத் தீர்மானிக்கின்றது. குறைவான மூலதனம், சந்தையைப் பற்றிய தவறான புரிதல், அல்லது ஒரு வியாபாரத் திட்டம் இல்லாதது போன்ற பிரச்சனைகள்தான் பெரும்பாலான வியாபாரத் தோல்விகளுக்கான முதற்காரணம்.

குழந்தை வளர்ப்பிலும் இது உண்மை. பொறுப்பான, சுயஒழுங்குடன்கூடிய குழந்தைகளை நீங்கள் வளர்க்க விரும்பினால், அன்றாடம் அவர்களுடன் நீங்கள் உரையாடும்போது அந்த முடிவை உங்கள் மனத்தில் தெளிவாக வைத்திருக்க வேண்டும். அவர்களது சுயஒழுங்கு அல்லது சுயமதிப்பைச் சிறுமைப்படுத்தும் விதத்தில் நீங்கள் அவர்களிடம் நடந்து கொள்ளக்கூடாது.

வாழ்வின் பல்வேறு பகுதிகளில் மக்கள் இக்கொள்கையைப் பல்வேறு அளவில் பயன்படுத்துகின்றனர். நீங்கள் ஒரு பயணத்தை மேற்கொள்வதற்கு முன், நீங்கள் சென்றடைய விரும்புகின்ற இடத்தைத் தீர்மானித்து, அதற்கான சிறந்த வழியையும் திட்டமிடுவீர்கள். ஒரு தோட்டத்தை உருவாக்குவதற்கு முன், அதை உங்கள் மனத்தில் திட்டமிட்டு, பிறகு ஒரு காகிதத்திலும் அத்திட்டத்தைப் பதிவு செய்து கொள்வீர்கள். சொற்பொழிவாற்றுவதற்கு முன் நீங்கள் உங்கள் உரையைத் தயாரிக்கிறீர்கள். உங்கள் வீட்டு முற்றத்தை இயற்கை எழில் கொஞ்சும் இடமாக மாற்றுவதற்கு முன், அதை உங்கள் மனக்கண்ணில் உருவாக்குகிறீர்கள். ஒரு புதிய வடிவிலான ஆடையை உருவாக்குவதற்காக ஊசிக்குள் நூலை நுழைப்பதற்கு முன்பு, முதலில் அந்த ஆடையை நீங்கள் வடிவமைக்கிறீர்கள்.

நாம் எந்த அளவுக்கு ‘இரண்டு படைப்புகள்’ என்ற கொள்கையைப் புரிந்து கொண்டு, அவற்றுக்கான பொறுப்பை ஏற்றுக் கொள்கிறோமோ, அந்த அளவுக்கு நமது செல்வாக்கு வட்டத்திற்கு உட்பட்டு நாம் செயல்படுவோம், அந்த வட்டத்தின் எல்லைகளை நாம் விரிவுபடுத்துவோம். இக்கொள்கையுடன் நாம் எந்த அளவுக்கு இசைவின்றிச் செயல்பட்டு முதல் படைப்பிற்கான பொறுப்பை ஏற்றுக் கொள்ளத் தவறுகிறோமோ, அந்த அளவுக்கு நாம் நமது செல்வாக்கு வட்டத்தைக் குறுக்கிவிடுகிறோம்.

அனைத்து விஷயங்களும் இரண்டு முறை உருவாக்கப்படுகின்றன என்பது ஒரு கொள்கையாக இருந்தாலும்கூட, அனைத்து முதல் படைப்புகளும் பிரக்ஞையுடன் வடிவமைக்கப்படுவது இல்லை. நம்முடைய தனிப்பட்ட வாழ்வில், நம்முடைய சுயவிழிப்புணர்வை உருவாக்கி நமது முதல் படைப்புகளுக்கு நாம் பொறுப்பேற்காவிட்டால், நம் வாழ்வின் பெரும்பகுதியை வடிவமைப்பதற்கு நமது செல்வாக்கு

வட்டத்திற்கு வெளியே உள்ள பிற மக்களுக்கும் சூழல்களுக்கும் நாம் சக்தியூட்டிவிடுவோம். நமது ஆரம்பகால நாட்கள், நமது பயிற்சிகள், நமது வளர்ப்பு உட்பட, நம்முடைய குடும்பத்தினர், சக ஊழியர்கள், மற்றவர்களுடைய விருப்பங்கள், சூழல்களின் அழுத்தங்கள் ஆகியவற்றால் நமக்குக் கொடுக்கப்பட்டுள்ள திரைக்கதையைத்தான் நாம் முன்யோசனையின்றிக் கடைபிடித்து வாழ்கிறோம்.

வாழ்வின் இத்திரைக்கதைகள் பிற மக்களிடமிருந்துதான் வருகின்றனவே அன்றி, கொள்கைகளில் இருந்து அல்ல. இவை அனைத்தும், நமது பலவீனங்கள், மற்றவர்கள்மீது நாம் கொண்டுள்ள ஆழமான சார்பு, ஏற்றுக் கொள்ளப்படுதல் மற்றும் அன்பிற்கான நமது தேவைகள், சொந்தம் கொண்டாடப்படுவதற்கான விருப்பம், முக்கியத்துவம் மற்றும் மதிப்புக் குறித்தத் தேவைகள், நம் இருத்தலுக்கான அங்கீகாரம் ஆகியவற்றில் இருந்து எழுகின்றன.

அது குறித்து நமக்கு விழிப்புணர்வு இருக்கிறதோ இல்லையோ, அது நம் கட்டுப்பாட்டில் இருக்கிறதோ இல்லையோ, நம்முடைய வாழ்வின் ஒவ்வொரு பகுதியிலும் ஒரு முதல் படைப்பு உள்ளது. நாம் நமது சொந்த முன்யோசனையுடன்கூடிய வடிவத்தின் இரண்டாவது படைப்பாக இருக்கிறோம் அல்லது மற்றவர்களின் விருப்பங்கள், பிற சூழல்கள் அல்லது கடந்தகாலப் பழக்கங்கள் ஆகியவற்றின் இரண்டாவது படைப்பாக இருக்கிறோம்.

சுயவிழிப்புணர்வு, கற்பனை, மனசாட்சி போன்ற தனித்துவமான மனிதத் திறன்கள், நாம் நமது முதல் படைப்புகளை ஆய்வு செய்வதற்கும், நம்முடைய சொந்த முதல் படைப்பை நமது கட்டுப்பாட்டில் கொண்டு வருவதை சாத்தியமாக்குவதற்கும், நமது சொந்தத் திரைக்கதையை எழுதுவதற்கும் நமக்கு சக்தியளிக்கின்றன. வேறு விதமாகக் கூறினால், "நீங்கள்தான் படைப்பாளி" என்று 1வது பழக்கம் கூறுகிறது. 2வது பழக்கம்தான் முதல் படைப்பு.

தலைமைத்துவம் மற்றும் நிர்வாகம் - இரண்டு படைப்புகள்

2வது பழக்கம் தனிமனிதத் தலைமைத்துவத்தை அடிப்படையாகக் கொண்டது. அதாவது, தலைமைத்துவம்தான் முதல் படைப்பு என்று பொருள். தலைமைத்துவம் என்பது நிர்வாகம் அல்ல. நிர்வாகம் என்பது இரண்டாவது படைப்பு. 3வது பழக்கத்தைப் பற்றிய அத்தியாயத்தில் நாம் அதை அலசலாம். ஆனால் தலைமைத்துவம் முதலில் வந்தாக வேண்டும்.

நிர்வாகம் என்பது அடிமட்டத்தில் கவனத்தைச் செலுத்துகிறது: சில குறிப்பிட்ட விஷயங்களை எவ்வளவு சிறப்பாக என்னால் சாதிக்க முடியும்? தலைமைத்துவம் என்பது மேல்மட்டத்தைக் கையாள்கிறது: நான் எவற்றையெல்லாம் சாதிக்க விரும்புகிறேன்? பீட்டர் டிரக்கர் மற்றும் வாரன் பென்னிஸின் வார்த்தைகளில் கூறினால், "நிர்வாகம் என்பது விஷயங்களைச் சரியாகச் செய்வது; தலைமைத்துவம் என்பது சரியான விஷயங்களைச் செய்வது." நிர்வாகம் என்பது வெற்றி ஏணியில் ஏறுவதில்

திறமையாகச் செயல்படுவது; தலைமைத்துவம் என்பது அந்த ஏணி சரியான சுவரில் சாய்த்து வைக்கப்பட்டுள்ளதா என்பதைத் தீர்மானிப்பது.

ஒரு காட்டின் ஊடாகச் சென்று கொண்டிருக்கும் ஓர் உற்பத்தியாளர்கள் குழு ஓர் அகலமான கத்தியால் காட்டுச் செடிகளை வெட்டி வீழ்த்தி, தங்களுக்கான பாதையை அமைத்துக் கொள்வதை உங்களால் காட்சிப்படுத்த முடிந்தால், இவை இரண்டுக்கும் இடையேயான முக்கியமான வேறுபாட்டை உங்களால் சுலபமாகப் புரிந்து கொள்ள முடியும். அவர்கள் உற்பத்தியாளர்கள், பிரச்சனையைத் தீர்ப்பவர்கள். அவர்கள் களைகளை வெட்டி வீழ்த்தி, பாதையைச் சரிப்படுத்துகின்றனர்.

மேலாளர்கள் அவர்களுக்குப் பின்னால் உள்ளவர்கள். கத்திகளைக் கூர்தீட்டுவது, கொள்கை மற்றும் செயல்முறைக் கையேடுகளை எழுதுவது, தசை உருவாக்கத் திட்டங்களை அமல்படுத்துவது, மேம்பட்டத் தொழில்நுட்பங்களைக் கொண்டு வருவது, கத்திகளைச் சுமப்பவர்களுக்கு வேலைக்கான கால அட்டவணைகளையும் இழப்பீட்டுத் திட்டத்தையும் உருவாக்குவது ஆகியவை மேலாளர்களின் வேலை.

இருப்பதிலேயே உயரமான மரத்தில் ஏறி, ஒட்டுமொத்தச் சூழ்நிலையையும் ஆய்வு செய்து, "தவறான காடு," என்று கத்துபவர்தான் தலைவர்.

ஆனால் எப்போதும் ஏதாவது ஒரு வேலையில் மும்முரமாக இருக்கின்ற திறமையான உற்பத்தியாளர்களும் மேலாளர்களும் எவ்வாறு பதிலளிக்கின்றனர்? "வாயை மூடுங்கள், நாம் முன்னேறிக் கொண்டிருக்கிறோம்."

தனிநபர்கள், குழுக்கள், வியாபாரங்கள் என்ற முறையில், தவறான காட்டில் இருக்கிறோம் என்ற உணர்வே இல்லாமல், களைகளைப் பிடுங்கி எறிவதில் நாம் மும்முரமாகச் செயல்பட்டுக் கொண்டிருக்கிறோம். நாம் வாழ்ந்து வருகின்ற, அதிவேகமாக மாறிக் கொண்டிருக்கின்ற சுற்றுச்சூழல், சார்பற்ற மற்றும் சகசார்பு வாழ்வின் ஒவ்வோர் அம்சத்திலும், திறமையான தலைமைத்துவத்தின் தேவையை முன்பு எப்போதையும்விட இப்போது மிகவும் இன்றியமயாததாக ஆக்குகிறது.

இப்போது நமக்கு ஒரு சாலை வரைபடத்திற்கான தேவை குறைவாக உள்ளது. ஒரு முன்னோக்கும் திசைகாட்டும் கருவியும்தான் (சில குறிப்பிட்டக் கொள்கைகள் அல்லது வழிகாட்டுதல்கள்) நமக்கு இப்போது அதிகம் தேவை. முன்னால் உள்ள நிலத்தின் மேற்பரப்பு எப்படி இருக்கும் என்பதோ, அல்லது அதன் ஊடாகச் செல்வதற்கு நமக்கு என்னவெல்லாம் தேவைப்படும் என்பதோ பெரும்பாலும் நமக்குத் தெரியாது. அந்த நேரத்தில் நாம் சீர்தூக்கிப் பார்க்கும் விதம்தான் நமது வெற்றியின் பெரும்பகுதியைத் தீர்மானிக்கிறது. ஆனால் நமது உள்ளார்ந்த திசைகாட்டும் கருவி நமக்கு எப்போதும் வழிகாட்டிக் கொண்டே இருக்கும்.

ஆற்றலும் உயிர்பிழைத்திருத்தலும் வெறுமனே நாம் எவ்வளவு முயற்சியைச் செலவிடுகிறோம் என்பதை மட்டும் சார்ந்திருக்கவில்லை, மாறாக அந்த முயற்சியை நாம் சரியான காட்டில் செலவிடுகிறோமா இல்லையா என்பதையும் சார்ந்துள்ளது. கிட்டத்தட்ட ஒவ்வொரு தொழிற்துறையிலும் வேலையிலும் நிகழ்ந்து கொண்டிருக்கும் உருமாற்றம் முதலில் தலைமைத்துவத்தையும், இரண்டாவதாக நிர்வாகத்தையும் எதிர்பார்க்கிறது.

வியாபாரத்தில், ஒருசில வருடங்களுக்கு முன்பு வாடிக்கையாளர்களின் ரசனையையும் தேவைகளையும் வெற்றிகரமாகப் பூர்த்தி செய்து வந்த பல பொருட்களும் சேவைகளும் இன்று பயனற்றுப் போகும் அளவுக்கு சந்தை வெகு வேகமாக மாறிக் கொண்டிருக்கின்றது. முன்யோசனையுடன்கூடிய சக்திவாய்ந்த தலைமைத்துவம் சுற்றுசூழலில் ஏற்படும் மாற்றங்களை, குறிப்பாக, வாடிக்கையாளர்களின் வாங்கும் பழக்கங்களையும் உள்நோக்கங்களையும் தொடர்ந்து கண்காணித்து வந்து, வளங்களை சரியான திசையில் ஒழுங்கமைப்பதற்குத் தேவையான ஆற்றலை வழங்க வேண்டும்.

விமானத் துறையின் கட்டுப்பாட்டுத் தளர்த்தல்கள், விண்ணைத் தொடும் அளவுக்கு உயர்ந்திருக்கும் உடல்நலப் பராமரிப்புச் செலவு, அதிக அளவில் இறக்குமதி செய்யப்படுகின்ற அதிகத் தரம் வாய்ந்த கார்கள் போன்ற மாற்றங்கள் சுற்றுச்சூழலைக் குறிப்பிடத்தக்க வழிகளில் பாதிக்கின்றன. தங்கள் பணிக்குழுக்கள் உட்பட, தொழிற்துறைகள் தம் சுற்றுச்சூழலைக் கண்காணித்து, சரியான திசையில் செல்வதற்குப் படைப்புத்திறன்மிக்கத் தலைமைத்துவத்தைச் செயல்படுத்தாவிட்டால், தோற்பதிலிருந்து எந்த நிர்வாக நிபுணத்துவத்தாலும் அவர்களைத் தடுத்து நிறுத்த முடியாது.

திறமையான தலைமைத்துவம் இல்லாத திறமையான நிர்வாகம் "டைட்டானிக் கப்பலின் மேற்தளத்தில் உள்ள நாற்காலிகளை நிமிர்த்தி வைப்பது போன்றது," என்று ஒருவர் கூறினார். தலைமைத்துவத்தில் ஏற்படும் தோல்வியை எந்தவிதமான நிர்வாக வெற்றியாலும் ஈடு செய்ய முடியாது. ஆனால் தலைமைத்துவம் கடினமானது. ஏனெனில், நாம் அடிக்கடி ஒரு நிர்வாகக் கருத்துக் கண்ணோட்டத்தில் சிக்கிக் கொள்கிறோம்.

சியாட்டில் நகரில் இருக்கும் ஒரு நிறுவனத்தில், நிர்வாக மேம்பாடு தொடர்பாக நான் நடத்திய ஒருவருடப் பயிற்சியின் கடைசிக் கூட்டத்தில், அந்த எண்ணெய் நிறுவனத்தின் தலைவர் என்னிடம் வந்து இவ்வாறு கூறினார்: "ஸ்டீபன், பயிற்சியின் இரண்டாவது மாதத்தின்போது, தலைமைத்துவத்திற்கும் நிர்வாகத்திற்கும் இடையேயான வேறுபாட்டை நீங்கள் சுட்டிக்காட்டியபோது, இந்நிறுவனத்தின் தலைவர் என்ற எனது பாத்திரத்தை நான் ஆய்வு செய்ததில், நான் ஒருபோதும் தலைமைத்துவத்தில் ஈடுபடவே இல்லை என்பதை உணர்ந்தேன். நான் நிர்வாகத்திற்குள் ஆழமாக மூழ்கியிருந்தேன். அழுத்தம் மிக்க சவால்கள் மற்றும் அன்றாடப் பிரச்சனைகளில் நான் என்னைத் தொலைத்து

வந்துள்ளதை நான் உணர்ந்தேன். எனவே நிர்வாகத்தைவிட்டு என்னை விலக்கிக் கொள்வதென்று நான் தீர்மானித்தேன். மற்றவர்களைக் கொண்டு என்னால் அவ்வேலைகளைச் செய்ய முடியும். நான் உண்மையிலேயே என் நிறுவனத்தைத் தலைமையேற்று நடத்த விரும்பினேன்.

"அது கடினமாக இருந்தது. என்னால் கையாள முடிந்த, எனக்கு உடனடி சாதனை உணர்வைக் கொடுத்த ஏராளமான நெருக்கடியான விஷயங்கள் என் கண்முன் இருந்தன. அவற்றைக் கையாள்வதை நிறுத்தியது எனக்கு அதிக வேதனையைக் கொடுத்தது. திசைகாட்டும் விஷயங்கள், கலாச்சார உருவாக்கம் தொடர்பான விஷயங்கள், பிரச்சனைகளின் ஆழமான ஆய்வில் ஈடுபடுதல், புதிய வாய்ப்புகளைக் கைவசப்படுத்துதல் போன்ற விஷயங்களில் நான் ஈடுபடத் துவங்கியபோது அவை எனக்கு அவ்வளவு திருப்தியைக் கொடுக்கவில்லை. மற்றவர்களும் தங்கள் செளகரிய நிலையைவிட்டு வேலை செய்ததன் விளைவாக நான் அனுபவித்த அதே வலியை அனுபவித்தனர். முன்பு அவர்களால் சுலபமாக என்னை அணுக முடிந்தது. ஆனால் அந்த வாய்ப்பு இப்போது இல்லாததால் அவர்கள் அதற்காக ஏங்கினர். தங்களது அன்றாடப் பிரச்சனைகளைத் தீர்ப்பதற்கு என்னை அணுகி, என் உதவியைப் பெற அவர்கள் விரும்பினர்.

"ஆனால் நான் என் தீர்மானத்தில் உறுதியாக இருந்தேன். நான் தலைமைத்துவ சேவையை எனது நிறுவனத்திற்கு வழங்க வேண்டிய தேவை உள்ளது என்று உறுதியாக நம்பினேன். அதை நிறைவேற்றவும் செய்தேன். இன்று எங்களுடைய ஒட்டுமொத்த வியாபாரமும் வேறு விதமாக உள்ளது. நாங்கள் எங்கள் சுற்றுச்சூழலுடன் அதிக இசைவாக இருக்கிறோம். எங்கள் வருவாய் இருமடங்காகியுள்ளது. எங்கள் லாபங்கள் நான்கு மடங்கு அதிகரித்துள்ளன. நான் தலைமைத்துவத்தில் முழுமையாக ஈடுபட்டிருக்கிறேன்."

திசை, நோக்கம், மற்றும் குடும்ப உணர்வு ஆகியவற்றைப் பற்றிச் சிந்திப்பதற்குப் பதிலாக, கட்டுப்பாடு, திறமை, விதிகள் போன்றவற்றைச் சிந்திப்பதன் மூலம் பெற்றோர்களும் ஒரு நிர்வாகக் கருத்துக் கண்ணோட்டத்தில் சிக்குண்டு கிடக்கின்றனர் என்று நான் உறுதியாக நம்புகிறேன்.

தலைமைத்துவம் நமது தனிப்பட்ட வாழ்வில் இன்னும் அதிகப் பற்றாக்குறையாக இருக்கிறது. நமது மதிப்பீடுகளைத் தெளிவுபடுத்திக் கொள்வதற்கு முன்பாகவே, திறமையாகக் கையாள்வது, இலக்குகளை நிர்ணயிப்பது, அவற்றை அடைவது போன்றவற்றில் நாம் ஈடுபடுகிறோம்.

திரைக்கதையை மீண்டும் எழுதுதல்: உங்களுடைய சொந்த முதல் படைப்பாளியாக உருவாதல்

முன்யோசனையுடன்கூடிய செயல்பாடு மனிதர்களின் தனித்துவ உரிமையான சுயவிழிப்புணர்வை அடிப்படையாகக் கொண்டது என்பதை முன்பே நாம் பார்த்தோம். நமது முன்னோசனையுடன்கூடிய

செயல்பாட்டை விரிவுபடுத்துவதற்கும், நம்முடைய வாழ்வில் தனிமனிதத் தலைமைத்துவத்தைச் செயல்படுத்துவதற்கும் நமக்கு உதவுகின்ற கூடுதலான இரண்டு தனித்துவ உரிமைகள் கற்பனையும் மனசாட்சியும்.

நமக்குள் இருக்கின்ற ஆற்றலின் படைக்கப்படாத உலகங்களைக் கற்பனையின் மூலம் நம்மால் மனக்காட்சிப்படுத்த முடியும். பிரபஞ்ச விதிகளுடனும், நமது சொந்தத் திறமைகளுடனும், பங்களிப்புகளுக்கான வழிகளுடனும், அவற்றை உருவாக்குவதற்குத் தேவையான தனிப்பட்ட வழிகாட்டுதல்களுடனும் மனசாட்சியின் மூலம் நம்மால் தொடர்பு கொள்ள முடியும். விழிப்புணர்வுடன் சேர்ந்து, இவ்விரு உரிமைகளும் நம்முடைய சொந்தத் திரைக்கதையை எழுதுவதற்கு நமக்கு சக்தியளிக்கின்றன.

நாம் ஏற்கனவே நமக்கு வழங்கப்பட்டு வந்துள்ள பல திரைக்கதைகளுடன் வாழ்ந்து கொண்டிருப்பதால், நம்முடைய சொந்தத் திரைக்கதையை எழுதுவது வெறுமனே ஒரு 'மறுபடைப்பு' அல்லது ஏற்கனவே அடிப்படையில் நம்மிடம் இருக்கின்ற கருத்துக் கண்ணோட்டத்தை மாற்றுவது என்பதைவிட அதிகமானது. பயனற்றத் திரைக்கதைகளையும், நமக்குள் இருக்கும் தவறான அல்லது முழுமையற்றக் கருத்துக் கண்ணோட்டங்களையும் நாம் அடையாளம் காணும்போது, நம்முடைய திரைக்கதையை மாற்றி எழுதுவதற்கு முன்யோசனையுடன் நம்மால் செயல்படத் துவங்க முடியும்.

திரைக்கதையை மாற்றி எழுதுவது பற்றிய மிகவும் உத்வேகமூட்டும் நிகழ்வு எகிப்து நாட்டின் முன்னாள் அதிபரான அன்வர் சாதத்தின் சுயசரிதையிலிருந்து வருவதாக நான் நினைக்கிறேன். இஸ்ரேல் குறித்து அதீத வெறுப்புடன் வளர்க்கப்பட்டவர் அவர். அது அவரது மனத்தில் ஆழமாகப் பதிந்திருந்தது. தேசியத் தொலைக்காட்சியில் அவர், "அரேபிய மண்ணின் ஓர் அங்குலத்தை அவர்கள் ஆக்கிரமித்திருந்தாலும்கூட, இஸ்ரேலியர்களுடன் நான் ஒருபோதும் கைகுலுக்க மாட்டேன். ஒருபோதும் இல்லை! ஒருபோதும் இல்லை! ஒருபோதும் இல்லை!" என்று முழங்குவார். நாடு முழுவதிலும் குழுமியிருந்தவர்கள் அவரோடு சேர்ந்து, "ஒருபோதும் இல்லை! ஒருபோதும் இல்லை! ஒருபோதும் இல்லை!" என்று முழங்குவர். அவர் அந்தத் திரைக்கதையில் தன் ஆற்றலை ஒன்றுதிரட்டி, ஒட்டுமொத்த நாட்டின் மனஉறுதியையும் ஒன்றிணைத்தார்.

அத்திரைக்கதை சுதந்திரமானதாகவும் தேசிய உணர்வுடனும் இருந்தது. மக்களிடம் அது ஆழ்ந்த உணர்ச்சிகளைத் தட்டியெழுப்பியது. ஆனால் அது முட்டாள்தனமானதும்கூட. அதை அன்வர் சாதத்தும் அறிந்திருந்தார். சூழ்நிலையின் அபாயகரமான, அதிக சகசார்பு யதார்த்தத்தை அது புறக்கணித்தது.

எனவே அவர் தனது திரைக்கதையை மாற்றி எழுதினார். அரசர் ஃபாரூக்கிற்கு எதிரான ஒரு சதித்திட்டத்தில் ஈடுபட்டதன் விளைவாக, கைரோ மத்தியச் சிறைச்சாலையில் தனிமையில் சிறை வைக்கப்பட்டபோது, அவர் இந்தச் செயல்முறையைக் கற்றுக்

கொண்டிருந்தார். தன்னுடைய மனத்திலிருந்து விலகி நின்று, தன் மனத்திற்குள் புகுந்து பார்த்து, திரைக்கதைகள் பொருத்தமானவையாகவும் அறிவார்ந்தவையாகவும் உள்ளனவா என்று அவர் ஆய்வு செய்தார். தன்னுடைய சொந்த மனத்திலிருந்து எவ்வாறு விலகி நிற்பது என்பதை அவர் கற்றார். ஓர் ஆழ்ந்த, தனிப்பட்ட தியானச் செயல்முறையின் மூலமாகத் தன் சொந்த வேதங்கள் மற்றும் சொந்தப் பிரார்த்தனை வடிவத்துடன் செயல்பட்டு, தனது திரைக்கதையை மாற்றி எழுதினார்.

ஒருவர் தன்மீது கொள்ளும் வெற்றிதான் உண்மையான வெற்றி என்ற தெளிவு சிறையில்தான் தனக்குக் கிடைத்தது என்பதால், சிறையைவிட்டுச் செல்வதற்குத் தனக்குக் கிட்டத்தட்ட விருப்பமில்லாமல் இருந்தது என்று அவர் தனது சுயசரிதையில் எழுதியுள்ளார். வெற்றி என்பது நாம் கைவசப்படுத்தும் பொருட்களில் அல்ல, மாறாக மேதமையிலும் தன்னை வெற்றி கொள்வதிலும் உள்ளது என்று அவர் கூறினார்.

நாசரின் ஆட்சிக் காலத்தின்போது ஒரு சிறிய காலம்வரை சாதத் புறக்கணிக்கப்பட்டார். முக்கியத்துவமற்ற ஒரு பதவி அவருக்குக் கொடுக்கப்பட்டிருந்தது. அதனால் அவர் மனமொடிந்து தளர்ந்து போய்விட்டதாக அனைவரும் நினைத்தனர். ஆனால் உண்மை அதுவல்ல. அவர்கள் அவரைப் புரிந்து கொள்ளவில்லை. அவர் சரியான தருணத்திற்காகக் காத்திருந்தார்.

அந்த நேரம் வந்தபோது, அவர் எகிப்தின் அதிபராக ஆகி, அரசியல்ரீதியான யதார்த்தங்களை எதிர்கொண்டபோது, இஸ்ரேல் குறித்துத் தன்வசம் இருந்த திரைக்கதையை அவர் மாற்றியமைத்தார். அவர் ஜெரூசலம் நகரில் அமைந்த சட்டப் பேரவையான நெஸ்ஸெட்டிற்கு விஜயம் செய்து, உலக வரலாற்றில் அதுவரை காணப்படாத ஒரு குறிப்பிடத்தக்க அமைதி ஒப்பந்தத்தைத் துவக்கி வைத்தார். இந்தத் துணிச்சலான முயற்சி, இறுதியில் 'கேம்ப் டேவிட் அக்கார்டு' என்ற ஒப்பந்தத்திற்கு வழிவகுத்தது.

தனிமனிதத் தலைமைத்துவத்தைச் செயல்படுத்தவும், ஓர் இன்றியமையாத கருத்துக் கண்ணோட்டத்தை மாற்றவும், சூழ்நிலையைப் பார்த்த விதத்தை மாற்றவும் அன்வர் சாதத் தன்னுடைய சுயவிழிப்புணர்வையும், கற்பனையையும், மனசாட்சியையும் பயன்படுத்தினார். அவர் தனது செல்வாக்கு வட்டத்தின் மையத்தில் கவனம் செலுத்திச் செயல்பட்டார். அவர் மாற்றியெழுதிய திரைக்கதையிலிருந்து, கருத்துக் கண்ணோட்டத்தில் ஏற்பட்ட மாற்றத்திலிருந்து, அவரது நடத்தையிலும் மனப்போக்கிலுமிருந்து மாற்றங்கள் தங்குதடையின்றிப் பாய்ந்தோடி, விரிவான கரிசன வட்டத்திலிருந்த கோடிக்கணக்கான மக்களின் வாழ்வில் பெரும் தாக்கத்தை ஏற்படுத்தியது.

நம்முடைய சொந்த சுயவிழிப்புணர்வை உருவாக்குவதில், பயனற்றத் திரைக்கதைகளையும், வாழ்வில் நாம் உண்மையிலேயே மதிக்கின்ற

விஷயங்களுடன் முற்றிலும் முரண்பட்டு நிற்கின்ற, நம்முள் ஆழமாகப் பதிந்திருக்கும் மதிப்பற்றப் பல பழக்கங்களையும் நாம் கண்டறிகிறோம். அந்தத் திரைக்கதைகளுடன் நாம் வாழ வேண்டிய தேவையில்லை என்று 2வது பழக்கம் கூறுகிறது. நமது ஆழமான மதிப்பீடுகளுக்கும், அந்த மதிப்பீடுகளை அர்த்தமுள்ளவையாக ஆக்குகின்ற சரியான கொள்கைகளுக்கும் இசைவாக இருக்கின்ற, அதிகப் பலனளிக்கின்ற புதிய திரைக்கதைகளை எழுதுவதற்கு நமது கற்பனையையும் படைப்புத்திறனையும் பயன்படுத்துவதற்கான பொறுப்பு நம்முடையது.

எடுத்துக்காட்டாக, நான் என் குழந்தைகளிடம் அளவுக்கதிகமாக உணர்ச்சிவசப்படுவதாக வைத்துக் கொள்வோம். பொருத்தமற்றவையாக எனக்குப் படுகின்ற ஏதேனும் ஒன்றை அவர்கள் செய்யத் துவங்கும்போதெல்லாம் என்னுடைய வயிற்றில் ஓர் உடனடியான இறுக்கம் தோன்றுவதை நான் உணர்வதாக வைத்துக் கொள்வோம். என்னிடம் தற்காப்புச் சுவர்கள் எழும்புவதை நான் உணர்கிறேன்; சண்டையிட நான் தயாராகிறேன். என்னுடைய கவனம் நீண்டகால வளர்ச்சியிலும் புரிதலிலும் இல்லை, மாறாக, குறுகியகால நடத்தையில் உள்ளது. நான் ஒரு சிறு சண்டையில் வெற்றி பெற முயற்சிக்கிறேன், ஒரு பெரிய போரில் அல்ல.

என்னுடைய பெரிய உருவம், அதிகாரப் பதவி போன்ற எனது ஆயுதங்களை நான் வெளியே எடுக்கிறேன். நான் அவர்களைப் பார்த்துக் கத்துகிறேன் அல்லது அச்சுறுத்துகிறேன் அல்லது தண்டிக்கிறேன். அதில் நான் வெற்றி பெறுகிறேன். சின்னாபின்னமாகிக் கிடக்கின்ற உறவின் நடுவில் நான் வெற்றி வாகை சூடி நின்று கொண்டிருக்கும் அதே நேரத்தில், என்னுடைய குழந்தைகள் வெளியே பணிந்து நடப்பவர்களாகவும், உள்ளூரப் புரட்சியாளர்களாகவும் இருக்கின்றனர். அவர்கள் தங்கள் மனத்தில் அடக்கி வைக்கும் உணர்வுகள் மிக மோசமான வழிகளில் பின்னாளில் வெளிப்படும்.

நான் முன்பு மனக்காட்சிப்படுத்திய எனது இறுதிச் சடங்கில் என்னுடைய குழந்தைகளில் ஒருவன் பேசப் போவதாக இருந்தால், அவனுடைய வாழ்க்கை, மேற்கூறப்பட்டச் சில்லரைத் தகராறுகளால் விளைந்த காயங்களைப் பிரதிநிதித்துவப்படுத்துவதாக இல்லாமல், நீண்டு வியாபித்திருக்கும் அன்புடன்கூடிய கற்பித்தல், பயிற்சி, மற்றும் ஒழுங்குபடுத்துதல் ஆகிய வெற்றிகளைப் பிரதிநிதித்துவப்படுத்துவதாக இருக்க வேண்டும் என்று நான் விரும்புவேன். அவனுடைய இதயமும் மனமும் நாங்கள் இருவரும் சேர்ந்து கழித்த ஆழமான, அர்த்தமுள்ள நேரங்களின் இனிமையான நினைவுகளால் நிரம்பி வழிய வேண்டும் என்று நான் விரும்புவேன். வளர்ந்து வரும்போது ஏற்படுகின்ற குதூகலத்தையும் வலியையும் பகிர்ந்து கொண்ட ஓர் அன்பான தந்தையாக அவன் என்னை நினைவில் வைத்திருக்க வேண்டும் என்று நான் விரும்புவேன். அவன் தன்னுடைய பிரச்சனைகளையும் கவலைகளையும் என்னிடம் கொண்டு வந்த நேரங்களைத் தனது நினைவில் வைத்திருக்க வேண்டும் என்று நான் விரும்புவேன். அவன்

கூறுவதை நான் செவிமடுத்திருக்க வேண்டும், அவனை நேசித்திருக்க வேண்டும், அவனுக்கு உதவியிருக்க வேண்டும் என்று நான் விரும்புவேன். நான் கச்சிதமானவன் அல்ல என்பதையும், ஆனாலும் என்னிடமிருந்த அனைத்தையும் நான் முயற்சித்திருந்தேன் என்பதையும் அவன் தெரிந்து கொள்ள வேண்டும் என்று நான் விரும்புவேன். இவ்வுலகில் உள்ள வேறு எவரைவிடவும் நான் அவனை அதிகமாக நேசித்தேன் என்பதை அவன் அறிந்திருக்க வேண்டும் என்று நான் விரும்புவேன்.

எனக்குள் ஆழத்தில் நான் என் குழந்தைகளை மிகவும் மதிக்கிறேன் என்பதுதான் நான் அவ்விஷயங்களை விரும்புவதற்குக் காரணம். நான் அவர்களை நேசிக்கிறேன், அவர்களுக்கு உதவ விரும்புகிறேன். அவர்களுடைய தந்தை என்ற கதாபாத்திரத்தை நான் மிகவும் மதிக்கிறேன்.

ஆனால் அந்த மதிப்பீடுகளை நான் எப்போதும் பார்ப்பதில்லை. நான் பல வேலைகளில் சிக்கிக் கொள்கிறேன். எனக்கு உண்மையிலேயே முக்கியமான விஷயங்கள் அனைத்தும், அழுத்தம் தரும் பிரச்சனைகள், உடனடியாகக் கவனிக்கப்பட வேண்டிய விஷயங்கள், பிறருடனான நடத்தைகள் ஆகியவற்றின் அடியில் ஆழமாகப் புதைந்து போய்விடுகின்றன. என்னுடைய குழந்தைகளுடன் அன்றாடம் நான் நடந்து கொள்ளும் விதம், நான் அவர்களைப் பற்றிக் கொண்டுள்ள ஆழமான உணர்வுகளை எள்ளளவுகூடப் பிரதிபலிப்பதில்லை.

நான் சுயவிழிப்புணர்வுடன் இருப்பதாலும், என்னிடம் கற்பனையும் மனசாட்சியும் இருப்பதாலும், என்னுடைய ஆழமான மதிப்பீடுகளை என்னால் ஆய்வு செய்ய முடியும். நான் எந்தத் திரைக்கதையை வாழ்ந்து கொண்டிருக்கிறேனோ, அது என்னுடைய மதிப்பீடுகளுடன் இசைவாக இல்லை என்பதையும், என்னுடைய வாழ்க்கை என்னுடைய சொந்த முன்யோசனயுடன்கூடிய வடிவமைப்பின் விளைவு அல்ல, மாறாக, சூழல்கள் மற்றும் மக்களுக்கு அடிபணிந்து என்னுடைய முதல் படைப்பை ஒதுக்கி வைத்ததன் விளைவுதான் என்பதையும் நான் உணர்கிறேன். ஆனால் என்னால் மாற முடியும். என்னுடைய நினைவைக் கொண்டு வாழாமல், என்னுடைய கற்பனையைக் கொண்டு என்னால் வாழ முடியும். மட்டுப்படுத்தும் என்னுடைய கடந்தகாலத்தோடு என்னை இணைத்துக் கொள்வதற்குப் பதிலாக, என்னுடைய எல்லையற்ற ஆற்றலுடன் என்னை இணைத்து கொள்ள என்னால் முடியும். என்னுடைய சொந்த முதல் படைப்பாளியாக என்னால் உருவாக முடியும்.

முடிவை மனத்தில் வைத்துத் துவங்குவது என்பதற்கு, நான் என்னுடைய மதிப்பீடுகளையும் திசைகளையும் தெளிவாகத் தெரிந்து கொண்டு, பெற்றோர் என்ற என்னுடைய பாத்திரத்தையும், வாழ்வின் பிற பாத்திரங்களையும் அணுகுவது என்று பொருள். அதாவது, என்னுடைய சொந்த முதல் படைப்பிற்கு நான் பொறுப்பேற்றுக் கொண்டு, என்னுடைய திரைக்கதையை மாற்றியமைத்து, என்னுடைய நடத்தை மற்றும் மனப்போக்கின் மூலாதாரமாக இருக்கின்ற எனது

கருத்துக் கண்ணோட்டத்தை என்னுடைய ஆழமான மதிப்பீடுகளுக்கு இசைவாகவும், சரியான கொள்கைகளுக்கு இணக்கமாகவும் அமைத்துக் கொள்ள வேண்டும் என்று பொருள்.

அந்த மதிப்பீடுகளை மனத்தில் உறுதியாக நிலைநிறுத்தி ஒவ்வொரு நாளையும் துவங்க வேண்டும் என்றும் அது பொருள்படுகிறது. பிறகு, மாற்றங்களும் சவால்களும் வரும்போது, அந்த மதிப்பீடுகளை அடிப்படையாகக் கொண்டு என்னால் தீர்மானங்களை மேற்கொள்ள முடியும். என்னால் நாணயமாக நடந்து கொள்ள முடியும். சூழல்களுக்கும் உணர்ச்சிகளுக்கும் அடிபணிந்து முன்யோசனையின்றி நடந்து கொள்ள வேண்டியதில்லை. என்னுடைய மதிப்பீடுகள் தெளிவாக இருப்பதால், என்னால் உண்மையிலேயே முன்யோசனையுடனும் மதிப்பீடுகளை மையமாக வைத்தும் செயல்பட முடியும்.

சொந்தக் குறிக்கோள் வாசகம்

முடிவை மனத்தில் வைத்துத் துவங்குவதற்கு எனக்குத் தெரிந்த மிகவும் ஆற்றல்வாய்ந்த வழி ஒரு சொந்தக் குறிக்கோள் வாசகத்தை அல்லது தத்துவத்தை அல்லது நம்பிக்கையை உருவாக்குவது. அது நீங்கள் எப்படிப்பட்டவராக (குணநலன்கள்) ஆக விரும்புகிறீர்கள் என்பதன்மீதும், என்ன செய்ய (பங்களிப்புகள் மற்றும் சாதனைகள்) விரும்புகிறீர்கள் என்பதன்மீதும், இவை இரண்டின் அடிப்படையான மதிப்பீடுகள் அல்லது கொள்கைகள்மீதும் கவனம் செலுத்துகிறது.

நாம் ஒவ்வொருவரும் தனித்துவமானவர்களாக இருப்பதால், நமக்கென்று நாம் உருவாக்கிக் கொள்ளும் ஒரு குறிக்கோள் வாசகம், வடிவிலும் சரி, அமைப்பிலும் சரி, அந்தத் தனித்துவத்தைப் பிரதிபலிக்கும். என்னுடைய நண்பர் **ரால்ஃப் கெர்** தன்னுடைய தனிப்பட்ட நம்பிக்கையை இவ்விதத்தில் வெளிப்படுத்தியுள்ளார்:

முதலில் வீட்டில் வெற்றி பெறுவது.

தெய்வீக உதவியை நாடுவது, அதை மதிப்பது.

நேர்மையை ஒருபோதும் விட்டுக்கொடுக்காமல் இருப்பது.

சம்பந்தப்பட்ட மக்களை நினைவில் வைத்துக் கொள்வது.

எடைபோடுவதற்கு முன் இருதரப்பு வாதங்களையும் கேட்பது.

அடுத்தவர்களின் ஆலோசனையைப் பெறுவது.

உண்மையாக, ஆனால் தீர்மானமாக இருப்பது.

ஒவ்வொரு வருடமும் ஒரு புதிய திறமையை உருவாக்குவது.

நாளைய வேலையை இன்றே திட்டமிடுவது.

எப்போதும் நேர்மறையான மனப்போக்குடன் இருப்பது.

நகைச்சுவையுணர்வுடன் இருப்பது.

தனிப்பட்ட முறையிலும் வேலையிலும் ஒழுங்குமுறையுடன் இருப்பது.

தவறுகளைக் கண்டு அஞ்சாமல் இருப்பது. அத்தவறுகளுக்கு படைப்புத்திறனுடன்கூடிய, ஆக்கபூர்வமான, சரியான பதில்நடவடிக்கைகள் இல்லாததைக் கண்டு மட்டுமே அஞ்சுவது.

என்கீழ் பண்புரிபவர்களுடைய வெற்றிக்குத் துணைபுரிவது.

பேசுவதைவிட இருமடங்கு அதிகமாகக் காதுகொடுத்துக் கேட்பது.

அடுத்த வேலை அல்லது பதவி உயர்வைப் பற்றிக் கவலைப்படாமல், கையில் இருக்கின்ற வேலையின்மீது அனைத்துத் திறன்களையும் முயற்சிகளையும் ஒருமுகப்படுத்துவது.

குடும்ப மதிப்பீடுகளையும் வேலை தொடர்பான மதிப்பீடுகளையும் சமநிலையில் வைத்துக் கொள்ள முயற்சிக்கின்ற ஒரு பெண் தன்னுடைய சொந்தக் குறிக்கோள் வாசகத்தை இவ்விதமாக வெளிப்படுத்தியுள்ளார்:

வேலை, குடும்பம் ஆகிய இரண்டுமே எனக்கு முக்கியம் என்பதால், இவ்விரண்டையும் சமநிலையில் வைத்துக் கொள்ள நான் முயற்சிப்பேன்.

என் வீடு என்பது நானும், என் குடும்பத்தினரும், நண்பர்களும், விருந்தினர்களும் மகிழ்ச்சியையும், சௌகரியத்தையும், அமைதியையும், ஆனந்தத்தையும் கண்டுகொள்ளும் ஓர் இடமாக இருக்கும். ஒரு தூய்மையான, ஒழுங்குமுறையுடன்கூடிய, அதே நேரத்தில், வாழ்வதற்கேற்ற, வசதியான ஒரு சுற்றுச்சூழலை உருவாக்க நான் முயற்சிப்பேன். வீட்டில் நாங்கள் சாப்பிடுவதற்கு, படிப்பதற்கு, பார்ப்பதற்கு, மற்றும் செய்வதற்கு நாங்கள் தேர்ந்தெடுக்கும் விஷயங்களில் நான் என் அறிவைப் பயன்படுத்துவேன். குறிப்பாக, நேசிப்பதற்கும், கற்றுக் கொள்வதற்கும், சிரிப்பதற்கும், வேலை செய்வதற்கும், தங்களது தனித்துவமான திறமைகளை வளர்த்துக் கொள்வதற்கும் என் குழந்தைகளுக்கு நான் கற்றுக் கொடுக்க விரும்புகிறேன்.

நம்முடைய ஜனநாயக சமுதாயத்தின் உரிமைகளையும், சுதந்திரங்களையும், பொறுப்புகளையும் நான் மதிக்கிறேன். அக்கறை கொண்ட, நாட்டு நடப்புகளை அறிந்த ஒரு குடிமகளாக இருப்பேன். என் கருத்து செவிமடுக்கப்படுகிறது, என் ஓட்டு கணக்கில் எடுத்துக் கொள்ளப்படுகிறது என்பதை உறுதி செய்வதற்கு அரசியல் செயல்முறைகளில் நான் பங்கு கொள்வேன்.

நான் சுயமாகத் துவங்குகின்ற ஒரு தனிநபராக இருப்பேன். என்னுடைய வாழ்வின் இலக்குகளை அடைவதற்கு நான் சுயமாக முயற்சிப்பேன். சூழ்நிலைகளும் வாய்ப்புகளும் என்மீது தாக்கத்தை ஏற்படுத்துவதற்குப் பதிலாக, நான் அவற்றின்மீது நடவடிக்கை எடுப்பேன்.

தீய, அழிவுபூர்வமான பழக்கங்களுக்கு அடிமையாவதிலிருந்து விலகியிருக்க நான் எப்போதும் முயற்சி செய்வேன். என்னுடைய பழைய அடையாளங்கள் மற்றும் எல்லைகளிலிருந்து என்னை விடுவிக்கின்ற பழக்கங்களை நான் உருவாக்குவேன். என்னுடைய திறன்களையும் தேர்ந்தெடுப்புகளையும் நான் விரிவுபடுத்துவேன்.

என் பணம் என்னுடைய சேவகனாகவே இருக்கும், முதலாளியாக அல்ல. காலப்போக்கில் நான் பொருளாதாரரீதியான சுதந்திரத்திற்கு முயற்சிப்பேன்.

என்னுடைய ஆசைகள் என்னுடைய தேவைகளுக்கும் நான் பின்பற்றும் வழிகளுக்கும் உட்பட்டே இருக்கும். வீடு மற்றும் கார் தொடர்பான நீண்டகாலக் கடன்களைத் தவிர, வேறு எந்தவிதமான நுகர்வோர் கடனிலும் நான் சிக்கிக் கொள்ளாமல் இருக்க முயற்சிப்பேன். என் செலவு என் வருமானத்தைவிடக் குறைவாக இருக்குமாறு நான் பார்த்துக் கொள்வேன். என்னுடைய வருமானத்தின் ஒரு பகுதியை ஒழுங்காக சேமிப்பேன் அல்லது முதலீடு செய்வேன்.

மேலும், மற்றவர்கள் தங்கள் வாழ்க்கையில் மகிழ்ச்சியை அனுபவிப்பதற்கு சேவை மற்றும் நன்கொடைகள் மூலமாக நான் எனது பணத்தையும் திறமைகளையும் பயன்படுத்துவேன்.

ஒரு சொந்தக் குறிக்கோள் வாசகத்தை நீங்கள் ஒரு தனிநபரின் அரசியலமைப்புச் சட்டம் என்று அழைக்கலாம். அமெரிக்க அரசியலமைப்புச் சட்டத்தைப் போலவே, அது அடிப்படையில் மாற்றமில்லாதது. கடந்த இருநூறு வருடங்களில் அதில் 26 திருத்தங்கள் மட்டுமே செய்யப்பட்டுள்ளன. அவற்றில் பத்துத் திருத்தங்கள் மூல உரிமைச் சட்டங்களில் மேற்கொள்ளப்பட்டவையே.

அமெரிக்க அரசியலமைப்புச் சட்டத்தின் அடிப்படையில்தான் நாட்டின் ஒவ்வொரு சட்டமும் மதிப்பீடு செய்யப்படுகிறது. அமெரிக்க அதிபர்கள் பதவிப் பிரமாணம் மேற்கொள்ளும்போது இந்த ஆவணத்தைக் காப்பதற்கும் ஆதரிப்பதற்கும்தான் ஒப்புக் கொள்கின்றனர். மக்களுக்குக் குடியுரிமை வழங்கப்படுவதும் இதன் அடிப்படையில்தான். உள்நாட்டுப் போர், வியட்நாம் போர், அல்லது வாட்டர்கேட் பிரச்சனை போன்ற மாபெரும் பிரளயங்களின் ஊடாக மக்கள் தொடர்ந்து வாழ்க்கை நடத்துவதற்கு அவர்களுக்கு உதவுகின்ற அடிப்படை மற்றும் மைய ஆதாரமாக விளங்குவது இதுதான். எழுத்தில் வடிக்கப்பட்டுள்ள இந்தத் தரம்தான், மற்ற அனைத்தையும் மதிப்பீடு செய்வதற்கும் இயக்குவதற்குமான முக்கியக் காரணியாக விளங்குகிறது.

இந்த அரசியலமைப்புச் சட்டம் இவ்வளவு நாள் வலிமையாகத் தாக்குப்பிடித்து வந்து, இன்று தனது முக்கியமான கடமையை நிறைவேற்றுகிறது. ஏனெனில், விடுதலை சாசனத்தில் குறிப்பிடப்பட்டுள்ள சரியான கொள்கைகள் மற்றும் வெளிப்படையான உண்மைகளின் அடிப்படையில் அது அமைந்துள்ளது. சமூக நிலையின்மை மற்றும் மாற்றங்களுக்கு மத்தியிலும் இக்கொள்கைகள் அரசியலமைப்புச் சட்டத்திற்கு நிரந்தர வலிமையைக் கொடுக்கின்றன. “எழுத்து வடிவில் இருக்கின்ற ஓர் அரசியலமைப்புச் சட்டத்தைக் கொண்டிருப்பதில்தான் நமது தனிப்பட்டப் பாதுகாப்பு அடங்கியுள்ளது,” என்று தாமஸ் ஜெபர்சன் கூறியுள்ளார்.

சரியான கொள்கைகளின் அடிப்படையில் அமைந்த ஒரு சொந்தக் குறிக்கோள் வாசகம் ஒரு தனிநபருக்கான தர நிர்ணயமாகவும் விளங்குகிறது. முக்கியமான, வாழ்க்கையை மாற்றியமைக்கின்ற தீர்மானங்களை மேற்கொள்வதற்கும், நம்முடைய வாழ்வில் தாக்கத்தை ஏற்படுத்துகின்ற சூழல்கள் மற்றும் உணர்ச்சிகளுக்கு மத்தியில் அன்றாடத்

தீர்மானங்களை மேற்கொள்வதற்குமான அடிப்படையாக விளங்குகின்ற ஒரு தனிப்பட்ட அரசியலமைப்புச் சட்டமாக இது மாறுகிறது. மாற்றத்திற்கிடையே ஒரு தனிப்பட்ட நபருக்கு அதே நிரந்தரமான வலிமையை இது கொடுக்கின்றது.

தங்களுக்குள்ளாக ஒரு மாற்றமற்ற மையம் இல்லையென்றால், மக்களால் மாற்றத்தை ஏற்றுக் கொண்டு வாழ முடியாது. நீங்கள் யார், நீங்கள் எப்படிப்பட்டவர், நீங்கள் எதை மதிக்கிறீர்கள் போன்ற மாற்றமற்ற விஷயங்கள்தான் மாறுவதற்கான திறனிற்கு முக்கியமானவையாகும்.

ஒரு குறிக்கோள் வாசகத்தின் துணையுடன், மாற்றங்களோடு சேர்ந்து தங்குதடையின்றி நம்மால் பாய்ந்து செல்ல முடியும். நாம் முன்கூட்டியே எடைபோட வேண்டியதில்லை, பாரபட்சக் கருத்துக்களைக் கொள்ள வேண்டியதில்லை. யதார்த்தத்திற்கு இடமளிக்க வேண்டும் என்பதற்காக வாழ்க்கையில் உள்ள எல்லா விஷயங்களையும் நாம் அறிந்து கொள்ளத் தேவையில்லை; எல்லோரையும் எல்லாவற்றையும் வகை பிரிக்கத் தேவையில்லை.

நமது தனிப்பட்டச் சுற்றுச்சூழலும் மிக அதிக வேகத்தில் மாறிக் கொண்டிருக்கின்றது. தங்களால் இந்த அதிவேக மாற்றங்களைக் கையாள முடியாது, வாழ்க்கையை சமாளிக்க முடியாது என்று உணர்கின்ற ஏராளமான மக்களின் ஆற்றலை இப்படிப்பட்ட மாற்றங்கள் ஒட்டுமொத்தமாக உறிஞ்சி, அவர்களைக் களைத்து விழச் செய்துவிடுகின்றன. இவர்கள் முன்யோசனையின்றிச் செயல்படுபவர்களாக மாறி, தங்கள் முயற்சியைக் கைவிட்டுவிட்டு, வாழ்வில் தங்களுக்கு நிகழும் அனைத்தும் நல்லவையாகவே இருக்கும் என்ற நம்பிக்கையில் வாழ்க்கையை ஓட்டத் துவங்கிவிடுகின்றனர்.

ஆனால் அது அப்படி இருக்க வேண்டிய தேவையில்லை. நாஜி வதைமுகாம்களில், விக்டர் ஃபிராங்க்கெல், முன்யோசனையுடன்கூடிய செயல்பாடு என்னும் கொள்கையைக் கற்றுக் கொண்டதோடு, வாழ்விற்கான அர்த்தம் மற்றும் வாழ்வின் குறிக்கோள் ஆகியவற்றின் முக்கியத்துவத்தையும் கற்றுக் கொண்டார். பின்னாளில் அவர் 'லோகோதெரப்பி' என்ற ஒரு தத்துவத்தை உருவாக்கி, அதைக் கற்றுக் கொடுக்கவும் செய்தார். மக்களின் மனரீதியான மற்றும் உணர்ச்சிரீதியான நோய்கள் பலவும் உண்மையிலேயே அவர்களுடைய அடிமனத்தில் ஆழ ஊடுருவியுள்ள அர்த்தமின்மை அல்லது வெறுமை உணர்வின் அறிகுறிகள்தான் என்பது இத்தத்துவத்தின் சாராம்சம். தங்கள் வாழ்வின் தனித்துவமான அர்த்தத்தையும் குறிக்கோளையும் கண்டுபிடிக்க அவர்களுக்கு உதவுவதன் மூலம், லோகோதெரப்பி சிகிச்சை அவர்களது வெறுமையைக் களைகிறது.

குறிக்கோள் உணர்வு உங்களிடம் இருந்தால், உங்கள் சொந்த முன்யோசனையுடன்கூடிய செயல்பாடு உங்கள் வசப்பட்டுவிடும். உங்கள் வாழ்வை இயக்குகின்ற முன்னோக்கும் மதிப்பீடுகளும் உங்களிடம் உள்ளன. உங்களுடைய நீண்டகால மற்றும் குறுகியகால இலக்குகளை அமைப்பதற்கான அடிப்படைத் திசை உங்களிடம் உள்ளது. சரியான கொள்கைகளின் அடிப்படையில் அமைந்த எழுத்துபூர்வமான ஓர்

அரசியலமைப்புச் சட்டத்தின் அதிகாரம் உங்களிடம் உள்ளது. இதைக் கொண்டு, உங்கள் நேரத்தின் மிகச் சிறந்த பயன்பாடு, உங்களுடைய திறமைகள், மற்றும் உங்கள் ஆற்றல்கள் குறித்தத் தீர்மானங்கள் ஒவ்வொன்றையும் மிகச் சிறப்பாக அளவிட முடியும்.

வாழ்வின் மையத்தில் இருப்பவை

ஒரு சொந்தக் குறிக்கோள் வாசகத்தை எழுதுவதற்கு, உங்கள் செல்வாக்கு வட்டத்தின் மையத்திலிருந்து துவங்க வேண்டும். நமது மிக அடிப்படையான கருத்துக் கண்ணோட்டங்கள் அந்த மையத்தில்தான் குடிகொண்டுள்ளன. உலகத்தை நாம் பார்க்கும் லென்ஸும் அதுதான்.

நம்முடைய முன்னோக்கு மற்றும் மதிப்பீடுகளை நாம் இங்குதான் கையாள்கிறோம். நமது வரைபடங்களை ஆய்வு செய்வதற்கும், நமது வரைபடங்கள் நமது பிராந்தியங்களைத் துல்லியமாக விவரிப்பதை உறுதி செய்து கொள்வதற்கும், நமது கருத்துக் கண்ணோட்டங்கள் கொள்கைகள் மற்றும் யதார்த்தத்தின் அடிப்படையில் அமைந்திருப்பதை உறுதி செய்து கொள்வதற்கும், நமக்கு அளிக்கப்பட்டுள்ள சுயவிழிப்புணர்வை நாம் இங்கு பயன்படுத்துகிறோம். நமது தனித்துவமான திறமைகளையும், நாம் பங்களிக்கக்கூடிய பகுதிகளையும் கண்டறிவதற்கு நமது மனச்சாட்சியை நாம் இங்கு பயன்படுத்துகிறோம். நமக்கு விருப்பமான முடிவை நம் மனத்திற்குள் உருவாக்குவதற்கும், நமது துவக்கங்களுக்கு வழிகாட்டுதலையும் குறிக்கோளையும் கொடுப்பதற்கும், ஓர் எழுத்துபூர்வமான தனிப்பட்ட அரசியலமைப்புச் சட்டத்திற்கான சாரத்தை வழங்குவதற்கும் நமது கற்பனையை நாம் இங்கு பயன்படுத்துகிறோம்.

ஒருமித்த கவனத்துடன் நாம் மேற்கொள்ளும் முயற்சிகள் மாபெரும் விளைவுகளைப் பெற்றுத் தருவதும் இங்குதான். நம்முடைய செல்வாக்கு வட்டத்தின் மையத்துடன் நாம் செயல்படும்போது, அதை நாம் விரிவுபடுத்துகிறோம். நம் வாழ்வின் ஒவ்வோர் அம்சத்தின் ஆற்றலிலும் குறிப்பிடத்தக்கத் தாக்கத்தை ஏற்படுத்துகின்ற, உற்பத்தித் திறன் செயல்பாட்டின் மிக உயர்ந்த பலன் இதுதான்.

நம்முடைய வாழ்வின் மையத்தில் இருக்கும் விஷயம்தான் நமது பாதுகாப்பு, வழிகாட்டுதல், அறிவு, மற்றும் சக்திக்கான மூலாதாரமாக இருக்கும்.

பாதுகாப்பு என்பது உங்கள் மதிப்புணர்வு, உங்களது அடையாளம், உணர்ச்சிரீதியான சார்பு, உங்கள் சுயமதிப்பு, உங்கள் அடிப்படைத் தனிமனித வலிமை அல்லது வலிமையின்மை ஆகியவற்றைக் குறிக்கிறது.

வழிகாட்டுதல் என்பது வாழ்வில் உங்களுடைய திசையின் மூலாதாரம் என்று பொருள்படுகிறது. வெளியே என்ன நிகழ்ந்து கொண்டிருக்கிறது என்பதை உங்களுக்குப் புரிய வைக்கின்ற, உங்களது வரைபடத்தில் அடங்கியுள்ள, உங்களது உள்ளார்ந்த குறியீட்டு அமைப்புதான் ஒவ்வொரு கணமும் நீங்கள் மேற்கொள்ளும் தீர்மானங்களையும் நடவடிக்கைகளையும் கட்டுப்படுத்துகின்ற தரங்கள் அல்லது கொள்கைகள் அல்லது உள்ளார்ந்த காரணிகள்.

அறிவு என்பது வாழ்க்கை குறித்த உங்கள் கண்ணோட்டம், உங்கள் சமநிலையுணர்வு, மற்றும் பல்வேறு பகுதிகளும் கொள்கைகளும் எவ்வாறு பொருந்துகின்றன, அவை ஒன்றோடு ஒன்று எவ்வாறு தொடர்பு கொண்டிருக்கின்றன என்பதைப் பற்றிய உங்களது புரிதல் ஆகியவற்றையும் குறிக்கிறது. அது சீர்தூக்கிப் பார்த்தலையும், பகுத்தறிதலையும், புரிதலையும் தழுவி நிற்கிறது. ஒருங்கிணைக்கப்பட்ட ஒரு முழுமையான வடிவம் இது.

சக்தி என்பது செயல்படுவதற்கான திறனையும், ஒன்றை சாதிப்பதற்கான வலிமையையும் ஆற்றலையும் குறிக்கிறது. தேர்ந்தெடுப்புகளையும் தீர்மானங்களையும் மேற்கொள்வதற்குத் தேவையான இன்றியமையாத ஆற்றல் இது. ஆழமாகப் பதிந்துள்ள பழக்கங்களில் இருந்து மீள்வதற்கும், உயர்ந்த, அதிகப் பயனுள்ள பழக்கங்களை உருவாக்குவதற்குமான திறனையும் இது உள்ளடக்கியுள்ளது.

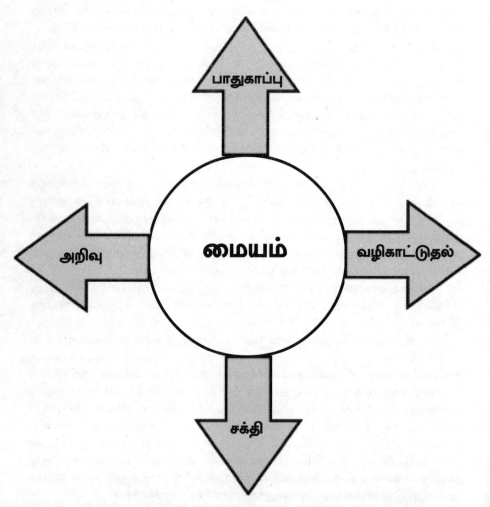

பாதுகாப்பு, வழிகாட்டுதல், அறிவு, மற்றும் சக்தி ஆகிய நான்கு காரணிகளும் சகசார்பு கொண்டவை. பாதுகாப்பும் தெளிவான வழிகாட்டுதலும் உண்மையான அறிவைக் கொண்டுவருகின்றன. அந்த அறிவு, சக்தியை விடுவிப்பதற்கும், அதை இயக்குவதற்குமான தீப்பொறியாக மாறுகிறது. இந்த நான்கு காரணிகளும் இணக்கமாகவும், ஒருசேரவும், ஒன்றுக்கொன்று உயிரூட்டுபவையாகவும் இருக்கும்போது, ஓர் உன்னதமான ஆளுமை, சமநிலையுடன்கூடிய குணநலன்கள், மற்றும் அழகாக ஒருங்கிணைக்கப்பட்ட ஒரு தனிநபர் என்ற மாபெரும் சக்தியை உருவாக்குகின்றன.

வாழ்விற்குத் துணை புரிகின்ற இந்தக் காரணிகள், வாழ்வின் பிற ஒவ்வொரு பரிமாணத்தையும் கீழிருந்து தாங்கிப் பிடித்து வலுப்படுத்துகின்றன. கீழ்முனையில் இவை நான்கும் பலவீனமானவை. அடிப்படையில், உங்களது நேரடிக் கட்டுப்பாட்டில் இல்லாத மக்கள் அல்லது சூழ்நிலைகளை நீங்கள் சார்ந்திருக்கிறீர்கள். மேல் முனையில், எல்லாம் உங்கள் கட்டுப்பாட்டில் உள்ளது. செழிப்பான, சகசார்புடன்கூடிய உறவுகளுக்கான சார்பற்ற வலிமையும் அடித்தளமும் உங்களிடம் உள்ளது.

தீவிரப் பாதுகாப்பின்மைக்கும், ஆழமான உள்ளார்ந்த மதிப்பு மற்றும் தனிப்பட்டப் பாதுகாப்பிற்கும் இடையே உள்ள தொடர்ச்சியில் எங்கோ ஓரிடத்தில் உங்கள் பாதுகாப்பு நிலைகொண்டுள்ளது. சமுதாயக் கண்ணாடி அல்லது நிலையற்றப் பிற மூலங்களின்மீதான சார்புக்கும் உங்களது வலிமையான உள்ளார்ந்த வழிகாட்டுதலுக்கும் இடையே எங்கோ ஓரிடத்தில் உங்கள் வழிகாட்டுதல் நிலைகொண்டுள்ளது. எல்லாமே திரிவுற்றும், பொருத்தமற்றும் இருக்கின்ற, முற்றிலும் துல்லியமற்ற ஒரு வரைபடத்திற்கும், அனைத்துப் பகுதிகளும் கொள்கைகளும் ஒன்றுக்கொன்று முறையாகத் தொடர்புபடுத்தப்பட்டுள்ள ஒரு முழுமையான மற்றும் துல்லியமான வரைபடத்திற்கும் இடையே எங்கோ ஓரிடத்தில் உங்கள் அறிவு நிலைகொண்டுள்ளது. பிறரால் ஆட்டுவிக்கப்படுகின்ற நிலைக்கும், தன் சொந்த மதிப்புகளால் இயங்குகின்ற நிலைக்கும் இடையே எங்கோ ஓரிடத்தில் உங்கள் சக்தி நிலைகொண்டுள்ளது.

தொடர்ச்சியில் இந்த நான்கு காரணிகளின் இருப்பிடமும், அதனால் விளைகின்ற ஒருங்கிணைப்பு, இணக்கம், மற்றும் சமநிலையின் அளவும், உங்கள் வாழ்வின் ஒவ்வோர் அம்சத்திலும் அவை ஏற்படுத்துகின்ற நேர்மறையான தாக்கமும் உங்கள் மையத்திலுள்ள அடிப்படைக் கருத்துக் கண்ணோட்டங்களின் ஒரு செயல்பாடாகும்.

மாற்று மையங்கள்

நம் ஒவ்வொருவரிடமும் ஒரு மையம் உள்ளது. ஆனால் வழக்கமாக நாம் அதை அவ்வளவாக அங்கீகரிப்பதில்லை. நம் வாழ்வின் ஒவ்வோர் அம்சத்திலும் அந்த மையம் ஏற்படுத்துகின்ற, அனைத்தையும் உள்ளடக்குகின்ற விளைவுகளையும் நாம் அங்கீகரிப்பதில்லை.

மக்களிடம் உள்ள பல மையங்கள் அல்லது முக்கியக் கருத்துக் கண்ணோட்டங்கள் எவ்வாறு இந்த நான்கு அடிப்படைப் பரிமாணங்களின் மீது தாக்கத்தை ஏற்படுத்துகின்றன என்பதையும், இறுதியில் அவற்றிலிருந்து வெளிக்கிளம்பும் ஒட்டுமொத்த வாழ்க்கையையும் புரிந்து கொள்வதற்காக அவற்றை நாம் இங்கு சுருக்கமாக ஆய்வு செய்யலாம்.

வாழ்க்கைத் துணைவரை மையமாகக் கொண்டிருத்தல்

திருமணம் என்பது மிக அன்னியோன்யமான, மிகவும் திருப்தியளிக்கின்ற, மிகவும் நீடித்து நிலைக்கின்ற, வளர்ச்சியை உருவாக்குகின்ற மனித உறவாக உள்ளது. ஒருவரது கணவன் அல்லது மனைவியின் மீது கவனத்தைக் குவிப்பது இயல்பானதாகவும் பொருத்தமானதாகவும் தோன்றக்கூடும்.

ஆனால் அனுபவமும் கண்காணிப்பும் வேறொரு கதையைக் கூறுகின்றன. கடந்த பல வருடங்களாக, பிரச்சனைக்கு உள்ளான பல தம்பதியினருக்கு நான் ஆலோசனை வழங்கி வந்துள்ளேன். வாழ்க்கைத் துணைவரை மையமாகக் கொண்ட, நான் எதிர்கொண்டுள்ள கிட்டத்தட்ட ஒவ்வோர் உறவிலும் ஒரு குறிப்பிட்ட இழை தொடர்ந்து ஓடிக் கொண்டிருந்ததை நான் கவனித்திருக்கிறேன். வலிமையான உணர்ச்சிரீதியான சார்புதான் அந்த இழை.

நம்முடைய உணர்ச்சிரீதியான மதிப்புணர்வு முக்கியமாக நமது திருமணத்திலிருந்து நமக்கு வருகிறது என்றால், நாம் அந்த உறவை அளவுக்கதிகமாகச் சார்ந்துவிடுகிறோம். நம்முடைய வாழ்க்கைத் துணைவரின் மனநிலை, உணர்வுகள், நடத்தை, மற்றும் அவர் நம்மை நடத்தும் விதம் ஆகியவற்றின் தூண்டுதலுக்கு நாம் எளிதில் ஆளாகிறோம். மேலும், ஒரு புதிய குழந்தை, மாமனார் மற்றும் மாமியார், பொருளாதாரப் பின்னடைவுகள், சமுதாய வெற்றிகள் போன்ற, வெளியிலிருந்து நமது உறவிற்கு ஊறு விளைவிக்கின்ற நிகழ்வுகளாலும் நாம் தூண்டப்படுகிறோம்.

திருமண வாழ்வில் பொறுப்புகள் அதிகரித்து, மன அழுத்தங்கள் உடன் வரும்போது, நாம் வளர்ந்து வந்த காலத்தில் நமக்குக் கொடுக்கப்பட்டத் திரைக்கதைகளிடம் நாம் திரும்பிச் செல்கிறோம். நம் வாழ்க்கைத் துணைவரும் அதையே செய்கிறார். வழக்கமாக அத்திரைக்கதைகள் வேறு விதமாக உள்ளன. நிதி விவகாரங்கள், குழந்தைகளின் ஒழுங்கு, மாமனார் மாமியார் விவகாரங்கள் ஆகியவற்றைக் கையாள்வதற்கான வித்தியாசமான வழிகள் மேலெழுகின்றன. ஆழமாகப் பதிந்துள்ள இப்போக்குகள் திருமண வாழ்வில் உள்ள உணர்ச்சிரீதியான சார்புடன் இணைந்து கொள்ளும்போது, வாழ்க்கைத் துணைவரை மையமாகக் கொண்ட உறவு தன்னுடைய பலவீனங்கள் அனைத்தையும் வெளிப்படுத்துகிறது.

நாம் யாரோடு முரண்பட்டு நிற்கிறோமோ, அவரையே நாம் சார்ந்திருக்கும்போது, தேவையும் முரண்பாடும் கூட்டு சேர்ந்து

கொள்கின்றன. உணர்ச்சிவசப்பட்டு அன்பு மற்றும் வெறுப்பை அளவுக்கதிகமாக வெளிப்படுத்துதல், தப்பியோடுதல் அல்லது சண்டையிடுதல் மனப்போக்கு, விலக்கிக் கொள்ளுதல், ஆக்ரோஷம், கசப்புணர்வு, வெறுப்பு, பகையுடன்கூடிய போட்டி ஆகியவை பொதுவான விளைவுகளாக உள்ளன. இவை நிகழும்போது, நம்முடைய சொந்த நடத்தையை நியாயப்படுத்தும் மற்றும் தற்காத்துக் கொள்ளும் முயற்சியிலும், நம்முடைய வாழ்க்கைத் துணைவரின் நடத்தையின்மீது தாக்குதல் நிகழ்த்தும் முயற்சியிலும், நம்முடைய பழைய போக்குகள் மற்றும் பழக்கங்களை நோக்கி நாம் இன்னும் அதிகமாகச் செல்கிறோம்.

உணர்ச்சிரீதியாக நாம் மிகவும் பலவீனமாக உள்ள நேரங்களில், மேலும் காயப்படுவதிலிருந்து நம்மைப் பாதுகாத்துக் கொள்வதற்கான தேவையை நாம் உணர்கிறோம். எனவே, நமக்குள் இருக்கும் மென்மையை வெளிப்படுத்துவதிலிருந்து காப்பதற்காக ஏளனம், குரூர நகைச்சுவையுணர்வு, விமர்சனம் ஆகியவற்றை நாம் கையிலெடுக்கிறோம். தன் வாழ்க்கைத் துணைவர் முதலில் தன்மீது அன்பு காட்ட வேண்டும் என்று தம்பதியர் இருவருமே காத்திருப்பதால், அவர்கள் ஏமாற்றமடைவதோடு, தங்கள்மீது சுமத்தப்பட்டுள்ள குற்றச்சாட்டுகள் அனைத்தும் சரி என்பதையும் உறுதி செய்கின்றனர்.

இப்படிப்பட்ட ஓா உறவில், எல்லாம் நல்லபடியாகப் போய்க் கொண்டிருப்பதாகத் தோன்றும்போது போலிப் பாதுகாப்பு மட்டுமே உள்ளது. வழிகாட்டுதல் என்பது அக்கணத்தின் உணர்ச்சியின் அடிப்படையில் அமைகிறது. அறிவும் சக்தியும் எதிர்மறையான கருத்துப் பரிமாற்றங்களில் தொலைந்துவிடுகின்றன.

குடும்பத்தை மையமாகக் கொண்டிருத்தல்

குடும்பம் என்பது இன்னொரு பொதுவான மையம். இதுவும் இயல்பானதாகவும் பொருத்தமானதாகவும் தோன்றக்கூடும். கவனம் செலுத்தப்பட வேண்டிய, ஆழமாக முதலீடு செய்யப்பட வேண்டிய ஒரு பகுதி என்ற முறையில், ஆழமான உறவுகளுக்கும், அன்பு செலுத்துவதற்கும், பகிர்ந்து கொள்வதற்கும், வாழ்க்கையை மதிப்புள்ளதாக ஆக்குகின்ற அனைத்திற்கும் இது மாபெரும் வாய்ப்புகளை வழங்குகிறது. ஆனால் ஒரு மையம் என்ற முறையில், குடும்ப வெற்றிக்குத் தேவையான அடிப்படை அம்சங்களை இது அழித்துவிடுகிறது.

குடும்பத்தை மையமாக வைத்து வாழும் மக்கள் தங்களுடைய பாதுக்காப்பு உணர்வையும் தனிப்பட்ட மதிப்பையும் தங்கள் குடும்பப் பாரம்பரியம் அல்லது கலாச்சாரம் அல்லது குடும்ப கௌரவத்திலிருந்து பெறுகின்றனர். எனவே, அந்தப் பாரம்பரியத்திலோ அல்லது கலாச்சாரத்திலோ ஏற்படும் எந்தவொரு மாற்றமும், குடும்ப கௌரவத்தை பாதிக்கின்ற எந்தவொரு தாக்கமும் அவர்களை எளிதில் தூண்டுகின்றன.

தங்கள் குழந்தைகளின் உண்மையான நலனை மனத்தில் வைத்து அவர்களை வளர்ப்பதற்கான உணர்ச்சிரீதியான சுதந்திரமும் சக்தியும்

குடும்பத்தை மையமாக வைத்து வாழும் மக்களிடம் இல்லை. அவர்கள் தங்களுடைய பாதுகாப்பைத் தங்கள் குடும்பத்திலிருந்து பெற்றுக் கொண்டிருந்தால், தங்கள் குழந்தைகள் மத்தியில் தாங்கள் பிரபலமாக இருக்க வேண்டும் என்ற அவர்களது தேவை, தங்கள் குழந்தைகளின் வளர்ச்சி மற்றும் உருவாக்கத்திற்காகச் செய்யப்பட வேண்டிய நீண்டகால முதலீட்டின் முக்கியத்துவத்தை ஒதுக்கிவிடக்கூடும். அல்லது அவர்கள் அக்கணத்திற்குப் பொருத்தமான, சரியான நடத்தையின்மீது கவனம் செலுத்தக்கூடும். அவர்கள் முக்கியமற்றதாகக் கருதுகின்ற எந்தவொரு நடத்தையும் அவர்களது பாதுகாப்பை அச்சுறுத்துவதாக அமையும். தங்கள் குழந்தையின் நீண்டகால வளர்ச்சி மற்றும் உருவாக்கத்தின்மீது அக்கறை கொள்வதற்குப் பதிலாக, அவர்கள் வருத்தம் கொண்டு, அக்கணத்தின் உணர்ச்சியால் வழிநடப்பட்டு, அந்த நேரத்தில் தாங்கள் கவலைப்பட்டுக் கொண்டிருக்கும் விஷயம் குறித்து முன்யோசனையின்றிச் செயல்படுகின்றனர். அவர்கள் தங்கள் குழந்தைகளிடம் கத்தக்கூடும். அல்லது அதிக உணர்ச்சிவசப்பட்டு, அதிகக் கோபம் கொண்டு அவர்களைத் தண்டிக்கக்கூடும். தங்கள் குழந்தைகளிடம் நிபந்தனையுடன்கூடிய அன்பை அவர்கள் வெளிப்படுத்தக்கூடும். இதன் மூலம், தங்கள் குழந்தைகள் தங்களை உணர்ச்சிரீதியாகச் சார்ந்திருக்கும்படியும் கீழ்ப்படிதலின்றி நடந்து கொள்ளும்படியும் செய்துவிடுகின்றனர்.

பணத்தை மையமாகக் கொண்டிருத்தல்

மக்களின் வாழ்வில் புரிந்து கொள்ளப்படக்கூடிய இன்னொரு பொதுவான மையம் பணம் சம்பாதிப்பது. பிற எந்தவொரு பரிமாணத்திலும் அதிகமாக சாதிப்பதற்கான ஒருவரது வாய்ப்பிற்குப் பொருளாதாரப் பாதுகாப்பு அடிப்படையானது. தேவைகளின் ஓர் அடுக்கு அதிகாரத்தில், உயிர்பிழைத்து இருத்தலும் பொருளாதாரப் பாதுகாப்பும் முதலில் வருகின்றன. அந்த அடிப்படைத் தேவை சிறிதளவேனும் நிறைவேற்றப்படாதவரை, மற்றத் தேவைகள் தூண்டப்படுவதுகூடக் கிடையாது.

நம்மில் பெரும்பாலானவர்கள் பொருளாதாரக் கவலைகளை எதிர்கொள்கிறோம். நம்முடைய பரந்த கலாச்சாரத்தில் பல சக்திகளால் நம்முடைய பொருளாதாரச் சூழ்நிலையின்மீது செயல்பட்டு, நமக்குக் கவலையளிக்கின்ற பல தடங்கல்களை விளைவிக்க முடியும். அவை அவ்வாறே செய்கின்றன. இக்கவலைகள் நம்முடைய விழிப்புணர்விற்கு எல்லா நேரத்திலும் வருவதில்லை.

சில சமயங்களில், குடும்பத்தை கவனித்துக் கொள்வதற்கான விருப்பம் போன்ற உன்னதமான காரணங்கள் பணம் சம்பாதிப்பதற்கான காரணங்களாகக் கொடுக்கப்படுகின்றன. இவை முக்கியமான விஷயங்கள்தான். ஆனால் பணம் சம்பாதிப்பதை மையமாக வைப்பது, நேரெதிரான விளைவுகளைக் கொண்டுவரும்.

வாழ்க்கைக்கு வலுவூட்டுகின்ற பாதுகாப்பு, வழிகாட்டுதல், அறிவு, சக்தி ஆகிய நான்கு காரணிகளையும் கருத்தில் எடுத்துக் கொள்ளுங்கள். என்னுடைய பாதுகாப்பின் பெரும்பகுதியை நான் எனது வேலை அல்லது வருமானம் அல்லது நிகரச் சொத்திலிருந்து பெறுவதாக வைத்துக் கொள்வோம். பல காரணிகள் இந்தப் பொருளாதார அடித்தளங்களை பாதிப்பதால், அவற்றை பாதிக்கக்கூடிய எந்தவொரு விஷயம் குறித்தும் நான் கவலையையும் அசௌகரியத்தையும் உணர்கிறேன். அவற்றைப் பாதுகாக்கவும் தற்காத்துக் கொள்ளவும் முயற்சிக்கிறேன். என்னுடைய மதிப்புணர்வு என்னுடைய நிகரச் சொத்திலிருந்து வரும்போது, அந்தச் சொத்தைப் பாதிக்கின்ற எந்தவொரு விஷயமும் என்னை எளிதில் தூண்டுகிறது. ஆனால் வேலையும் பணமும் எந்த அறிவையும், எந்த வழிகாட்டுதலையும் கொடுப்பதில்லை. வெறுமனே சிறிதளவு அதிகாரத்தையும் பாதுகாப்பையும் மட்டுமே அவை கொடுக்கின்றன. பணத்தை மையமாகக் கொண்டு வாழ்வதிலுள்ள குறைபாடுகளைக் காட்டுவதற்கு என் வாழ்விலோ அல்லது என்னுடைய அன்புக்குரிய ஒருவரின் வாழ்விலோ உள்ள ஓர் இக்கட்டான சூழ்நிலை போதுமானது.

பணத்தைக் குறியாகக் கொண்ட மக்கள், பொருளாதாரத் தேவைகள் முதலில் வருவதை எப்போதும் புரிந்து கொள்வார்கள் என்ற அனுமானத்தில் தங்கள் குடும்பத்தையும் மற்ற முன்னுரிமைகளையும் ஒதுக்கிவிடுகிறார்கள். எனக்குத் தெரிந்த ஒருவர் தன் குழந்தைகளிடம் கொடுத்திருந்த வாக்குறுதியின்படி அவர்களை ஒரு சர்க்கஸிற்கு அழைத்துச் செல்வதற்குத் தயாராகிக் கொண்டிருந்தார். அப்போது அலுவலகத்திற்கு வருமாறு அவருக்கு ஒரு தொலைபேசி அழைப்பு வந்தது. அவர் அதை மறுத்துவிட்டார். அவர் அலுவலகத்திற்குச் சென்றிருக்க வேண்டும் என்று அவரது மனைவி பரிந்துரைத்தபோது, "வேலை மீண்டும் வரும், ஆனால் குழந்தைப் பருவம் போனால் திரும்ப வராது," என்று அவர் பதிலளித்தார். அவரது இச்சிறிய முன்னுரிமைப்படுத்தும் நடவடிக்கையை அவரது குழந்தைகள் தங்கள் வாழ்நாள் முழுவதும் நினைவில் வைத்திருந்தனர். அது ஒரு படிப்பினையாக மட்டும் அவர்கள் மனத்தில் பதிந்திருக்கவில்லை, மாறாக, அன்பின் வெளிப்பாடாகவும் அவர்களது இதயங்களில் பதிந்திருந்தது.

வேலையை மையமாகக் கொண்டிருத்தல்

வேலையை மையமாகக் கொண்ட மக்கள் 'வேலையே கதியென்று கிடக்கும் மக்களாக' ஆகிவிடக்கூடும். தங்களது ஆரோக்கியம், உறவுகள், மற்றும் தங்கள் வாழ்வின் பிற முக்கியப் பகுதிகளைத் தியாகம் செய்து தங்கள் வேலையில் அதிக விளைவுகளை உற்பத்தி செய்வதற்கு அவர்கள் உந்தித் தள்ளப்படுகின்றனர். அவர்களது அடிப்படை அடையாளம் அவர்களது வேலையிலிருந்து அவர்களுக்குக் கிடைக்கிறது — "நான் ஒரு டாக்டர்," "நான் ஓர் எழுத்தாளர்," "நான் ஒரு நடிகர்."

அவர்களது அடையாளமும் சுயமதிப்பு உணர்வும் அவர்களது வேலையுடன் பின்னிப் பிணைந்து இருப்பதால், அதைச் செய்வதிலிருந்து அவர்களைத் தடுத்து நிறுத்தக்கூடிய எந்தவொரு விஷயமும் அவர்களது பாதுகாப்பிற்கான அச்சுறுத்தலாக அமைகிறது. அவர்களது வழிகாட்டுதலானது அவர்களுடைய வேலை அவர்களிடம் எதிர்பார்க்கும் விஷயங்களின் ஒரு செயல்பாடாகும். அவர்களது அறிவும் சக்தியும் அவர்களது வேலையின் மட்டுப்படுத்தப்பட்டப் பகுதிகளில் இருந்து வருகின்றன. அதனால், வாழ்வின் பிற பகுதிகளில் அவர்கள் சக்தியற்றவர்களாக இருப்பதற்கு இது வழிவகுக்கின்றது.

உடமைகளை மையமாகக் கொண்டிருத்தல்

பொருட்களைக் கைவசப்படுத்துவது பல மனிதர்களைத் தூண்டும் ஓர் ஆற்றலாக விளங்குகிறது. நவீன ஆடைகள், வீடுகள், கார்கள், படகுகள், மற்றும் நகைகள் போன்ற தொட்டுணரக்கூடிய பொருட்கள் மட்டுமல்லாமல், புகழ், பெருமை, மற்றும் சமூகத்தில் மதிப்பு போன்ற தொட்டுணர முடியாதவற்றையும் கைவசப்படுத்துவதற்கு அவர்கள் தூண்டப்படுகின்றனர். இத்தகைய ஒரு மையம் குறைபாடுடையது என்பதை நமது சொந்த அனுபவத்தின் வாயிலாக நம்மில் பெரும்பாலானவர்கள் அறிவோம். ஏனெனில், இந்த மையம் விரைவில் மறையக்கூடியது என்பதோடு, ஏராளமான ஆற்றல்களின் தாக்கத்திற்கு உட்பட்டதும்கூட.

என்னுடைய பாதுகாப்புணர்வு என்னுடைய மதிப்பிலோ அல்லது என் உடமைகளிலோ இருந்தால், என் வாழ்க்கை ஒரு நிரந்தர அச்சுறுத்தலுக்கு உட்பட்டு இருக்கும். ஏனெனில். இவை களவு போய்விடுமோ அல்லது தொலைந்து போய்விடுமோ அல்லது மதிப்பிழந்துவிடுமோ என்று ஒவ்வொரு நாளும் நான் அஞ்சிக் கொண்டிருக்கக்கூடும். என்னுடைய நிகரச் சொத்து அல்லது புகழ் அல்லது அந்தஸ்தைவிட உயர்ந்த நிலையைக் கொண்டிருக்கும் ஒருவரது முன்னிலையில் நான் இருந்தால், நான் மிகவும் தாழ்வான நிலையில் இருப்பதாக எனக்குத் தோன்றும். என்னுடைய நிகரச் சொத்து அல்லது புகழ் அல்லது அந்தஸ்தைவிடக் குறைந்த நிலையில் உள்ள ஒருவரின் முன்னிலையில் நான் இருக்கும்போது, நான் என்னை மிகவும் உயர்ந்தவனாகக் கருதுவேன். என்னுடைய சுயமதிப்புணர்வு எப்போதும் ஊசலாடிக் கொண்டே இருக்கிறது. நிரந்தர உணர்வு அல்லது நிலையுறுதி உணர்வு என்னிடம் ஒருபோதும் இருப்பதில்லை. என்னுடைய சொத்துக்கள், உடமைகள், பாதுகாப்புகள், அந்தஸ்து, அல்லது மதிப்பு ஆகியவற்றைப் பாதுகாக்க நான் தொடர்ந்து முயற்சித்துக் கொண்டே இருக்கிறேன். பங்குச் சந்தை வீழ்ச்சியினால் தங்களது சொத்துக்களை இழந்த பிறகு அல்லது ஓர் ஆட்சி மாற்றத்தின் காரணமாகத் தங்கள் புகழை இழந்த பிறகு மக்கள் தற்கொலை செய்து கொள்வதைப் பற்றியக் கதைகளை நாம் அனைவரும் கேட்டிருக்கிறோம்.

இன்பத்தை மையமாகக் கொண்டிருத்தல்

பொருட்களோடு நெருங்கிய தொடர்புடைய இன்னொரு பொதுவான மையம் குதூகலம் மற்றும் இன்பம். உடனடியான வெகுமதி சாத்தியப்படுகின்ற, அந்த வெகுமதி ஊக்குவிக்கப்படுகின்ற ஓர் உலகில் நாம் வாழ்கிறோம். தொலைக்காட்சியும் திரைப்படங்களும் மக்களுடைய எதிர்பார்ப்புகளை அதிகரிப்பதில் மாபெரும் தாக்கங்களை ஏற்படுத்துகின்றன. சுலபமான மற்றும் 'குதூகலமான' வாழ்க்கையை வாழ்வதில் மக்கள் கைவசப்படுத்துகின்ற விஷயங்களையும், அவர்களால் செய்யக்கூடிய விஷயங்களையும் இவை காட்சிரீதியாகச் சித்தரிக்கின்றன.

இன்பத்தை மையமாகக் கொண்ட வாழ்க்கைமுறைகளின் ஜொலிப்பு காட்சிரீதியாகச் சித்தரிக்கப்பட்டாலும், அப்படிப்பட்ட வாழ்க்கைமுறைகளின் இயல்பான விளைவு, அதாவது, உள்ளார்ந்த நபர்மீதும், உற்பத்தியின்மீதும், உறவுகளின்மீதும் அவை ஏற்படுத்துகின்ற தாக்கம் துல்லியமாகத் தெரிவது அரிதானதாகவே உள்ளது.

களங்கமற்ற இன்பங்களில் மிதமான அளவில் ஈடுபடும்போது, அவை உடலுக்கும் மனத்திற்கும் ஆசுவாசத்தைக் கொடுத்து, குடும்ப உறவுகளையும் மற்ற உறவுகளையும் ஊட்டி வளர்க்கும். ஆனால் வெறும் இன்பம் ஒருபோதும் ஆழமான, நிரந்தரமான திருப்தியையோ மனநிறைவையோ கொடுப்பதில்லை. இன்பத்தை மையமாகக் கொண்டு வாழும் ஒருவர், படிப்படியாக வருகின்ற 'குதூகலத்தால்' சலிப்படைந்து, மேலும் அதிகக் குதூகலத்திற்காகக் கூச்சலிடுவார். எனவே, அடுத்தப் புதிய இன்ப நிலை பெரிதானதாகவும் சிறப்பானதாகவும், அதிக உற்சாகம் தருவதாகவும் இருக்க வேண்டும். இந்நிலையில் உள்ள ஒருவர் ஒட்டுமொத்தமாக சுயபிம்பத்தில் திளைத்து, வாழ்க்கையை இங்கே, இக்கணத்தில் வெறும் இன்பம் அளிக்கும் ஒன்றாகப் பார்க்கத் துவங்குகிறார்.

அளவுக்கதிகமான மிக நீண்ட விடுமுறைகள், அளவுக்கதிகமான திரைப்படங்கள், அளவுக்கதிகமாகத் தொலைக்காட்சி பார்த்தல், அளவுக்கதிகமாக வீடியோ விளையாட்டுக்களை விளையாடுதல் போன்ற, அளவுக்கதிகமான ஒழுங்குமுறையற்ற உல்லாச நேரத்தில் ஒருவர் தொடர்ந்து ஈடுபடும்போது, அது அவரது வாழ்க்கையை மெல்ல மெல்ல வீணாக்கிவிடுகிறது. அவரது திறன் செயலற்றதாகவும், திறமைகள் உருவாக்கப்படாமலும், மனமும் ஆன்மாவும் சோம்பேறித்தனமாகவும், இதயம் திருப்தியின்றியும் இருப்பதை அது உறுதி செய்கிறது. பாதுக்காப்பு, வழிகாட்டுதல், அறிவு, மற்றும் சக்தி எங்கே போயின?

'ஓர் இருபதாம் நூற்றாண்டுச் சான்று' ஒன்றை **மால்கம் மக்கரிட்ஜ்** இவ்வாறு குறிப்பிடுகிறார்:

தற்போது சில சமயங்களில் நான் என்னுடைய வாழ்க்கையைத் திரும்பிப் பார்க்கும்போது, என்னை மிகவும் வேகமாகத் தாக்கும் விஷயம் என்னவென்றால், அந்த நேரத்தில் மிகவும் குறிப்பிடத்தக்கதாகவும் கவர்ச்சிகரமானதாகவும் தோன்றிய விஷயம் இப்போது வீணானதாகவும் அபத்தமானதாகவும்

தோன்றுவதுதான். எடுத்துக்காட்டாக, பல்வேறு வடிவங்களில் வரும் வெற்றி; அறியப்படுதல் மற்றும் புகழப்படுதல்; பணத்தைக் கைவசப்படுத்துவது, பெண்களை வசியப்படுத்துவது, பயணம் மேற்கொள்வது போன்ற மேம்போக்கான இன்பங்கள்.

இப்போது அவற்றைப் பற்றி நினைத்துப் பார்த்தால், சுயநிறைவு தொடர்பான அவ்விஷயங்கள் அனைத்தும் வெறும் கற்பனை வடிவங்களைப்போல் தோன்றுகின்றன.

நண்பர் அல்லது பகைவரை மையமாகக் கொண்டிருத்தல்

இளைஞர்கள் பொதுவாக நண்பர்களை மையமாகக் கொண்ட வாழ்க்கைக்கு எளிதாக உட்படுகின்றனர். ஆனால் இத்தகைய போக்கு இவர்களுக்கு மட்டுமே சொந்தமானதல்ல. ஏற்றுக் கொள்ளப்படுதலும் ஒரு குழுவைச் சேர்ந்தவராக இருப்பதும் அவர்களுக்குக் கிட்டத்தட்ட மிகவும் முக்கியமானதாக ஆகக்கூடும். திரிந்து போயிருக்கின்ற, தொடர்ந்து மாறிக் கொண்டிருக்கின்ற சமுதாயக் கண்ணாடி, வாழ்க்கைக்கு வலுவூட்டுகின்ற நான்கு காரணிகளின் மூலாதாரமாக ஆகி, அடிக்கடி மாறுகின்ற மனநிலைகள், உணர்வுகள், மனப்போக்குகள், மற்றும் அடுத்தவர்களது நடத்தை ஆகியவற்றின்மீது அதிக அளவு சார்பை உருவாக்குகின்றது.

நண்பரை மையமாகக் கொண்டிருப்பது, திருமணத்தின் சில பரிமாணங்களை எடுத்துக் கொண்டு, ஒரே ஒரு நபரின்மீது தனிப்பட்ட முறையில் கவனம் செலுத்தக்கூடும். ஒரு தனிநபரின்மீதான உணர்ச்சிரீதியான சார்பு, அதிகரிக்கும் தேவை/முரண்பாடு சுழற்சி, மற்றும் இதனால் விளைகின்ற எதிர்மறையான உரையாடல்கள் ஆகியவை நண்பரை மையமாகக் கொண்டிருப்பதிலிருந்து முளைக்கின்றன.

ஓர் எதிரியை ஒருவரது வாழ்வின் மையமாக வைப்பதைப் பற்றி என்ன சொல்வது? பெரும்பாலானவர்கள் இதைப் பற்றி ஒருபோதும் நினைத்துப் பார்ப்பதே இல்லை. பிரக்ஞையுடன் எவரும் இதைச் செய்யவும் மாட்டார்கள். ஆனாலும், எதிரியை மையமாக வைப்பது மிகப் பரவலாகவும் பொதுவாகவும் காணப்படுகிறது. குறிப்பாக, உண்மையிலேயே முரண்பட்டு இருக்கின்ற மக்களுக்கிடையே அடிக்கடி நிகழும் உரையாடல்களில் இது பொதுவான ஒன்றாக உள்ளது. உணர்ச்சிரீதியாகவோ அல்லது சமூகரீதியாகவோ குறிப்பிடத்தக்க நபராக இருக்கும் ஒருவரால் தான் நியாயமற்ற முறையில் நடத்தப்பட்டிருப்பதாக ஒருவர் உணரும்போது, இந்த நியாயமின்மையில் அவர் ஒரேயடியாக மூழ்கிப் போய், அவரைத் தன் வாழ்வின் மையமாக ஆக்கிவிடுகிறார். இப்படிப்பட்ட நபர், முன்யோசனையுடன் தன் வாழ்க்கையை நடத்தாமல், எதிரியாகக் கருதப்படுகின்ற ஒருவரின் நடத்தை மற்றும் மனப்போக்கிற்குச் செயல்விடை அளிக்கிறார்.

ஒரு பல்கலைக்கழகத்தில் பேராசிரியராகப் பணியாற்றிக் கொண்டிருந்த எனது நண்பர் ஒருவருக்கும், அப்பல்கலைக்கழத்தின் குறிப்பிட்ட நிர்வாகி ஒருவருக்கும் இடையே இருந்த உறவு

எதிர்மறையானதாக இருந்தது. இதனால் அந்த நிர்வாகியின் பலவீனங்கள் என் நண்பருக்குக் கோபத்தை உண்டாக்கின. என் நண்பர் தொடர்ந்து அந்த நிர்வாகியைப் பற்றியே நினைத்து வந்ததில், அது ஒரு வெறியாகவே மாறிவிட்டிருந்தது. அந்த வெறி அவரது மனத்தை முழுமையாக ஆட்கொண்டிருந்ததால், அவரது குடும்பம், தேவாலயம், மற்றும் சக ஊழியர்களுக்கும் அவருக்கும் இடையேயான உறவுகளின் தரத்தை அது வெகுவாக பாதித்தது. இறுதியில், அப்பல்கலைக்கழகத்தைவிட்டு விலகி, வேறு எங்கேனும் ஓர் இடத்தில் ஆசிரியர் பணியை ஏற்றுக் கொள்வதென்று அவர் தீர்மானித்தார்.

"அந்த நபர் மட்டும் இல்லையென்றால், நீங்கள் தொடர்ந்து இதே பல்கலைக்கழகத்தில் பணியாற்ற விரும்புவீர்கள் அல்லவா?" என்று நான் அவரிடம் கேட்டேன்.

"ஆமாம், நிச்சயமாக. ஆனால் அவர் இங்கு இருக்கும்வரை, நான் இங்கு இருப்பது என் வாழ்வில் உள்ள அனைத்தையும் பிரச்சனைக்கு உள்ளாக்குகிறது. நான் இங்கிருந்து போக வேண்டும்," என்று அவர் பதிலளித்தார்.

"இந்த நிர்வாகியை நீங்கள் ஏன் உங்கள் வாழ்வின் மையமாக ஆக்கி வைத்திருக்கிறீர்கள்?" என்று நான் கேட்டேன்.

அவர் இக்கேள்வியால் அதிர்ச்சி அடைந்தார். அவர் அதை மறுத்தார். ஆனால், ஒரே ஒரு நபரும் அவரது பலவீனங்களும் அவரது ஒட்டுமொத்த வாழ்க்கை வரைபடத்தை உருமாற்றி, அவரது விசுவாசத்தைக் குறைத்து, அவரது அன்புக்குரியவர்களுடனான அவரது உறவுகளின் தரத்தைக் குறைப்பதற்கு அவர் அனுமதித்ததை நான் அவருக்குச் சுட்டிக்காட்டினேன்.

அந்த நிர்வாகி தன்மீது அதிகமான தாக்கத்தை ஏற்படுத்தியதை இறுதியில் என் நண்பர் ஒப்புக் கொண்டார். ஆனால் இந்தத் தேர்ந்தெடுப்புகள் அனைத்தையும் தானாகவே செய்திருந்ததை அவர் மறுத்தார். தன்னுடைய மகிழ்ச்சியற்றச் சூழ்நிலைக்கான பொறுப்பை அவர் அந்த நிர்வாகியின்மீது சுமத்தினார். தான் அதற்குப் பொறுப்பல்ல என்றும் அவர் கூறினார்.

நாங்கள் பேசிக் கொண்டிருந்ததில், தானே தனது சூழ்நிலைக்குப் பொறுப்பு என்பதை அவர் மெல்ல மெல்ல உணர்ந்தார். ஆனால் இந்தப் பொறுப்பைத் தான் சரியாகக் கையாளாமல் போனதால், தான் பொறுப்பற்ற முறையில் நடந்து கொண்டுள்ளதையும் அவர் உணர்ந்தார்.

விவாகரத்தான பலரும் இதுபோலத்தான் நடந்து கொள்கின்றனர். தனது முன்னாள் வாழ்க்கைத் துணைவர் குறித்தக் கோபம், கசப்புணர்வு, சுயநியாயப்படுத்துதல் ஆகியவை அவர்களை முழுவதுமாக ஆட்கொண்டுள்ளன. எதிர்மறையான வகையில் பார்த்தால், உளவியல்ரீதியாக அவர்களுக்கு இன்னும் விவாகரத்தாகவில்லை. தங்களுடைய குற்றச்சாட்டுகளை நியாயப்படுத்துவதற்கு அவர்கள் ஒவ்வொருவருக்கும் தங்கள் முன்னாள் வாழ்க்கைத் துணைவரின் பலவீனங்கள் தேவைப்படுகின்றன.

"வளர்ந்த" குழந்தைகள் பலர் இரகசியமாகவோ அல்லது வெளிப்படையாகவோ தங்கள் பெற்றோர்களை வெறுத்தபடியே தங்கள் வாழ்க்கையை நடத்துகின்றனர். கடந்தகாலத்தில் தாங்கள் அனுபவித்த அதிகார துஷ்பிரயோகங்கள், புறக்கணிப்புகள், மற்றும் ஒருதலைபட்ச நடவடிக்கைகள் ஆகியவற்றுக்கு அவர்கள் தங்கள் பெற்றோர்களைக் குறைகூறுகின்றனர். அவர்கள் தங்களுடைய வாழ்க்கையை அந்த வெறுப்பின்மீது மையமாக வைக்கின்றனர். அதனோடு உடன்வருகின்ற முன்யோசனையற்ற, நியாயப்படுத்தும் திரைக்கதையை அவர்கள் வாழ்கின்றனர்.

நண்பரை மையமாக வைத்துள்ள அல்லது பகைவரை மையமாக வைத்துள்ள நபருக்கு எந்தவிதமான உள்ளார்ந்த பாதுகாப்பும் இல்லை. சுயமதிப்பு உணர்வுகள் எளிதில் மறைந்துவிடக்கூடியவையாகவும், அடுத்தவர்களுடைய உணர்ச்சிநிலை அல்லது நடத்தையின் ஒரு செயல்பாடாகவும் உள்ளன. அடுத்தவர்கள் எவ்வாறு நடந்து கொள்வார்கள் என்ற அவரது கண்ணோட்டத்திலிருந்து அவரது வழிகாட்டுதல் வருகிறது. சமூக லென்ஸ் அல்லது பகைவரை மையமாகக் கொண்ட மனநிலையால் அறிவு மட்டுப்படுத்தப்படுகிறது. இவருக்கு எவ்வித சக்தியும் இல்லை. அடுத்தவர்கள்தான் இவரை ஆட்டுவிக்கின்றனர்.

தேவாலயத்தை மையமாகக் கொண்டிருத்தல்

தேவாலயத்திற்குச் செல்வது என்பதும் தனிப்பட்ட ஆன்மீகமும் ஒன்றல்ல என்பதை எந்தவொரு தேவாலயத்திலும் தீவிரமாக ஈடுபட்டுள்ள எவரொருவரும் எளிதில் கண்டுகொள்வார்கள் என்று நான் நம்புகிறேன். தேவாலய வழிபாடு மற்றும் அதன் பணித்திட்டங்களில் மிகவும் மும்முரமாக ஈடுபட்டுள்ள சிலர், தங்களைச் சூழ்ந்துள்ள உடனடியான மனிதத் தேவைகளைக் கண்டுகொள்ளாமல் இருந்துவிடுகின்றனர். இதன் மூலம், தாங்கள் ஆழமாக நம்புவதாக ஒப்புக் கொண்டுள்ள கொள்கைகளுடன் முரண்பட்டு நிற்கின்றனர். இன்னும் சிலர், தேவாலயத்திற்கு அவ்வளவாகச் செல்வதில்லை அல்லது அந்தப் பக்கமே போவதில்லை. ஆனால் அவர்களுடைய மனப்போக்குகளும் நடத்தையும் அடிப்படை யூத—கிறித்தவ நெறிமுறைக் கொள்கைகளில் உண்மையாக மையம் கொண்டுள்ளதைப் பிரதிபலிக்கின்றன.

என் வாழ்நாள் நெடுகிலும் தேவாலயக் குழுக்களிலும் சமூக சேவைக் குழுக்களிலும் நான் ஈடுபட்டு வந்துள்ளதில், தேவாலயத்திற்கு வருவது என்பதற்கு அங்கு நடைபெறும் கூட்டங்களில் கற்றுக் கொடுக்கப்படுகின்ற கொள்கைகளைக் கடைபிடித்து வாழ்வது என்ற அர்த்தம் இருக்க வேண்டும் என்ற அவசியமில்லை என்பதை நான் கண்டுகொண்டுள்ளேன். ஒரு தேவாலயத்தின் பணிகளில் உங்களால் மும்முரமாக ஈடுபட முடியும், ஆனால் அது கற்பிக்கின்ற நற்செய்திகளை நீங்கள் செயல்படுத்தாமல் போகக்கூடும்.

தேவாலயத்தை மையமாகக் கொண்ட வாழ்க்கையில், ஒருவர் தனது உருவத்தை அல்லது தோற்றத்தைத் தீவிரமாகக் கருதக்கூடும். இது

தனிப்பட்டப் பாதுகாப்பையும் உள்ளார்ந்த மதிப்பையும் குறைக்கின்ற பாசாங்குத்தனத்திற்கு வழிவகுக்கின்றது. வழிகாட்டுதல் ஒரு சமூக மனசாட்சியிலிருந்து வருகிறது. தேவாலயத்தை மையமாகக் கொண்ட நபர் மற்றவர்களை "மும்முரமாக இருப்பவர்," "செயலற்றவர்," "தாராளமானவர்," "பழமை விரும்பி," அல்லது "பழமைவாதி" என்று முத்திரையிடக்கூடும்.

தேவாலயம் என்பது கொள்கைகள், திட்டங்கள், வழிமுறைகள், மற்றும் மக்களை உள்ளடக்கிய, ஒழுங்குமுறையுடன்கூடிய ஓர் அமைப்பு என்பதால், ஒரு நபருக்குத் தேவையான ஆழமான, நிரந்தரமான பாதுகாப்பை அல்லது உள்ளார்ந்த மதிப்பைத் தானாகவே அதனால் கொடுக்க முடியாது. தேவாலயத்தில் கற்றுக் கொடுக்கப்படும் கொள்கைகளுக்கு ஏற்ப வாழ்வது இதை சாதிப்பதற்கு உதவும், ஆனால் அந்த அமைப்பினால் மட்டுமே தனியாக அதைச் செய்ய முடியாது.

ஒரு நிரந்தரமான வழிகாட்டுதல் உணர்வையும் ஒரு தேவாலயத்தால் எந்தவொரு நபருக்கும் கொடுக்க முடியாது. தேவாலயத்தை மையமாகக் கொண்டு வாழும் மக்கள் தனியறைகளில் வாழ்கின்றனர். வார இறுதிகளில் ஒரு குறிப்பிட்ட விதத்தில் சிந்திக்கவும் நடந்து கொள்ளவும் செய்கின்ற அவர்கள், வார நாட்களில் முற்றிலும் வேறு விதமாக சிந்திக்கின்றனர், நடந்து கொள்கின்றனர். இப்படிப்பட்ட ஒரு முழுமையின்மை, ஒற்றுமையின்மை, அல்லது நாணயமின்மை அவர்களது பாதுகாப்பிற்கு மேலும் ஓர் அச்சுறுத்தலாக அமைந்து, அதிகமான முத்திரையிடுதலையும் சுயநியாயப்படுத்துதலையும் உருவாக்குகிறது.

தேவாலயத்தை ஒரு முடிவுக்கான ஒரு வழியாகப் பார்க்காமல், அதை ஒரு முடிவாகப் பார்ப்பது ஒருவரின் அறிவையும் சமநிலையுணர்வையும் குறைக்கிறது. தேவாலயம் சக்தியின் மூலாதாரத்தைப் பற்றி மக்களுக்குக் கற்றுக் கொடுப்பதாகக் கூறினாலும், தான்தான் அந்த சக்தி என்று அது ஒருபோதும் கூறுவதில்லை. தெய்வீக சக்தி மனிதனுடைய இயல்பிற்குள் நுழைவதற்கான ஓர் ஊடகம்தான் தான் என்று அது முழங்குகிறது.

சுயத்தை மையமாகக் கொண்டிருத்தல்

இன்றைய மிகப் பொதுவான மையம் சுயம்தான். சுயநலம்தான் மிகவும் வெளிப்படையான வடிவம். இது பெரும்பாலான மக்களின் மதிப்பீடுகளை மீறுகிறது. வளர்ச்சி மற்றும் சுயநிறைவிற்கான பிரபலமான அணுகுமுறைகள் பலவற்றை நாம் கூர்ந்து கவனித்தால், சுயம் அங்கு மையம் கொண்டிருப்பதை நம்மால் காண முடியும்.

சுயம் என்னும் மட்டுப்படுத்தப்பட்ட மையத்தில் பாதுகாப்பு, வழிகாட்டுதல், அறிவு, அல்லது சக்தி அவ்வளவாக இருப்பதில்லை. இஸ்ரேலில் உள்ள சாக்கடலைப்போலவே, அது ஏற்றுக் கொள்கிறது, ஆனால் ஒருபோதும் கொடுப்பதில்லை. அது தேக்கமடைந்துவிடுகிறது. மறுபுறம், அர்த்தமுள்ள வழிகளில் சேவை செய்வதற்கும், உற்பத்தி செய்வதற்கும், பங்களிப்பதற்குமான ஒருவரது திறனை மேம்படுத்துவது

குறித்த மாபெரும் கண்ணோட்டத்தில் நமது சுயத்தை உருவாக்கிக் கொள்வதில் கவனம் செலுத்துவது வாழ்விற்கு வலுவூட்டுகின்ற நான்கு காரணிகளும் பெருமளவில் அதிகரிப்பதற்கு வழிவகுக்கிறது.

மக்கள் தங்கள் வாழ்க்கையை அணுகுகின்ற சில அதிகப் பொதுவான மையங்கள் இவை. வேறொருவருடைய வாழ்வில் உள்ள மையத்தை அடையாளம் காண்பது உங்கள் சொந்த வாழ்வில் அதைக் காண்பதைவிட சுலபமானது. பணம் சம்பாதிப்பதை எல்லாவற்றுக்கும் மேலாகக் கருதும் யாரேனும் ஒருவரை நீங்கள் அறிந்திருக்கக்கூடும். தொடர்ந்து கொண்டிருக்கும் ஓர் எதிர்மறையான உறவில் தன் நிலையை நியாயப்படுத்துவதற்குத் தன் ஆற்றல் முழுவதையும் அர்ப்பணித்துக் கொண்டிருக்கும் ஒருவரை உங்களுக்குத் தெரிந்திருக்கக்கூடும். நீங்கள் கூர்ந்து கவனித்தால், எந்த மையம் உங்கள் நடத்தையை உருவாக்குகின்றதோ, அந்த மையத்தை உங்கள் நடத்தையையும் தாண்டி உங்களால் பார்க்க முடியும்.

உங்களுடைய மையத்தை அடையாளம் காணுதல்

ஆனால் நீங்கள் எங்கு நிலை கொண்டிருக்கிறீர்கள்? உங்களது சொந்த வாழ்வின் மையம் எது? சில சமயங்களில் இதைப் பார்ப்பது அவ்வளவு சுலபமானதல்ல.

உங்களுடைய சொந்த மையத்தை அடையாளம் கண்டுகொள்வதற்குச் சிறந்த வழி, வாழ்க்கைக்கு வலுவூட்டுகின்ற உங்களது நான்கு காரணிகளையும் கூர்ந்து பார்ப்பது. கீழே கொடுக்கப்பட்டுள்ள விவரிப்புகளில் ஒன்று அல்லது அதற்கு மேற்பட்டவற்றோடு உங்களால் அடையாளம் காண முடிந்தால், அது எந்த மையத்திலிருந்து தோன்றுகிறதோ அந்த மையத்திற்கு உங்களால் செல்ல முடியும். உங்களுடைய தனிப்பட்ட ஆற்றலை மட்டுப்படுத்தும் மையமாக அது இருக்கக்கூடும்.

அதிக சமயங்களில், ஒரு நபருடைய மையம், இந்த மையங்கள் மற்றும் பிற மையங்களின் கூட்டாக இருக்கும். பெரும்பாலான மக்கள் தங்கள் வாழ்வின்மீது ஏற்படுகின்ற பல்வகையான தாக்கங்களின் ஒரு செயல்பாடாகவே இருக்கின்றனர். அகச்சூழ்நிலைகள் அல்லது புறச்சூழ்நிலைகளுக்கு ஏற்ப, அடிப்படையில் உள்ள தேவைகள் நிறைவேற்றப்படும்வரை, குறிப்பிட்ட ஒரு மையம் தூண்டப்படக்கூடும். பிறகு இன்னொரு மையம் உங்களை ஆட்டுவிக்கின்ற ஆற்றலாக மாறுகிறது.

ஒரு நபர் ஒரு மையத்திற்கும் இன்னொரு மையத்திற்கும் இடையே மாற்றி மாற்றித் தாவிக் கொண்டிருக்கும்போது, அவரது வாழ்க்கை ஒரு ரோலர் கோஸ்டரில் பயணம் செய்வதுபோல் உள்ளது. ஒரு கணம் நீங்கள் உயரத்தில் இருக்கிறீர்கள், அடுத்தக் கணம் நீங்கள் மிகவும் தாழ்வாக இருக்கிறீர்கள். ஒரு பலவீனத்தை ஈடுகட்டுவதற்காக வேறொரு பலவீனத்திலிருந்து வலிமையை இரவல் வாங்கும் முயற்சியில் ஈடுபடுகிறீர்கள். ஒரு சீரான திசையோ, தளராத அறிவோ, நிரந்தரமான

சக்தியோ, அல்லது தனிப்பட்ட, உள்ளார்ந்த மதிப்போ, அடையாளமோ அங்கு இல்லை.

ஒரு தெளிவான மையத்தை உருவாக்கி, ஓர் உயர்ந்த அளவு பாதுக்காப்பையும், வழிகாட்டுதலையும், அறிவையும், சக்தியையும் அதிலிருந்து பெற்று, முன்யோசனையுடன் செயல்படுவதற்கான உங்கள் திறனை இதன் மூலம் அதிகரித்து, உங்கள் வாழ்வின் ஒவ்வொரு பகுதிக்கும் சமநிலையையும் இணக்கத்தையும் கொடுப்பதுதான் நீங்கள் கவனம் செலுத்த வேண்டிய விஷயம்.

கொள்கை மையம்

சரியான கொள்கைகளின்மீது நம்முடைய வாழ்க்கையை மையப்படுத்துவதன் மூலம், வாழ்விற்கு வலுவூட்டுகின்ற நான்கு காரணிகளின் உருவாக்கத்திற்கான ஒரு திடமான அடித்தளத்தை நாம் உருவாக்குகிறோம்.

உடனடியாகவும் அடிக்கடியும் மாறுகின்ற மக்கள் அல்லது பொருட்களின் அடிப்படையில் அமைந்த பிற மையங்களைப்போல் அன்றி, சரியான கொள்கைகள் ஒருபோதும் மாறுவதில்லை; நம்மால் அவற்றைச் சார்ந்திருக்க முடியும் என்ற அறிதலில் இருந்து நமது பாதுகாப்பு வருகிறது.

கொள்கைகள் எந்தவொரு விஷயத்திற்கும் எதிர்வினை ஆற்றுவதில்லை. அவை நம்மீது கோபம் கொண்டு நம்மை வித்தியாசமாக நடத்துவதில்லை. அவை நம்மை விவாகரத்து செய்வதில்லை அல்லது நம்முடைய ஆத்ம நண்பரோடு ஓடிப் போவதில்லை. அவை நம்மைத் துரத்துவதில்லை. குறுக்கு வழிகள் மற்றும் உடனடித் தீர்வுகளைக் கொண்டு நமது பாதையை அவற்றால் வகுக்க முடியாது. அவை தமது உறுதிப்பாட்டிற்காக மற்றவர்களின் நடத்தையையோ, சூழலையோ, அல்லது தற்போதைய பாணியையோ சார்ந்திருப்பதில்லை. கொள்கைகள் மடிவதில்லை. ஒருநாள் இங்கு இருக்கும், அடுத்த நாள் காணாமல் போய்விடும் என்பதுபோல் அவை நடந்து கொள்வதில்லை. நெருப்பு, பூகம்பம், அல்லது திருட்டு ஆகிய எவற்றாலும் அவற்றை அழிக்க முடியாது.

கொள்கைகள் என்பவை ஆழமான, அடிப்படை உண்மைகள், செம்மையான உண்மைகள். அவை துல்லியமாகவும், தொடர்ச்சியாகவும், அழகாகவும், வலிமையாகவும் வாழ்வில் இறுக்கமாகப் பின்னிப் பிணைந்து இழையோடுகின்றன.

இக்கொள்கைகளை உதாசீனப்படுத்துகின்ற மக்கள் அல்லது சூழல்களுக்கு மத்தியிலும்கூட, கொள்கைகள் மக்களைவிடவும் சூழல்களைவிடவும் பெரிதானவை. பல்லாயிரக்கணக்கான வருட வரலாற்றில் மீண்டும் மீண்டும் அவை வெற்றி பெற்று வந்துள்ளன என்ற அறிதலில் நம்மால் பாதுகாப்பாக இருக்க முடியும். அதைவிட முக்கியமாக, நம்முடைய சொந்த வாழ்வில் நமது சொந்த அனுபவத்தின் வாயிலாக அவற்றை நம்மால் உறுதிப்படுத்த முடியும் என்ற அறிதலில் நம்மால் பாதுகாப்பாக இருக்க முடியும்.

மையம்	பாதுகாப்பு
நீங்கள் வாழ்க்கைத் துணைவரை மையமாகக் கொண்டிருந்தால் . . .	• உங்களுடைய பாதுகாப்பு உணர்வுகள் உங்களுடைய வாழ்க்கைத் துணைவர் உங்களை எவ்விதத்தில் நடத்துகிறார் என்பதன் அடிப்படையில் அமைந்திருக்கும். • உங்கள் வாழ்க்கைத் துணைவரின் மனநிலைகள் மற்றும் உணர்வுகளால் நீங்கள் உயர்ந்த அளவில் தூண்டப்படுவீர்கள். • உங்கள் வாழ்க்கைத் துணைவர் உங்களுடன் ஒத்துப்போகாமல் இருக்கும்போது அல்லது உங்கள் எதிர்பார்ப்புகளை நிறைவேற்றாதபோது ஆழமான ஏமாற்றம் ஏற்பட்டு, அதன் விளைவாக விலகல்களும் முரண்பாடுகளும் ஏற்படுகின்றன. • தங்கள் உறவிற்குப் பாதகம் ஏற்படுத்தக்கூடிய எந்தவொரு விஷயமும் ஓர் அச்சுறுத்தலாகக் கருதப்படும்.
நீங்கள் குடும்பத்தை மையமாகக் கொண்டிருந்தால் . . .	• உங்கள் பாதுகாப்பு உங்கள் குடும்பத்தினரின் சம்மதம் மற்றும் அவர்களது எதிர்பார்ப்புகளை நிறைவேற்றுவது ஆகியவற்றின் அடிப்படையில் அமைந்திருக்கும். • உங்கள் குடும்பத்தைப்போலவே உங்களது தனிப்பட்டப் பாதுகாப்புணர்வும் துரிதமாக மறைந்துவிடக்கூடியது. • உங்களது சுயமதிப்புணர்வுகள் உங்கள் குடும்பத்தின் மதிப்பை அடிப்படையாகக் கொண்டுள்ளன.
நீங்கள் பணத்தை மையமாகக் கொண்டிருந்தால் . . .	• உங்களுடைய தனிப்பட்ட மதிப்பு உங்களுடைய நிகரச் சொத்தால் தீர்மானிக்கப்படுகின்றது. • உங்களது பொருளாதாரப் பாதுகாப்பை அச்சுறுத்தக்கூடிய எதுவொன்றாலும் நீங்கள் எளிதாகத் தூண்டப்படுகிறீர்கள்.
நீங்கள் வேலையை மையமாகக் கொண்டிருந்தால் . . .	• உங்களுடைய வேலையில் உங்கள் பதவியை வைத்து உங்களை நீங்கள் வரையறுக்கிறீர்கள். • வேலை செய்யும்போது மட்டுமே நீங்கள் சௌகரியமாக உணர்கிறீர்கள்.

வழிகாட்டுதல்	அறிவு	சக்தி
• உங்களுடைய மற்றும் உங்கள் வாழ்க்கைத் துணைவருடைய தேவைகள் மற்றும் விருப்பங்களில் இருந்து உங்கள் வழிகாட்டுதல் வருகிறது. • எந்தக் காரணிகளை அடிப்படையாகக் கொண்டு நீங்கள் தீர்மானங்களை மேற்கொள்கிறீர்களோ, அவை, உங்கள் திருமண உறவிற்கு அல்லது வாழ்க்கைத் துணைவருக்கு நல்லது என்று நீங்கள் நினைக்கும் விஷயங்களாலோ அல்லது உங்கள் வாழ்க்கைத் துணைவரின் விருப்பங்கள் மற்றும் அபிப்பிராயங்களாலோ மட்டுப்படுத்தப்படுகின்றன.	• வாழ்க்கை குறித்த உங்கள் கண்ணோட்டம் உங்களுடைய வாழ்க்கைத் துணைவர் அல்லது உங்களது உறவின்மீது நேர்மறையான அல்லது எதிர்மறையான தாக்கத்தை ஏற்படுத்தக்கூடிய விஷயங்களைச் சூழ்ந்துள்ளது.	• நடவடிக்கை எடுப்பதற்கான உங்களது சக்தி உங்களிடமும் உங்கள் வாழ்க்கைத் துணைவரிடமும் உள்ள பலவீனங்களால் மட்டுப்படுத்தப்படுகிறது.
• குடும்பத் திரைக்கதையிலிருந்துதான் உங்களது சரியான மனப்போக்குகளும் நடத்தைகளும் உருவாகின்றன. • உங்கள் குடும்பத்திற்கு எது நல்லது அல்லது உங்கள் குடும்பத்தினர் எதை விரும்புகின்றனர் என்பதுதான் தீர்மானம் மேற்கொள்வதில் நீங்கள் கருத்தில் கொள்ளும் காரணியாக அமைகின்றது.	• வாழ்வில் உள்ள அனைத்தையும் உங்கள் குடும்பத்தை மையமாக வைத்து நீங்கள் அர்த்தப்படுத்துகிறீர்கள். அரைகுறையான புரிதலையும், குடும்ப மலரும் நினைவுகளையும் உருவாக்குகிறீர்கள்.	• குடும்ப மாதிரிகள் மற்றும் பாரம்பரியங்களால் உங்களது நடவடிக்கைகள் மட்டுப்படுத்தப்படுகின்றன.
• லாபத்தைக் கணக்கில் கொண்டு மட்டுமே நீங்கள் தீர்மானங்களை மேற்கொள்கிறீர்கள்.	• பணத்தை உற்பத்தி செய்யும் இயந்திரம் என்ற லென்ஸின் ஊடாக வாழ்க்கையைப் பார்க்கிறீர்கள். இது சமநிலையற்றத் தீர்மானத்தை உருவாக்குகிறது.	• பணத்தைக் கொண்டு நீங்கள் சாதிக்கக்கூடிய விஷயங்களாலும் மட்டுப்படுத்தப்பட்ட முன்னோக்காலும் நீங்கள் மட்டுப்படுத்தப்படுகிறீர்கள்.
• உங்கள் வேலையின் தேவைகள் மற்றும் எதிர்பார்ப்புகளின் அடிப்படையில்தான் நீங்கள் உங்கள் தீர்மானங்களை மேற்கொள்கிறீர்கள்.	• அலுவலகத்தில் நீங்கள் வகிக்கின்ற பதவியால் நீங்கள் மட்டுப்படுத்தப்படுகிறீர்கள். • நீங்கள் உங்கள் வேலையை உங்களது வாழ்க்கையாகப் பார்க்கிறீர்கள்.	• வேலையில் உங்கள் முன்மாதிரிகள், வளர்ச்சி வாய்ப்புகள், நிறுவனத்தில் இடர்பாடுகள், ஏதோ ஒரு சமயத்தில் உங்களால் அந்த வேலையைச் செய்ய முடியாமல் போவதற்கான சாத்தியக்கூறு போன்றவை உங்கள் நடவடிக்கைகளை மட்டுப்படுத்துகின்றன.

மையம்	பாதுகாப்பு
நீங்கள் உடமைகளை மையமாகக் கொண்டிருந்தால் . . .	• உங்களுடைய பாதுகாப்பானது உங்கள் மதிப்பு, சமூக அந்தஸ்து, அல்லது தொட்டுணரக்கூடிய உங்களது உடமைகள் ஆகியவறைச் சார்ந்துள்ளது. • உங்களிடம் உள்ளவற்றை மற்றவர்களிடம் உள்ளவற்றோடு நீங்கள் ஒப்பிட்டுப் பார்க்கிறீர்கள்.
நீங்கள் இன்பத்தை மையமாகக் கொண்டிருந்தால் . . .	• இன்பத்தின் 'உச்சி'யில் இருக்கும்போதுதான் நீங்கள் பாதுகாப்பாக உணர்கிறீர்கள். • உங்கள் பாதுகாப்பு குறைந்த காலமே நிலைத்திருக்கக்கூடியதாகவும், தன்னிலை மறக்கச் செய்யக்கூடியதாகவும், உங்களுடைய சுற்றுச்சூழலைச் சார்ந்தும் இருக்கும்.
நீங்கள் நண்பரை மையமாகக் கொண்டிருந்தால் . . .	• உங்களது பாதுகாப்பு சமுதாயக் கண்ணாடியின் ஒரு செயல்பாடாக இருக்கும். • மற்றவர்களுடைய அபிப்பிராயங்களை நீங்கள் பெருமளவு சார்ந்திருக்கிறீர்கள்.
நீங்கள் பகைவரை மையமாகக் கொண்டிருந்தால் . . .	• உங்கள் பாதுகாப்பு உங்களது பகைவரின் அசைவுகளின் அடிப்படையில் துரிதமாக மறைந்துவிடக்கூடிய ஒன்றாக உள்ளது. • அவர் என்ன திட்டத்துடன் செயல்பட்டுக் கொண்டிருக்கிறார் என்று நீங்கள் எப்போதும் வியந்து கொண்டிருக்கக்கூடும். • உங்கள் மனப்போக்கை ஒத்த மனப்போக்கைக் கொண்டிருக்கின்ற மக்களிடமிருந்து சுயநியாயப்படுத்துதலையும் உறுதிப்பாட்டையும் நீங்கள் எதிர்பார்க்கிறீர்கள்.
நீங்கள் தேவாலயத்தை மையமாகக் கொண்டிருந்தால் . . .	• உங்களது பாதுகாப்பு தேவாலய நடவடிக்கைகளையும், தேவாலயத்தில் அதிகாரம் அல்லது செல்வாக்கு படைத்தவர்கள் உங்களை எந்த அளவுக்கு மதிக்கிறார்கள் என்பதையும் சார்ந்திருக்கும். • சமய முத்திரைகள் மற்றும் ஒப்பீடுகளில் உங்கள் அடையாளத்தையும் பாதுகாப்பையும் நீங்கள் கண்டுகொள்கிறீர்கள்.
நீங்கள் சுயத்தை மையமாகக் கொண்டிருந்தால் . . .	• உங்களது பாதுகாப்பு தொடர்ந்து மாறிக் கொண்டே இருக்கிறது.

வழிகாட்டுதல்	அறிவு	சக்தி
• உங்களுடைய உடமைகளை எவை பாதுகாக்குமோ, அதிகரிக்குமோ அல்லது சிறப்பாக வெளிப்படுத்துமோ, அவற்றின் அடிப்படையில்தான் நீங்கள் உங்கள் தீர்மானங்களை மேற்கொள்கிறீர்கள்.	• உலகத்தை நீங்கள் ஒப்பீடு சார்ந்த பொருளாதார மற்றும் சமூக உறவுகள் என்ற முறையில் பார்க்கிறீர்கள்.	• உங்களால் எதை வாங்க முடியும் அல்லது சமூகத்தில் எப்படிப்பட்ட அந்தஸ்தை உங்களால் அடைய முடியும் என்பது உங்களது செயல்பாட்டைக் கட்டுப்படுத்துகின்றது.
• உங்களுக்கு மிக அதிக இன்பத்தைக் கொடுக்கும் விஷயத்தின் அடிப்படையில்தான் நீங்கள் உங்கள் தீர்மானங்களை மேற்கொள்கிறீர்கள்.	• உங்களுக்கு அதில் என்ன நன்மை இருக்கிறது என்ற அடிப்படையில் நீங்கள் உலகத்தைப் பார்க்கிறீர்கள்.	• உங்களுடைய சக்தி கிட்டத்தட்டப் பொருட்படுத்தத்தகாததாக உள்ளது.
• “அவர்கள் என்ன நினைப்பார்கள்?” என்பதன் அடிப்படையில்தான் நீங்கள் தீர்மானிக்கிறீர்கள். • நீங்கள் வெகு சுலபத்தில் தர்மசங்கடத்திற்கு ஆளாகிறீர்கள்.	• நீங்கள் ஒரு சமூக லென்ஸின் வழியாக உலகத்தைப் பார்க்கிறீர்கள்.	• நீங்கள் உங்களுடைய சமூக சௌகரிய நிலையால் மட்டுப்படுத்தப்படுகிறீர்கள். • அபிப்பிராயத்தைப் போலவே உங்களது நடவடிக்கைகளும் அடிக்கடி மாறுகின்றன.
• நீங்கள் உங்கள் எதிரிகளின் நடவடிக்கைகளால் வழிநடத்தப்படுகிறீர்கள். • உங்கள் எதிரிக்கு எது தடையாக அமையுமோ, அதன் அடிப்படையில் நீங்கள் தீர்மானங்களை மேற்கொள்கிறீர்கள்.	• உங்கள் தீர்மானம் குறுகியதாகவும் திரிவடைந்தும் உள்ளது. • நீங்கள் தற்காப்பில் ஈடுபடுகிறீர்கள், முன்யோசனையின்றி நடந்து கொள்கிறீர்கள், பிறருக்கு அஞ்சுகிறீர்கள்.	• உங்களிடமுள்ள மிகக் குறைந்த சக்தியானது கோபம், பொறாமை, வெறுப்பு போன்ற எதிர்மறை ஆற்றலில் இருந்து வருகின்றது. வேறு எதற்கும் உங்களிடம் ஆற்றல் இல்லாமல் போய்விடுகிறது.
• தேவாலயத்தின் போதனைகள் மற்றும் எதிர்பார்ப்புகள் தொடர்பான உங்களது நடவடிக்கைகளை மற்றவர்கள் எவ்வாறு மதிப்பீடு செய்கின்றனர் என்பதன் அடிப்படையில் நீங்கள் வழிநடத்தப்படுகிறீர்கள்.	• ‘நம்புபவர்கள்’ மற்றும் ‘நம்பாதவர்கள்,’ ‘உரியவர்கள்’ மற்றும் ‘உரியவர்களாக இல்லாதவர்கள்’ என்ற அடிப்படையில் நீங்கள் இவ்வுலகத்தைப் பார்க்கிறீர்கள்.	• உங்கள் சக்தி தேவாலயத்தில் நீங்கள் வகிக்கும் பதவி அல்லது கதாபாத்திரத்திலிருந்து வருகிறது.
• உங்களது தீர்மானம் பின்வரும் காரணிகளின் அடிப்படையில் அமைகின்றது: “எனக்கு விருப்பமானது எதுவென்றால் . . .” “எனக்குத் தேவையானது எதுவென்றால் . . .” “இதனால் எனக்கு என்ன பயன்?”	• தீர்மானங்களோ, நிகழ்வுகளோ, அல்லது சூழல்களோ உங்களை எவ்வாறு பாதிக்கும் என்பதன் அடிப்படையில் நீங்கள் உலகத்தைப் பார்க்கிறீர்கள்.	• நடவடிக்கை எடுக்கக்கூடிய உங்களது திறன், சகசார்பின் அனுகூலமின்றி உங்களுடைய சொந்த வளவசதிகளால் மட்டுப்படுத்தப்படுகிறது.

நாம் அனைத்தும் அறிந்தவர்கள் அல்ல. சரியான கொள்கைகள் குறித்த நமது அறிவும் புரிதலும், நம்முடைய உண்மையான இயல்பு மற்றும் நம்மைச் சுற்றியுள்ள உலகம் ஆகியவற்றாலும், சரியான கொள்கைகளுடன் இணக்கமாக இல்லாத நவீனத் தத்துவங்கள் மற்றும் கோட்பாடுகளாலும் மட்டுப்படுத்தப்படுகின்றன. இந்த யோசனைகள் சிறிது காலம் ஏற்றுக் கொள்ளப்பட்டாலும், அவற்றுக்கு முந்தைய யோசனைகளைப்போலவே, அவற்றாலும் தாக்குப்பிடித்து நிலைத்திருக்க முடியாது. ஏனெனில், அவை பொய்யான அடித்தளங்களின் அடிப்படையில் அமைந்துள்ளன.

நாம் மட்டுப்படுத்தப்பட்டுள்ளோம், ஆனால் நம்முடைய குறைபாடுகளின் எல்லைகளை நம்மால் பின்னுக்குத் தள்ள முடியும். நம்முடைய சொந்த வளர்ச்சி குறித்தக் கொள்கையைப் பற்றியப் புரிதல் சரியான கொள்கைகளைத் தேடுவதற்கு நமக்கு ஆற்றல் கொடுக்கின்றது. நாம் எவ்வளவு அதிகமாகக் கற்கின்றோமோ, உலகத்தைப் பார்ப்பதற்கு உதவுகின்ற லென்ஸை அவ்வளவு அதிகத் தெளிவாக நம்மால் குவிக்க முடியும். கொள்கைகள் மாறுவதில்லை, அவற்றைப் பற்றிய நமது புரிதல்தான் மாறுகிறது.

கொள்கைகளை மையமாகக் கொண்ட வாழ்க்கையின் விளைவாகக் கிடைக்கும் அறிவும் வழிகாட்டுதலும் சரியான வரைபடங்களில் இருந்தும், விஷயங்கள் உண்மையிலேயே எவ்வாறு இருக்கின்றனவோ, எவ்வாறு இருந்து வந்துள்ளனவோ, எவ்வாறு இருக்குமோ, அந்த வழியிலிருந்தும் வருகின்றன. நாம் எங்கே செல்ல விரும்புகிறோம், எவ்வாறு அங்கு சென்றடைய விரும்புகிறோம் என்பதைத் தெளிவாகப் பார்ப்பதற்கு சரியான வரைபடங்கள் நமக்கு உதவுகின்றன. சரியான தகவல்களைப் பயன்படுத்தி நம்மால் நமது தீர்மானங்களை மேற்கொள்ள முடியும். அத்தகவல்கள் அத்தீர்மானங்களை நடைமுறைப்படுத்துவதை அர்த்தமுள்ளதாகவும் சாத்தியமானதாகவும் ஆக்குகின்றன.

சுயவிழிப்புணர்வு கொண்ட, அறிவார்ந்த, முன்யோசனையுடன் செயல்படுகின்ற, மற்றவர்களின் மனப்போக்குகள், நடத்தைகள், மற்றும் நடவடிக்கைகளாலும், மற்றவர்களை மட்டுப்படுத்துகின்ற பல சூழல்கள் மற்றும் சுற்றுச்சூழல் தாக்கங்களாலும் கட்டுப்படுத்தப்படாத ஒரு தனிபரின் சக்திதான் கொள்கைகளை மையமாகக் கொண்ட வாழ்க்கையிலிருந்து வரும் தனிப்பட்ட சக்தியாகும்.

கொள்கைகளின் இயற்கையான விளைவுகள் மட்டுமே சக்தியை உண்மையிலேயே மட்டுப்படுத்துகின்றன. சரியான கொள்கைகள் பற்றிய நமது அறிதலின் அடிப்படையில் நம்முடைய நடவடிக்கைகளைத் தேர்ந்தெடுப்பதற்கான சுதந்திரம் நம்மிடம் உள்ளது. ஆனால், அந்த நடவடிக்கைகளின் விளைவுகளைத் தேர்ந்தெடுக்கின்ற சுதந்திரம் நமக்கு இல்லை. "ஒரு கோலின் ஒரு முனையை நீங்கள் தூக்கினால், அதன் மறுமுனையையும் நீங்கள் தூக்குகிறீர்கள்," என்பதை நினைவில் கொள்ளுங்கள்.

கொள்கைகளுக்கு இயற்கையான விளைவுகள் உண்டு. அவ்விளைவுகள் அவற்றோடு இணைக்கப்பட்டுள்ளன. நாம் கொள்கைகளுடன் இணக்கமாக வாழும்போது, நேர்மறையான விளைவுகள் ஏற்படுகின்றன. கொள்கைகளை நாம் புறக்கணிக்கும்போது எதிர்மறையான விளைவுகள் ஏற்படுகின்றன. ஆனால் இக்கொள்கைகள் அனைவருக்கும் பொருந்தும் என்பதால், அவர்கள் அறிந்திருக்கிறார்களோ இல்லையோ, இந்தக் குறைபாடு உலகளாவியது. சரியான கொள்கைகளைப் பற்றி நாம் எவ்வளவு அதிகமாகத் தெரிந்து கொள்கிறோமோ, அறிவார்ந்த முறையில் செயல்படுவதற்கான நமது தனிப்பட்ட சுதந்திரம் அவ்வளவு அதிகமாகிறது.

காலத்தால் அழியாத, என்றும் மாறாத கொள்கைகள்மீது நம்முடைய வாழ்க்கையை மையப்படுத்தும்போது, ஆற்றல்மிக்க வாழ்க்கைக்கான ஓர் அடிப்படைக் கருத்துக் கண்ணோட்டத்தை நாம் உருவாக்குகிறோம்.

உங்களுடைய கருத்துக் கண்ணோட்டம்தான் உங்கள் மனப்போக்குகளுக்கும் நடத்தைகளுக்குமான மூலம் என்பதை நினைவில் கொள்ளுங்கள். ஒரு கருத்துக் கண்ணோட்டம் என்பது உங்கள் மூக்குக் கண்ணாடி போன்றது. அது உங்கள் வாழ்வில் உள்ள அனைத்தையும் நீங்கள் பார்க்கும் விதத்தின்மீது தாக்கத்தை ஏற்படுத்துகிறது. சரியான கொள்கைகளின் கருத்துக் கண்ணோட்டத்தின் வழியாக நீங்கள் பார்க்கும் விஷயங்கள், வேறு எந்தவொரு கருத்துக் கண்ணோட்டத்திலிருந்து பார்க்கும் விஷயங்களிலிருந்தும் பெருமளவில் வேறுபட்டிருக்கும்.

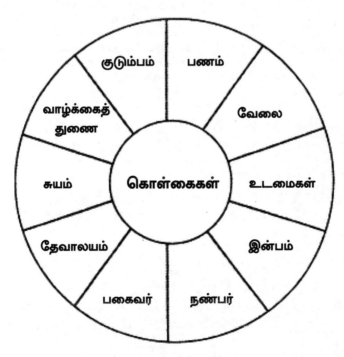

மையம்	பாதுகாப்பு
நீங்கள் கொள்கைகளை மையமாகக் கொண்டிருந்தால் . . .	• வெளிப்புறச் சூழ்நிலைகளும் சூழல்களும் எதுவாக இருந்தாலும் சரி, ஒருபோதும் மாறாத சரியான கொள்கைகளின் அடிப்படையில் உங்கள் பாதுகாப்பு அமைந்துள்ளது. • உண்மையான கொள்கைகளை உங்கள் வாழ்வில் உங்கள் சொந்த அனுபவங்களின் வாயிலாகத் தொடர்ந்து உங்களால் உறுதிப்படுத்த முடியும் என்பதை நீங்கள் அறிவீர்கள். • சுயமேம்பாட்டின் அளவீடு என்ற முறையில், சரியான கொள்கைகள் துல்லியமாகவும், தொடர்ச்சியாகவும், அழகாகவும், வலிமையாகவும் செயல்படுகின்றன. • சரியான கொள்கைகள் உங்களது சொந்த உருவாக்கத்தை நீங்கள் புரிந்து கொள்வதற்கு உங்களுக்கு உதவுவதோடு, அதிகமாகக் கற்பதற்கான தன்னம்பிக்கையை உங்களுக்கு ஊட்டி, உங்கள் அறிவையும் புரிதலையும் அதிகரிக்கிறது. • மாற்றம் என்பது ஓர் உற்சாகமான சாகசம் என்றும், குறிப்பிடத்தக்கப் பங்களிப்புகளை வழங்குவதற்கான ஒரு வாய்ப்பு என்றும் உங்களைப் பார்க்க வைக்கின்ற அசையாத, மாறாத, தோற்காத மையத்தை உங்கள் பாதுகாப்பின் மூலாதாரமானது உங்களுக்கு வழங்குகின்றது.

வழிகாட்டுதல்

- நீங்கள் எங்கு செல்ல விரும்புகிறீர்கள் என்பதையும், எவ்வாறு நீங்கள் அங்கு சென்றடைவீர்கள் என்பதையும் நீங்கள் பார்ப்பதற்கு உங்களுக்கு உதவக்கூடிய ஒரு திசைகாட்டும் கருவியால் நீங்கள் வழிநடத்தப்படுகிறீர்கள்.
- தீர்மானங்களை மேற்கொள்வதற்கு நீங்கள் சரியான தகவல்களைப் பயன்படுத்துகிறீர்கள். அவை அத்தீர்மானங்களை அர்த்தமுள்ளதாகவும் நடைமுறைப்படுத்தக் கூடியதாகவும் ஆக்குகின்றன.
- உங்களுடைய சூழ்நிலைகள், உணர்ச்சிகள், சூழல்கள் ஆகியவற்றிலிருந்து விலகி நின்று, சமநிலையுடன்கூடிய முழுமையை நீங்கள் பார்க்கிறீர்கள். உங்களது தீர்மானங்களும் நடவடிக்கைகளும், குறுகியகால மற்றும் நீண்டகாலப் பரிசீலனைகளையும் பரிந்துரைகளையும் பிரதிபலிக்கின்றன.
- ஒவ்வொரு சூழ்நிலையிலும், கொள்கைகளால் ஊக்குவிக்கப்பட்ட மனசாட்சியின் அடிப்படையில் சிறந்த மாற்று நடவடிக்கையைப் பிரக்ஞையுடனும் முன்யோசனையுடனும் நீங்கள் தீர்மானிக்கிறீர்கள்.

அறிவு

- உங்களது தீர்மானம் பரந்த செயலாற்றல் கொண்ட நீண்டகால விளைவுகளை உள்ளடக்கி, அறிவார்ந்த ஒரு சமநிலையையும் அமைதியான உறுதிப்பாட்டையும் பிரதிபலிக்கிறது.
- விஷயங்களை நீங்கள் வேறு விதமாகப் பார்ப்பதன் மூலம், முன்யோசனையின்றிச் செயல்படும் பிறரிடமிருந்து வித்தியாசப்படுகிறீர்கள்.
- ஒரு பயனுள்ள, முன்னோக்குடன்கூடிய வாழ்க்கைக்கான கருத்துக் கண்ணோட்டத்தின் ஊடாக நீங்கள் இவ்வுலகைப் பார்க்கிறீர்கள்.
- இவ்வுலகிற்கும் உலக மக்களுக்கும் உங்களால் என்ன செய்ய முடியும் என்ற நோக்கில் நீங்கள் இவ்வுலகைப் பார்க்கிறீர்கள்.
- முன்யோசனையுடன் செயல்படுவதை உள்ளடக்கிய ஒரு வாழ்க்கைமுறையை நீங்கள் சுவீகரிக்கிறீர்கள். மற்றவர்களுக்கு சேவை செய்யவும், அவர்களை உருவாக்கவும் நீங்கள் முயற்சிக்கிறீர்கள்.
- வாழ்வில் உள்ள அனைத்தையும், கற்பதற்கும் பங்களிப்பதற்குமான வாய்ப்புகளாக நீங்கள் அர்த்தப்படுத்திப் பார்க்கிறீர்கள்.

சக்தி

- இயற்கை விதிகளையும் சரியான கொள்கைகளையும் பற்றிய உங்கள் புரிதல் மற்றும் அக்கொள்கைகளின் இயல்பான விளைவுகளால் மட்டுமே உங்கள் சக்தி மட்டுப்படுத்தப்படுகிறது.
- சுயவிழிப்புணர்வு கொண்ட, அறிவார்ந்த, முன்யோசனையுடன் செயல்படுகின்ற, மற்றவர்களின் மனப்போக்குகள், நடத்தைகள், மற்றும் நடவடிக்கைகளால் கட்டுப்படுத்தப்படாத ஒரு தனிபராக நீங்கள் உருவாகிறீர்கள்.
- நடவடிக்கை எடுப்பதற்கான உங்களது திறன் உங்களது சொந்த வளவசதிகளையும் தாண்டிச் சென்றடைந்து, அதிக அளவிலான சகசார்பை ஊக்குவிக்கின்றது.
- உங்களுடைய தீர்மானங்களும் நடவடிக்கைகளும் உங்களுடைய தற்போதையப் பொருளாதார மற்றும் சூழல்ரீதியான குறைபாடுகளால் வழிநடத்தப்படுவது இல்லை. ஒரு சகசார்பு சுதந்திரத்தை நீங்கள் அனுபவிக்கிறீர்கள்.

இப்புத்தகத்தின் பிற்பகுதியில் இடம்பெற்றுள்ள இணைப்புகள் பகுதியில், நாம் இதுவரை விவாதித்து வந்துள்ள மையங்கள் ஒவ்வொன்றும் நீங்கள் பார்க்கும் அனைத்து விஷயங்கள்மீதும் எவ்வாறு தாக்கம் ஏற்படுத்துகின்றன என்பதை விளக்குகின்ற ஒரு விரிவான விளக்க அட்டவணை கொடுக்கப்பட்டுள்ளது. ஆனால் உங்கள் மையம் எப்படிப்பட்ட வித்தியாசத்தை ஏற்படுத்துகிறது என்பதை விரைவாகப் புரிந்து கொள்வதற்கு, வெவ்வேறு கருத்துக் கண்ணோட்டங்கள் வாயிலாகப் பார்க்கப்படுகின்ற ஒரு குறிப்பிட்டப் பிரச்சனைக்கான ஒரே ஓர் எடுத்துக்காட்டை மட்டும் நாம் இங்கு பார்க்கலாம். நீங்கள் தொடர்ந்து படிக்கும்போது, இந்த வெவ்வேறு மூக்குக் கண்ணாடிகளை அணிந்து கொள்ளுங்கள். வெவ்வேறு மையங்களிலிருந்து வருகின்ற பதில்நடவடிக்கைகளை உணர முயற்சி செய்யுங்கள்.

இன்றிரவு உங்கள் மனைவியை ஓர் இசை நிகழ்ச்சிக்கு அழைத்துச் செல்வதாக நீங்கள் வாக்குக் கொடுத்திருக்கிறீர்கள் என்று வைத்துக் கொள்வோம். அதற்கான நுழைவுச் சீட்டுகளையும் நீங்கள் வாங்கிவிட்டீர்கள். உங்கள் மனைவியும் உங்களுடன் வெளியே செல்வது குறித்து உற்சாகமாக இருக்கிறார். இப்போது மதியம் நான்கு மணி.

உங்களது மேலதிகாரி திடீரென்று உங்களைத் தன் அறைக்கு வருமாறு அழைப்பு விடுத்து, நாளை காலை ஒன்பது மணிக்கு ஒரு முக்கியமான சந்திப்புக் கூட்டம் ஏற்பாடு செய்யப்பட்டுள்ளதாகவும், அதற்கான ஆவணங்களைத் தயாரிப்பதற்கு இன்று மாலை முழுவதும் உங்கள் உதவி தனக்குத் தேவைப்படுவதாகவும் கூறுகிறார்.

வாழ்க்கைத் துணைவரை அல்லது குடும்பத்தை மையமாகக் கொண்ட கண்ணாடியின் வழியாக இச்சூழ்நிலையை நீங்கள் பார்த்தால், உங்கள் மனைவிதான் உங்களுக்கு மிகவும் முக்கியமானவராக இருப்பார். உங்கள் மேலதிகாரியின் வேண்டுகோளுக்கு மறுப்புத் தெரிவித்துவிட்டு, உங்கள் மனைவியை மகிழ்ச்சிப்படுத்தும் ஒரு முயற்சியாக நீங்கள் அவரை அந்த இசை நிகழ்ச்சிக்கு அழைத்துச் செல்கிறீர்கள். உங்கள் வேலையைக் காப்பாற்றிக் கொள்வதற்காக உங்கள் மேலதிகாரிக்கு உதவ வேண்டும் என்று உங்களுக்குத் தோன்றினால், அதை வெறுப்போடும், உங்கள் மனைவி இதை எப்படி எடுத்துக் கொள்வாரோ என்ற கவலையுடனும் செய்வீர்கள். உங்கள் மனைவிக்கு ஏற்படக்கூடிய ஏமாற்றம் அல்லது கோபத்திலிருந்து உங்களைக் காப்பாற்றிக் கொள்வதற்கும் உங்கள் தீர்மானத்தை நியாயப்படுத்துவதற்கும் நீங்கள் முயற்சிக்கிறீர்கள்.

பணத்தை மையமாகக் கொண்ட லென்ஸின் வழியாக நீங்கள் பார்க்கிறீர்கள் என்றால், வேலை நேரத்தைத் தாண்டி உழைப்பதால் உங்களுக்குக் கிடைக்கக்கூடிய கூடுதல் பணத்தைப் பற்றிய எண்ணம் அல்லது வெகுநேரம் வரை வேலை பார்ப்பது உங்களுக்குக் கிடைக்கக்கூடிய ஊதிய உயர்வின்மீது ஏற்படுத்தக்கூடிய தாக்கத்தைப் பற்றிய எண்ணம்தான் உங்களுடைய முக்கிய எண்ணமாக இருக்கும். பொருளாதாரத் தேவைகளுக்குத்தான் முன்னுரிமை வழங்கப்பட வேண்டும் என்பதை உங்கள் மனைவி புரிந்து கொள்வார் என்ற

அனுமானத்தில், உங்கள் மனைவியைத் தொலைபேசியில் அழைத்து, உங்களால் வர முடியாது என்று கூறுவீர்கள்.

நீங்கள் வேலையை மையமாகக் கொண்டவர் என்றால், வாய்ப்புகளைப் பற்றி நீங்கள் சிந்திக்கக்கூடும். வேலையைப் பற்றி அதிகமாக உங்களால் கற்றுக் கொள்ள முடியும். உங்கள் மேலதிகாரியின் நன்மதிப்பைப் பெற்று உங்கள் வேலையில் உங்களால் முன்னேறிச் செல்ல முடியும். தேவைக்கு அதிகமான நேரம் உழைப்பது குறித்து உங்கள் முதுகை நீங்களே தட்டிக் கொடுத்துக் கொள்ளக்கூடும். நீங்கள் எவ்வளவு கடினமாக உழைக்கிறீர்கள் என்பதற்கான ஆதாரம் இது. உங்கள் மனைவி உங்களைக் குறித்துப் பெருமிதம் கொள்ள வேண்டும்.

நீங்கள் உடமைகளை மையமாக வைத்து வாழ்பவர் என்றால், வேலை நேரத்தைத் தாண்டி நீங்கள் உழைப்பதால் உங்களுக்குக் கிடைக்கக்கூடிய கூடுதல் வருமானத்தைக் கொண்டு என்னவெல்லாம் வாங்க முடியும் என்று நீங்கள் சிந்திக்கக்கூடும். அல்லது நீண்ட நேரம் வேலை பார்ப்பது அலுவலகத்தில் உங்கள் மதிப்பை எந்த அளவுக்கு உயர்த்தும் என்பதை நீங்கள் கருத்தில் கொள்ளக்கூடும். நீங்கள் எவ்வளவு உன்னதமானவர், எவ்வளவு தியாகம் செய்கிறீர்கள், எவ்வளவு அர்ப்பணிப்புடன் செயல்படுகிறீர்கள் என்று உங்களைப் பற்றி நாளைய தினம் அனைவருக்கும் தெரிய வரும்.

நீங்கள் இன்பதை மையமாகக் கொண்டு வாழ்பவராக இருந்தால், நீங்கள் நீண்ட நேரம் வேலை பார்ப்பது உங்கள் மனைவிக்கு மகிழ்ச்சி அளித்தாலும், அந்தக் கூடுதல் வேலையை ஒதுக்கி வைத்துவிட்டு நீங்கள் இசை நிகழ்ச்சிக்குச் செல்வீர்கள். வெளியே போய் உல்லாசமாகக் கழித்துவிட்டு வருவதற்கு நீங்கள் தகுதியானவர்தான்!

நீங்கள் நண்பரை மையமாகக் கொண்டு வாழ்பவர் என்றால், உங்களுடைய தீர்மானம், உங்களோடு இசை நிகழ்ச்சிக்கு செல்வதற்கு உங்கள் நண்பர்களையும் நீங்கள் அழைத்திருக்கிறீர்களா என்பதன் அடிப்படையில் அமைந்திருக்கும். அல்லது அலுவலகத்தில் உங்களோடு வேலை பார்க்கும் நண்பர்களும் நீண்ட நேரம் வேலை பார்க்கப் போகிறார்களா என்பதைச் சார்ந்திருக்கும்.

நீங்கள் பகைவரை மையமாகக் கொண்டு செயல்பட்டால், நீங்கள் மாலையில் வெகுநேரம் வரை வேலை பார்க்கக்கூடும். ஏனெனில், தான்தான் இந்த நிறுவனத்திற்கு மிகப் பெரிய சொத்து என்று தன்னைப் பற்றி நினைத்துக் கொண்டிருக்கின்ற இன்னொரு நபரைவிட அனுகூலமான நிலையை உங்களுக்கு அது உருவாக்கும் என்பதை நீங்கள் அறிந்திருக்கிறீர்கள். அந்த நபர் குதூகலமாக இருக்கும் நேரத்தில், நீங்கள் அதிக நேரம் அடிமைபோல் உழைத்து, அவருடைய வேலையையும் சேர்த்துப் பார்த்துக் கொண்டு, உங்களுடைய தனிப்பட்ட இன்பத்தை நிறுவனத்தின் நலனுக்காகத் தியாகம் செய்து கொண்டிருப்பீர்கள்.

நீங்கள் தேவாலயத்தை மையமாகக் கொண்டவராக இருந்தால், இசை நிகழ்ச்சிக்குச் செல்வதற்கான தீர்மானம் தேவாலயத்திலுள்ள மற்ற உறுப்பினர்களின் திட்டங்களின் தாக்கத்திற்கு உட்படக்கூடும். அவர்களில்

யாரேனும் ஒருவர் உங்கள் அலுவலகத்தில் வேலை செய்கிறாரா இல்லையா என்பதோ, அது எப்படிப்பட்ட இசை நிகழ்ச்சி என்பதோகூட உங்கள் தீர்மானத்தின்மீது தாக்கம் ஏற்படுத்தக்கூடும். தேவாலயத்தின் 'ஒரு நல்ல உறுப்பினர்' என்ன செய்வார் என்பதற்கான உங்களது வரையறையும், அந்தக் கூடுதல் வேலையை ஒரு 'சேவை'யாக நீங்கள் பார்க்கிறீர்களா அல்லது 'பௌதீக சொத்தை நாடிச் செல்வதாக' நீங்கள் பார்க்கிறீர்களா என்பதும் உங்கள் தீர்மானத்தின்மீது தாக்கம் ஏற்படுத்தக்கூடும்.

நீங்கள் சுயத்தை மையமாகக் கொண்டிருந்தால், உங்களுக்கு எது சிறந்த நன்மையளிக்கும் என்பதில் நீங்கள் உங்கள் கவனத்தைக் குவிப்பீர்கள். மாலையில் வெளியே செல்வது உங்களுக்கு நல்லதா? அல்லது உங்கள் முதலாளியின் நன்மதிப்பைப் பெறுவது உங்களுக்கு நல்லதா? இவ்விரு வெவ்வேறு விஷயங்களும் எவ்வாறு உங்களை பாதிக்கும் என்பது உங்களது முக்கியக் கவலையாக இருக்கும்.

தனியொரு நிகழ்வைப் பார்ப்பதற்கான பல்வேறு வழிகளை நாம் கருத்தில் கொள்ளும்போது, மற்றவர்களுடனான நமது பரிவர்த்தனைகளில் 'இளம் பெண்/ வயதான பெண்மணி' கண்ணோட்டப் பிரச்சனைகள் நம்மிடம் இருப்பதில் வியப்பேதும் இல்லை. நமது மையங்கள் அடிப்படையில் நமது ஊக்குவிப்புகள், நமது அன்றாடத் தீர்மானங்கள், நமது நடவடிக்கைகள், (பெரும்பாலான விஷயங்களில், நம்முடைய எதிர்நடவடிக்கைகள்), நிகழ்வுகளுக்கு நாம் கொடுக்கும் அர்த்தங்கள் ஆகியவற்றை எவ்வாறு பாதிக்கின்றன என்பதை உங்களால் காண முடிகிறதா? முன்யோசனையுடன்கூடிய ஒரு நபராக இருப்பதற்கு அந்த மையம் உங்களுக்கு சக்தியளிக்காவிட்டால், அப்படிப்பட்ட சக்தியை உங்களுக்கு வழங்கக்கூடிய ஒரு மையத்தை உருவாக்குவதற்குத் தேவையான கருத்துக் கண்ணோட்ட மாற்றங்களை ஏற்படுத்துவது உங்களது ஆற்றலுக்கு இன்றியமையாதது.

கொள்கையை மையமாகக் கொண்டவர் என்ற முறையில், உங்கள்மீது தாக்கத்தை ஏற்படுத்தக்கூடிய, சூழ்நிலையின் உணர்ச்சி மற்றும் பிற காரணிகளிலிருந்து விலகி நின்று, தேர்ந்தெடுப்பதற்கு உங்களுக்கு இருக்கும் வாய்ப்புகளை நீங்கள் மதிப்பீடு செய்ய வேண்டும். இதில் சம்பந்தப்பட்டுள்ள உங்களது அலுவலகத் தேவைகள், குடும்பத் தேவைகள், மற்றும் பிற தேவைகளையும், சாத்தியப்படக்கூடிய பல்வேறு மாற்றுத் தீர்மானங்களின் விளைவுகளையும் பார்க்கும்போது, அனைத்துக் காரணிகளையும் கருத்தில் கொண்டு, சிறந்த தீர்வைக் கண்டுபிடிக்க நீங்கள் முயற்சிப்பீர்கள்.

நீங்கள் இசை நிகழ்ச்சிக்குப் போகிறீர்களோ அல்லது அலுவலகத்தில் தங்கி அந்தக் கூடுதல் வேலையைப் பார்க்கிறீர்களோ, உண்மையிலேயே அது ஓர் ஆற்றல்மிக்கத் தீர்மானத்தின் ஒரு சிறிய பகுதிதான். எண்ணற்றப் பிற மையங்களுடனும் இதே போன்ற தேர்ந்தெடுப்பை நீங்கள் மேற்கொள்ளக்கூடும். கொள்கையை மையமாகக் கொண்ட ஒரு கருத்துக் கண்ணோட்டத்தில் இருந்து நீங்கள் இயங்கும்போது, பல்வேறு முக்கிய வேறுபாடுகள் இருக்கின்றன.

முதலில், மற்றவர்களோ அல்லது பிற சூழல்களோ உங்கள்மீது தாக்கத்தை ஏற்படுத்துவதில்லை. சிறந்த மாற்றம் என்று நீங்கள் தீர்மானிக்கின்ற விஷயத்தை நீங்கள் முன்யோசனையுடன் தேர்ந்தெடுக்கிறீர்கள். நீங்கள் உங்கள் தீர்மானத்தைப் பிரக்ஞையோடும் புத்திசாலித்தனத்தோடும் மேற்கொள்கிறீர்கள்.

இரண்டாவதாக, உங்கள் தீர்மானம், கணிக்கப்படக்கூடிய நீண்டகால விளைவுகளை வழங்குகின்ற கொள்கைகளின் அடிப்படையில் அமைந்துள்ளதால், அது மிகவும் ஆற்றல்மிக்கதாக இருக்கும் என்பதை நீங்கள் அறிவீர்கள்.

மூன்றாவதாக, நீங்கள் செய்யத் தேர்ந்தெடுக்கும் விஷயங்கள், வாழ்வில் உங்களுடைய உச்சகட்ட மதிப்பீடுகளுக்குப் பங்களிப்பதாக அமையும். அலுவலகத்தில் உங்களுடன் பணியாற்றும் ஒருவரைவிட அனுகூலமான நிலையில் உங்களை நிலைப்படுத்துவதற்காக வேலை நேரம் தாண்டியும் வேலை செய்வது என்பது, அந்த உள்நோக்கமில்லாமல் அதிக நேரம் வேலை செய்வதிலிருந்து முற்றிலும் மாறுபட்டது. ஏனெனில், நீங்கள் உங்கள் மேலதிகாரியின் ஆற்றலை மதிக்கிறீர்கள், உங்கள் நிறுவனத்தின் நலனிற்கு உண்மையிலேயே பங்காற்ற விரும்புகிறீர்கள். உங்கள் தீர்மானங்களை நீங்கள் செயல்படுத்தும்போது உங்களுக்குக் கிடைக்கும் அனுபவங்கள், நீங்கள் உங்களது ஒட்டுமொத்த வாழ்க்கையைக் கருத்தில் கொள்ளும்போது அதிக அர்த்தத்தையும் தரத்தையும் பெறுகிறது.

நான்காவதாக, உங்களுடைய சகசார்பு உறவுகளில் நீங்கள் உருவாக்கியுள்ள வலிமையான மனிதத் தொடர்புகளுக்குள் உங்கள் மனைவியுடனும் மேலதிகாரியுடனும் எளிதில் உங்களால் கருத்துப் பரிமாற்றம் மேற்கொள்ள முடியும். நீங்கள் சார்பற்றவராக இருப்பதால், உங்களால் சிறந்த முறையில் சகசார்புடையவராகவும் இருக்க முடியும். எந்த வேலையைப் பிறருக்குப் பகிர்ந்தளிக்க முடியுமோ அதைப் பகிர்ந்து கொடுத்துவிட்டு, அடுத்த நாள் காலையில் முன்னதாகவே வந்து மீதி வேலையைச் செய்து முடிப்பதாக நீங்கள் தீர்மானிக்கக்கூடும்.

இறுதியாக, உங்கள் தீர்மானத்தைப் பற்றி நீங்கள் சௌகரியமாக உணர்வீர்கள். செய்வதற்கு நீங்கள் எதைத் தேர்ந்தெடுத்தாலும் சரி, அதன்மீது ஒருமித்தக் கவனம் செலுத்தி, அதை உங்களால் மகிழ்ச்சியாகச் செய்ய முடியும்.

கொள்கையை மையமாகக் கொண்டவர் என்ற முறையில், விஷயங்களை நீங்கள் வித்தியாசமாகப் பார்க்கிறீர்கள். விஷயங்களை நீங்கள் வித்தியாசமாகப் பர்ப்பதால், வித்தியாசமாக சிந்திக்கிறீர்கள், வித்தியாசமாக நடந்து கொள்கிறீர்கள். ஒரு திடமான, மாறாத மையத்திலிருந்து பாய்ந்தோடி வரும் மிக உயர்ந்த பாதுகாப்பும், வழிகாட்டுதலும், அறிவும், சக்தியும் உங்களிடம் இருப்பதால், உயர்ந்த அளவு முன்யோசனையுடன்கூடிய, மிக அதிக ஆற்றல்வாய்ந்த ஒரு வாழ்க்கைக்கான அடித்தளத்தை நீங்கள் பெற்றுள்ளீர்கள்.

ஒரு சொந்தக் குறிக்கோள் வாசகத்தை எழுதுவதும், அதைப் பயன்படுத்துவதும்

நாம் நமக்குள் ஆழமாகச் சென்று, நமது அடிப்பபை க் கருத்துக் கண்ணோட்டங்களைப் புரிந்து கொண்டு, சரியான கொள்கைகளுடன் அவற்றை இசைவுபடுத்துவதற்காக அவற்றை மறுசீரமைக்கும்போது, ஆற்றல்வாய்ந்த, சக்தியளிக்கும் மையம் ஒன்றை நாம் உருவாக்குவதோடு, உலகத்தைப் பார்ப்பதற்கு உதவுகின்ற ஒரு தெளிவான லென்ஸையும் உருவாக்குகிறோம். பிறகு, ஒரு தனித்துவமான நபர் என்ற முறையில் அந்த லென்ஸை எவ்வாறு இவ்வுலகத்துடன் தொடர்புபடுத்துகிறோம் என்பதில் நம்மால் கவனம் செலுத்த முடியும்.

வாழ்வில் நம்முடைய குறிக்கோள்களை நாம் புதிதாகக் கண்டுபிடிப்பதில்லை, மாறாக அவற்றை நாம் துப்பறிகிறோம் என்று விக்டர் ஃபிராங்க்கெல் கூறுகிறார். நம் ஒவ்வொருவரிடமும் மனசாட்சி என்ற ஓர் உள்ளார்ந்த கண்காணிப்புக் கருவி உள்ளது. நமது சொந்தத் தனித்துவம் மற்றும் நம்மால் வழங்கப்படக்கூடிய தனிப்பட்டப் பங்களிப்புகள் ஆகியவற்றைக் குறித்த விழிப்புணர்வை நாம் இதிலிருந்து பெறுகிறோம். ஃபிராங்க்கெல் இவ்வாறு கூறினார்: "தன் வாழ்வில் தனக்கு சொந்தமான ஒரு குறிப்பிட்டத் தொழிலோ அல்லது குறிக்கோளோ ஒவ்வொருவரிடமும் உள்ளது. அவரது இடத்தை வேறொருவரால் அடைய முடியாது. எனவே, ஒவ்வொருவருடைய வேலையும், அந்த வேலையை நடைமுறைப்படுத்துவதற்கான அவரது குறிப்பிட்ட வாய்ப்பைப்போல் தனித்துவமானது."

அந்தத் தனித்துவத்திற்கு வார்த்தை வெளிப்பாட்டைக் கொடுப்பதற்கு நாம் முயற்சிப்பதில், முன்யோசனையுடன் செயல்படுவதன் அடிப்படை முக்கியத்துவமும், நமது செல்வாக்கு வட்டத்திற்குள் செயல்பட வேண்டியதன் அவசியமும் நமக்கு மீண்டும் நினைவுறுத்தப்படுகின்றன. கரிசன வட்டத்திலிருந்து நம்முடைய வாழ்க்கைக்கு ஏதோ ஒரு தெளிவற்ற அர்த்தத்தைக் காண முயற்சிப்பது, முன்யோசனையுடன்கூடிய பொறுப்பைத் தட்டிக் கழித்துவிட்டு, நமது சொந்த முதற்படைப்பை மற்றவர்கள் அல்லது சூழல்களின் கைகளில் ஒப்படைப்பதைப் போன்றது.

நமது வாழ்வின் அர்த்தம் நமக்குள்ளிருந்து வருகிறது. மீண்டும் விக்டர் ஃபிராங்க்கெல்லின் வார்த்தைகளில் கூறினால், "இறுதியில், தன்னுடைய வாழ்க்கைக்கு என்ன அர்த்தம் என்று ஒருவர் கேட்கக்கூடாது, மாறாக, கேள்வி தன்னிடம்தான் கேட்கப்படுகிறது என்பதை அவர் உணர்ந்து கொள்ள வேண்டும். ஒரே வரியில் கூறினால், ஒவ்வொரு மனிதனிடமும் வாழ்க்கை கேள்வி கேட்கிறது; தனது சொந்த வாழ்க்கைக்கு விடையளிப்பதன் மூலமாக மட்டுமே வாழ்க்கைக்கு அவனால் பதிலளிக்க முடியும்; பொறுப்பாக இருப்பதன் மூலமாக மட்டுமே வாழ்க்கைக்கு அவனால் விடையளிக்க முடியும்."

தனிப்பட்டப் பொறுப்பு, அல்லது முன்யோசனையுடன்கூடிய செயல்பாடு என்பது முதற்படைப்பிற்கான அடித்தளமாகும். "நீங்கள்தான் திட்டமிடுபவர்," என்று 1வது பழக்கம் கூறுகிறது. பிறகு, "அந்தத் திட்டத்தை எழுதுங்கள்," என்று 2வது பழக்கம் கூறுகிறது. நீங்கள்தான் திட்டமிடுபவர், நீங்கள்தான் அதற்குப் பொறுப்பு என்ற கருத்தை நீங்கள் ஏற்றுக் கொள்ளும்வரை, அத்திட்டத்தை எழுதுவதற்கு நீங்கள் உண்மையிலேயே உங்கள் நேரத்தை முதலீடு செய்ய மாட்டீர்கள்.

முன்யோசனையுடன் செயல்படும் மக்கள் என்ற முறையில், நாம் யாராக ஆக விரும்புகிறோம், நம் வாழ்வில் நாம் என்ன செய்ய விரும்புகிறோம் என்பதற்குப் புறவுலகில் நம்மால் வடிவம் கொடுக்கத் துவங்க முடியும். ஒரு தனிப்பட்டக் குறிக்கோள் வாசகத்தை, ஒரு தனிப்பட்ட அரசியலமைப்புச் சட்டத்தை நம்மால் எழுத முடியும்.

ஒரு குறிக்கோள் வாசகம் என்பது ஓரே இரவில் எழுதப்படும் ஒன்றல்ல. ஆழ்ந்த சிந்தனை, எச்சரிக்கையுடன்கூடிய ஆய்வு, சிந்தனைபூர்வமான வெளிப்பாடு, இறுதி வடிவத்தைப் பெறுவதற்கு முந்தைய பல திருத்தங்கள் ஆகியவை அதில் அடங்கும். உங்கள் குறிக்கோள் வாசகம் உங்களுக்கு சௌகரியமானதாக ஆவதற்கும், அது முழுமையானது என்றும், உங்களுடைய உள்ளார்ந்த மதிப்பீடுகள் மற்றும் வழிகாட்டுதல்களின் துல்லியமான வெளிப்பாடு என்றும் நீங்கள் உணர்வதற்குப் பல வாரங்கள் அல்லது பல மாதங்கள் பிடிக்கக்கூடும். அப்போதுகூட, காலப்போக்கில் உங்களுக்குக் கிடைக்கக்கூடிய உள்நோக்குகள் அல்லது மாறும் சூழல்களுக்கு ஏற்ப, தொடர்ந்து நீங்கள் அதை மறுபரிசீலனை செய்யவும், சிறு திருத்தங்களை மேற்கொள்ளவும் விரும்புவீர்கள்.

ஆனால் அடிப்படையில், உங்கள் குறிக்கோள் வாசகம் உங்களுடைய அரசியலமைப்புச் சட்டமாக மாறுகிறது, உங்களுடைய முன்னோக்கு மற்றும் மதிப்பீடுகளின் திடமான வெளிப்பாடாக ஆகிறது. அது நீங்கள் உங்கள் வாழ்வில் உள்ள அனைத்தையும் அளவிடுவதற்கான காரணியாக ஆகிறது.

என்னுடைய சொந்தக் குறிக்கோள் வாசகத்தை நான் சமீபத்தில்தான் மறுபரிசீலனை செய்து முடித்தேன். இதை நான் அடிக்கடி செய்து வருகிறேன். ஒரு கடற்கரையோரத்தில் தனியாக அமர்ந்து கொண்டு, என்னுடைய குறிப்பேட்டை எடுத்து வைத்துக் கொண்டு, என் குறிக்கோள் வாசகத்தை நான் திருத்தியமைத்தேன். இதற்குப் பல மணிநேரங்கள் ஆனது. ஆனால் ஒரு தெளிவையும், அர்ப்பணிப்பு மற்றும் ஒழுங்கமைப்பு உணர்வையும், ஒரு குதூகலம் மற்றும் சுதந்திர உணர்வையும் நான் எனக்குள் உணர்ந்தேன்.

ஒரு விளைவு எவ்வளவு முக்கியமோ, அதை அடைவதற்கான செயல்முறையும் அதே அளவு முக்கியமானது. உங்களுடைய சொந்தக் குறிக்கோள் வாசகத்தை எழுதுவதோ அல்லது அதை மறுபரிசீலனை செய்வதோ உங்களை மாற்றுகின்றது. ஏனெனில், உங்கள் முன்னுரிமைகளை நீங்கள் ஆழமாகவும் கவனமாகவும் சிந்தித்து, உங்கள்

நடத்தையை உங்கள் நம்பிக்கைகளுக்கு இசைவாக அமைத்துக் கொள்வதற்கு அது உங்களை நிர்பந்தப்படுத்துகிறது. நீங்கள் அவ்வாறு செய்யும்போது, உங்களுக்கு நிகழும் அனைத்து விஷயங்களும் உங்களை உணர்ச்சிவசப்படச் செய்வதில்லை, அவற்றால் நீங்கள் தூண்டப்படுவதில்லை என்பதை மற்றவர்கள் உணரத் துவங்குகின்றனர். நீங்கள் என்ன செய்ய முயற்சித்துக் கொண்டிருக்கிறீர்கள் என்பதைப் பற்றிய ஒரு குறிக்கோள் உணர்வு உங்களிடம் இருக்கிறது. நீங்கள் அது குறித்து உற்சாகமாக இருக்கிறீர்கள்.

உங்களுடைய ஒட்டுமொத்த மூளையையும் பயன்படுத்துதல்

நமது சுயவிழிப்புணர்வு நமது சொந்த எண்ணங்களை ஆய்வு செய்வதற்கு நமக்கு சக்தியளிக்கிறது. ஒரு தனிப்பட்டக் குறிக்கோள் வாக்கியத்தை எழுதுவதில் இது குறிப்பாக உதவுகிறது. ஏனெனில், 2வது பழக்கத்தைக் கடைபிடிப்பதற்கு நமக்கு உதவுகின்ற இரண்டு தனித்துவமான அம்சங்களான கற்பனையும் மனசாட்சியும் வலது மூளையின் முதன்மைச் செயல்பாடுகளாகும். வலது மூளையின் திறனை எவ்வாறு பயன்படுத்துவது என்பதைப் புரிந்து கொள்வது முதற்படைப்பிற்கான நமது திறனைப் பெருமளவில் அதிகரிக்கிறது.

மூளை ஆதிக்கக் கோட்பாடு என்று அழைக்கப்படுகின்ற விஷயத்தின்மீது பெருமளவிலான ஆராய்ச்சிகள் மேற்கொள்ளப்பட்டு வந்துள்ளன. வலது மூளை, இடது மூளை என்ற, மூளையின் இரண்டு அரைக்கோளங்களும் வெவ்வேறு விதமான செயல்பாடுகளில் தனித்திறன் பெற்றுள்ளன என்பதையும், அவை வெவ்வேறு வகையான தகவல்களையும் வெவ்வேறு வகையான பிரச்சனைகளையும் கையாள்கின்றன என்பதையும் இவ்வாராய்ச்சிகளின் கண்டுபிடிப்புகள் நமக்குச் சுட்டிக்காட்டுகின்றன.

இடது மூளை அதிகமாகப் பகுத்தறியக்கூடியதாகவும், சொல்சார்ந்ததாகவும் உள்ளது. வலது மூளை அதிக உள்ளுணர்வுமிக்கதாகவும், படைப்புத்திறன் கொண்டதாகவும் உள்ளது. இடது மூளை வார்த்தைகளைக் கையாள்கிறது, வலது மூளை காட்சிகளைக் கையாள்கிறது; இடது மூளை பாகங்கள் மற்றும் அவை தொடர்பான குறிப்பிட்டத் தகவல்களைக் கையாள்கிறது, வலது மூளை அந்த பாகங்களுக்கு இடையேயான உறவைக் கையாள்கிறது. இடது மூளை ஆய்வுடன் சம்பந்தப்பட்டுள்ளது, அதாவது பிரித்துப் பார்க்கிறது; வலது மூளை கூட்டிணைப்புடன் சம்பந்தப்பட்டுள்ளது, அதாவது இணைத்துப் பார்க்கிறது. இடது மூளை வரிசையொழுங்குடன்கூடிய சிந்தனையுடன் தொடர்புடையது, வலது மூளை ஒரே நேரத்தில் ஏற்படுகின்ற பல சிந்தனைகள் மற்றும் முழுமையான சிந்தனைகளுடன் தொடர்புடையது. இடது மூளை நேரத்தால் மட்டுப்படுத்தப்படுகிறது; வலது மூளைக்கு எந்தவிதமான நேரக் கட்டுப்பாடும் கிடையாது.

மூளையின் இரண்டு பகுதிகளையும் மக்கள் பயன்படுத்தினாலும், ஒரு தனிநபரிடம் வலது மூளை அல்லது இடது மூளை பொதுவாக

அதிக ஆதிக்கமுடையதாக இருக்கும். ஒருவர் தனது சூழ்நிலையை முதலில் தெளிவாகப் புரிந்து கொண்டு, பிறகு அதைக் கையாள்வதற்குப் பொருத்தமான கருவிகளைப் பயன்படுத்துவதற்கு உதவக்கூடிய வகையில், மூளையின் இரண்டு பகுதிகளையும் ஊக்குவித்து உருவாக்குவதுதான் சிறந்தது என்பது அனைவரும் அறிந்ததுதான். ஆனால் தங்களது ஆதிக்க மூளையின் 'சௌகரிய எல்லை'க்குள் முடங்கிக் கிடந்து, தங்கள் வலது மூளை அல்லது இடது மூளையைக் கொண்டு ஒவ்வொரு சூழ்நிலையையும் கையாள்வது மக்களின் போக்காக இருக்கிறது.

ஆபிரகாம் மாஸ்லோ இவ்வாறு கூறுகிறார்: "சுத்தியலைத் திறமையாகப் பயன்படுத்தும் ஒருவன், எல்லாமே ஆணிதான் என்று நினைக்கிறான்." 'இளம் பெண்/ வயதான பெண்மணி' கண்ணோட்ட வேறுபாட்டின்மீது தாக்கம் ஏற்படுத்துகின்ற இன்னொரு காரணி இது. இடது மூளையும் வலது மூளையும் விஷயங்களை வெவ்வேறு விதங்களில் பார்க்கின்றன.

இடது மூளை அதிகமாக ஆதிக்கம் செலுத்தும் ஓர் உலகில் நாம் வாழ்ந்து கொண்டிருக்கிறோம். வார்த்தைகளும், அளவீடுகளும், பகுத்தறிவும் இங்கு அரியணையில் அமர்த்தப்பட்டுள்ளன. அதிகப் படைப்புத்திறனும், உள்ளுணர்வும், கலைநயமும் கொண்ட நமது இயல்பின் அம்சம் இங்கு இரண்டாமபட்சமாக உள்ளது. நம்முடைய வலது மூளையின் திறனைப் பயன்படுத்துவது நம்மில் பலருக்குக் கடினமாக உள்ளது.

இந்த விவரிப்பு அதிகப்படியாக எளிமையாக்கப்பட்டுள்ளதை நாம் ஒப்புக் கொண்டாக வேண்டும். புதிய ஆய்வுகள் நமது மூளையின் செயல்பாட்டைப் பற்றி அதிகத் தகவல்களை நமக்குக் கொடுக்கும் என்பதில் சந்தேகமில்லை. ஆனால், பல்வேறு வகையான சிந்தனைச் செயல்முறைகள் நமக்கு சாத்தியம் என்பதும், நமது ஆற்றலை நாம் அரிதாகவே பயன்படுத்துகிறோம் என்பதும்தான் நாம் இங்கு கருத்தில் கொள்ள வேண்டிய முக்கியமான விஷயம். இந்த வெவ்வேறு திறன்கள் பற்றிய விழிப்புணர்வு நமக்கு ஏற்படும்போது, குறிப்பிட்டத் தேவைகளை அதிக ஆற்றல்மிக்க வழிகளில் நிறைவேற்றுவதற்கு நமது மனங்களைப் பிரக்ஞையுடன் நம்மால் பயன்படுத்த முடியும்.

வலது மூளையின் ஆற்றலைப் பயன்படுத்துவதற்கான இரண்டு வழிகள்

மூளை ஆதிக்கக் கோட்பாட்டை ஓர் அடிப்படையாக நாம் எடுத்துக் கொண்டால், நமது வலது மூளையைப் பயன்படுத்தும் நமது திறன் நமது முதற்படைப்பின் திறனின்மீது குறிப்பிடத்தக்கத் தாக்கத்தை ஏற்படுத்துகிறது என்பது வெளிப்படையாகத் தெரிகிறது. நம்முடைய வலது மூளையின் திறனை நாம் எவ்வளவு அதிகமாகப் பயன்படுத்துகிறோமோ, நம்மால் அவ்வளவு முழுமையாக மனக்காட்சிப்படுத்த முடியும், இணைத்து உருவாக்க முடியும், காலத்தையும் தற்போதைய சூழல்களையும் மாற்ற முடியும், நம் வாழ்வில்

நாம் என்னவாக ஆக விரும்புகிறோம் மற்றும் என்ன செய்ய விரும்புகிறோம் என்பது குறித்த ஒரு முழுமையான படத்தை உருவாக்க முடியும்.

கண்ணோட்டத்தை விரிவுபடுத்துங்கள்

சில சமயங்களில், ஏதோ ஒரு திட்டமிடப்படாத அனுபவத்தால், நாம் நம்முடைய இடது மூளைச் சூழல் மற்றும் எண்ணப் போக்கிலிருந்து தூக்கியெறியப்பட்டு, வலது மூளைச் சூழலுக்குத் தள்ளிவிடப்படுகிறோம். நமது அன்புக்குரிய ஒருவரின் மரணம், ஒரு தீவிரமான உடல்நலக்குறைவு, ஒரு பொருளாதாரப் பின்னடைவு, அல்லது தீவிரமான பாதகச் சூழ்நிலை போன்றவை, நாம் சற்று ஒதுங்கி நின்று நம்முடைய வாழ்க்கையை நன்றாக உற்று நோக்கி, "எது உண்மையிலேயே முக்கியம்? நான் செய்து கொண்டிருக்கும் விஷயத்தை நான் ஏன் செய்து கொண்டிருக்கிறேன்?" போன்ற சில கடினமான கேள்விகளை நம்மை நாமே கேட்டுக் கொள்ளும்படிச் செய்யும்.

ஆனால் நீங்கள் முன்யோசனையுடன் செயல்படுபவராக இருந்தால், கண்ணோட்டரீதியான விரிவாக்க அனுபவங்களை உருவாக்குவதற்காக மற்றவர்களுக்காகவோ அல்லது சூழல்களுக்காகவோ நீங்கள் காத்திருக்க வேண்டியதில்லை. பிரக்ஞையுடன் நீங்களே உங்களது சொந்த அனுபவங்களை உருவாக்கிக் கொள்ள முடியும்.

இதைச் செய்வதற்குப் பல வழிகள் உள்ளன. இந்த அத்தியாயத்தின் துவக்கத்தில் செய்ததுபோல், உங்களுடைய கற்பனையின் சக்தியைக் கொண்டு உங்களுடைய சொந்த இறுதிச் சடங்கை உங்களால் மனக்காட்சிப்படுத்த முடியும். உங்களுடைய சொந்த அஞ்சலியை எழுதுங்கள். அதை உண்மையிலேயே உங்கள் கையால் திட்டவட்டமாக எழுதுங்கள்.

உங்களுடைய 25வது மற்றும் 50வது திருமண நாளை மனக்காட்சிப்படுத்துங்கள். உங்களுடைய வாழ்க்கைத் துணைவரும் உங்களோடு சேர்ந்து இதை மனக்காட்சிப்படுத்தும்படிச் செய்யுங்கள். தொடர்ந்து நீண்ட காலமாக ஒவ்வொரு நாளும் உங்கள் குடும்ப உறவில் நீங்கள் செய்து வந்துள்ள முதலீட்டின் மூலமாக, காலப்போக்கில் எப்படிப்பட்ட உறவை நீங்கள் உருவாக்கியிருக்க விரும்புவீர்களோ, அதைக் கைவசப்படுத்துங்கள்.

நீங்கள் உங்களது தற்போதைய வேலையில் இருந்து கொண்டே, உங்களுடைய பணி ஓய்வைப் பற்றி மனக்காட்சிப்படுத்தலாம். உங்களுடைய துறையில் நீங்கள் என்னென்ன பங்களிப்புகளையும் சாதனைகளையும் படைத்திருக்க விரும்புவீர்கள்? பணியிலிருந்து ஓய்வு பெற்றப் பிறகு நீங்கள் என்னென்ன திட்டங்களை வைத்திருப்பீர்கள்? இரண்டாவது சுற்றாக வேறொரு வேலைக்குள் நுழைவீர்களா?

உங்கள் மனத்தை விரிவுபடுத்துங்கள். விலாவாரியாக மனக்காட்சிப்படுத்துங்கள். முடிந்த அளவுக்கு அதிகமான உணர்ச்சிகளையும் உணர்வுகளையும் அதில் புகுத்துங்கள்.

ஐம்புலன்களையும் உங்களால் எவ்வளவு தூரம் அதில் ஈடுபடுத்த முடியுமோ, அந்த அளவுக்கு அவற்றை உங்கள் மனக்காட்சிப்படைப்பில் புகுத்துங்கள்.

இதேபோன்ற மனக்காட்சிப்படைப்புகளை என்னுடைய பல்கலைக்கழக வகுப்புகள் சிலவற்றில் நான் செய்திருக்கிறேன். நான் என்னுடைய மாணவர்களிடம், "இந்த ஒரு செமஸ்டர் மட்டுமே நீங்கள் உயிர்வாழப் போவதாக நினைத்துக் கொள்ளுங்கள். இந்த செமஸ்டர் முழுவதும் கல்லூரியில் நீங்கள் ஒரு நல்ல மாணவராக இருக்க வேண்டும். உங்கள் செமஸ்டரை நீங்கள் எவ்வாறு செலவிடுவீர்கள் என்பதை மனக்காட்சிப்படுத்துங்கள்," என்று கூறுவேன்.

விஷயங்கள் திடீரென்று முற்றிலும் வேறொரு கண்ணோட்டத்தில் வைக்கப்படுகின்றன. முன்பு அங்கீகரிக்கப்படாத மதிப்பீடுகள் விரைவாக மேலெழுகின்றன.

விரிவுபடுத்தப்பட்டுள்ள அந்தக் கண்ணோட்டத்தைத் தொடர்ந்து ஒரு வாரம்வரை தக்க வைத்துக் கொள்ளுமாறும், அந்த வாரம் முழுவதும் தங்களுக்கு ஏற்படும் அனுபவங்களை ஒரு நாட்குறிப்பேட்டில் பதிவு செய்து கொள்ளுமாறும் நான் என் மாணவர்களைக் கேட்டுக் கொள்வேன்.

விளைவுகள் பல விஷயங்களை வெளிப்படுத்துவதாக இருக்கும். தங்கள் பெற்றோரைத் தாங்கள் மிகவும் நேசிப்பதாகவும், அவர்கள் தங்களுக்குச் செய்துள்ள விஷயங்களுக்காக அவர்களைப் பாராட்டுவதாகவும் கூறி அவர்கள் தங்கள் பெற்றோர்களுக்குக் கடிதம் எழுதத் துவங்குகின்றனர். தாங்கள் அவ்வளவாக நல்லுறவு கொண்டிராத ஒரு சகோதரன், ஒரு சகோதரி, அல்லது ஒரு நண்பருடன் அவர்கள் சமரசம் செய்து கொள்கின்றனர்.

அவர்களுடைய நடவடிக்கைகளின் ஆதிக்கமான, மையப் பண்பாகவும் அடிப்படைக் கொள்கையாகவும் விளங்குவது அன்புதான். ஒரு குறுகிய காலம் மட்டுமே தாங்கள் வாழப் போகிறோம் என்ற கண்ணோட்டத்திலிருந்து அவர்கள் சிந்திக்கும்போது, மோசமான பேச்சு, மோசமான சிந்தனை, கைவிடுதல்கள், பழி சுமத்துதல் ஆகியவை வீணானவை என்பது அவர்களுக்கு வெட்ட வெளிச்சமாகிறது. கொள்கைகளும் மதிப்பீடுகளும் எல்லோருக்கும் அதிகத் தெளிவாக வெட்ட வெளிச்சமாகிறது.

உங்களுடைய கற்பனையைப் பயன்படுத்தி உங்களுடைய மதிப்பீடுகளுடன் உங்களுக்குத் தொடர்பு ஏற்படுத்தக்கூடிய எண்ணற்ற உத்திகள் உள்ளன. ஆனால் நான் பயன்படுத்தியுள்ள அந்த உத்திகள் ஒவ்வொன்றின் நிகர விளைவும் ஒன்றுதான். தங்கள் வாழ்வில் தங்களுக்கு உண்மையிலேயே எது முக்கியம், தாங்கள் உண்மையிலேயே யாராக ஆக விரும்புகிறோம், எதைச் செய்ய விரும்புகிறோம் ஆகியவற்றைக் கண்டுகொள்வதற்கு மக்கள் தீவிரமாக முயற்சிக்கும்போது, அவர்கள் பணிவன்பு மிக்கவர்களாக ஆகிவிடுகின்றனர். இன்று மற்றும் நாளை என்று மட்டும் சிந்திப்பதற்குப் பதிலாக, அவர்கள் பெரிய அளவில் சிந்திக்கத் துவங்குகின்றனர்.

மனக்காட்சிப்படைப்பும் சுயபிரகடனமும்

தனிமனிதத் தலைமைத்துவம் என்பது தனித்து நிற்கும் ஓர் அனுபவம் அல்ல. அது ஒரு தனிப்பட்டக் குறிக்கோள் வாசகத்தை எழுதுவதில் துவங்கி, அதிலேயே முடிவடைந்து விடுவதில்லை. நீங்கள் உங்களுடைய முன்னோக்கையும் மதிப்பீடுகளையும் உங்கள்முன் வைத்து, மிக முக்கியமான அந்த விஷயங்களுக்கு இசைவாக உங்கள் வாழ்க்கை இருக்கும்படி பார்த்துக் கொள்—கின்ற ஒரு தொடர்ச்சியான செயல்முறை இது. அந்த முயற்சியில், உங்கள் தனிப்பட்டக் குறிக்கோள் வாசகத்தை உங்கள் வாழ்விற்குள் ஒருங்கிணைப்பதற்கு நீங்கள் ஒவ்வொரு நாளும் வேலை செய்யும்போது, சக்திவாய்ந்த உங்கள் வலது பக்க மூளையின் திறன் ஒவ்வொரு நாளும் உங்களுக்குப் பெருமளவில் உதவியாக இருக்கும். 'முடிவை மனத்தில் வைத்துத் துவங்குவது' என்பதன் இன்னொரு நடைமுறைச் செயல்பாடு இது.

நாம் முன்பு பார்த்த ஓர் எடுத்துக்காட்டை மீண்டும் பார்க்கலாம். என்னுடைய குழந்தைகளை உண்மையிலேயே ஆழமாக நேசிக்கின்ற ஒரு தந்தை நான் என்று வைத்துக் கொள்வோம். என்னுடைய சொந்தக் குறிக்கோள் வாசகத்திலுள்ள எனது அடிப்படை மதிப்பீடுகளில் அதுவும் ஒன்று என்பதை நான் அடையாளம் கண்டுகொள்வதாகவும் வைத்துக் கொள்வோம். ஆனால், ஒவ்வொரு நாளும் நான் அளவுக்கதிகமாக உணர்ச்சிவசப்பட்டு நடந்து கொள்கிறேன் என்று நினைத்துக் கொள்வோம்.

என்னுடைய அன்றாட வாழ்வில் நான் என்னுடைய ஆழமான மதிப்பீடுகளுடன் அதிக இணக்கமாக நடந்து கொள்வதற்கு எனக்கு உதவக்கூடிய ஒரு 'சுயபிரகடன'த்தை எனது வலது மூளையின் சக்தியைப் பயன்படுத்தி என்னால் எழுத முடியும்.

ஒரு நல்ல சுயபிரகடனத்தில் ஐந்து அடிப்படை அம்சங்கள் உள்ளன: அது தனிப்பட்டது; அது நேர்மறையானது; அது நிகழ்காலத்தில் இருக்கும்; அது காட்சிரீதியானது; அது உணர்ச்சிரீதியானது. என்னுடைய ஒரு சுயபிரகடனம் இப்படி இருக்கலாம்: "என் குழந்தைகள் முறைதவறி நடந்து கொள்ளும்போது நான் (தனிப்பட்டது) அறிவோடும், அன்போடும், உறுதியோடும், சுயகட்டுப்பாட்டுடனும் (நேர்மறையானது) பதில்நடவடிக்கை எடுக்கிறேன் (நிகழ்காலம்) என்பது எனக்கு ஆழ்ந்த திருப்தியைக் (உணர்ச்சிரீதியானது) கொடுக்கிறது."

பிறகு என்னால் அதை மனக்காட்சிப்படுத்த முடியும். ஒவ்வொரு நாளும் ஒருசில நிமிடங்களைச் செலவிட்டு என்னுடைய உடலையும் மனத்தையும் என்னால் முழுமையாக ஆசுவாசப்படுத்திக் கொள்ள முடியும். என் குழந்தைகள் முறையின்றி நடந்து கொள்ளக்கூடிய சூழ்நிலைகளைப் பற்றி என்னால் சிந்தித்துப் பார்க்க முடியும். அவர்களை விலாவாரியாக என்னால் மனக்காட்சிப்படுத்த முடியும். நான் உட்கார்ந்திருக்கக்கூடிய நாற்காலியின் இழையமைப்பு, என் காலுக்கடியில் உள்ள தரை, நான் அணிந்திருக்கும் ஸ்வெட்டர் ஆகியவற்றை என்னால்

உணர முடியும். என் மகள் அணிந்துள்ள ஆடையையும் அவளது முகபாவத்தையும் என்னால் காண முடியும். விபரங்களை எவ்வளவு அதிகத் தெளிவாகவும் விலாவாரியாகவும் என்னால் கற்பனை செய்ய முடியுமோ, அவ்வளவு அதிக ஆழமாக நான் அதை அனுபவிப்பேன்.

பிறகு, பொதுவாக என்னுடைய இதயத் துடிப்பை அதிகரிக்கச் செய்கின்ற, என்னுடைய கோபம் தலைக்கேறும்படிச் செய்கின்ற ஏதோ ஒரு குறிப்பிட்டக் காரியத்தை என் மகள் செய்வதை என்னால் காண முடிகிறது. ஆனால் என்னுடைய வழக்கமான பதில்நடவடிக்கையைப் பார்ப்பதற்குப் பதிலாக, என் சுயபிரகடனத்தில் நான் கைவசப்படுத்தியுள்ள அன்பு, சக்தி, மற்றும் சுயகட்டுப்பாடு ஆகியவற்றைக் கொண்டு அந்தச் சூழ்நிலையை நான் கையாள்வதை நான் பார்க்கிறேன். என்னுடைய மதிப்பீடுகள் மற்றும் என்னுடைய தனிப்பட்டக் குறிக்கோள் வாசகத்துடன் இணக்கமாக இருக்கின்ற ஒரு செயற்திட்டத்தை, ஒரு திரைக்கதையை என்னால் எழுத முடியும்.

நான் இதைச் செய்தால், ஒவ்வொரு நாளும் என் நடத்தை மாறும். என்னுடைய பெற்றோர்கள், எனது சமுதாயம், எனது பரம்பரை, அல்லது எனது சூழலிடமிருந்து நான் பெற்றத் திரைக்கதையை வாழ்வதற்குப் பதிலாக, நானே சுயமாகத் தேர்ந்தெடுத்த எனது சொந்த மதிப்பீடுகளின் அடிப்படையில் நான் எழுதியுள்ள திரைக்கதையை நான் வாழ்வேன்.

என் மகன் சான் கால்பந்து விளையாடிய வருடங்கள் நெடுகிலும் இந்த சுயபிரகடனச் செயல்முறையை விரிவாகப் பயன்படுத்துவதற்கு நான் அவனுக்கு உதவியும் ஊக்கமும் அளித்துள்ளேன். உயர்நிலைப் பள்ளியில் அவன் கால்பந்து விளையாடத் துவங்கியபோது நாங்கள் இதைத் துவக்கினோம். இறுதியில், அவன் தானே சொந்தமாக அதைச் செய்வதற்கு நான் அவனுக்குக் கற்றுக் கொடுத்தேன்.

ஆழமாக சுவாசிப்பதன் மூலமும், தசையை ஆசுவாசப்படுத்துவதற்கு உதவுகின்ற உத்தியைப் படிப்படியாகப் பயன்படுத்துவதன் மூலமும் அவன் மிக ஆசுவாசமான மனநிலைக்குச் செல்வதற்கு நான் அவனுக்கு உதவுவேன். சிறிது நேரத்தில் அவனது மனம் அமைதியடையும். பிறகு தன்னால் கற்பனை செய்து பார்க்க முடிகின்ற மிகக் கடினமான சூழ்நிலைகளின் மத்தியில் தன்னை மனக்காட்சிப்படுத்திப் பார்ப்பதற்கு நான் அவனுக்கு உதவுவேன்.

ஒரு பெரிய புயல் தன்னை நோக்கி வேகமாக வருவதுபோல் அவன் கற்பனை செய்வான். அதைக் கண்டு கொண்டு அவன் துரிதமாக பதில்நடவடிக்கை எடுக்க வேண்டும். அப்புயலில் இருந்து தன்னைக் காத்துக் கொள்வதற்காக, விளையாட்டின்போது வழக்கமாகத் தான் செய்யாதவற்றையெல்லாம் செய்வதாகக் கற்பனை செய்வான்.

அவனது கால்பந்து வாழ்க்கையில் ஒரு காலகட்டத்தில், தான் அடிக்கடிப் பதற்றமடைவதாக என்னிடம் கூறினான். நாங்கள் தொடர்ந்து பேசியபோது, தான் பதற்றமடைவதாக அவன் மனக்காட்சிப்படுத்தியதை நான் உணர்ந்தேன். எனவே, அதிக அழுத்தமான சூழலுக்கு மத்தியில், அவன் தன்னை ஆசுவாசப்படுத்திக் கொள்வதுபோல்

மனக்காட்சிப்படுத்த நாங்கள் முயற்சித்தோம். மனக்காட்சிப்படைப்பின் இயல்பு மிகவும் முக்கியம் என்பதை நாங்கள் கண்டறிந்தோம். தவறான விஷயத்தை நீங்கள் மனக்காட்சிப்படுத்தினால், தவறான விஷயத்தைத்தான் நீங்கள் விளைவிப்பீர்கள்.

தடகள விளையாட்டுகளிலும் சரி, வியாபாரத்திலும் சரி, உயர்ந்த செயற்திறனுடன் செயல்படுபவர்களைப் பற்றி டாக்டர் சார்லஸ் கார்ஃபீல்டு விரிவாக ஆய்வு செய்தார். அமெரிக்க விண்வெளி நிறுவனமான நாசாவுடன் அவர் வேலை பார்த்தபோது, 'உயர்ந்த செயற்திறன்'மீது அவர் பெரும் ஆர்வம் கொண்டார். விண்வெளி வீரர்கள் விண்வெளிக்குச் செல்வதற்கு முன், பூமியில் செயற்கையாக உருவாக்கப்பட்டுள்ள விண்வெளிச் சூழலில் அனைத்து விஷயங்களையும் மீண்டும் மீண்டும் ஒத்திகை பார்ப்பதை அவர் கண்டார். கணிதத்தில் அவர் முனைவர் பட்டம் பெற்றிருந்தபோதும், மீண்டும் கல்லூரிக்குச் சென்று உளவியலில் முனைவர் பட்டம் பெறுவதென்றும், உயர்ந்த செயற்திறனுடன் செயல்படுபவர்களின் பண்புநலன்கள் பற்றி ஆய்வு செய்வதென்றும் அவர் தீர்மானித்தார்.

அவரது ஆய்வு சுட்டிக்காட்டிய முக்கியமான விஷயங்களில் ஒன்று இது: கிட்டத்தட்ட அனைத்துத் தலைசிறந்த தடகளவீரர்களும், உயர்ந்த செயற்திறன் கொண்ட பிறரும் மனக்காட்சிப்படைப்பில் ஈடுபடுகின்றனர். அவர்கள் அதைப் பார்க்கின்றனர்; அவர்கள் அதை உணர்கின்றனர்; அதை உண்மையிலேயே செய்வதற்கு முன்பே அவர்கள் அதை அனுபவித்துவிடுகின்றனர். முடிவை மனத்தில் வைத்து அவர்கள் துவங்குகின்றனர்.

உங்கள் வாழ்வின் ஒவ்வொரு பகுதியிலும் இதை உங்களால் செய்ய முடியும். ஒரு போட்டிக்கு முன்போ, ஒரு விற்பனைப் பேச்சிற்கு முன்போ, ஒரு கடினமான வாக்குவாதத்திற்கு முன்போ, அல்லது ஓர் இலக்கை அடையும் முயற்சியில் ஒவ்வொரு நாளும் நாம் எதிர்கொள்ளும் சவாலுக்கு முன்போ, அதைத் தெளிவாகவும், விரிவாகவும், அயராமலும், மீண்டும் மீண்டும் பாருங்கள். ஓர் உள்ளார்ந்த 'சௌகரிய நிலையை' உருவாக்கிக் கொள்ளுங்கள். பிறகு, நீங்கள் அந்தச் சூழ்நிலையை எதிர்கொள்ள நேரிடும்போது, அது உங்களுக்கு அன்னியமானதாக இருக்காது. அது உங்களை அச்சுறுத்தாது.

உங்களுடைய சொந்தக் குறிக்கோள் வாசகத்தை உருவாக்குவதிலும் சரி, அதை உங்கள் வாழ்வில் ஒருங்கிணைப்பதிலும் சரி, படைப்புத்திறனுடன்கூடிய உங்களது வலது மூளை உங்களது மிக முக்கியமான சொத்துக்களில் ஒன்றாக விளங்கும்.

மனக்காட்சிப்படைப்பு மற்றும் சுயபிரகடனச் செயல்முறைகள் தொடர்பான ஏராளமான புத்தகங்களும், ஆடியோ மற்றும் வீடியோக்களும் உள்ளன. இத்துறையில் சமீபத்தில் பல புதுமைகள் உருவாக்கப்பட்டுள்ளன. சப்லிமினல் புரோகிராமிங், என்எல்பி, மற்றும் ஆசுவாசம் மற்றும் தற்பேச்சிற்கான புதிய வடிவங்கள் போன்றவை அவற்றில் சில. இவை அனைத்தும், முதற்படைப்பின் அடிப்படைக்

கொள்கைகளை விளக்குவது, விரிவாக விவரிப்பது, மற்றும் வெவ்வேறு விதமாக வழங்குவது ஆகியவற்றை உள்ளடக்கியது.

வெற்றி இலக்கியங்களை நான் பரிசீலனை செய்தது, இவ்விஷயம் தொடர்பான நூற்றுக்கணக்கான புத்தகங்களை என் கண்முன் கொண்டு வந்தது. அவற்றில் சில புத்தகங்கள், அறிவியற்பூர்வமான ஆதாரங்களின் அடிப்படையில் அமையாமல், கதைகள் மற்றும் சம்பவங்களின் அடிப்படையில் உருவாக்கப்பட்டு, அளவுக்கு அதிகமான வாக்குறுதிகளை அள்ளி வழங்கியபோதிலும், பொதுவாக இப்புத்தகங்களில் குறிப்பிடப்பட்டிருந்த விஷயங்கள், அடிப்படையில் அர்த்தமுள்ளவையே என்று நான் நினைக்கிறேன். இதிலுள்ள பெரும்பாலான விஷயங்கள் பல தனிநபர்கள் பைபிளை ஆய்வு செய்ததன் விளைவாக வெளிவந்தவைபோல் தோன்றுகின்றன.

திறமையான தனிமனிதத் தலைமைத்துவத்தில், மனக்காட்சிப்படைப்பு மற்றும் சுயபிரகடன உத்திகள், ஒரு தனிநபரது வாழ்வின் மையமாக உருவாகின்ற, நன்றாக சிந்தித்து உணரப்பட்டக் குறிக்கோள்கள் மற்றும் கொள்கைகளில் இருந்து வருகின்றன. திரைக்கதையை மாற்றி எழுதுவதிலும், மனத்தை மறுசீரமைப்பதிலும், ஆழமாக அர்ப்பணித்துக் கொண்டுள்ள குறிக்கோள்களையும் கொள்கைகளையும் ஒருவரது மனத்திலும் இதயத்திலும எழுதுவதிலும் இவை மிகவும் சக்திமிக்கவையாகத் திகழ்கின்றன.

சமுதாயத்தில் நீடித்து நிலைத்து நிற்கின்ற மதங்கள் அனைத்திலும் அதேபோன்ற கொள்கைகளும் பழக்கங்களும்தான் மையமாக உள்ளன. அவை வெவ்வேறு வடிவில் உள்ளன. தியானம், பிரார்த்தனை, கடவுளின் வாக்குறுதிகள் அல்லது ஆணைகள், மறைநூல்களைப் படித்தல் மற்றும் மனிதாபிமானம் ஆகியவையும், மனசாட்சி மற்றும் கற்பனையின் பல்வேறு வகையான பயன்பாடுகளும் இதில் அடங்கும்.

ஆனால் இவ்வுத்திகள் ஆளுமை நெறிமுறையின் ஒரு பகுதியாக ஆகி, குணநலன்கள் மற்றும் கொள்கைகளிலிருந்து துண்டிக்கப்பட்டால், பிற மையங்களுக்கு அனுகூலமாக, குறிப்பாக சுயம் என்னும் மையத்திற்கு அனுகூலமாக இவை தவறான முறையில் பயன்படுத்தப்படக்கூடும்.

சுயபிரகடனமும் மனக்காட்சிப்படுத்துதலும் மனத்தைப் பக்குவப்படுத்துவதன் இரு வடிவங்கள். நம்முடைய அடிப்படை மையத்தோடு முரண்பட்டு நிற்கின்ற அல்லது வெறும் பணம் சம்பாதித்தல், சுயநலம், அல்லது தவறான கொள்கைகள் ஆகியவற்றிலிருந்து வருகின்ற எந்தவொரு பக்குவப்படுத்துதலுக்கும் அடிபணிந்துவிடாமல் இருப்பதை நாம் உறுதி செய்து கொள்ள வேண்டும்.

ஒரு நபர் பௌதீக சொத்துக்களில் கவனத்தைக் குவிக்கும்போதோ அல்லது 'அதில் எனக்கு என்ன லாபம்?' என்பதில் கவனம் செலுத்தும்போதோ வருகின்ற கணநேர வெற்றியை அடைவதற்கும் கற்பனையைப் பயன்படுத்த முடியும். ஆனால், மனசாட்சியைப் பயன்படுத்தித் தன்னைக் கடந்து சென்று, தனித்துவமான குறிக்கோளின்

அடிப்படையிலும், சகசார்பு யதார்த்தத்தைக் கட்டுப்படுத்துகின்ற கொள்கைகளின் அடிப்படையிலும் அமைந்த பங்களிப்புடன்கூடிய ஒரு வாழ்க்கையை உருவாக்குவதோடு கற்பனையின் மிக உயர்ந்த பயன்பாடு இணக்கமாக உள்ளதாக நான் நம்புகிறேன்.

பாத்திரங்கள் மற்றும் இலக்குகளை அடையாளம் காண்பது

சொந்தக் குறிக்கோள் உருவாக்கம் தொடர்பான உங்கள் வலது மூளையின் காட்சிகளையும், உணர்வுகளையும், உருவங்களையும் எழுத்து வடிவில் கைப்பற்றும் முயற்சியாக அதை எழுதும்போது, பகுத்தறியும் உங்கள் இடது மூளை அதில் முக்கியமான பங்கு வகிக்கிறது. சுவாசப் பயிற்சிகள் மனத்தையும் உடலையும் ஒருங்கிணைப்பதுபோல், எழுதுவது என்ற உள—நரம்பு மண்டலத் தசையின் ஒரு நடவடிக்கை வெளிமனத்திற்கும் ஆழ்மனத்திற்கும் ஒரு பாலமாக அமைந்து அவற்றை ஒருங்கிணைக்கிறது. எழுதுவது நமது சிந்தனையைக் காய்ச்சி வடித்தெடுத்து, படிகமாக்கி, தெளிவுபடுத்தி, அதைப் பல பாகங்களாகப் பிரிப்பதற்கு உதவுகிறது.

நம்முடைய வாழ்வில் நம் ஒவ்வொருவருக்கும் எண்ணற்றப் பல்வேறு பாத்திரங்கள் உள்ளன. நாம் பொறுப்பேற்க வேண்டிய பல்வேறு பகுதிகள் அல்லது திறன்கள் உள்ளன. எடுத்துக்காட்டாக, ஒரு தனிநபர் என்ற முறையில் ஒரு கணவர், ஒரு தந்தை, ஓர் ஆசிரியர், ஒரு தேவாலய உறுப்பினர், ஒரு தொழிலதிபர் என்ற பல்வேறு பாத்திரங்கள் எனக்கு இருக்கக்கூடும். இவை ஒவ்வொன்றும் முக்கியமானவைதான்.

வாழ்வில் அதிக ஆற்றல்மிக்கவர்களாக உருவாவதை நோக்கி மக்கள் உழைக்கும்போது எழக்கூடிய மாபெரும் பிரச்சனைகளில் ஒன்று, அவர்கள் போதுமான அளவு விரிவாக சிந்திப்பதில்லை என்பது. ஆற்றல்மிக்க வாழ்க்கைக்குத் தேவையான விகிதப் பொருத்தம், சமநிலை, இயற்கையான சூழலியல் தொடர்பான உணர்வு ஆகியவற்றை அவர்கள் இழந்துவிடுகின்றனர். அவர்கள் தங்கள் வேலையால் ஆட்கொள்ளப்பட்டுத் தங்கள் ஆரோக்கியத்தைப் புறக்கணித்துவிடுகின்றனர். தொழில்முறை வெற்றி என்ற பெயரில், அவர்கள் தங்கள் வாழ்வின் மிகவும் மதிப்பான உறவுகளைப் புறக்கணிக்கக்கூடும்.

உங்கள் குறிக்கோள் வாசகத்தை உங்கள் வாழ்வின் குறிப்பிட்டப் பாத்திரங்களாகவும், அந்த ஒவ்வொரு பாத்திரத்திலும் நீங்கள் சாதிக்க விரும்பும் இலக்குகளாகவும் நீங்கள் பிரித்துக் கொண்டால், உங்கள் குறிக்கோள் வாசகம் அதிக சமநிலை கொண்டதாகவும், கையாள்வதற்கு சுலபமானதாகவும் இருக்கும். உங்களுடைய தொழில்முறைப் பாத்திரத்தைப் பாருங்கள். நீங்கள் ஒரு விற்பனையாளராகவோ, ஒரு மேலாளராகவோ, அல்லது ஒரு பொருளை உருவாக்குபவராகவோ இருக்கலாம். நீங்கள் அப்பகுதியில் எப்படிப்பட்டவராக இருக்கிறீர்கள்? எந்த மதிப்பீடுகள் உங்களை வழிநடத்த வேண்டும்? உங்களுடைய தனிப்பட்டப் பாத்திரங்களைப் பாருங்கள் — கணவன், மனைவி, தாய்,

தந்தை, அண்டைவீட்டுக்காரர், நண்பர். நீங்கள் இந்தப் பாத்திரங்களில் எப்படிப்பட்டவராக இருக்கிறீர்கள்? உங்களுக்கு எது முக்கியம்? சமுதாயத்தில் நீங்கள் வகிக்கும் பாத்திரங்களைப் பாருங்கள் — அரசியல், பொதுச் சேவை, தன்னார்வத் தொண்டு நிறுவனங்கள்.

பாத்திரங்கள் மற்றும் இலக்குகள் குறித்த யோசனையைப் பயன்படுத்தி ஒரு நிர்வாக அதிகாரி கீழ்க்கண்ட குறிக்கோள் வாசகத்தை உருவாக்கியுள்ளார்:

> ***நாணயத்துடன் வாழ்வதும், மற்றவர்களின் வாழ்வில் ஒரு வித்தியாசத்தை ஏற்படுத்துவதும்தான் எனது குறிக்கோள்.***

இந்தக் குறிக்கோளை நிறைவேற்றுவதற்கு:

என்னிடம் தயாள குணம் இருக்கிறது: *ஒருவரது சூழ்நிலை எதுவாக இருந்தாலும் சரி, அவர்கள் ஒவ்வொருவரையும் தேடிச் சென்று நான் அவர்களை நேசிக்கிறேன்.*

நான் தியாகம் செய்கிறேன்: *என்னுடைய குறிக்கோளுக்கு என் நேரத்தையும், திறமைகளையும், வளவசதிகளையும் நான் அர்ப்பணிக்கிறேன்.*

நான் உத்வேகமூட்டுகிறேன்: *நாம் அனைவரும் கடவுளின் குழந்தைகள் என்பதையும், ஒவ்வொரு பிரச்சனையிலிருந்தும் நம்மால் மீள முடியும் என்பதையும் நான் முன்னுதாரணமாக இருந்து கற்பிக்கிறேன்.*

நான் தாக்கத்தை ஏற்படுத்துகிறேன்: *நான் செய்யும் வேலை மற்றவர்களின் வாழ்வில் ஒரு வித்தியாசத்தை ஏற்படுத்துகிறது.*

என்னுடைய குறிக்கோளை அடைவதில் இப்பாத்திரங்கள் முன்னுரிமை பெறுகின்றன:

கணவன் *- என்னுடைய வாழ்க்கைத் துணைவிதான் என் வாழ்வில் மிக முக்கியமான நபர். நாங்கள் இருவரும் சேர்ந்து இணக்கம், உழைப்பு, ஈகை, மற்றும் சேமிப்பு ஆகியவற்றின் பலன்களை ஈட்டுவதற்குப் பங்களிக்கிறோம்.*

தந்தை *- என் குழந்தைகள் தங்கள் வாழ்வில் படிப்படியாகப் பெருமகிழ்ச்சியை அனுபவிப்பதற்கு நான் உதவுகிறேன்.*

மகன்/ சகோதரன் *- ஆதரவு காட்டுவதற்கும் அன்பு செலுத்துவதற்கும் நான் 'அங்கு' இருக்கிறேன்.*

கிறித்தவன் *- கடவுளின் ஆணைகளை நான் நிறைவேற்றுவேன் என்பதிலும், அவரது மற்றக் குழந்தைகளுக்கு நான் சேவை செய்வேன் என்பதிலும் கடவுள் நிச்சயமாக என்னை நம்பலாம்.*

அண்டைவீட்டுக்காரன் *- மற்றவர்கள் குறித்த எனது நடவடிக்கைகளின் மூலம் கிறிஸ்துவின் அன்பு புலப்படுகிறது.*

தாக்கம் விளைவிப்பவன் *- பெருநிறுவனங்களில் உயர்ந்த செயற்திறனை உருவாக்குவதில் நான் ஓர் ஊக்கியாக இருக்கிறேன்.*

அறிஞன் *- ஒவ்வொரு நாளும் நான் முக்கியமான புதிய விஷயங்களைக் கற்றுக் கொள்கிறேன்.*

வாழ்வில் உங்களது முக்கியமான பாத்திரங்கள் என்ற கண்ணோட்டத்தில் உங்கள் குறிக்கோளை எழுதுவது சமநிலையையும் இணக்கத்தையும் உங்களுக்குக் கொடுக்கும். அது ஒவ்வொரு பாத்திரத்தையும் தெளிவாக உங்கள்முன் வைக்கிறது. ஒரு பாத்திரத்தில் நீங்கள் மூழ்கிப் போய், அதே அளவு முக்கியமான அல்லது உங்கள் வாழ்வில் அதைவிட முக்கியமான பாத்திரங்களை நீங்கள் ஒதுக்கி வைத்துவிடாமல் இருப்பதை உறுதி செய்து கொள்வதற்காக உங்கள் பாத்திரங்களை நீங்கள் அடிக்கடிப் பரிசீலிக்க வேண்டும்.

உங்களுடைய பல்வேறு பாத்திரங்களை நீங்கள் கண்டுகொண்ட பிறகு, இவை ஒவ்வொன்றிலும் நீங்கள் சாதிக்க விரும்புகின்ற நீண்டகால இலக்குகளைப் பற்றி நீங்கள் சிந்திக்கலாம். நாம் இப்போது மீண்டும் வலது மூளையில் இருக்கிறோம். கற்பனை, படைப்புத்திறன், மனசாட்சி, உத்வேகம் ஆகியவற்றைப் பயன்படுத்திக் கொண்டிருக்கிறோம். இந்த இலக்குகள் அனைத்தும் சரியான கொள்கைகளின் அடிப்படையில் அமைந்த ஒரு குறிக்கோள் வாசகத்தின் ஒரு நீட்டிப்பாக இருந்தால், மக்கள் வழக்கமாக நிர்ணயிக்கும் இலக்குகளில் இருந்து இவை கண்டிப்பாக வேறுபட்டிருக்கும். இவை சரியான கொள்கைகள் மற்றும் இயற்கை விதிகளுடன் இணக்கமாக இருக்கும். இது அந்த இலக்குகளை அடைவதற்கு உங்களுக்கு மாபெரும் சக்தியைக் கொடுக்கும். வேறு யாரோ ஒருவருடைய இலக்குகளை நீங்கள் உள்வாங்கியிருக்கவில்லை. இவை உங்களுடைய இலக்குகள். இவை உங்களது ஆழமான மதிப்பீடுகள், தனித்துவமான திறமை, குறிக்கோள் உணர்வு ஆகியவற்றைப் பிரதிபலிக்கின்றன. வாழ்வில் நீங்கள் தேர்ந்தெடுத்துள்ள பாத்திரங்களில் இருந்து இவை வளர்கின்றன.

ஓர் ஆற்றல்மிக்க இலக்கானது நடவடிக்கையின்மீது கவனம் செலுத்தாமல் விளைவுகளின்மீது கவனத்தைக் குவிக்கிறது. நீங்கள் எங்கே சென்றடைய விரும்புகிறீர்கள் என்பதைக் கண்டுகொண்டு, நீங்கள் எங்கே இருக்கிறீர்கள் என்பதைத் தீர்மானிப்பதற்கு உங்களுக்கு உதவுகின்றது. அங்கே எவ்வாறு சென்றடைய வேண்டும் என்பதற்கான முக்கியத் தகவல்களை அது உங்களுக்குக் கொடுத்து, நீங்கள் அங்கு சென்றடைந்தவுடன், நீங்கள் அங்கு வந்தடைந்துவிட்ட செய்தியையும் அது உங்களுக்குத் தெரிவிக்கிறது. அது உங்களுடைய முயற்சிகளையும் ஆற்றலையும் ஒன்றுபடுத்துகிறது. நீங்கள் செய்யும் அனைத்திற்கும் அர்த்தத்தையும் குறிக்கோளையும் கொடுக்கிறது. இறுதியில், அது தன்னை அன்றாட நடவடிக்கைகளாக உருமாற்றிக் கொண்டு, நீங்கள் முன்யோசனையுடன் செயல்படவும், உங்கள் வாழ்க்கை உங்கள் கட்டுப்பாட்டில் இருப்பதற்கும், உங்களது சொந்தக் குறிக்கோளை நிறைவேற்றுவதற்கு அன்றாடம் செய்ய வேண்டிய தேவையான விஷயங்களை நீங்கள் செய்து முடிப்பதற்கும் அது உங்களுக்கு உதவுகிறது.

பாத்திரங்களும் இலக்குகளும் உங்கள் சொந்தக் குறிக்கோளுக்கு வடிவத்தையும் ஒழுங்குமுறையுடன்கூடிய வழிகாட்டுதலையும் கொடுக்கின்றன. ஒரு தனிப்பட்டக் குறிக்கோள் வாசகத்தை நீங்கள்

இதுவரை உருவாக்கியிருக்கவில்லை என்றால், அதை எழுதத் துவங்குவதற்கான நல்ல நேரம் இதுதான். உங்கள் வாழ்வின் பல்வேறு பகுதிகளையும், நீங்கள் முன்னேறுவதற்கு அந்த ஒவ்வொரு பகுதியிலும் நீங்கள் சாதிக்க விரும்புகின்ற இரண்டு அல்லது மூன்று முக்கியமான விளைவுகளையும் கண்டுகொள்வது உங்கள் வாழ்க்கை பற்றிய ஓர் ஒட்டுமொத்தக் கண்ணோட்டத்தையும், ஒருவித வழிகாட்டுதல் உணர்வையும் உங்களுக்குக் கொடுக்கும்.

3வது பழக்கத்திற்குள் நுழையும்போது, குறுகியகால இலக்குகள் பற்றி நாம் இன்னும் ஆழமாக ஆய்வு செய்வோம். இக்கணத்தில் நீங்கள் செய்ய வேண்டிய முக்கியமான வேலை, உங்கள் தனிப்பட்டக் குறிக்கோள் வாசகத்துடன் தொடர்பு கொண்ட பாத்திரங்களையும் நீண்டகால இலக்குகளையும் கண்டுகொள்வது. இப்பாத்திரங்களும் இலக்குகளும், திறமையாக இலக்குகளை நிர்ணயிப்பது மற்றும் அவற்றை அடைவதற்கான அடித்தளத்தை அமைத்துக் கொடுக்கும்.

குடும்பக் குறிக்கோள் வாசகங்கள்

2வது பழக்கம் கொள்கைகளின் அடிப்படையில் அமைந்திருப்பதால், அது பரந்த அளவில் நடைமுறைப்படுத்தக்கூடியதாக உள்ளது. முடிவை மனத்தில் வைத்துத் துவங்கும்போது, தனிநபர்களோடு சேர்த்து, குடும்பங்கள், சேவைக் குழுக்கள், மற்றும் அனைத்து விதமான நிறுவனங்களும் குறிப்பிடத்தக்க அளவில் அதிக ஆற்றல்வாய்ந்தவையாக ஆகின்றன.

பல குடும்பங்கள் வலிமையான கொள்கைகளின் அடிப்படையில் நிர்வகிக்கப்படாமல், நெருக்கடிகள், மனநிலைகள், தற்காலிகத் தீர்வுகள், உடனடி வெகுமதிகள் ஆகியவற்றின் அடிப்படையில் நிர்வாகம் செய்யப்படுகின்றன. அழுத்தம் அதிகரிக்கும்போது அதற்கான அறிகுறிகள் மேலெழுகின்றன. மக்கள் பிறர்மீது நம்பிக்கையற்றவர்களாகவோ, பிறரை விமர்சிப்பவர்களாகவோ ஆகின்றனர் அல்லது மௌனமாக இருந்துவிடுகின்றனர். சிலர் கத்துகின்றனர், உணர்ச்சிவசப்பட்டு நடந்து கொள்கின்றனர். இத்தகைய நடத்தைகளைக் காணும் குழந்தைகள், பிரச்சனைகளைத் தீர்ப்பதற்கான ஒரே வழி சண்டையிடுவது அல்லது தப்பியோடுவது என்ற எண்ணத்துடன் வளர்கின்றனர்.

மாற்றமில்லாத, எப்போதும் நிரந்தரமாக இருக்கக்கூடிய முன்னோக்கும் மதிப்பீடுகளும்தான் எந்தவொரு குடும்பத்தின் மையமாக விளங்குகிறது. ஒரு குடும்பக் குறிக்கோள் வாசகத்தை எழுதுவதன் மூலம், அதன் உண்மையான அடித்தளத்திற்கு நீங்கள் வடிவம் கொடுக்கிறீர்கள்.

இந்தக் குறிக்கோள் வாசகம் ஓர் அரசியலமைப்புச் சட்டமாகவும், மதிப்பிடுவதற்கும் தீர்மானம் மேற்கொள்வதற்குமான தரம் மற்றும் அளவுகோலாகவும் உருவாகிறது. இது அக்குடும்பத்திற்குத் தொடர்ச்சியையும் ஒற்றுமையையும் வழிகாட்டுதலையும் கொடுக்கிறது. தனிநபர் மதிப்பீடுகள் குடும்பத்தின் மதிப்பீடுகளுடன் இணக்கமாக இருக்கும்போது, ஆழமாக உணரப்படும் பொதுவான குறிக்கோள்களை நோக்கி அதன் உறுப்பினர்கள் செயல்படுவர்.

இங்கும் விளைவு எவ்வளவு முக்கியமோ, செயல்முறையும் அவ்வளவு முக்கியம். ஒரு குறிக்கோள் வாசகத்தை எழுதுவதும், மீண்டும் மீண்டும் திருத்தி அதற்கு மெருகூட்டுவதும் குடும்பத்தை மேம்படுத்துவதற்கான ஒரு முக்கியச் செயல்முறையாக ஆகிறது. ஒரு குறிக்கோள் வாசகத்தை உருவாக்குவதற்கு அனைவரும் சேர்ந்து செயல்படுவது அந்தக் குறிக்கோளை வாழ்வதற்கான 'உற்பத்தித் திறனை' உருவாக்குகிறது.

குடும்பத்தின் ஒவ்வோர் உறுப்பினரிடமிருந்தும் கருத்துக்களைக் கேட்டுப் பெறுவது, ஒரு குறிக்கோள் வாசகத்தை எழுதுவது, பின்னூட்டக் கருத்துக்களைப் பெறுவது, அந்த வாசகத்தைத் திருத்துவது, குடும்பத்தின் வெவ்வேறு உறுப்பினர்களின் வார்த்தைகளை அதில் பயன்படுத்துவது ஆகியவற்றின் மூலம், உண்மையிலேயே முக்கியமான விஷயங்களைப் பற்றி உங்கள் குடும்பத்தினரை நீங்கள் பேச வைக்கிறீர்கள், கருத்துக்களைப் பரிமாறிக் கொள்ளச் செய்கிறீர்கள். பரஸ்பர மரியாதையின் அடிப்படையில் ஒன்றுகூடி, தங்களது வெவ்வேறு கண்ணோட்டங்களை வெளிப்படுத்தி, ஒரு தனிநபரால் செய்யக்கூடியதைவிட மிகப் பெரிய ஒரு விஷயத்தை உருவாக்குவதற்கு ஒன்றுசேர்ந்து செயல்படுவது ஆகியவற்றின் விளைவாக உருவாகின்ற குறிக்கோள் வாசகம்தான் மிகச் சிறந்த குறிக்கோள் வாசகமாக இருக்கும். கண்ணோட்டத்தை விரிவுபடுத்துவதற்கும், திசையை மாற்றுவதற்கும், காலங்காலமாக இருந்து வரும் சொற்றொடர்களுக்குப் புதிய அர்த்தங்களைக் கொடுப்பதற்கும் அடிக்கடி மறுபரிசீலனை செய்வது, பொதுவான மதிப்பீடுகள் மற்றும் குறிக்கோள்களில் குடும்பத்தை ஒற்றுமையாக வைத்திருப்பதற்கு உதவும்.

குறிக்கோள் வாசகம் நாம் சிந்திப்பதற்கான, குடும்பத்தைக் கட்டுக்கோப்பாக வைத்திருப்பதற்கான கட்டமைப்பாக உருவாகிறது. பிரச்சனைகளும் நெருக்கடிகளும் ஏற்படும்போது, உண்மையிலேயே எது முக்கியம் என்பதைக் குடும்ப உறுப்பினர்களுக்கு நினைவுபடுத்துவதற்கும், பிரச்சனைகளைத் தீர்ப்பது மற்றும் தீர்மானங்களை மேற்கொள்வதற்குச் சரியான கொள்கைகளின் அடிப்படையில் வழிகாட்டுவதற்கும் குறிக்கோள் வாசகம் என்ற அரசியலமைப்புச் சட்டம் அவர்களிடம் இருக்கிறது.

எங்களுடைய குறிக்கோள் வாசகத்தை எங்கள் வீட்டின் குடும்ப அறையில் உள்ள சுவரில் நாங்கள் மாட்டி வைத்திருக்கிறோம். இதை நாங்கள் தினமும் பார்த்து, எங்களை நாங்களே கண்காணித்துக் கொள்கிறோம்.

நாங்கள் எங்களுடைய குடும்ப இலக்குகளையும் நடவடிக்கைகளையும் திட்டமிடும்போது, "இக்கொள்கைகளின் அடிப்படையில், நாம் எந்தெந்த இலக்குகள்மீது நடவடிக்கை எடுக்கப் போகிறோம்? நம்முடைய இலக்குகளை அடைவதற்கும், இந்த மதிப்பீடுகளை நடைமுறைப்படுத்துவதற்கும் நமது திட்ட நடவடிக்கைகள் எவை?" என்று கேட்கிறோம்.

எங்களுடைய குடும்பக் குறிக்கோள் வாசகத்தை நாங்கள் அடிக்கடிப் பரிசீலனை செய்து, வருடத்திற்கு இரண்டு முறை எங்களுடைய இலக்குகளையும் வேலைகளையும் திருத்தியமைக்கிறோம். சூழ்நிலையை உள்ளவாறே பிரதிபலிப்பதற்கும், அதை மேம்படுத்துவதற்கும், வலிமைப்படுத்துவதற்கும் நாங்கள் இதைச் செய்கிறோம். அது எங்களைப் புதுப்பிப்பதோடு, நாங்கள் நம்புகின்ற, நாங்கள் உயர்ந்த நிலையில் வைத்துள்ள விஷயங்களுக்காக எங்களை மீண்டும் அர்ப்பணித்துக் கொள்வதற்கு எங்களை ஊக்குவிக்கிறது.

நிறுவனக் குறிக்கோள் வாசகங்கள்

வெற்றிகரமான நிறுவனங்களுக்கும் குறிக்கோள் வாசகங்கள் இன்றியமையாதவை. நிறுவனங்களுடனான எனது வேலையின் மிக முக்கியமான பொறுப்புகளில் ஒன்று, ஆற்றல்மிக்கக் குறிக்கோள் வாசகங்களை உருவாக்குவதற்கு அவர்களுக்கு உதவுவது. அந்த வாசகம் ஆற்றல்மிக்கதாக இருக்க வேண்டும் என்றால், அது அந்நிறுவனத்தில் அடியாழத்தில் இருந்து வர வேண்டும். மேல்மட்டத்தில் நிர்வாகத் திட்டங்களை வகுப்போர் மட்டுமல்லாமல், நிறுவனத்திலுள்ள ஒவ்வொருவரும் இச்செயல்முறையில் ஓர் அர்த்தமுள்ள வழியில் பங்கு கொள்ள வேண்டும். எழுத்துபூர்வமான குறிக்கோள் வாசகம் எவ்வளவு முக்கியமோ, அதே அளவு முக்கியம் அனைவரும் அதன் உருவாக்கத்தில் பங்கு கொள்வது. குறிக்கோள் வாசகத்தின் பயன்பாட்டிற்கு இது முக்கியக் காரணியாகும்.

ஐபிஎம் நிறுவனத்தில் நடைபெறும் பயிற்சிச் செயல்முறையைப் பார்க்கும் ஒவ்வொரு முறையும் எனக்குத் தீராத ஆர்வம் ஏற்படும். அந்நிறுவனத்தில் தலைமைப் பொறுப்பில் இருப்பவர்கள் ஒன்றுகூடி, தனிநபரின் கண்ணியம், தலையாயச் சிறப்பு, மற்றும் சேவை ஆகிய மூன்று விஷயங்களைத்தான் ஐபிஎம் நிறுவனம் குறிக்கிறது என்று கூறுவதை நான் மீண்டும் மீண்டும் பார்க்கிறேன்.

இவ்விஷயங்கள் ஐபிஎம்மின் நம்பிக்கை அமைப்பைப் பிரதிநிதித்துவப்படுத்துகின்றன. பிற அனைத்து விஷயங்களும் மாறும், ஆனால் இந்த மூன்று விஷயங்களும் மாறவே மாறாது. சவ்வூடு பரவலைப் போலவே, இந்த நம்பிக்கை அமைப்பும் ஒட்டுமொத்த நிறுவனத்தின் ஊடாகப் பரவி, அதில் வேலை செய்கின்ற அனைவருக்கும் தனிப்பட்டப் பாதுகாப்பு மற்றும் மதிப்பீடுகள் அடங்கிய ஒரு வலிமையான அடித்தளத்தை அமைத்துக் கொடுக்கின்றது.

ஐபிஎம் நிறுவனத்தைச் சேர்ந்த ஒரு குழுவினருக்கு நியூயார்க் நகரில் ஒருமுறை நான் பயிற்சி அளித்துக் கொண்டிருந்தேன். அது சுமார் இருபது பேர் அடங்கிய ஒரு சிறிய குழு. அதில் ஒருவர் நோய்வாய்ப்பட்டார். அவர் கலிபோர்னியாவில் இருந்த தனது மனைவியை அழைத்துப் பேசினார். அவரது நோய்க்குப் பிரத்யேகச் சிகிச்சை தேவைப்பட்டதால் அவரது மனைவி கவலை கொண்டார். பயிற்சியை ஏற்பாடு செய்திருந்த ஐபிஎம் ஊழியர்கள், அவரது நோய் தொடர்பான சிகிச்சையில்

தலைசிறந்து விளங்கிய மருத்துவர்களைக் கொண்ட ஒரு மிகச் சிறந்த மருத்துவமனையில் அவரைச் சேர்க்க ஏற்பாடு செய்தனர். ஆனால் அவரது மனைவிக்கு அதில் உடன்பாடு இல்லை என்பதையும், அவரைக் கலிபோர்னியாவில் இருந்த தங்கள் வீட்டிற்கு அழைத்து வந்து, தங்களது தனிப்பட மருத்துவரிடம் காட்டிச் சிகிச்சையளிக்க வேண்டும் என்று அவர் விரும்பினார் என்பதையும் ஐபிஎம் ஊழியர்கள் உணர்ந்தனர்.

எனவே அவரை வீட்டிற்குக் கொண்டு சேர்ப்பதென்று அவர்கள் தீர்மானித்தனர். விமான நிலையைத்திற்குக் காரில் அவரை அழைத்துச் செல்வதற்கான நேரம், மற்றும் ஒரு விமானத்திற்குக் காத்துக் கொண்டிருப்பதற்கான நேரம் ஆகியவற்றைக் கருத்தில் கொண்டு, ஒரு ஹெலிகாப்டரை வரவழைத்து, அதில் அவரை விமான நிலையத்திற்குக் கூட்டிச் சென்று, கலிபோர்னியாவிற்கு அவரை அழைத்துச் செல்வதற்கு ஒரு தனி விமானத்தை வாடகைக்கு அமர்த்தினர்.

இதற்கு எவ்வளவு செலவாகியிருக்கும் என்று எனக்குத் தெரியாது. பல்லாயிரக்கணக்கான டாலர்கள் ஆகியிருக்கும் என்பது என் ஊகம். ஆனால் தனிநபரின் கண்ணியத்தில் ஐபிஎம் நம்பிக்கை வைத்துள்ளது. அந்நிறுவனம் அதைத்தான் தன் குறிக்கோளாகக் கொண்டுள்ளது. அப்பயிற்சிக்காகக் குழுமியிருந்தோருக்கு, அந்த அனுபவம் அந்நிறுவனத்தின் நம்பிக்கை அமைப்பைப் பிரதிநிதித்துவப்படுத்தியது. இதில் அவர்களுக்கு எள்ளளவும் ஆச்சரியம் இருக்கவில்லை. இந்த அனுபவம் என்னை மெய்சிலிர்க்க வைத்தது.

இன்னொரு சமயம், 175 ஷாப்பிங் சென்டர் மேலாளர்களுக்கு ஒரு குறிப்பிட்ட ஹோட்டலில் வைத்து நான் பயிற்சி கொடுப்பதாகத் திட்டமிடப்பட்டு இருந்தது. அங்கு அவர்களது சேவையின் தரத்தைக் கண்டு நான் வியந்து போனேன். அது வெளிவேஷமான சேவையல்ல. அனைத்து நிலைகளிலும் இருந்த ஊழியர்கள் யாருடைய மேற்பார்வையுமின்றித் தாங்களாகவே சிறப்பான சேவையை வழங்கிக் கொண்டிருந்தனர்.

அன்று நான் வெகு தாமதமாகவே அங்கு வந்து சேர்ந்தேன். அவர்கள் எனக்கு ஓர் அறையை ஒதுக்கிக் கொடுத்ததும், ரூம் சர்வீஸ் இருக்கிறதா என்று நான் அங்கிருந்த ஊழியரிடம் கேட்டேன். "இல்லை, திரு. கவி, ஆனால் நீங்கள் விரும்பினால், எங்கள் சமையலறையில் இப்போது என்ன இருக்கிறது என்பதைப் பார்த்து ஒரு சான்ட்விச்சோ அல்லது ஒரு சாலடோ கொண்டு வந்து உங்களுக்குக் கொடுக்க முடியுமா என்று பார்க்கிறேன்," என்று கூறினார். அவரது மனப்போக்கு என்னுடைய சௌகரியம் மற்றும் நலன் குறித்து அவர் கொண்டிருந்த அக்கறையை வெளிப்படுத்துவதாக இருந்தது. "உங்களது பயிற்சி நடைபெறவுள்ள அறையை நீங்கள் பார்க்க விரும்புகிறீர்களா? உங்களுக்கு வேறு ஏதேனும் தேவையா? உங்களுக்கு சேவை செய்வதற்காகவே நான் இங்கு இருக்கிறேன்," என்று அவர் கூறினார்.

கண்காணிப்பதற்கு அங்கு எந்த மேற்பார்வையாளரும் இருக்கவில்லை. இந்த நபர் உண்மையாகவும் நேர்மையாகவும் சேவை செய்து கொண்டிருந்தார்.

அடுத்த நாள், பயிற்சியின் நடுவில், எனக்குத் தேவையான வண்ண மார்க்கர் பேனாக்கள் இல்லாததை நான் கண்டறிந்தேன். எனவே சிறு இடைவேளையின்போது அறையைவிட்டு வெளியே சென்று, இன்னொரு சந்திப்புக் கூட்டத்திற்கு ஓடிக் கொண்டிருந்த ஊழியர் ஒருவரிடம், "எனக்கு ஒரு பிரச்சனை. நான் இங்கு மேலாளர்கள் குழு ஒன்றிற்குப் பயிற்சியளித்துக் கொண்டிருக்கிறேன். சிறிது நேரம் மட்டுமே எனக்கு இடைவேளை உள்ளது. எனக்கு சில வண்ண மார்க்கர் பேனாக்கள் தேவை," என்று கூறினேன்.

அவர் உடனடியாக என்மீது கவனம் செலுத்தி, என்னுடைய பெயரட்டையில் என்னுடைய பெயரைப் பார்த்து, "திரு. கவி அவர்களே, நான் உங்கள் பிரச்சனையைத் தீர்க்கிறேன்," என்று கூறினார்.

"மார்க்கர் பேனாக்கள் எங்கே கிடைக்கும் என்று எனக்குத் தெரியாது," என்றோ, "வரவேற்பாளரிடம் சென்று கேளுங்கள்," என்றோ அவர் என்னிடம் கூறவில்லை. அவர் என் பிரச்சனையை கவனித்துக் கொண்டார். எனக்கு உதவுவது தனது பாக்கியம் என்பதுபோல் அவர் என்னை உணர வைத்தார்.

பின்னர், நான் அங்கிருந்த வரவேற்பறை ஒன்றில் வைக்கப்பட்டிருந்த சில கலைப் பொருட்களைப் பார்வையிட்டுக் கொண்டிருந்தேன். அங்கிருந்த ஊழியர்களில் ஒருவர் என்னிடம் வந்து, "திரு. கவி அவர்களே, இந்த ஹோட்டலில் உள்ள கலைப் பொருட்களைப் பற்றிய விவரங்களும் விவரிப்புகளும் அடங்கிய ஒரு புத்தகத்தை நீங்கள் பார்க்க விரும்புகிறீர்களா?" என்று கேட்டார். அடுத்தவரின் தேவைகளைக் குறிப்பறிந்து அவர்கள் எதிர்கொண்ட விதமும், அவர்கள் வழங்கிய சேவையும் என் மனத்தைக் கவர்ந்தன.

வரவேற்பறையில் ஓர் ஊழியர் ஓர் ஏணியின்மீது நின்று கொண்டு சன்னல்களைக் கழுவிக் கொண்டிருந்ததை நான் பார்த்தேன். அந்த நேரத்தில் தோட்டத்தில் ஒரு பெண் தன் நடைவண்டியுடன் சிரமப்பட்டு நடந்து கொண்டிருந்ததை அவர் கவனித்தார். அந்தப் பெண் ஒன்றும் கீழே விழுந்திருக்கவில்லை. வேறு சிலரும் அவருடன் இருந்தனர். ஆனால் இந்த ஊழியர் தன் ஏணியில் இருந்து இறங்கி வந்து, தோட்டத்திற்குச் சென்று, அப்பெண்ணை வரவேற்பறைக்கு அழைத்து வந்து, அவர் கவனித்துக் கொள்ளப்படுவதை உறுதி செய்தார். பிறகு அவர் திரும்பிச் சென்று, சன்னல்களைத் துடைத்து முடித்தார்.

வாடிக்கையாளர் சேவை என்ற மதிப்பீட்டை இவ்வளவு ஆழமாக உள்வாங்கியுள்ள மக்களைக் கொண்ட இந்நிறுவனத்தால் இப்படிப்பட்ட ஒரு கலாச்சாரத்தை எவ்வாறு உருவாக்க முடிந்தது என்பதை நான் கண்டுபிடிக்க விரும்பினேன். அந்த ஹோட்டலின் வெவ்வேறு துறைகளைச் சேர்ந்த பல ஊழியர்களை நான் பேட்டி கண்டேன். இந்த சேவை மனப்போக்கு அங்கிருந்த ஒவ்வோர் ஊழியரின் மனத்திலும், இதயத்திலும், மனப்போக்கிலும் ஆழமாகப் பதிந்திருந்ததை நான் கண்டேன்.

பின்கதவு வழியாக நான் சமையலறைக்குள் நுழைந்தேன். அங்கு அவர்களுடைய மைய மதிப்பீட்டை நான் கண்டேன்: "விட்டுக்கொடுக்காத தனிப்பட்ட சேவை." இறுதியில் நான் அந்த ஹோட்டலின் மேலாளரிடம் சென்று, "நிறுவனங்கள் ஒரு சக்திவாய்ந்த குழு தொடர்பான குணநலன்களையும், ஒரு குழுக் கலாச்சாரத்தையும் உருவாக்குவதற்கு உதவுவதுதான் என்னுடைய தொழில். உங்கள் ஹோட்டலில் நிலவும் கலாச்சாரத்தைக் கண்டு நான் வியந்து நிற்கிறேன்," என்று கூறினேன்.

"இதற்கான உண்மையான காரணம் என்னவென்று தெரிந்து கொள்ள விரும்புகிறீர்களா?" என்று அவர் என்னிடம் கேட்டார். பிறகு அந்த சங்கிலித் தொடர் ஹோட்டல்களின் நிறுவனக் குறிக்கோள் வாசகத்தை அவர் வெளியே எடுத்தார்.

நான் அதைப் படித்துவிட்டு, "இது ஒரு மெச்சத்தக்க வாசகம். ஆனால் பிரமாதமான குறிக்கோள் வாசகங்களைக் கொண்ட பல நிறுவனங்களை நான் பார்த்திருக்கிறேன்," என்று கூறினேன்.

"இந்த ஹோட்டலின் குறிக்கோள் வாசகத்தை நீங்கள் பார்க்க விரும்புகிறீர்களா?" என்று அவர் கேட்டார்.

"இந்த ஹோட்டலுக்கென்று தனியான ஒரு வாசகத்தை உருவாக்கியுள்ளீர்களா?"

"ஆமாம்."

"உங்களது மற்ற ஹோட்டல்களிலிருந்து இது வேறுபட்டுள்ளதா?"

"ஆம். இது எங்களது மற்ற ஹோட்டல்களின் வாசகத்துடன் இணக்கமாக உள்ளது, ஆனால் எங்களுடைய வாசகம் எங்களது குறிப்பிட்டச் சூழ்நிலை, சூழல், மற்றும் நேரத்திற்கு ஏற்றவாறு அமைக்கப்பட்டுள்ளது." அவர் என்னிடம் இன்னொரு காகிதத்தைக் கொடுத்தார்.

"இந்தக் குறிக்கோள் அறிக்கையை யார் உருவாக்கினார்கள்?" என்று நான் கேட்டேன்.

"அனைவரும்," என்று அவர் பதிலளித்தார்.

"அனைவருமா? உண்மையாகவா?"

"ஆம். அனைத்துத் துறையைச் சேர்ந்த ஊழியர்களும் சேர்ந்துதான் இதை உருவாக்கினர்."

"நேற்றிரவு உங்களை வரவேற்ற ஊழியர்கள் உருவாக்கிய குறிக்கோள் வாசகத்தை நீங்கள் பார்க்க விரும்புகிறீர்களா?" அவர்களாகவே எழுதிய, பிற அனைத்துக் குறிக்கோள் வாசகங்களுடனும் பின்னிப் பிணைந்திருந்த ஒரு குறிக்கோள் வாசகத்தை அவர் வெளியே எடுத்து என்னிடம் காட்டினார். ஒவ்வொரு நிலையில் இருந்த ஊழியர்களும் அதில் பங்கு கொண்டிருந்தனர்.

அந்த ஹோட்டலின் குறிக்கோள் வாசகம் அந்நிறுவனத்தின் அனைத்துச் செயல்பாடுகளுக்கும் மையமாக இருந்தது. சிந்தனைபூர்வமான, குறிப்பிட்ட ஊழியர் குழுக்களின் தனிச்சிறப்புடன்கூடிய குறிக்கோள் வாசகங்களை அது உற்பத்தி செய்து

கொடுத்தது. அங்கு மேற்கொள்ளப்பட்ட ஒவ்வொரு தீர்மானமும் இதன் அடிப்படையிலேயே எடுக்கப்பட்டன. அந்த மக்கள் எதை உயர்வாக மதித்தனரோ, அதை அது தெளிவுபடுத்தியது. வாடிக்கையாளர் மற்றும் சக ஊழியர் உறவு குறித்த அவர்களது நிலைப்பாடு என்ன என்பதை அது தெளிவுபடுத்தியது. மேலாளர்களும் தலைவர்களும் செயல்பட்ட விதத்தின்மீதும் அது தாக்கத்தை ஏற்படுத்தியது. அவர்கள் எப்படிப்பட்டவர்களை வேலைக்கு நியமித்தனர், அவர்களுக்கு எவ்வாறு பயிற்சி அளித்தனர், அவர்களை எவ்வாறு உருவாக்கினர் போன்றவற்றின்மீதும் அது தாக்கத்தை ஏற்படுத்தியது. அந்நிறுவனத்தின் ஒவ்வோர் அம்சமும் அந்தக் குறிக்கோள் வாசகத்தின் ஒரு செயல்பாடாகவே இருந்தது.

அதே சங்கிலித் தொடர் ஹோட்டல்களில் வேறொரு ஹோட்டலுக்கு நான் சென்றேன். அங்கு நுழைந்ததும் முதல் வேலையாக அவர்களது குறிக்கோள் வாசகத்தை நான் கேட்டேன். அவர்களும் உடனடியாக அதை என்னிடம் காட்டினர். இந்த ஹோட்டலில், 'விட்டுக்கொடுக்காத தனிப்பட்ட சேவை' என்ற குறிக்கோளை நான் இன்னும் அதிகமாகப் புரிந்து கொண்டேன்.

மூன்று நாட்களுக்கு, அவர்களது சேவை தேவைப்பட்ட ஒவ்வொரு சூழ்நிலையையும் நான் கண்காணித்தேன். அவர்கள் மிகச் சிறந்த முறையில் சேவை செய்ததை நான் ஒவ்வொரு முறையும் கண்டேன். அவர்களது சேவை எப்போதும் மிகவும் தனிப்பட்ட முறையில் இருந்ததையும் நான் கண்டேன். எடுத்துக்காட்டாக, நான் நீச்சல் குளப் பகுதியில் இருந்தபோது, குடிநீர்க் குழாய் எங்கே இருக்கிறது என்று அங்கிருந்த ஓர் ஊழியரிடம் கேட்டேன். அவர் என் கூடவே வந்து என்னை அந்த இடத்திற்கு அழைத்துச் சென்றார்.

ஆனால், ஓர் ஊழியர் தனது தவறைத் தன் மேலதிகாரியிடம் தானாகவே முன்வந்து ஒப்புக் கொண்டதை நான் பார்த்தது என்னை மிகவும் கவர்ந்த விஷயமாகும். நாங்கள் ரூம் சர்வீஸ் ஆர்டர் செய்திருந்தோம். எத்தனை மணிக்கு எங்கள் அறைக்கு உணவு வந்து சேரும் என்று அவர்கள் எங்களிடம் தெரிவித்தனர். எங்கள் அறைக்கு உணவு கொண்டு வந்து கொண்டிருந்த ஊழியர், எங்கள் அறைக்கு வரும் வழியில் ஹாட் சாக்லேட்டைத் தவறுதலாகக் கொட்டிவிட்டார். எனவே, திரும்பிச் சென்று, டிரேயில் இருந்த துணியை மாற்றிவிட்டு, இன்னொரு ஹாட் சாக்லேட்டை எடுத்து வருவதற்குள் பதினைந்து நிமிடங்கள் தாமதமாகிவிட்டன. இது ஒன்றும் எங்களுக்கு அவ்வளவு முக்கியமான விஷயமாகத் தோன்றவில்லை.

ஆனாலும், அடுத்த நாள் காலையில் ரூம் சர்வீஸ் மேலாளர் எங்களைத் தொலைபேசியில் அழைத்து, தாமதத்திற்கு எங்களிடம் மன்னிப்புக் கேட்டதோடு, எங்களுக்கு இலவசக் காலை உணவிற்கும் ஏற்பாடு செய்தார். எங்களுக்கு ஏற்பட்ட அசௌகரியத்திற்காக அவர்கள் இவ்வழியில் ஈடுகட்ட விரும்பினர்.

வாடிக்கையாளர் சரியான முறையில் கவனித்துக் கொள்ளப்பட வேண்டும் என்பதற்காக, யாருக்கும் தெரியாத தனது தவறைத் தானாகவே முன்வந்து தனது மேலாளரிடம் ஒப்புக் கொள்கின்ற ஊழியரைக் கொண்ட ஒரு நிறுவனத்தின் கலாச்சாரத்தைப் பற்றி என்ன கூறுவது?

நான் முதலில் சென்ற ஹோட்டலின் மேலாளரிடம் கூறியதுபோலவே, பிரமிக்கத்தக்கக் குறிக்கோள் வாசகங்களைக் கொண்ட ஏராளமான நிறுவனங்களை நான் பார்த்திருக்கிறேன். ஆனால், நிறுவனத்தில் உள்ள ஒவ்வொருவரும் இணைந்து எழுதிய ஒரு குறிக்கோள் வாசகத்தின் சக்திக்கும், ஓர் அறைக்குள் அமர்ந்து கொண்டு ஒருசில நிர்வாக உயரதிகாரிகளால் எழுதப்படும் ஒரு குறிக்கோள் வாசகத்தின் சக்திக்கும் இடையே உலகளவு வேறுபாடு உள்ளது.

குடும்பங்களிலும் நிறுவனங்களிலும் உள்ள அடிப்படையான பிரச்சனைகளில் ஒன்று, மற்றவர்களின் தீர்மானங்களுக்கு மக்கள் தங்களை அர்ப்பணித்துக் கொள்வதில்லை என்பதுதான். அவர்கள் வெறுமனே அவற்றை ஏற்றுக் கொள்ளத் தயாராக இல்லை.

நிறுவனங்களுடன் நான் வேலை பார்க்கும்போது, தனிநபர்களின் இலக்குகள் அவர்களது நிறுவனத்தின் இலக்குகளிலிருந்து முற்றிலும் வேறுபட்டிருப்பதைப் பல சமயங்களில் பார்க்கிறேன். கூறப்பட்டிருக்கும் மதிப்பு அமைப்புகளில் இருந்து, வெகுமதி அளிக்கும் முறைகள் முழுவதுமாக வேறுபட்டிருக்கும்.

ஏற்கனவே ஏதோ ஒரு வகையான குறிக்கோள் வாசகத்தை உருவாக்கியுள்ள நிறுவனங்களுக்கு நான் பயிற்சியளிக்கத் துவங்கும்போது, "உங்களிடம் ஒரு குறிக்கோள் வாசகம் இருப்பது இங்குள்ள மக்களில் எத்தனை பேருக்குத் தெரியும்? அந்த வாசகத்தில் என்ன அடங்கியுள்ளது என்று உங்களில் எத்தனை பேருக்குத் தெரியும்? அதை உருவாக்குவதில் எத்தனை பேர் ஈடுபட்டனர்? எத்தனை பேர் அதை ஏற்றுக் கொண்டு, அதன் அடிப்படையில் தீர்மானங்களை மேற்கொள்கின்றனர்?" என்று அவர்களிடம் கேட்கிறேன்.

ஈடுபாடு இல்லையென்றால், அங்கு அர்ப்பணிப்பு இருக்காது. இதை நன்றாக நினைவில் வைத்துக் கொள்ளுங்கள். மீண்டும் கூறுகிறேன்: ஈடுபாடு இல்லையென்றால், அங்கு அர்ப்பணிப்பு இருக்காது.

இப்போது, ஒரு நபர் ஒரு நிறுவனத்தில் புதிதாகச் சேரும்போது அல்லது குடும்பத்தில் ஒரு குழந்தை சிறியவனாக இருக்கும்போது, அவர்களுக்கு உங்களால் ஓர் இலக்கைக் கொடுக்க முடியும், அவர்களும் அதை ஏற்றுக் கொள்வார்கள், குறிப்பாக, அந்த உறவும், அறிமுகமும், பயிற்சியும் நல்லவிதமாக இருக்கும்போது.

ஆனால், மக்கள் அதிகப் பக்குவமடைந்து, அவர்களது வாழ்க்கைக்கு வேறொரு தனியான அர்த்தம் ஏற்படும்போது, கூடுதலான ஈடுபாட்டை அவர்கள் விரும்புகின்றனர். அவர்களுக்கு அத்தகைய ஈடுபாடு கிடைக்கவில்லை என்றால், அவர்கள் அதை ஏற்றுக் கொள்ளப் போவதில்லை. அப்போது, ஒரு தீவிரமான ஊக்குவிப்புப் பிரச்சனை அங்கு எழும். எந்த சிந்தனை அப்பிரச்சனையை உருவாக்கியதோ, அதே நிலையிலான சிந்தனையால் அப்பிரச்சனைக்குத் தீர்வு காண முடியாது.

அதனால்தான் ஒரு நிறுவனத்தின் குறிக்கோள் வாசகத்தை உருவாக்குவதற்கு நேரமும், பொறுமையும், ஈடுபாடும், திறமையும், புரிதலும் தேவைப்படுகின்றன. இது தற்காலிகத் தீர்வு அல்ல என்பதை நினைவில் கொள்ளுங்கள். செயற்திட்டங்கள், அமைப்புகள், நிர்வாக முறைகள் ஆகியவற்றை முன்னோக்கு மற்றும் மதிப்பீடுகளுடன் இசைவுபடுத்துவதற்கு நேரமும், நேர்மையும், சரியான கொள்கைகளும், துணிவும், நாணயமும் தேவைப்படுகின்றன. ஆனால் இது சரியான கொள்கைகளின் அடிப்படையில் அமைந்திருப்பதால், இது நிச்சயமாக வேலை செய்கிறது.

ஒரு நிறுவனத்திலுள்ள ஊழியர்கள் ஒவ்வொருவரிடமும் இருக்கின்ற ஆழமான முன்னோக்கு மற்றும் மதிப்பீடுகளை உண்மையாகப் பிரதிபலிக்கின்ற அந்நிறுவனத்தின் குறிக்கோள் வாசகம் ஒரு மாபெரும் ஒற்றுமையையும் ஏராளமான அர்ப்பணிப்பையும் உருவாக்குகின்றது. தங்கள் நடவடிக்கைகளைக் கட்டுப்படுத்துவதற்கான அளவீடுகளை அல்லது வழிகாட்டுதல்களை அது மக்களின் மனங்களிலும் இதயங்களிலும் உருவாக்குகின்றது. வேறொருவர் அவர்களை வழிகாட்டவோ, கட்டுப்படுத்தவோ, விமர்சிக்கவோ, அல்லது குற்றப்படுத்தவோ தேவையில்லை. நிறுவனத்தின் குறிக்கோளை அவர்கள் தங்களது மாற்றமற்ற மையத்தில் ஏற்றுக் கொண்டுவிட்டனர்.

செயல்முறைப் பரிந்துரைகள்

1. இந்த அத்தியாயத்தின் துவக்கத்தில் கொடுக்கப்பட்டிருந்த இறுதிச் சடங்கு மனக்காட்சிப்படைப்பில் உங்களுக்கு ஏற்பட்ட சிந்தனைகளை இங்கு பதிவு செய்து கொள்வதற்கு நேரத்தை எடுத்துக் கொள்ளுங்கள். உங்கள் எண்ணங்களை ஒழுங்கமைப்பதற்குக் கீழ்க்கண்ட அட்டவணையை நீங்கள் பயன்படுத்த விரும்பக்கூடும்.

நடவடிக்கைப் பகுதி	குணநலன்கள்	பங்களிப்புகள்	சாதனைகள்
குடும்பம்			
நண்பர்கள்			
வேலை			
தேவாலயம்/ சமூக சேவை போன்றவை			

2. ஒருசில கணங்களை எடுத்துக் கொண்டு, உங்கள் பாத்திரங்களை நீங்கள் இப்போது பார்க்கும் விதத்தில் எழுதிக் கொள்ளுங்கள். உங்கள் வாழ்க்கையின் கண்ணாடி பிம்பம் உங்களுக்குத் திருப்திகரமானதாக உள்ளதா?

3. உங்களது அன்றாட நடவடிக்கைகளிலிருந்து உங்களை முழுவதுமாக விலக்கிக் கொண்டு, உங்களது சொந்தக் குறிக்கோள் வாசகத்தை நடைமுறைப்படுத்தத் துவங்குவதற்கு நேரத்தை ஒதுக்கிக் கொள்ளுங்கள்.

4. இணைப்பு 1ல் காட்டப்பட்டுள்ள பல்வேறு மையங்களைப் பார்த்து, உங்களால் அடையாளம் காணக்கூடியவற்றை வட்டமிடுங்கள். உங்களது ஆய்வின் விளைவுகள் உங்களுக்கு சௌகரியமானவையாக உள்ளனவா?

5. உங்களுடைய தனிப்பட்டக் குறிக்கோள் வாசகத்தை எழுதுவதற்கான வளவசதிகளாக நீங்கள் பயன்படுத்த விரும்பக்கூடிய குறிப்புகள், மேற்கோள்கள், மற்றும் யோசனைகளை சேகரிக்கத் துவங்குங்கள்.

6. எதிர்காலத்தில் வெகு விரைவில் நீங்கள் எதிர்கொள்ளவிருக்கின்ற ஒரு பணித்திட்டத்தைக் கண்டுகொண்டு, உங்கள் மனத்தில் அதை உருவாக்குங்கள். நீங்கள் விரும்புகின்ற விளைவுகளையும், அவ்விளைவுகளுக்கு இட்டுச் செல்லும் வழிகளையும் எழுதிக் கொள்ளுங்கள்.

7. 2வது பழக்கத்தின் கொள்கைகளை உங்கள் குடும்பத்தினருடனோ அல்லது உங்களது சக ஊழியர்களுடனோ பகிர்ந்து கொண்டு, நீங்கள் அனைவரும் சேர்ந்து ஒரு குடும்பக் குறிக்கோள் வாசகம் அல்லது ஒரு குழுவின் குறிக்கோள் வாசகத்தை உருவாக்குவதற்கான செயல்முறையைத் துவக்குவதற்குப் பரிந்துரையுங்கள்.

பழக்கம் 3

முதலில் செய்ய வேண்டியவற்றை முதலில் செய்தல்

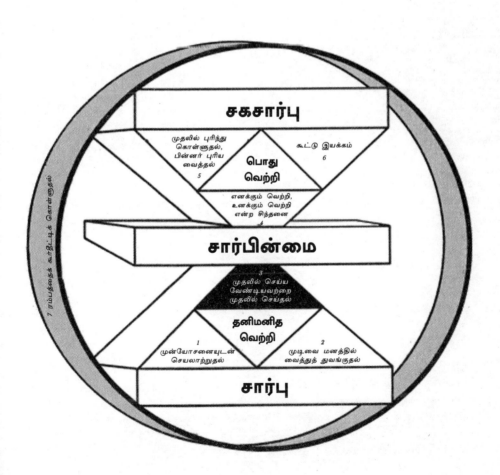

தனிமனித நிர்வாகம் குறித்தக் கொள்கைகள்

"அதிக முக்கியமான விஷயங்கள் முக்கியத்துவமற்ற விஷயங்களின் தயவில் ஒருபோதும் இருக்கக் கூடாது."

- கதே

ஒரு கணம் ஒதுக்கி, பின்வரும் இரண்டு கேள்விகளுக்கு ஒரு சுருக்கமான விடையை எழுதுவீர்களா? 3வது பழக்கத்தின்மீது நீங்கள் செயல்படத் துவங்கும்போது உங்கள் விடைகள் முக்கியமானவையாக இருக்கும்.

முதலாவது கேள்வி: தினந்தோறும் நீங்கள் செய்து வந்தால், உங்கள் தனிப்பட்ட வாழ்க்கையில் ஒரு மாபெரும் நேர்மறையான வித்தியாசத்தை ஏற்படுத்தக்கூடிய, உங்களால் செய்ய முடிகின்ற (நீங்கள் இப்போது செய்து கொண்டிருக்காத) ஒரு விஷயம் எதுவாக இருக்கும்?

இரண்டாவது கேள்வி: உங்கள் வியாபாரத்திலோ அல்லது தொழில் வாழ்க்கையிலோ இதே போன்ற விளைவுகளை ஏற்படுத்தக்கூடிய ஒரு விஷயம் எதுவாக இருக்கும்?

இக்கேள்விகளுக்கான விடைகளை நாம் பிறகு பார்க்கலாம். ஆனால் முதலில், 3வது பழக்கத்தை நாம் சரியான கண்ணோட்டத்தில் வைக்கலாம்.

1வது மற்றும் 2வது பழக்கங்களை நடைமுறைப்படுத்துவதால் விளைகின்ற தனிப்பட்டப் பலன்தான் 3வது பழக்கம்.

"நீங்கள்தான் படைப்பாளி. எல்லாம் உங்கள் கட்டுப்பாட்டில்தான் உள்ளது," என்று 1வது பழக்கம் கூறுகிறது. இது மனிதர்களுக்கே உரிய தனித்துவமான ஆசீர்வாதங்களான கற்பனை, மனசாட்சி, தேர்ந்தெடுப்பதற்கான சுதந்திரம், மற்றும் சுயவிழிப்புணர்வு ஆகியவற்றின் அடிப்படையில் அமைந்துள்ளது. "என்னுடைய குழந்தைப் பருவத்திலிருந்தும் எனது சமுதாயக் கண்ணாடியில் இருந்தும் எனக்குக் கொடுக்கப்பட்டு வந்துள்ள ஆரோக்கியமற்ற ஒரு செயற்திட்டம் அது. பயனற்ற அந்தத் திரைக்கதையில் எனக்கு விருப்பமில்லை. என்னால் அதை மாற்ற முடியும்," என்று நீங்கள் கூறுவதற்கு அது உங்களுக்கு சக்தியளிக்கிறது.

2வது பழக்கம்தான் முதற்படைப்பு அல்லது மனப்படைப்பு. இது நமது கற்பனையையும் மனசாட்சியையும் அடிப்படையாகக் கொண்டது. அதாவது, தற்சமயம் நம் கண்களால் பார்க்க முடியாதவற்றை நம் மனத்தில் பார்க்கக்கூடிய மற்றும் உருவாக்கக்கூடிய திறனையும், நமது

சொந்தத் தனித்துவம் மற்றும் அதை நிறைவேற்றுவதற்கான தனிப்பட்ட, ஒழுக்கரீதியான, நெறிமுறைசார்ந்த வழிகாட்டுதல்களையும் கண்டுகொள்வதற்கான திறனையும் அடிப்படையாகக் கொண்டது இது. நமது அடிப்படைக் கருத்துக் கண்ணோட்டங்கள், மதிப்பீடுகள், மற்றும் நம்மால் யாராக உருவாக முடியும் என்ற முன்னோக்கு ஆகியவற்றுடனான ஆழமான தொடர்பு இது.

எனவே, 3வது பழக்கம்தான் இரண்டாவது படைப்பு, யதார்த்தப் படைப்பு. 1வது மற்றும் 2வது பழக்கங்களின் நிறைவேறுதல் மற்றும் இயல்பான வெளிப்பாடு அது. கொள்கையை மையமாகக் கொண்டவர்களாக ஆவதை நோக்கி நம்மிடமுள்ள தேர்ந்தெடுப்பதற்கான சுதந்திரத்தைச் செயல்படுத்துவது இது. ஒவ்வொரு நாளும், ஒவ்வொரு கணமும் செயல்படுவதைப் பற்றியது இது.

3வது பழக்கத்திற்கு 1வது மற்றும் 2வது பழக்கங்கள் முற்றிலும் இன்றியமையாதவை, முன்கூட்டியே தேவையானவை. நீங்கள் கொள்கையை மையமாகக் கொண்டவராக ஆக வேண்டும் என்றால், உங்களுடைய 'முன்யோசனையுடன் நடந்து கொள்ளும்' இயல்பைப் பற்றிய விழிப்புணர்வு முதலில் உங்களுக்கு ஏற்பட வேண்டும், பிறகு அந்த இயல்பை நீங்கள் உருவாக்க வேண்டும். உங்களுடைய கருத்துக் கண்ணோட்டங்களைப் பற்றிய விழிப்புணர்வும், அக்கண்ணோட்டங்களை சரியான கொள்கைகளுக்கு ஏற்றவாறு எவ்வாறு ஒத்திசைவாக வைக்க வேண்டும் என்பது பற்றியப் புரிதலும் இல்லாமல் கொள்கையை மையமாகக் கொண்டவராக உங்களால் ஆக முடியாது. உங்களுடைய தனித்துவமான பங்களிப்பைப் பற்றிய முன்னோக்கும், அதன்மீது கவனமும் இல்லாமல் கொள்கையை மையமாகக் கொண்டவராக உங்களால் ஆக முடியாது.

ஆனால் அந்த அடித்தளம் இருந்தால், 3வது பழக்கத்தை — அதாவது, ஆற்றல்வாய்ந்த சுயநிர்வாகத்தை ஒவ்வொரு நாளும் ஒவ்வொரு கணமும் கடைபிடிப்பதன் மூலம், கொள்கையை மையமாகக் கொண்டவராக உங்களால் ஆக முடியும்.

நிர்வாகம் என்பது தலைமைத்துவத்தில் இருந்து முற்றிலும் மாறுபட்டது என்பதை நினைவில் கொள்ளுங்கள். தலைமைத்துவம் முக்கியமாக அதிக ஆற்றல்வாய்ந்த, வலது மூளையின் ஒரு செயல்பாடு. அது ஒரு பெரிய கலை. அது ஒரு தத்துவத்தின் அடிப்படையில் அமைந்துள்ளது. தனிப்பட்டத் தலைமைத்துவ விவகாரங்களை நீங்கள் கையாளும்போது வாழ்க்கை குறித்த உச்சகட்டக் கேள்விகளை நீங்கள் கேட்க வேண்டும்.

ஆனால் அந்த விவகாரங்களை நீங்கள் கையாண்டுவிட்டால், அவற்றுக்கு நீங்கள் தீர்வு கண்டுவிட்டால், உங்களுடைய விடைகளுடன் பொருந்தி இருக்கின்ற ஒரு வாழ்க்கையை ஆற்றலோடு உருவாக்குவதற்கு உங்களை நீங்கள் திறமையாகக் கையாள வேண்டும். நீங்கள் 'சரியான காட்டில்' இல்லாவிட்டால், திறமையாகக் கையாள்வதற்கான திறன் இங்கு அவ்வளவாக எந்த வித்தியாசத்தையும் ஏற்படுத்தாது. ஆனால்

நீங்கள் சரியான காட்டில் இருந்தால், அது அனைத்து வித்தியாசத்தையும் ஏற்படுத்தும். வாஸ்தவத்தில், திறமையாகக் கையாள்வதற்கான திறன் இரண்டாவது படைப்பின் தரத்தையும் இருத்தலையும் தீர்மானிக்கின்றது. நிர்வாகம் என்பது விபரங்களைப் பகுத்து ஆராய்ந்து, வரிசைப்படுத்தி, செயல்படுத்தும் இடது மூளையின் சுயநிர்வாக அம்சம். திறமையான தனிப்பட்டச் செயல்பாட்டிற்கான எனது கொள்கை இது: இடது பக்கத்திலிருந்து நிர்வகியுங்கள்; வலது பக்கத்திலிருந்து முன்னடத்துங்கள்.

தேர்ந்தெடுப்பதற்கான சுதந்திரத்தின் சக்தி

சுயவிழிப்புணர்வு, கற்பனை, மற்றும் மனசாட்சியுடன் சேர்த்து, தேர்ந்தெடுப்பதற்கான சுதந்திரம்தான் உண்மையிலேயே ஆற்றல்மிக்க சுயநிர்வாகத்தை சாத்தியமாக்குகிறது. தீர்மானங்களையும் தேர்ந்தெடுப்புகளையும் மேற்கொண்டு, அவற்றுக்கு இசைவாகச் செயல்படுவதற்கான திறன் அது. வேறொன்று நம்மீது தாக்கம் ஏற்படுத்துவதற்குப் பதிலாக, நாம் முதலில் நடவடிக்கை எடுப்பதற்கும், மற்ற மூன்று ஆசீர்வாதங்களின் ஊடாக நாம் உருவாக்கியுள்ள செயற்திட்டத்தை முன்யோசனையுடன் செயல்படுவதற்குமான திறன் அது.

மனிதர்களிடம் உள்ள தேர்ந்தெடுப்பதற்கான சுதந்திரம ஓர் அற்புதமான விஷயம். நம்புதற்கரிய பல முட்டுக்கட்டைகளுக்கு எதிராக அது மீண்டும் மீண்டும் வெற்றி பெற்று வந்துள்ளது. இவ்வுலகில் உள்ள ஹெலன் கெல்லர்கள் இந்த சுதந்திரத்தின் மதிப்பிற்கும் சக்திக்கும் ஆதாரமாக விளங்குகின்றனர்.

ஆனால் ஆற்றல்மிக்க சுயநிர்வாகம் என்ற கண்ணோட்டத்தில் இதை நாம் ஆய்வு செய்யும்போது, ஒரே ஒரு பெருமுயற்சி மட்டுமே நிரந்தரமான வெற்றியைக் கொண்டுவருவது இல்லை என்பதை நாம் உணர்கிறோம். தேர்ந்தெடுப்பதற்கான சுதந்திரம் என்ற இந்த மாபெரும் அனுகூலத்தை ஒவ்வொரு நாளும் நாம் மேற்கொள்ளும் தீர்மானங்களில் எவ்வாறு பயன்படுத்துவது என்பதை நாம் கற்றுக் கொள்வதிலிருந்து நமக்கு சக்தி கிடைக்கிறது.

தேர்ந்தெடுப்பதற்கான சுதந்திரத்தை நம் அன்றாட வாழ்வில் நாம் எந்த அளவுக்கு வளர்த்து வைத்துள்ளோம் என்பது நமது தனிப்பட்ட நாணயத்தினால் அளவிடப்படுகிறது. நாணயம் என்பது அடிப்படையில் நாம் நம்மீது வைத்துக் கொள்ளும் மதிப்பீடு. நமக்கு நாமே வாக்குறுதிகளை வழங்கி, அவற்றை நிறைவேற்றுவதற்கான திறன் அது. நாம் சொல்வதை நாம் செய்வதற்கான திறன் அது. இது நமக்கு நாமே கொடுத்துக் கொள்ளும் ஒரு மரியாதை, குணநல நெறிமுறையின் ஓர் அடிப்படைப் பகுதி, முன்யோசனையுடன்கூடிய வளர்ச்சியின் ஜீவநாடி.

ஆற்றல்மிக்க நிர்வாகம் என்பது முதலில் செய்ய வேண்டியதை முதலில் செய்வது. "முதலில் செய்ய வேண்டிய விஷயங்களை"த் தலைமைத்துவம் தீர்மானிக்கும் அதே நேரத்தில், ஒவ்வொரு நாளும் ஒவ்வொரு கணமும் அதை முன்னுரிமைப்படுத்துவது நிர்வாகம்தான். நிர்வாகம் என்பது செயல்படுத்துவதற்கான ஒழுங்கு.

நீங்கள் ஓர் ஆற்றல்வாய்ந்த சுயநிர்வாகியாக இருந்தால், உங்களுடைய ஒழுங்கு உங்களுக்குள் இருந்து வரும்; தேர்ந்தெடுப்பதற்கான உங்களது சுதந்திரத்தின் ஒரு செயல்பாடு அது. உங்களுடைய சொந்த ஆழமான மதிப்பீடுகள் மற்றும் அவற்றின் மூலாதாரத்தைக் கடைபிடித்து ஒழுகுபவர் நீங்கள். உங்கள் உணர்வுகள், தூண்டுதல்கள், மற்றும் மனநிலைகளைப் பின்னுக்குத்   தள்ளிவிட்டு   அந்த   மதிப்பீடுகளை முன்னுரிமைப்படுத்துவதைத் தேர்ந்தெடுப்பதற்கான சுதந்திரம் உங்களிடம் உள்ளது.

ஈ.எம்.கிரேயின் 'வெற்றிக்கான பொதுவான காரணி' என்ற கட்டுரை எனக்கு மிகவும் பிடித்தமான கட்டுரைகளில் ஒன்று. வெற்றிகரமான மனிதர்கள் அனைவரிடமும் இருக்கும் இந்த ஒரு காரணியைத் தேடுவதில் அவர் தன் வாழ்நாள் முழுவதையும் செலவிட்டார். அந்தக் காரணி கடின உழைப்போ, அதிர்ஷ்டமோ, புத்திசாலித்தனமான மனித உறவுகளோ அல்ல, இவை அனைத்தும் முக்கியம் என்றாலும்கூட. மற்றக் காரணிகளிலிருந்து தனித்து நிற்கும் இந்தக் காரணி, முதலில் செய்ய வேண்டியவற்றை முதலில் செய்வது என்ற 3வது பழக்கத்தின் சாராம்சத்தை உள்ளடக்கியுள்ளது.

"தோல்வியாளர்கள் செய்ய விரும்பாத விஷயங்களைச் செய்யும் பழக்கம் வெற்றியாளர்களிடம் உள்ளது. வெற்றியாளர்களும் அவற்றை அவ்வளவாகச் செய்ய விரும்புவதில்லை. ஆனால் அவர்களது விருப்பமின்மை அவர்களது குறிக்கோளின் வலிமைக்குப் பின்னால் தள்ளப்பட்டுவிடுகிறது," என்று அவர் கூறினார்.

அவ்வாறு பின்னுக்குத் தள்ளப்படுவதற்கு ஒரு குறிக்கோள் அல்லது ஒரு லட்சியம் தேவை. செல்லும் திசை குறித்த ஓர் உணர்வு மற்றும் மதிப்பீடு அதற்குத் தேவை. மற்ற விஷயங்களை ஒதுக்கித் தள்ளுகின்ற அளவுக்கு உள்ளுக்குள் ஒரு தணியாத விருப்பம் இருக்க வேண்டியது அவசியம். தேர்ந்தெடுப்பதற்கான சுதந்திரமும், உங்களுக்கு விருப்பமில்லாதபோதுகூட ஒரு விஷயத்தைச் செய்வதற்கான சக்தியும் இதற்குத் தேவை. அது எந்தவொரு கணத்திலும் உங்களுக்கு ஏற்படும் விருப்பம் அல்லது தூண்டுதலின் செயல்பாடாக இல்லாமல், உங்கள் மதிப்பீடுகளின்   ஒரு   செயல்பாடாக   இருக்க   வேண்டும். முன்யோசனையுடன்கூடிய உங்களது முதற்படைப்பிற்கு நாணயமாக நீங்கள் நடந்து கொள்ளக்கூடிய சக்தி அது.

நேர நிர்வாகத்தின் நான்கு தலைமுறைகள்

3வது பழக்கத்தில் நாம் நேர நிர்வாகம் மற்றும் வாழ்க்கை தொடர்பான பல கேள்விகளைக் கையாள்கிறோம். சுவாரசியமான இத்துறையின் நீண்டகால மாணவன் என்ற முறையில், நேர நிர்வாகம் என்னும் பகுதியில் சிறந்த சிந்தனையின் சாராம்சத்தை ஒரே சொற்றொடரில் அடக்கிவிடலாம் என்று நான் தனிப்பட்ட முறையில் நம்புகிறேன். அந்த சொற்றொடர் இதுதான்: ஒழுங்கமைத்து, உங்கள் முன்னுரிமைகளின்படி செயல்படுத்துங்கள். இச்சொற்றொடர் நேர

நிர்வாகக் கோட்பாட்டின் மூன்று தலைமுறைகளின் பரிணாம வளர்ச்சியைக் குறிக்கிறது. நேரத்தை எவ்வளவு சிறப்பாக நிர்வகிப்பது என்பதில்தான் பல்வேறு வகையான அணுகுமுறைகளும் புத்தகங்களும் கவனத்தைக் குவிக்கின்றன.

மனித முயற்சியின் பிற பகுதிகளின் பாணியைப் போலவே, தனிமனித நிர்வாகமும் அதே பாணியில் பரிணாம வளர்ச்சி அடைந்து வந்துள்ளது. தலைசிறந்த வளர்ச்சி ஆற்றல்கள் அல்லது 'அலைகள்' அடுத்தடுத்து வந்து, அவை ஒவ்வொன்றும் ஓர் இன்றியமையாத புதிய பரிமாணத்தைக் கூட்டுகின்றன. எடுத்துக்காட்டாக, சமூக வளர்ச்சியில், வேளாண்மைப் புரட்சியைத் தொடர்ந்து தொழிற்புரட்சி ஏற்பட்டது. அதைத் தொடர்ந்து தொழில்நுட்பப் புரட்சி ஏற்பட்டது. பின்னெழும் ஒவ்வோர் அலையும் ஏராளமான சமூகரீதியான முன்னேற்றத்தையும் தனிமனித முன்னேற்றத்தையும் விளைவித்தது.

அதேபோல், நேர நிர்வாகத்திலும், ஒவ்வொரு தலைமுறையும் அதற்கு முந்தையத் தலைமுறையின்மீது கட்டி எழுப்புகிறது. அவை ஒவ்வொன்றும் நம் வாழ்க்கை நம்முடைய கட்டுப்பாட்டில் அதிகமாக இருப்பதை நோக்கி நம்மை நகர்த்துகின்றன. முதல் அலை அல்லது தலைமுறையில் குறிப்புகளும் சரிபார்ப்புப் பட்டியல்களும் இடம்பெற்றன. நமது நேரம் மற்றும் ஆற்றல்மீது ஏவப்படும் பலதரப்பட்ட அழுத்தங்களைப் புத்திசாலித்தனமாக அங்கீகரிப்பதற்கான முயற்சி இது.

இரண்டாவது தலைமுறையில் காலண்டர்களும், முன்கூட்டியே ஏற்பாடு செய்யப்படும் சந்திப்புகள் குறித்தப் புத்தகங்களும் இடம்பெற்றன. இந்த அலை, நாம் முன்னோக்கிப் பார்ப்பது, எதிர்கால நிகழ்வுகள் மற்றும் நடவடிக்கைகளுக்கான காலநேரங்களைத் திட்டமிடுவது போன்றவற்றின் ஒரு முயற்சியைப் பிரதிபலிக்கிறது.

மூன்றாவது தலைமுறை தற்போதைய நேர நிர்வாகத் துறையைப் பிரதிபலிக்கிறது. முன்னுரிமைப்படுத்துதல், மதிப்பீடுகளைத் தெளிவுபடுத்துதல், அவற்றுடனான உறவுகளின் அடிப்படையில் அமைந்த நடவடிக்கைகளின் மதிப்பை ஒப்பிடுதல் போன்ற முக்கியமான யோசனைகளை அது தனது முந்தைய தலைமுறைகளுக்கு வழங்குகிறது. அதோடு, நேரமும் ஆற்றலும் மதிப்பீடுகளுடன் இணக்கமாக வழிநடத்தப்படுகின்ற, திட்டவட்டமான நீண்டகால, இடைக்கால, மற்றும் குறுகியகால இலக்குகளை நிர்ணயிப்பதன்மீது அது கவனம் செலுத்துகிறது.

மூன்றாவது தலைமுறை ஒரு குறிப்பிடத்தக்கப் பங்களிப்பை வழங்கியிருந்தாலும், 'ஆற்றல்மிக்கத்' திட்டமிடுதலும் நேரக் கட்டுப்பாடும் பெரும்பாலான நேரங்களில் அழிவுபூர்வமானவையாக உள்ளன என்பதை மக்கள் உணரத் துவங்கியுள்ளனர். ஆற்றலின்மீது கவனம் செலுத்துவது, வளமான உறவுகளை உருவாக்குவதற்கான வாய்ப்புகளுடனும், மனிதத் தேவைகளை எதிர்கொள்வதற்கான வாய்ப்புகளுடனும், அன்றாடம் தன்னிச்சையான கணங்களை அனுபவிப்பதற்குமான வாய்ப்புகளுடனும் முரண்பட்டு நிற்கின்ற எதிர்பார்ப்புகளை உருவாக்குகின்றது.

இதன் விளைவாக, நேர நிர்வாகத் திட்டங்கள் மற்றும் அட்டவணைகள் பலருக்கு ஏமாற்றத்தை ஏற்படுத்தியுள்ளன. இவை மிகவும் மட்டுப்படுத்தப்பட்டவையாகவும், அதிகமாகத் திட்டமிடப்பட்டவையாகவும் உள்ளதாக அவர்கள் உணர்கின்றனர். அவர்கள் தங்கள் உறவுகளையும், தன்னிச்சையான போக்கையும், வாழ்க்கைத் தரத்தையும் தக்க வைத்துக் கொள்வதற்காக மீண்டும் முதலாவது மற்றும் இரண்டாவது தலைமுறைகளுக்குச் சென்றுவிடுகின்றனர்.

ஆனால் வித்தியாசமான ஒரு நான்காவது தலைமுறை உருவாகிக் கொண்டிருக்கிறது. 'நேர நிர்வாகம்' என்பது உண்மையிலேயே ஒரு பொருத்தமற்றப் பெயர் என்பதை அது அறிந்து கொண்டுள்ளது. இங்கு சவாலான விஷயம் நேரத்தைக் கையாள்வது அல்ல, நம்மைக் கையாள்வதுதான். திருப்தி என்பது எதிர்பார்ப்பு மற்றும் உணர்தலின் ஒரு செயல்பாடு. எதிர்பார்ப்பும் திருப்தியும் நமது செல்வாக்கு வட்டத்திற்குள் இருக்கின்றன.

விஷயங்கள் மற்றும் நேரத்தின்மீது கவனம் செலுத்துவதற்குப் பதிலாக, நான்காவது தலைமுறை எதிர்பார்ப்புகள், உறவுகளைத் தக்கவைத்து மேம்படுத்துவதிலும் விளைவுகளை அடைவதிலும் கவனம் செலுத்துகிறது. சுருக்கமாகக் கூறினால், உற்பத்தி/உற்பத்தித் திறன் சமநிலையைப் பராமரிப்பதில் கவனம் செலுத்துகிறது.

இரண்டாவது கால்சதுரப் பகுதி

நான்காவது தலைமுறை நிர்வாகத்தின் இன்றியமையாத கவனக்குவிப்பை எதிர்ப் பக்கத்தில் உள்ள நேர நிர்வாக அட்டவணையில் அடக்கிவிடலாம். அடிப்படையில், நாம் நான்கு வழிகளில் ஏதேனும் ஒரு வழியில் நேரத்தைச் செலவிடுகிறோம்.

அவசரம் மற்றும் முக்கியம் ஆகியவைதான் ஒரு நடவடிக்கையை வரையறுக்கின்ற இரண்டு காரணிகள் என்பதை நாம் பார்க்கிறோம். அவசரம் என்பதற்கு உடனடியான கவனம் தேவை என்று பொருள். 'இப்போது!' என்பதுதான் அது. அவசர விஷயங்கள் நம்மீது செயல்படுகின்றன. ஒலித்துக் கொண்டிருக்கும் தொலைபேசி அவசரமானது. தொலைபேசி மணி ஒலிக்க அனுமதிப்பதைப் பற்றிய சிந்தனையைக்கூடப் பலரால் பொறுத்துக் கொள்ள முடியாது.

நீங்கள் பல மணிநேரம் செலவழித்து உங்கள் ஆவணங்களைத் தயார் செய்து, நன்றாக உடையுடுத்தி, ஒரு குறிப்பிட்டப் பிரச்சனையைப் பற்றிக் கலந்துரையாடுவதற்காக ஒருவரது அலுவலகத்திற்குச் செல்கிறீர்கள். நீங்கள் அவரது அலுவலகத்தில் இருக்கும்போது அவரது தொலைபேசி மணி ஒலித்தால், பொதுவாக உங்களைவிட அந்தத் தொலைபேசிக்குத்தான் முன்னுரிமை கொடுக்கப்படும்.

நீங்கள் வேறொருவரைத் தொலைபேசியில் அழைக்கிறீர்கள் என்றால், "நான் பதினைந்து நிமிடங்களில் வருகிறேன். அதற்குள் பேசி முடியுங்கள்,"

நேர நிர்வாக அட்டவணை

	அவசரம்	அவரசமில்லை

முக்கியம்	**I**
	
	நெருக்கடிகள்
	அழுத்தமிக்கப் பிரச்சனைகள்
	காலக்கெடுவுடன்கூடிய
	    பணித்திட்டங்கள்
		II
		
		முன்னெச்சரிக்கை நடவடிக்கை
		உற்பத்தித்திறன் நடவடிக்கைகள்
		உறவுகளை வளர்த்தல்
		புதிய வாய்ப்புகளை அடையாளம்
		    காணுதல்
		திட்டமிடுதல்
		பொழுதுபோக்கு

முக்கியமில்லை	**III** இடையூறுகள் சில தொலைபேசி அழைப்புகள் சில அஞ்சல்கள் சில அறிக்கைகள் சில சந்திப்புகள் அண்மையில் உள்ள அழுத்தமிக்க விவகாரங்கள் பிரபலமான நடவடிக்கைகள்	**IV** அற்பமான விஷயங்கள் சில அஞ்சல்கள் சில தொலைபேசி அழைப்புகள் நேரத்தை விரயம் செய்பவை இனிமையான நடவடிக்கைகள்

என்று கூறுவதற்கு அவ்வளவு பேர் தயாராக இருக்க மாட்டார்கள். ஆனால் அதே மக்கள், உங்களைத் தங்கள் அலுவலகத்தில் அதிக நேரம் காக்க வைத்துவிட்டு, வேறொருவருடன் தொலைபேசியில் உரையாடிக் கொண்டிருப்பர்.

அவசர விஷயங்கள் பொதுவாக நம் கண்களுக்குப் புலப்படும். அவை நம்மை அழுத்தும்; நடவடிக்கை எடுக்க அவை நம்மை வற்புறுத்தும். அவை மற்றவர்களுடன் பிரபலமாக இருக்கும். வழக்கமாக அவை நம் எதிரில் இருக்கும். அவை பெரும்பாலும் இனிமையானவையாகவும், எளிதானவையாகவும், செய்வதற்குக் குதூகலமானவையாகவும் இருக்கும்.

முக்கியத்துவம் விளைவுகளோடு சம்பந்தப்பட்டது. ஏதேனும் ஒன்று முக்கியமானதாக இருந்தால், அது உங்கள் குறிக்கோளுக்கும், உங்கள் மதிப்பீடுகளுக்கும், உங்களது உயர்ந்த முன்னுரிமை பெற்ற இலக்குகளுக்கும் பங்களிப்பதாக இருக்கும்.

அவசர விஷயங்களுக்கு நாம் எதிர்வினையாற்றுகிறோம். அவசரமில்லாத முக்கியமான விஷயங்களுக்கு அதிகத் தன்முயற்சியும், அதிக முன்யோசனையுடன்கூடிய செயல்பாடும் தேவை. வாய்ப்புகளைக் கைவசப்படுத்துவதற்கும், விஷயங்களை நிகழ்த்துவதற்கும் நாம் நடவடிக்கை எடுக்க வேண்டும். 2வது பழக்கத்தை நாம் கடைபிடிக்காவிட்டால், எது முக்கியம் என்பது பற்றியும், நம் வாழ்வில் நாம் விரும்பும் விளைவுகளைப் பற்றியும் ஒரு தெளிவான யோசனை நமக்கு இருக்காவிட்டால், அவசர விஷயங்கள்மீது நடவடிக்கை எடுப்பதற்கு நாம் வெகு சுலபமாகத் தூண்டப்படுவோம்.

நேர நிர்வாக அட்டவணையில் உள்ள நான்கு கால்சதுரப் பகுதிகளையும் பாருங்கள். முதலாவது கால்சதுரப் பகுதி அவசரமானது மற்றும் முக்கியமானது. உடனடியான கவனம் தேவைப்படுகின்ற குறிப்பிடத்தக்க விளைவுகளை இது கையாள்கிறது. வழக்கமாக, முதலாவது கால்சதுரப் பகுதியில் உள்ள நடவடிக்கைகளை 'நெருக்கடிகள்' அல்லது 'பிரச்சனைகள்' என்று நாம் அழைக்கிறோம். சில முதலாவது கால்சதுரப் பகுதி நடவடிக்கைகள் நம் அனைவருடைய வாழ்விலும் இருக்கின்றன. ஆனால் இந்தப் பகுதி பலரை ஆட்கொண்டுவிடுகிறது. அவர்கள் நெருக்கடிகளை சமாளிப்பவர்களாகவும், பிரச்சனைகளைப் பற்றியே சிந்திப்பவர்களாகவும், காலக்கெடுவுடன்கூடிய பணிகளைச் செய்பவர்களாகவும் உள்ளனர்.

நீங்கள் முதலாவது கால்சதுரப் பகுதியில் கவனம் செலுத்திக் கொண்டிருக்கும்வரை, அது மேலும் மேலும் பெரிதாகி, உங்கள்மீது ஆதிக்கம் செலுத்தத் துவங்கிவிடுகிறது. ஒரு பெரிய பிரச்சனை தோன்றி உங்களை வீழ்த்திச் சாய்க்கிறது. நீங்கள் முழுவதுமாக அழிக்கப்பட்டுவிடுகிறீர்கள். நீங்கள் போராடி மீண்டும் எழுந்து நின்றாலும், இன்னொரு பிரச்சனை வந்து மீண்டும் உங்களைத் தரையோடு தரையாக்கிவிடுகிறது.

சிலர் ஒவ்வொரு நாளும் பிரச்சனைகளால் தாக்குண்டு கிடக்கின்றனர். நான்காவது கால்சதுரப் பகுதியின் முக்கியமற்ற, அவசரமற்ற நடவடிக்கைகளுக்குத் தப்பியோடுவதுதான் அவர்களுக்கு இருக்கும் ஒரே புகலிடம். எனவே நீங்கள் அவர்களது மொத்த அட்டவணையைப் பார்க்கும்போது, அவர்கள் தங்களது நேரத்தில் 90 சதவீதத்தை முதலாவது கால்சதுரப் பகுதியிலும், மீதமுள்ள 10 சதவீதத்தின் பெரும்பாலான நேரத்தை நான்காவது காலசதுரப் பகுதியிலும் கழிக்கின்றனர். இரண்டாவது மற்றும் மூன்றாவது கால்சதுரப் பகுதிகளில் அவர்கள் குறிப்பிடத்தக்க நேரத்தைச் செலவிடுவதில்லை. தங்கள் வாழ்க்கையை நெருக்கடிகளால் கையாளும் மக்கள் இவ்விதத்தில்தான் வாழ்கின்றனர்.

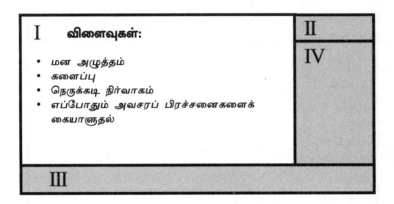

I **விளைவுகள்:**

- *மன அழுத்தம்*
- *களைப்பு*
- *நெருக்கடி நிர்வாகம்*
- *எப்போதும் அவசரப் பிரச்சனைகளைக் கையாளுதல்*

II

IV

III

முதலாவது கால்சதுரப் பகுதியில இருப்பதாக நினைத்துக் கொண்டு, மூன்றாவது கால்சதுரப் பகுதியின் 'அவசரமான, ஆனால் முக்கியமற்ற' நடவடிக்கைகளில் ஏராளமான நேரத்தைச் செலவிடும் மக்களும் உள்ளனர். அவசரமான விஷயங்களுககு எதிர்வினையாற்றுவதில் அவர்கள் தங்கள் நேரத்தின் பெரும்பகுதியைச் செலவிடுகின்றனர் — அந்த அவசரமான விஷயங்களும் முக்கியமானவைதான் என்ற அனுமானத்தில். ஆனால் உண்மை என்னவென்றால், இவ்விஷயங்களின் அவசரத்தன்மை பெரும்பாலும் மற்றவர்களுடைய முன்னுரிமைகள் மற்றும் எதிர்பார்ப்புகளின் அடிப்படையில் அமைகின்றது.

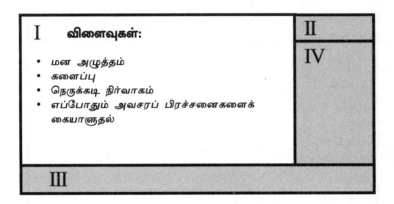

I

II

III **விளைவுகள்:**

- குறுகியகால கவனக்குவிப்பு
- நெருக்கடி நிர்வாகம்
- நன்மதிப்பு — பச்சோந்தித்தனம்
- இலக்குகளும் திட்டங்களும் பயனற்றவை என்று பார்ப்பது
- பலிகடாவைப்போலவும், எதுவும் தன் கட்டுப்பாட்டில் இல்லாததுபோலவும் உணர்வது
- மேலோட்டமான அல்லது முறிவுபட்டுள்ள உறவுகள்

IV

மூன்றாவது மற்றும் நான்காவது கால்சதுரப் பகுதிகளில் பிரத்யேகமாக நேரத்தை செலவிடும் மக்கள் பொறுப்பற்ற வாழ்க்கையை நடத்துகின்றனர்.

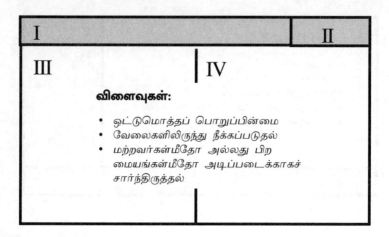

ஆற்றல்வாய்ந்த மக்கள் மூன்றாவது மற்றும் நான்காவது கால்சதுரப் பகுதிகளில் இருந்து விலகி இருக்கின்றனர். ஏனெனில், அவசரமோ இல்லையோ, அவ்விஷயங்கள் முக்கியமற்றவை. இரண்டாவது கால்சதுரப் பகுதியில் அதிக நேரத்தைச் செலவிடுவதன் மூலம் அவர்கள் முதலாவது கால்சதுரப் பகுதியில் செலவிடும் நேரத்தைச் சுருக்குகின்றனர்.

இரண்டாவது கால்சதுரப் பகுதிதான் ஆற்றல்மிக்கத் தனிமனித நிர்வாகத்தின் ஜீவநாடி. அவசரமற்ற, ஆனால் முக்கியமான விஷயங்களை இது கையாள்கிறது. உறவுகளை வளர்ப்பது, ஒரு சொந்தக் குறிக்கோள் வாசகத்தை எழுதுவது, நீண்டகாலத் திட்டங்களை மேற்கொள்வது, உடற்பயிற்சி செய்வது, முன்னெச்சரிக்கையுடன் பராமரிப்பது, தயாரிப்பது போன்ற, நாம் செய்ய வேண்டிய விஷயங்கள் என்று நாமறிந்த, அவை அவசரமானவை அல்ல என்பதால் எப்படியோ செய்யத் தவறுகின்ற விஷயங்களை இது கையாள்கிறது.

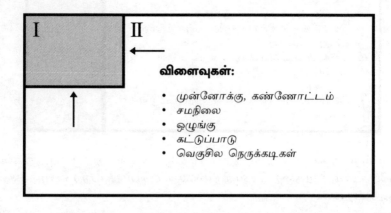

பீட்டர் டிரக்கரின் வார்த்தைகளைத் தொகுத்துக் கூறினால், ஆற்றல்மிக்க மனிதர்கள் பிரச்சனைகளைப் பற்றி நினைப்பதில்லை; அவர்கள் வாய்ப்புகளைப் பற்றி நினைக்கின்றனர். அவர்கள் வாய்ப்புகளுக்கு உணவூட்டி, பிரச்சனைகளைப் பட்டினி போடுகின்றனர். வருமுன் காப்பதற்காக அவர்கள் முன்னெச்சரிக்கையாக நடந்து கொள்கின்றனர். அவர்களது உடனடி கவனம் தேவைப்படுகின்ற, உண்மையான முதலாவது கால்சதுரசதுரப் பகுதி நெருக்கடிகளும் அவசரகால நடவடிக்கைகளும் அவர்களுக்கும் இருக்கின்றன, ஆனால் அவற்றின் எண்ணிக்கை மிகக் குறைவே. இரண்டாவது கால்சதுரப் பகுதியின் முக்கியமான, ஆனால் அவசரமற்ற, ஆற்றலைப் பெருக்குகின்ற நடவடிக்கைகளில் கவனம் செலுத்துவதன் மூலம், அவர்கள் 'உற்பத்தி'யையும் 'உற்பத்தித் திறனை'யும் சமநிலையில் வைக்கின்றனர்.

நேர நிர்வாக அட்டவணையை மனத்தில் வைத்து, இப்போது சிறிது நேரம் எடுத்துக் கொண்டு, இந்த அத்தியாயத்தின் துவக்கத்தில் கேட்கப்பட்டுள்ள கேள்விகளுக்கு நீங்கள் எவ்வாறு விடையளித்தீர்கள் என்பதைப் பற்றி சிந்தித்துப் பாருங்கள். அவை எந்தக் கால்சதுரப் பகுதிக்குள் பொருந்துகின்றன? அவை முக்கியமானவையா? அவசரமானவையா?

அவை இரண்டாவது காலவசதுர பகுதிக்குள் அடங்குபவையாக இருக்கும் என்பது என் ஊகம். அவை மிகவும் முக்கியமானவை, ஆனால் அவசரமற்றவை. அவை அவசரமற்றவையாக இருப்பதால் நீங்கள் அவற்றைச் செய்வதில்லை.

இப்போது அந்தக் கேள்விகளின் இயல்பை மீண்டும் பாருங்கள்: தினந்தோறும் நீங்கள் செய்து வந்தால், உங்கள் தனிப்பட்ட மற்றும் தொழில்முறை வாழ்க்கையில் ஒரு மாபெரும் நேர்மறையான வித்தியாசத்தை ஏற்படுத்தக்கூடிய, உங்களால் செய்ய முடிகின்ற ஒரு விஷயம் எதுவாக இருக்கும்? இரண்டாவது கால்சதுரப் பகுதி அந்த வகையான தாக்கத்தை ஏற்படுத்துகிறது. நாம் அவற்றைச் செய்யும்போது நம்முடைய ஆற்றல் பன்மடங்கு பெருகுகிறது.

இதே போன்ற ஒரு கேள்வியை நான் அந்த ஷாப்பிங் சென்டர் மேலாளர்களிடம் கேட்டேன். "உங்கள் தொழில்வாழ்க்கையில் விளைவுகளின்மீது அதிக அளவில் நேர்மறையான தாக்கங்களை ஏற்படுத்தக்கூடிய ஒரு விஷயத்தை நீங்கள் செய்வதாக இருந்தால், அது எதுவாக இருக்கும்?" ஷாப்பிங் சென்டரில் கடைகளை வாடகைக்கு எடுத்துள்ள அக்கடைகளின் உரிமையாளர்களுடன் உதவிகரமான தனிமனித உறவுகளை வளர்த்துக் கொள்வது என்பதுதான் அவர்கள் அனைவருடைய ஏகோபித்த பதிலாக இருந்தது. இது ஓர் இரண்டாவது கால்சதுரப் பகுதி நடவடிக்கையாகும்.

அவர்கள் அந்த நடவடிக்கையில் எவ்வளவு நேரம் செலவிட்டனர் என்பதை நாங்கள் ஆய்வு செய்தோம். அது 5 சதவீதத்திற்கும் குறைவாகவே இருந்தது. அதை நியாயப்படுத்துவதற்கு ஏற்றக் காரணங்கள் அவர்களிடம் இருந்தன: தயாரிக்கப்பட வேண்டிய அறிக்கைகள், கலந்து

கொள்ள வேண்டிய சந்திப்புக் கூட்டங்கள், விடையளிக்கப்பட வேண்டிய அஞ்சல்கள், விடுக்கப்பட வேண்டிய தொலைபேசி அழைப்புகள், ஓயாத இடையூறுகள் போன்ற அடுத்தடுத்தப் பிரச்சனைகள் அவர்களுக்கு இருந்தன. முதலாவது கால்சதுரப் பகுதி அவர்களை முழுமையாக ஆக்கிரமித்து இருந்தது.

கடை மேலாளர்களுடன் மிகக் குறைவான நேரத்தையே அவர்கள் செலவிட்டுக் கொண்டிருந்தனர். அவர்கள் அவ்வாறு செலவிட்ட நேரங்களும் எதிர்மறை ஆற்றல்களால் நிரம்பி வழிந்தன. ஒப்பந்தத்தை வலியுறுத்துவதற்கு மட்டும்தான் கடை மேலாளர்களை அவர்கள் சந்தித்தனர். அதாவது, பணத்தை வசூலிப்பது அல்லது விளம்பரத்தைப் பற்றி விவாதிப்பது அல்லது மைய வழிமுறைகளுடன் முரண்பட்டு நிற்கின்ற வழக்கங்களைப் பற்றி விவாதிப்பது ஆகியவற்றுக்கு மட்டுமே அவர்களது சந்திப்பு நிகழ்ந்தது.

கடை மேலாளர்கள் தாக்குப்பிடித்து நிற்பதற்கே போராடிக் கொண்டிருந்தனர். செழிப்புறுவதைப் பற்றி நினைக்க அவர்களுக்கு நேரமில்லை. பணிநியமனப் பிரச்சனைகள், விலைப் பிரச்சனைகள், கணக்கெடுப்புப் பிரச்சனைகள், மற்றும் பல்வேறு பிரச்சனைகள் அவர்களுக்கு இருந்தன. அவர்களில் பெரும்பாலானோர் எந்தவிதமான நிர்வாகப் பயிற்சியும் பெற்றிருக்கவில்லை. வணிகத்தில் சிலர் திறமை பெற்றவர்களாக இருந்தனர், ஆனால் அவர்களுக்கு உதவி தேவைப்பட்டது. ஷாப்பிங் சென்டரில் கடைகளை வாடகைக்கு எடுத்திருந்தவர்கள், அந்த ஷாப்பிங் சென்டரின் உரிமையாளர்களைப் பார்க்கக்கூட விரும்பவில்லை. அந்த உரிமையாளர்கள் தங்களது இன்னொரு பிரச்சனை என்பதாக அவர்கள் கருதினர்.

எனவே முன்யோசனையுடன் செயல்படுவது என்று அந்த உரிமையாளர்கள் தீர்மானித்தனர். அவர்கள் தங்களது குறிக்கோளையும், மதிப்பீடுகளையும், முன்னுரிமைகளையும் தீர்மானித்தனர். அந்த முன்னுரிமைகளுக்கு இணக்கமாக, அவர்கள் அந்தக் கடைகளின் உரிமையாளர்களுடன் உறவுகளை வளர்த்துக் கொள்வதற்குத் தங்கள் நேரத்தில் மூன்றில் ஒரு பகுதியைச் செலவிடுவதென்று முடிவு செய்தனர்.

சுமார் ஒன்றரை ஆண்டுகள் நான் அந்த நிறுவனத்துடன் பணியாற்றியதில், அவர்கள் 20 சதவீதம் முன்னேறியதை நான் கண்டேன். இது நான்கு மடங்கிற்கும் அதிகமான வளர்ச்சியைக் குறித்தது. அதோடு, வேலையில் அவர்கள் தங்கள் பங்கையும் மாற்றினர். அவர்கள் தங்கள் ஷாப்பிங் சென்டரில் கடைகளை வாடகைக்கு எடுத்திருந்தவர்கள் கூறியதைக் காதுகொடுத்துக் கேட்டனர், அவர்களுக்குப் பயிற்சியளித்தனர், ஆலோசனைகளை வழங்கினர். அவர்களது இந்த சந்திப்புகள் நேர்மறை ஆற்றலால் நிரம்பி வழிந்தன.

விளைவு ஆழமானதாகவும், பிரமிப்பூட்டுவதாகவும் இருந்தது. நேரம் மற்றும் வழிமுறைகளுக்குப் பதிலாக, உறவுகள் மற்றும் விளைவுகளின்மீது கவனம் செலுத்தியதன் மூலம், அந்தக் கடைகளின் விற்பனை அதிகரித்தது; புதிய யோசனைகளும் திறமைகளும் கொடுத்த

விளைவுகளைக் கண்டு அந்தக் கடை உரிமையாளர்கள் உற்சாகமாயினர்; ஷாப்பிங் சென்டரின் மேலாளர்கள் அதிக ஆற்றலோடும் திருப்தியோடும் செயல்பட்டு ஷாப்பிங் சென்டரின் வருவாயை அதிகரிக்க உதவினர். இப்போது அவர்கள் போலீஸ்காரர்களும் அல்ல, கழுகுபோல் வட்டமிடும் மேற்பார்வையாளர்களும் அல்ல, மாறாக, பிரச்சனைகளைத் தீர்ப்பவர்களாகவும், உதவி செய்பவர்களாகவும் அவர்கள் மாறினர்.

நீங்கள் ஒரு பல்கலைக்கழக மாணவராக இருந்தாலும் சரி, அல்லது ஒரு தொழிற்சாலை ஊழியராகவோ, ஒரு குடும்பத் தலைவியாகவோ, ஒரு ஃபேஷன் டிசைனராகவோ, ஒரு நிறுவனத்தின் தலைவராகவோ இருந்தாலும் சரி, இரண்டாவது காலசதுரப் பகுதியில் என்ன இருக்கிறது என்று கேட்டு, அதைப் பின்தொடர்ந்து செல்வதற்கான முன்யோசனையுடன்கூடிய செயல்பாட்டை நீங்கள் உருவாக்கிக் கொண்டால், நீங்களும் அதே விளைவுகளைப் பெறுவீர்கள். உங்களது ஆற்றல் பிரமிக்கத்தக்க அளவில் அதிகரிக்கும். நீங்கள் மூன்னோக்கிச் சிந்தித்து, வேர்கள்மீது கவனம் செலுத்தி, சூழ்நிலைகள் நெருக்கடியானவையாக மாறுவதைத் தடுக்கின்ற முன்னெச்சரிக்கை நடவடிக்கைகளை மேற்கொள்வதால் உங்களுடைய நெருக்கடிகளும் பிரச்சனைகளும் கையாளக்கூடிய அளவுக்குச் சுருங்கிவிடும். நேர நிர்வாக அகராதியில் இது பரேட்டோ கொள்கை என்று அழைக்கப்படுகிறது. 20 சதவீத நடவடிக்கைகளில் இருந்து 80 சதவீத விளைவுகள் வருகின்றன என்று அக்கொள்கை கூறுகிறது.

'முடியாது' என்று கூறுவதற்கு எது தேவை

மூன்றாவது மற்றும் நான்காவது கால்சதுரப் பகுதிகளிலிருந்து மட்டுமே துவக்கத்தில் இரண்டாவது காலசதுரப் பகுதிக்கு நேரத்தைப் பெற முடியும். முன்னெச்சரிக்கை நடவடிக்கைகள் மற்றும் தயாரிப்புகளில் இரண்டாவது கால்சதுரப் பகுதியில் நீங்கள் அதிக நேரத்தைச் செலவிடும்போது முதலாவது கால்சதுரப் பகுதி சுருங்கினாலும்கூட, அதன் அவசரமான, முக்கியமான நடவடிக்கைகளை உங்களால் புறக்கணிக்க முடியாது. ஆனால் இரண்டாவது கால்சதுரப் பகுதிக்கான துவக்க நேரம் மூன்றாவது மற்றும் நான்காவது கால்சதுரப் பகுதிகளில் இருந்துதான் வந்தாக வேண்டும்.

இரண்டாவது கால்சதுரப் பகுதியில் நீங்கள் முன்யோசனையுடன் செயல்பட வேண்டும். ஏனெனில், முதலாவது மற்றும் மூன்றாவது காலசதுரப் பகுதிகள் உங்கள்மீது செயல்படுகின்றன. இரண்டாவது கால்சதுரப் பகுதியில் உள்ள முக்கியமான முன்னுரிமைகளுக்கு நீங்கள் 'சரி' என்று கூற வேண்டும் என்றால், அவசரமானதுபோல் தோன்றுகின்ற சில நடவடிக்கைகளுக்கு 'முடியாது' என்று கூற நீங்கள் கற்றுக் கொள்ள வேண்டியிருக்கும்.

சிறிது காலத்திற்கு முன்பு, ஒரு சமுதாயப் பணியில் ஒரு குழுவின் தலைவராகப் பொறுப்பு வகிப்பதற்கு என் மனைவிக்கு ஓர் அழைப்பு வந்தது. உண்மையிலேயே முக்கியமான விஷயங்கள் பலவற்றில் ஏற்கனவே

அவர் கவனம் செலுத்த வேண்டியிருந்தது. எனவே, அவருக்கு அந்தப் பொறுப்பை ஏற்க விருப்பமில்லை. ஆனால் வற்புறுத்தலின் காரணமாக அவர் இறுதியில் அதை ஒப்புக் கொண்டார்.

பிறகு ஒரு நாள் அவர் தனது தோழிகளில் ஒருவரை அழைத்துத் தனது குழுவில் சேர்ந்து சேவை செய்ய முடியுமா என்று கேட்டார். என் மனைவியின் தோழி என் மனைவி கூறியதைப் பொறுமையாகக் காதுகொடுத்துக் கேட்டுவிட்டு, "சான்ட்ரா, இது ஓர் அற்புதமான பணித்திட்டம்போல் தோன்றுகிறது. இது ஒரு மதிப்புமிக்க முயற்சிதான். அதில் பங்கு கொள்வதற்கு நீங்கள் என்னை அழைத்ததை நான் பெரிதும் மெச்சுகிறேன். எனக்குக் கிடைத்த மரியாதையாக நான் இதைக் கருதுகிறேன். ஆனால் பல்வேறு காரணங்களுக்காக, என்னால் இதில் பங்கு கொள்ள முடியாது. ஆனால் உங்கள் அழைப்பை நான் மிகவும் பாராட்டுகிறேன் என்பதை நீங்கள் தெரிந்து கொள்ள வேண்டும் என்று நான் விரும்புகிறேன்," என்று பதிலளித்தார்.

'இல்லை' என்ற பதிலைத் தவிர வேறு எதற்கும் என் மனைவி தயாராக இருந்தார். பிறகு அவர் என்னிடம் திரும்பி, "நான் இப்படி பதிலளித்திருந்தால் எவ்வளவு நன்றாக இருந்திருக்கும்!" என்று ஏக்கத்துடன் கூறினார்.

குறிப்பிடத்தக்க சமூகப் பணிகளில் நீங்கள் ஈடுபடக்கூடாது என்று நான் கூறவில்லை. அவை முக்கியமான விஷயங்கள்தான். ஆனால் உங்களுடைய உயர்ந்த முன்னுரிமைகள் எவை என்பதைத் தீர்மானித்து, மற்ற விஷயங்களுக்கு, இனிமையாகவும், புன்னகையுடனும், மன்னிப்புக் கோராத விதத்திலும் "முடியாது" என்று துணிச்சலாகக் கூற வேண்டும். அதைச் செய்வதற்கு உங்களுக்குள் ஒரு பெரிய விருப்பம் கொழுந்துவிட்டெரிய வேண்டும். 'நல்ல' விஷயம்தான் பெரும்பாலும் 'சிறந்த' விஷயத்தின் எதிரி.

நீங்கள் எப்போதும் ஏதோ ஒரு விஷயத்திற்கு 'முடியாது' என்று கூறிக் கொண்டிருக்கிறீர்கள் என்பதை நினைவில் கொள்ளுங்கள். உங்கள் வாழ்வில் வெளிப்படையான, அவசரமான விஷயங்களுக்கு நீங்கள் அவ்வாறு கூறவில்லை என்றால், மிகவும் அடிப்படையான, அதிக முக்கியமான விஷயங்களுக்கு நீங்கள் 'முடியாது' என்று கூறிக் கொண்டிருக்கிறீர்கள். அந்த அவசரமான விஷயம் நல்ல விஷயமாக இருந்தாலும்கூட, நீங்கள் அனுமதிக்கும் பட்சத்தில், அந்த நல்ல விஷயமானது சிறந்த விஷயத்திலிருந்து உங்களைத் தள்ளி வைத்துவிடும், உங்களுடைய தனித்துவமான பங்களிப்பில் இருந்து உங்களை விலக்கி வைத்துவிடும்.

நான் ஒரு பெரிய பல்கலைக்கழகத்தில் பல்கலைக்கழக உறவுத் துறையின் இயக்குனராக இருந்தபோது, மிகவும் திறமை வாய்ந்த, முன்யோசனையுடன் செயல்பட்ட, படைப்புத்திறன் கொண்ட எழுத்தாளர் ஒருவரை வேலைக்கு அமர்த்தினேன். ஒருசில மாதங்களுக்குப் பிறகு ஒரு நாள் நான் அவரது அலுவலக அறைக்குச் சென்று, என்னை அழுத்திக் கொண்டிருந்த சில அவசரமான விஷயங்களைச் செய்து கொடுக்குமாறு அவரைக் கேட்டுக் கொண்டேன்.

"ஸ்டீபன், நீங்கள் என்ன கூறினாலும் நான் அதைச் செய்வதற்குத் தயாராக இருக்கிறேன். ஆனால் என்னுடைய சூழ்நிலையை நான் உங்களிடம் பகிர்ந்து கொள்வதற்கு நீங்கள் என்னை அனுமதிக்க வேண்டும்," என்று அவர் பதிலளித்தார்.

பிறகு அவர் என்னை ஒரு பலகையின் முன்னால் கொண்டுபோய் நிறுத்தினார். அவர் ஈடுபட்டிருந்த இரண்டு டஜன் பணித்திட்டங்கள் அதில் பட்டியலிடப்பட்டு இருந்தன. ஏற்கனவே தெளிவாகத் தீர்மானிக்கப்பட்டிருந்த காலக்கெடுக்களும் செயற்திறனுக்கான அளவுகோல்களும் அவற்றின் எதிரே குறிப்பிடபட்டிருந்தன. அவர் உயர்ந்த ஒழுங்குமுறை கொண்டவர். முதலில் நான் அவரைப் பார்க்கச் சென்றதற்குக் காரணம் அதுதான். "நீங்கள் ஒரு வேலையைச் செய்து முடிக்க விரும்பினால், பம்பரமாய்ச் சுற்றிக் கொண்டிருக்கும் ஒருவரிடம் அதை ஒப்படைத்துவிடுங்கள்."

பிறகு அவர், "ஸ்டீபன், நீங்கள் செய்ய விரும்பும் வேலைகளைச் செய்து முடிப்பதற்குப் பல நாட்கள் ஆகும். உங்களது கோரிக்கையை நிறைவேற்றுவதற்கு இந்தப் பட்டியலில் உள்ள எந்தப் பணித்திட்டங்களை நான் தாமதிக்க வேண்டும் அல்லது ரத்து செய்ய வேண்டும் என்று நீங்கள் விரும்புகிறீர்கள்?" என்று கேட்டார்.

அந்தப் பொறுப்பை ஏற்றுக் கொள்ள எனக்கு விருப்பமில்லை. அந்த நேரத்தில் எனது நெருக்கடியை சமாளிப்பதற்காக, மிகவும் ஆக்கபூர்வமாகச் செயல்பட்டுக் கொண்டிருந்த ஒருவரது வேலையில் குறுக்கிட நான் விரும்பவில்லை. நான் செய்து முடிக்க விரும்பிய வேலைகள் அவசரமானவை, ஆனால் முக்கியமானவை அல்ல. எனவே, நெருக்கடியைக் கையாள்கின்ற இன்னொரு மேலாளரைக் கண்டுபிடித்து அந்த வேலையை நான் அவரிடம் ஒப்படைத்தேன்.

நாம் ஒவ்வொரு நாளும் பல விஷயங்களுக்கு 'சரி' அல்லது 'முடியாது' என்று கூறுகிறோம். ஒரு நாளில் பலமுறை நாம் இவ்வாறு கூறுகிறோம். நாம் அந்தத் தீர்மானங்களைத் திறமையாக மேற்கொள்வதற்கு, சரியான கொள்கைகளைக் கொண்ட ஒரு மையமும், நமது சொந்தக் குறிக்கோளின்மீதான கவனமும் நமக்கு சக்தியளிக்கின்றன.

நான் பல குழுவினரோடு சேர்ந்து பணியாற்றும்போது, சமநிலையுடன்கூடிய முன்னுரிமைகளை ஒழுங்குபடுத்தி, அவற்றைச் செயல்படுத்துவதுதான் நேரம் மற்றும் வாழ்க்கையின் ஆற்றமிக்க நிர்வாகத்தின் சாராம்சம் என்று கூறுகிறேன். பிறகு நான் அவர்களிடம் இந்தக் கேள்வியைக் கேட்கிறேன்: இந்த மூன்று பகுதிகளில் எந்தப் பகுதியில் நீங்கள் அதிகப் பிரச்சனைக்கு ஆளாகியிருக்கிறீர்கள்: (1) முன்னுரிமைப்படுத்தும் திறனின்மை; (2) அந்த முன்னுரிமைகளைச் சுற்றி ஒழுங்கமைத்துக் கொள்வதற்கான திறனின்மை அல்லது விருப்பமின்மை; (3) உங்கள் முன்னுரிமைகள் மற்றும் உங்களது நிறுவனத்தில் உறுதியாக நிலைத்து நின்று, அந்த முன்னுரிமைகளைச் செயல்படுத்துவதற்கான ஒழுங்கின்மை?

ஒழுங்கின்மைதான் தங்களுடைய முக்கியப் பிரச்சனை என்று பெரும்பாலான மக்கள் கூறுகின்றனர். ஆழ்ந்து சிந்தித்துப் பார்க்கும்போது, இது உண்மையல்ல என்று எனக்குத் தோன்றுகிறது. அவர்களது முன்னுரிமைகள் அவர்களுடைய இதயங்களிலும் மனங்களிலும் ஆழமாக வேரூன்றப்படவில்லை என்பதுதான் அடிப்படைப் பிரச்சனை என்று நான் கருதுகிறேன். 2வது பழக்கத்தை அவர்கள் உண்மையிலேயே உட்கிரகித்துக் கொள்ளவில்லை.

தங்கள் வாழ்வில் இரண்டாவது காலசதுரப் பகுதி நடவடிக்கைகளின் மதிப்பைப் பலர் அங்கீகரிக்கின்றனர், அவற்றை அவர்கள் அப்படியே அடையாளம் காண்கின்றனரோ இல்லையோ. அவர்கள் தங்கள் சுயஒழுங்கின் மூலமாக மட்டுமே அந்த நடவடிக்கைகளை முன்னுரிமைப்படுத்தி, அவற்றைத் தங்கள் வாழ்விற்குள் ஒருங்கிணைக்க முயற்சிக்கின்றனர். ஆனால், கொள்கையை அடிப்படையாகக் கொண்ட ஒரு மையம் மற்றும் ஒரு சொந்தக் குறிக்கோள் வாசகம் இன்றி, தங்களது முயற்சியைத் தக்க வைத்துக் கொள்வதற்குத் தேவையான அடித்தளம் அவர்களிடம் இல்லை. அவர்கள் வேர்களை ஆராய்வதைப் பற்றி யோசிக்காமல், இலைகளின்மீது நடவடிக்கை எடுத்துக் கொண்டிருக்கின்றனர். அதாவது, அடிப்படைக் கருத்துக் கண்ணோட்டங்களில் கவனம் செலுத்தாமல், அவற்றிலிருந்து உருவாகின்ற ஒழுங்கு குறித்த மனப்போக்குகள் மற்றும் நடத்தைகளின்மீது செயல்படுகின்றனர்.

இரண்டாவது கால்சதுரப் பகுதியின்மீது கவனம் செலுத்துவது என்பது ஒரு கொள்கை மையத்திலிருந்து வளர்கின்றது. உங்களது வாழ்க்கைத் துணைவர், உங்களது பணம், உங்களது நண்பர்கள், உங்களது இன்பம், அல்லது புறக் காரணி உங்களது மையமாக இருந்தால், மீண்டும் மீண்டும் நீங்கள் முதலாவது மற்றும் மூன்றாவது கால்சதுரப் பகுதிகளுக்குள் தள்ளப்படுவீர்கள், உங்கள் வாழ்க்கை மையம் கொண்டுள்ள வெளிப்புற ஆற்றல்களுக்கு எதிர்வினையாற்றிக் கொண்டு இருப்பீர்கள். நீங்கள் உங்கள்மீது மையம் கொண்டிருந்தால்கூட, அக்கணத்தின் தூண்டுதலுக்கு எதிர்வினையாற்றிக் கொண்டு முதலாவது மற்றும் இரண்டாவது கால்சதுரப் பகுதிகளுக்குள் வந்து சேர்வீர்கள். உங்கள் மையத்திற்கு எதிராக இயங்கி ஒழுங்குபடுத்த உங்களது தேர்ந்தெடுப்பதற்கான சுதந்திரத்தால் மட்டுமே முடியாது.

நிர்வாகம் தலைமைத்துவத்தைப் பின்தொடர்கிறது. உங்கள் நேரத்தை நீங்கள் செலவிடும் விதம், உங்களது நேரத்தையும் முன்னுரிமைகளையும் நீங்கள் பார்க்கும் விதத்தின் விளைவுதான். உங்கள் முன்னுரிமைகள் ஒரு கொள்கை மையம் மற்றும் ஒரு சொந்தக் குறிக்கோளில் இருந்து தோன்றினால், அவை உங்கள் மனத்திலும் இதயத்திலும் ஆழமாகப் பதிந்திருந்தால், உங்களது நேரத்தை முதலீடு செய்வதற்கான இயல்பான, உற்சாகமான இடம் இரண்டாவது கால்சதுரப் பகுதிதான்.

கொழுந்துவிட்டு எரியும் ஒரு தீராத தாகம் உங்களுக்குள் இல்லை என்றால், மூன்றாவது கால்சதுரப் பகுதி அளிக்கும் பிரபலத்துவத்தில்

இருந்தோ அல்லது நான்காவது கால்சதுரப் பகுதி அளிக்கும் இன்பத்தில் இருந்தோ தப்பிச் செல்வது உங்களுக்கு சாத்தியப்படாது. நீங்கள் 'சரி' என்று சொல்லக்கூடிய ஒரு புதிய, தனித்துவமான, கொள்கை மையத்தைக் கொண்ட ஒரு செயற்திட்டத்தை உருவாக்குவதற்கு, உங்களுடைய பக்குவத்தையும், கற்பனையையும், மனசாட்சியையும் ஆய்வு செய்வதற்கான சுயவிழிப்புணர்வு உங்களிடம் இருக்கும்போது மட்டும்தான், முக்கியமற்ற விஷயங்களுக்கு ஓர் உண்மையான புன்னகையுடன் "முடியாது," என்று கூறுவதைத் தேர்ந்தெடுக்கும் சுதந்திரம் போதுமான அளவு உங்களிடம் இருக்கும்.

இரண்டாவது கால்சதுரப் பகுதிக்குள் நுழைதல்

இரண்டாவது கால்சதுரப் பகுதி நடவடிக்கைகள் ஆற்றல்மிக்கத் தனிமனித நிர்வாகத்தின் மையமாகவும், நாம் முதலில் செய்ய வேண்டிய 'முதல் விஷயங்களாகவும்' இருந்தால், அவ்விஷயங்களைச் சுற்றி எவ்வாறு ஒழுங்கமைத்துச் செயல்படுத்துவது?

முன்னுரிமை எனும் கோட்பாட்டை நேர நிர்வாகத்தின் முதல் தலைமுறை அங்கீகரிப்பதுகூட இல்லை. அது நமக்குக் குறிப்பேடுகளையும், 'செய்ய வேண்டிய வேலைகள்' குறித்தப் பட்டியலையும் கொடுக்கிறது. அதில் பட்டியலிடப்பட்டுள்ள வேலை ஒன்றைச் செய்து முடித்து, அதை அப்பட்டியலில் இருந்து நீக்கும்போது நமக்கு ஒரு தற்காலிக சாதனையுணர்வு கிடை க்கிறது ஆனால் அந்த வேலைகளுக்கு எந்தவிதமான முன்னுரிமைகளும் வரையறுக்கப்படவில்லை. அதோடு, அப்பட்டியலில் உள்ள வேலைகளுக்கும், வாழ்வில் நமது உச்சகட்ட மதிப்பீடுகள் மற்றும் குறிக்கொள்களுக்கும் எவ்விதத் தொடர்பும் இல்லை. நமது விழிப்புணர்வில் ஊடுருவுகின்ற மற்றும் செய்து முடிக்கப்பட வேண்டிய விஷயங்களுக்கு நாம் வெறுமனே செயல்விடை அளிக்கிறோம்.

பலர் இந்த முதல் தலைமுறைக் கருத்துக் கண்ணோட்டத்திலிருந்து நிர்வகிக்கின்றனர். மிகக் குறைந்த எதிர்ப்பைக் கொண்ட பாதை இது. இதில் வேதனையோ, அழுத்தமோ இல்லை. 'ஓட்டத்தின் போக்கில்' செல்வது குதூகலமானது. விளைவுகளுக்குத் தாங்கள் பொறுப்பல்ல என்ற உணர்வை, வெளியிலிருந்து திணிக்கப்படும் ஒழுங்குமுறைகளும் கால அட்டவணைகளும் மக்களிடம் ஏற்படுத்துகின்றன.

ஆனால் முதல் தலைமுறை மேலாளர்கள், வரையறைப்படி, ஆற்றல்மிக்க மனிதர்கள் அல்ல. அவர்கள் வெகு குறைவாகவே உற்பத்தி செய்கின்றனர். அவர்களுடைய வாழ்க்கைமுறை அவர்களது உற்பத்தித் திறனை வளர்ப்பதற்கு எதுவும் செய்வதில்லை. இவர்கள் பொறுப்பற்றவர்களாகவும் நம்பிக்கைக்கு உகந்தவர்களாக இல்லாதவர்களாகவும் தோன்றுகின்றனர். கட்டுப்பாட்டுணர்வும் சுயமதிப்பும் இவர்களிடம் வெகு குறைவாகவே உள்ளன.

இரண்டாவது தலைமுறை மேலாளர்கள் சற்றுக் கூடுதல் கட்டுப்பாட்டுணர்வைப் பெற்றுள்ளனர். அவர்கள் முன்கூட்டியே

திட்டமிட்டு அட்டவணைப்படுத்துகின்றனர். எதிர்பார்க்கப்படும் நேரத்தில் அவர்கள் 'ஆஜராகிவிடுவதால்' பொறுப்பானவர்களாகப் பார்க்கப்படுகின்றனர்.

ஆனால், அவர்கள் திட்டமிட்டு அட்டவணையிடும் நடவடிக்கைகளுக்கு எந்த முன்னுரிமையும் இல்லை, ஆழமான மதிப்பீடுகள் மற்றும் இலக்குகளுடன் எந்தத் தொடர்பும் இல்லை. வெகுசில குறிப்பிடத்தக்க சாதனைகள் மட்டுமே அவர்களிடம் உள்ளன. அவர்கள் கால அட்டவணையைச் சார்ந்தவர்களாக உள்ளனர்.

மூன்றாவது தலைமுறை மேலாளர்கள் ஒரு குறிப்பிடத்தக்க அடியை முன்னெடுத்து வைக்கின்றனர். அவர்கள் தங்கள் மதிப்பீடுகளைத் தெளிவுபடுத்தி, இலக்குகளை அமைத்துக் கொள்கின்றனர். அவர்கள் தங்களுடைய ஒவ்வொரு நாளையும் திட்டமிட்டு, தங்களுடைய நடவடிக்கைகளை முன்னுரிமைப்படுத்துகின்றனர்.

நான் முன்பே கூறியுள்ளதுபோல், நேர நிர்வாகத் துறையின் பெரும்பகுதி இன்று இங்குதான் இருக்கிறது. ஆனால் இந்த மூன்றாவது தலைமுறைக்கு சில தீவிரமான குறைபாடுகள் உள்ளன. முதலில், அதன் முன்னோக்கு மட்டுப்படுத்தப்பட்டுள்ளது — தினசரித் திட்டமானது ஒரு பெரிய கண்ணோட்டத்திலிருந்து மட்டுமே பார்க்கப்படக்கூடிய பல முக்கியமான விஷயங்களை அடிக்கடித் தவறவிட்டுவிடுகிறது. 'தினசரித் திட்டமிடுதல்' என்பது 'இப்போது' என்ற அவசரத் தேவையின்மீது கவனம் செலுத்துகிறது. மூன்றாவது தலைமுறையின் முன்னுரிமைப்படுத்துதல், நடவடிக்கைகளுக்கு ஓர் ஒழுங்கைக் கொடுக்கும் அதே நேர்த்தில், முதலில் அந்த நடவடிக்கையின் முக்கியத்துவத்தைப் பற்றிக் கேள்வி கேட்பதே இல்லை. அந்த நடவடிக்கையைக் கொள்கைகள், தனிப்பட்டக் குறிக்கோள், பாத்திரங்கள், இலக்குகள் ஆகியவற்றின் கண்ணோட்டத்தில் பார்ப்பதே இல்லை. மூன்றாவது தலைமுறையின், மதிப்பீடுகளால் தூண்டப்படுகின்ற தினசரித் திட்டமிடுதல் அணுகுமுறை, அடிப்படையில் முதலாவது மற்றும் மூன்றாவது கால்சதுரப் பகுதியின் அன்றையப் பிரச்சனைகளையும் நெருக்கடிகளையும் முன்னுரிமைப்படுத்துகிறது.

அதோடு, பாத்திரங்களை ஒரு சமநிலையான வழியில் நிர்வகிப்பதற்கு மூன்றாவது தலைமுறை எதுவும் செய்வதில்லை. அது யதார்த்தத்தைத் தவறவிட்டுள்ளது. ஒரு நாளில் அதிகப்படியான வேலைகளைத் திணித்து, விரக்திக்கு வழிவகுப்பதோடு, திட்டத்தைத் தூக்கியெறிந்துவிட்டு நான்காவது கால்சதுரப் பகுதிக்குள் தப்பியோடுவதற்கான விருப்பத்தையும் அவ்வப்போது தோற்றுவிக்கிறது. நேர நிர்வாகத்தின்மீது குவிக்கப்படும் கவனம், உறவுகளை வளர்ப்பதற்குப் பதிலாக அவற்றைக் கெடுக்கின்றது.

நிர்வகிப்பதற்கான ஏதோ ஒரு வகையான கருவியின் முக்கியத்துவத்தை இந்த மூன்று தலைமுறைகளும் அங்கீகரித்துள்ள போதிலும், கொள்கையை மையமாகக் கொண்ட, இரண்டாவது கால்வட்டப் பகுதி வாழ்க்கையை வாழ சக்தியூட்டும் ஒரு கருவியை

எந்தவொரு தலைமுறையும் இதுவரை உருவாக்கி இருக்கவில்லை. முதல் தலைமுறையின் குறிப்பேடுகளும், 'செய்ய வேண்டிய வேலைகள்' குறித்தப் பட்டியல்களும், நாம் நினைவில் வைத்துக் கொள்ள வேண்டிய விஷயங்களைப் பதிவு செய்து கொள்வதற்குத் தவிர வேறு எதற்கும் உதவுவதில்லை. இரண்டாவது தலைமுறையின் முன்பதிவு சந்திப்புக் குறிப்பேடுகளும் காலண்டர்களும் நமது எதிர்கால நடவடிக்கைகளைப் பதிவு செய்து கொள்வதற்கான ஓர் இடத்தை மட்டுமே வழங்குகின்றன.

திட்டமிடுதல் தொடர்பான பரந்துபட்டப் பல புத்தகங்களையும் கருவிகளையும் கொண்ட மூன்றாவது தலைமுறைகூட, முதலாவது மற்றும் மூன்றாவது கால்சதுரப் பகுதி நடவடிக்கைகளை முன்னுரிமைப்படுத்தித் திட்டமிடுவதற்கு மக்களுக்கு உதவுவதிலேயே முதன்மையான கவனம் செலுத்துகிறது. இரண்டாவது கால்சதுரப் பகுதி நடவடிக்கைகளின் மதிப்பைப் பல பயிற்றுவிப்பாளர்களும் ஆலோசனையாளர்களும் அங்கீகரித்தாலும்கூட, மூன்றாவது தலைமுறையின் திட்டமிடுதல் கருவிகள் அந்த நடவடிக்கைகளை ஒழுங்கமைத்து, அவற்றைச் சுற்றிச் செயல்படுவதற்கு உதவுவதில்லை.

ஒவ்வொரு தலைமுறையும் தமக்கு முந்தையத் தலைமுறைகள் விட்டுச் சென்றவற்றின்மீது கூடுதலாகக் கட்டியெழுப்பிக் கொண்டிருக்கும் நேரத்தில், முதல் மூன்று தலைமுறைகளின் வலிமைகளும் சில கருவிகளும் நான்காவது தலைமுறைக்கான அடிப்படை விஷயங்களை வழங்குகின்றன. ஆனால், ஒரு புதிய பரிமாணத்திற்கான, கருத்துக் கண்ணோட்டத்திற்கான, நடைமுறைப்படுத்துதலுக்கான கூடுதல் தேவை உள்ளது. நாம் இரண்டாவது கால்சதுரப் பகுதிக்குள் நுழைவதற்கும், கொள்கையை மையமாகக் கொண்டு செயல்படுவதற்கும், உண்மையிலேயே மிக முக்கியமாக உள்ள விஷயங்களைச் செய்வதற்கு நம்மை நிர்வகித்துக் கொள்வதற்கும் இது நமக்கு சக்தியளிக்கிறது.

இரண்டாவது கால்சதுரப் பகுதிக்கான கருவி

நம்முடைய வாழ்க்கையை வலிமையான கொள்கைகள் கொண்ட ஒரு மையத்திலிருந்தும், நமது சொந்தக் குறிக்கோள் பற்றிய அறிவிலிருந்தும், முக்கியமான மற்றும் அவசரமான விஷயங்கள்மீது கவனத்துடனும், நமது உற்பத்தியும் உற்பத்தித் திறனும் சமநிலையில் இருப்பதை உறுதி செய்கின்ற நோக்கத்துடனும் நிர்வகிப்பதுதான் இரண்டாவது கால்சதுரப் பகுதி நிர்வாகத்தின் குறிக்கோளாகும்.

மூன்றாவது மற்றும் நான்காவது காலசதுரப் பகுதிகளின் நடவடிக்கைகளில் சிக்கித் தவிக்கின்ற மக்களுக்கு இது ஒரு பெரும் லட்சியத்துடன்கூடிய குறிக்கோளாக இருக்கும். ஆனால் அதை அடைவதற்கு முயற்சிப்பது, தனிமனித ஆற்றலின்மீது அளப்பரிய தாக்கத்தை ஏற்படுத்தும்.

இரண்டாவது கால்சதுரப் பகுதியை ஒழுங்கமைக்க உதவும் கருவி ஆறு முக்கியமான அளவீடுகளை எதிர்கொள்ள வேண்டும்.

ஒத்திசைவு

உங்கள் முன்னோக்கு மற்றும் குறிக்கோளுக்கு இடையேயும், உங்கள் பாத்திரங்கள் மற்றும் இலக்குகளுக்கு இடையேயும், உங்கள் முன்னுரிமைகள் மற்றும் திட்டங்களுக்கு இடையேயும், உங்கள் விருப்பங்கள் மற்றும் ஒழுங்கிற்கு இடையேயும் இணக்கமும், ஒற்றுமையும், நாணயமும் இருக்க வேண்டும் என்று ஒத்திசைவு பரிந்துரைக்கிறது. நீங்கள் அடிக்கடிப் பார்ப்பதற்கு ஏற்றாற்போல் உங்களுடைய சொந்தக் குறிக்கோள் வாசகத்தை எழுதிக் கொள்வதற்கு உங்களுடைய திட்ட அட்டவணையில் ஓர் இடம் இருக்க வேண்டும். அதோடு, உங்களுடைய பாத்திரங்களுக்கும், நீண்டகால மற்றும் குறுகியகால இலக்குகளுக்கும் அதில் ஓரிடம் இருக்க வேண்டும்.

சமநிலை

உங்கள் கருவி உங்கள் வாழ்வில் சமநிலையை வைத்துக் கொள்வதற்கும், உங்களுடைய பல்வேறு பாத்திரங்களை அடையாளம் கண்டுகொண்டு அவற்றை உங்கள்முன் வைப்பதற்கும் உதவ வேண்டும். ஏனெனில், உங்களது ஆரோக்கியம், குடும்பம், தொழில்முறைத் தயாரிப்பு, அல்லது தனிமனித வளர்ச்சி போன்ற முக்கியமான பகுதிகளை நீங்கள் புறக்கணித்துவிடாமல் இருப்பதற்கு இது மிகவும் அவசியம்.

வாழ்வின் ஒரு பகுதியில் தாங்கள் பெறும் வெற்றி, அதன் பிற பகுதிகளில் அடையும் தோல்விகளை ஈடு செய்யும் என்று பலர் நினைக்கின்றனர். ஆனால் அது உண்மையா? சில பகுதிகளில் ஒரு குறிப்பிட்டக் காலம் அது அவ்வாறு இருக்கலாம். ஆனால் உங்கள் தொழிலில் நீங்கள் அடையும் வெற்றியால், முறிந்துபோன உங்களுடைய திருமண வாழ்க்கை, சீரழிந்த ஆரோக்கியம், அல்லது தனிப்பட்ட குணநலன்களில் பலவீனம் ஆகியவற்றை ஈடு செய்ய முடியுமா? உண்மையான ஆற்றலுக்கு சமநிலை தேவை. அந்த ஆற்றலை உருவாக்குவதற்கும், அதைத் தக்க வைத்துப் பராமரிப்பதற்கும் உங்களது கருவி உங்களுக்கு உதவ வேண்டும்.

இரண்டாவது கால்சதுரப் பகுதியில் கவனம்

நெருக்கடிகளை முன்னுரிமைப்படுத்துவதற்குப் பதிலாக முன்னெச்சரிக்கை நடவடிக்கைகளை மேற்கொள்வதில் நீங்கள் கவனம் செலுத்துவதற்கு உதவியாக, இரண்டாவது கால்சதுரப் பகுதியில் நீங்கள் நேரத்தைச் செலவிடுவதற்கு உங்களை ஊக்குவிக்கக்கூடிய, உத்வேகப்படுத்தக்கூடிய, உண்மையிலேயே உங்களுக்கு உதவக்கூடிய ஒரு கருவி உங்களுக்குத் தேவை. என்னைப் பொறுத்தவரை, உங்கள் வாழ்க்கையை வாராந்திர அடிப்படையில் ஒழுங்கமைத்துக் கொள்வது இதைச் செய்வதற்கான சிறந்த வழி. அன்றாட அடிப்படையில் நீங்கள் உங்கள் வேலைகளை முன்னுரிமைப்படுத்தலாம், ஆனால் ஒரு முழு வாரத்தையும் ஒழுங்கமைப்பதுதான் அடிப்படை வேலை.

வாராந்திர அடிப்படையில் ஒழுங்கமைப்பது தினசரித் திட்டமிடுதலைவிட அதிக சமநிலையையும் கண்ணோட்டத்தையும் கொடுக்கிறது. வாரம் என்பது ஒரு தனியான, முழுமையான கால அளவு என்பதை அனைத்துக் கலாச்சாரங்களும் ஏற்றுக் கொண்டுள்ளதுபோல் தோன்றுகிறது. வியாபாரங்கள், கல்வி நிறுவனங்கள், மற்றும் சமுதாயத்தின் பல்வேறு அம்சங்களும் வாரத்தின் அடிப்படையில் இயங்குகின்றன. முதலீட்டில் கவனம் செலுத்துவதற்குக் குறிப்பிட்ட சில நாட்களையும், ஓய்விற்கும் உத்வேகத்திற்கும் மற்ற நாட்களையும் அது ஒதுக்குகிறது. யூத—கிறித்தவ நெறிமுறைகள், வாரத்தில் ஒரு நாளை மக்கள் தங்களை உயர்த்திக் கொள்வதற்காக ஒதுக்கியுள்ளது.

பெரும்பாலான மக்கள் வாரங்களின் அடிப்படையில் சிந்திக்கின்றனர். ஆனால் மூன்றாவது தலைமுறையின் பெரும்பாலான திட்டமிடுதல் கருவிகள் தினசரித் திட்டமிடுதலில் கவனம் செலுத்துகின்றன. உங்களுடைய நடவடிக்கைகளை முன்னுரிமைப்படுத்துவதற்கு அவை உங்களுக்கு உதவக்கூடும் எனும்போதிலும், உங்களுடைய நெருக்கடிகளையும் மும்முர வேலைகளையும் ஒழுங்கமைக்கவே அடிப்படையில் அவை உங்களுக்கு உதவும். உங்களுடைய அட்டவணையில் உள்ளவற்றை முன்னுரிமைப்படுத்தாமல, உங்களுடைய முன்னுரிமைகளைத் திட்டமிட்டு அட்டவணைப்படுத்துவதுதான் இங்கு முக்கியம். வாராந்திர அடிப்படையில்தான் இதைச் சிறப்பாகச் செய்ய முடியும்.

ஒரு 'மக்கள்' பரிமாணம்

கால அட்டவணைகள் மட்டுமன்றி, மக்களைக் கையாள்கின்ற ஒரு கருவியும் உங்களுக்குத் தேவை. நேரத்தைக் கையாளும்போது 'செயற்திறனின்' அடிப்படையில் நீங்கள் சிந்திக்கிறீர்கள்; கொள்கையை மையமாகக் கொண்டு செயல்படும் ஒருவர் மக்களைக் கையாளும்போது 'திறமை'யின் அடிப்படையில் சிந்திக்கிறார். கொள்கையை மையமாகக் கொண்ட இரண்டாவது கால்சதுரப் பகுதி வாழ்க்கைக்கு, மக்களை முன்னுரிமைப்படுத்தி, கால அட்டவணைகளைப் பின்னுக்குத் தள்ளுவது அவசியமாகிறது. உங்களது கருவிகள் அந்த மதிப்பீட்டைப் பிரதிபலிக்க வேண்டும்; ஒரு கால அட்டவணை பின்பற்றப்படாமல் போகும்போது, குற்றவுணர்வை உருவாக்குவதற்குப் பதிலாக அது நடைமுறைப்படுத்துதலுக்கு உதவ வேண்டும்.

வளைந்து கொடுத்துச் செல்லுதல்

உங்களது திட்டமிடும் கருவி உங்களுடைய சேவகனாக இருக்க வேண்டுமே அன்றி, உங்களுடைய முதலாளியாக இருக்கக்கூடாது. அது உங்களுக்காக வேலை செய்ய வேண்டும் என்பதால், அது உங்கள் பாணிக்கும், தேவைகளுக்கும், குறிப்பிட்ட வழிகளுக்கும் ஏற்றாற்போல் வடிவமைக்கப்பட வேண்டும்.

இடப்பெயர்வுத்திறன்

உங்கள் கருவி இடம்பெயரத்தக்கதாக இருக்க வேண்டும். ஏனெனில், பெரும்பாலான நேரங்களில் நீங்கள் அதை உங்களுடன் எடுத்துச் செல்ல வேண்டியிருக்கும். பேருந்தில் பயணம் செய்யும்போது உங்களுடைய சொந்தக் குறிக்கோள் வாசகத்தை நீங்கள் பரிசீலனை செய்து பார்க்க விரும்பக்கூடும். ஒரு புதிய வாய்ப்பின் மதிப்பை நீங்கள் ஏற்கனவே திட்டமிட்டு வைத்துள்ள ஏதோ ஒன்றுடன் அளவீடு செய்ய விரும்பக்கூடும். உங்களுடைய கருவி இடம்பெயரத்தக்கதாக இருந்தால், முக்கியமான தகவல்களும் விஷயங்களும் எப்போதும் உங்கள் கைக்கெட்டும் தூரத்தில் இருக்கும் விதத்தில் அதை நீங்கள் உங்களுடனேயே வைத்திருப்பீர்கள்.

இரண்டாவது கால்சதுரப் பகுதி ஆற்றல்மிக்க சுயநிர்வாகத்தின் மையமாக இருப்பதால், உங்களை இரண்டாவது கால்சதுரப் பகுதிக்குள் இட்டுச் செல்கின்ற ஒரு கருவி உங்களுக்குத் தேவை. நான்காவது தலைமுறைக் கோட்பாட்டை நான் பயன்படுத்தி வந்தது, மேற்கூறப்பட்ட அளவீடுகளுக்கு ஏற்றாற்போல் குறிப்பாக வடிவமைக்கப்பட்ட ஒரு கருவியின் உருவாக்கத்திற்கு வழிவகுத்துள்ளது. கொள்கைகள் வலிமையானவையாக இருப்பதால், வழக்கங்களோ அல்லது குறிப்பிட்டச் செயல்முறைகளோ நபருக்கு நபர் வேறுபடக்கூடும்.

இரண்டாவது கால்சதுரப் பகுதியின் சுயமேலாளராக ஆவது

என்னுடைய முயற்சி இங்கு கொள்கைகளைக் கற்றுக் கொடுப்பதுதான், வழக்கங்களை அல்ல என்றபோதிலும், கொள்கையை மையமாகக் கொண்ட இரண்டாவது கால்சதுரப் பகுதியின் அடிப்படையில் ஒரு வாரத்தை ஒழுங்குபடுத்தி உண்மையிலேயே அதை அனுபவபூர்வமாக நீங்கள் உணர்ந்தால், நான்காவது தலைமுறையின் கொள்கைகளையும் சக்தியூட்டும் இயல்பையும் உங்களால் சிறப்பாகப் புரிந்து கொள்ள முடியும் என்று நான் நம்புகிறேன்.

இரண்டாவது கால்சதுரப் பகுதியை ஒழுங்கமைப்பது நான்கு முக்கிய நடவடிக்கைகளை உள்ளடக்கியுள்ளது.

பாத்திரங்களை அடையாளம் கண்டுகொள்ளுதல்

உங்களுடைய முக்கியப் பாத்திரங்களை எழுதிக் கொள்வது உங்களது முதல் வேலை. உங்கள் வாழ்வில் நீங்கள் வகிக்கின்ற பல பாத்திரங்கள் குறித்து உண்மையிலேயே நீங்கள் சிந்தித்திருக்கவில்லை என்றால், உங்கள் மனத்தில் உடனடியாகத் தோன்றுவதை எழுதிக் கொள்ளுங்கள். ஒரு தனிநபர் என்ற பாத்திரத்தை நீங்கள் வகிக்கிறீர்கள். ஒரு குடும்ப உறுப்பினர் என்ற முறையில் ஒன்று அல்லது அதற்கு மேற்பட்டப் பாத்திரங்களை நீங்கள் பட்டியலிட விரும்பக்கூடும் — ஒரு கணவன் அல்லது மனைவி, தந்தை அல்லது தாய், மகன் அல்லது மகள், தாத்தா மற்றும் பாட்டிகள் வழியாக வரும் ஓர் உறவு, அத்தைகள், மாமாக்கள்.

உங்களுடைய அலுவலகத்தில் நீங்கள் வகிக்கும் பல்வேறு பாத்திரங்களையும் நீங்கள் பட்டியலிட விரும்பக்கூடும். எந்தப் பகுதியில் நீங்கள் உங்கள் நேரத்தையும் ஆற்றலையும் முதலீடு செய்ய விரும்புகிறீர்கள் என்பதை அதில் நீங்கள் சுட்டிக்காட்டலாம். உங்கள் தேவாலயத்திலோ அல்லது சமூக விவகாரங்களிலோ உங்களுக்குப் பல பாத்திரங்கள் இருக்கக்கூடும்.

உங்கள் வாழ்நாள் முழுவதும் அவை உங்களோடு ஒட்டியிருக்கும் விதத்தில் உங்கள் பாத்திரங்களை நீங்கள் வரையறுப்பதைப் பற்றி நீங்கள் கவலைப்பட வேண்டாம். ஒரு வாரத்தை மட்டும் கருத்தில் கொண்டு, அடுத்த ஏழு நாட்களும் நீங்கள் எந்தெந்தப் பகுதியில் உங்கள் நேரத்தைச் செலவிடத் திட்டமிட்டு இருக்கிறீர்கள் என்பதை எழுதிக் கொள்ளுங்கள்.

மக்கள் தங்களுடைய பல்வேறு பாத்திரங்களைப் பார்க்கும் விதத்திற்கான இரண்டு எடுத்துக்காட்டுகளை இங்கு நான் கொடுத்துள்ளேன்.

1. தனிநபர்	1. தனிப்பட்ட வளர்ச்சி
2. வாழ்க்கைத் துணைவர்/ பெற்றோர்	2. வாழ்க்கைத் துணைவர்
3. மேலாளர் — புதிய பொருட்கள்	3. பெற்றோர்
4. மேலாளர் — ஆய்வு	4. வீடுமனை வாங்கல் விற்றல் விற்பனையாளர்
5. மேலாளர் — ஊழியர் மேம்பாடு	5. சமூக சேவை
6. மேலாளர் — நிர்வாகம்	6. சிம்பொனி குழு உறுப்பினர்
7. யுனைட்டட் வே நிறுவனத் தலைவர்	

இலக்குகளைத் தேர்ந்தெடுத்தல்

அடுத்த ஏழு நாட்களில் ஒவ்வொரு பாத்திரத்திலும் நீங்கள் சாதிக்க விரும்புகின்ற ஒன்று அல்லது இரண்டு முக்கியமான விளைவுகளைப் பற்றி சிந்திப்பது அடுத்தக் கட்டம். இவை இலக்குகளாகப் பதிவு செய்து கொள்ளப்படும். (அடுத்தப் பக்கத்தைப் பாருங்கள்.)

இதில் குறைந்தபட்சம் சில இலக்குகளாவது இரண்டாவது கால்சதுரப் பகுதி நடவடிக்கைகளைப் பிரதிபலிக்க வேண்டும். இந்த வாராந்திர இலக்குகள், உங்களது சொந்தக் குறிக்கோள் வாசகத்துடன் தொடர்புடையவையாக நீங்கள் கண்டுகொண்டுள்ள நீண்டகால இலக்குகளோடு சம்பந்தப்பட்டிருக்கும். உங்களுடைய சொந்தக் குறிக்கோள் வாசகத்தை நீங்கள் எழுதியிருக்காவிட்டாலும் சரி, உங்களது ஒவ்வொரு பாத்திரத்திலும் நீங்கள் முக்கியமாகக் கருதுகின்ற விஷயங்களைப் பற்றியும், அந்த ஒவ்வொரு பாத்திரத்திற்குமான ஓரிரு இலக்குகளைப் பற்றியும் உங்களுக்கு ஒருவித உணர்வு ஏற்படும்.

கால அட்டவணைப்படுத்துதல்

உங்கள் இலக்குகளை மனத்தில் வைத்து இனிவரும் வாரத்தை நீங்கள் பார்க்கலாம். அவற்றை அடைவதற்கான கால அட்டவணையை நீங்கள் தயாரிக்கலாம். எடுத்துக்காட்டாக, உங்களுடைய சொந்தக் குறிக்கோள் வாசகத்தின் முதல் பிரதியை உருவாக்குவது உங்களுடைய இலக்காக இருந்தால், அதைச் செய்வதற்கு ஒரு ஞாயிற்றுக்கிழமையன்று இரண்டு மணிநேரத்தை ஒதுக்கிக் கொள்ளுங்கள். உங்கள் வாரத்தை ஒழுங்கமைத்துக் கொள்வது உட்பட, உங்களை உயர்த்திக் கொள்ளும் நடவடிக்கைகளைத் திட்டமிடுவதற்குச் சிறந்த நாள் ஞாயிற்றுக்கிழமைதான். உங்களை ஆசுவாசப்படுத்திக் கொண்டு, உத்வேகம் பெற்று, கொள்கைகள் மற்றும் மதிப்பீடுகளின் கண்ணோட்டத்தில் உங்கள் வாழ்க்கையைப் பார்ப்பதற்கான ஒரு நல்ல நேரம் இது.

உடற்பயிற்சியின் மூலம் ஒரு திடகாத்திரமான உடலை உருவாக்குவது உங்களுடைய இலக்காக இருந்தால், தினமும் ஒரு மணிநேரம் என்ற கணக்கில் வாரத்தில் மூன்று அல்லது நான்கு நாட்களை நீங்கள் ஒதுக்க விரும்பக்கூடும். அல்லது அந்த இலக்கை அடைவதற்காக தினமும் ஒரு மணிநேரத்தை நீங்கள் பிரத்யேகமாக அதற்கு ஒதுக்க விரும்பக்கூடும். சில இலக்குகளை உங்கள் வேலை நேரத்திலும், வேறு சில இலக்குகளை சனிக்கிழமைகளில் உங்கள் குழந்தைகளோடு வீட்டில் இருக்கும்போது மட்டுமே உங்களால் அடைய முடியக்கூடும். அன்றைய தினத்தை ஒழுங்கமைப்பதற்குப் பதிலாக, ஒரு வாரத்தை ஒழுங்கமைப்பதில் உள்ள சில அனுகூலங்களை உங்களால் பார்க்க முடிகிறதா?

பாத்திரங்களைத் தெரிந்து கொண்டு இலக்குகளை அமைத்துக் கொண்டதும், ஒவ்வோர் இலக்கிற்கும் அந்த வாரத்தில் ஒரு குறிப்பிட்ட நாளில் ஒரு குறிப்பிட்ட நேரத்தை ஒதுக்கிக் கொண்டு, அதை முன்னுரிமைப்படுத்துங்கள். உங்களுடைய வருடாந்திர அல்லது மாதாந்திரக் கால அட்டவணைகளைப் பரிசீலித்துப் பார்த்து, நீங்கள் முன்கூட்டியே திட்டமிட்டு வைத்துள்ள நடவடிக்கைகள் உங்களது தற்போதைய இலக்குகளுடன் ஒப்பிடப்படும்போது எவ்வளவு முக்கியத்துவம் வாய்ந்தவை என்பதை மதிப்பீடு செய்து, முக்கியமானவையாக நீங்கள் கருதும் நடவடிக்கைகளை அப்படியே வைத்துக் கொண்டு, மற்றவற்றை மீண்டும் கால அட்டவணைப்படுத்துங்கள் அல்லது ரத்து செய்துவிடுங்கள்.

கீழ்க்கண்ட வாராந்திரக் கால அட்டவணையை நீங்கள் ஆய்வு செய்யும்போது, இரண்டாவது கால்சதுரப் பகுதியின் பத்தொன்பது மிக முக்கியமான இலக்குகளும் எவ்வாறு அட்டவணைப்படுத்தப்பட்டுள்ளன அல்லது ஒரு குறிப்பிட்டச் செயற்திட்டமாக மாற்றப்பட்டுள்ளன என்பதை கவனியுங்கள். அதோடு, 'ரம்பத்தைக் கூர்தீட்டுங்கள்' என்று எழுதப்பட்டுள்ள கட்டத்தைப் பாருங்கள். நான்கு மனிதப் பரிமாணங்கள் ஒவ்வொன்றிலும் இரண்டாவது கால்சதுரப் பகுதியின் இன்றியமையாத

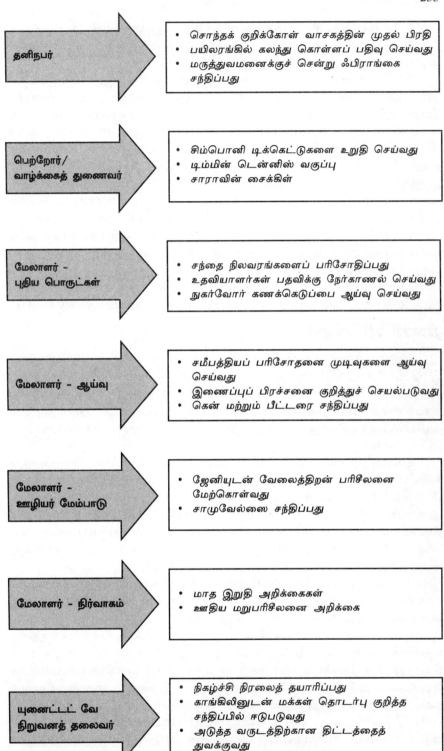

தனிநபர்
- சொந்தக் குறிக்கோள் வாசகத்தின் முதல் பிரதி
- பயிலரங்கில் கலந்து கொள்ளப் பதிவு செய்வது
- மருத்துவமனைக்குச் சென்று ஃபிராங்கை சந்திப்பது

பெற்றோர்/ வாழ்க்கைத் துணைவர்
- சிம்பொனி டிக்கெட்டுகளை உறுதி செய்வது
- டிம்மின் டென்னிஸ் வகுப்பு
- சாராவின் சைக்கிள்

மேலாளர் - புதிய பொருட்கள்
- சந்தை நிலவரங்களைப் பரிசோதிப்பது
- உதவியாளர்கள் பதவிக்கு நேர்காணல் செய்வது
- நுகர்வோர் கணக்கெடுப்பை ஆய்வு செய்வது

மேலாளர் - ஆய்வு
- சமீபத்தியப் பரிசோதனை முடிவுகளை ஆய்வு செய்வது
- இணைப்புப் பிரச்சனை குறித்துச் செயல்படுவது
- கென் மற்றும் பீட்டரை சந்திப்பது

மேலாளர் - ஊழியர் மேம்பாடு
- ஜேனியுடன் வேலைத்திறன் பரிசீலனை மேற்கொள்வது
- சாமுவேல்ஸை சந்திப்பது

மேலாளர் - நிர்வாகம்
- மாத இறுதி அறிக்கைகள்
- ஊதிய மறுபரிசீலனை அறிக்கை

யுனைட்டட் வே நிறுவனத் தலைவர்
- நிகழ்ச்சி நிரலைத் தயாரிப்பது
- காங்கிலினுடன் மக்கள் தொடர்பு குறித்த சந்திப்பில் ஈடுபடுவது
- அடுத்த வருடத்திற்கான திட்டத்தைத் துவக்குவது

புதுப்பித்தல் நடவடிக்கைகளைத் திட்டமிடுவதற்கு ஓர் இடம் வழங்கப்பட்டுள்ளது. இப்பரிமாணங்கள் 7வது பழக்கத்தில் விளக்கப்பட்டுள்ளன.

19 முக்கியமான இலக்குகளுக்கு உங்களது வாராந்திர அட்டவணையில் இடம் ஒதுக்கிய பிறகும்கூட, அந்த அட்டவணையில் நீங்கள் திட்டமிடுவதற்கு எவ்வளவு இடம் இருக்கிறது என்பதைப் பாருங்கள். இரண்டாவது கால்சதுரப் பகுதியின் வாராந்திரத் திட்டமிடுதல், முதலில் செய்ய வேண்டியவற்றை முதலில் செய்வதற்கு உங்களுக்கு சக்தியளிப்பதோடு, உங்களுடைய வாழ்வின் ஒவ்வொரு பகுதியிலும் உள்ள முக்கியமான இலக்குகளை அடைவதற்கு உங்கள் வாரத்தை முன்யோசனையுடன் திட்டமிட்டு ஒழுங்கமைத்துவிட்டீர்கள் என்ற அறிதலுடன், எதிர்பாராத நிகழ்வுகளைக் கையாள்வதற்கும், தேவைப்பட்டால் நீங்கள் ஏற்கனவே திட்டமிட்டுள்ளவற்றை இடம் மாற்றுவதற்கும், மற்றவர்களுடனான உறவுகளையும் கருத்துப் பரிமாற்றங்களையும் பாதுகாப்பதற்கும், தானாக நிகழ்கின்ற அனுபவங்களை ஆழமாகவும் மகிழ்ச்சியாகவும் அனுபவிப்பதற்குமான சுதந்திரத்தையும் வளைந்து கொடுக்கும் தன்மையையும் கொடுக்கிறது.

தினசரி சரிசெய்தல்

இரண்டாவது கால்சதுரப் பகுதியின் வாராந்திர ஒழுங்கமைத்தல் இருக்கும்போது, தினசரித் திட்டமிடுதல் என்பது, தினசரிப் பொருத்துதல், நடவடிக்கைகளை முன்னுரிமைப்படுத்துதல், எதிர்பாராத நிகழ்வுகளுக்கும் உறவுகளுக்கும் அனுபவங்களுக்கும் ஓர் அர்த்தமுள்ள வழியில் செயல்விடை அளித்தல் போன்ற ஒரு செயல்பாடாக ஆகிவிடுகிறது.

உங்கள் கால அட்டவணையை மறுபரிசீலனை செய்வதற்கு ஒவ்வொரு நாள் காலையிலும் ஒருசில நிமிடங்களை ஒதுக்கிக் கொள்வது, வாராந்திர அட்டவணையைத் தயாரித்தபோது மதிப்பீடுகளின் அடிப்படையில் நீங்கள் மேற்கொண்ட தீர்மானங்களுடனும், எதிர்பாராத நிகழ்வுகளுடனும் உங்களுக்குத் தொடர்பை ஏற்படுத்துகிறது. அன்றைய நாளை நீங்கள் ஆய்வு செய்யும்போது, உங்களுடைய பாத்திரங்களும் இலக்குகளும் உங்களது உள்ளார்ந்த சமநிலையிலிருந்து வருகின்ற ஓர் இயல்பான முன்னுரிமைப்படுத்துதலைக் கொடுப்பதை உங்களால் பார்க்க முடியும். உங்களது சொந்தக் குறிக்கோளின் அடிப்படையிலிருந்து வருகின்ற வலது மூளையின் முன்னுரிமைப்படுத்துதல் அது.

மூன்றாவது தலைமுறையின் 1, 2, 3 என்ற முன்னுரிமைப்படுத்துதல் உங்களது அன்றாட நடவடிக்கைகளுக்குத் தேவையான ஒழுங்கைக் கொடுப்பதை நீங்கள் காண்பீர்கள். நடவடிக்கைள் முக்கியமானவையாக இருக்கும், அல்லது முக்கியமற்றவையாக இருக்கும் என்று கூறுவது தவறான வகைபிரித்தலாகும். அவை ஒரு தொடர்ச்சியில் இருக்கின்றன என்பது வெளிப்படை. சில முக்கியமான நடவடிக்கைகள் மற்றவற்றைவிட அதிக முக்கியமானவையாக இருக்கின்றன. வாராந்திர ஒழுங்கமைத்தல்

நீண்டகால ஒழுங்கமைப்பு

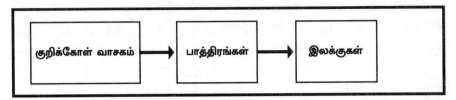

வாராந்திர ஒழுங்கமைப்பு

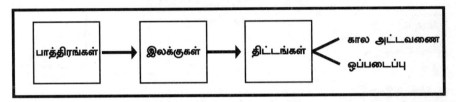

என்ற அடிப்படையில் பார்த்தால், மூன்றாவது தலைமுறை முன்னுரிமைப்படுத்துதல் அன்றாட கவனக்குவிப்பிற்கு ஓர் ஒழுங்கைக் கொடுக்கிறது.

நடவடிக்கைகள் உங்களது சொந்தக் குறிக்கோளுடன் எவ்வாறு தொடர்பு கொண்டுள்ளன, அவை உங்களது வாழ்வின் சமநிலைக்குள் எவ்வாறு பொருந்துகின்றன என்பதைத் தெரிந்து கொள்வதற்குள் அவற்றை முன்னுரிமைப்படுத்த முயற்சிப்பது அவ்வளவாகப் பலனளிக்காது. உங்களுக்கு விருப்பமில்லாத அல்லது நீங்கள் செய்ய வேண்டிய தேவையே இல்லாத விஷயங்களை நீங்கள் முன்னுரிமைப்படுத்திக் கொள்ளக்கூடும்.

கொள்கையை மையமாகக் கொண்ட, இரண்டாவது கால்சதுரப் பகுதி நிர்வாகியாக உங்கள் வாரத்தை ஒழுங்கமைத்து உங்களது நாட்களைத் திட்டமிடுவதற்கும், வேறு ஏதோ ஒன்றை மையமாக வைத்துச் செயல்படுகின்ற ஒரு தனிநபராக அவற்றைச் செய்வதற்கும் இடையேயான வேறுபாட்டை உங்களால் காண முடிகிறதா? இரண்டாவது கால்சதுரப் பகுதியில் கவனம் செலுத்துவது உங்களது தற்போதைய செயற்திறனில் எத்தகைய அளப்பரிய வித்தியாசத்தை ஏற்படுத்தும் என்பதை உங்களால் உணர முடிகிறதா?

கொள்கையை மையமாகக் கொண்ட இரண்டாவது கால்சதுரப் பகுதி ஒழுங்கமைப்பின் சக்தியை என் சொந்த வாழ்வில் நான் அனுபவித்துள்ளதிலிருந்தும், நூற்றுக்கணக்கான மக்களின் வாழ்க்கையை அது மாற்றியுள்ளதை நான் பார்த்துள்ளதிலிருந்தும், அது அளப்பரிய நேர்மறையான வித்தியாசத்தை ஏற்படுத்துவதை நான் உறுதியாக நம்புகிறேன். சரியான கொள்கைகள் மற்றும் தனிப்பட்டக் குறிக்கோள் என்ற கட்டமைப்புக்குள் வாராந்திர இலக்குகள் எவ்வளவு அதிகமாக முழுமையாகப் பொருந்தியிருக்கின்றனவோ, செயற்திறன் அவ்வளவு அதிகமாக அதிகரிக்கும்.

வாராந்திரக் கால அட்டவணை

பாத்திரங்கள்	இலக்குகள்
தனிநபர்	• சொந்தக் குறிக்கோள் வாசகத்தின் முதல் பிரதி (1) • பயிலரங்கில் கலந்து கொள்ளப் பதிவு செய்வது (2) • மருத்துவமனைக்குச் சென்று லீபிராங்கை சந்திப்பது (3)
பெற்றோர்/ வாழ்க்கைத் துணைவர்	• சிம்பொனி டிக்கெட்டுகளை உறுதி செய்வது (4) • டிம்மின் டென்னிஸ் வகுப்பு (5) • சாராவின் சைக்கிள் (6)
மேலாளர் - புதிய பொருட்கள்	• சந்தை நிலவரங்களைப் பரிசோதிப்பது (7) • உதவியாளர்கள் பதவிக்கு நேர்காணல் செய்வது (8) • நுகர்வோர் கணக்கெடுப்பை ஆய்வு செய்வது (9)
மேலாளர் - ஆய்வு	• சமீபத்தியப் பரிசோதனை முடிவுகளை ஆய்வு செய்வது (10) • இணைப்புப் பிரச்சனை குறித்துச் செயல்படுவது (11) • கென் மற்றும் பீட்டரை சந்திப்பது (12)
மேலாளர் - ஊழியர் மேம்பாடு	• ஜெனியுடன் வேலைத்திறன் பரிசீலனை மேற்கொள்வது (13) • சாமுவேல்ஸை சந்திப்பது (14)
மேலாளர் - நிர்வாகம்	• மாத இறுதி அறிக்கைகள் (15) • ஊதிய மறுபரிசீலனை அறிக்கை (16)
யுனைட்டட் வே நிறுவனத் தலைவர்	• நிகழ்ச்சி நிரலைத் தயாரிப்பது (17) • காங்கிலினுடன் மக்கள் தொடர்பு குறித்த சந்திப்பில் ஈடுபடுவது (18) • அடுத்த வருடத்திற்கான திட்டத்தைத் துவக்குவது (19)

ரம்பத்தைக் கூர்தீட்டுங்கள்

உடல்ரீதியானவை:
உளரீதியானவை:
ஆன்மீகரீதியானவை:
சமூக மற்றும் உணர்ச்சிரீதியானவை:

வாரம்:	ஞாயிறு
வாராந்திர முன்னுரிமைகள்	இன்றைய முன்னுரிமைகள்
	சந்திப்புகள்
	8 சொந்த நேரம்: (1) குறிக்கோள் வாசகம்
	9
	10
	11
	12
	1
	2
	3
	4
	5
	6
	7
	8
	மாலை

திங்கள்	செவ்வாய்	புதன்	வியாழன்	வெள்ளி	சனி
இன்றைய முன்னுரிமைகள்					
ஊதிய மறுபரிசிலனை (16) அறிக்கை	பயிலரங்குப் பதிவை (2) அனுப்புவது	கென் & பீட்டரை (12) சந்திப்பது		சாமுவேல்ஸை சந்திப்பது (14)	
சந்திப்புகள்					
8	8	8	8	8	8 சிம்பொனி டிக்கெட் (4) உறுதி செய்தல்
9	9	9 சந்தை நிலவரங்களைப் (7) பரிசோதிப்பது	9 இணைப்புப் (11) பிரச்சனைகள்	9 சோதனை முடிவுகளை (10) ஆய்வு செய்வது	9
10	10	10	10	10	10
11 உதவியாளர்கள் பதவிக்கான (8) நேர்காணல்கள்	11	11	11	11	11
12	12	12	12	12 காங்க்லினை சந்திப்பது (18)	12
1	1 நுகர்வோர் கணக்கெடுப்பை (9) ஆய்வு செய்வது	1	1	1	1
2	2	2	2	2	2
3	3	3	3 வேலைத்திறன் பரிசீலனை — (13) ஜேனி	3 மாத இறுதி (15) அறிக்கை	3
4 ஃபிராங்க் — (3) மருத்துவமனை	4	4	4	4	4
5	5	5	5	5	5
6	6 டிம்மின் டென்னிஸ் (5) வகுப்பு	6	6 யுனைட்டட் வே (17) நிகழ்ச்சி நிரல்	6	6
7 சாராவின் (6) சைக்கிள்	7	7	7	7	7
8	8	8	8 அடுத்த வருடத் (19) திட்டங்கள்	8	8
மாலை	**மாலை**	**மாலை**	**மாலை**	**மாலை**	**மாலை** *7:00* பிரவுன்ஸ் அரங்கு

திட்டத்தைத் தினசரி வாழ்க்கையாக்கிக் கொள்ளுங்கள்

'நீங்கள்தான் திட்டமிடுபவர்' என்று 1வது பழக்கம் கூறுகிறது; 'திட்டத்தை எழுதுங்கள்' என்று 2வது பழக்கம் கூறுகிறது; 'திட்டத்தைச் செயல்படுத்துங்கள்,' 'திட்டத்தை வாழுங்கள்' என்று 3வது பழக்கம் கூறுகிறது. வாழ்வது என்பது முக்கியமாக, தேர்ந்தெடுப்பதற்கான நமது சுதந்திரம், சுயஒழுங்கு, நாணயம், மற்றும் நமது இலக்குகளுக்கும் கால அட்டவணை களுக்கும் வாழ்க்கைக்கும் அர்த்தத்தையும் கண்ணோட்டத்தையும் கொடுக்கின்ற சரியான கொள்கைகள் மற்றும் நமது சொந்த ஆழமான மதிப்பீடுகள் குறித்த அர்ப்பணிப்பு ஆகியவற்றின் ஒரு செயல்பாடு.

நீங்கள் உங்கள் வாராந்திர நடவடிக்கைகளை மேற்கொள்ளும்போது, உங்களுடைய நாணயம் பல சமயங்களில் சோதனைக்கு உள்ளாகும். மூன்றாவது கால்சதுரப் பகுதியின் அவசரமான, ஆனால் முக்கியமற்ற நடவடிக்கைகளுக்கு எதிர்வினையாற்றுகின்ற பிரபலத்துவமும், நான்காவது கால்சதுரப் பகுதிக்குத் தப்பிச் செல்வதிலுள்ள இன்பமும், இரண்டாவது கால்சதுரப் பகுதியில் நீங்கள் திட்டமிட்டு வைத்துள்ள முக்கியமான நடவடிக்கைகளை மேற்கொள்வதிலிருந்து உங்களைத் தடுத்து நிறுத்த முயற்சிக்கும். நீங்கள் உங்களது தேர்ந்தெடுக்கும் சுதந்திரத்தைப் பயன்படுத்தி உண்மையிலேயே முக்கியமான விஷயங்களுக்கு நாணயமாக நடந்து கொள்வதற்கு உங்களுக்கு சக்தியளிப்பதற்காக, உங்களது கொள்கை மையம், சுயவிழிப்புணர்வு, மனசாட்சி ஆகியவற்றால் உயர்ந்த அளவு உள்ளார்ந்த பாதுகாப்பையும், வழிகாட்டுதலையும், அறிவையும் உங்களுக்குக் கொடுக்க முடியும்.

ஆனால் நீங்கள் அனைத்துமறிந்தவர் அல்ல என்பதால், எது உண்மையிலேயே முக்கியம் என்பதை எல்லா நேரங்களிலும் உங்களால் அறிந்திருக்க முடியாது. நீங்கள் உங்கள் வாரத்தை எவ்வளவு எச்சரிக்கையாக ஒழுங்கமைத்தாலும், கொள்கையை மையமாகக் கொண்டவர் என்ற முறையில், ஓர் உயர்ந்த மதிப்பீட்டிற்கு முன்னுரிமை கொடுத்து, உங்களது கால அட்டவணையைப் பின்னுக்குத் தள்ள வேண்டிய சில நேரங்களை நீங்கள் எதிர்கொள்ள வேண்டியிருக்கும். நீங்கள் கொள்கையை மையமாகக் கொண்டவர் என்பதால், உள்ளார்ந்த அமைதியுடன் உங்களால் அதைச் செய்ய முடியும்.

ஒரு சமயம், என்னுடைய மகன்களில் ஒருவன், தன் வேலையைத் திட்டமிட்டு அட்டவணைப்படுத்துவதிலும், செயற்திறனை மேம்படுத்துவதிலும் ஆழமாக ஈடுபட்டிருந்தான். ஒருநாள், மூச்சு விடுவதற்குக்கூட நேரமில்லாத அளவுக்கு ஏகப்பட்ட வேலைகள் அவனது அட்டவணையில் இடம்பெற்றிருந்தன. புத்தகங்கள் வாங்குவது, காரைக் கழுவுவது, தனது காதலி கேரலுடனான உறவை முறித்துக் கொள்வது ஆகியவை அதில் அடங்கியிருந்தன.

எல்லாம் அவனது திட்டப்படி நடந்து கொண்டிருந்தது. கேரலின் விஷயம் அதைப் புரட்டிப் போட்டது. கேரலை அவன் நீண்ட காலமாகக்

காதலித்து வந்தான். இறுதியில், இந்த உறவு தொடர்வது சரிப்பட்டு வராது என்ற முடிவுக்கு அவன் வந்தான். எனவே, அவளைத் தொலைபேசியில் அழைத்து அவளிடம் இதைக் கூறுவதற்கு அவன் பதினைந்து நிமிடங்களை ஒதுக்கியிருந்தான். அதன்படி அவளைத் தொலைபேசியில் அழைத்து விஷயத்தைத் தெரிவித்தான்.

அச்செய்தி கேரலுக்குப் பெரும் அதிர்ச்சியை ஏற்படுத்தியது. ஒன்றரை மணிநேரத்திற்குப் பிறகும் அவன் அவளுடன் மிகத் தீவிரமான ஓர் உரையாடலில் ஈடுபட்டிருந்தான். அப்போதுகூட அது போதுமானதாக இருக்கவில்லை. அச்சூழ்நிலை அவர்கள் இருவருக்கும் எரிச்சலூட்டுவதாக இருந்தது.

மக்களைப் பற்றி சிந்திக்கும்போது 'ஆற்றலையும்', பொருட்களைப் பற்றி சிந்திக்கும்போது 'செயற்திறனையும்' நீங்கள் தொடர்புபடுத்துவீர்கள். மக்களைக் கையாளும்போது 'செயற்திறனை'ப் பற்றி உங்களால் யோசிக்க முடியாது. ஒத்துப்போக மறுக்கின்ற அல்லது இசைவு கொள்ள முடியாத ஒரு நபருடன் 'செயற்திறனை' நான் முயற்சித்துப் பார்த்திருக்கிறேன், ஆனால் அது வேலை செய்யவில்லை. ஒரு பிரச்சனையைத் தீர்ப்பதற்கு ஒரு குழந்தைக்காக அல்லது ஓர் ஊழியருக்காகப் பத்து நிமிடங்கள் அவர்களுக்கென்று பிரத்யேகமாக ஒதுக்கிப் பார்த்திருக்கிறேன். ஆனால் அப்படிப்பட்டச் 'செயற்திறன்' உண்மையான பிரச்சனையைத் தீர்ப்பதற்குப் பதிலாகப் புதிய பிரச்சனைகளை உருவாக்கியதை நான் கண்டறிந்தேன்.

பல பெற்றோர்கள், குறிப்பாக சிறு குழந்தைகளைக் கொண்ட தாய்மார்கள், ஏராளமான வேலைகளைச் செய்து முடிக்க வேண்டும் என்ற விருப்பத்தில் பெரும் எரிச்சலுக்கு ஆளாவதை நான் பார்த்திருக்கிறேன். தங்கள் குழந்தைகளுக்குச் செலவிடுவதற்கே நாள் முழுவதும் தேவைப்படுவதால், அவர்கள் செய்ய விரும்பும் விஷயங்களைச் செய்வதற்கு அவர்களுக்கு நேரமில்லாமல் போய்விடுவதுதான் அவர்களது எரிச்சலுக்குக் காரணம். எரிச்சல் என்பது நமது எதிர்பார்ப்புகளின் ஒரு செயல்பாடு என்பதையும், நமது எதிர்பார்ப்புகள் நமது சொந்த மதிப்பீடுகள் மற்றும் முன்னுரிமைகளின் பிரதிபலிப்பாக இல்லாமல், சமுதாயக் கண்ணாடியின் ஒரு பிரதிபலிப்பாக இருக்கின்றன என்பதையும் நினைவில் கொள்ளுங்கள்.

ஆனால் 2வது பழக்கம் உங்கள் மனத்திலும் இதயத்திலும் ஆழமாகப் பதிந்திருந்தால், அந்த உயர்ந்த மதிப்பீடுகள் உங்களிடம் குடிகொண்டு உங்களை வழிநடத்தும். நாணயத்துடன் உங்களது மதிப்பீடுகளுக்கு முன்னுரிமை கொடுத்து, உங்களது கால அட்டவணையைப் பின்னுக்குத் தள்ளி வைக்க உங்களால் முடியும். உங்களால் பொருந்திக் கொள்ள முடியும்; உங்களால் வளைந்து கொடுத்துப் போக முடியும். உங்கள் அட்டவணைப்படி உங்களால் நடந்து கொள்ள முடியாதபோதோ அல்லது உங்கள் அட்டவணையை நீங்கள் மாற்றியமைக்க வேண்டியிருக்கும்போதோ உங்களுக்குக் குற்றவுணர்வு ஏற்படாது.

நான்காவது தலைமுறையின் அனுகூலங்கள்

மூன்றாவது தலைமுறை நேர நிர்வாகக் கருவிகளைப் பயன்படுத்துவதற்கு மக்கள் எதிர்ப்புக் காட்டுவதற்கான காரணங்களில் ஒன்று, அவர்கள் தங்களது தன்னிச்சை இயல்பை இழந்துவிடுகின்றனர் என்பது; அவர்களால் வளைந்து கொடுத்துப் போக முடியாமல் போய்விடுகிறது. அவர்கள் கால அட்டவணைகளுக்கு முன்னுரிமை கொடுத்து, மக்களை இரண்டாம்பட்சமாகப் பார்க்கின்றனர். ஏனெனில், மூன்றாவது தலைமுறை நேர நிர்வாகத்தின் செயற்திறன் கருத்துக் கண்ணோட்டம், 'பொருட்களைவிட மக்கள் அதிக முக்கியமானவர்கள்' என்ற கொள்கையுடன் முரண்பட்டு நிற்கிறது.

நான்காவது தலைமுறை நேர நிர்வாகக் கருவி அக்கொள்கையை அங்கீகரிக்கிறது. ஆற்றல் என்ற கண்ணோட்டத்தில் நீங்கள் கருத்தில் கொள்ள வேண்டிய முதல் நபர் நீங்கள்தான் என்பதையும் அது அங்கீகரிக்கிறது. கொள்கைகளைப் புரிந்து கொண்டு அவற்றின்மீது உங்கள் வாழ்க்கையை மையம் கொள்ளச் செய்வதற்கும், உங்களுடைய அன்றாடத் தீர்மானங்களை வழிநடத்த வேண்டும் என்று நீங்கள் விரும்புகின்ற மதிப்பீடுகளுக்கும் குறிக்கோள்களுக்கும் தெளிவான வெளிப்பாட்டைக் கொடுப்பதற்கும், இரண்டாவது கால்சதுரப் பகுதியில் நீங்கள் அதிக நேரம் செலவிடுவதற்கு அது உங்களை ஊக்குவிக்கிறது. உங்கள் வாழ்வில் சமநிலையை உருவாக்க அது உதவுகிறது. குறைபாடுகளைக் கொண்ட அன்றாடத் திட்டமிடுதலில் இருந்து மீண்டு, வாராந்திர அடிப்படையில் ஒழுங்கமைப்பதற்கும் அட்டவணைப்படுத்துவதற்கும் அது உங்களுக்கு உதவுகிறது. நீங்கள் திட்டமிட்டுள்ள விஷயத்துடன் ஓர் உயர்ந்த மதிப்பீடு முரண்பட்டு நிற்கும்போது, மிக முக்கியம் என்று நீங்கள் வரையறுத்துள்ள கொள்கைகள் மற்றும் குறிக்கொள்களை நியாயமாக நிலைநிறுத்துவதற்கு உங்கள் சுயவிழிப்புணர்வையும் மனசாட்சியையும் பயன்படுத்துவதற்கு அது உங்களுக்கு சக்தியூட்டுகிறது. ஒரு சாலை வரைபடத்தைப் பயன்படுத்துவதற்குப் பதிலாக, நீங்கள் ஒரு திசைகாட்டியைப் பயன்படுத்துகிறீர்கள்.

நான்காவது தலைமுறை சுயநிர்வாகம் மூன்றாவது தலைமுறை சுயநிர்வாகத்தைவிட ஐந்து முக்கிய வழிகளில் அதிகமாக மேம்பட்டிருக்கின்றது.

முதலில், அது கொள்கையை மையமாகக் கொண்டுள்ளது. இரண்டாவது கால்சதுரப் பகுதியைப் பற்றி வெறுமனே பேசிக் கொண்டிருக்காமல், உண்மையிலேயே எது முக்கியமானது, ஆற்றல் வாய்ந்தது என்ற கண்ணோட்டத்தில் உங்கள் நேரத்தை நீங்கள் பார்ப்பதற்கு உங்களுக்கு சக்தியளிக்கக்கூடிய ஒரு மையக் கருத்துக் கண்ணோட்டத்தை அது உருவாக்குகிறது.

இரண்டாவதாக, அது மனசாட்சியால் வழிநடத்தப்படுகிறது. உங்களுடைய வாழ்க்கையை உங்களுடைய ஆழமான மதிப்பீடுகளுக்கு

இணக்கமாக, உங்களால் முடிந்த அளவுக்குச் சிறப்பாக ஒழுங்கமைத்துக் கொள்வதற்கு அது உங்களுக்கு வாய்ப்பளிக்கிறது. ஆனால், உயர்ந்த மதிப்பீடுகளுக்கு முன்னுரிமை கொடுத்து, மன அமைதியுடன் உங்களுடைய கால அட்டவணையை இரண்டாம்பட்சமாகப் பார்ப்பதற்கான சுதந்திரத்தையும் அது உங்களுக்குக் கொடுக்கிறது.

மூன்றாவதாக, அது உங்களுடைய மதிப்பீடுகள் மற்றும் நீண்டகால இலக்குகள் உட்பட, உங்களது தனித்துவமான குறிக்கோளை வரையறுக்கிறது. உங்களுடைய ஒவ்வொரு நாளையும் நீங்கள் செலவிடும் விதத்திற்கு அது வழிகாட்டுதலையும் குறிக்கோளையும் கொடுக்கிறது.

நான்காவதாக, உங்களது பாத்திரங்களை அடையாளம் கண்டுகொள்வதன் மூலமும், ஒவ்வொரு வாரமும் ஒவ்வொரு முக்கியப் பாத்திரத்திற்கான இலக்குகளை அமைப்பதன் மூலமும், நடவடிக்கைகளைக் கால அட்டவணைப்படுத்துவதன் மூலமும் உங்கள் வாழ்வை சமநிலையில் வைத்திருப்பதற்கு அது உங்களுக்கு உதவுகிறது.

ஐந்தாவதாக, வாராந்திர ஒழுங்கமைப்பின் மூலமாக அது மிக உயர்ந்த கண்ணோட்டத்தைக் கொடுக்கிறது. நீங்கள் அன்றாடத் திட்டமிடுதலில் உள்ள குறைபாடுகளால் மட்டுப்படுத்தப்படுவதற்குப் பதிலாக, உங்களது முக்கியமான பாத்திரங்களை மறுபரிசீலனை செயவதன மூலம் உங்களது ஆழமான மதிப்பீடுகளுடன் அது உங்களுக்குத் தொடர்பை ஏற்படுத்துகிறது.

உறவுகள் மற்றும் விளைவுகள்மீது முதன்மை கவனமும், நேரத்தின்மீது இரண்டாம்பட்ச கவனமும் இந்த ஐந்து மேம்பாடுகளின் ஊடாகவும் இழையோடுகின்றன.

ஒப்படைப்பு: உற்பத்தியையும் உற்பத்தித்திறனையும் அதிகரித்தல்

நாம் செய்கின்ற அனைத்து விஷயங்களையும் பிறரிடமோ அல்லது நேரத்திடமோ பகிர்ந்து கொடுப்பதன் மூலம் நாம் சாதிக்கிறோம். நாம் நேரத்திடம் பகிர்ந்து கொடுத்தால், செயற்திறனைப் பற்றி நாம் சிந்திக்கிறோம். மற்றவர்களிடம் அதைப் பகிர்ந்து கொடுத்தால், ஆற்றலைப் பற்றி நாம் யோசிக்கிறோம்.

பெரும்பாலான மக்கள் அடுத்தவர்களிடம் வேலையைப் பகிர்ந்து கொடுக்க மறுக்கின்றனர். ஏனெனில், அது அதிக நேரத்தையும் முயற்சியையும் எடுத்துக் கொள்கிறது என்றும், தங்களால் அதைச் சிறப்பாகச் செய்ய முடியும் என்றும் அவர்கள் நம்புகின்றனர். ஆனால் மற்றவர்களிடம் ஆற்றலோடு பகிர்ந்து கொடுப்பது மிகவும் சக்திவாய்ந்த உயர் ஆற்றல் நடவடிக்கையாகும்.

பொறுப்புகளைப் பிற திறமையான மற்றும் பயிற்சி பெற்ற மக்களிடம் பகிர்ந்து கொடுப்பது, மற்ற உயர் ஆற்றல் நடவடிக்கைகளில் ஈடுபடுவதற்கான ஆற்றல்களை உங்களுக்குக் கொடுக்கிறது. பகிர்ந்து கொடுத்தல் என்பது தனிநபர்களுக்கும் நிறுவனங்களுக்கும் வளர்ச்சியைக் கொடுக்கிறது. எல்லாவற்றையும் தனியொருவனாகத் தன்னால் செய்ய

முடியாது என்று உணர்ந்த பிறகு, எல்லாவற்றையும் 'விட்டுத் தள்ளுவது' என்று தான் மேற்கொண்ட தீர்மானம்தான் தனது தீர்மானங்களிலேயே மிகவும் புத்திசாலித்தனமான தீர்மானம் என்று காலம் சென்ற ஜே.சி.பென்னி கூறியதாகக் கூறப்படுகிறது. நெடுங்காலத்திற்கு முன்பு மேற்கொள்ளப்பட்ட அந்தத் தீர்மானம் நூற்றுக்கணக்கான கடைகளின் உருவாக்கத்திற்கும் வளர்ச்சிக்கும் உதவியது.

பகிர்ந்து கொடுத்தல் செயல்முறையில் மக்கள் சம்பந்தப்பட்டுள்ளதால், அது ஒரு பொது வெற்றி. 4வது பழக்கத்தில் தாராளமாக இதைச் சேர்த்துக் கொள்ளலாம். ஆனால், நாம் இங்கு தனிமனித நிர்வாகத்தின்மீது கவனம் செலுத்திக் கொண்டிருப்பதாலும், மற்றவர்களிடம் பகிர்ந்து கொடுக்கும் திறன்தான் மேலாளருக்கும் சார்பற்ற உற்பத்தியாளருக்கும் இடையேயான முக்கிய வித்தியாசம் என்பதாலும், பகிர்ந்து கொடுத்தலை உங்களது தனிப்பட்ட நிர்வாகத் திறமைகள் என்ற கண்ணோட்டத்திலிருந்து நான் அணுகுகிறேன்.

ஓர் உற்பத்தியாளர் என்பவர் தனக்கு விருப்பமான விளைவுகளை அடைவதற்கு, அதாவது பொன் முட்டைகளைப் பெறுவதற்குத் தேவையானவற்றைச் செய்கிறார். சமையல் பாத்திரங்களைக் கழுவும் ஒரு பெற்றோரும், வரைபடங்களை உருவாக்குகின்ற கட்டிடக்கலை வல்லுனர் ஒருவரும், கடிதங்களைத் தட்டச்சு செய்யும் ஒரு செயலாளரும் உற்பத்தியாளர்களுக்கான எடுத்துக்காட்டுகள்.

ஆனால் பொன் முட்டைகளை உற்பத்தி செய்வதற்காக ஓர் அமைப்பை நிறுவி, அந்த அமைப்போடும் மக்களோடும் சேர்ந்து செயல்படுகின்ற ஒருவர், அந்த சகசார்புக் கண்ணோட்டத்தில் ஒரு மேலாளராக ஆகிறார். சமையல் பாத்திரங்களைக் கழுவும் வேலையை ஒரு குழந்தையிடம் ஒப்படைக்கும் ஒரு பெற்றோர் ஒரு மேலாளராவார். பல கட்டிடக்கலை வல்லுனர்கள் அடங்கிய ஒரு குழுவிற்குத் தலைமை வகிக்கின்ற ஒரு கட்டிடக்கலை வல்லுனர் ஒரு மேலாளராவார். மற்றச் செயலாளர்களும் அலுவலக உதவியாளர்களும் செய்கின்ற வேலைகளை மேற்பார்வையிடுகின்ற ஒருவர் ஓர் அலுவலக மேலாளராவார்.

ஓர் உற்பத்தியாளர், ஒரு மணிநேர முயற்சியை முதலீடு செய்து ஒரு குறிப்பிட்ட அளவு விளைவுகளை உற்பத்தி செய்யக்கூடும். இங்கு செயற்திறன் இழப்பு எதுவும் இல்லை என்று அனுமானித்துக் கொள்ளுங்கள்.

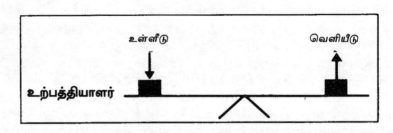

மறுபுறம், ஆற்றல்மிக்க ஒப்படைப்பின் மூலம் ஒரு மேலாளர், ஒரு மணிநேர முயற்சியை முதலீடு செய்து, பத்து அல்லது ஐம்பது அல்லது நூறு மடங்கு விளைவுகளை உற்பத்தி செய்யக்கூடும்.

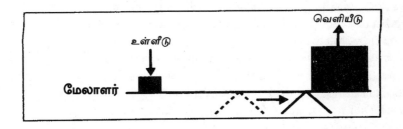

ஒப்படைப்புதான் ஆற்றல்மிக்க நிர்வாகத்திற்கான திறவுகோல்.

மேலோட்டமான ஒப்படைப்பு

அடிப்படையில் இரண்டு வகையான ஒப்படைப்புகள் உள்ளன: 'மேலோட்டமான ஒப்படைப்பு' மற்றும் 'முழுமையான ஒப்படைப்பு.' மேலோட்டமான ஒப்படைப்பு என்பதற்கு 'இதைச் செய்யுங்கள், அதைச் செய்யுங்கள், அதைப் பாருங்கள், இதைப் பாருங்கள், வேலை முடிந்தவுடன் எனக்குத் தெரிவியுங்கள்,' என்று ஏவுவது என்று பொருள். உற்பத்தியாளர்களாக உள்ள பெரும்பாலானவர்கள் ஒரு மேலோட்டமான ஒப்படைப்புக் கருத்துக் கண்ணோட்டத்தைக் கொண்டுள்ளனர். காட்டிற்குள் வாளைத் தூக்கிக் கொண்டு சென்றவர்களை நினைவிருக்கிறதா? அவர்கள் உற்பத்தியாளர்கள். அவர்கள் தங்கள் சட்டைகளை மடக்கி விட்டுக் கொண்டு, வேலையைச் செய்து முடிக்கின்றனர். மேற்பார்வை அல்லது நிர்வாகப் பொறுப்பு அவர்களுக்குக் கொடுக்கப்பட்டாலும், அவர்கள் இன்னும் உற்பத்தியாளர்களாகவே சிந்திக்கின்றனர். தான் விரும்பும் விளைவுகளை இன்னொருவர் மூலம் பெறும் விதத்தில் ஒரு வேலையை அவரிடம் முழுமையாக ஒப்படைப்பது எப்படி என்பது அவர்களுக்குத் தெரியாது. அவர்கள் வழிமுறைகளின்மீது கவனம் செலுத்துவதால், விளைவுகளுக்கு அவர்கள் பொறுப்பாளிகள் ஆகின்றனர்.

நான் ஒருமுறை என் குடும்பத்தோடு நீர்ச்சறுக்கு விளையாட்டில் கலந்து கொண்டபோது மேலோட்டமான ஒப்படைப்பில் ஈடுபட்டேன். இயந்திரப் படகை நான் இயக்கிக் கொண்டிருந்தேன். மிகத் திறமையான நீர்ச்சறுக்கு வீரனான என் மகன் தண்ணீரில் இருந்தான். படகைப் பிடித்துச் சறுக்கிக் கொண்டிருந்தான். என் மனைவி சான்ட்ராவிடம் கேமராவைக் கொடுத்து, சில புகைப்படங்கள் எடுக்கும்படி நான் அவரிடம் கூறினேன்.

முதலில், எங்களிடம் அதிக அளவு பிலிம் இல்லாததால், முக்கியமான படங்களை மட்டுமே எடுக்குமாறு நான் அவரிடம்

கூறினேன். கேமராவை இயக்குவது குறித்து என் மனைவிக்கு அவ்வளவாகப் பரிச்சயமில்லை என்பதை உணர்ந்த நான், அவருக்குத் திட்டவட்டமான அறிவுறுத்தல்களைக் கொடுக்கத் துவங்கினேன். சூரியன் படகிற்கு முன்னால் இருப்பதை உறுதி செய்து கொள்ளுமாறும், எங்களது மகன் சில சாகசங்களைச் செய்வதை கவனமாகப் படம் பிடிக்குமாறும அவருக்குக் கட்டளைகளைப் பிறப்பித்துக் கொண்டிருந்தேன்.

எங்களிடம் இருந்த குறைந்த அளவு பிலிமைப் பற்றியும், புகைப்படக் கருவியுடனான எனது மனைவியின் அனுபவமின்மையைப் பற்றியும் நான் எவ்வளவு அதிகமாக சிந்தித்தேனோ, அவ்வளவு அதிகமாக நான் கவலைப்படத் துவங்கினேன். இறுதியில் நான், "சான்ட்ரா, நான் சொல்லும்போது அந்த பட்டனைத் தட்டு, சரியா?" என்று கூறினேன். அடுத்த ஒருசில நிமிடங்கள், "எடு! — எடு! — எடுக்காதே! — எடுக்காதே!" என்று மாற்றி மாற்றி நான் கத்திக் கொண்டிருந்தேன். என் மனைவியின் ஒவ்வோர் அசைவையும் ஒவ்வொரு கணமும் நான் இயக்காவிட்டால், அவர் சரியாக எடுக்க மாட்டார் என்பதுபோல் நான் நடந்து கொண்டேன்.

இது வழிமுறைகளின் மேற்பார்வையை உள்ளடக்கிய மேலோட்டமான ஒப்படைப்பிற்கான ஓர் எடுத்துக்காட்டு. பலர் எப்போதும் இவ்விதத்தில்தான் வேலையை ஒப்படைக்கின்றனர். ஆனால் அது உண்மையிலேயே எவ்வளவு தூரம் சாதிக்கிறது? மக்களின் ஒவ்வோர் அசைவிலும் நீங்கள் ஈடுபட்டிருக்க வேண்டும் என்றால், எத்தனை மக்களை உங்களால் மேற்பார்வையிட முடியும் அல்லது நிர்வகிக்க முடியும்?

மற்றவர்களிடம் வேலையைப் பகிர்ந்து கொடுப்பதற்கான சிறந்த, ஆற்றல்மிக்க ஒரு வழி உள்ளது. மற்றவர்களின் சுயவிழிப்புணர்வு, கற்பனை, மனசாட்சி, மற்றும் அவர்களின் தேர்ந்தெடுப்பதற்கான சுதந்திரம் ஆகியவற்றை மதிக்கின்ற ஒரு கருத்துக் கண்ணோட்டத்தின் அடிப்படையில் அது அமைந்துள்ளது.

முழுமையான ஒப்படைப்பு

இது வழிமுறைகளுக்குப் பதிலாக விளைவுகள்மீது கவனம் செலுத்துகிறது. இது வழிமுறைக்கான ஒரு விருப்பத்தேர்வை மக்களுக்குக் கொடுத்து, விளைவுகளுக்கு அவர்களைப் பொறுப்பாக்குகிறது. ஆரம்பத்தில் இதற்கு அதிக நேரம் பிடிக்கக்கூடும், ஆனால் அது நல்ல முதலீடு ஆகும். முழுமையான ஒப்படைப்பின் வாயிலாக நெம்பு மையத்தை உங்களால் நகர்த்த முடியும், உங்களுடைய நெம்புத் திறனை உங்களால் அதிகரிக்க முடியும்.

இந்த ஒப்படைப்பு ஐந்து பகுதிகளில் உள்ள எதிர்பார்ப்புகள் தொடர்பான தெளிவான, பரஸ்பரப் புரிதல் மற்றும் அர்ப்பணிப்பை உள்ளடக்கியது.

விருப்பமான விளைவுகள்

எப்படி என்பதில் கவனம் செலுத்துவதற்குப் பதிலாக எது என்பதிலும், வழிமுறைகளில் கவனம் செலுத்துவதற்குப் பதிலாக விளைவுகளிலும் கவனம் செலுத்தி, எவை சாதிக்கப்பட வேண்டும் என்பது பற்றிய ஒரு தெளிவான, பரஸ்பரப் புரிதலை உருவாக்குங்கள். நேரத்தைச் செலவிடுங்கள். பொறுமையாக இருங்கள். விருப்பமான விளைவை மனக்காட்சிப்படுத்துங்கள். விளைவுகள் எப்படி இருக்கும் என்பதையும், அவை எப்போது நிறைவேற்றப்படும் என்பதையும் அந்த நபரைப் பார்க்கச் சொல்லுங்கள், அவரை விவரிக்கச் சொல்லுங்கள், அது குறித்து ஒரு தரமான வாசகத்தையும் அவரை உருவாக்கச் சொல்லுங்கள்.

பின்பற்றத்தக்க வழிமுறைகள்

அந்தத் தனிநபர் எந்தக் காரணிகளுக்கு உட்பட்டு இயங்க வேண்டும் என்பதைக் கண்டுகொள்ளுங்கள். வெகு குறைவான வழிமுறைகளே இருக்க வேண்டும், ஆனால் வலிமையான கட்டுப்பாடுகள் எவையேனும் இருந்தால் அவற்றை இதில் சேர்த்துக் கொள்ள வேண்டும். தன்னுடைய குறிக்கோள்களைத் தான் நிறைவேற்றும்வரை, தன்னுடைய மற்றச் செயல்பாடுகள் பற்றிக் கவலைப்படத் தேவையில்லை என்ற எண்ணத்தில், நீண்டகாலமாக இருந்து வரும் சம்பிரதாய வழக்கம் அல்லது மதிப்பீட்டை ஒருவர் மீறுவதை நீங்கள் விரும்ப மாட்டீர்கள். இது அவர்களுடைய தன்முனைப்பைக் கொன்றுவிடுகிறது. மீண்டும் மேலோட்டமான ஒப்படைப்பிற்குச் செல்வதற்கு அவர்களைத் தூண்டுகிறது: "நான் என்ன செய்ய வேண்டும் என்று மட்டும் கூறுங்கள். நான் அதைச் செய்கிறேன்."

இப்படிச் செய்தால் வேலை வெற்றிகரமாக முடியும் என்பதற்கான வழிகள் உங்களுக்குத் தெரிந்திருந்தால், அவற்றை அடையாளம் காட்டுங்கள். புதைமணல் எங்கு இருக்கிறது, காட்டு விலங்குகள் எங்கு இருக்கின்றன என்று நேர்மையாகவும் வெளிப்படையாகவும் அந்த நபரிடம் தெரிவியுங்கள். ஏற்கனவே தெளிவாகத் தெரிந்தவற்றை ஒவ்வொரு நாளும் புதிதாக அவர் கண்டுபிடிக்க வேண்டியிருப்பதை நீங்கள் விரும்ப மாட்டீர்கள். உங்களுடைய தவறுகளில் இருந்தும் மற்றவர்களுடைய தவறுகளில் இருந்தும் மக்கள் கற்றுக் கொள்ளட்டும். தோல்விக்கு இட்டுச் செல்லக்கூடிய பாதைகள், அவர்கள் செய்யக்கூடாதவை ஆகியவற்றை அவர்களுக்குச் சுட்டிக் காட்டுங்கள், ஆனால் அவர்கள் என்ன செய்ய வேண்டும் என்று அவர்களிடம் கூறாதீர்கள். தேவையானவற்றை வழிமுறைகளுக்கு உட்பட்டு அவர்கள் செய்வதற்கான பொறுப்பும், விளைவுகளுக்கான பொறுப்பும் அவர்களிடமே இருக்கட்டும்.

வளங்கள்

விருப்பமான விளைவுகளை அடைவதற்கு ஒருவர் பயன்படுத்திக் கொள்ளக்கூடிய மனித வளங்களையும், பொருளாதார, தொழில்நுட்ப, மற்றும் நிறுவன வளங்களையும் அவருக்கு அடையாளம் காட்டுங்கள்.

பொறுப்புடைமை

விளைவுகளை மதிப்பீடு செய்வதற்குப் பயன்படுத்தப்படக்கூடிய செயற்திறன் தரங்களையும், அறிவிப்புக் காலத்தையும், மதிப்பீடு நடைபெறுவதற்கான நேரத்தையும் ஒழுங்கமைத்துக் கொள்ளுங்கள்.

பின்விளைவுகள்

மதிப்பீட்டின் விளைவாக நிகழக்கூடிய நல்ல விஷயங்களையும் மோசமான விஷயங்களையும் திட்டவட்டமாக எடுத்துக்கூறுங்கள். பொருளாதார வெகுமதிகள், உளரீதியான வெகுமதிகள், பல்வேறு வேலைப் பொறுப்புகள், மற்றும் ஒரு நிறுவனத்தின் ஒட்டுமொத்தக் குறிக்கோளுடன் தொடர்புபடுத்தப்பட்டுள்ள இயற்கையான விளைவுகள் ஆகியவை இதில் அடங்கும்.

சில வருடங்களுக்கு முன்பு, என் மகன்களில் ஒருவனுடன் ஒரு சுவாரசியமான ஒப்படைப்பு அனுபவம் எனக்கு ஏற்பட்டது. நாங்கள் எங்கள் குடும்ப சந்திப்பு ஒன்றில் ஈடுபட்டிருந்தோம். எங்களுடைய திட்டங்கள் எங்களது மதிப்பீடுகளுக்கு இணக்கமாக இருப்பதை உறுதி செய்து கொள்வதற்காக எங்களது குறிக்கோள் வாசகத்தை அங்கிருந்த சுவரில் மாட்டி வைத்திருந்தோம். எல்லோரும் அங்கு குழுமியிருந்தனர்.

நான் ஒரு பெரிய கரும்பலகையை அங்கு வைத்திருந்தேன். அதில் நாங்கள் எங்களுடைய இலக்குகளையும், நாங்கள் செய்ய விரும்பிய முக்கியமான விஷயங்களையும், அந்த இலக்குகளை அடைவதற்கு நாங்கள் செய்ய வேண்டிய வேலைகளையும் எழுதினோம். பிறகு அந்த வேலைகளைச் செய்வதற்குத் தன்னார்வம் கொண்டிருந்தவர்கள் யார் என்று கேட்டோம்.

"தவணைத் தொகையை யார் செலுத்த விரும்புகிறார்கள்?" என்று நான் கேட்டேன். என்னுடைய கை மட்டுமே உயர்ந்திருந்ததை நான் கவனித்தேன்.

"காப்பீட்டுத் தொகையை யார் செலுத்த விரும்புகிறார்கள்? உணவு? கார்கள்?" இதிலும் நான் மட்டுமே தனித்து நின்றேன்.

"புதிய குழந்தைக்கு யார் உணவளிக்க விரும்புகிறார்கள்?" இங்கு அதிக ஆர்வம் இருந்தது, ஆனால் அதற்கு சரியான தகுதிகளைப் பெற்றிருந்தவர் என் மனைவி ஒருவர் மட்டும்தான்.

பட்டியலில் இருந்த வேலைகளை ஒவ்வொன்றாக நாங்கள் படித்துக் கொண்டே வந்தபோது, எனக்கும் என் மனைவிக்கும் தனித்தனியாக வாரத்திற்கு அறுபது மணிநேர வேலை இருந்தது விரைவில் வெளிப்படையாகத் தெரிந்தது. அந்தக் கருத்துக் கண்ணோட்டம்

மனத்தில் இருந்ததால், மற்ற வேலைகள் பொருத்தமான கண்ணோட்டத்தில் பார்க்கப்பட்டன.

எங்கள் வீட்டுப் புல்வெளியைப் பராமரிக்கும் வேலையை என் ஏழு வயது மகன் ஸ்டீபன் ஏற்றுக் கொள்ள முன்வந்தான். அந்த வேலையை அவனிடம் ஒப்படைப்பதற்கு முன், ஒரு முழுமையான பயிற்சிச் செயல்முறையை நான் துவக்கினேன். நன்றாகப் பராமரிக்கப்பட்ட ஒரு புல்வெளி எவ்வாறு இருக்கும் என்பது குறித்த ஒரு தெளிவான படத்தை நான் அவனுக்குக் கொடுக்க விரும்பியதால், எங்கள் பக்கத்து வீட்டிற்கு அவனைக் கூட்டிச் சென்றேன்.

"ஸ்டீபன், நம்முடைய அண்டைவீட்டாரின் புல்வெளி எவ்வளவு பசுமையாகவும் சுத்தமாகவும் இருக்கிறது என்று பார்த்தாயா? நம் வீட்டில் நாம் இதைத்தான் எதிர்பார்க்கிறோம்: பசுமை மற்றும் தூய்மை. இப்போது நம்முடைய புல்வெளி எப்படி இருக்கிறது என்று பார். இங்கு பல வண்ணங்கள் இருப்பது தெரிகிறதா? அது மட்டுமல்ல, நம் வீட்டுப் புல்வெளியில் பசுமையே இல்லை. நாம் இங்கு விரும்புவது பசுமையையும் தூய்மையையும்தான். பசுமையை எவ்வாறு உருவாக்க வேண்டும் என்று கண்டுபிடிப்பது உன் பொறுப்பு. புல்லின்மீது வண்ணம் தீட்டுவதைத் தவிர நீ வேறு எதை வேண்டுமானாலும் செய்யலாம். ஆனால் நீ விரும்பினால், அதை எவ்வாறு செய்ய வேண்டும் என்பதை நான் உனக்குக் கூறுகிறேன்."

"அப்பா, அதை நீங்கள் எப்படிச் செய்வீர்கள்?"

"நான் ஸ்பிரிங்க்லரைத் திறந்துவிடுவேன். ஆனால் நீ ஹோஸ் குழாய் அல்லது வாளியைக் கொண்டு நீர் பாய்ச்சலாம். அதனால் எந்த வித்தியாசமும் ஏற்படப் போவதில்லை. நமது புல்வெளி பச்சையாக இருக்க வேண்டும் என்பது மட்டும்தான் நமது தேவை, சரியா?"

"சரி."

"இப்போது நாம் சுத்தத்தைப் பற்றிப் பேசலாம். சுத்தம் என்றால், காகிதங்கள், கயிறுகள், எலும்புகள், குச்சிகள், அல்லது அந்த இடத்தைக் குப்பையாக்குகின்ற எந்தவிதமான பொருட்களும் அதில் இருக்கக்கூடாது என்று அர்த்தம். நாம் இப்போது என்ன செய்யப் போகிறோம் என்று நான் உனக்குக் கூறுகிறேன். பாதிப் புல்வெளியை நாம் இப்போதே சுத்தப்படுத்தலாம். வித்தியாசத்தை அப்போது உன்னால் பார்க்க முடியும்."

எனவே நாங்கள் இரண்டு காகிதச் சாக்குகளை எடுத்துக் கொண்டு, புல்வெளியின் ஒரு பக்கத்திலிருந்து குப்பைகளை அகற்றத் துவங்கினோம். "இப்போது இந்தப் பக்கத்தைப் பார், பிறகு அந்தப் பக்கத்தைப் பார். வித்தியாசம் தெரிகிறதா? சுத்தம் என்றால் இதுதான்."

"அப்பா, ஒரு நிமிடம்! அந்தப் புதருக்குப் பின்னால் சில காகிதங்கள் இருக்கின்றன."

"ஓ! நான் அந்த செய்தித்தாளைப் பார்க்கவில்லை. உன் பார்வை அபாரம்!"

"நீ இந்த வேலையை ஏற்றுக் கொள்ளப் போகிறாயா இல்லையா என்பதைத் தீர்மானிப்பதற்கு முன், கூடுதலாக ஒருசில விஷயங்களைக்

கூற விரும்புகிறேன். ஏனெனில், நீ அந்த வேலையை ஏற்றுக் கொண்ட பிறகு, நான் அதைச் செய்யப் போவதில்லை. அதன் பிறகு அது உன்னுடைய வேலை. இது 'முழுமையான ஒப்படைப்பு' என்று அழைக்கப்படுகிறது. முழுமையான ஒப்படைப்பு என்றால் 'நம்பிக்கையுடன்கூடிய ஒரு வேலை' என்று பொருள். நீ இந்த வேலையைச் செய்து முடிப்பாய் என்று நான் நம்புகிறேன். இப்போது யார் உன்னுடைய மேலதிகாரியாக இருக்கப் போகிறார்கள்?"

"நீங்களா அப்பா?"

"நானில்லை. நீதான் உன்னுடைய மேலதிகாரி. நீயே உன்மீது அதிகாரம் செலுத்திக் கொள். நானும் அம்மாவும் எப்போதும் உன்னை நச்சரிப்பதை நீ விரும்புகிறாயா?"

"இல்லை."

"உன்னை நச்சரிப்பதில் எங்களுக்கும் விருப்பமில்லை. சில சமயங்களில் அது ஒரு மோசமான உணர்வை ஏற்படுத்துகிறது இல்லையா? எனவே, நீயே உன்மீது அதிகாரம் செலுத்திக் கொள். யார் உன்னுடைய உதவியாளர் என்று நினைக்கிறாய்?"

"யார்?"

"நான்தான். நீதான் எனது மேலதிகாரி," என்று நான் கூறினேன்.

"நானா?"

"ஆம். ஆனால் உதவுவதற்கான எனது நேரம் மட்டுப்படுத்தப்பட்டுள்ளது. சில சமயங்களில் நான் வெளியூர் சென்றுவிடுவேன். ஆனால் நான் இங்கு இருக்கும்போது, நான் உனக்கு எவ்வாறு உதவ வேண்டும் என்று கூறு. நீ என்ன கூறினாலும் அதைச் செய்வதற்கு நான் தயார்."

"சரி!"

"யார் இப்போது உன்னைக் கண்காணிப்பார்கள்?"

"யார்?"

"நீயே உன்னைக் கண்காணித்துக் கொள்."

"நானா?"

"ஆம். வாரத்திற்கு இருமுறை நாம் இந்தப் புல்வெளியைச் சுற்றி நடந்து வரலாம். புல்வெளி எவ்வாறு சிறப்படைந்து கொண்டிருக்கிறது என்பதை நீ எனக்குக் காட்டு. எப்படி நீ உன்னை எடைபோடப் போகிறாய்?"

"பசுமை மற்றும் தூய்மை."

"மிகவும் சரி!"

அவன் அந்த வேலையை ஏற்றுக் கொள்வதற்குத் தயாராவதற்கு முன்பு இரண்டு வாரங்கள் அவனுக்கு இந்த இரண்டு வார்த்தைகளிலும் பயிற்சி அளித்தேன். இறுதியில், அந்த நாள் வந்தது.

"இந்த வேலையை ஏற்றுக் கொள்கிறாயா?" என்று நான் அவனிடம் கேட்டேன்.

"ஆம்."

"உன் வேலை என்ன?"

"பசுமை மற்றும் தூய்மை."

"எது பசுமை?"

அவன் எங்கள் வீட்டுப் புல்வெளியைப் பார்த்தான். அது நன்றாக வளர ஆரம்பித்திருந்தது. பிறகு எங்கள் பக்கத்து வீட்டுப் புல்வெளியைப் பார்த்தான். "அதுதான் பசுமை."

"எது தூய்மை?"

"குப்பைகள் இல்லாமல் இருப்பது."

"யார் மேலதிகாரி?"

"நான்தான்."

"யார் உனது உதவியாளர்?"

"நீங்கள்தான், உங்களுக்கு நேரம் இருக்கும்போது!"

"யார் கண்காணிப்பாளர்?"

"நான்தான். வாரத்திற்கு இருமுறை நாம் இந்தப் புல்வெளியைச் சுற்றி நடந்து வரலாம். புல்வெளி எவ்வாறு சிறப்படைந்து கொண்டிருக்கிறது என்பதை நான் உங்களுக்குக் காட்டுகிறேன்."

"நாம் எதை இங்கு எதிர்பார்க்கிறோம்?"

"பசுமை மற்றும் தூய்மை."

அந்த நேரத்தில் பண வெகுமதியைப் பற்றி நான் அவனிடம் குறிப்பிடவில்லை. ஆனால் இப்படிப்பட்ட ஒரு முழுமையான ஒப்படைப்பிற்கு வெகுமதியளிக்க நான் தயங்க மாட்டேன்.

இரண்டு வாரங்கள், இரண்டு வார்த்தைகள். அவன் தயாராகிவிட்டான் என்று நான் நினைத்தேன்.

அன்று சனிக்கிழமை. அவன் எதுவும் செய்யவில்லை. ஞாயிற்றுக்கிழமையன்றும் அவன் எதுவும் செய்யவில்லை. திங்கட்கிழமையும் எதுவும் நடக்கவில்லை. செவ்வாய்க்கிழமையன்று வேலைக்குச் செல்வதற்காக என் காரை வெளியே எடுத்தபோது, மஞ்சள் நிறத்தில் குப்பைக்கூளத்துடன் இருந்த எங்கள் புல்வெளி ஜூலை மாதக் கடும் வெப்பத்தில் கருகிக் கொண்டிருந்ததைக் கண்டேன். "அவன் நிச்சயமாக இன்று செய்துவிடுவான்," என்று நான் நினைத்தேன். சனிக்கிழமையன்றுதான் நாங்கள் அந்த ஒப்பந்தத்தைச் செய்தோம் என்பதால் அவன் அன்று அந்த வேலையைச் செய்யவில்லை என்று நானே காரணப்படுத்தினேன். ஞாயிற்றுக்கிழமை மற்ற வேலைகளுக்குரிய நாள். ஆனால் திங்கட்கிழமைக்கு என்னால் காரணம் கற்பிக்க முடியவில்லை. இன்று செவ்வாய்க்கிழமை, அவன் நிச்சயமாக இன்று செய்துவிடுவான். இது கோடைக்காலம். செய்வதற்கு அவனுக்கு வேறு என்ன வேலை இருக்கிறது?

வீட்டிற்கு வந்து எங்கள் முற்றத்தைப் பார்ப்பதற்கு அன்று முழுவதும் நான் ஆவலாக இருந்தேன் மாலையில் நான் வீடு திரும்பியபோது, காலையில் நான் பார்த்த அதே காட்சியை நான் கண்டேன். என் மகன் எங்கள் தெருவில் இருந்த பூங்காவில் விளையாடிக் கொண்டிருந்தான்.

இதை ஏற்றுக் கொள்ள முடியாது. இரண்டு வாரப் பயிற்சி மற்றும் அந்த அர்ப்பணிப்புகளுக்குப் பிறகு, அவன் எதுவும் செய்யவில்லை

என்பது எனக்கு ஏமாற்றத்தை ஏற்படுத்தியது. நாங்கள் ஏராளமான உழைப்பையும், பெருமிதத்தையும், பணத்தையும் அந்தப் புல்வெளியில் முதலீடு செய்திருந்தோம். அவை அனைத்தும் வீணாகப் போவது எனக்குத் தெரிந்தது. எங்களுடைய பக்கத்து வீட்டுப் புல்வெளி அழகாகவும் சீர்படுத்தப்பட்டும் இருந்தது எனக்கு தர்மசங்கடத்தை ஏற்படுத்தத் துவங்கியது.

மேலோட்டமான ஒப்படைப்பிற்குத் திரும்பிச் செல்வதற்கு நான் தயாராக இருந்தேன். "ஸ்டீபன், இங்கே வந்து இந்தக் குப்பையை இப்போதே பொறுக்கு, இல்லையென்றால் . . ." பொன் முட்டையை அந்த வழியில் என்னால் பெற முடியும் என்று எனக்குத் தெரியும். ஆனால் வாத்தின் நிலை என்ன? அவனது உள்ளார்ந்த அர்ப்பணிப்பு என்னவாகும்?

எனவே நான் போலியாக ஒரு புன்னகையை உதிர்த்து, பூங்காவில் இருந்த என் மகனைப் பார்த்து, "ஸ்டீபன், எப்படிச் சென்று கொண்டிருக்கிறது?" என்று சத்தமாகக் கேட்டேன்.

"நன்றாகச் சென்று கொண்டிருக்கிறது!" என்று அவனும் சத்தமாக பதிலளித்தான்.

"புல்வெளி எப்படி வந்து கொண்டிருக்கிறது?" இதைக் கூறி முடித்தக் கணத்தில், நான் எங்களது ஒப்பந்தத்தை மீறிவிட்டேன் என்பதை உணர்ந்தேன். பொறுப்பை நாங்கள் அப்படி உருவாக்கியிருக்கவில்லை. நாங்கள் அவ்வாறு ஒப்பந்தம் செய்திருக்கவில்லை.

எனவே அவனும் அதை மீறுவதற்கு ஒரு காரணம் கிடைத்தது. "அப்பா, புல்வெளி நன்றாக வந்து கொண்டிருக்கிறது," என்று அவன் பதிலளித்தான்.

நான் என் நாக்கைக் கடித்துக் கொண்டு, இரவு உணவு முடியும்வரை காத்திருந்தேன். பிறகு நான் அவனிடம், "நாம் ஒப்பந்தம் செய்து கொண்டுள்ளபடி இப்போது செய்யலாம். புல்வெளியைச் சுற்றி நாம் இருவரும் நடந்து வரலாம். உன்னுடைய வேலை எவ்வாறு சென்று கொண்டிருக்கிறது என்று எனக்குக் காட்டு," என்று கூறினேன்.

நாங்கள் கதவைத் திறந்து வெளியே செல்லத் தயாரானபோது, அவனுக்கு உதறல் எடுக்கத் துவங்கியது. அவனது கண்களில் கண்ணீர் தேங்கி நின்றது. நாங்கள் புல்வெளியின் நடுவில் நின்று கொண்டிருந்தபோது அவன் தேம்பி அழத் துவங்கினான்.

"அப்பா, இது கடினமாக இருக்கிறது."

எது கடினமாக இருக்கிறது? எனக்குள்ளேயே நான் கேட்டுக் கொண்டேன். அவன் ஒரு சிறு துரும்பைக்கூட அகற்றவில்லை. ஆனால் எது கடினமாக இருந்தது என்பதை நான் கண்டுகொண்டேன் — சுயநிர்வாகம், சுயகண்காணிப்பு. எனவே நான் அவனிடம், "உனக்கு என்னால் ஏதாவது உதவ முடியுமா?" என்று கேட்டேன்.

"அப்பா, நீங்கள் உதவி செய்வீர்களா?" என்று விம்மினான்.

"நமது ஒப்பந்தம் என்ன?"

"உங்களுக்கு நேரமிருந்தால் உதவுவீர்கள் என்று நீங்கள் கூறினீர்கள்."

“எனக்கு நேரம் இருக்கிறது.”

எனவே அவன் வீட்டிற்குள் ஓடிச் சென்று இரண்டு சாக்குகளை எடுத்து வந்தான். அதில் ஒன்றை என்னிடம் கொடுத்தான். “அந்தக் குப்பையை நீங்கள் எடுப்பீர்களா?” சனிக்கிழமை இரவில் எங்கள் வீட்டில் நடந்த விருந்தினால் குவிந்திருந்த குப்பையை அவன் சுட்டிக்காட்டினான். “அது எனக்குக் குமட்டலை ஏற்படுத்தும்,” என்று அவன் கூறினான்.

நான் அந்தக் குப்பையை அள்ளினேன். அவன் சொன்னதை நான் அப்படியே செய்தேன். அப்போதுதான் அவன் எங்களது ஒப்பந்தத்தைத் தன் இதயத்தில் எழுதினான். அன்று அது அவனது புல்வெளியாக மாறியது. முழுமையாக அவன் அந்தப் பொறுப்பை ஏற்றுக் கொண்டான்.

அதன் பிறகு அந்தக் கோடைக்காலம் முழுவதிலும் இரண்டு அல்லது மூன்று முறை மட்டுமே அவன் என்னிடம் உதவி கேட்டான். அவன் அந்தப் புல்வெளியை நன்றாகப் பார்த்துக் கொண்டான். அது பசுமையாகவும் தூய்மையாகவும் ஆகத் துவங்கியது. என்னுடைய பராமரிப்பில்கூட அது அவ்வளவு அழகாக இருந்ததில்லை. தனது சகோதர சகோதரிகள் அதைக் குப்பையாக்கினால் அவர்களைத் திட்டுவதற்குக்கூட அவன் தயங்கவில்லை.

நம்பிக்கைதான் மனித ஊக்குவிப்பின் மிக உயர்ந்த வடிவம். மக்களிடம் உள்ள சிறந்தவற்றை அது வெளிக்கொணர்கிறது. ஆனால் அதற்குக் காலமும் பொறுமையும் அவசியம். ஆனால், மக்கள் அந்த நம்பிக்கைக்கு ஏற்றவாறு தங்கள் தகுதியை உயர்த்திக் கொள்வதற்குத் தேவையான பயிற்சி மற்றும் உருவாக்கத்தின் அவசியத்தை அது ஒதுக்கிவிடவில்லை.

முழுமையான ஒப்படைப்பு சரியான முறையில் நடைமுறைப்படுத்தப்பட்டால், இருதரப்பினரும் பயனடைவார்கள், இறுதியில் அதிகமான வேலைகள் குறைவான நேரத்தில் செய்து முடிக்கப்படும் என்று நான் உறுதியாக நம்புகிறேன். குடும்ப உறுப்பினர்களிடம் வேலையைத் தனிப்பட்ட முறையில் ஆற்றலோடு ஒப்படைப்பதில் நேரம் செலவிடப்பட்டு, அதைச் சிறப்பாக நிர்வகிக்கின்ற ஒரு குடும்பத்தால், குடும்ப உறுப்பினர்கள் அனைவரும் அனைத்து வேலைகளையும் ஒரு நாளில் ஒரு மணிநேரத்தில் செய்து முடிக்கும் விதத்தில் அவற்றை ஒழுங்கமைத்துக் கொள்ள முடியும். ஆனால் அதற்கு, வெறுமனே உற்பத்தியாளராக இருப்பதற்குப் பதிலாக, நிர்வகிப்பவராக இருப்பதற்கான உள்ளார்ந்த திறன் தேவை. இங்கு நமது கவனம் ஆற்றலில் இருக்கின்றது, செயற்திறனில் அல்ல.

உங்களால் ஒரு குழந்தையைவிடச் சிறப்பாக ஓர் அறையை சுத்தப்படுத்த முடியும். ஆனால், அறையை சுத்தப்படுத்துவதற்கு அந்தக் குழந்தைக்கு சக்தியூட்டுவதுதான் இங்கு முக்கியம். அதற்குக் காலம் பிடிக்கும். பயிற்சியிலும் உருவாக்கத்திலும் நீங்கள் உங்களை ஈடுபடுத்திக் கொள்ள வேண்டும். அதற்கு நேரம் பிடிக்கும், ஆனால் காலப்போக்கில் அந்த நேரம் எவ்வளவு மதிப்புமிக்கதாக இருக்கும் தெரியுமா? நாளாவட்டத்தில் அது உங்களுக்கு அதிக நேரத்தை மிச்சப்படுத்திக் கொடுக்கும்.

ஒப்படைப்புக்கான ஓர் ஒட்டுமொத்தப் புதிய கருத்துக் கண்ணோட்டத்தை இந்த அணுகுமுறை உள்ளடக்கியுள்ளது. அதன் விளைவாக, அது உறவின் இயல்பை மாற்றுகிறது: ஓர் ஊழியர் தனது சொந்த மேலதிகாரியாக மாறுகிறார்; ஒப்புக் கொள்ளப்பட்ட விருப்பமான விளைவுகளுக்கான அர்ப்பணிப்பை உள்ளடக்கிய ஒரு மனசாட்சியால் அவர் வழிநடத்தப்படுகிறார். அந்த விளைவுகளை அடைவதற்காக, சரியான கொள்கைகளுக்கு இணக்கமாக உள்ள அனைத்தையும் செய்வதற்கு அவரது படைப்பாற்றல்களை அது விடுவிக்கிறது.

முழுமையான ஒப்படைப்புடன் சம்பந்தப்பட்டுள்ள கொள்கைகள் சரியானவை, எந்தவொரு நபருக்கும் எந்தவொரு சூழ்நிலைக்கும் பொருந்துபவை. அதிகப் பக்குவமற்ற மக்களிடம், நீங்கள் வெகுசில விளைவுகளையும் அதிக வழிமுறைகளையும் கொடுக்கிறீர்கள், அவர்களுக்கு உதவக்கூடிய அதிகமான வளவசதிகளைக் கண்டுபிடிக்கிறீர்கள், பொறுப்புடன் செயல்படுகிறார்களா என்று அடிக்கடி அவர்களிடம் கலந்தோலோசிக்கிறீர்கள், தண்டனைகளோ வெகுமதிகளோ — உடனடியாக அவற்றை அதிக அளவில் செயல்படுத்துகிறீர்கள். அதிகப் பக்குவமான மக்களிடம், அதிக சவாலான விருப்ப விளைவுகளையும், குறைவான வழிமுறைகளையும், வெகு குறைந்த அளவிலான பொறுப்புப் பரிசீலனைகளையும் கொடுக்கிறீர்கள்.

ஆற்றல்மிக்க ஒப்படைப்பு என்பது ஆற்றல்மிக்க நிர்வாகத்தின் சிறந்த அறிகுறியாகும். ஏனெனில், அது தனிப்பட வளர்ச்சிக்கும், நிறுவனத்தின் வளர்ச்சிக்கும் அடிப்படையாகும்.

இரண்டாவது கால்சதுரப் பகுதி கருத்துக் கண்ணோட்டம்

மற்றவர்களையோ அல்லது உங்களை சுயமாகவோ ஆற்றலோடு நிர்வகிப்பதற்கான திறவுகோல், எந்தவோர் உத்தியிலோ, கருவியிலோ, அல்லது வெளிப்புறக் காரணிகளிலோ இல்லை. அது உள்ளார்ந்தது. இரண்டாவது கால்சதுரப் பகுதிக் கருத்துக் கண்ணோட்டத்தில் அது உள்ளது. அவசரம் என்ற லென்ஸின் வழியாகப் பார்ப்பதற்குப் பதிலாக, முக்கியம் என்ற லென்ஸின் வழியாகப் பார்ப்பதற்கு அது உங்களுக்கு சக்தியூட்டுகிறது.

"அலுவலகத்தில் ஓர் இரண்டாம் கால்சதுரப் பகுதி நாள்" என்ற ஒரு பயிற்சியை இப்புத்தகத்தின் பிற்பகுதியில் உள்ள இரண்டாவது இணைப்பில் நான் கொடுத்திருக்கிறேன். இந்தக் கருத்துக் கண்ணோட்டம் உங்களது வியாபார அமைப்பில் எத்தகையதொரு சக்திமிக்கத் தாக்கத்தை ஏற்படுத்தும் என்பதை நீங்கள் பார்ப்பதற்கு அது உங்களுக்கு உதவும்.

ஓர் இரண்டாவது கால்சதுரப் பகுதி கருத்துக் கண்ணோட்டத்தை நீங்கள் உருவாக்கும்போது, உங்கள் வாழ்வின் ஒவ்வொரு வாரத்தையும் உங்களுடைய ஆழமான முன்னுரிமைகளைச் சுற்றி ஒழுங்மைத்துக் கொள்வதற்கான உங்கள் திறனையும், உங்கள் சொல்லும் செயலும் ஒத்திசைவாக இருப்பதை உறுதி செய்வதற்கான திறனையும் நீங்கள்

அதிகரிப்பீர்கள். உங்கள் வாழ்க்கையைத் திறமையாக நிர்வகித்துக் கொள்வதற்கு நீங்கள் மற்றவர்களையோ அல்லது மற்ற விஷயங்களையோ சார்ந்திருக்க மாட்டீர்கள்.

இப்புத்தகத்தில் கொடுக்கப்பட்டுள்ள ஏழு பழக்கங்களும் இரண்டாவது கால்சதுரப் பகுதியில்தான் உள்ளன என்பது சுவாரசியமான விஷயம். இப்பழக்கங்கள் ஒவ்வொன்றும் அடிப்படையில் முக்கியமான விஷயங்களைக் கையாள்கின்றன. இவற்றை முறையாகச் செய்து வந்தால், அவை நம் வாழ்வில் ஏராளமான நேர்மறையான மாற்றங்களை ஏற்படுத்தும்.

செயல்முறைப் பரிந்துரைகள்:

1. நீங்கள் முறையாகச் செய்து வந்தால் உங்களது தனிப்பட்ட வாழ்விலோ அல்லது தொழில்முறை வாழ்க்கையிலோ குறிப்பிடத்தக்கத் தாக்கத்தை ஏற்படுத்தக்கூடிய, உங்கள் வாழ்வில் நீங்கள் இதுவரை புறக்கணித்து வந்துள்ள இரண்டாவது கால்சதுரப் பகுதி நடவடிக்கை ஒன்றைக் கண்டுபிடியுங்கள். அதை எழுதிக் கொண்டு, அதைச் செயல்படுத்துவதற்கு உங்களை அர்ப்பணித்துக் கொள்ளுங்கள்.

2. ஒரு நேர நிர்வாக அட்டவணையை உருவாக்கி, ஒவ்வொரு கால்சதுரப் பகுதியிலும் நீங்கள் எவ்வளவு நேரத்தைச் செலவிடுகிறீர்கள் என்பதை மதிப்பீடு செய்ய முயற்சியுங்கள். பிறகு மூன்று நாட்கள் உங்களுடைய நேரத்தைப் பதினைந்து நிமிட இடைவேளைகளில் குறித்துக் கொள்ளுங்கள். உங்களுடைய மதிப்பீடு எவ்வளவு துல்லியமானதாக இருந்தது? நீங்கள் உங்கள் நேரத்தைச் செலவிடும் விதம் உங்களுக்குத் திருப்தியளிப்பதாக உள்ளதா? நீங்கள் எந்தப் பகுதியில் மாற வேண்டும்?

3. நீங்கள் மற்றவர்களிடம் ஒப்படைக்கக்கூடிய பொறுப்புகளையும், அவற்றை ஒப்படைப்பதற்கான மக்களையும் அல்லது இப்பகுதிகளில் பொறுப்புடன் நடந்து கொள்வதற்குப் பயிற்சி அளிக்கப்படக்கூடிய மக்களையும் பட்டியலிடுங்கள். ஒப்படைப்பு அல்லது பயிற்சிச் செயல்முறையைத் துவக்குவதற்கு எது தேவை என்பதைத் தீர்மானியுங்கள்.

4. உங்களது அடுத்த வாரத்தை ஒழுங்கமைத்துக் கொள்ளுங்கள். அடுத்த வாரத்திற்கான உங்களது பாத்திரங்களையும் இலக்குகளையும் முதலில் எழுதுங்கள். பிறகு அந்த இலக்குகளை அடைவதற்கான திட்டவட்டமான நடவடிக்கைகளை எழுதுங்கள். வார இறுதியில், உங்களது திட்டமானது உங்களது ஆழமான மதிப்பீடுகளையும் குறிக்கோள்களையும் உங்களது

வாராந்திரக் கால அட்டவணை		வாரம்:	ஞாயிறு
பாத்திரங்கள்	**இலக்குகள்**	வாராந்திர முன்னுரிமைகள்	இன்றைய முன்னுரிமைகள்
			சந்திப்புகள்
			8
			9
			10
			11
			12
			1
			2
			3
			4
			5
			6
			7
			8
ரம்பத்தைக் கூர்தீட்டுங்கள் *உடல்ரீதியானவை:* *உளரீதியானவை:* *ஆன்மீகரீதியானவை:* *சமூக மற்றும் உணர்ச்சிரீதியானவை:*			*மாலை*

திங்கள்	செவ்வாய்	புதன்	வியாழன்	வெள்ளி	சனி
இன்றைய முன்னுரிமைகள்					
சந்திப்புகள்					
8	8	8	8	8	8
9	9	9	9	9	9
10	10	10	10	10	10
11	11	11	11	11	11
12	12	12	12	12	12
1	1	1	1	1	1
2	2	2	2	2	2
3	3	3	3	3	3
4	4	4	4	4	4
5	5	5	5	5	5
6	6	6	6	6	6
7	7	7	7	7	7
8	8	8	8	8	8
மாலை	மாலை	மாலை	மாலை	மாலை	மாலை

அன்றாட வாழ்வில் எவ்வாறு நடைமுறைப்படுத்தியது என்பதையும், அந்த மதிப்பீடுகள் மற்றும் குறிக்கோள்களுக்கு நீங்கள் எவ்வளவு தூரம் நாணயமாக நடந்து கொண்டீர்கள் என்பதையும் மதிப்பீடு செய்யுங்கள்.

5. வாராந்திர அடிப்படையில் ஒழுங்கமைப்பதற்கும், அதைச் செய்வதற்கு ஒரு குறிப்பிட்ட நேரத்தை ஒதுக்கிக் கொள்வதற்கும் உங்களை அர்ப்பணித்துக் கொள்ளுங்கள்.

6. உங்களது தற்போதையத் திட்டமிடுதல் கருவியை நான்காவது தலைமுறைக் கருவியாக மாற்றுங்கள் அல்லது அப்படிப்பட்ட ஒரு கருவியை வாங்குங்கள்.

7. ஓர் இரண்டாவது கால்சதுரப் பகுதி கருத்துக் கண்ணோட்டத்தின் தாக்கத்தை மிக ஆழமாகப் புரிந்து கொள்வதற்கு இப்புத்தகத்தின் பிற்பகுதியில் உள்ள இரண்டாவது இணைப்பில் கொடுக்கப்பட்டுள்ள “அலுவலகத்தில் ஓர் இரண்டாம் கால்சதுரப் பகுதி நாள்” என்ற பயிற்சியைப் படியுங்கள்.

மூன்றாம் பகுதி

பொது வெற்றி

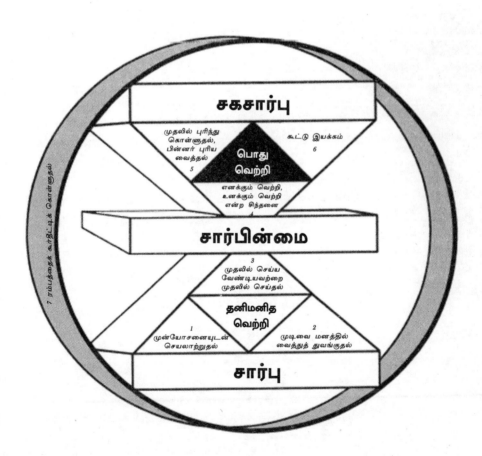

சகசார்புக் கருத்துக் கண்ணோட்டங்கள்

> "உறுதியான நம்பிக்கை இல்லாமல் எந்த நட்பும் இருக்க முடியாது, நாணயம் இல்லாமல் எந்த உறுதியான நம்பிக்கையும் இருக்க முடியாது."
>
> **- *சாமுவேல் ஜான்சன்***

பொது வெற்றி எனும் பகுதிக்குள் நுழைவதற்கு முன், உண்மையான சார்பை அடித்தளமாகக் கொண்டு மட்டுமே ஆற்றல்மிக்க சகசார்பை உருவாக்க முடியும் என்பதை நினைவில் கொள்ளுங்கள். தனிப்பட்ட வெற்றியானது பொது வெற்றிக்கு முன்னால் வருகிறது. கணிதத்தில் அல்ஜீப்ரா கால்குலசிற்கு முன்னால் வருகிறது.

உறவைப் பொறுத்தவரை நாம் எங்கு இருந்துள்ளோம், இப்போது எங்கே இருக்கிறோம், இனி எங்கே சென்று கொண்டிருக்கிறோம் என்பதைத் தீர்மானிப்பதற்குப் பின்னோக்கிப் பார்த்து நமது நிலப்பரப்பை நாம் ஆய்வு செய்யும்போது, நாம் கடந்து வந்த பாதையில் பயணித்திருக்காமல் இப்போது இருக்கும் இடத்தை நம்மால் வந்தடைந்திருக்க முடியாது என்பதைத் தெளிவாகப் பார்க்கிறோம். வேறு எந்தப் பாதையும் இல்லை; எந்தக் குறுக்கு வழியும் இல்லை. எந்தப் பாராசூட்டையும் கொண்டு இந்த நிலப்பரப்பிற்குள் நுழைய முடியாது. முன்னால் உள்ள நிலப்பரப்பு, உறவுகளை முயற்சித்துப் பார்த்துள்ள மக்களின் முறிந்து போன உறவுகளின் சிதறல்களால் நிரம்பி வழிகிறது. உறவுகளைப் பராமரிப்பதற்குத் தேவையான பக்குவமும், வலிமையான குணநலன்களும் இல்லாமல் ஆற்றல்வாய்ந்த உறவுகளுக்குள் அவர்கள் குதித்துவிட்டனர்.

ஒருசில வருடங்களுக்கு முன் நான் ஒரேகான் கடற்கரையோரம் ஒரு பயிரலரங்கை நடத்திக் கொண்டிருந்தேன். அப்போது ஒருவர் என்னிடம் வந்து, "ஸ்டீபன், இதுபோன்ற பயிலரங்குகள் எனக்கு அவ்வளவு சுவாரசியமானவையாக இருப்பதே இல்லை. இவற்றில் கலந்து கொள்வதில் எனக்குத் துளிகூட விருப்பமில்லை," என்று கூறினார். அவர் என் கவனத்தைக் கவர்ந்தார்.

அவர் மேலும் தொடர்ந்தார்: "மற்ற அனைவரையும் பாருங்கள். இந்தக் கடற்கரையையும், அந்தக் கடலையும், அங்கு நிகழ்ந்து கொண்டிருப்பவற்றையும் பாருங்கள். ஆனால், என்னால் செய்ய முடிந்ததெல்லாம், ஓரிடத்தில் அமர்ந்து கொண்டு, தொலைபேசியில் இன்றிரவு என் மனைவி என்னை வறுத்தெடுக்கப் போவதைப் பற்றிக் கவலைப்படுவது மட்டும்தான்.

"நான் எப்போதெல்லாம் வெளியூர் செல்கிறேனோ, அப்போதெல்லாம் அவள் என்னைத் துளைத்தெடுப்பாள். காலை உணவை நான் எங்கே சாப்பிடுகிறேன்? வேறு யாரெல்லாம் அங்கு இருந்தார்கள்? காலை நேரம் முழுவதையும் நான் சந்திப்புக் கூட்டங்களிலேயே செலவிட்டேனா? எப்போது மதிய உணவு சாப்பிட்டேன்? மதிய இடைவேளையின்போது நான் என்ன செய்தேன்? மதிய நேரத்தை நான் எவ்வாறு செலவிட்டேன்? மாலைப் பொழுதை நான் எவ்வாறு உல்லாசமாகக் கழித்தேன்? என்னுடன் யார் இருந்தார்கள்? நாங்கள் எதைப் பற்றிப் பேசினோம்?

"ஆனால் அவள் உண்மையிலேயே தெரிந்து கொள்ள விரும்புவது, ஆனால் ஒருபோதும் என்னிடம் கேட்காதது, நான் அவளிடம் கூறும் அனைத்தும் உண்மைதானா என்று யாரிடம் கேட்டுத் தெரிந்து கொள்வது என்பதைத்தான். நான் எப்போதெல்லாம் வெளியூர் செல்கிறேனோ, அப்போதெல்லாம் நான் செய்யும் எல்லாவற்றையும் பற்றி அவள் என்னை நச்சரிக்கிறாள். இந்த ஒட்டுமொத்தப் பயிலரங்கு அனுபவத்தையும் என்னால் மகிழ்ச்சியாக அனுபவிக்க முடிவதே இல்லை."

அவர் அதிக சங்கடத்தில் இருந்தார். நாங்கள் சிறிது நேரம் பேசினோம். அப்போது அவர் ஒரு சுவாரசியமான விஷயத்தைக் கூறினார். அவர் சற்று தர்மசங்கடத்துடன், "என்ன கேள்விகள் கேட்க வேண்டும் என்று என் மனைவிக்குத் தெரிந்திருக்கிறது என்று நான் நினைக்கிறேன். நான் வேறொரு பெண்ணிற்கு வாழ்க்கைப்பட்டிருந்தபோது, இது போன்ற ஒரு பயிலரங்கில்தான் என் மனைவியை சந்தித்தேன்!" என்று குறிப்பிட்டார்.

அவர் குறிப்பிட்ட விஷயத்தின் விளைவைக் கருத்தில் கொண்டு, நான் அவரிடம், "தற்காலிகத் தீர்வில் நீங்கள் நாட்டம் கொண்டுள்ளீர்கள், அப்படித்தானே?" என்று கேட்டேன்.

"நீங்கள் என்ன கூறுகிறீர்கள்?" என்று அவர் பதிலுக்குக் கேட்டார்.

"ஒரு ஸ்க்ரூ டிரைவரைக் கொண்டு உங்கள் மனைவியின் தலையைத் திறந்து, மிக விரைவாக அவரது மனப்போக்குகளை மாற்றியமைக்க விரும்புகிறீர்கள், அப்படித்தானே?"

"அவள் மாற வேண்டும் என்று நான் நிச்சயமாக விரும்புகிறேன். அவள் இப்போது செய்வதுபோல் தொடர்ந்து என்னை நச்சரித்துக் கொண்டே இருப்பது சரியல்ல என்று நான் நினைக்கிறேன்," என்று அவர் கூறினார்.

"நண்பரே, பிரச்சனையை வெறுமனே வாய் கிழியப் பேசி சமாளிக்க முடியாது. நடத்தை மூலமாகத்தான் அதற்குத் தீர்வு காண முடியும்," என்று நான் கூறினேன்.

நாம் இங்கு ஒரு மிக முக்கியமான, மிகவும் அடிப்படையான கருத்துக் கண்ணோட்ட மாற்றத்தைக் கையாண்டு கொண்டிருக்கிறோம். ஆளுமை உத்திகளையும் திறமைகளையும் கொண்டு நீங்கள் உங்களது சமூகரீதியான சந்திப்புகள் மற்றும் உரையாடல்களை சுமூகமானவையாக வைத்துக்

கொள்ள முயற்சிக்கக்கூடும். ஆனால், அப்படிச் செய்யும்போது, இன்றியமையாத குணநல அடித்தளத்தை நீங்கள் சுருக்கிவிடுகிறீர்கள். வேர்கள் இல்லாமல் உங்களால் பழங்களைப் பெற முடியாது. இது வரிசைப்படுத்துதல் கொள்கை சார்ந்த விஷயம்: தனிப்பட்ட வெற்றியானது பொது வெற்றிக்கு முன்னால் வருகிறது. சுயகட்டுப்பாடும் சுயஒழுங்கும் மற்றவர்களுடனான நல்ல உறவுகளின் அடித்தளங்கள்.

மற்றவர்களை விரும்புவதற்கு முன் நீங்கள் உங்களை விரும்ப வேண்டும் என்று சிலர் கூறுவார்கள். இது ஒரு சிறந்த யோசனைதான். ஆனால், நீங்கள் உங்களை அறிந்திருக்காவிட்டால், உங்களைக் கட்டுப்படுத்தாவிட்டால், உங்கள்மீது உங்களுக்குக் கட்டுப்பாடு இல்லாவிட்டால், உங்களை விரும்புவது உங்களுக்கு மிகவும் கடினமான ஒன்றாக இருக்கும் — சில குறுகியகால, மேலோட்டமான வழிகளில் தவிர.

ஒருவருக்குத் தன்மீது உள்ள முழுமையான கட்டுப்பாட்டில் இருந்துதான் உண்மையான சுயமதிப்பு வருகிறது. அதாவது, உண்மையான சார்பின்மையில் இருந்துதான் உண்மையான சுயமதிப்பு வருகிறது. 1வது, 2வது, மற்றும் 3வது பழக்கங்கள் இதன்மீதுதான் கவனம் செலுத்துகின்றன. சார்பின்மை என்பது ஒரு சாதனை. சகசார்பு என்பது சார்பற்ற மக்களால் மட்டுமே தேர்ந்தெடுக்கப்படக்கூடிய ஒரு விஷயம். உண்மையான சார்பின்மையை அடைய நாம் தயாராக இல்லை என்றால், மனித உறவுத் திறமைகளை வளர்த்துக் கொள்ள முயற்சிப்பது முட்டாள்தனமானது. எல்லாம் நன்றாகச் சென்று கொண்டிருக்கும்போது, நமக்கு ஓரளவு வெற்றிகூடக் கிடைக்கக்கூடும். ஆனால் சிரமமான நேரங்கள் வரும்போது, அனைத்தையும் கட்டுக்கோப்பாக வைத்துக் கொள்வதற்கு நம்மிடம் வலிமையான அடித்தளம் இல்லாமல் போய்விடும்.

எந்தவோர் உறவிலும் நாம் முதலீடு செய்கின்ற மிக முக்கியமான அம்சம், நாம் கூறும் விஷயங்களோ அல்லது நாம் செய்யும் விஷயங்களோ அல்ல, மாறாக, நாம் எப்படிப்பட்டவராக இருக்கிறோம் என்பதுதான். நமது வார்த்தைகளும் செயல்களும் நமது உள்ளார்ந்த மையத்திலிருந்து (குணநல நெறிமுறை) வருவதற்குப் பதிலாக மேலோட்டமான மனித உறவு உத்திகளிலிருந்து (ஆளுமை நெறிமுறை) வந்தால், அந்த நாடகத்தனத்தை மற்றவர்கள் எளிதில் உணர்ந்துவிடுவார்கள். ஆற்றல்மிக்க சகசார்புக்குத் தேவையான அடித்தளத்தை உருவாக்கி, அதைத் தக்க வைத்துக் கொள்ள நம்மால் முடியாது.

மனிதக் கருத்துப் பரிமாற்றங்களில் உண்மையிலேயே ஒரு வித்தியாசத்தை ஏற்படுத்துகின்ற உத்திகளும் திறமைகளும், உண்மையிலேயே சார்பற்ற ஒரு குணநலத்தில் இருந்துதான் வருகின்றன. எனவே, நமக்குள் இருக்கும் செல்வாக்கு வட்டம் மற்றும் நமது சொந்த குணநலன்களில் இருந்துதான் எந்தவோர் உறவையும் நாம் வளர்க்கத் துவங்க வேண்டும். நாம் முன்யோசனையுடன் செயல்படுபவர்களாக, சார்பற்றவர்களாக, சரியான கொள்கைகளை மையமாகக் கொண்டவர்களாக, மதிப்பீடுகளால் வழிநடத்தப்படுபவர்களாக, நம்

வாழ்வில் உள்ள முன்னுரிமைகளைச் சுற்றி நமது நடவடிக்கைகளை நாணயத்துடன் ஒழுங்கமைத்துச் செயல்படுத்தும் திறன் பெற்றவர்களாக மாறும்போது, சகசார்பு கொண்ட ஒருவராக ஆவதை நம்மால் தேர்ந்தெடுக்க முடியும்; மற்றவர்களுடன் வளமான, நீடித்த, அதிக ஆக்கபூர்வமான உறவுகளை நம்மால் உருவாக்க முடியும்.

நமக்கு முன்னால் உள்ள நிலப்பரப்பை நாம் பார்க்கும்போது, ஒட்டுமொத்தமாக ஒரு புதிய பரிமாணத்திற்குள் நாம் நுழைவதை நாம் பார்க்கிறோம். ஆழமான, வளமான, அர்த்தமுள்ள தொடர்புகள், அதிகப்படியான உற்பத்தி, சேவை, பங்களிப்பு, கற்றல், வளர்ச்சி போன்றவற்றிற்கான ஏராளமான சாத்தியக்கூறுகளுக்கு சகசார்பு வழிவகுக்கிறது. ஆனால் இங்குதான் நாம் மகிழ்ச்சிக்கும் வெற்றிக்குமான அதிகப்படியான வலியையும், விரக்தியையும், முட்டுக்கட்டைகளையும் உணர்கிறோம். இந்த வலி மிகவும் தீவிரமானதாக இருப்பதால், அதை நம்மால் நன்றாகவே உணர முடிகிறது.

நம்முடைய தனிப்பட்ட வாழ்வில், முன்னோக்கு, தலைமைத்துவம், அல்லது நிர்வாகம் ஆகியவற்றின் பற்றாக்குறையால் ஏற்பட்ட நாட்பட்ட வலியுடன் நமது வாழ்நாள் முழுவதும் நம்மால் வாழ முடியும். நமக்கு சற்று சௌகரியக் குறைச்சலும் சங்கடமும் ஏற்படுவதை நாம் உணர்கிறோம். வலியைப் போக்குவதற்கு எப்போதாவது நாம் சில நடவடிக்கைகளை எடுக்கிறோம். ஆனால் அந்த வலி நாட்பட்டதாக இருப்பதால், நமக்கு அது பழகிப் போய்விடுகிறது, அதனோடு வாழ்வதற்கு நாம் கற்றுக் கொள்கிறோம்.

ஆனால் மற்றவர்களுடனான நமது உரையாடல்களில் நமக்குப் பிரச்சனைகள் எழும்போது, அந்த வலியைப் பற்றி நாம் நன்றாகவே அறிந்திருக்கிறோம். அது பெரும்பாலும் தீவிரமானதாக இருப்பதால், அது பறந்து போக வேண்டும் என்று நாம் விரும்புகிறோம்.

அந்த நேரத்தில்தான் ஆளுமை நெறிமுறையின் கருவிகளான தற்காலிகத் தீர்வுகளாலும் உத்திகளாலும் நாம் அந்த வலியின் அறிகுறிகளைத் தீர்க்க முயற்சிக்கிறோம். அந்தத் தீவிர வலியானது ஆழமான, நாட்பட்டப் பிரச்சனையின் வெளிப்புற வளர்ச்சி என்பதை நாம் புரிந்து கொள்வதில்லை. அறிகுறிகளுக்கு சிகிச்சை அளிப்பதை நிறுத்திவிட்டு, பிரச்சனைக்கு சிகிச்சை அளிக்கத் துவங்கும்வரை, நமது முயற்சிகள் நேரெதிரான விளைவுகளையே பெற்றுத் தரும். அந்த நாட்பட்ட வலியை அதிகமாக மறைப்பதில் மட்டும்தான் நாம் வெற்றி பெறுவோம்.

மற்றவர்களுடனான ஆற்றல்மிக்க சந்திப்புகள் மற்றும் உரையாடல்களைப் பற்றி நாம் சிந்திக்கும்போது, ஆற்றல் பற்றிய நமது முந்தைய வரையறைக்குச் செல்வோம். ஆற்றல் என்பது 'வாத்து மற்றும் பொன் முட்டை' கதையின் அடிப்படைக் கோட்பாடாக விளங்குகின்ற 'உற்பத்தி/உற்பத்தித் திறன் சமநிலை' என்று நாம் கூறியிருந்தோம்.

ஒரு சகசார்புச் சூழ்நிலையில், மற்றவர்களுடனான வெளிப்படையான மற்றும் நேர்மறையான கருத்துப் பரிமாற்றத்தால் ஏற்பட்ட விளைவுகள்தான் பொன் முட்டைகள், அதாவது, அற்புதமான

கூட்டாற்றலாகும். அந்த முட்டைகள் தொடர்ந்து கிடைக்க வேண்டும் என்றால், வாத்தை நாம் அக்கறையுடன் பார்த்துக் கொள்ள வேண்டும். அந்த விளைவுகளை யதார்த்தங்களாக மாற்றுகின்ற உறவுகளை நாம் உருவாக்கி, அவற்றைப் பராமரிக்க வேண்டியது அவசியம்.

நாம் ஆய்வுக் கண்ணோட்டத்திலிருந்து இறங்கி வந்து, 4வது, 5வது, மற்றும் 6வது பழக்கங்களுக்குள் நுழைவதற்கு முன்பு, உறவுகளை விவரிப்பதிலும், ஒரு யதார்த்தமான சகசார்பில் உள்ள உற்பத்தி/உற்பத்தித் திறனை வரையறுப்பதிலும் மிகவும் சக்தி வாய்ந்ததாக நான் நம்புகின்ற ஓர் உருவகத்தை உங்களுக்கு அறிமுகப்படுத்த விரும்புகிறேன்.

உணர்ச்சிரீதியான வங்கிக் கணக்கு

பொருளாதாரரீதியான ஒரு வங்கிக் கணக்கு என்றால் என்ன என்பது நம் அனைவருக்கும் தெரிந்த விஷயம்தான். நாம் அதில் ஒரு தொகையைச் செலுத்திக் கொண்டே இருப்போம். அதுவும் வளர்ந்து பெருகிக் கொண்டே இருக்கும். நமக்குத் தேவையான சமயத்தில் அதிலிருந்து நம்மால் எடுத்துக் கொள்ள முடியும். ஓர் உணர்ச்சிரீதியான வங்கிக் கணக்கு என்பது ஓர் உறவில் வளர்க்கப்பட்டு வந்துள்ள நம்பிக்கையின் அளவைக் குறிக்கின்ற ஓர் உருவகமாகும். இன்னொரு நபருடன் நீங்கள் கொண்டுள்ள பாதுகாப்புணர்வு அது.

பணிவன்பு, பரிவு, நேர்மை, வாக்குத் தவறாமை போன்றவற்றின் மூலமாக நான் உங்களுடன் ஓர் உணர்ச்சிரீதியான வங்கிக் கணக்கில் சேமித்துக் கொண்டே வந்தால், நான் அதிகமான வைப்புக் கணக்கை உருவாக்கியுள்ளேன் என்று அர்த்தம். என்மீதான உங்களது நம்பிக்கை அதிகரிக்கிறது. எனக்குத் தேவையானபோதெல்லாம் அந்த நம்பிக்கையை என்னால் பயன்படுத்திக் கொள்ள முடியும். என்னால் சில தவறுகளைக்கூடச் செய்ய முடியும். ஏனெனில், அந்த நம்பிக்கை நிலை, அந்த உணர்ச்சிரீதியான முதலீடு, அதை ஈடுகட்டிவிடும். என்னுடைய கருத்துப் பரிமாற்றம் தெளிவற்றதாக இருக்கலாம், ஆனால் நான் கூறுவதன் அர்த்தத்தை எப்படியும் நீங்கள் புரிந்து கொள்வீர்கள். என் வார்த்தைகளில் நீங்கள் குற்றம் கண்டிபிடிக்க மாட்டீர்கள். வைப்புக் கணக்கில் நம்பிக்கை அதிகமாக இருக்கும்போது, கருத்துப் பரிமாற்றம் சுலபமானதாகவும், உடனடியானதாகவும், ஆற்றல்மிக்கதாகவும் இருக்கும்.

ஆனால், உங்களிடம் பணிவன்பின்றியும் மதிப்பின்றியும் நான் நடந்து கொள்ளும்போதும், உங்கள் பேச்சிற்கு இடையூறு விளைவிக்கும்போதும், உங்களிடம் அதிக உணர்ச்சிவசப்பட்டு நடந்து கொள்ளும்போதும், உங்களை உதாசீனப்படுத்தும்போதும், மனம் போன போக்கில் நடந்து கொள்ளும்போதும், உங்களுக்கு நம்பிக்கைத் துரோகம் செய்யும்போதும், உங்களை அச்சுறுத்தும்போதும், இறுதியில், எனது உணர்ச்சிரீதியான வங்கிக் கணக்கில் இருந்ததைவிட அதிகமாக நாம் எடுத்துவிடுகிறேன். நம்பிக்கையின் அளவு மிகக் குறைந்த நிலையை அடைகிறது. அப்படியென்றால், எப்படிப்பட்ட வளைந்து கொடுக்கும் தன்மை என்னிடம் இருக்கிறது?

எதுவும் இல்லை. நான் கண்ணி வெடிகள் புதைக்கப்பட்டப் பகுதிகளில் நடந்து கொண்டிருக்கிறேன். நான் பேசும் ஒவ்வொரு வார்த்தையையும் நான் கவனமாகப் பேச வேண்டும். நான் என் ஒவ்வொரு வார்த்தையையும் அளந்து பேசுகிறேன். இறுக்கமான நகரம் இது. பல நிறுவனங்கள் இவற்றால் நிறைந்துள்ளன. பல திருமணங்கள் இவற்றால் நிரம்பியுள்ளன.

தொடர்ந்து சேமிப்பதன் மூலம் ஒரு பெரிய அளவிலான நம்பிக்கை வைப்பை உருவாக்காவிட்டால், ஒரு திருமண உறவு சீர்குலையத் துவங்கிவிடும். வளமான, இயல்பான புரிதல் மற்றும் கருத்துப் பரிமாற்றத்திற்குப் பதிலாக, இருவரும் வெறுமனே ஒருவித மதிப்போடும் சகிப்புத் தன்மையோடும், சார்பற்ற வாழ்க்கைமுறைகளை வாழ முயற்சிக்கின்ற ஒரு சூழ்நிலை அங்கு உருவாகிவிடும். அந்த உறவு, எதிர்ப்பிலும் தற்காப்பிலும் சிக்கி மேலும் சீரழிந்துவிடும். 'சண்டையிடுவது அல்லது தப்பியோடுவது' என்ற பதில்நடவடிக்கை வாக்குவாதங்களுக்கும் கைகலப்பிற்கும் வழிவகுக்கும். குழந்தைகள், தாம்பத்திய உறவு, சமூக அழுத்தம், அல்லது சமூகத்தில் தனக்குள்ள உருவத்தைப் பாதுகாப்பது போன்றவை மட்டுமே அந்த உறவை இழுத்துப் பிடித்து வைக்கிறது. அல்லது, அது விவாகரத்தில் போய் முடியும். தம்பதியர் இருவரும் ஒருவரையொருவர் குறைகூறிக் கொண்டும் பழித்துக் கொண்டும் கசப்பான போராட்டங்களில் வருடக்கணக்கில் சிக்கித் தவிப்பர்.

திருமண உறவுதான் இவ்வுலகில் இரு நபர்களுக்கு இடையேயான மிகவும் அன்னியோன்யமான, வளமான, மகிழ்ச்சியான, திருப்திகரமான, ஆக்கபூர்வமான உறவாகும். உற்பத்தி/ உற்பத்தித் திறன் கலங்கரை விளக்கம் அங்கு உள்ளது; அதை எதிர்த்து நின்று நாம் நம்மை அழித்துக் கொள்ளலாம், அல்லது அதை ஒரு வழிகாட்டும் விளக்காக ஏற்றுக் கொண்டு சிறப்பாக வாழலாம்.

திருமணம் போன்ற நமது நிரந்தரமான உறவுகளுக்குத் தொடர்ச்சியான முதலீடுகள் தேவை. எதிர்பார்ப்புகள் தொடர்ந்து கொண்டே இருப்பதால், பழைய முதலீடுகள் மறைந்துவிடுகின்றன. பல வருடங்களாக நீங்கள் சந்தித்திராத ஒரு பழைய நண்பரை ஒருநாள் நீங்கள் மீண்டும் சந்திக்க நேர்ந்தால், விட்ட இடத்திலிருந்து உங்களால் தொடர முடியும். ஏனெனில், முந்தைய முதலீடுகள் இன்னும் அங்கு இருக்கின்றன. ஆனால் அன்றாடம் நீங்கள் எதிர்கொள்ளும் மக்களிடம் நீங்கள் வைத்துள்ள வங்கிக் கணக்கிற்கு நிரந்தரமான, தொடர்ச்சியான முதலீடுகள் தேவை. உங்களுடைய அன்றாட சந்திப்புகளில் உங்களுக்கே தெரியாமல் தானாகவே சில சமயங்களில் அந்த வைப்புக் கணக்கில் இருந்து எடுக்கப்படும். வீட்டிலுள்ள பருவ வயதுக் குழந்தைகளின் விஷயத்தில் இது முற்றிலும் உண்மை.

உங்களுக்கு ஒரு பருவ வயது மகன் இருந்து, உங்களுடைய வழக்கமான உரையாடல் இப்படி இருப்பதாக வைத்துக் கொள்வோம்: "உன் அறையை சுத்தப்படுத்து. சட்டை பட்டனை மாட்டு. வானொலியின் சத்தத்தைக் குறைத்துக் கொள். முடியை வெட்டு.

குப்பையை வெளியே கொண்டு கொட்ட மறந்துவிடாதே.” காலப்போக்கில், எடுப்புகள் முதலீடுகளைத் தாண்டிவிடுகின்றன.

இப்போது, உங்களுடைய மகன், வருங்காலத்தில் தன் வாழ்வில் தாக்கத்தை ஏற்படுத்தக்கூடிய முக்கியமான தீர்மானங்கள் சிலவற்றை எடுக்கப் போவதாக வைத்துக் கொள்வோம். ஆனால் உங்கள்மீதான நம்பிக்கையின் அளவு மிகவும் குறைவாக இருப்பதாலும், உங்களுடன் வெளிப்படையான பேச்சுவார்த்தை அவனுக்கு இல்லாததாலும், உங்களுடனான உரையாடல்கள் இயந்திரத்தனமாகவும் திருப்தியற்றதாகவும் இருப்பதாலும், அவன் உங்களது ஆலோசனையைப் பெறுவதற்குத் திறந்த மனத்துடன் இருக்க மாட்டான். அவனுக்கு உதவக்கூடிய அறிவும் ஞானமும் உங்களிடம் இருந்தாலும், உங்களுடைய வைப்புக் கணக்கில் இருந்து அதிகமாக எடுக்கப்பட்டுவிட்டதால், ஒரு குறுகிய நோக்கு கொண்ட உணர்ச்சிரீதியான கண்ணோட்டத்தில் இருந்து அவன் தீர்மானங்களை எடுக்கக்கூடும்.

இதுபோன்ற இக்கட்டான விவகாரங்களில் கருத்துக்களைப் பரிமாறிக் கொள்வதற்கு ஒரு நேர்மறையான சமநிலை உங்களுக்குத் தேவை. நீங்கள் என்ன செய்வீர்கள்?

உங்கள் மகனுடனான உங்களது உறவில் நீங்கள் முதலீடு செய்யத் துவங்கினால் என்ன ஆகும்? அவனிடம் சிறிய அளவில் பரிவை வெளிப்படுத்துவதற்கான வாய்ப்புகள் உங்களுக்குக் கிடைக்கக்கூடும். அவனுக்கு ஸ்கேட்போர்டிங் விளையாட்டில் ஆர்வம் இருந்தால், அது பற்றிய ஒரு பத்திரிகையை அவனுக்கு நீங்கள் வாங்கி வரலாம். அல்லது அவன் செய்து கொண்டிருக்கும் ஒரு வேலையில் அவனுக்கு நீங்களாக முன்வந்து உதவலாம். வெளியே சென்று திரைப்படம் பார்த்து வருவதற்கு அவனுக்கு அழைப்பு விடுக்கலாம் அல்லது அவனை வெளியே கூட்டிச் சென்று ஐஸ்கிரீம் வாங்கிக் கொடுக்கலாம். ஆனால், அவன் பேசும்போது, அவனை எடைபோடாமலும், அவனுக்கு போதிக்காமலும், அவனிடம் உங்களது சுயபுராணத்தைப் பாடாமலும் அவன் கூறுவதை வெறுமனே காதுகொடுத்துக் கேட்பதுதான் நீங்கள் செய்யக்கூடிய மிக முக்கியமான முதலீடாக இருக்கும். அவன் கூறுவதைக் கேட்டுவிட்டு, அதைப் புரிந்து கொள்ள முயற்சி செய்யுங்கள். அவன்மீது நீங்கள் கொண்டுள்ள அக்கறையும், அவனை நீங்கள் ஒரு வளர்ந்த நபராக அங்கீகரித்து ஏற்றுக் கொள்கிறீர்கள் என்பதையும் அவன் உணரட்டும்.

முதலில் அவன் உங்களைக் கண்டுகொள்ளாமல் இருக்கக்கூடும். அவன் உங்கள்மீது சந்தேகம்கூடப் படலாம். “அப்பா இப்போது எந்த உள்நோக்கத்தோடு செயல்பட்டுக் கொண்டிருக்கிறார்? அம்மா என்மீது இப்போது வேறு எந்த உத்தியை முயற்சித்துக் கொண்டிருக்கிறார்கள்?” ஆனால் உண்மையான முதலீடுகள் தொடர்ந்து வரும்போது, அவை சேரத் துவங்குகின்றன. முதலீடு அதிகரிக்கத் துவங்குகிறது.

உடனடித் தீர்வு என்பது ஒரு மாயை என்பதை நினைவில் கொள்ளுங்கள். உறவுகளை உருவாக்குவதற்கும் பழுது நீக்குவதற்கும் அதிக காலம் ஆகும். அவன் உங்களிடம் பதில் கூறாமல் இருப்பதோ, நீங்கள்

செய்வதைக் கண்டுகொள்ளாமல் இருப்பதோ, அல்லது அவன் நன்றியுணர்வின்றி இருப்பதுபோல் உங்களுக்குத் தோன்றும்போதோ நீங்கள் உங்கள் பொறுமையை இழந்தால், இன்னும் அதிகமாக உங்கள் கணக்கிலிருந்து நீங்கள் எடுக்கிறீர்கள், நீங்கள் இதுவரை செய்துள்ள நல்லவை அனைத்தையும் காவு கொடுக்கிறீர்கள். "நாங்கள் உனக்கு இவ்வளவு செய்த பிறகும், இவ்வளவு விஷயங்களைத் தியாகம் செய்த பிறகும், எப்படி உன்னால் நன்றியற்று இருக்க முடிகிறது? நாங்கள் உன்னிடம் நல்லவிதமாக நடக்க முயற்சிக்கிறோம், ஆனால் நீ எங்களிடம் இப்படி நடந்து கொள்கிறாய். என்னால் இதை நம்ப முடியவில்லை!"

பொறுமையைக் கைவிடாமல் இருப்பது கடினம்தான். முன்யோசனையுடன் செயல்படுவதற்கும், உங்களது செல்வாக்கு வட்டத்தில் கவனம் செலுத்துவதற்கும், வளர்ந்து வரும் விஷயங்களைப் பராமரிப்பதற்கும், "வேர்கள் எவ்வளவு சிறப்பாக வளர்ந்து கொண்டிருக்கின்றன என்பதைப் பார்ப்பதற்காகச் செடிகளை வேரோடு பிடுங்காமல் இருப்பதற்கும்" வலிமையான குணநலன்கள் தேவை.

ஆனால் உடனடித் தீர்வு என்பது உண்மையில் கிடையவே கிடையாது. உறவுகளை உருவாக்குவதும் பழுது பார்ப்பதும் நீண்டகால முதலீடுகளாகும்.

ஆறு முக்கிய முதலீடுகள்

உணர்ச்சிரீதியான வங்கிக் கணக்கை வளரச் செய்கின்ற ஆறு முக்கியமான முதலீடுகளை நான் உங்களுக்குப் பரிந்துரைக்கிறேன்.

தனிநபரைப் புரிந்து கொள்ளுதல்

அடுத்தவரை உண்மையிலேயே புரிந்து கொள்ள முயற்சிப்பதுதான் நீங்கள் செய்யக்கூடிய மிக முக்கியமான முதலீடாக இருக்கும். மற்ற அனைத்து முதலீடுகளுக்குமான திறவுகோல் இதுதான். ஒருவரைப் புரிந்து கொண்டால் ஒழிய, அவர் எதை முதலீடாகக் கருதுகிறார் என்பது உங்களுக்குத் தெரியாது. பேசிக் கொண்டே இருவருமாகச் சேர்ந்து காலாற நடந்து வருவது, இருவருமாகச் சேர்ந்து ஐஸ்கிரீம் சாப்பிடச் செல்வது, ஒரு பொதுவான வேலையில் இருவரும் ஈடுபடுவது போன்றவை உங்களைப் பொறுத்தவரை முதலீடாக இருந்தாலும், இன்னொருவருக்கு அவை முதலீடுகளாகத் தெரிய வேண்டியதில்லை. அவ்விஷயங்கள் அவரது ஆழமான ஆர்வங்கள் அல்லது தேவைகளை நிறைவேற்றாதபோது, அவற்றை அவர் உங்கள் கணக்கிலிருந்து எடுக்கப்படும் விஷயங்களாகவும் கருதக்கூடும்.

ஒரு நபரின் குறிக்கோள் இன்னொருவருக்கு அற்பமானதாகத் தோன்றலாம். ஒரு முதலீட்டைச் செய்வதற்கு, அடுத்தவர் உங்களுக்கு எப்படி முக்கியமானவராக இருக்கிறாரோ, அதேபோல் அடுத்தவருக்கு எது முக்கியமோ அது உங்களுக்கும் முக்கியமானதாக இருக்க வேண்டும். நீங்கள் உயர்ந்த முன்னுரிமையுடன்கூடிய ஒரு பணித்திட்டத்தில் ஈடுபட்டிருக்கும்போது உங்களுடைய ஆறு வயதுக் குழந்தை உங்களைத்

தொந்தரவு செய்து, உங்களுக்கு அற்பமாகத் தோன்றுகின்ற ஒரு விஷயத்தைப் பற்றி உங்களிடம் பேசுகிறான். ஆனால் அவனது கண்ணோட்டத்தில் அவனுக்கு அது மிகவும் முக்கியமானதாக இருக்கிறது. அந்த நபரின் மதிப்பை அங்கீகரித்து, அதற்கு உங்களை அர்ப்பணித்துக் கொள்வதற்கு உங்களுக்கு 2வது பழக்கம் தேவைப்படுகிறது. அதேபோல், மனிதர்களுக்கு முன்னுரிமை கொடுத்து உங்கள் அட்டவணையை இரண்டாம்பட்ச நிலையில் வைப்பதற்கு உங்களுக்கு 3வது பழக்கம் தேவைப்படுகிறது. தான் கூற விரும்புகின்ற விஷயத்தின்மீது அவன் வைத்துள்ள மதிப்பை ஏற்றுக் கொள்வதன் மூலம், அவனிடம் நீங்கள் வெளிப்படுத்தும் புரிதல் ஒரு மாபெரும் முதலீடாக அமையும்.

என்னுடைய நண்பர் ஒருவரின் மகன் பேஸ்பாலில் தீவிர ஆர்வத்தை வளர்த்துக் கொண்டிருந்தான். என் நண்பருக்கு அந்த விளையாட்டில் எள்ளளவுகூட ஆர்வம் இல்லை. ஆனால் ஒரு கோடைக்காலத்தில், அவர் தன்னுடைய மகனை முக்கியமான அணிகள் கலந்து கொண்ட ஒவ்வொரு போட்டிக்கும் அழைத்துச் சென்றார். இதற்கு ஆறு வாரங்களும் ஏராளமான பணமும் செலவாகின. ஆனால் அவர்களுக்கிடையேயான உறவில் அது ஒரு மாபெரும் பிணைப்பை ஏற்படுத்தியது.

விளையாட்டுப் போட்டிகளைப் பார்த்துவிட்டு வீடு திரும்பிய என் நண்பரிடம் ஒருவர், "பேஸ்பால் விளையாட்டு உங்களுக்கு அவ்வளவு பிடிக்குமா?" என்று கேட்டார்.

"இல்லை, ஆனால் என் மகனை எனக்கு அவ்வளவு பிடிக்கும்," என்று அவர் பதிலளித்தார்.

என்னுடைய இன்னொரு நண்பர் ஒரு கல்லூரிப் பேராசிரியர். அவருக்கும் அவரது பருவ வயது மகனுக்கும் இடையேயான உறவு மிகவும் மோசமானதாக இருந்தது. இவருக்குப் படிப்புதான் வாழ்க்கையே. ஆனால் தனது மகன் தன் மனத்தை உருவாக்காமல், உடலுழைப்பில் ஈடுபட்டுத் தன் வாழ்க்கையை வீணாக்கிக் கொண்டிருந்ததாக அவர் கருதினார். எனவே அவர் எப்போதும் தன் மகனை விரட்டிக் கொண்டே இருந்தார். சில சமயங்களில் பின்வருத்தம் கொண்டு, சில முதலீடுகளை மேற்கொள்ள அவர் முயன்றார், ஆனால் அவற்றால் எந்தப் பலனும் ஏற்படவில்லை. அவர் செய்த முதலீடுகளை, நிராகரிப்பு, ஒப்பீடு, மற்றும் எடைபோடுதலின் புதிய வடிவங்களாக அவன் பார்த்தான். இவை பெரும் இழப்புகளை உருவாக்கின. அவர்களது உறவு மேலும் மோசமாகியது. அது என் நண்பரின் இதயத்தைச் சுக்குநூறாக்கியது.

அடுத்தவர் உங்களுக்கு எப்படி முக்கியமானவராக இருக்கிறாரோ, அதேபோல் அடுத்தவருக்கு எது முக்கியமோ அது உங்களுக்கும் முக்கியமானதாக இருக்க வேண்டும் என்ற கொள்கையை ஒருநாள் நான் அவரிடம் எடுத்துரைத்தேன். அவர் அதைத் தன் இதயத்தில் ஆழத்தில் பதிவு செய்து கொண்டார். சீனப் பெருஞ்சுவரின் மாதிரி ஒன்றைத் தங்கள் வீட்டைச் சுற்றி உருவாக்குவதில் அவர் தன் மகனை

ஈடுபடுத்தினார். இருவருக்குமே அது ஒரு பெரிய பணித்திட்டமாக இருந்தது. ஒன்றரை வருடங்களாக அவர்கள் இருவருமாகச் சேர்ந்து அதைக் கட்டி முடித்தனர்.

அந்தப் பிணைப்பு அனுபவத்தின் மூலமாக, அவரது மகன் தன் வாழ்வின் அந்தப் பகுதியை சுமூகமாகக் கடந்து வந்து, தன் மனத்தை உருவாக்குவதில் அதிக ஆர்வம் காட்டினான். ஆனால் அவர்கள் உறவில் ஏற்பட்ட மாற்றம்தான் அவர்களுக்குக் கிடைத்த உண்மையான நன்மை. அவர்களது உறவு கசப்பானதாக இருப்பதற்குப் பதிலாக, தந்தைக்கும் மகனுக்கும் அது மகிழ்ச்சிக்கும் வலிமைக்குமான மூல ஆதாரமாக மாறியது.

அடுத்தவர்களுக்கு என்ன வேண்டும் அல்லது அவர்களுக்கு எது தேவை என்று நாம் நினைக்கிறோமோ, அதை நமது சுயபுராணத்திலிருந்து புகுத்துவது நமது போக்காக உள்ளது. நமது உள்நோக்கங்களை நாம் அடுத்தவர்களின் நடத்தையின்மீது புகுத்துகிறோம். எது முதலீடு என்பதை நமது சொந்தத் தேவைகள் மற்றும் விருப்பங்களின் அடிப்படையில் நாம் அர்த்தப்படுத்துகிறோம். நமது முயற்சியை அவர்கள் ஒரு முதலீடாகக் கருதவில்லை என்றால், அதை நாம் ஒரு நிராகரிப்பாகப் பார்க்கிறோம். அதன் காரணமாக, நாம் நமது முயற்சியைக் கைவிடுகிறோம்.

"மற்றவர்கள் உங்களுக்கு என்ன செய்ய வேண்டும் என்று நீங்கள் எதிர்பார்க்கிறீர்களோ, அதையே நீங்கள் அடுத்தவர்களுக்குச் செய்யுங்கள்," என்று பொன்விதி கூறுகிறது. மேலோட்டமாகப் பார்த்தால், அவர்கள் உங்களுக்கு என்ன செய்ய வேண்டும் என்று நீங்கள் விரும்புகிறீர்களோ அதையே நீங்கள் அவர்களுக்குச் செய்யுங்கள் என்று கூறுவதுபோல் தோன்றினாலும், நீங்கள் எப்படிப் புரிந்து கொள்ளப்பட வேண்டும் என்று விரும்புகிறீர்களோ அவ்வாறே நீங்கள் அவர்களை ஒரு தனிநபர் என்ற முறையில் ஆழமாகப் புரிந்து கொண்டு, அந்தப் புரிதலின் அடிப்படையில் நீங்கள் அவர்களை நடத்த வேண்டும் என்பதுதான் இதிலுள்ள அதிக ஆழமான அர்த்தம் என்று நான் நினைக்கிறேன். குழந்தைகளை வளர்ப்பதைப் பற்றி ஒரு வெற்றிகரமான பெற்றோர் இப்படிக் கூறினார்: "அவர்கள் அனைவரையும் வித்தியாசமாக நடத்துவதன் மூலம் அவர்களை ஒரே மாதிரியாக நடத்துங்கள்."

சிறு விஷயங்களை நிறைவேற்றுதல்

அன்பு மற்றும் பரிவின் சிறு வெளிப்பாடுகள் மிகவும் முக்கியமானவை. சிறு பரிவின்மைகளும், சிறு அன்பின்மைகளும், சிறிய வடிவிலான அவமதிப்புகளும் முதலீட்டிலிருந்து மேற்கொள்ளப்படும் பெரும் எடுப்புகளாகும். உறவுகளில் சிறிய விஷயங்கள்தான் பெரிய விஷயங்கள்.

சில வருடங்களுக்கு முன்பு, ஒருநாள் மாலையில் என்னுடைய மகன்களில் இருவருடன் நான் நேரத்தைச் செலவிட்டுக் கொண்டிருந்தேன். நாங்கள் மூவரும் மட்டும் வெளியே செல்வதென்று ஏற்கனவே திட்டமிட்டிருந்தோம். ஜிம்னாஸ்டிக்ஸ், மல்யுத்தப்

போட்டிகள், நொறுக்குத் தீனிகள், ஒரு திரைப்படம் ஆகியவை அந்த மாலை நேர நிகழ்ச்சி நிரலில் அடக்கம்.

திரைப்படத்தின் நடுவில், அப்போது நான்கு வயதாக இருந்த என் மகன் சான் தன் இருக்கையில் தூங்கி விழுந்தான். அவனது மூத்த சகோதரனான ஆறு வயது ஸ்டீபன் விழித்திருந்தான். நாங்கள் இருவரும் மொத்தப் படத்தையும் பார்த்தோம். திரைப்படம் முடிந்தவுடன் நான் சானை என் கைகளில் அள்ளிக் கொண்டு, காரின் பின் இருக்கையில் படுக்க வைத்தேன். அன்றிரவு மிகவும் குளிராக இருந்ததால், என்னுடைய கோட்டைக் கழற்றி அவனுக்குப் போர்த்தினேன்.

நாங்கள் வீட்டிற்கு வந்ததும், அவனை விரைவாக வீட்டினுள் கொண்டு வந்து, படுக்கையில் படுக்க வைத்து நன்றாகப் போர்த்திவிட்டேன். ஸ்டீபன் தன் ஆடையை மாற்றிக் கொண்டு, பல் துலக்கிய பிறகு, நான் அவனுக்குப் பக்கத்தில் படுத்துக் கொண்டு, அன்றிரவு நாங்கள் வெளியே சென்றதைப் பற்றிப் பேச்சுக் கொடுத்தேன்.

"இன்றைய மாலைப் பொழுதைப் பற்றி நீ என்ன நினைக்கிறாய்?" என்று நான் அவனிடம் கேட்டேன்.

"நன்றாக இருந்தது," என்று அவன் பதிலளித்தான்.

"உனக்குப் பிடித்திருந்ததா?"

"ஆமாம்."

"எது உனக்கு மிகவும் பிடித்திருந்தது?"

"எனக்குத் தெரியவில்லை. டிராம்போலின் என்று நினைக்கிறேன்."

"அந்தரத்தில் பல்டி அடித்து சாகசங்களைச் செய்வது ஒரு துணிகரச் செயல்தான் இல்லையா?"

அவன் அவ்வளவு இயல்பாகப் பேசவில்லை. நான் மட்டுமே பேசிக் கொண்டிருந்ததுபோல் எனக்குத் தோன்றியது. அவன் ஏன் மனம் திறந்து பேசவில்லை என்று நான் வியந்தேன். உற்சாகம் தருகின்ற விஷயங்கள் நடந்தால் அவன் வழக்கமாகப் படபடவென்று பேசிக் கொண்டே இருப்பான். எனக்கு சற்று ஏமாற்றமாக இருந்தது. ஏதோ சரியில்லை என்று எனக்குத் தோன்றியது. வீட்டிற்குத் திரும்பி வரும் வழி நெடுகிலும்கூட அவன் மௌனமாகவே வந்தான். படுக்கைக்குத் தயாராகிக் கொண்டிருந்தபோதும் அப்படியேதான் இருந்தான்.

திடீரென்று ஸ்டீபன் சுவரை நோக்கித் திரும்பிப் படுத்தான். அவனது செய்கைக்கான காரணம் புரியாமல் நான் என் தலையை சற்றுத் தூக்கி அவனது முகத்தைப் பார்த்தேன். அவனது கண்களில் கண்ணீர் நிரம்பியிருந்தது.

"ஸ்டீபன், என்ன பிரச்சனை? என்னிடம் கூற மாட்டாயா?"

அவன் என்னைத் திரும்பிப் பார்த்தான். அவனது கண்ணீரும் நடுக்கமும் அவனுக்கு சற்று தர்மசங்கடத்தை ஏற்படுத்தின.

"அப்பா, எனக்குக் குளிரெடுத்தால், எனக்கும் உங்கள் கோட்டைப் போர்த்திவிடுவீர்களா?" என்று அவன் கேட்டான்.

அன்றைய இரவு முழுவதிலும் நடந்தேறிய நிகழ்வுகளில், அவனது தம்பிக்கு இயல்பாகவும் பிரக்ஞையின்றியும் நான் காட்டிய அந்த ஒரு சிறு பரிவுதான் அவனுக்கு மிகவும் முக்கியமானதாக இருந்தது.

அந்த அனுபவம் எனக்கு ஒரு சக்திவாய்ந்த தனிப்பட்டப் படிப்பினையைக் கொடுத்தது. இது அப்போதும் இப்போதும் உண்மைதான். மக்கள் மிகவும் மென்மையானவர்கள், உள்ளுக்குள் அதிகமாக உணர்ச்சிவசப்படுபவர்கள். வயதோ அல்லது அனுபவமோ அதிக வித்தியாசத்தை ஏற்படுத்தாது. வெளியே முரட்டுத்தனமாக இருப்பவர்கள்கூட, உள்ளுக்குள் மென்மையான உணர்வுகளையும் மென்மையான இதயத்தையும் கொண்டிருக்கின்றனர்.

கொடுத்த வாக்கை நிறைவேற்றுதல்

கொடுத்த வாக்கை நிறைவேற்றுவது ஒரு மாபெரும் முதலீடு; அதை உடைத்தெறிவது ஒரு மாபெரும் எடுப்பு. ஒருவர் முக்கியமாகக் கருதுகின்ற ஒரு வாக்குறுதியை அவருக்குக் கொடுத்துவிட்டு, அதை நிறைவேற்றாமல் போவதுதான் ஒரு பெரும் எடுப்பு. அடுத்த முறை ஒரு வாக்குறுதி கொடுக்கப்படும்போது அவர் அதை நம்ப மாட்டார். மக்கள் வாக்குறுதிகளைச் சுற்றித் தங்கள் நம்பிக்கைகளை வளர்த்துக் கொள்கின்றனர், குறிப்பாக அது அவர்களது அடிப்படை வயிற்றுப்பிழைப்பைப் பற்றியதாக இருக்கும்போது.

என்னால் நிறைவேற்ற முடியாத ஒரு வாக்குறுதியை என் குழந்தைகளுக்கு நான் கொடுக்கப் போவதில்லை என்ற தத்துவத்தை ஒரு பெற்றோர் என்ற முறையில் நான் கடைபிடிக்க முயற்சித்துள்ளேன். எனவே நான் அவர்களுக்கு வாக்குக் கொடுக்கும்போது மிகவும் எச்சரிக்கையாக இருக்கிறேன். திடீரென்று சில காரணங்களால் என்னால் என் வாக்கைக் காப்பாற்ற முடியாமல் போய்விடாமல் இருப்பதற்காக நான் பல கோணங்களில் இருந்தும் பார்த்து வாக்குக் கொடுக்கிறேன்.

சில சமயங்களில், நான் எவ்வளவு முயற்சித்தும், எதிர்பாராத விஷயங்கள் வந்து, என் வாக்கைக் காப்பாற்றுவதை இயலாததாகவோ அல்லது புத்திசாலித்தனமற்றதாகவோ ஆக்கக்கூடிய ஒரு சூழலை உருவாக்கியுள்ளன. ஆனால் நான் அந்த வாக்கை மதிக்கிறேன். ஒன்று, எப்படியும் நான் அந்த வாக்கைக் காப்பாற்றுவேன் அல்லது சம்பந்தப்பட்ட நபரிடம் என் சூழ்நிலையை விளக்கிக் கூறி, அந்த வாக்குறுதியில் இருந்து என்னை விடுவிக்கும்படிக் கேட்டுக் கொள்வேன்.

நீங்கள் கொடுக்கும் வாக்குகளைக் காப்பாற்றுவதை ஒரு பழக்கமாக நீங்கள் உருவாக்கிக் கொள்ளும்போது, உங்களுக்கும் உங்கள் குழந்தைக்கும் இடையேயான புரிதலில் உள்ள இடைவெளியைக் குறைப்பதற்காக நீங்கள் நம்பிக்கைப் பாலங்களை உருவாக்குகிறீர்கள் என்று நான் நம்புகிறேன். பிறகு, உங்கள் குழந்தை செய்யக்கூடாது என்று நீங்கள் நினைக்கின்ற ஒன்றை அவன் செய்ய விரும்பும்போதும், உங்கள் குழந்தையால் பார்க்க முடியாத விளைவுகளை உங்களது பக்குவத்தின் ஊடாக உங்களால் பார்க்க முடியும்போதும், "நீ இதைச் செய்தால், இதுதான் விளையும் என்று நான் உறுதியாகக் கூறுகிறேன்," என்று நீங்கள் கூறலாம். உங்கள் வார்த்தையிலும் உங்கள் வாக்குறுதிகளிலும் உங்கள் குழந்தைக்கு நம்பிக்கை உருவாகியிருந்தால், அவன் உங்களது ஆலோசனையை ஏற்றுக் கொள்வான்.

எதிர்பார்ப்புகளைத் தெளிவுபடுத்துதல்

உங்களுடைய பணிவிபரத்தை உருவாக்குவது யாருடைய பொறுப்பு என்பது குறித்து நீங்களும் உங்களுடைய மேலதிகாரியும் வித்தியாசமான அனுமானங்களைக் கொண்டிருந்தால் நீங்கள் எதிர்கொள்ளக்கூடிய சிரமத்தைக் கற்பனை செய்து பாருங்கள்.

"என்னுடைய பணிவிபரம் எப்போது எனக்குக் கிடைக்கும்?" என்று நீங்கள் கேட்கக்கூடும்.

"நீங்கள் அதை என்னிடம் கொண்டு வருவீர்கள், பிறகு நாம் இருவருமாக அதை விவாதிக்கலாம் என்று நான் காத்துக் கொண்டிருக்கிறேன்," என்று உங்கள் மேலதிகாரி கூறக்கூடும்.

"என் பணிவிபரத்தை வரையறுப்பது உங்கள் வேலை என்று நான் நினைத்தேன்."

"அது என்னுடைய பொறுப்பே அல்ல. உங்கள் வேலையை நீங்கள் எப்படிச் செய்கிறீர்கள் என்பது உங்களைச் சார்ந்தது என்று ஆரம்பத்திலேயே நான் கூறியது உங்களுக்கு நினைவில்லையா?"

"என் வேலையின் தரம் என்னைச் சார்ந்தது என்ற அர்த்தத்தில் நீங்கள் கூறியதாக நான் நினைத்தேன். ஆனால் உண்மையிலேயே என் வேலை என்ன என்பதுகூட எனக்குத் தெரியவில்லை."

இலக்குகள் பகுதியில் தெளிவற்ற எதிர்பார்ப்புகள் இருந்தால், அங்கு கருத்துப் பரிமாற்றமும் நம்பிக்கையும் குறைந்துவிடும்.

"நீங்கள் என்னிடம் கூறியபடியே செய்து, நான் இந்த அறிக்கையைத் தயாரித்திருக்கிறேன்."

"எனக்கு அறிக்கை எதுவும் வேண்டாம். பிரச்சனையைத் தீர்ப்பதுதான் இங்கு இலக்கே அன்றி, அதை ஆய்வு செய்து என்னிடம் அறிக்கையாக சமர்ப்பிப்பது அல்ல."

"அடுத்தவர்களிடம் ஒப்படைப்பதற்கு ஏதுவாக, உண்மையிலேயே என்ன பிரச்சனை என்பதைத் தெரிந்து கொள்வதுதான் இலக்கு என்று நான் நினைத்தேன்."

இத்தகைய உரையாடல்களை நாம் எத்தனை முறை எதிர்கொண்டிருக்கிறோம்?

"ஆனால் நீங்கள் வேறுவிதமாகக் கூறியதாக நான் நினைத்தேன்."

"இல்லை, நீங்கள் கூறுவது தவறு. நான் கூறியது என்னவென்றால், . . ."

"இல்லை, நீங்கள் அப்படிக் கூறவில்லை. நான் அதைச் செய்ய வேண்டும் என்று நீங்கள் என்னிடம் கூறவில்லை . . ."

"நான் நிச்சயமாகக் கூறினேன். நன்றாக யோசித்துப் பாருங்கள் . . ."

"நீங்கள் அதை ஒருபோதும் குறிப்பிடவில்லை . . ."

"ஆனால் அதுதான் நமது ஒப்பந்தம் . . ."

கிட்டத்தட்ட அனைத்து உறவுப் பிரச்சனைகளுக்குமான காரணம், பாத்திரங்கள் மற்றும் இலக்குகளைச் சுற்றி இருக்கின்ற முரண்பட்ட அல்லது தெளிவற்ற எதிர்பார்ப்புகளில்தான் வேரூன்றி உள்ளது. யார் எந்த வேலையைச் செய்கிறார்கள் என்ற கேள்வியைக் கையாள்வதாக

இருந்தாலும் சரி, உங்கள் மகள் அவளது அறையை சுத்தம் செய்ய வேண்டும் என்பதை நீங்கள் அவளிடம் எப்படித் தெரிவிக்கிறீர்கள் என்ற கேள்வியைக் கையாள்வதாக இருந்தாலும் சரி, மீன்களுக்கு யார் உணவு கொடுப்பார்கள் அல்லது குப்பையை யார் வெளியே எடுத்துச் செல்வார்கள் போன்ற கேள்விகளைக் கையாள்வதாக இருந்தாலும் சரி, தெளிவற்ற எதிர்பார்ப்புகள் தவறான புரிதலையும், ஏமாற்றத்தையும், நம்பிக்கையை விலக்கிக் கொள்ளுவதையும்தான் ஏற்படுத்தும் என்பதை நாம் உறுதியாக நம்பலாம்.

பல எதிர்பார்ப்புகள் உள்ளார்ந்தவை, வெளிப்படையாகத் தெரியாதவை. அவை வெளிப்படையாக அறிவிக்கப்படவில்லை அல்லது எடுத்துரைக்கப்படவில்லை. ஆனால், மக்கள் அவற்றை ஒரு குறிப்பிட்டச் சூழ்நிலைக்குக் கொண்டு வந்துவிடுகின்றனர். எடுத்துக்காட்டாக, திருமண உறவில், தங்களது பாத்திரங்களைப் பற்றி ஓர் ஆணும் ஒரு பெண்ணும் உள்ளார்ந்த எதிர்பார்ப்புகளைக் கொண்டிருக்கின்றனர். இந்த எதிர்பார்ப்புகள் விவாதிக்கப்பட்டிருக்கவில்லை என்றாலும்கூட, அல்லது சில சமயங்களில் அந்த எதிர்பார்ப்புகளைக் கொண்டிருப்பவருக்கே அது தெரியாமல் இருக்கும்போதுகூட, அவற்றை நிறைவேற்றுவது அந்த உறவில் பெருமளவு முதலீடு செய்கிறது. அவற்றை மீறுவது எடுப்புகளுக்கு வழிவகுக்கிறது.

அதனால்தான், நீங்கள் ஒரு புதிய சூழ்நிலைக்குள் வரும்போது, அனைத்து எதிர்பார்ப்புகளையும் பற்றித் தெளிவாகப் பேசித் தெரிந்து கொள்வது மிகவும் முக்கியமானது. எதிர்பார்ப்புகள் மூலமாக மக்கள் ஒருவரையொருவர் எடைபோடத் துவங்குகின்றனர். தங்களது அடிப்படை எதிர்பார்ப்புகள் மீறப்பட்டுள்ளதாக அவர்கள் உணர்ந்தால், வைப்பிலுள்ள நம்பிக்கை குறைகிறது. நமது எதிர்பார்ப்புகள் வெளிப்படையானவை, மற்றவர்கள் அவற்றைப் புரிந்து கொண்டுள்ளனர் என்ற அனுமானத்தின் மூலம் நாம் பல எதிர்மறையான சூழ்நிலைகளை உருவாக்குகிறோம்.

முதலீடு செய்வது என்பது ஆரம்பத்திலேயே எதிர்பார்ப்புகளைத் தெளிவாகவும் வெளிப்படையாகவும் எடுத்துரைத்துவிடுவது. இதற்கு ஆரம்பத்திலேயே நேரத்தையும் முயற்சியையும் முதலீடு செய்ய வேண்டியது அவசியம். ஆனால் பின்னாளில் அதிக நேரமும் முயற்சியும் விரயமாவதை இது தடுக்கிறது. எதிர்பார்ப்புகள் தெளிவாக இல்லாமலும், பகிர்ந்து கொள்ளப்படாமலும் இருக்கும்போது, மக்கள் உணர்ச்சிரீதியாக ஈடுபடத் துவங்குகின்றனர். இதனால் சாதாரணமான தவறான புரிதல்கள்கூடப் பெருமளவிலான தவறான புரிதல்களாக மாறி, ஆளுமை முரண்பாடுகளை உருவாக்கி, கருத்துப் பரிமாற்றத்தை முறித்துவிடுகின்றன.

எதிர்பார்ப்புகளைத் தெளிவுபடுத்துவதற்கு ஏராளமான துணிச்சல் தேவை. கருத்து வேறுபாடுகள் இல்லை என்பதுபோல் நடித்துக் கொண்டு, எல்லாம் சரியாகிவிடும் என்று நம்புவது, அந்த வேறுபாடுகளை எதிர்கொண்டு, பரஸ்பரம் ஒத்துக் கொள்ளக்கூடிய எதிர்பார்ப்புகளை உருவாக்குவது குறித்துச் செயல்படுவதைவிட மிகவும் சுலபம்.

தனிமனித நாணயத்தை வெளிப்படுத்துதல்

தனிமனித நாணயம் நம்பிக்கையை உருவாக்குகிறது. பல்வேறு விதமான முதலீடுகள் பலவற்றிற்கான அடிப்படை இது.

உயர்ந்த நம்பிக்கைக் கணக்குகளை உருவாக்குவதற்கான முயற்சிகள் அனைத்தையும் நாணயமின்மை மழுங்கடித்துவிடுகிறது. புரிந்து கொள்வதற்கும், சிறு விஷயங்களை நினைவில் கொள்வதற்கும், தங்கள் வாக்குறுதிகளை நிறைவேற்றுவதற்கும், எதிர்பார்ப்புகளைத் தெளிவுபடுத்துவதற்கும் நிறைவேற்றுவதற்கும் மக்கள் முயற்சிக்கின்றனர். ஆனாலும், அவர்கள் உள்ளூர நேர்மையற்றவர்களாக இருந்தால், நம்பிக்கையை உருவாக்கத் தவறிவிடுவார்கள்.

நாணயம் நேர்மையை உள்ளடக்கியுள்ளது, ஆனால் அதற்கு அப்பாற்பட்டும் செல்கிறது. நேர்மை என்பது உண்மையைக் கூறுவது. வேறு வார்த்தைகளில் கூறினால், நமது வார்த்தைகளை யதார்த்தத்துடன் பொருந்தச் செய்வது. நாணயம் என்பது யதார்த்தத்தை நமது வார்த்தைகளுடன் பொருந்தச் செய்வது, அதாவது, கொடுத்த வாக்கைக் காப்பாற்றுவதும் எதிர்பார்ப்புகளை நிறைவேற்றுவதும் ஆகும். இதற்கு, ஒருவருக்கு சுயத்தோடு மட்டுமல்லாமல் வாழ்க்கையோடும் ஐக்கியப்பட்டுள்ள குணநலன் தேவை.

நாணயத்தை வெளிப்படுத்துவதற்கான மிகவும் முக்கியமான வழிகளில் ஒன்று, அக்கணத்தில் நம்முடன் இல்லாதவர்களுக்கு விசுவாசமாக நடந்து கொள்வது. அப்படிச் செய்யும்போது, அக்கணத்தில் நம்முடன் இருப்பவர்களிடம் நம்பிக்கை வளர்க்கிறது. உங்களுடன் இல்லாதவர்களுக்கு ஆதரவாக நீங்கள் பேசும்போது, உங்களோடு இருப்பவர்களுடைய நம்பிக்கையை நீங்கள் தக்க வைத்துக் கொள்கிறீர்கள்.

நீங்களும் நானும் தனியாகப் பேசிக் கொண்டிருப்பதாக வைத்துக் கொள்வோம். நம்முடைய மேலதிகாரி ஒருவரைப் பற்றி நாம் தாறுமாறாக விமர்சித்துக் கொண்டிருக்கிறோம். அவர் அக்கணத்தில் நம்முடன் இருந்தால் எந்த வழியில் நாம் பேச பயப்படுவோமோ, அந்த வழியில் இப்போது நாம் அவரைப் பற்றி விமர்சித்துக் கொண்டிருக்கிறோம். சிறிது நாட்களுக்குப் பிறகு உங்களுக்கும் எனக்கும் இடையே உள்ள நட்பு முறிந்து போவதாக வைத்துக் கொள்வோம். அப்போது என்ன நடக்கும்? உங்களுடைய பலவீனங்களைப் பற்றி நான் மற்றவர்களிடம் பேசுவேன் என்பதை நீங்கள் அறிவீர்கள். அதைத்தான் நாம் இருவரும் நமது மேலதிகாரியின் முதுகிற்குப் பின்னால் செய்தோம். உங்களுக்கு என்னுடைய இயல்பைப் பற்றித் தெரியும். உங்கள் முகத்திற்கு முன்னால் தேனொழுகப் பேசிவிட்டு, உங்கள் முதுகிற்குப் பின்னால் உங்களைப் புறம் பேசுவேன். நான் அவ்வாறு செய்வதை நீங்கள் பார்த்திருக்கிறீர்கள்.

போலித்தனத்தின் சாராம்சம் அதுதான். இது உங்களுடனான எனது கணக்கில் நம்பிக்கையை உருவாக்குமா?

மறுபுறம், நமது மேலதிகாரியைப் பற்றி நீங்கள் விமர்சிக்கும்போது, உங்களுடைய விமர்சனத்தின் சில கருத்துக்களுடன் அடிப்படையில் நான் ஒத்துப் போவதாகக் கூறி, நாம் இருவரும் நேரடியாக அவரை சந்தித்து

இது பற்றிப் பேசி, விஷயங்களை எவ்வாறு மேம்படுத்தலாம் என்று அவருக்கு சில பரிந்துரைகளைக் கொடுப்பதற்கு நான் உங்களை அழைத்தால், உங்களைப் பற்றி வேறொருவர் என்னிடம் விமர்சிக்கும்போது நான் என்ன செய்வேன் என்பதை நீங்கள் அறிவீர்கள்.

இதற்கான இன்னோர் எடுத்துக்காட்டைப் பார்க்கலாம். உங்களுடன் ஓர் உறவை வளர்த்துக் கொள்ள வேண்டும் என்ற எனது முயற்சியில், வேறொருவர் என்னிடம் தனிப்பட்ட முறையில் இரகசியமாகக் கூறிய ஒரு விஷயத்தை நான் உங்களிடம் பகிர்ந்து கொள்வதாக வைத்துக் கொள்வோம். “நான் இதை உங்களிடம் கூறக்கூடாது, ஆனால் நீங்கள் எனது நண்பராக இருப்பதால் . . .” என்று நீங்கள் கூறக்கூடும். அடுத்தவருக்கு நம்பிக்கைத் துரோகம் செய்வது உங்களுடனான எனது நம்பிக்கைக் கணக்கை உருவாக்குமா? அல்லது, நீங்கள் என்னிடம் இரகசியமாகப் பேசிய விஷயங்களை நான் மற்றவர்களுடன் பகிர்ந்து கொண்டுவிடுவேனா என்று நீங்கள் வியப்பீர்களா?

இப்படிப்பட்டப் போலித்தனம் உங்களுடன் இருக்கும் நபரிடம் நம்பிக்கையை உருவாக்குவதுபோல் தோன்றினாலும், அது உண்மையிலேயே நம்பிக்கை இழப்பைத்தான் உருவாக்கும். ஏனெனில், உங்களிடம் நாணயம் இல்லாததை நீங்களே அவருக்குத் தெரிவித்துக் கொண்டிருக்கிறீர்கள். அடுத்தவருக்கு நம்பிக்கைத் துரோகம் செய்வது அல்லது அவரை இழிவுபடுத்துவதிலிருந்து கிடைக்கும் தற்காலிக இன்பம் என்னும் பொன்முட்டை உங்களுக்குக் கிடைக்கக்கூடும். ஆனால், வாத்தின் கழுத்தை நீங்கள் நெறிக்கிறீர்கள். மகிழ்ச்சியைக் கொடுக்கின்ற அவரது உறவை நீங்கள் பலவீனப்படுத்துகிறீர்கள்.

சகசார்பு யதார்த்தத்தில் உள்ள நாணயம் என்பது இதுதான்: நீங்கள் எல்லோரையும் ஒரே விதமான கொள்கைகளின் அடிப்படையில் நடத்துகிறீர்கள். நீங்கள் அப்படிச் செய்யும்போது, மக்கள் உங்கள்மீது நம்பிக்கை கொள்ளத் துவங்குவார்கள். இப்படிப்பட நாணயம் ஏற்படுத்தக்கூடிய நேர்மையான வாக்குவாதங்களை அவர்கள் துவக்கத்தில் விரும்ப மாட்டார்கள். ஒருவரை நேருக்கு நேர் எதிர்கொள்வதற்குத் துணிச்சல் தேவை. ஆனால், குறைந்த எதிர்ப்பைக் கொண்டிருக்கும் வழியைத் தேர்ந்தெடுப்பதையே பலர் விரும்புவார்கள். அதாவது, மற்றவர்களின் முதுகிற்குப் பின்னால் அவர்களைச் சிறுமைப்படுத்துவது, விமர்சிப்பது, நம்பிக்கைத் துரோகம் இழைப்பது, அல்லது புறம் பேசுவது அவர்களுக்கு சுலபமான காரியமாக இருக்கும். ஆனால், மக்களுடன் நீங்கள் நேர்மையாகவும், வெளிப்படையாகவும், அன்பாகவும் நடந்து கொண்டால், காலப்போக்கில் அவர்கள் உங்களை நம்பவும் மதிக்கவும் தொடங்குவார்கள். அவர்களது முகத்திற்கு நேரே பேசுவதைத் தேர்ந்தெடுப்பதற்குக் காரணம் நீங்கள் அவர்கள்மீது கொண்டுள்ள அக்கறைதான். இதை அவர்கள் புரிந்து கொள்வார்கள். மற்றவர்களால் நம்பப்படுவது என்பது மற்றவர்களால் நேசிக்கப்படுவதைக் காட்டிலும் உயர்வானது என்று கூறப்படுகிறது. காலப்போக்கில், அந்த நம்பிக்கை நேசமாக மாறும் என்று நான் நம்புகிறேன்.

என்னுடைய மகன் ஜோஷுவா சிறுவனாக இருந்தபோது, என்னிடம் அடிக்கடி ஒரு கேள்வியைக் கேட்டுக் கொண்டே இருப்பான். அது எனக்குள் ஒரு தேடலை எப்போதும் தூண்டும். வேறு யாரோ ஒருவரிடம் நான் சற்று உணர்ச்சிவசப்பட்டோ அல்லது பொறுமையின்றியோ அல்லது அன்பின்றியோ நடந்து கொள்வதை அவன் பார்த்தால், என் கண்களை நேராகப் பார்த்து, "அப்பா, நீங்கள் என்னை நேசிக்கிறீர்களா?" என்று அவன் என்னிடம் கேட்பான். அவனது நேர்மையும், எங்கள் உறவின் வலிமையும் அவனை இவ்வாறு கேள்வி கேட்கத் தூண்டின. வாழ்வு குறித்த ஓர் அடிப்படைக் கொள்கையை நான் வேறொருவரிடம் முறிக்கும்போது, அதை அவனுடனும் முறித்துவிடுவேனோ என்று அவன் வியக்கிறான்.

ஓர் ஆசிரியர் என்ற முறையிலும், ஒரு பெற்றோர் என்ற முறையிலும் நான் கண்டுகொண்டுள்ள ஒரு விஷயம் இது: ஒரு மாணவன் அல்லது ஒரு குழந்தையிடம் நீங்கள் காட்டும் அன்புதான் பிற மாணவர்கள் அல்லது குழந்தைகளிடம் நீங்கள் செலுத்தும் அன்பைப் பறைசாற்றுகிறது. ஒரு குழந்தையை நீங்கள் எப்படி நடத்துகிறீர்கள் என்பது மற்ற தொண்ணூற்று ஒன்பது பேரையும் நீங்கள் எப்படி நடத்துவீர்கள் என்பதை வெளிப்படுத்துகிறது. ஏனெனில், இறுதியில் அனைவருமே ஒரு நபர்தான்.

பிறரை ஏமாற்றும் விதத்தில் சூழ்ச்சியாகப் பேசுவதைத் தவிர்ப்பதும், அவர்களை மரியாதைக் குறைவாகப் பேசுவதைத் தவிர்ப்பதும்கூட நாணயம்தான். "ஒரு பொய் என்பது ஏமாற்ற வேண்டும் என்ற நோக்கத்தில் பேசப்படும் ஒன்றாகும்" என்று ஓர் அகராதியில் பொருள் விளக்கம் கொடுக்கப்பட்டுள்ளது. நாம் வார்த்தைகள் மூலம் கருத்துக்களைப் பரிமாறினாலும் சரி, அல்லது நமது நடத்தையின் மூலம் கருத்துக்களைப் பரிமாறினாலும் சரி, நம்மிடம் நாணயம் இருந்தால், ஏமாற்றுவது நமக்கு நோக்கமாக இருக்க முடியாது.

உங்கள் கணக்கிலிருந்து நீங்கள் எடுக்கும்போது உண்மையாக மன்னிப்புக் கோருதல்

உணர்ச்சிரீதியான வங்கிக் கணக்கிலிருந்து நாம் எடுக்கும்போது, நாம் மன்னிப்புக் கேட்க வேண்டும். அதை உண்மையாகவும் கேட்க வேண்டும். மாபெரும் முதலீடுகள் இந்த உண்மையான வார்த்தைகளில் இருந்து வருகின்றன:

"நான் செய்தது தவறு."

"நான் அன்பின்றி நடந்து கொண்டேன்."

"நான் உன்னை மரியாதைக் குறைவாகப் பேசிவிட்டேன்."

"நான் உனக்கு மதிப்புக் கொடுக்கவில்லை. என்னை மன்னித்துவிடு."

"உனது நண்பர்கள் முன்னிலையில் உனக்கு தர்மசங்கடத்தை ஏற்படுத்திவிட்டேன். நான் அப்படிச் செய்திருக்கக்கூடாது. நான் ஒரு விஷயத்தை உனக்குத் தெளிவுபடுத்த விரும்பினேன். ஆனாலும், நான் ஒருபோதும் அவ்வாறு செய்திருக்கக்கூடாது. நான் உன்னிடம் மன்னிப்புக் கேட்கிறேன்."

பச்சாதாபத்தின் காரணமாக இல்லாமல், இதயபூர்வமாக ஒருவரிடம் உடனடியாக மன்னிப்புக் கேட்பதற்கு வலிமையான குணநலன்கள் தேவை. ஒருவர் உண்மையிலேயே மன்னிப்புக் கேட்பதற்கு சுயகட்டுப்பாடும், அடிப்படைக் கொள்கைகள் மற்றும் மதிப்பீடுகளில் ஓர் ஆழமான பாதுகாப்புணர்வும் அவருக்கு இருக்க வேண்டும்.

குறைவான உள்ளார்ந்த பாதுகாப்பைக் கொண்ட மக்களால் அதைச் செய்ய முடியாது. அது அவர்களை எளிதில் தூண்டப்படக் கூடியவர்களாக ஆக்கிவிடுகிறது. தங்களது பலவீனத்தை மற்றவர்கள் தங்களுக்கு சாதகமாகப் பயன்படுத்திக் கொள்வார்களோ என்று அவர்கள் அஞ்சுகின்றனர். அவர்களது பாதுகாப்பு மற்றவர்களின் அபிப்பிராயங்களின் அடிப்படையில் அமைந்துள்ளது. மற்றவர்கள் என்ன நினைத்துவிடுவார்களோ என்று அவர்கள் கவலைப்படுகின்றனர். அதோடு, அவர்கள் வழக்கமாகத் தங்களது நடவடிக்கைகளை நியாயப்படுத்தவும் செய்கின்றனர். அடுத்தவருடைய தவறின் பெயரில் அவர்கள் தங்களது சொந்தத் தவறுக்குக் காரணம் கற்பிக்கின்றனர். அப்படியே தப்பித் தவறி அவர்கள் மன்னிப்புக் கேட்டாலும், அது வெறும் மேலோட்டமான மன்னிப்புதான்.

நீங்கள் கேட்கும் மன்னிப்பு உங்கள் கணக்கில் ஒரு முதலீடாகப் பார்க்கப்பட வேண்டும் என்றால், அது உண்மையான மன்னிப்புக் கோருதலாக இருக்க வேண்டும். நீங்கள் உண்மையிலேயே மன்னிப்புக் கேட்கிறீர்கள் என்று மற்றவர்களும் கருதும் வண்ணம் அது இருக்க வேண்டும்.

"பலவீனமான மக்கள்தான் கொடூரமானவர்கள். வலிமையானவர்களிடம் இருந்து மட்டுமே மென்மையை எதிர்பார்க்க முடியும்," என்று லியோ ராஸ்கின் கூறியுள்ளார்.

ஒருநாள் மதியம் என் வீட்டு அலுவலகத்தில் அமர்ந்து 'பொறுமை'யைப் பற்றி எழுதிக் கொண்டிருந்தேன். என்னுடைய மகன்கள் எங்கள் வீட்டு ஹாலில் மேலும் கீழுமாக ஓடி, அளவுக்கதிகமான இரைச்சலை ஏற்படுத்திக் கொண்டிருந்தது என் காதுகளில் விழுந்தது. என்னுடைய சொந்தப் பொறுமை கரைந்து கொண்டிருந்ததை என்னால் உணர முடிந்தது.

திடீரென்று, என் மகன் டேவிட், குளியலறைக் கதவை ஓங்கித் தட்டியவாறே, "என்னை உள்ளே விடு! என்னை உள்ளே விடு!" என்று தொண்டை கிழியக் கத்திக் கொண்டிருந்தான்.

நான் என் அறையிலிருந்து விரைந்து சென்று கடுங்கோபத்துடன் அவனிடம், "டேவிட், நீ கத்துவது எனக்கு எவ்வளவு தொந்தரவாக இருக்கிறது என்பது பற்றி உனக்குச் சிறிதளவு யோசனையாவது இருக்கிறதா? இந்த இரைச்சலில் முழுமையான கவனத்துடன் எழுதுவது எவ்வளவு கடினமாக இருக்கிறது தெரியுமா? நீ உடனடியாக உன் அறைக்குச் சென்று, ஒழுங்காக நடந்து கொள்ள முடியும்வரை அங்கேயே இரு," என்று கூறினேன். அவன் ஏமாற்றத்துடன் தன் அறைக்குச் சென்று கதவை மூடிக் கொண்டான்.

நான் என் அறைக்குச் செல்வதற்காகத் திரும்பியபோது, இன்னொரு பிரச்சனை எனக்குத் தெரிய வந்தது. நான்கடி அகலம் கொண்ட எங்கள் வீட்டு ஹாலில் என் மகன்கள் அனைவரும் கால்பந்து விளையாடிக் கொண்டு இருந்திருக்கின்றனர். அதில் ஒருவனுக்கு வாயில் அடிபட்டு, இரத்தம் வழிய அங்கு தரையில் கிடந்தான். அவனுக்கு ஒரு ஈரத் துண்டை எடுத்து வருவதற்காக டேவிட் குளியலறைக்குச் சென்றிருந்திருக்கிறான். ஆனால், குளியலறையில் குளித்துக் கொண்டிருந்த எனது மகள் மரியா கதவைத் திறக்க மறுத்திருக்கிறாள்.

சூழ்நிலையை நான் தவறாகப் புரிந்து கொண்டிருந்ததையும், அதிக உணர்ச்சிவசப்பட்டு நடந்து கொண்டிருந்ததையும் நான் உணர்ந்தபோது, என் மகனிடம் சென்று மன்னிப்புக் கேட்பதற்கு உடனடியாக விரைந்தேன்.

அவனது அறைக் கதவை நான் திறந்தபோது, அவன் என்னிடம் கூறிய முதல் விஷயம், "நான் உங்களை மன்னிக்க மாட்டேன்," என்பதுதான்.

"டேவிட், ஏன் நீ என்னை மன்னிக்க மாட்டாய்? நீ உன் சகோதரனுக்கு உதவ முயற்சித்துக் கொண்டிருந்ததை நான் உணரவில்லை. தயவு செய்து என்னை மன்னித்து விடு," என்று கூறினேன்.

"முடியாது. ஏனென்றால், கடந்த வாரமும் நீங்கள் இதையேதான் செய்தீர்கள்," என்று அவன் பதிலளித்தான். வேறு வார்த்தைகளில் கூறினால், "அப்பா, நீங்கள் உங்கள் கணக்கிலிருந்து சேமிப்புக்கு அதிகமாக எடுத்துவிட்டீர்கள். நீங்கள் இப்போது உருவாக்கியுள்ள பிரச்சனையில் இருந்து உங்களால் தப்பிக்க முடியாது," என்று அவன் என்னிடம் கூறிக் கொண்டிருந்தான்.

செய்த தவறுக்காக உண்மையாக வருந்துதல் முதலீடாக ஆகின்றது. ஆனால் மீண்டும் மீண்டும் தவறிழைத்து மன்னிப்புக் கேட்டுக் கொண்டே இருந்தால், உங்களது மன்னிப்புக் கோருதல் உண்மையானதல்ல என்று முடிவு செய்யப்பட்டுவிடுகிறது. உங்கள் உறவின் தரம் அதைப் பிரதிபலிக்கும்.

தவறு செய்வது என்பது ஒரு விஷயம்; அதை ஒப்புக் கொள்ள மறுப்பது இன்னொரு விஷயம். மக்கள் உங்கள் தவறுகளை மன்னித்துவிடுவார்கள். ஏனெனில், தவறுகள் வழக்கமாக மனம் தொடர்பானவை, சீர்தூக்கிப் பார்ப்பதில் ஏற்படும் தவறுகள் அவை. ஆனால், இதயத்தின் தவறுகளையும், மோசமான உள்நோக்கங்களையும், முதல் தவறை நியாயப்படுத்துவதையும் மக்கள் அவ்வளவு எளிதில் மன்னிக்க மாட்டார்கள்.

அன்பு விதிகளும் வாழ்க்கை விதிகளும்

நிபந்தனையற்ற அன்பை நாம் நம் கணக்கில் முதலீடு செய்யும்போது, முதன்மையான அன்பு விதிகளைக் கடைபிடித்து நாம் வாழும்போது, முதன்மையான வாழ்வு விதிகளை வாழ்வதற்கு நாம் மற்றவர்களை ஊக்குவிக்கிறோம். வேறு வார்த்தைகளில் கூறுவதானால், மற்றவர்கள்மீது

நாம் நிபந்தனையற்ற அன்பு செலுத்தும்போது, அவர்கள் தங்களது மதிப்பு, அடையாளம், நாணயம் ஆகியவற்றில் பாதுகாப்பாகவும், உறுதியாகவும் இருப்பதற்கு நாம் அவர்களுக்கு உதவுகிறோம். இந்த இயற்கையான வளர்ச்சிச் செயல்முறை ஊக்குவிக்கப்படுகிறது. ஒத்துழைப்பு, பங்களிப்பு, சுயஒழுங்கு, நாணயம் ஆகிய வாழ்க்கை விதிகளை அவர்கள் கடைபிடித்து வாழ்வதை நாம் அவர்களுக்கு சுலபமாக்குகிறோம். தங்களுக்குள் இருக்கும் மிக உயர்ந்த மற்றும் மிகச் சிறந்தவற்றைக் கண்டுபிடித்து, அவற்றுக்கு ஏற்ப வாழ்வதற்கு நாம் அவர்களுக்கு உதவுகிறோம். அவர்கள் நம்முடைய நிபந்தனைகள் மற்றும் மட்டுப்படுத்தல்கள் ஆகியவற்றுக்கு எதிர்வினையாற்றுவதற்குப் பதிலாக, தங்களது சொந்த உள்ளார்ந்தக் கட்டளைகளுக்கு ஏற்பச் செயல்படுவதற்கான சுதந்திரத்தை நாம் அவர்களுக்குக் கொடுக்கிறோம். ஆனால் அதற்காக, நாம் அவர்களுக்கு அடிபணிந்து போய்விடுகிறோம் அல்லது மென்மையானவர்களாக ஆகிவிடுகிறோம் என்பது அர்த்தமல்ல. பிறகு அதுவே நீங்கள் உங்கள் கணக்கிலிருந்து எடுப்பது போலாகிவிடும். நாம் ஆலோசனை வழங்குகிறோம், கெஞ்சுகிறோம், எல்லைகளையும் விளைவுகளையும் வகுக்கிறோம், ஆனால் எல்லாவற்றையும் மீறி நாம் அவர்களை நேசிக்கவும் செய்கிறோம்.

அன்பின் முதன்மை விதிகளை நாம் மீறும்போது, அன்பு என்னும் பரிசிற்கு நாம் நிபந்தனைகளை விதிக்கும்போது, வாழ்வின் முதன்மை விதிகளை மீறுவதற்கு நாம் மற்றவர்களை ஊக்குவிக்கிறோம். "நீங்கள் யாராக இருந்தாலும் சரி, ஒரு தனிநபர் என்ற முறையில் நான் முக்கியமானவன்" என்பதை நமக்கு நிரூபிக்க வேண்டும் என்ற உணர்வு அவர்களுக்கு ஏற்படுகிறது. அவர்கள் இவ்வாறு எதிர்வினையாற்றவும், தங்களைத் தற்காத்துக் கொள்ளவும் முற்படும் நிலையில் நாம் அவர்களை வைத்துவிடுகிறோம்.

யதார்த்தத்தில், அவர்கள் சார்பற்றவர்கள் அல்ல. தொடர் முதிர்ச்சியின் மிகத் தாழ்வான முனையில் உள்ள ஒருவிதமான எதிர்ச்சார்பு நிலையில் அவர்கள் உள்ளனர். அவர்கள் எதிர்வினையாற்றுபவர்களாக ஆகிவிடுகின்றனர்; கிட்டத்தட்டப் பகைவரை மையமாகக் கொண்டு செயல்படுபவர்களாக ஆகிவிடுகின்றனர்; தங்களது சொந்த உள்ளார்ந்தக் கட்டளைகளை முன்யோசனையுடன் செவிமடுத்து, அவற்றை மதித்து நிறைவேற்றுவதற்குப் பதிலாக, தங்களது 'உரிமைகளை'க் காப்பதைப் பற்றியும், தங்களது தனித்துவத்திற்கான ஆதாரத்தை உருவாக்குவதைப் பற்றியும் அதிக அக்கறை கொண்டவர்களாக ஆகிவிடுகின்றனர்.

எதிர்ப்பு என்பது இதயத்தின் ஒரு முடிச்சேயன்றி, மனத்தின் முடிச்சு அல்ல. தொடர்ந்து நிபந்தனையற்ற அன்பை உங்கள் கணக்கில் முதலீடு செய்து கொண்டே போவதுதான் இங்கு முக்கியமான விஷயம்.

எனது நண்பர் ஒருவர் ஒரு பிரபலமான கல்லூரியின் முதல்வராக இருந்தார். தன் மகனை அந்தக் கல்லூரியில் படிக்க வைப்பதற்காகப்

பல வருடங்களாகத் திட்டமிட்டு சேமித்து வந்தார். ஆனால் அதற்கான நேரம் வந்தபோது, அவன் அக்கல்லூரிக்குச் செல்ல மறுத்தான்.

இது அவனது தந்தையைப் பெரும் கவலைக்கு உள்ளாக்கியது. அக்கல்லூரியில் பட்டம் பெற்று வெளிவந்திருந்தால், அது அவனுக்கு ஒரு பெரும் சொத்தாக அமைந்திருக்கும். மேலும், அது அவர்களது குடும்பப் பாரம்பரியமும்கூட. அவனுக்கு முன்பு மூன்று தலைமுறைகளாக அவர்களது குடும்பத்திலிருந்து ஒருவராவது அக்கல்லூரியிலிருந்து பட்டம் பெற்றிருந்தனர். அவனது தந்தை அவனிடம் கெஞ்சினார், பேசிப் பார்த்தார், சற்று வலியுறுத்தியும் பார்த்தார். தன் மகன் தன் மனத்தை மாற்றிக் கொள்வான் என்ற நம்பிக்கையில், அவனைப் புரிந்து கொள்ளும் நோக்கத்தில் அவர் அவன் கூறியதைக் காதுகொடுத்துக் கேட்கவும் செய்தார்.

அவர்களுக்கிடையேயான கருத்துப் பரிமாற்றம் நிபந்தனையுடன்கூடிய அன்பின் அடிப்படையில் அமைந்திருந்தது. ஒரு தனிநபராக, ஒரு மகனாகத் தனது தந்தை தன்மீது வைத்திருந்த மதிப்பு, அந்தக் குறிப்பிட்டக் கல்லூரியில் தான் சேர்ந்து பயில வேண்டும் என்ற அவரது விருப்பத்திற்குமுன் மிகவும் தாழ்ந்து போனதாக அவரது மகன் உணர்ந்தான். தனது தந்தையின் பேச்சு தன்னை அச்சுறுத்துவதாக அவன் நினைத்தான். இதன் விளைவாக, அவன் தனது சொந்த அடையாளத்தோடும் நாணயத்தோடும் அவரோடு போராடினான். அக்கல்லூரிக்குச் செல்லப் போவதில்லை என்ற தனது தீர்மானத்தைக் காரணப்படுத்துவதற்காக அவன் தனது உறுதியையும் முயற்சியையும் அதிகரித்தான்.

தனிமையில் மிகத் தீவிரமாக யோசித்தப் பிறகு, நிபந்தனையுடன்கூடிய அன்பைத் தியாகம் செய்ய அவர் தீர்மானித்தார். தன் மகனின் தேர்ந்தெடுப்பு தனது விருப்பத்திலிருந்து வேறுபட்டிருக்கக்கூடும் என்பதை அவர் அறிந்திருந்தாலும்கூட, அவனது விருப்பம் எதுவாக இருந்தாலும் சரி, தங்கள் மகனிடம் நிபந்தனையற்ற அன்பு செலுத்துவது என்று அவரும் அவரது மனைவியும் தீர்மானித்தனர். அதைச் செய்வது அவர்களுக்கு மிகவும் கடினமாக இருந்தது. ஏனெனில், அவனது கல்வித் தகுதி மற்றும் அனுபவத்தின் மதிப்பை அவர்கள் மிக உயர்ந்த நிலையில் வைத்திருந்தனர். அதோடு, அவன் பிறந்தது முதலாகவே அவர்கள் இதற்காகத் திட்டமிட்டுக் கடுமையாக உழைத்திருந்தனர்.

அவர்கள் இருவரும் தங்களை மாற்றிக் கொள்வதற்கு மிகவும் சிரமப்பட்டனர். நிபந்தனையற்ற அன்பின் இயல்பை உண்மையிலேயே புரிந்து கொள்வதற்கு அவர்கள் போராடினர். தாங்கள் என்ன செய்து கொண்டிருந்தோம் என்பதையும். அதை ஏன் செய்து கொண்டிருந்தோம் என்பதையும் அவர்கள் தங்கள் மகனிடம் தெரிவித்துவிட்டு, தாங்கள் அவன்மீது கொண்டுள்ள நிபந்தனையற்ற அன்பை அவனது முடிவு எந்த விதத்திலும் பாதிக்காது என்று நேர்மையாக சொல்லக்கூடிய நிலைக்குத் தாங்கள் வந்துவிட்டதையும் அவனிடம் எடுத்துக் கூறினர்.

அவனை ஏமாற்றுவதற்காகவோ, அல்லது அவனைத் தங்கள் வழிக்குக் கொண்டு வருவதற்காகவோ அவர்கள் இதைச் செய்யவில்லை. தங்களது வளர்ச்சி மற்றும் குணநலன்களின் நீட்சியாகவே அவர்கள் இதைச் செய்தனர்.

ஆனால் அக்கணத்தில் அவர்களது மகன் அதைப் பெரிதாகக் கண்டுகொள்ளவில்லை. சுமார் ஒரு வாரத்திற்குப் பிறகு, அக்கல்லூரியில் சேர்ந்து பயிலத் தனக்கு விருப்பமில்லை என்று அவன் தன் பெற்றோர்களிடம் கூறினான். அவனது இந்த பதிலுக்கு அவர்கள் முற்றிலும் தயாராக இருந்ததால், தொடர்ந்து அவன்மீது அவர்கள் நிபந்தனையற்ற அன்பு செலுத்தினர். எல்லாம் நல்லபடியாக முடிந்து, வாழ்க்கை இயல்பாகச் சென்று கொண்டிருந்தது.

சில நாட்களுக்குப் பிறகு, ஒரு சுவாரசியமான விஷயம் நடந்தது. இனி தனது நிலையைத் தற்காத்துக் கொள்ள வேண்டிய தேவையில்லை என்று உணர்ந்த அந்த மகன், தனக்குள் ஆழமாகத் தேடி, அக்கல்லூரியில் சேர்ந்து பயிலும் அனுபவத்தைத் தான் உண்மையிலேயே விரும்பியதைக் கண்டறிந்தான். அவன் அக்கல்லூரிக்கு விண்ணப்பித்துவிட்டு, பிறகு தன் தந்தையிடம் சென்று அதைப் பற்றிக் கூறினான். தனது மகனின் தீர்மானத்தை முழுமையாக ஏற்றுக் கொண்டதன் மூலம், என் நண்பர் மீண்டும் தனது நிபந்தனையற்ற அன்பை வெளிப்படுத்தினார். தனது மகனின் முடிவு குறித்து என் நண்பர் மகிழ்ச்சியடைந்தார், ஆனால் அளவுக்கதிகமாக அல்ல. ஏனெனில், நிபந்தனையற்ற அன்பு செலுத்துவதை அவர் உண்மையிலேயே கற்றுக் கொண்டிருந்தார்.

ஐக்கிய நாடுகளின் முன்னாள் பொதுச் செயலாளராக இருந்த டாக் ஹம்மர்ஸ்கால்டு, ஒருமுறை ஓர் ஆழ்ந்த கருத்தை வெளியிட்டார்: "பல்லாயிரக்கணக்கானவர்களின் விமோசனத்திற்காக அயராது பாடுபடுவதைவிட, ஒரு தனிநபருக்கு உங்களை முழுமையாகக் கொடுப்பது அதிக உன்னதமான செயல்."

'வெளியே உள்ள' ஏதோ ஒரு பணித்திட்டத்திற்காகவும் பல்லாயிரக்கணக்கான மக்களுக்காகவும் வாரத்தில் ஏழு நாட்களும், ஒரு நாளைக்குப் பன்னிரண்டு மணிநேரமும் அரும்பாடுபட்டு வேலை செய்யும் அதே நேரத்தில், என் சொந்த வாழ்க்கைத் துணைவருடனும், என் சொந்தப் பருவ வயது மகனிடமும், என் மிக நெருங்கிய சக ஊழியருடனும் நான் ஓர் ஆழமான, அர்த்தமுள்ள உறவைக் கொண்டிருக்காமல் இருக்கக்கூடும் என்று நான் அதை அர்த்தப்படுத்துகிறேன். அந்த அனைத்து மக்களுக்காகவும் பணித்திட்டங்களுக்காகவும் மணிக்கணக்கில் உழைப்பதற்குத் தேவையானதைவிட, அந்த ஒரே ஓர் உறவை உருவாக்குவதற்கு அதிகப் பணிவன்பும், துணிச்சலும், வலிமையும், உன்னதமான குணநலன்களும் தேவைப்படும்.

கடந்த இருபத்தைந்து வருடங்களாகப் பல நிறுவனங்களுக்கு ஆலோசனை வழங்கி வந்ததில், மேற்கூறப்பட்ட அந்தக் கருத்தின் சக்தியைக் கண்டு நான் மீண்டும் மீண்டும் பிரமித்துப் போயிருக்கிறேன்.

நிறுவனங்களில் உள்ள பல பிரச்சனைகள், மேல்மட்ட நிலையில் உள்ள மக்களுக்கு இடையேயான உறவுகளிலிருந்துதான் எழுகின்றன. உதாரணமாக, ஒரு நிறுவனத்தின் இரு பங்காளிக்களுக்கு இடையே, அல்லது ஒரு நிறுவனத்தின் உரிமையாளருக்கும் நிறுவனத் தலைவருக்கும் இடையே, அல்லது ஒரு தலைவருக்கும் உதவித் தலைவருக்கும் இடையே உள்ள சீரற்ற உறவு அந்நிறுவனத்தின் பல பிரச்சனைகளுக்கு மூல காரணமாக அமைகின்றது. 'வெளியே உள்ள' ஏதோ ஒரு பணித்திட்டத்திற்காகவும் பல்லாயிரக்கணக்கான மக்களுக்காகவும் அரும்பாடுபட்டு வேலை செய்வதைவிட, நிறுவனத்தில் உள்ள அந்தப் பிரச்சனைகளை நேருக்கு நேர் எதிர்கொண்டு, அவற்றைத் தீர்ப்பதற்கு உன்னதமான குணநலன்கள் அதிகமாகத் தேவைப்படுகின்றன.

ஹம்மர்ஸ்கால்டின் கருத்தை நான் முதன்முதலாகப் படித்தபோது, என் வலது கரமாக விளங்கிய ஒரு தனிநபருக்கும் எனக்கும் இடையே தெளிவற்ற எதிர்பார்ப்புகள் நிலவிய ஒரு நிறுவனத்தில் நான் பணியாற்றிக் கொண்டிருந்தேன். பாத்திரங்கள், இலக்கு குறித்த எதிர்பார்ப்புகள், மற்றும் மதிப்பீடுகள் தொடர்பாக எங்களுக்கிடையே இருந்த வேறுபாடுகளை, குறிப்பாக எங்களுடைய நிர்வாக வழிமுறைகளில் இருந்தவற்றை, அவருடன் நேருக்கு நேர் பேசி அவரை எதிர்கொள்வதற்கான துணிச்சல் எனக்கு இருக்கவில்லை. எனவே ஒரு மோசமான வாக்குவாதத்தைத் தவிர்க்கும் எண்ணத்தில், எல்லாவற்றையும் சகித்துக் கொண்டு பல மாதங்களாக நான் வேலை பார்த்தேன். ஆனால், மோசமான உணர்வுகள் நாளுக்கு நாள் எங்கள் இருவருக்குள்ளும் வளர்ந்து கொண்டிருந்தன.

பல்லாயிரக்கணக்கானவர்களின் விமோசனத்திற்காக அயராது பாடுபடுவதைவிட, ஒரு தனிநபருக்கு உங்களை முழுமையாகக் கொடுப்பது அதிக உன்னதமான செயல் என்பதைப் படித்தப் பிறகு, அந்த ஓர் உறவை மீண்டும் வளர்க்க வேண்டும் என்ற எண்ணம் என்மீது ஆழ்ந்த தாக்கத்தை ஏற்படுத்தியது.

பிரச்சனைகளை உண்மையிலேயே வெளிக்கொணர்ந்து, ஓர் ஆழமான புரிதலையும் அர்ப்பணிப்பையும் எட்டுவது மிகவும் சிரமமான காரியம் என்பதை நான் அறிந்திருந்ததால், நடக்கவிருந்த விஷயங்களை எதிர்கொள்வதற்கு என்னை நானே வலுவூட்டித் தயார்படுத்திக் கொள்ள வேண்டியிருந்தது. அவரை சந்திக்கச் சென்றபோது நான் நடுங்கியது எனக்கு நன்றாக நினைவிருக்கிறது. அவர் ஒரு கல்நெஞ்சக்காரராக எனக்குத் தெரிந்தார். அவருக்கென்று தனி வழியும், தான் செய்தது சரி என்ற எண்ணமும் இருந்தன. ஆனாலும் அவரது வலிமைகளும் திறமைகளும் எனக்குத் தேவைப்பட்டன. அவரை நான் நேருக்கு நேர் எதிர்கொண்டால், அது எங்கள் உறவிற்கு ஊறு விளைவித்து, அவரது வலிமைகளை நான் இழக்கும்படிச் செய்துவிடும் என்று நான் பயந்தேன்.

அவரை சந்திப்பதை என் மனத்திற்குள் நான் ஒத்திகை பார்த்தேன். அவரை சந்திக்கும்போது நான் என்ன செய்யப் போகிறேன், என்ன பேசப் போகிறேன் என்பதில் கவனம் செலுத்துவதற்குப் பதிலாக, கொள்கைகளை மனத்தில் இருத்தி, என்னை நானே ஆசுவாசப்படுத்திக்

கொண்டேன். இறுதியில், அவரிடம் சென்று பேசுவதற்கான துணிச்சலையும் மனஅமைதியையும் நான் உருவாக்கிக் கொண்டேன்.

நாங்கள் இருவரும் சந்தித்துக் கொண்டபோது, அவரும் இப்படிப்பட்ட மன உளைச்சலுக்கு ஆளாகியிருந்தார் என்பதையும், இந்த சந்திப்பிற்காக அவரும் ஏங்கிக் கொண்டிருந்தார் என்பதையும் கேள்விப்பட்டு நான் ஆச்சரியமடைந்தேன். அவர் கல்நெஞ்சக்காரரும் இல்லை, தன்னை அவர் தற்காத்துக் கொள்ள முயற்சிக்கவும் இல்லை. அவர் அவற்றுக்கு அப்பாற்பட்டவராக இருந்தார்.

ஆனாலும், எங்கள் நிர்வாக முறைகள் குறிப்பிடத்தக்க அளவு வேறுபட்டிருந்தன. எங்களது ஒட்டுமொத்த நிறுவனமும் இந்த வித்தியாசங்களுக்கு ஏற்பச் செயல்பட்டுக் கொண்டிருந்தன. எங்களுக்கிடையே நிலவிய ஒற்றுமையின்மையால் உருவாகியிருந்த பிரச்சனைகளை நாங்கள் அங்கீகரித்தோம். பல சந்திப்புகளுக்குப் பிறகு, புதைந்து கிடந்த ஆழமான பிரச்சனைகளை வெளிக் கொணர்ந்து, பரஸ்பர மதிப்புடனும் மரியாதையுடனும் நாங்கள் இருவரும் அவற்றை ஒவ்வொன்றாகத் தீர்த்தோம். நாங்கள் இருவரும் ஒரு சக்திவாய்ந்த குழுவாக மாறினோம்; எங்களுக்கிடையே ஓர் ஆழமான, தனிப்பட்டப் பாசம் உருவானது; இருவரும் இணைந்து செயல்படுவதற்கு இது எங்களுக்கு ஏராளமான ஆற்றலைக் கொடுத்தது.

ஓர் ஆற்றல்மிக்க வியாபாரத்தையோ அல்லது ஒரு குடும்பத்தையோ அல்லது திருமண உறவையோ வழிநடத்திச் செல்வதற்குத் தேவையான ஒற்றுமையை உருவாக்குவதற்கு அதிக அளவிலான தனிப்பட்ட வலிமையும் துணிச்சலும் தேவை. ஆயிரக்கணக்கானவர்களுக்கு உதவுவதற்காக உழைப்பதில் நீங்கள் எவ்வளவு தொழில்நுட்பத் திறமை பெற்றிருந்தாலும் சரி, எவ்வளவு நிர்வாகத் திறமை பெற்றிருந்தாலும் சரி, உறவுகளை உருவாக்குவதற்குத் தேவையான உன்னதமான தனிப்பட்ட குணநலன்களுக்கு அவை ஈடாகாது. ஓர் இன்றியமையாத பரஸ்பர சார்பு என்ற நிலையில்தான் அன்பு மற்றும் வாழ்விற்கான முதன்மை விதிகளை நாம் வாழ்கிறோம்.

உற்பத்திப் பிரச்சனைகள் என்பவை உற்பத்தித் திறனுக்கான வாய்ப்புகள்

இந்த அனுபவம் சக்திவாய்ந்த மற்றுமொரு சகசார்புக் கருத்துக் கண்ணோட்டத்தை எனக்குக் கற்றுக் கொடுத்தது. நாம் பிரச்சனைகளைப் பார்க்கும் விதத்தைப் பற்றி இது பேசுகிறது. நான் எதிர்கொண்டிருந்த பிரச்சனைகளை ஒரு முட்டுக்கட்டையாகவும், என் எரிச்சலுக்கான ஒரு காரணமாகவும் கருதி, அது தானாகவே எப்படியாவது தீர்ந்துவிடும் என்று விரும்பி, அந்தப் பிரச்சனைகளைத் தவிர்க்கும் முயற்சியில் நான் பல மாதங்களைக் கழித்திருந்தேன். ஆனால், அந்தப் பிரச்சனைதான் ஓர் ஆழமான உறவை உருவாக்குவதற்கான வாய்ப்பை எங்களுக்கு உருவாக்கிக் கொடுத்து, நாங்கள் இருவரும் எங்களது திறமைகளை

ஒருங்கிணைத்து ஒரு வலிமையான குழுவாகச் செயல்படுவதற்கு எங்களுக்கு உதவியது.

ஒரு சகசார்புச் சூழ்நிலையில், ஒவ்வோர் உற்பத்திப் பிரச்சனையும் உற்பத்தித் திறனுக்கான ஒரு வாய்ப்பு என்று நான் கருதுகிறேன். சகசார்பு உற்பத்தியில் குறிப்பிடத்தக்கத் தாக்கத்தை ஏற்படுத்துகின்ற உணர்ச்சிரீதியான வங்கிக் கணக்குகளை உருவாக்குவதற்கான ஒரு வாய்ப்பு அது.

பெற்றோர்கள் தங்கள் குழந்தைகளின் பிரச்சனைகளை எதிர்மறையான, எரிச்சலூட்டுகின்ற சுமைகளாகப் பார்ப்பதற்குப் பதிலாக, உறவை வளர்ப்பதற்கான வாய்ப்புகளாகப் பார்த்தால், அது அவர்களுக்கிடையேயான உரையாடல்களின் இயல்பை முற்றிலுமாக மாற்றுகிறது. தங்கள் குழந்தைகளை ஆழமாகப் புரிந்து கொள்வதற்கும், அவர்களுக்கு உதவுவதற்கும் பெற்றோர்கள் அதிக ஆர்வமாகவும் உற்சாகமாகவும் முன்வருவர். ஒரு குழந்தை ஒரு பிரச்சனையுடன் அவர்களிடம் வரும்போது, "இன்னொரு பிரச்சனையா!" என்று சிந்திப்பதற்குப் பதிலாக, "என் குழந்தைக்கு உண்மையிலேயே உதவி செய்வதற்கும், எங்கள் உறவில் முதலீடு செய்வதற்குமான ஒரு வாய்ப்பு இது," என்பது அவர்களது கருத்துக் கண்ணோட்டமாக இருக்கும். உரையாடல்கள் வெறும் பரிவர்த்தனைகள் என்ற நிலையில் இருந்து மாறி, பரிபூரண மாற்றம் என்ற நிலைக்குச் செல்கின்றன. தங்கள் பிரச்சனைகளுக்குத் தங்கள் பெற்றோர்கள் மதிப்புக் கொடுக்கின்றனர், தனிநபர்கள் என்ற முறையில் தங்களுக்கும் மதிப்புக் கொடுக்கின்றனர் என்பதைக் குழந்தைகள் உணரும்போது, அவர்களுக்கும் அவர்களது பெற்றோர்களுக்கும் இடையே அன்பு, நம்பிக்கை ஆகிய வலிமையான பிணைப்புகள் உருவாகின்றன.

இந்தக் கருத்துக் கண்ணோட்டம் வியாபாரத்திலும் சக்திவாய்ந்ததாக உள்ளது. இக்கருத்துக் கண்ணோட்டத்தில் இருந்து செயல்படுகின்ற சங்கிலித்தொடர் அங்காடி ஒன்று தன் வாடிக்கையாளர்கள் மத்தியில் பெரும் விசுவாசத்தை ஏற்படுத்தியுள்ளது. எந்தவொரு நேரத்திலும் ஒரு வாடிக்கையாளர் ஒரு பிரச்சனையுடன் அவர்களது கடைக்கு வரும்போது, அது எவ்வளவு சிறிய பிரச்சனையாக இருந்தாலும் சரி, அக்கடையின் ஊழியர்கள், அந்த வாடிக்கையாளருடன் உறவை உருவாகுவதற்கான ஒரு வாய்ப்பாக அதைப் பார்க்கின்றனர். அவரை மகிழ்ச்சிப்படுத்தும் விதத்தில் அப்பிரச்சனையைத் தீர்ப்பதற்கு அவர்கள் ஓர் இனிமையான, நேர்மறையான விருப்பத்துடன் செயல்படுகின்றனர். அவர்களது பல வாடிக்கையாளர்கள் வேறு எந்தக் கடைக்கும் செல்வதைப் பற்றி யோசிக்காத அளவுக்கு, அக்கடையின் ஊழியர்கள் அவர்களை மதிப்பாகவும் இனிமையாகவும் நடத்துகின்றனர், வலிந்து உதவுகின்றனர்.

ஒரு சகசார்பு யதார்த்தம் ஆற்றல்மிக்கதாக அமைவதற்கு உற்பத்தி/உற்பத்தித் திறன் சமநிலை தேவை என்பதை அங்கீகரிப்பதன் மூலம், நமது பிரச்சனைகளை நமது உற்பத்தித் திறனை அதிகரிப்பதற்கான வாய்ப்புகளாக நாம் பார்க்கலாம்.

சகசார்புப் பழக்கங்கள்

உணர்ச்சிரீதியான வங்கிக் கணக்கு எனும் கருத்துக் கண்ணோட்டம் நம் மனத்தில் இருப்பதால், பொது வெற்றிக்கான பழக்கங்களுக்குள் நுழைவதற்கு நாம் தயாராகிவிட்டோம். அதாவது, மற்றவர்களுடன் சேர்ந்து செயல்படுவதில் கிடைக்கும் வெற்றிக்கு நாம் தயாராகிவிட்டோம். அவ்வாறு செயல்படும்போது, ஓர் ஆற்றல்மிக்க சகசார்பை உருவாக்குவதற்கு எவ்வாறு இப்பழக்கங்கள் ஒன்றிணைந்து செயல்படுகின்றன என்பதை நம்மால் காண முடியும். பிற வகையான எண்ணப் போக்குகள் மற்றும் நடத்தைகளில் நாம் எவ்வளவு சக்திமிக்க வகையில் பக்குவப்படுத்தப்பட்டு இருக்கிறோம் என்பதையும் நம்மால் காண முடியும்.

அதோடு, ஓர் ஆற்றல்மிக்க சகசார்பை உண்மையிலேயே சார்பற்ற மக்களால் மட்டுமே அடைய முடியும் என்பதையும் ஓர் அதிக ஆழமான நிலையில் நம்மால் காண முடியும். ஆளுமையின்மீது கவனம் செலுத்துகின்ற, இன்றியமையாத குணநல அடித்தளத்தைச் சுருக்குகின்ற, 'எனக்கும் வெற்றி, உனக்கும் வெற்றி பேரப்பேச்சு' உத்திகள், அல்லது 'முன்யோசனையுடன்கூடிய செவிமடுத்தல்' உத்திகள் அல்லது 'புதுமையான பிரச்சனைகளைத் தீர்ப்பதற்கான புதுமையான' உத்திகள் போன்ற பிரலபலமான உத்திகளைக் கொண்டு பொது வெற்றியை நம்மால் அடைய முடியுமா?

பொது வெற்றிக்கான பழக்கங்கள் ஒவ்வொன்றிலும் நாம் இப்போது ஆழ்ந்த கவனம் செலுத்தலாம்.

பழக்கம் 4

‘எனக்கும் வெற்றி, உனக்கும் வெற்றி’ என்ற சிந்தனை

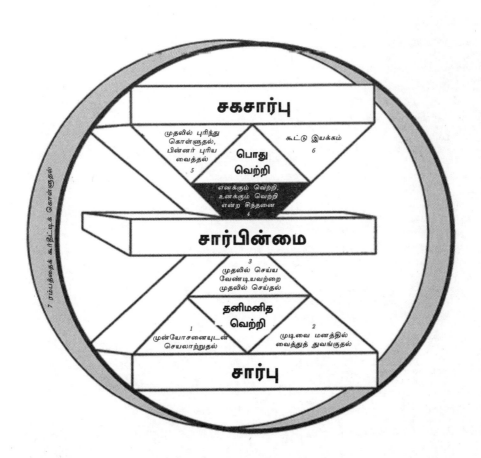

மனித உறவுகளுக்கு முக்கியத்துவம் கொடுக்கும் தலைமைத்துவம் குறித்தக் கொள்கைகள்

"பொன்விதியை நாம் நம் நினைவில்
பதித்துவிட்டோம்;
இப்போது நாம் அதை நம் வாழ்வில்
செயல்படுத்துவோம்."
- எட்வின் மார்க்கம்

தன் ஊழியர்களிடையே ஒத்துழைப்பு இல்லாதது குறித்து மிகவும் கவலைப்பட்டுக் கொண்டிருந்த ஒரு தலைவர் தலைமையேற்றிருந்த ஒரு நிறுவனத்துடன் ஒருமுறை நான் பணியாற்றுமாறு கேட்டுக் கொள்ளப்பட்டிருந்தேன்.

அத்தலைவர் என்னிடம், "ஸ்டீபன், அவர்கள் மிகவும் சுயநலவாதிகளாக இருப்பதுதான் எங்களுடைய அடிப்படைப் பிரச்சனை. அவர்கள் ஒத்துழைக்க மறுக்கின்றனர். அவர்கள் ஒத்துழைத்தால், எங்களால் மிக அதிகமாக உற்பத்தி செய்ய முடியும். இப்பிரச்சனையைத் தீர்க்கக்கூடிய ஒரு மனித உறவுகள் திட்டத்தை உருவாக்க உங்களால் எங்களுக்கு உதவ முடியுமா?" என்று கேட்டார்.

"உங்களது பிரச்சனை மக்களா அல்லது கருத்துக் கண்ணோட்டமா?" என்று நான் கேட்டேன்.

"நீங்களே பார்த்துக் கொள்ளுங்கள்," என்று அவர் பதிலளித்தார்.

நான் அவர் கூறியபடியே செய்தேன். கடைந்தெடுத்த சுயநலமும், ஒத்துழைக்கத் விருப்பமின்மையும், அதிகாரத்திற்கு எதிர்ப்பும், தற்காத்துக் கொள்ளும்விதமான கருத்துப் பரிமாற்றமும் அங்கு நிலவியதை நான் கண்டறிந்தேன். உணர்ச்சிரீதியான வங்கிக் கணக்குகளில் இருந்து அதிகப்படியாக எடுக்கப்பட்டுள்ளதையும், குறைவான நம்பிக்கைக் கலாச்சாரத்தை அது உருவாக்கியிருந்ததையும் என்னால் காண முடிந்தது. ஆனால் நான் சற்று வலியுறுத்திக் கேட்டேன்.

"நாம் இதை ஆழமாகப் பார்க்கலாம். உங்கள் மக்கள் ஏன் ஒத்துழைக்க மறுக்கின்றனர்? ஒத்துழைக்காமல் இருப்பதால் அவர்களுக்கு என்ன வெகுமதி கிடைக்கிறது?" என்று நான் கேட்டேன்.

"ஒத்துழைக்காமல் இருப்பதால் எந்த வெகுமதியும் கிடைக்காது," என்று உறுதியாகத் தெரிவித்த அவர், "அவர்கள் ஒத்துழைத்தால் அதிகமான வெகுமதிகள் காத்திருக்கின்றன," என்று கூறினார்.

"அப்படியா?" என்று நான் கேட்டேன். இவரது அலுவலக அறையில் ஒரு சுவரில் ஒரு திரைச்சீலைக்குப் பின்னால் ஒரு வரைபடம் இருந்தது.

அதில் ஒரு குதிரைப் பந்தய மைதானத்தில் பல பந்தயக் குதிரைகள் வரிசையாக நிறுத்தி வைக்கப்பட்டிருந்தன. அக்குதிரைகள் ஒவ்வொன்றின் முகத்திலும் இவரது மேலாளர்கள் ஒவ்வொருவரின் படங்கள் ஒட்டப்பட்டு இருந்தன. ஓடுபாதையின் முடிவில், பெர்முடா தீவின் ஓர் அழகிய போஸ்டர் ஒட்டப்பட்டு இருந்தது. அதில் நீலவானமும் வெண்முகிலும் காட்சியளித்தன. வெள்ளை மணல் கொண்ட கடற்கரையில் ஒரு காதல் ஜோடி கைகோர்த்து நடந்து சென்று கொண்டிருந்தனர்.

வாரம் ஒருமுறை, இவர் தனது மேலாளர்கள் அனைவரையும் தன் அறைக்கு அழைத்து, ஒத்துழைப்பைப் பற்றிப் பேசுவார். "நாம் அனைவரும் சேர்ந்து பணியாற்ற வேண்டும். நாம் அப்படிச் செய்தால், அதிகப் பணத்தை நம்மால் ஈட்ட முடியும்," என்று கூறிவிட்டு, திரைச்சீலையை விலக்கி, அந்த வரைபடத்தை அவர்களுக்குக் காட்டுவார். "உங்களில் யார் பெர்முடாவிற்குச் செல்லப் போகிறீர்கள்?" என்று அவர் கேட்பார்.

வளர வேண்டும் என்று ஒரு மலரிடம் கூறிவிட்டு, இன்னொரு செடிக்குத் தண்ணீர் ஊற்றுவதைப் போன்றது இது. "உங்களுடைய மனஉறுதி மேம்படும்வரை துப்பாக்கிச் சூடு தொடரும்," என்று கூறுவது போன்றது இது. அவர் ஒத்துழைப்பை விரும்பினார். தன் மக்கள் அனைவரும் இணைந்து பணியாற்ற வேண்டும், யோசனைகளைப் பகிர்ந்து கொள்ள வேண்டும், அந்த முயற்சியில் அனைவரும் பயன் பெற வேண்டும் என்று அவர் விரும்பினார். ஆனால் அவர்கள் ஒருவரோடு ஒருவர் போட்டி போடுவதற்கு அவர் வழிவகுத்துக் கொண்டிருந்தார். ஒரு மேலாளரின் வெற்றி, மற்ற மேலாளர்களின் தோல்வியாக அமையும் என்பதை அவர் உணரவில்லை.

பல வியாபாரங்கள், குடும்பங்கள், மற்றும் பிற உறவுகளில் உள்ள பல பிரச்சனைகளைப் போலவே, குறைபாடு கொண்ட ஒரு கருத்துக் கண்ணோட்டம்தான் இந்த நிறுவனத்தின் பிரச்சனைக்கும் காரணமாக இருந்தது. போட்டியின் கருத்துக் கண்ணோட்டத்தில் இருந்து இந்நிறுவனத் தலைவர் தன் மக்களிடம் ஒத்துழைப்பின் பலனைப் பெற முயற்சித்துக் கொண்டிருந்தார். அது வேலை செய்யாதபோது, அவர்களது ஒத்துழைப்பைப் பெறுவதற்கு ஓர் உத்தியை, ஒரு திட்டத்தை, ஓர் உடனடி மாற்றுத் தீர்வை அவர் விரும்பினார்.

வேரை மாற்றாமல் பழத்தை உங்களால் மாற்ற முடியாது. மனப்போக்குகள் மற்றும் நடத்தைகளின்மீது செயல்படுவது என்பது அம்மரத்தின் இலைகளை வெட்டுவதைப் போன்றது. எனவே, ஒத்துழைப்பின் மதிப்பை வலியுறுத்திய தகவல்கள் மற்றும் வெகுமதிகள் திட்டத்தை உருவாக்கியதன் மூலம், முற்றிலும் வித்தியாசமான ஒரு வழியில் தனிநபர்ச் சிறப்பு மற்றும் நிறுவனச் சிறப்பை உருவாக்குவதில் நாங்கள் கவனம் செலுத்தினோம்.

நீங்கள் ஒரு நிறுவனத்தின் தலைவராக இருந்தாலும் சரி, அதில் பணியாற்றும் ஒரு துப்புரவுத் தொழிலாளியாக இருந்தாலும் சரி,

எந்தவொரு நிலையிலும் நீங்கள் சார்பற்ற நிலையில் இருந்து சகசார்பு நிலைக்குள் காலெடுத்து வைக்கும் கணத்தில், ஒரு தலைமைத்துவப் பாத்திரத்திற்குள் நீங்கள் நுழைகிறீர்கள். மற்றவர்கள்மீது தாக்கம் ஏற்படுத்தக்கூடிய ஒரு நிலையில் நீங்கள் இருக்கிறீர்கள். 'எனக்கும் வெற்றி, உனக்கும் வெற்றி' என்ற சிந்தனைதான் மனித உறவுகளுக்கு முக்கியத்துவம் கொடுக்கின்ற ஆற்றல்மிக்கத் தலைமைத்துவத்தின் பழக்கமாகும்.

மனித உறவுப் பரிவர்த்தனையின் ஆறு கருத்துக் கண்ணோட்டங்கள்

'எனக்கும் வெற்றி, உனக்கும் வெற்றி' என்பது ஓர் உத்தியல்ல; அது மனித உறவுப் பரிவர்த்தனையின் ஒரு முழுமையான தத்துவமாகும். மனிதர்களுக்கிடையேயான கருத்துப் பரிமாற்றங்களுக்கான ஆறு கருத்துக் கண்ணோட்டங்களில் ஒன்று இது. இதற்கான மாற்றுக் கருத்துக் கண்ணோட்டங்கள் இவை:

- **எனக்கு வெற்றி, உனக்குத் தோல்வி**

- **எனக்குத் தோல்வி, உனக்கு வெற்றி**

- **எனக்கும் தோல்வி, உனக்கும் தோல்வி**

- **வெற்றி**

- **எனக்கும் வெற்றி, உனக்கும் வெற்றி, இல்லையென்றால் எந்தப் பரிவர்த்தனையும் இல்லை**

எனக்கும் வெற்றி, உனக்கும் வெற்றி

'எனக்கும் வெற்றி, உனக்கும் வெற்றி' என்பது மனித உறவுப் பரிவர்த்தனைகள் அனைத்திலும் பரஸ்பர நலனை நாடுகின்ற மனம் மற்றும் இதயத்தின் நிலை. 'எனக்கும் வெற்றி, உனக்கும் வெற்றி' என்றால் நம்மிடையேயான ஒப்பந்தங்களும் தீர்வுகளும் பரஸ்பர நன்மை பயப்பவையாகவும், பரஸ்பரத் திருப்தி அளிப்பவையாகவும் உள்ளன என்று அர்த்தம். 'எனக்கும் வெற்றி, உனக்கும் வெற்றி' என்ற தீர்வில், சம்பந்தப்பட்ட அனைத்துத் தரப்பினரும் அத்தீர்மானத்தைப் பற்றி நல்லவிதமாக உணர்கின்றனர், திட்டத்தைச் செயல்படுத்துவதற்குத் தங்களை அர்ப்பணித்துக் கொள்கின்றனர். 'எனக்கும் வெற்றி, உனக்கும் வெற்றி' என்பது வாழ்க்கையைப் போட்டிக்கான ஒரு தளமாகப் பார்க்காமல், ஒத்துழைப்பிற்கான ஒரு தளமாகப் பார்க்கிறது. பெரும்பாலான மக்கள் இருமை இயல்பின் அடிப்படையிலேயே சிந்திக்கின்றனர்: வலிமை அல்லது பலவீனம், கடினம் அல்லது மென்மை, வெற்றி அல்லது தோல்வி. ஆனால் அப்படிப்பட்ட சிந்தனை, அடிப்படையில் குறைபாடு கொண்ட சிந்தனையாகும். அது

கொள்கையின் அடிப்படையில் அமையாமல், அதிகாரம் மற்றும் பதவியின் அடிப்படையில் அமைந்துள்ளது. 'எனக்கும் வெற்றி, உனக்கும் வெற்றி' என்பது, அனைவருக்கும் ஏராளமாக உள்ளது, ஒரு நபரின் வெற்றி அடுத்தவர்களின் வெற்றியைக் காவு கொடுத்துப் பெறப்படுவதில்லை என்ற கருத்துக் கண்ணோட்டத்தின் அடிப்படையில் அமைந்துள்ளது.

'எனக்கும் வெற்றி, உனக்கும் வெற்றி' என்பது மூன்றாவது மாற்றுக் கருத்துக் கண்ணோட்டத்தில் உள்ள ஒரு நம்பிக்கையாகும். இது உங்கள் வழியோ அல்லது என் வழியோ அல்ல; இது ஒரு சிறந்த வழி, மேன்மையான வழி.

எனக்கு வெற்றி, உனக்குத் தோல்வி

எனக்கும் வெற்றி, உனக்கும் வெற்றி என்பதற்கான ஒரு மாற்றுக் கருத்துக் கண்ணோட்டம் எனக்கு வெற்றி, உனக்குத் தோல்வி என்பது. பெர்முடா தீவிற்குச் செல்வதற்கான போட்டியின் கருத்துக் கருத்துக் கண்ணோட்டம் அது. 'நான் வெற்றி பெற்றால், நீ தோற்கிறாய்,' என்று அது கூறுகிறது.

தலைமைத்துவப் பாணியில், 'எனக்கு வெற்றி, உனக்குத் தோல்வி' என்பது "நான் வெற்றி பெறுவேன், நீங்கள் தோல்வியைத் தழுவுவீர்கள்," என்ற ஆதிக்கரீதியான அணுகுமுறை. 'எனக்கு வெற்றி, உனக்குத் தோல்வி' என்ற கொள்கையுடைய மக்கள், வெற்றி பெறுவதற்குத் தங்களது பதவி, அதிகாரம், தகுதிகள், உடைமைகள், அல்லது ஆளுமையைப் பயன்படுத்துவார்கள்.

பெரும்பாலான மக்களுக்கு, அவர்கள் பிறந்தது முதலாகவே 'எனக்கு வெற்றி, உனக்குத் தோல்வி' என்ற மனப்போக்கு ஆழமாக ஊட்டி வளர்க்கப்பட்டு வந்துள்ளது. இதில் முதற்பங்கும், மிக முக்கியப் பங்கும் வகிப்பது அவர்களது குடும்பம். ஒரு குழந்தை இன்னொரு குழந்தையுடன் ஒப்பிடப்பட்டு, அதன் அடிப்படையில் பொறுமை, புரிதல், அல்லது அன்பு ஆகியவை அக்குழந்தையின்மீது காட்டப்படும்போதோ அல்லது விலக்கிக் கொள்ளப்படும்போதோ, அக்குழந்தை இந்த சிந்தனையின்பால் ஈர்க்கப்படுகின்றது. அன்பு நிபந்தனையுடன் கொடுக்கப்படும்போதும், அன்பிற்காக ஒருவர் ஏங்கும்போதும், அவர்கள் உள்ளூர மதிப்பு வாய்ந்தவர்கள் அல்ல, நேசிக்கத் தக்கவர்கள் அல்ல என்ற செய்தி அவர்களுக்குத் தெரிவிக்கப்படுகிறது. மதிப்பு அவர்களுக்குள் உறைந்திருப்பதில்லை, அது வெளியே இருக்கிறது. அது வேறொருவருடனான ஒப்பீட்டிலோ அல்லது ஏதேனும் ஓர் எதிர்பார்ப்பிற்கு எதிரான ஒப்பீட்டிலோ உள்ளது.

எளிதில் உணர்ச்சிவசப்படுகின்ற, தன் பெற்றோரின் ஆதரவு மற்றும் உணர்ச்சிரீதியான உறுதிப்பாடு ஆகியவற்றைச் சார்ந்துள்ள ஒரு பிஞ்சின் மனமும் இதயமும், நிபந்தனையுடன்கூடிய அன்பை எதிர்கொள்ள நேரிடும்போது என்னவாகின்றன? 'எனக்கு வெற்றி, உனக்குத் தோல்வி' என்ற மனப்பான்மையோடு அக்குழந்தை வளர்கின்றது.

"நான் என்னுடைய சகோதரனைவிடச் சிறப்பானவனாக இருந்தால், என் பெற்றோர் என்மீது அதிகமாக அன்பு செலுத்துவர்."

"என் பெற்றோர்கள் என் சகோதரியை நேசிக்கும் அளவுக்கு என்னை நேசிப்பதில்லை. நான் அவ்வளவு மதிப்பு வாய்ந்தவன் அல்ல."

இத்தகைய மனப்போக்கை வளர்க்கும் சக்தி படைத்தவர்கள் அவர்களது சகாக்கள். ஒரு குழந்தை முதலில் தன் பெற்றோர்களிடம் இருந்தும், பிறகு தனது சகாக்களிடம் இருந்தும் ஒப்புதலை விரும்புகிறது, அவர்கள் தங்கள் சகோதர சகோதரிகளாக இருந்தாலும் சரி, நண்பர்களாக இருந்தாலும் சரி. சகாக்கள் சில சமயங்களில் எவ்வளவு கொடூரமாக நடந்து கொள்ளக்கூடும் என்பதை நாம் அனைவரும் நன்றாகவே அறிவோம். தங்களுடைய எதிர்பார்ப்புகளுக்கும் நிபந்தனைகளுக்கும் கட்டுப்படுவதன் அடிப்படையில் அவர்கள் முற்றிலுமாக ஏற்றுக் கொள்கின்றனர் அல்லது நிராகரிக்கின்றனர். 'எனக்கு வெற்றி, உனக்குத் தோல்வி' என்ற மனநிலையை இது கூடுதலாக வளர்த்துவிடுகிறது.

கல்வி உலகமும் 'எனக்கு வெற்றி, உனக்குத் தோல்வி' கோட்பாட்டை வலியுறுத்துகிறது. ஒரு தனிநபரின் மதிப்பை, அவரை வேறொருவருடனோ அல்லது மற்ற அனைவருடனோ ஒப்பிடுவதன் மூலம் வரையறுக்கிறது. உள்ளார்ந்த மதிப்பிற்கு அது எந்த அங்கீகாரத்தையும் கொடுப்பதில்லை; எல்லோரும் புறக்காரணிகளால் வரையறுக்கப்படுகின்றனர்.

"பெற்றோர்—ஆசிரியர் சந்திப்புக் கூட்டத்தில் இங்கு உங்களைப் பார்ப்பது எவ்வளவு மகிழ்ச்சியாக இருக்கிறது, தெரியுமா? உங்கள் மகள் கேரலின் குறித்து நீங்கள் உண்மையிலேயே பெருமிதம் கொள்ள வேண்டும். மேல்மட்டப் பத்து சதவீத மாணவர்களில் ஒருத்தியாக அவள் இருக்கிறாள்."

"அது எனக்கு மிகவும் மகிழ்ச்சியளிக்கிறது."

"ஆனால் உங்கள் மகன் ஜானி பிரச்சனையில் இருக்கிறான். படிப்பில் அவன் மிகவும் பின்தங்கிய நிலையில் இருக்கிறான்."

"உண்மையாகவா? அது அவ்வளவு நல்ல செய்தியல்ல. இது குறித்து நாம் என்ன செய்யலாம்?"

பல உண்மையான நிலைமைகளை இந்த ஒப்பீட்டுத் தகவல் தெரிவிப்பதில்லை. தங்கள் முழுமையான ஆற்றலுக்கு எதிராகவோ அல்லது தங்களது தற்போதையத் திறனுக்கு எதிராகவோ மக்கள் மதிப்பிடப்படுவதில்லை. மற்றவர்களுடன் ஒப்பிடப்படுவதன் மூலமாக அவர்களது மதிப்பு வரையறுக்கப்படுகின்றது. இந்த மதிப்பு சமூகத்தில் இவர்களுக்கு இருக்கும் மதிப்பைப் பறைசாற்றுகின்றது; அது வாய்ப்புக் கதவுகளை அவர்களுக்காகத் திறந்துவிடுகிறது அல்லது மூடுகிறது. கல்விச் செயல்முறையின் மையமாக இருப்பது போட்டியே அன்றி, ஒத்துழைப்பு அல்ல. உண்மையில், ஒத்துழைப்பு என்பது ஏமாற்றுவது என்பதோடு வழக்கமாகத் தொடர்புபடுத்தப்படுகிறது.

இந்த மனப்போக்கை வலியுறுத்தும் இன்னொரு காரணி தடகளப் போட்டிகள். குறிப்பாக இளைஞர்கள் தங்களது பள்ளி அல்லது கல்லூரி

நாட்களில், வாழ்க்கை என்பது ஒரு பெரிய விளையாட்டு, அதில் சிலர் வெற்றி பெறுகின்றனர், சிலர் தோல்வியடைகின்றனர் என்ற அடிப்படைக் கருத்துக் கண்ணோட்டத்தை உருவாக்கிக் கொள்கின்றனர். தடகள விளையாட்டுக்களைப் பொறுத்தவரை, 'வெற்றி பெறுவது' என்பது 'அடுத்தவரைத் தோற்கச் செய்வது' ஆகும்.

இன்னொரு காரணி சட்டம். வழக்குகள் தொடுக்கின்ற ஒரு சமுதாயத்தில் நாம் வாழ்கிறோம். தாங்கள் பிரச்சனைக்கு உள்ளாகும்போது பலருக்கு முதலில் தோன்றும் எண்ணம், யாரேனும் ஒருவர்மீது வழக்குத் தொடுத்து, அவரை நீதிமன்றத்திற்கு இழுத்து, வேறொருவரைக் காவு கொடுத்து 'வெற்றி பெறுவது' என்பதுதான். ஆனால் தற்காப்புப் போக்கைக் கொண்டிருக்கும் மனங்களிடம் படைப்புத்திறனும் இருப்பதில்லை, அவை ஒத்துழைப்பதும் இல்லை.

சட்டம் நமக்கு மிகவும் அவசியம், இல்லையென்றால் சமுதாயம் சீரழிந்துவிடும் என்பது நிச்சயம். அது உயிர் பிழைத்திருப்பதற்கு வழிவகுக்கிறது என்றாலும், கூட்டாற்றலை உருவாக்குவதில்லை. சகித்துக் கொண்டு வாழ்வதற்கு மட்டுமே அது துணை புரிகிறது. சட்டம் என்பது எதிர்வாதக் கோட்பாட்டின் அடிப்படையில் அமைந்துள்ளது. அமைதி உடன்படிக்கைகளின்மீதும், 'எனக்கும் வெற்றி, உனக்கும் வெற்றி' என்ற உத்தியின்மீதும், தனிப்பட்ட நீதிமன்றத்தைப் பயன்படுத்துவதன்மீதும் கவனம் செலுத்துவதற்கு வழக்கறிஞர்களையும் சட்டக் கல்லூரிகளையும் ஊக்குவிக்கும் தற்போதையப் போக்கு உச்சகட்டத் தீர்மானத்தை வழங்காவிட்டாலும், இப்பிரச்சனை குறித்த அதிகரிக்கும் விழிப்புணர்வைப் பிரதிபலிக்கிறது என்பது உண்மைதான்.

உண்மையிலேயே போட்டி இருக்கின்ற, குறைவான நம்பிக்கை நிலவுகின்ற சூழ்நிலைகளில் 'எனக்கு வெற்றி, உனக்குத் தோல்வி' சிந்தனைக்கு நிச்சயமாக இடமிருக்கிறது. ஆனால் வாழ்வின் பெரும் பகுதி போட்டியல்ல. நாம் ஒவ்வொரு நாளும் நம்முடைய வாழ்க்கைத் துணைவரோடும், குழந்தைகளோடும், சக ஊழியர்களுடனும், நண்பர்களுடனும், அண்டைவீட்டாருடனும் போட்டி போட வேண்டியதில்லை. "நம்முடைய திருமண வாழ்க்கையில் யார் வெற்றி பெறுகிறார்கள்?" என்பது கேலிக்குரிய ஒரு கேள்வி. இருவரும் வெற்றி பெறவில்லை என்றால், இருவருமே அங்கு தோற்கிறார்கள்.

வாழ்வின் பெரும்பகுதி ஒரு சகசார்பு யதார்த்தமே அன்றி, சார்பற்ற யதார்த்தமல்ல. நீங்கள் விரும்புகின்ற பெரும்பாலான உறவுகள் உங்களுக்கும் மற்றவர்களுக்கும் இடையேயான ஒத்துழைப்பைச் சார்ந்துள்ளன. 'எனக்கு வெற்றி, உனக்குத் தோல்வி' மனப்போக்கு அந்த ஒத்துழைப்பைச் செயலிழக்கச் செய்யும் ஒரு காரணியாகும்.

எனக்குத் தோல்வி, உனக்கு வெற்றி

சிலர் வேறு விதமாகப் பக்குவப்படுத்தப்பட்டுள்ளனர் — 'எனக்குத் தோல்வி, உனக்கு வெற்றி.'

"நான் தோற்கிறேன், நீ வெற்றி பெறுகிறாய்."

"நீ தொடர்ந்து முன்னேறிச் செல். என்னை முந்திச் செல்."

"நீயும் என்னை மிதித்துச் செல். எல்லோரும் அதைத்தான் செய்கின்றனர்."

"நான் ஒரு தோல்வியாளன். நான் எப்போதுமே தோல்வியாளனாகத்தான் இருந்து வந்திருக்கிறேன்."

"நான் அமைதியை நிலைநாட்டுபவன். அமைதியைக் கொண்டு வருவதற்கு நான் எதையும் செய்வேன்."

'எனக்குத் தோல்வி, உனக்கு வெற்றி' மனப்போக்கு, 'எனக்கு வெற்றி, உனக்குத் தோல்வி' மனப்போக்கைவிட மோசமானது. ஏனெனில், அதற்கு எந்தத் தரமும், கண்டிப்பான எதிர்பார்ப்புகளும், முன்னோக்கும் கிடையாது. 'எனக்குத் தோல்வி, உனக்கு வெற்றி' மனப்போக்கைக் கொண்டுள்ள மக்கள் வழக்கமாக அடுத்தவர்களை மகிழ்ச்சிப்படுத்துவதற்கு விரைவார்கள். பிரபலத்துவம் அல்லது ஒப்புதலில் இருந்து அவர்கள் வலிமையைப் பெற முயற்சிக்கின்றனர். தங்கள் சொந்த உணர்வுகளையும் நம்பிக்கைகளையும் வெளிப்படுத்துவதற்கு அவர்களிடம் அவ்வளவு துணிச்சல் இருப்பதில்லை. மற்றவர்களின் அகங்காரத்தின் வலிமையால் அவர்கள் எளிதில் ஏமாற்றப்படுகின்றனர்.

பேச்சுவார்த்தையில, 'எனக்குத் தோல்வி, உனக்கு வெற்றி' என்பது சரணாகதியாகவும், விட்டுக் கொடுப்பதாகவும், அல்லது முயற்சியைக் கைவிடுவதாகவும் கருதப்படுகிறது. தலைமைத்துவப் பாணியில், அது இசைந்து கொடுப்பதாகவோ அல்லது கண்டிப்பின்றி நடந்து கொள்வதாகவோ எடுத்துக் கொள்ளப்படுகிறது. 'எனக்குத் தோல்வி, உனக்கு வெற்றி' என்றால் ஓர் இனிமையான நபராக இருப்பது என்று அர்த்தம், அந்த இனிமையான நபர் 'கடைசியான நபராக' வந்தாலும்கூட.

அவர்களைத் தங்களுக்கு இரையாக்கிக் கொள்ள முடியும் என்பதால், 'எனக்கு வெற்றி, உனக்குத் தோல்வி' மனப்போக்கைக் கொண்ட மக்களுக்கு 'எனக்குத் தோல்வி, உனக்கு வெற்றி' மனப்போக்கைக் கொண்ட மக்களை மிகவும் பிடிக்கும். இவர்களுக்கு அவர்களது பலவீனங்களைப் பிடிக்கும், அவற்றைத் தங்களுக்கு அனுகூலமாக இவர்கள் பயன்படுத்திக் கொள்கின்றனர். அப்படிப்பட்ட பலவீனங்கள் இவர்களது வலிமைகளுக்கு ஆதரவாக அமைகின்றன.

ஆனால், 'எனக்குத் தோல்வி, உனக்கு வெற்றி' மனப்போக்கைக் கொண்ட மக்கள் ஏராளமான உணர்வுகளைப் புதைத்துவிடுவதுதான் இங்கு பிரச்சனை. வெளிப்படுத்தப்படாத அந்த உணர்வுகள் ஒருபோதும் மடிவதில்லை: அவை உயிரோடு புதைக்கப்படுகின்றன; பின்னாளில் அவை மிக மோசமான வழிகளில் தம்மை வெளிப்படுத்திக் கொள்ளும். பலவிதமான உளவியல் நோய்கள், குறிப்பாக, சுவாசம், நரம்பு, மற்றும் இரத்த ஓட்டம் தொடர்பான பல நோய்கள், 'எனக்குத் தோல்வி, உனக்கு வெற்றி' மனப்போக்கினால் ஒடுக்கப்பட்டக் கோபம், ஆழ்ந்த ஏமாற்றம், மாயை ஆகியவற்றின் மறுபிறவிதான். பொருத்தமற்றக் கோபம், சாதாரண விஷயங்களுக்குக்கூட அதிகமாக உணர்ச்சிவசப்படுதல்,

ஏளனப் பேச்சு ஆகியவை, அடக்கி வைக்கப்பட்டு இருக்கின்ற உணர்ச்சிகளின் வெளிப்பாடுகள்தான்.

தங்களது உணர்வுகளை ஓர் உயர்ந்த அர்த்தத்தை நோக்கிச் செலுத்தாமல், அவற்றை அடக்கி ஒடுக்குகின்ற மக்கள், அவ்வுணர்வுகள் தங்கள் சுயமதிப்பின் தரத்தையும், இறுதியில் மற்றவர்களுடனான தங்கள் உறவுகளின் தரத்தையும் பாதிப்பதைக் காண்கின்றனர்.

'எனக்கு வெற்றி, உனக்குத் தோல்வி' மனப்போக்கும், 'எனக்குத் தோல்வி, உனக்கு வெற்றி' மனப்போக்கும் பலவீனமாக நிலைகள்தான். அவை தனிப்பட்டப் பாதுகாப்பின்மை உணர்வுகளைச் சார்ந்துள்ளன. குறுகிய காலத்தில், 'எனக்கு வெற்றி, உனக்குத் தோல்வி' மனப்போக்கு அதிக விளைவுகளைப் பெற்றுத் தரும். ஏனெனில், மேல்மட்ட நிலையில் உள்ள மக்களின் குறிப்பிடத்தக்க வலிமைகளையும் திறமைகளையும் அது பயன்படுத்திக் கொள்கிறது. 'எனக்குத் தோல்வி, உனக்கு வெற்றி' மனப்போக்கு பலவீனமானது, குழப்பமானது.

பல உயரதிகாரிகளும், மேலாளர்களும், பெற்றோர்களும் இந்த இரு நிலைகளுக்கு இடையே மாற்றி மாற்றி ஊசலாடுகின்றனர். குழப்பம், வடிவமின்மை, திசையின்மை, எதிர்பார்ப்பின்மை, ஒழுங்கின்மை ஆகியவற்றைப் பொறுத்துக் கொள்ள முடியாத நிலை அவர்களுக்கு ஏற்படும்போது, அவர்கள் 'எனக்கு வெற்றி, உனக்குத் தோல்வி' மனப்போக்கிற்குத் தாவுகின்றனர். குற்றவுணர்வு அவர்களுடைய மன உறுதியைக் குறைக்கும்போது, அவர்கள் 'எனக்குத் தோல்வி, உனக்கு வெற்றி' மனப்போக்கிற்குத் தாவுகின்றனர். பிறகு, கோபமும் வெறுப்பும் அவர்களை மீண்டும் 'எனக்கு வெற்றி, உனக்குத் தோல்வி' மனப்போக்கிற்குத் தாவச் செய்கின்றன.

எனக்கும் தோல்வி, உனக்கும் தோல்வி

'எனக்கு வெற்றி, உனக்குத் தோல்வி' மனப்போக்கைக் கொண்ட இருவர் சந்திக்கும்போது, அதாவது, பிடிவாத குணமுள்ள, அகங்காரம் நிறைந்த, உறுதியான தனிநபர்கள் இருவர் உரையாடும்போது, அதன் விளைவு 'எனக்கும் தோல்வி, உனக்கும் தோல்வி' என்பதாகத்தான் இருக்கும். கொலை என்பது தற்கொலை என்பதையும், பழி என்பது இரு முனைகளும் கூராக உள்ள ஒரு வாள் என்பதையும் மறந்துவிட்டு, இருவரும் பழியுணர்வு கொண்டவர்களாக மாறிவிடுவர், பழிதீர்த்துக் கொள்ள விரும்புவர்.

எனக்குத் தெரிந்த ஒரு தம்பதியர் விவாகரத்து செய்து கொண்டபோது, அவர்களது வழக்கை விசாரித்த நீதிபதி, சொத்துக்களை விற்று அதில் பாதியைத் தன் மனைவிக்குக் கொடுக்கும்படி அந்தக் கணவருக்கு உத்தரவிட்டார். அதற்கு ஏற்ப, அந்தக் கணவர் சுமார் பத்தாயிரம் டாலர்கள் மதிப்பு வாய்ந்த தன் காரை ஐம்பது டாலர்களுக்கு விற்று, அதில் இருபத்தைந்து டாலர்களைத் தன் மனைவிக்குக் கொடுத்தார். அவரது மனைவி அதை எதிர்த்தார். விஷயம் என்னவென்று நீதிமன்ற எழுத்தர் ஆய்வு செய்ததில், சொத்துக்கள் அனைத்தையும் அந்தக் கணவர் இதே வழியில் விற்றுக் கொண்டிருந்ததைக் கண்டறிந்தார்.

சிலர் தங்களது பகைவர்கள்மீதே குறியாக இருந்துவிடுகின்றனர். மற்றவர்களின் நடத்தையில் தங்களை முழுவதுமாகத் தொலைத்துவிடுகின்றனர். தாங்கள் தோற்றாலும் பரவாயில்லை, தன் பகைவர்கள் தோற்க வேண்டும் என்ற வெறி அவர்கள் கண்களை மறைத்துவிடுகிறது. 'எனக்கும் தோல்வி, உனக்கும் தோல்வி' என்பது எதிர்வாத முரண்பாடுகளின் தத்துவமாகும், போரின் தத்துவமாகும்.

'எனக்கும் தோல்வி, உனக்கும் தோல்வி' என்பது உள்ளார்ந்த வழிகாட்டுதல் எதுவும் இல்லாத, அவல நிலையில் இருக்கின்ற, எல்லோரும் அவல நிலையில் இருக்க வேண்டும் என்று விரும்புகின்ற, அதிகமாகச் சார்ந்திருக்கின்ற நபர்களின் தத்துவமாகும். "யாருமே வெற்றி பெறவில்லை என்றால், ஒரு தோல்வியாளனாக இருப்பது ஒன்றும் அவ்வளவு மோசமானதல்ல."

வெற்றி

இன்னொரு பொதுவான மாற்றுக் கருத்துக் கண்ணோட்டம் வெற்றியைப் பற்றி சிந்திப்பது. வெற்றி மனப்போக்கைக் கொண்ட மக்கள் வேறொருவர் தோற்க வேண்டும் என்று விரும்புவார்கள் என்ற அவசியமில்லை. அது இவர்களுக்கு சம்பந்தமில்லாதது. தங்களுடைய விருப்பம் எது என்பதைப் பற்றி மட்டுமே அவர்கள் சிந்திக்கின்றனர்.

போட்டியுணர்வு இல்லாதபோது, அன்றாடப் பரிவர்த்தனைகளில் வெற்றி மட்டுமே மிகப் பொதுவான அணுகுமுறையாக இருக்கிறது. வெற்றி மனப்போக்கைக் கொண்ட ஒருவர் தன்னுடைய விருப்பங்களை நிறைவேற்றிக் கொள்வதைப் பற்றி மட்டுமே சிந்திக்கிறார். அவரவருடைய விருப்பங்களை அவரவர் பார்த்துக் கொள்ளட்டும் என்பது இவர்களது அணுகுமுறையாக உள்ளது.

எந்தக் கருத்துக் கண்ணோட்டம் சிறந்தது?

நாம் இதுவரை பார்த்த ஐந்து தத்துவங்களில் எது அதிகச் செயற்திறன் வாய்ந்தது? 'அது சூழ்நிலையைப் பொறுத்தது' என்பதுதான் அதற்கான விடை. நீங்கள் ஒரு கால்பந்துப் போட்டியில் வெற்றி பெற்றால், உங்கள் எதிரணி தோற்றுவிட்டது என்று அர்த்தம். நீங்கள் வேலை செய்யும் வட்டார அலுவலகம் இன்னொரு வட்டார அலுவலகத்திலிருந்து பல மைல்கள் தொலைவில் இருந்து, இந்த இரண்டு அலுவலகங்களுக்கும் இடையே எந்தவொரு செயல்பாட்டுத் தொடர்பும் இல்லையென்றால், வியாபாரத்தைப் பெருக்குவதற்காக நீங்கள் 'எனக்கு வெற்றி, உனக்குத் தோல்வி' என்ற சூழ்நிலையில் போட்டியிட விரும்பக்கூடும். ஆனால், அதிகபட்ச வெற்றியைப் பெறுவதற்கு ஊழியர்களிடையே ஒத்துழைப்பு தேவைப்படுகின்ற ஒரு நிறுவனத்திலோ அல்லது ஒரு சூழ்நிலையிலோ, 'பெர்முடா தீவிற்குச் செல்வதற்கான போட்டி' போன்ற ஓர் 'எனக்கு வெற்றி, உனக்குத் தோல்வி' சூழலை ஏற்படுத்த நீங்கள் விரும்ப மாட்டீர்கள்.

ஓர் உறவை நீங்கள் மிகவும் மதிப்பதாக இருந்து, விவகாரம் உண்மையிலேயே முக்கியமானதாக இல்லை என்றால், உண்மையிலேயே அடுத்தவருக்கு உறுதியளிப்பதற்காக சில சூழல்களில் நீங்கள் 'எனக்குத் தோல்வி, உனக்கு வெற்றி' அணுகுமுறையைத் தேர்ந்தெடுக்க விரும்பக்கூடும். "உன்னுடனான எனது உறவுடன் ஒப்பிடுகையில், நான் விரும்பும் அந்தப் பொருள் ஒன்றும் எனக்கு அவ்வளவு முக்கியமானதல்ல. இம்முறை நாம் உன் வழியில் செல்லலாம்." வெற்றி பெறுவதற்கு நீங்கள் செலவிடும் நேரமும் முயற்சியும் பிற உயர்ந்த மதிப்பீடுகளை மீறக்கூடும் என்று நீங்கள் உணர்ந்தால், அச்சூழ்நிலையிலும் நீங்கள் 'எனக்குத் தோல்வி, உனக்கு வெற்றி' அணுகுமுறையைத் தேர்ந்தெடுக்க விரும்பக்கூடும். ஏனெனில், அந்த விருப்பம் அவ்வளவு மதிப்பு வாய்ந்ததாக இல்லாமல் போகலாம்.

நீங்கள் வெற்றி பெற விரும்புகின்ற சில சூழல்களும் இருக்கும். அந்த வெற்றி மற்றவர்களுடனான உங்கள் உறவில் ஏற்படுத்தக்கூடிய விளைவுகள் உங்களுக்கு முக்கியமற்றதாக இருக்கலாம். எடுத்துக்காட்டாக, உங்களுடைய குழந்தையின் உயிருக்கு ஆபத்து ஏற்பட்டிருந்தால், உங்கள் குழந்தையின் உயிரைக் காப்பதுதான் அக்கணத்தில் உங்களுக்கு மிக முக்கியமானதாக இருக்கும். மற்றவர்களைப் பற்றியும் சூழலைப் பற்றியும் நீங்கள் அவ்வளவு தூரம் அக்கறை செலுத்த மாட்டீர்கள்.

எனவே, எந்தத் தத்துவம் சிறந்தது என்பது யதார்த்தத்தைச் சார்ந்த விஷயம். அந்த யதார்த்தத்தைத் துல்லியமாக உணர்ந்து கொண்டு, ஒவ்வொரு சூழ்நிலையிலும் 'எனக்கு வெற்றி, உனக்குத் தோல்வி' என்ற அணுகுமுறை புகாமல் பார்த்துக் கொள்வதுதான் இதிலுள்ள சவால்.

உண்மையில், பெரும்பாலான சூழ்நிலைகள் ஒரு சகசார்பு யதார்த்தத்தின் அங்கங்கள்தான். அச்சூழ்நிலைகளில், 'எனக்கும் வெற்றி, உனக்கும் வெற்றி' என்ற தத்துவம் மட்டுமே செயல்படுத்தத்தக்க ஒரே அணுகுமுறையாக விளங்குகிறது.

'எனக்கு வெற்றி, உனக்குத் தோல்வி' என்பது நடைமுறைக்குப் பொருந்தாத ஒன்று. ஏனெனில், உங்களுடனான ஒரு விவாதத்தில் நான் வெற்றி பெற்றுள்ளதுபோல் தோன்றினாலும், உங்களுடைய உணர்வுகளும், நீங்கள் என்னைக் குறித்துக் கொண்டுள்ள மனப்போக்குகளும், நமது உறவும் பாதிக்கப்படுகின்றன. எடுத்துக்காட்டாக, உங்கள் நிறுவனத்திற்கு நான் ஒருசில பொருட்களை வினியோகம் செய்பவனாக இருந்து, ஒரு குறிப்பிட்ட பேரப்பேச்சில் நான் வெற்றி பெற்றால், அக்கணத்தில் நான் விரும்பியது எனக்குக் கிடைத்துள்ளதுபோல் தோன்றும். ஆனால் நீங்கள் மீண்டும் என்னிடம் வருவீர்களா? உங்கள் நிறுவனம் தொடர்ந்து என்னிடம் பொருட்களை வாங்காவிட்டால், எனது குறுகியகால வெற்றி உண்மையில் என்னுடைய நீண்டகாலத் தோல்வியாக அமையும். எனவே ஒரு சகசார்புச் சூழ்நிலையில் 'எனக்கு வெற்றி, உனக்குத் தோல்வி' என்பது உண்மையில் காலப்போக்கில் 'எனக்கும் தோல்வி, உனக்கும் தோல்வி'யில்தான் முடியும்.

'எனக்குத் தோல்வி, உனக்கு வெற்றி' என்ற சூழ்நிலை உருவானால், நீங்கள் விரும்புவது அக்கணத்தில் உங்களுக்குக் கிடைப்பதுபோல் தோன்றக்கூடும். ஆனால், உங்களுடன் பரிவர்த்தனை செய்து கொள்வது மற்றும் நமது ஒப்பந்தத்திற்கு ஏற்ப நடந்து கொள்வது குறித்த எனது மனப்போக்கை அது எவ்வாறு பாதிக்கும்? உங்களை மகிழ்ச்சிப்படுத்த நான் அவ்வளவு மும்முரமாக இருக்க மாட்டேன். எதிர்காலத்தில் நமக்கிடையே நிகழக்கூடிய பேச்சுவார்த்தைகளில், இப்போது எனக்கு ஏற்பட்டக் காயங்களின் வடுக்களை நான் என்னுடன் சுமந்து வரக்கூடும். பிற நிறுவனங்களுடன் நான் தொடர்பு கொள்ளும்போது, உங்களைப் பற்றியும் உங்களுடைய நிறுவனத்தைப் பற்றியும் நான் கொண்டுள்ள மனப்போக்கு அந்நிறுவனங்களிடையே பரவக்கூடும். எனவே மீண்டும் 'எனக்கும் தோல்வி, உனக்கும் தோல்வி' என்ற நிலை உருவாகிவிடுகிறது. 'எனக்கும் தோல்வி, உனக்கும் தோல்வி' சூழ்நிலை எந்த அடிப்படையிலும் பொருத்தமான ஒன்றல்ல.

நான் என்னுடைய சொந்த வெற்றியில் மட்டும் கவனம் செலுத்தி, உங்களுடைய கண்ணோட்டத்தைக் கருத்தில் எடுக்கவே இல்லையென்றால், அங்கு ஆக்கபூர்வமான உறவு எதுவும் ஏற்படுவதற்கான வாய்ப்பு இல்லாமல் போய்விடுகிறது.

காலப்போக்கில், அது நம் இருவருக்கும் வெற்றி தருவதாக அமையவில்லை என்றால், நாம் இருவருமே தோற்றுவிடுகிறோம். அதனால்தான், சகசார்பு யதார்த்தங்களில் 'எனக்கும் வெற்றி, உனக்கும் வெற்றி' தத்துவம் மட்டுமே ஒரே பொருத்தமான அணுகுமுறையாக உள்ளது.

ஒரு பெரிய சங்கிலித்தொடர்க் கடையின் தலைவருக்கு நான் ஒருமுறை ஆலோசனை வழங்கிக் கொண்டிருந்தேன். அவர் என்னிடம், "ஸ்டீபன், 'எனக்கும் வெற்றி, உனக்கும் வெற்றி' தத்துவம் கேட்பதற்கு நன்றாக இருக்கிறது, ஆனால் இது வெறும் லட்சியவாதக் கோட்பாடுதான். கடினமான, யதார்த்த வியாபார உலகம் அப்படிப்பட்டதல்ல. எங்கு பார்த்தாலும் 'எனக்கு வெற்றி, உனக்குத் தோல்வி' மட்டுமே நிலவுகிறது. நீங்கள் இந்த அணுகுமுறையைப் பயன்படுத்தாவிட்டால், உங்களால் வெற்றி பெற முடியாது," என்று கூறினார்.

"சரி, 'எனக்கு வெற்றி, உனக்குத் தோல்வி' அணுகுமுறையை உங்கள் வாடிக்கையாளர்களிடம் முயற்சித்துப் பாருங்கள். அது யதார்த்தமான அணுகுமுறையா?" என்று நான் கேட்டேன்.

"இல்லை," என்று அவர் பதிலளித்தார்.

"ஏன் இல்லை?" என்று நான் கேட்டேன்.

"நான் என் வாடிக்கையாளர்களை இழந்துவிடுவேன்."

"அப்படியானால், 'எனக்குத் தோல்வி, உனக்கு வெற்றி' அணுகுமுறையைப் பயன்படுத்துங்கள். வாங்கிய விலைக்குக் குறைவாக விற்பனை செய்யுங்கள். அது யதார்த்தமான அணுகுமுறையா?"

"இல்லை. லாபம் இல்லையேல் வியாபாரம் இல்லை."

நாங்கள் பல்வேறு மாற்று அணுகுமுறைகளைக் கருதினோம். 'எனக்கும் வெற்றி, உனக்கும் வெற்றி' மட்டுமே ஒரே உண்மையான யதார்த்தமான அணுகுமுறையாகத் தோன்றியது.

"இது வாடிக்கையாளர்கள் விஷயத்தில் உண்மை, ஆனால் எங்களுடைய சப்ளையர்களுக்கு இது பொருந்தாது," என்று அவர் கூறினார்.

"உங்கள் சப்ளையருக்கு நீங்கள் ஒரு வாடிக்கையாளர்தானே? அதே கொள்கை ஏன் இங்கு உண்மையாகாது?" என்று நான் கேட்டேன்.

"ஷாப்பிங் சென்டர் உரிமையாளர்கள் மற்றும் நிர்வாகிகளுடனான எங்களது லீஸ் ஒப்பந்தகள் குறித்து சமீபத்தில் நாங்கள் மீண்டும் பேச்சுவார்த்தை நடத்தினோம். 'எனக்கும் வெற்றி, உனக்கும் வெற்றி' மனப்போக்குடன் நாங்கள் அந்த சந்திப்பிற்குச் சென்றோம். நாங்கள் திறந்த மனத்துடனும், நியாயமாகவும், சமரச மனப்போக்குடனும் இருந்தோம். ஆனால் அவர்கள் எங்களது அந்த நிலையை மென்மையானதாகவும் பலவீனமான ஒன்றாகவும் பார்த்தார்கள். எங்கள் முதுகில் ஏறி சவாரி செய்யப் பார்த்தனர்," என்று அவர் கூறினார்.

"'எனக்குத் தோல்வி, உனக்கு வெற்றி' நிலையை நீங்கள் ஏன் ஏற்றுக் கொண்டீர்கள்?" என்று நான் கேட்டேன்.

"நாங்கள் ஏற்றுக் கொள்ளவில்லை. 'எனக்கும் வெற்றி, உனக்கும் வெற்றி'யில்தான் அது முடிந்தது."

"ஆனால் அவர்கள் உங்கள் முதுகில் ஏறி சவாரி செய்யப் பார்த்தனர் என்று நீங்கள் கூறினீர்கள் அல்லவா?"

"ஆம், அவர்கள் அப்படித்தான் செய்தார்கள்."

"வேறு வார்த்தைகளில் கூறினால், நீங்கள் தோற்றுவிட்டீர்கள்."

"ஆம்."

"அவர்கள் வெற்றி பெற்றனர்?"

"ஆம்."

"அப்படியென்றால் அதற்கு என்ன பெயர்?"

'எனக்கும் வெற்றி, உனக்கும் வெற்றி' என்று அவர் அழைத்தது உண்மையில் 'எனக்குத் தோல்வி, உனக்கு வெற்றி' என்பதாக இருந்ததை உணர்ந்தபோது அவர் அதிர்ச்சி அடைந்தார். அந்த 'எனக்குத் தோல்வி, உனக்கு வெற்றி' பரிவர்த்தனையின் நீண்டகாலத் தாக்கத்தையும், அடக்கி வைக்கப்பட்ட உணர்வுகளையும், நசுக்கப்பட்ட மதிப்பீடுகளையும், உறவின் அடித்தளத்தில் இருந்த வெறுப்பையும் நாங்கள் ஆய்வு செய்தபோது, இறுதியில் அது இரு தரப்பினருக்குமே உண்மையில் ஓர் இழப்புதான் என்பதை ஒப்புக் கொண்டோம்.

இத்தலைவர் உண்மையிலேயே 'எனக்கும் வெற்றி, உனக்கும் வெற்றி' மனப்போக்கைக் கொண்டிருக்கும் பட்சத்தில், அந்தப் பேச்சுவார்த்தையின்போது கூடுதல் நேரம் அங்கு இருந்து, ஷாப்பிங் சென்டர் உரிமையாளர் கூறியதைக் காதுகொடுத்துக் கேட்டு, தன்னுடைய கண்ணோட்டத்தைத் துணிச்சலாக எடுத்துக் கூறியிருப்பார். இரு தரப்பினரும் நல்லவிதமாக உணரும்படியான ஒரு தீர்வு எட்டப்படும்வரை தொடர்ந்து அவர் 'எனக்கும் வெற்றி, உனக்கும் வெற்றி'

மனப்போக்கைக் கடைபிடித்திருப்பார். அந்தத் தீர்வு, அந்த மூன்றாவது மாற்று அணுகுமுறை, கூட்டாற்றல் மிக்கதாக இருந்திருக்கும், இருவரும் தனித்தனியாக நினைத்துப் பார்த்திராத ஒன்றாக இருந்திருக்கும்.

'எனக்கும் வெற்றி, உனக்கும் வெற்றி,' இல்லையென்றால் எந்தப் பரிவர்த்தனையும் இல்லை

இரு தரப்பினரும் ஒப்புக் கொள்ளும்படியான ஒரு கூட்டுத் தீர்வை இவர்கள் எட்டியிருக்காவிட்டால், 'எனக்கும் வெற்றி, உனக்கும் வெற்றி' என்ற அணுகுமுறையின் மற்றுமோர் உயர்ந்த வெளிப்பாட்டிற்குச் சென்றிருக்கலாம் — 'எனக்கும் வெற்றி, உனக்கும் வெற்றி,' இல்லையென்றால் எந்தப் பரிவர்த்தனையும் இல்லை என்பதுதான் அது.

எந்தப் பரிவர்த்தனையும் இல்லை என்பதற்கு, நம் இருவருக்கும் நன்மை பயக்கக்கூடிய ஒரு தீர்வை நம்மால் கண்டுபிடிக்க முடியாவிட்டால், இணக்கமாக முரண்பட்டு நிற்க நாம் ஒத்துக் கொள்கிறோம் என்று அர்த்தம். எந்த எதிர்பார்ப்புகளும் உருவாக்கப்படவில்லை, எந்த ஒப்பந்தங்களும் எட்டப்படவில்லை. நமது இலக்குகளும் மதிப்பீடுகளும் எதிரெதிர்த் திசைகளில் செல்வதால் நான் உங்களை நியமனம் செய்யப் போவதில்லை அல்லது நாம் இருவருமாகச் சேர்ந்து எந்தப் பணித்திட்டத்திலும் ஈடுபடப் போவதில்லை. எதிர்பார்ப்புகள் உருவாக்கப்பட்டு, இரு தரப்பினரும் தன்னிலைக்குத் திரும்பும்போது இதை உணர்வதைக் காட்டிலும், துவக்கத்திலேயே இதை உணர்ந்து கொள்வது சிறந்தது.

'எந்தப் பரிவர்த்தனையும் இல்லை' என்பதை ஒரு தேர்ந்தெடுப்பாக உங்கள் மனத்தில் நீங்கள் வைத்திருக்கும்போது, நீங்கள் சுதந்திரமாக உணர்கிறீர்கள். ஏனெனில், மக்களை ஏமாற்றி உங்கள் வழிக்குக் கொண்டு வருவதற்கோ, உங்களுடைய நோக்கங்களைக் கட்டாயமாகப் புகுத்துவதற்கோ, உங்களுக்கு விருப்பமான விளைவுகளைப் பெறத் துடிப்பதற்கோ அவசியமில்லாமல் போய்விடுகிறது. உங்களால் திறந்த மனத்துடன் இருக்க முடியும். சூழ்நிலையின் அடிப்படையில் உள்ள ஆழமான பிரச்சனைகளைப் புரிந்து கொள்வதற்கு உங்களால் உண்மையாக முயற்சிக்க முடியும்.

'எந்தப் பரிவர்த்தனையும் இல்லை' என்பது ஒரு தேர்ந்தெடுப்பாக இருக்கும்போது, "'எனக்கும் வெற்றி, உனக்கும் வெற்றி' என்ற விளைவை மட்டுமே நான் விரும்புகிறேன். நான் வெற்றி பெற விரும்பும் அதே சமயத்தில் நீங்களும் வெற்றி பெற வேண்டும் என்று விரும்புகிறேன். நான் மட்டும் எனக்கு வேண்டியதைப் பெற்றுக் கொண்டு, உங்களைப் பரிதவிப்பில் ஆழ்த்த நான் விரும்பவில்லை. ஏனெனில், காலப்போக்கில் அது மேலெழுந்து வந்து ஒரு விலகலை உருவாக்கும். மறுபுறம், நீங்கள் உங்களுக்கு விருப்பமானதைப் பெற்று, என்னைத் தோல்வியுறச் செய்வது உங்களை நல்லவிதமாக உணரச் செய்யாது என்று நான் நினைக்கிறேன். எனவே, 'எனக்கும் வெற்றி, உனக்கும் வெற்றி' என்பதை நோக்கி நாம்

செயல்படுவோம். அதை உண்மையிலேயே முயற்சித்துப் பார்ப்போம். அதை நம்மால் கண்டுபிடிக்க முடியவில்லை என்றால், நாம் எந்தப் பரிவர்த்தனையையும் செய்து கொள்ள வேண்டியதில்லை என்ற உடன்பாட்டிற்கு வரலாம். நம் இருவருக்கும் பொருந்தாத ஒரு தீர்மானத்தைச் செயல்படுத்தி அதை சகித்துக் கொண்டு வாழ்வதைவிட, எந்த ஒப்பந்தமும் செய்து கொள்ளாமல் இருப்பது சாலச் சிறந்தது. ஏனெனில், இன்னொரு சமயம் நாம் மீண்டும் சந்தித்துக் கொள்ளக்கூடும்," என்று நேர்மையாக உங்களால் கூற முடியும்.

கணினி மென்பொருள் தயாரிப்பு நிறுவனம் ஒன்றின் தலைவர், 'எனக்கும் வெற்றி, உனக்கும் வெற்றி,' இல்லையென்றால் எந்தப் பரிவர்த்தனையும் இல்லை என்ற கோட்பாட்டைத் தான் கற்றுக் கொண்ட சிறிது காலத்திற்குப் பிறகு என்னிடம் ஓர் அனுபவத்தைப் பகிர்ந்து கொண்டார்.

"நாங்கள் ஒரு புதிய மென்பொருளை உருவாக்கி, ஐந்து வருட ஒப்பந்தத்தின் அடிப்படையில் அதை ஒரு குறிப்பிட்ட வங்கிக்கு விற்றோம். வங்கித் தலைவர் இந்த மென்பொருள் குறித்து அதிக உற்சாகமாக இருந்தார், ஆனால் அந்த வங்கியின் ஊழியர்கள் அந்தத் தீர்மானத்தை உண்மையிலேயே ஆதரிக்கவில்லை.

"ஒரு மாதத்திற்குப் பிறகு, அத்தலைவர் இடமாற்றம் செய்யப்பட்டார். வங்கியின் புதிய தலைவர் என்னிடம் வந்து, 'இந்த மென்பொருளை உபயோகிப்பது எனக்கு அசௌகரியமாக இருக்கிறது. நான் பெரும் பிரச்சனையில் இருக்கிறேன். எனது ஊழியர்கள் இதைப் பயன்படுத்துவதற்கு மிகவும் சிரமப்படுகின்றனர். இந்த நேரத்தில் அவர்களைக் கட்டாயப்படுத்துவது எனக்கு இயலாத காரியம்,' என்று கூறினார்.

"என் சொந்த நிறுவனம் பெரும் பொருளாதாரப் பிரச்சனையில் இருந்தது. எங்களுடைய ஒப்பந்தத்தை சட்டரீதியாக என்னால் வலியுறுத்த முடியும் என்பதை நான் அறிந்திருந்தேன். ஆனால், 'எனக்கும் வெற்றி, உனக்கும் வெற்றி' கோட்பாட்டின் மதிப்பை நான் உறுதியாக உணர்ந்திருந்தேன்.

"எனவே நான் அவரிடம், 'நமக்கிடையே ஓர் ஒப்பந்தம் உள்ளது. உங்கள் வங்கி எங்களுடைய பொருட்களையும் சேவைகளையும் வாங்கியுள்ளது. ஆனால் அவை உங்களுக்கு மகிழ்ச்சியளிக்கவில்லை என்பது எங்களுக்குப் புரிகிறது. எனவே நம்முடைய ஒப்பந்தத்தையும், நீங்கள் எங்களுக்குக் கொடுத்த முன்பணத்தையும் நாங்கள் உங்களிடம் திருப்பிக் கொடுக்க விரும்புகிறோம். எதிர்காலத்தில் ஏதேனும் ஒரு மென்பொருள் தீர்வு உங்களுக்குத் தேவைப்பட்டால், எங்களை வந்து பாருங்கள்,' என்று கூறினேன்.

"84,000 டாலர்கள் மதிப்பு வாய்ந்த ஒப்பந்தத்தை ரத்து செய்துவிட்டு அங்கிருந்து நான் வெளியேறினேன். இது கிட்டத்தட்ட ஒரு பொருளாதாரத் தற்கொலைதான். ஆனால், இந்தக் கொள்கை உண்மையானதாக இருந்தால், காலப்போக்கில் அது என்னிடம் திரும்பி வந்து எனக்குப் பெரும் பலனைக் கொடுக்கும் என்று நான் நம்பினேன்.

"மூன்று மாதங்களுக்குப் பிறகு, அந்த வங்கியின் புதிய தலைவர் என்னை அழைத்தார். 'என்னுடைய டேட்டா ப்ராசசிங் முறையில் நான் மாறுதல்களைச் செய்ய விரும்புகிறேன். நான் உங்களுடன் பரிவர்த்தனை செய்து கொள்ள விரும்புகிறேன்,' என்று கூறி, 240,000 டாலர்கள் மதிப்பு வாய்ந்த ஓர் ஒப்பந்தத்தில் அவர் கையெழுத்திட்டார்."

ஒரு சகசார்பு யதார்த்தத்தில் 'எனக்கும் வெற்றி, உனக்கும் வெற்றி' அணுகுமுறைக்குக் குறைவான எதுவும், நீண்டகால உறவில் எந்தவிதமான நேர்மறையான தாக்கத்தையும் ஏற்படுத்தாது. தாக்கத்தின் விலையை நாம் கவனமாகக் கருத்தில் கொள்ள வேண்டியது அவசியம். ஓர் உண்மையான 'எனக்கும் வெற்றி, உனக்கும் வெற்றி' தீர்வை உங்களால் அடைய முடியாவிட்டால், எந்தப் பரிவர்த்தனையும் செய்து கொள்ளாமல் இருப்பதுதான் சிறந்த தீர்வாக இருக்க முடியும்.

'எனக்கும் வெற்றி, உனக்கும் வெற்றி,' இல்லையென்றால் எந்தப் பரிவர்த்தனையும் இல்லை என்ற அணுகுமுறை குடும்ப உறவில் அளப்பரிய உணர்ச்சிரீதியான சுதந்திரத்தைக் கொடுக்கிறது. தொலைக்காட்சியில் ஒரு குறிப்பிட்டத் திரைப்படத்தைப் பார்ப்பதற்கு அனைவராலும் ஒப்புக் கொள்ள முடியவில்லை என்றால், அவர்கள் அனைவருமே வேறு ஏதேனும் செய்து தங்கள் நேரத்தை இனிமையாகக் கழிக்கலாம். சிலருக்கு மனவருததத்தை ஏற்படுத்துகின்ற ஒன்றைச் செய்வதற்குப் பதிலாக, வேறு எதையேனும் செய்வது குடும்ப உறவில் நேர்மறையான தாக்கத்தை ஏற்படுத்தும்.

என்னுடைய தோழி ஒருவரின் குடும்பத்தில், குடும்ப உறுப்பினர்கள் அனைவருமாகச் சேர்ந்து பாடுவதில் பல வருடங்களாக ஈடுபட்டிருந்தனர். அவரது குழந்தைகள் சிறுவர்களாக இருந்தபோது, என் தோழிதான் இசையை ஏற்பாடு செய்து, உடைகளை வடிவமைத்து, பியோனோ வாசித்து, இசை நிகழ்ச்சிகளை இயக்கி நடத்தி வந்தார்.

அவரது குழந்தைகள் வளர்ந்த பிறகு, இசையில் அவர்களுக்கு இருந்த ரசனை மாறத் துவங்கியது. தாங்கள் உடுத்தவிருந்த உடைகளையும், தாங்கள் பாடவிருந்த பாடல்களையும் தேர்ந்தெடுப்பதில் அவர்களும் பங்கு கொள்ள விரும்பினர். என் தோழியின் இயக்கத்திற்கு அவர்கள் சரியான ஒத்துழைப்பைக் கொடுக்கவில்லை.

இசை நிகழ்ச்சிகளை நடத்துவதில் அவருக்குப் பல வருட அனுபவங்கள் இருந்ததாலும், நிகழ்ச்சி நடக்கவிருந்த முதியோர் இல்லத்தில் இருந்த வயதானவர்களின் தேவைகளை அவர் நன்றாக அறிந்திருந்ததாலும், தனது குழந்தைகள் பரிந்துரைத்தப் பல யோசனைகள் அந்த நிகழ்ச்சிக்குப் பொருத்தமற்றவையாக இருந்ததாக அவர் எண்ணினார். அதே நேரத்தில், தன் குழந்தைகள் தங்களை வெளிப்படுத்தி கொள்ள வேண்டிய அவசியத்தையும், தீர்மானங்களை மேற்கொள்வதில் அவர்களும் பங்கு வகிக்க வேண்டியதன் அவசியத்தையும் அவர் அங்கீகரித்தார்.

எனவே 'எனக்கும் வெற்றி, உனக்கும் வெற்றி,' இல்லையென்றால் எந்தப் பரிவர்த்தனையும் இல்லை என்ற அணுகுமுறையை அவர்

தேர்ந்தெடுத்தார். எல்லோரும் நல்லவிதமாக உணரக்கூடிய ஓர் ஒப்பந்தத்தை உருவாக்கத் தான் விரும்புவதாகவும், அப்படி நடைபெறாத பட்சத்தில் அனைவரும் தத்தம் திறமைகளை வெளிப்படுத்திக் கொள்வதற்கான வேறு வழிகளைக் கண்டறிய வேண்டியிருக்கும் என்றும் அவர் தன் குழந்தைகளிடம் கூறினார். அதன் விளைவாக, ‘எனக்கும் வெற்றி, உனக்கும் வெற்றி’ என்ற சூழ்நிலையை உருவாக்கும் நோக்கத்தில் அனைவரும் இணைந்து செயல்பட்டனர். தங்களது உணர்வுகளும் கருத்துக்களும் ஏற்றுக் கொள்ளப்படுகின்றவோ இல்லையோ, எந்தவிதமான மனக்கசப்பும் ஏற்படாது என்பதை அவர்கள் அறிந்திருந்ததால், அவர்கள் சுதந்திரமாகத் தங்களது கருத்துக்களையும் உணர்வுகளையும் வெளிப்படுத்தினர்.

‘எனக்கும் வெற்றி, உனக்கும் வெற்றி,’ இல்லையென்றால் எந்தப் பரிவர்த்தனையும் இல்லை என்ற அணுகுமுறை ஒரு வியாபார உறவின் துவக்கத்திலோ அல்லது ஒரு தொழிலின் துவக்கத்திலோ மிகவும் யதார்த்தமானதாக உள்ளது. தொடர்ந்து கொண்டிருக்கும் ஒரு வியாபார உறவில், ‘எந்தப் பரிவர்த்தனையும் இல்லை’ அணுகுமுறை ஒரு பொருத்தமான தேர்ந்தெடுப்பாக இருக்க முடியாது. இது தீவிரமான பிரச்சனைகளை உருவாக்கக்கூடும். குறிப்பாக, குடும்ப வியாபாரங்களிலோ அல்லது நட்பின் அடிப்படையில் துவக்கப்பட்ட வியாபாரங்களிலோ இந்த அணுகுமுறை சரிப்பட்டு வராது.

உறவைக் காப்பாற்ற வேண்டும் என்ற முயற்சியில், மக்கள் வருடக்கணக்கில் பல விஷயங்களை சகித்துக் கொண்டு தொழிலை நடத்துகின்றனர். ‘எனக்கும் வெற்றி, உனக்கும் வெற்றி’ என்று அவர்கள் பேசினாலும், ‘எனக்கு வெற்றி, உனக்குத் தோல்வி’ அல்லது ‘எனக்குத் தோல்வி, உனக்கு வெற்றி’ என்பதுதான் அவர்களது சிந்தனைப் போக்காக உள்ளது. இது தொழில்களுக்கும், அதில் ஈடுபட்டுவர்களுக்கும் தீவிரமான பிரச்சனைகளை உருவாக்குகிறது. குறிப்பாக, அவர்களுடைய போட்டியாளர்கள் ‘எனக்கும் வெற்றி, உனக்கும் வெற்றி’ அணுகுமுறையையும் கூட்டாற்றல் முயற்சியையும் கடைபிடித்து இயங்கும்போது பிரச்சனைகள் மிகவும் தீவிரமடைகின்றன.

‘எந்தப் பரிவர்த்தனையும் இல்லை’ என்ற அணுகுமுறை இல்லாமல், அப்படிப்பட்டப் பல வியாபாரங்கள் வெறுமனே சீரழிந்து போகின்றன அல்லது தோற்றுப் போகின்றன அல்லது அனுபவமுள்ள, தகுதியுள்ள மேலாளர்களிடம் ஒப்படைக்கப்படுகின்றன. ஒரு குடும்பத் தொழிலை உருவாக்கும்போதோ அல்லது நண்பர்களாகச் சேர்ந்து ஒரு தொழிலை உருவாக்கும்போதோ, காலப்போக்கில் ‘எந்தப் பரிவர்த்தனையும் இல்லை’ என்ற அணுகுமுறை கடைபிடிக்கப்படுவதற்கான சாத்தியக்கூறு உள்ளது என்பதை முன்கூட்டியே தெரிவித்துவிடுவதும், உறவுகளை நிரந்தரமாக பாதிக்காத வண்ணம் வியாபாரம் தழைப்பதற்கு உதவும் வகையில் சில வகையான வாங்கல்/விற்றல் ஒப்பந்தத்தை நிறுவுவதும் சிறந்த நடவடிக்கைகள் என்பது அனுபவங்கள் வாயிலாகத் தெரியவரும் உண்மைகள்.

'எந்தப் பரிவர்த்தனையும் இல்லை' என்ற அணுகுமுறை பொருந்தாத சில உறவுகள் நிச்சயமாக இருக்கின்றன. என் குழந்தையையோ அல்லது என் வாழ்க்கைத் துணைவரையோ கைவிட்டுவிட்டு, 'எந்தப் பரிவர்த்தனையும் இல்லை' என்ற அணுகுமுறையை நான் ஒருபோதும் தேர்ந்தெடுக்க மாட்டேன். (தேவைப்பட்டால், அவர்களுடன் சமரசம் செய்து கொள்வேன். இது 'எனக்கும் வெற்றி, உனக்கும் வெற்றி' அணுகுமுறையின் தாழ்ந்த வடிவம்.) ஆனால் பல விஷயங்களில், முழுமையான 'எனக்கும் வெற்றி, உனக்கும் வெற்றி' மனப்போக்கு அல்லது 'எந்தப் பரிவர்த்தனையும் இல்லை' மனப்போக்குடன் பேச்சுவார்த்தைக்குள் நுழைவது சாத்தியம்தான். அந்த மனப்போக்கு தரும் சுதந்திரம் நம்புதற்கரியது.

'எனக்கும் வெற்றி, உனக்கும் வெற்றி' மனப்போக்கின் ஐந்து பரிமாணங்கள்

'எனக்கும் வெற்றி, உனக்கும் வெற்றி' சிந்தனைதான் மனித உறவுகளுக்கு முக்கியத்துவம் கொடுக்கும் தலைமைத்துவத்தின் பழக்கம். மனிதர்களுக்கே உரிய சுயவிழிப்புணர்வு, கற்பனை, மனசாட்சி, மற்றும் தேர்ந்தெடுப்பதற்கான சுதந்திரம் ஆகியவற்றை மற்றவர்களுடனான நமது உறவில் செயல்படுத்துவதை இது உள்ளடக்கியுள்ளது. பரஸ்பரக் கற்றல், பரஸ்பரத் தாக்கம், பரஸ்பர நன்மைகள் ஆகியவையும் இதில் அடங்கும்.

இந்தப் பரஸ்பர நன்மைகளை உருவாக்குவதற்கு அதிகத் துணிச்சலும் சிந்தனையும் தேவை, குறிப்பாக, 'எனக்கு வெற்றி, உனக்குத் தோல்வி' மனப்பான்மை ஆழமாக ஊறிப் போயுள்ள மக்களுடன் நாம் பரிவர்த்தனையில் ஈடுபடும்போது.

அதனால்தான் இப்பழக்கம் மனித உறவுகளுக்கு முக்கியத்துவம் கொடுக்கும் தலைமைத்துவக் கொள்கைகளை உள்ளடக்கியுள்ளது. இந்த வகையான தலைமைத்துவம் திறமையாகச் செயல்படுவதற்கு முன்னோக்கு, முன்யோசனையுடன்கூடிய தன்முனைப்பு ஆகியவற்றுடன், கொள்கையை மையமாகக் கொண்ட தனிமனிதத் தலைமைத்துவத்தில் இருந்து வரும் பாதுகாப்பு, வழிகாட்டுதல், அறிவு, மற்றும் சக்தி ஆகியவையும் தேவை.

'எனக்கும் வெற்றி, உனக்கும் வெற்றி' கோட்பாடு நம்முடைய அனைத்துக் கருத்துப் பரிமாற்றங்களிலும் நாம் வெற்றி பெறுவதற்கு அடிப்படையானது. வாழ்வின் ஐந்து சகசார்புப் பரிமாணங்களை அது அரவணைத்துக் கொள்கிறது. அது குணநலன்களில் துவங்கி, உறவுகளை நோக்கி நகர்கிறது. உடன்படிக்கைகள் அதிலிருந்து பிறக்கின்றன. 'எனக்கும் வெற்றி, உனக்கும் வெற்றி' அணுகுமுறையின் அடிப்படையில் அமைந்துள்ள கட்டமைப்புகளையும் முறைமைகளையும் கொண்டுள்ள ஒரு சூழலில் இது பேணி வளர்க்கப்படுகிறது. மேலும், இது செயல்முறையை உள்ளடக்கியது. 'எனக்கு வெற்றி, உனக்குத் தோல்வி' அணுகுமுறை அல்லது 'எனக்குத் தோல்வி, உனக்கு வெற்றி' அணுகுமுறையைப் பின்பற்றி, 'எனக்கும் வெற்றி, உனக்கும் வெற்றி ' விளைவுகளை நம்மால் பெற முடியாது.

இந்த ஐந்து பரிமாணங்களும் எவ்வாறு ஒன்றோடொன்று தொடர்பு கொண்டுள்ளன என்று கீழ்க்கண்ட வரைபடம் நமக்குக் காட்டுகிறது:

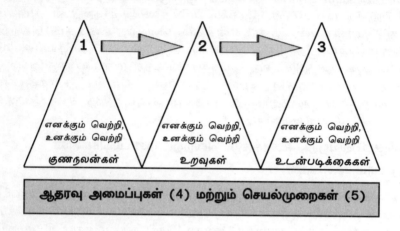

இப்போது இந்த ஐந்து பரிமாணங்களையும் ஒவ்வொன்றாகப் பார்க்கலாம்.

குணநலன்கள்

குணநலன்கள்தான் 'எனக்கும் வெற்றி, உனக்கும் வெற்றி' மனப்போக்கின் அடிப்படை. மற்ற அனைத்தும் இந்த அடிப்படையில்தான் உருவாகின்றன. 'எனக்கும் வெற்றி, உனக்கும் வெற்றி' கருத்துக் கண்ணோட்டத்திற்கு மூன்று குணநலன்கள் இன்றியமையாதவை.

நாணயம்: நாணயம் என்பது நம்மீது நாம் வைக்கும் மதிப்பு என்று நாம் ஏற்கனவே வரையறுத்துள்ளோம். 1வது, 2வது, மற்றும் 3வது பழக்கங்கள் நாணயத்தை உருவாக்கவும், அதைப் பராமரிக்கவும் நமக்கு உதவுகின்றன. நம்முடைய மதிப்பீடுகளை அடையாளம் கண்டுகொண்டு, அன்றாட அடிப்படையில் அந்த மதிப்பீடுகளைச் சுற்றி முன்யோசனையுடன் நாம் ஒழுங்கமைத்துக் கொள்ளும்போது, அர்த்தமுள்ள வாக்குறுதிகளைக் கொடுத்து, அவற்றைக் காப்பாற்றுவதன் மூலம் சுயவிழிப்புணர்வையும் தேர்ந்தெடுப்பதற்கான சுதந்திரத்தையும் நாம் உருவாக்குகிறோம்.

வெற்றி என்பது உண்மையிலேயே எதை உள்ளடக்கியது என்பதையும், எது நமது உள்ளார்ந்த மதிப்பீடுகளுடன் இணக்கமாக உள்ளது என்பதையும் நாம் ஆழமாக அறிந்திருக்காவிட்டால், நம்முடைய வாழ்வில் நம்மால் வெற்றியை நோக்கி நடைபோட முடியாது. நாம் நமக்கும் பிறருக்கும் வாக்குறுதிகளை அளித்து, நம்மால் அவற்றை

நிறைவேற்ற முடியாவிட்டால், நமது வாக்குறுதிகள் அர்த்தமற்றவை ஆகிவிடுகின்றன. நமக்கும் அது தெரியும், மற்றவர்களும் அதை அறிந்துள்ளனர். நம்முடைய போலித்தனத்தை உணர்ந்து கொண்டு, அவர்கள் தங்களைத் தற்காத்துக் கொள்வதில் ஈடுபடுவர். அங்கு நம்பிக்கையின் எந்த அடித்தளமும் இருக்காது. 'எனக்கும் வெற்றி, உனக்கும் வெற்றி' ஒரு பலனற்ற, மேலோட்டமான உத்தியாக ஆகிவிடும். நாணயம்தான் ஓர் அடித்தளத்தின் மூலைக்கல்.

பக்குவம்: பக்குவம் என்பது துணிச்சலுக்கும் கரிசனத்திற்கும் இடையேயான சமநிலையாகும். பக்குவத்திற்கான இந்த வரையறையை நான் முதன்முதலில் 1955ம் ஆண்டில் ஓர் அற்புதமான பேராசிரியரிடமிருந்து கற்றேன். அவரது பெயர் ரேன்ட் சக்ஸேனியன். ஹார்வர்டு பிசினஸ் ஸ்கூலில் அவரிடம் நான் பயின்றேன். உணர்ச்சிரீதியான பக்குவத்திற்கான மிகவும் எளிமையான, அருமையான, நடைமுறைக்கு உகந்த, ஆழமான வரையறையை அவர் கற்றுக் கொடுத்தார். "பக்குவம் என்பது மற்றவர்களுடைய எண்ணங்களையும் உணர்வுகளையும் சமநிலையில் கருத்தில் கொண்டு, தனது சொந்த உணர்வுகளையும் உறுதியான நம்பிக்கைகளையும் வெளிப்படுத்துவதற்கான ஒருவரது திறன்," என்று அவர் கூறினார்.

ஒருவரைப் பணிநியமனம் செய்வதற்கும், ஒருவருக்குப் பதவி உயர்வு அளிப்பதற்கும், பயிற்சியளிப்பதற்கும் பயன்படுத்தப்படுகின்ற பல உளவியல் பரிசோதனைகளை நீங்கள் ஆய்வு செய்தால், இந்த வகையான பக்குவத்தை மதிப்பிடுவதற்காகவே அவை வடிவமைக்கப்பட்டுள்ளதை நீங்கள் காண்பீர்கள். மனித உறவுகள், நிர்வாகம், மற்றும் தலைமைத்துவக் கோட்பாட்டில், துணிச்சல் மற்றும் கரிசனம் ஆகிய பண்புநலன்களுக்கான மதிப்பு ஆழமாகப் பதிந்துள்ளது. உற்பத்தி/உற்பத்தித் திறனை முழுவதுமாக உள்ளடக்கியது அது. துணிச்சலின் கவனம் பொன் முட்டையில் இருந்தாலும். கரிசனத்தின் கவனம் அதில் சம்பந்தப்பட்டுள்ளவர்களின் நீண்டகால நலனின்மீதுதான் உள்ளது. இவர்கள் அனைவரின் வாழ்க்கைத் தரத்தையும் அதிகரிப்பதுதான் ஒரு தலைவரின் அடிப்படை வேலை.

பலர் இருமை இயல்பின் அடிப்படையில் சிந்திக்கின்றனர். நீங்கள் இனிமையானவராக இருந்தால், நீங்கள் உறுதியானவர் அல்ல என்று அவர்கள் நினைக்கின்றனர். ஆனால் 'எனக்கும் வெற்றி, உனக்கும் வெற்றி' மனப்போக்கு இனிமையானதாகவும், உறுதியானதாகவும் உள்ளது. 'எனக்கு வெற்றி, உனக்குத் தோல்வி' மனப்போக்கைவிட இது இரு மடங்கு உறுதியானதாக இருக்கிறது. 'எனக்கும் வெற்றி, உனக்கும் வெற்றி' அணுகுமுறையைப் பின்பற்றுவதற்கு நீங்கள் இனிமையானவராக இருந்தால் மட்டும் போதாது, துணிச்சல் மிக்கவராகவும் இருக்க வேண்டும். நீங்கள் புரிதலுடன் இருந்தால் மட்டும் போதாது, உறுதியானவராகவும் இருக்க வேண்டும். அடுத்தவர்கள் குறித்துக் கரிசனமாகவும், அவர்களுடைய உணர்ச்சிகளுக்கு மதிப்புக் கொடுப்பவராகவும் இருந்தால் மட்டும் போதாது, நீங்கள் துணிச்சல்

மிக்கவராகவும் இருக்க வேண்டும். உங்கள் துணிச்சலுக்கும் கரிசனத்திற்கும் இடையே சமநிலையை அடைவதுதான் உண்மையான பக்குவத்தின் ஜீவநாடி. 'எனக்கும் வெற்றி, உனக்கும் வெற்றி' அணுகுமுறைக்கான அடிப்படை அதுதான்.

நான் அதிக அளவு துணிச்சலுடனும், குறைந்த அளவு கரிசனத்துடனும் இருந்தால், என் சிந்தனை எவ்வாறு அமைந்திருக்கும்? 'எனக்கு வெற்றி, உனக்குத் தோல்வி' என்றுதான் நான் சிந்திப்பேன். நான் வலிமையானவனாகவும் அகங்காரம் கொண்டவனாகவும் இருப்பேன். என்னுடைய நம்பிக்கைகளில் நான் துணிச்சலாக இருப்பேன், ஆனால் உங்களுடைய நம்பிக்கைகளைப் பற்றி அவ்வளவு அக்கறை கொண்டிருக்க மாட்டேன்.

என்னிடம் உள்ளார்ந்த பக்குவமும் உணர்ச்சிரீதியான வலிமையும் இல்லாததை ஈடுகட்டுவதற்கு, என்னுடைய பதவி, அதிகாரம், தகுதிகள், பதவி அனுபவம், சார்பு ஆகியவற்றிலிருந்து நான் வலிமையைக் கடன் வாங்கக்கூடும்.

நான் அதிக அளவு கரிசனத்துடனும், குறைந்த அளவு துணிச்சலுடனும் இருந்தால், 'எனக்குத் தோல்வி, உனக்கு வெற்றி' என்று யோசிப்பேன். உங்களுடைய நம்பிக்கைகள் மற்றும் விருப்பங்களை அதிகமாகக் கருத்தில் கொள்வேன். ஆனால் என்னுடைய சொந்த நம்பிக்கைகளையும் விருப்பங்களையும் வெளிப்படுத்துவதற்கும் மெய்ப்படுத்துவதற்குமான துணிச்சல் என்னிடம் இருக்காது.

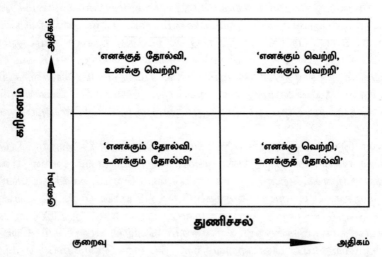

உயர்ந்த துணிச்சலும் கரிசனமும் 'எனக்கும் வெற்றி, உனக்கும் வெற்றி' மனப்போக்கிற்கு மிகவும் இன்றியமையாதவை. இவற்றுக்கிடையேயான சமநிலைதான் உண்மையான பக்குவத்தின் அடையாளச் சின்னம். அது என்னிடம் இருந்தால், என்னால் காதுகொடுத்துக் கேட்க முடியும், கரிசனத்துடன் புரிந்து கொள்ள முடியும். அதே நேரத்தில், துணிச்சலோடு மற்றவர்களிடம் நேருக்கு நேர் விவாதிக்கவும் முடியும்.

அபரிமித மனப்போக்கு

'எனக்கும் வெற்றி, உனக்கும் வெற்றி' அணுகுமுறைகான மூன்றாவது இன்றியமையாத பண்புநலன் அபரிமித மனப்போக்கு. எல்லோருக்கும் தேவையான அளவுக்கு இங்கு எல்லாமே அபரிமிதமாக உள்ளது என்ற கருத்துக் கண்ணோட்டம் அது.

பெரும்பாலான மக்களிடம் பற்றாக்குறை மனப்போக்கு ஆழமாக வேரூன்றியுள்ளது. வாழ்க்கையைப் பற்றாக்குறை நிறைந்ததாக அவர்கள் பார்க்கின்றனர். யாரேனும் ஒருவருக்கு ஒரு வளத்தின் பெரும்பகுதி கிடைத்துவிட்டால், மற்றவர்களுக்கு மிகக் குறைவாகவே அது கிடைக்கும் என்று அவர்கள் கருதுகின்றனர்.

பற்றாக்குறை மனப்பான்மை கொண்ட மக்கள், அங்கீகாரம், புகழ், அதிகாரம் அல்லது லாபத்தை, உற்பத்தியில் தங்களுக்கு உதவிய மக்களுடன் பகிர்ந்து கொள்வதற்குக்கூட மிகவும் சிரமப்படுகின்றனர். மற்றவர்களின் வெற்றியைக் கண்டு மகிழ்வதுகூட அவர்களுக்குக் கடினமாக உள்ளது. குறிப்பாக, தங்கள் சொந்தக் குடும்ப உறுப்பினர்கள் அல்லது நெருங்கிய நண்பர்கள் மற்றும் கூட்டாளிகளுக்குக் கிடைக்கும் வெற்றியை அவர்களால் அவ்வளவு எளிதில் ஜீரணிக்க முடிவதில்லை. வேறொருவர் ஒரு மகத்தான விஷயத்தைச் சாதித்தாலோ அல்லது ஒரு சிறப்பான அங்கீகாரத்தைப் பெற்றாலோ, தங்களிடமிருந்து ஏதோ ஒன்று பறிக்கப்பட்டுள்ளதாக இவர்கள் நினைக்கின்றனர்.

மற்றவர்களின் வெற்றிக்கு அவர்கள் உதடுகள்தான் பாராட்டுக்களை வெளிப்படுத்துமே தவிர, உள்ளூர அவர்கள் குமுறிக் கொண்டிருப்பர். மற்றவர்களுடன் ஒப்பிடப்படுவதிலிருந்து அவர்கள் தங்கள் மதிப்பை வரையறுப்பதால், வேறொருவருக்குக் கிடைக்கும் வெற்றி ஒரு விதத்தில் தங்களுக்குக் கிடைத்துள்ள தோல்வி என்பதாக அவர்கள் பார்க்கின்றனர். ஒரு வகுப்பில் ஒரு மாணவனால் மட்டுமே முதலிடத்தைப் பெற முடியும். ஒரு விளையாட்டுப் போட்டியில் ஒருவரால் மட்டுமே வெற்றி வாகை சூட முடியும். 'வெற்றி' பெறுவது என்பது மற்றவரைத் 'தோற்கடிப்பது' என்று அர்த்தம்.

பற்றாக்குறை மனப்போக்கைக் கொண்ட மக்கள், மற்றவர்களுக்கு துரதிர்ஷ்டம் ஏற்பட வேண்டும் என்று இரகசியமாக விரும்புவர். அது கொடூரமான துரதிர்ஷ்டமாக இருக்க வேண்டியதில்லை, அவர்கள் வெற்றி பெறக்கூடாது, அவ்வளவுதான். இத்தகைய மக்கள் தங்களை எப்போதும் மற்றவர்களுடன் ஒப்பிட்டுக் கொண்டும், அவர்களுடன் போட்டி போட்டுக் கொண்டும் இருக்கின்றனர். இவர்கள் தங்கள் மதிப்பை அதிகரித்துக் கொள்வதற்காக, பொருட்களைக் கைவசப்படுத்துவதிலும், அடுத்தவர்களுடன் ஒப்பிடுவதிலும் தங்கள் ஆற்றல்களைச் செலவிடுகின்றனர்.

தங்கள் விருப்பப்படி மற்றவர்கள் இருக்க வேண்டும் என்று இவர்கள் விரும்புகின்றனர். தங்களைக் கேள்வி கேட்காத, தங்களைவிட பலவீனமான, தங்களுக்கு 'ஆமாம்' போடுகின்ற மக்கள் தங்களைச் சுற்றி இருக்கும்படி பார்த்துக் கொள்கின்றனர்.

ஒருவரது பலம் அடுத்தவரது பலவீனத்தை இட்டு நிரப்பக்கூடிய விதத்தில் இயங்கும் குழுவில், பற்றாக்குறை மனப்போக்கைக் கொண்ட மக்களால் உறுப்பினர்களாக இருக்க முடியாது. குழுவினரிடையே உள்ள வேறுபாடுகளை, அடிபணிந்து போவது மற்றும் விசுவாசமின்மை ஆகியவற்றின் அடையாளங்களாக இவர்கள் பார்க்கின்றனர்.

மறுபுறம், அபரிமிதமான மனப்போக்கு ஓர் ஆழமான, உள்ளார்ந்த தனிப்பட்ட மதிப்பு மற்றும் பாதுக்காப்புணர்வில் இருந்து வருகிறது. எல்லாம் ஏராளமாக உள்ளது, எல்லோருக்கும் போதுமானதாக உள்ளது என்ற கருத்துக் கண்ணோட்டம் அது. கௌரவம், அங்கீகாரம், லாபங்கள், தீர்மானம் மேற்கொள்ளுதல் ஆகியவற்றைப் பகிர்ந்து கொள்வதை இந்த மனப்போக்கு நிகழ்த்துகிறது. அதோடு, சாத்தியக்கூறுகளையும், தேர்ந்தெடுப்புகளையும், மாற்றுகளையும், படைப்புத்திறனையும் திறந்துவிடுகிறது.

இந்த மனப்போக்கு, 1வது, 2வது, மற்றும் 3வது பழக்கங்களின் தனிப்பட்ட மகிழ்ச்சி, திருப்தி, மற்றும் மனநிறைவு ஆகியவற்றை எடுத்து, அவற்றை வெளிநோக்கிச் செலுத்தி, மற்றவர்களின் தனித்துவத்தையும், உள்ளார்ந்த வழிகாட்டுதலையும், முன்யோசனையுடன் செயல்படும் இயல்பையும் பாராட்டுகிறது. இணைந்து செயல்படுவதில் உள்ள நேர்மறையான வளர்ச்சி மற்றும் உருவாக்கத்திற்கான எல்லையற்ற சாத்தியக்கூறுகளை அங்கீகரித்து, புதிய மூன்றாவது மாற்றுகளை இது உருவாக்குகிறது.

பொது வெற்றி என்பது அடுத்தவர்களுக்கு எதிராகப் பெறும் வெற்றி என்று அர்த்தமாகாது. சம்பந்தப்பட்ட அனைவருக்கும் பரஸ்பர நன்மையைக் கொண்டு வருகின்ற ஓர் ஆற்றல்மிக்கக் கருத்துப் பரிமாற்றத்தில் ஏற்படும் வெற்றிதான் அது. பொது வெற்றி என்பது, தனித்து இயங்குவதில் சாதிக்க முடியாத விஷயங்களை, அனைவருமாக இணைந்து செயல்பட்டு, இணைந்து கருத்துக்களைப் பரிமாறி சாதிப்பது என்று அர்த்தம். பொது வெற்றியானது அபரிமித மனப்போக்குக் கருத்துக் கண்ணோட்டத்தின் ஒரு விளைவுதான்.

நாணயம், பக்குவம், மற்றும் அபரிமித மனப்போக்கு ஆகியவற்றைச் செழிப்பாக உள்ளடக்கிய ஒரு குணநலன், மனித உறவுகளைப் பேணி வளர்ப்பதில் உத்திகளுக்கு அப்பாற்பட்ட ஓர் உண்மைத்தன்மையைக் கொண்டுள்ளது.

'எனக்கு வெற்றி, உனக்குத் தோல்வி' மனப்போக்கைக் கொண்ட மக்கள் 'எனக்கும் வெற்றி, உனக்கும் வெற்றி' குணநலனை உருவாக்குவதற்கு, உண்மையிலேயே 'எனக்கும் வெற்றி, உனக்கும் வெற்றி' சிந்தனையைக் கொண்டுள்ள ஒருவருடன் தொடர்பு கொள்வது குறிப்பாக உதவுவதை நான் கண்டுள்ளேன். 'எனக்கு வெற்றி, உனக்குத் தோல்வி' அல்லது பிற தத்துவங்களில் மக்கள் ஆழமாக ஊறிப் போயுள்ளபோது, 'எனக்கும் வெற்றி, உனக்கும் வெற்றி' மனப்போக்கு எவ்வாறு செயல்படுகிறது என்பதைப் பார்ப்பதற்கும் அனுபவிப்பதற்குமான வாய்ப்பு அவர்களுக்கு அவ்வளவாக இருப்பதில்லை. 'எனக்கும் வெற்றி, உனக்கும் வெற்றி' மனப்போக்கைக்

கொண்ட மக்கள் குறித்துப் பரிச்சயம் பெறுவதற்கு, அன்வர் சாதத்தின் சுயசரிதையான 'இன் சர்ச் ஆஃப் ஐடென்டிட்டி' போன்ற உத்வேகமூட்டும் இலக்கியங்களைப் படிப்பதையும், 'சாரியட்ஸ் ஆஃப் ஃபயர்' போன்ற திரைப்படங்களைப் பார்ப்பதையும் நான் உங்களுக்குப் பரிந்துரைக்கிறேன்.

ஆனால் ஒரு விஷயத்தை நினைவில் கொள்ளுங்கள்: நாம் வளர்க்கப்பட்டுள்ள விதம், நாம் கற்றுக் கொண்டுள்ள மனப்போக்குகள் மற்றும் நடத்தைகள் ஆகியவற்றைத் தாண்டி நமக்குள் சென்று நாம் ஆழமாகத் தேடிப் பார்த்தால், 'எனக்கும் வெற்றி, உனக்கும் வெற்றி' மனப்போக்கும் பிற அனைத்து சரியான கொள்கைகளுக்குமான நிரூபணம் நம்முடைய சொந்த வாழ்வில் இருப்பதை நம்மால் காண முடியும்.

உறவுகள்

குணநலன்கள் என்ற அடித்தளத்திலிருந்து 'எனக்கும் வெற்றி, உனக்கும் வெற்றி' உறவுகளை நாம் உருவாக்குகிறோம், பராமரிக்கிறோம். நம்பிக்கை, அதாவது, உணர்ச்சிரீதியான வங்கிக் கணக்குதான் 'எனக்கும் வெற்றி, உனக்கும் வெற்றி' அணுகுமுறையின் ஜீவநாடி. நம்பிக்கை இல்லையென்றால், விட்டுக் கொடுத்துப் போவதுதான் நம்மால் செய்ய முடிந்த அடுத்தச் சிறந்த காரியம். நம்பிக்கை இல்லாதபோது, வெளிப்படையான பரஸ்பரக் கற்றறிதலுக்கும், கருத்துப் பரிமாற்றத்திற்கும், உண்மையான படைப்புத் திறனுக்குமான நம்பகத்தன்மை நம்மிடம் இருப்பதில்லை.

ஆனால் நமது உணர்ச்சிரீதியான வங்கிக் கணக்கில் உள்ள வைப்பு மிக அதிகமாக இருந்தால், நம்பகத்தன்மை ஒரு பிரச்சனையே அல்ல. நாம் இருவரும் ஒருவரை ஒருவர் ஆழமாக மதிக்கிறோம் என்பதை அறியும் அளவுக்குப் போதுமான அளவு அதில் ஏற்கனவே முதலீடு செய்யப்பட்டுள்ளது. நாம் இப்போது விவகாரங்களின்மீது கவனம் செலுத்துகிறோம், ஆளுமைகளிலோ அல்லது நிலைகளிலோ அல்ல.

நம் இருவருக்கும் இடையே பரஸ்பர நம்பிக்கை இருப்பதால், நாம் வெளிப்படையாக இருக்கிறோம். நமது பிரச்சனைகளை நாம் வெளிப்படையாக முன்வைக்கிறோம். விஷயங்களை நாம் வித்தியாசமாகப் பார்த்தாலும், நாம் முன்பு பார்த்த இளம் பெண்ணை நான் விவரிக்கும்போது மதிப்போடு நீங்கள் காதுகொடுத்துக் கேட்கிறீர்கள் என்பதையும், அந்த வயதான பெண்மணியைப் பற்றி நீங்கள் விவரிக்கும்போது நான் மதிப்போடு காதுகொடுத்துக் கேட்பேன் என்பது உங்களுக்குத் தெரியும் என்பதையும் நான் அறிவேன். நாம் இருவரும் பரஸ்பரம் அடுத்தவருடைய கருத்துக் கண்ணோட்டங்களை ஆழமாகப் புரிந்து கொள்வதற்கும், நம் இருவருக்கும் நன்மை பயக்கின்ற ஒரு கூட்டியக்கத் தீர்வை உருவாக்குவதற்கு நாம் இருவரும் இணைந்து செயல்படுவதற்கும் முயற்சிப்பதற்கு நம்மை நாம் அர்ப்பணித்துக் கொண்டுள்ளோம்.

வங்கிக் கணக்குகளின் வைப்பு அதிகமாக இருக்கின்ற, 'எனக்கும் வெற்றி, உனக்கும் வெற்றி' அணுகுமுறைக்கு இரு தரப்பினரும் ஆழமாகத் தங்களை அர்ப்பணித்துக் கொண்டுள்ள ஓர் உறவுதான் சக்திவாய்ந்த கூட்டியக்கத்திற்கான (6வது பழக்கம்) கச்சிதமான உந்துவிசையாகும். இந்த உறவு, தனது விவாகரங்களின் முக்கியத்துவத்தையோ யதார்த்தத்தையோ குறைப்பதில்லை, கண்ணோட்டங்களில் உள்ள வித்தியாசங்களையும் ஒதுக்குவதில்லை. ஆனால், ஆளுமையிலும் நிலையிலும் உள்ள வேறுபாடுகளில் வழக்கமாகக் குவிக்கப்படுகின்ற எதிர்மறை ஆற்றலைக் களைந்துவிட்டு, பிரச்சனைகளை முழுமையாகப் புரிந்து கொண்டு, அவற்றுக்குத் தீர்வு காண்பதில் கவனத்தைக் குவிக்கின்ற ஒரு நேர்மறையான, ஒத்துழைப்புடன்கூடிய ஆற்றலை உருவாக்குகிறது.

ஆனால் அப்படிப்பட்ட உறவு இல்லையென்றால் என்ன செய்வது? 'எனக்கும் வெற்றி, உனக்கும் வெற்றி' அணுகுமுறையைப் பற்றிக் கேள்விப்பட்டிராத, 'எனக்கு வெற்றி, உனக்குத் தோல்வி' அணுகுமுறை அல்லது வேறு தத்துவங்களில் ஊறிப் போயுள்ள ஒருவருடன் நீங்கள் ஓர் உடன்பாடு செய்து கொள்ள வேண்டியிருந்தால் என்ன செய்வது?

'எனக்கு வெற்றி, உனக்குத் தோல்வி' மனப்போக்கைக் கையாள்வதுதான் 'எனக்கும் வெற்றி, உனக்கும் வெற்றி' மனப்போக்கிற்கான சத்திய சோதனை. எந்தவொரு சூழலிலும் 'எனக்கும் வெற்றி, உனக்கும் வெற்றி' அவ்வளவு எளிதில் அடையப்படுவதில்லை. ஆழமான விவகாரங்களும் அடிப்படை வேறுபாடுகளும் கையாளப்பட வேண்டும். இரு தரப்பினரும் இது குறித்து அறிந்துள்ள நேரங்களிலும், தங்களை இதற்கு அர்ப்பணித்துள்ள சமயங்களிலும், அவர்களது உறவில் உணர்ச்சிரீதியான வங்கிக் கணக்கு உயர்வாக இருக்கும்போதும் இவற்றைக் கையாள்வது சுலபம்.

'எனக்கு வெற்றி, உனக்குத் தோல்வி' கருத்துக் கண்ணோட்டத்தில் இருந்து வருகின்ற ஒருவரை நீங்கள் கையாளும்போது, உறவுதான் இங்கு மிகவும் முக்கியம். உங்களுடைய செல்வாக்கு வட்டத்தில் நீங்கள் கவனம் குவிக்க வேண்டியது அவசியம். அடுத்தவர் குறித்தும், அவரது கண்ணோட்டம் குறித்தும் உண்மையான பணிவன்பு, மதிப்பு, மற்றும் பாராட்டு ஆகியவற்றை வெளிப்படுத்துவதன் மூலமாக, உணர்ச்சிரீதியான வங்கிக் கணக்கில் நீங்கள் அதிகமாக சேமிக்கிறீர்கள். உங்கள் இருவருக்கிடையே நடைபெறும் கருத்துப் பரிமாற்றத்தில் நீங்கள் தொடர்ந்து நீடிக்கிறீர்கள். நீங்கள் அதிகமாகவும் ஆழமாகவும் காதுகொடுத்துக் கேட்கிறீர்கள். பெரும் துணிச்சலுடன் நீங்கள் உங்களை வெளிப்படுத்துகிறீர்கள். முன்யோசனையுடன் செயல்படுவதற்கான வலிமையான குணநலனைத் தேடி உங்களுக்குள் ஆழமாகச் செல்கிறீர்கள். தீர்வு உங்கள் இருவருக்கும் பரஸ்பர நன்மை பயப்பதாகவும், பரஸ்பர வெற்றியைக் கொடுப்பதாகவும் இருப்பதை நீங்கள் உண்மையிலேயே விரும்புகிறீர்கள் என்பதை அடுத்தவர் உணரத் துவங்கும்வரை நீங்கள் தொடர்ந்து முயற்சித்துக் கொண்டே இருங்கள். உங்களது அந்த முயற்சியே உங்களுடைய வங்கிக் கணக்கில் அதிக முதலீட்டை ஏற்படுத்தும்.

நீங்கள் எவ்வளவு அதிக வலிமையானவராக இருக்கிறீர்களோ, உங்களது குணநலன்கள் அவ்வளவு அதிக உண்மையானவையாக இருக்கும், நீங்கள் மிக உயர்ந்த அளவு முன்யோசனையுடன் செயல்படுவீர்கள், 'எனக்கும் வெற்றி, உனக்கும் வெற்றி' தத்துவத்திற்கு உங்களை அதிகமாக அர்ப்பணிப்பீர்கள், அடுத்தவர்மீது உங்களுடைய தாக்கம் அவ்வளவு அதிகமாக இருக்கும். இது மனித உறவுகளுக்கு முக்கியத்துவம் கொடுக்கும் தலைமைத்துவத்திற்கான உண்மையான சோதனை. பரிவர்த்தனைத் தலைமைத்துவத்தைத் தாண்டி, பரிபூரண மாற்றத்தை ஏற்படுத்தும் தலைமைத்துவத்திற்குச் சென்று, சம்பந்தப்பட்டுள்ள தனிநபர்களையும், அவர்களது உறவையும் இது பரிபூரணமாக மாற்றுகிறது.

'எனக்கும் வெற்றி, உனக்கும் வெற்றி' என்ற கொள்கை, மக்கள் தங்கள் சொந்த வாழ்வில் நிரூபித்துப் பார்த்துக் கொள்ளத்தக்க ஒன்றாக இருப்பதால், உங்கள் இருவருக்கும் விருப்பமானதை அடைவதை நோக்கிச் செயல்படுவதன் மூலம், தங்களுக்கு விருப்பமானத்தைத் தங்களால் அதிகமாகப் பெற முடியும் என்ற உணர்தலைப் பெரும்பாலான மக்களுக்கு உங்களால் ஊட்ட முடியும். ஆனால் 'எனக்கு வெற்றி, உனக்குத் தோல்வி' மனப்பான்மையில் ஆழமாக ஊறிப் போயுள்ள ஒருசிலர் இருக்கத்தான் செய்வார்கள். 'எனக்கும் வெற்றி, உனக்கும் வெற்றி' சிந்தனை அவர்களுக்கு ஒருபோதும் ஏற்படாது. எனவே, 'எந்தப் பரிவர்த்தனையும் இல்லை' என்ற ஒரு விருப்பத்தேர்வு எப்போதும் உங்களுக்காக இருக்கிறது என்பதை நினைவில் கொள்ளுங்கள். சில சமயங்களில், 'எனக்கும் வெற்றி, உனக்கும் வெற்றி' அணுகுமுறையின் தாழ்ந்த வடிவமான 'விட்டுக் கொடுத்தல்' அணுகுமுறையை நீங்கள் தேர்ந்தெடுக்கக்கூடும்.

உணர்ச்சிரீதியான வங்கிக் கணக்கில் உள்ள வைப்பு மிக அதிகமாக இருக்கும்போதுகூட எல்லாத் தீர்மானங்களும் 'எனக்கும் வெற்றி, உனக்கும் வெற்றி' என்று அமையத் தேவையில்லை என்பதை உணர்ந்து கொள்வது அவசியம். மீண்டும், இங்கு உறவுதான் முக்கியம். எடுத்துக்காட்டாக, நீங்களும் நானும் சேர்ந்து செயல்படுவதாக வைத்துக் கொள்வோம். நீங்கள் என்னிடம் வந்து, "ஸ்டீபன், இந்தத் தீர்மானம் உங்களுக்குப் பிடிக்காது என்பதை நான் அறிவேன். ஆனால் அதை உங்களிடம் விளக்குவதற்கு எனக்கு நேரமில்லை. இந்தத் தீர்மானம் தவறு என்று நீங்கள் நினைப்பதற்கு அதிக சாத்தியக்கூறுகள் உள்ளன. ஆனாலும் அதை நீங்கள் ஆதரிப்பீர்களா?" என்று கேட்கிறீர்கள்.

நீங்கள் என்னிடம் ஒரு நேர்மறையான உணர்ச்சிரீதியான வங்கிக் கணக்கை வைத்திருந்தால், நான் நிச்சயமாக உங்களை ஆதரிப்பேன். உங்கள் தீர்மானம் சரி என்றும், என் கருத்து தவறு என்றும் நான் நினைப்பேன். உங்களுடைய தீர்மானம் நிறைவேற்றப்பட நான் உதவுவேன்.

ஆனால் உணர்ச்சிரீதியான வங்கிக் கணக்கு அங்கு இல்லையென்றால், நான் உணர்ச்சிவசப்பட்டு நடந்து கொண்டால், நான்

உங்கள் தீர்மானத்தை நிச்சயமாக ஆதரிக்க மாட்டேன். உங்கள் முகத்திற்கு நேராக நான் உங்களை ஆதரிக்க ஒப்புக் கொண்டாலும், நீங்கள் என்னிடமிருந்து சென்ற பிறகு நான் அது குறித்து உற்சாகமாக இருக்க மாட்டேன். உங்கள் தீர்மானம் வெற்றி பெறுவதற்குத் தேவையான முதலீட்டை நான் செய்ய மாட்டேன், "அது வேலை செய்யவில்லை. இப்போது நான் என்ன செய்ய வேண்டும் என்று நீங்கள் விரும்புகிறீர்கள்?" என்று நான் உங்களிடம் கேட்பேன்.

நான் அதிகமாக உணர்ச்சிவசப்படுபவனாக இருந்தால், உங்கள் தீர்மானத்தைத் தூக்கி எறிந்துவிட்டு, மற்றவர்களும் அவ்வாறு செய்வதற்குத் தேவையானவற்றை நான் செய்வேன். அல்லது நான் 'தீய எண்ணத்துடன் கீழ்ப்படிந்து' நடந்து கொண்டு, விளைவுகளுக்கு எந்தப் பொறுப்பும் ஏற்காமல், நீங்கள் கூறுவதை மட்டும் அப்படியே செய்வேன்.

இங்கிலாந்தில் நான் ஐந்து வருடங்கள் வாழ்ந்தபோது, அங்கிருந்த ரயில் கண்டக்டர்கள், காகிதத்தில் அச்சிடப்பட்டிருந்த விதிமுறைகள் மற்றும் செயல்முறைகளைப் பின்பற்றுவதில் 'தீய எண்ணத்துடன்கூடிய கீழ்ப்படிதலை'க் கடைபிடித்ததால் அந்த நாடு அவர்களிடம் இரண்டு முறை முற்றிலுமாக அடிபணிந்ததை நான் கண்டேன்.

எனவே, வெற்றியை சாத்தியமாக்குகின்ற உறவுகளில் முதலீடு செய்வதற்கான உண்மையான விருப்பத்திலிருந்துதான் 'எனக்கும் வெற்றி, உனக்கும் வெற்றி'யை நாம் அணுக வேண்டும்.

உடன்படிக்கைகள்

'எனக்கும் வெற்றி, உனக்கும் வெற்றி' அணுகுமுறைக்கு வரையறையையும் வழிகாட்டுதலையும் கொடுக்கின்ற உடன்படிக்கைகள் உறவுகளில் இருந்துதான் பிறக்கின்றன. இவை சில நேரங்களில் செயற்திறன் உடன்படிக்கைகள் அல்லது கூட்டாண்மை உடன்படிக்கைகள் என்று அழைக்கப்படுகின்றன.

'எனக்கும் வெற்றி, உனக்கும் வெற்றி' உடன்படிக்கைகள் சகசார்புக் கருத்துப் பரிமாற்றங்களை விரிவாக உள்ளடக்கியுள்ளன. 3வது பழக்கத்தில் இடம்பெற்றப் 'பசுமை மற்றும் தூய்மை' கதையில் ஒப்படைப்பைப் பற்றி நாம் பேசியபோது ஒரு முக்கியமான செயல்பாட்டைப் பற்றி விவாதித்தோம். அங்கு நாம் வழங்கிய அதே ஐந்து அம்சங்கள்தான் முதலாளிகளுக்கும் ஊழியர்களுக்கும் இடையேயும், பணித்திட்டங்களில் இணைந்து செயல்படுகின்ற சார்பற்ற மக்களுக்கு இடையேயும், ஒரு பொது நோக்கில் ஒத்துழைப்புடன் கவனம் செலுத்தும் மக்கட்குழுக்களுக்கு இடையேயும், நிறுவனங்களுக்கும் வினியோகிப்பாளர்களுக்கும் இடையேயும், ஒன்றை சாதிப்பதற்கு ஏதோ ஒரு வகையில் கருத்துப் பரிமாற்றத்தில் ஈடுபட வேண்டியுள்ள மக்களுக்கு இடையேயும் ஏற்படுகின்ற 'எனக்கும் வெற்றி, உனக்கும் வெற்றி' உடன்படிக்கைகளுக்கு ஒரு வடிவத்தை வழங்குகின்றன. எந்தவொரு சகசார்பு முயற்சியிலும் ஈடுபட்டுள்ள மக்களுக்கிடையே எதிர்பார்ப்புகளைத் தெளிவுபடுத்துவதற்கும், அவற்றைக் கையாள்வதற்குமான ஓர் ஆற்றல்மிக்க வழியை அவை உருவாக்குகின்றன.

'எனக்கும் வெற்றி, உனக்கும் வெற்றி' உடன்படிக்கையில், கீழ்க்கண்ட ஐந்து அம்சங்கள் வெளிப்படையாகவும் திட்டவட்டமாகவும் குறிப்பிடப்படுகின்றன:

விருப்பமான விளைவுகள் (வழிமுறைகள் அல்ல): என்ன செய்யப்பட வேண்டும், எப்போது செய்யப்பட வேண்டும் என்று கண்டுகொள்வது.

வழிகாட்டுதல்கள்: எந்தக் காரணிகளுக்குள் (கொள்கைகள், கோட்பாடுகள் முதலியன) விளைவுகள் எட்டப்பட வேண்டும் என்று திட்டவட்டமாகக் குறிப்பிடுவது.

வளவசதிகள்: விளைவுகளைப் பெறுவதற்கு உதவக்கூடிய மனிதவளம், பொருளாதாரரீதியான ஆதரவு, தொழில்நுட்பரீதியான ஆதரவு, அல்லது நிறுவனரீதியான ஆதரவு ஆகியவற்றைக் கண்டுகொள்வது.

பொறுப்புடைமை: செயற்திறத் தகுதிகளையும் மதிப்பீட்டிற்கான நேரத்தையும் அமைப்பது.

இறுதி விளைவுகள்: மதிப்பீட்டின் விளைவாக ஏற்படக்கூடிய நல்ல விளைவுகள், மோசமான விளைவுகள், இயற்கையான விளைவுகள், மற்றும் அறிவார்ந்த விளைவுகள் ஆகியவற்றைக் குறிப்பிடுவது.

இந்த ஐந்து அம்சங்களும் 'எனக்கும் வெற்றி, உனக்கும் வெற்றி' உடன்படிக்கைகளுக்கென்று ஒரு வாழ்க்கையை உருவாக்கிக் கொடுக்கின்றன. இப்பகுதிகளில் ஒரு தெளிவான பரஸ்பரப் புரிதலும் உடன்பாடும் இருப்பது மக்கள் தங்கள் சொந்த வெற்றியை அளவிடுவதற்கான ஒரு தரத்தை உருவாக்கிக் கொடுக்கிறது.

பாரம்பரிய மேலாதிக்கமான மேற்பார்வை என்பது 'எனக்கு வெற்றி, உனக்குத் தோல்வி' என்ற கருத்துக் கண்ணோட்டமாகும். அதிகமாக எடுக்கப்பட்டுள்ள ஓர் உணர்ச்சிரீதியான வங்கிக் கணக்கின் விளைவாகவும் இது ஏற்படுகிறது. நம்பிக்கையோ அல்லது விருப்பமான விளைவுகள் குறித்த ஒரு பொதுவான முன்னோக்கோ இல்லாதபோது, கழுகுபோல் வட்டமிடுவதும், வேவு பார்ப்பதும், கட்டளையிடுவதும்தான் உங்கள் போக்காக இருக்கும். அங்கு நம்பிக்கை இல்லை என்பதால், மற்றவர்களைக் கட்டுப்படுத்த வேண்டும் என்ற உணர்வு உங்களுக்கு ஏற்படுகிறது.

ஆனால் நம்பிக்கை அதிகமாக இருக்கும்போது, உங்கள் வழி எதுவாக இருக்கும்? அவர்களுடைய வழியைவிட்டு ஒதுங்கி நிற்பதுதான் உங்கள் போக்காக இருக்கும். ஆரம்பத்திலேயே 'எனக்கும் வெற்றி, உனக்கும் வெற்றி' உடன்படிக்கை இருந்து, தங்களிடம் என்ன எதிர்பார்க்கப்படுகிறது என்பது அவர்களுக்குத் துல்லியமாகத் தெரிந்திருக்கும்போது, அவர்களுக்கு உதவுவதும், அவர்களுடைய பொறுப்பு நிறைவேற்றல் அறிக்கைகளைப் பெறுவதும்தான் உங்கள் வேலை.

அடுத்தவரை சீர்தூக்கிப் பார்ப்பதைவிட அவர்கள் தங்களைத் தாங்களே சீர்தூக்கிப் பார்க்க அனுமதிப்பது மனித உணர்வுகளுக்கு அதிக மேன்மைமிக்கதாக அமையும். உயர்ந்த நம்பிக்கை இருக்கும் இடத்தில், இது அதிகத் துல்லியமானதாக இருக்கிறது.

பெரும்பாலானவர்களின் விஷயத்தில், விஷயங்கள் எவ்வாறு போய்க் கொண்டிருக்கின்றன என்பதை அறிக்கைகள் காட்டுவதைவிட மக்கள் தங்கள் இதயங்களில் மிகச் சிறப்பாக அறிந்திருக்கின்றனர். பகுத்தறிவது வெறுமனே கண்காணிப்பதைவிடவும் அல்லது அளவிடுவதைவிடவும் அதிகத் துல்லியமானது.

'எனக்கும் வெற்றி, உனக்கும் வெற்றி' நிர்வாகப் பயிற்சி

பல வருடங்களுக்கு முன்பு, எண்ணற்றக் கிளைகளைக் கொண்டிருந்த ஒரு பெரிய வங்கியுடன் ஓர் ஆலோசனைப் பணித்திட்டத்தில் நான் ஈடுபட்டிருந்தேன். தங்களுடைய நிர்வாகப் பயிற்சித் திட்டத்தை நாங்கள் மதிப்பீடு செய்து மேம்படுத்த வேண்டும் என்று அவர்கள் விரும்பினார்கள். அப்பயிற்சித் திட்டத்திற்கு ஆதரவளிக்கும் விதத்தில் அந்த வங்கியில் ஆண்டொன்றுக்கு 750,000 டாலர்கள் பணம் ஒதுக்கப்பட்டிருந்தது. கல்லூரிப் பட்டதாரிகளைத் தேர்ந்தெடுத்து, சுமார் ஆறு மாதகால இடைவெளியில் பல்வேறு துறைகளில் பன்னிரண்டு இரண்டுவாரப் பயிற்சிகளில் அவர்களை ஈடுபடுத்தி, வங்கிகள் குறித்த ஒரு பொதுவான அறிவைப் பெறுவதற்கு அவர்களுக்கு உதவுவதுதான் அப்பயிற்சியின் நோக்கம். வர்த்தகக் கடன் பிரிவில் இரண்டு வாரங்கள், தொழிற்சாலைக் கடன் பிரிவில் இரண்டு வாரங்கள், மார்க்கெட்டிங் துறையில் இரண்டு வாரங்கள், நிர்வாகத் துறையில் இரண்டு வாரங்கள் என்று அவர்கள் பல்வேறு துறைகளில் பயிற்சி பெற்றனர். ஆறு மாதகால முடிவில், வங்கியின் பல்வேறு கிளைகளில் துணை மேலாளர்களாக அவர்கள் நியமிக்கப்பட்டனர்.

அவர்களது ஆறு மாதப் பயிற்சிக் காலத்தை மதிப்பீடு செய்வதுதான் எங்களுடைய வேலை. நாங்கள் அந்த வேலையைத் துவங்கியபோது, விருப்பமான விளைவுகள் குறித்த ஒரு தெளிவான படத்தைப் பெறுவதுதான் மிகக் கடினமான பகுதி என்பதைக் கண்டறிந்தோம். மேல்மட்ட நிர்வாகிகளிடம் நாங்கள் இந்தக் கடினமான, ஆனால் முக்கியமான கேள்வியை முன்வைத்தோம்: "பயிற்சி முடிந்த பிறகு இவர்கள் எந்தெந்த வேலைகளைச் செய்வதற்கான திறனைப் பெற்றிருக்க வேண்டும்?" அதற்கு எங்களுக்குக் கிடைத்த பதில்கள் தெளிவற்றவையாகவும் முரண்பட்டவையாகவும் இருந்தன.

பயிற்சித் திட்டம் வழிமுறைகளைக் கையாண்டதே தவிர, விளைவுகளை அல்ல. அதனால் நாங்கள் 'பயிற்சியாளர்கள் கட்டுப்படுத்தும் அறிவுறுத்தல்கள்' என்ற முற்றிலும் புதியதொரு கருத்துக் கண்ணோட்டத்தை அடிப்படையாகக் கொண்டிருந்த மாதிரிப் பயிற்சித் திட்டம் ஒன்றைப் பரிந்துரைத்தோம். இது 'எனக்கும் வெற்றி, உனக்கும் வெற்றி' சூழ்நிலையைத் தோற்றுவித்தது. அவர்கள் சாதித்த விஷயங்களை எடுத்துரைக்கின்ற திட்டவட்டமான குறிக்கோள்களையும் காரணிகளையும் அடையாளம் காண்பதும், வழிகாட்டுதல்கள், வளவசதிகள், பொறுப்புடைமை, மற்றும் அந்தக் குறிக்கோள்கள் எட்டப்படும்போது ஏற்படுகின்ற விளைவுகளை அடையாளம் காண்பதும்

இதில் அடங்கும். இவர்கள் விஷயத்தில், துணை மேலாளராகப் பதவி உயர்வு பெறுவதுதான், குறிக்கோள்கள் எட்டப்படும்போது ஏற்படுகின்ற விளைவாகும். அவர்கள் அந்தப் பதவியில் வேலையில் நேரடியாகப் பயிற்சியைப் பெறுவதோடு, குறிப்பிடத்தக்க ஊதிய உயர்வும் பெறுகின்றனர்.

நிர்வாகிகளிடமிருந்து குறிக்கோள்களை வெளிக்கொண்டுவர நாங்கள் மிகவும் சிரமப்பட வேண்டியிருந்தது. "கணக்கியலில் அவர்கள் புரிந்து கொள்ள வேண்டிய விஷயங்கள் எவை? மார்க்கெட்டிங் துறையில் அவர்கள் எதைப் புரிந்து கொண்டிருக்க வேண்டும்? வீடுமனை வாங்கல் விற்றல் கடன்கள் குறித்து அவர்கள் அறிந்திருக்க வேண்டிய விஷயங்கள் எவை?" பட்டியல் நீண்டு கொண்டே போனது. இறுதியில் அவர்கள் சுமார் நூறு குறிக்கோள்களைப் பட்டியலிட்டனர். நாங்கள் அதை எளிமைப்படுத்தி, குறைத்து, தொகுத்து, 39 திட்டவட்டமான நடத்தை தொடர்பான குறிக்கோள்களை அவற்றின் அளவீட்டுக் காரணிகளோடு பட்டியலிட்டோம்.

பதவி உயர்வு மற்றும் சம்பள உயர்வு ஆகியவற்றுக்கான வாய்ப்புகளால் ஊக்குவிக்கப்பட்டப் பயிற்சியாளர்கள் தங்கள் குறிக்கோள்களை விரைவில் அடைய ஆர்வத்துடன் செயல்பட்டனர். இதில் அவர்களுக்கு ஒரு பெரிய வெற்றி இருந்தது, நிறுவனத்திற்கும் ஒரு பெரிய வெற்றி இருந்தது. ஏனெனில், வெறுமனே பன்னிரண்டு வகையான செயல்பாடுகளில் ஈடுபட்டப் பட்டதாரிகளுக்கு பதிலாக, பயிற்சி முடிந்த பிறகு, எதிர்பார்க்கப்பட்ட விளைவுகளை சாதித்தக் கிளை மேலாளர்களை அவர்கள் பெற்றனர்.

பயிற்சியாளர்களால் கட்டுப்படுத்தப்படுகின்ற அறிவுறுத்தலுக்கும், செயல்பாட்டு அமைப்பால் கட்டுப்படுத்தப்படுகின்ற அறிவுறுத்தலுக்கும் இடையேயான வேறுபாட்டை நாங்கள் அப்பயிற்சியாளர்களுக்கு விளக்கினோம். "உங்களுடைய குறிக்கோள்களும் அளவீட்டுக் காரணிகளும் இவை. உங்களுக்கான வளவசதிகள் இவை. நீங்கள் பரஸ்பரம் ஒருவரிடமிருந்து மற்றவர் கற்றுக் கொள்ளக்கூடிய வாய்ப்பும் இருக்கிறது. எனவே களத்தில் இறங்க வேண்டியதுதான் உங்கள் வேலை. எதிர்பார்ப்புகளை நீங்கள் நிறைவேற்றியவுடன், துணை மேலாளர்களாக உங்களுக்குப் பதவி உயர்வு அளிக்கப்படும்," என்று நாங்கள் கூறினோம்.

அவர்கள் தங்கள் பயிற்சியை மூன்றரை வாரங்களில் செய்து முடித்தனர். பயிற்சி குறித்தக் கருத்துக் கண்ணோட்டத்தை மாற்றியது நம்புதற்கரிய உத்வேகத்தையும் படைப்புத்திறனையும் விடுவித்தது.

பல கருத்துக் கண்ணோட்ட மாற்றங்களைப்போலவே, இதற்கும் எதிர்ப்பு இருந்தது. மேல்மட்டத்தில் இருந்த அதிகாரிகளில் ஒருவர்கூட இதை நம்பவில்லை. பயிற்சியாளர்கள் தங்களிடம் எதிர்பார்க்கப்பட்ட விஷயங்களை நிறைவேற்றிவிட்டதற்கான ஆதாரத்தை அவர்களிடம் நாங்கள் காட்டியபோது, அவர்கள் வெறுமனே, "இந்தப் பயிற்சியாளர்களுக்கு எந்தவித அனுபவமும் இல்லை. கிளைகளில் துணை மேலாளராகப் பணிபுரிவதற்குத் தேவையான தீர்மானம் மேற்கொள்ளும் திறன் அவர்களிடம் இல்லை," என்று கூறினர்.

அவர்களிடம் பின்னர் பேசியபோது, அவர்களில் பலர் உண்மையில் கூற விரும்பியது இதைத்தான் என்பதை நாங்கள் கண்டுபிடித்தோம்: "நாங்கள் ஆட்டு மந்தையைப்போல் பல வாரங்களைப் பயிற்சியில் செலவிட வேண்டியிருந்தது. இவர்கள் மட்டும் என்ன விதிவிலக்கு?" ஆனால் இந்த வார்த்தைகளில் அவர்கள் கூறவில்லை. அவர்கள் மறைமுகமாகத் தங்கள் வயிற்றெரிச்சலை வெளிப்படுத்தினர்.

அதோடு, வெளிப்படையான காரணங்களுக்காக (ஆறு மாத காலப் பயிற்சித் திட்டத்திற்கான 750,000 டாலர்களின் ஒதுக்கீடு உட்பட), மனிதவளத் துறை மிகவும் வருத்தமடைந்தது.

எனவே நாங்கள் இவ்வாறு பதிலளித்தோம்: "நாம் இன்னும் சில குறிக்கோள்களையும், அவற்றுக்கான அளவீட்டுக் காரணிகளையும் உருவாக்கலாம். ஆனால், பயிற்சியாளர்களால் கட்டுப்படுத்தப்படுகின்ற அறிவுறுத்தலாகத்தான் இது இருக்க வேண்டும்." எனவே, துணை மேலாளர்களாகப் பொறுப்பேற்க இருப்பவர்கள், அந்தப் பொறுப்பை நிறைவேற்றுவதற்குப் போதுமான அளவு பயிற்சி அளிக்கப்பட்டுத் தயார்படுத்தப்படுகின்றனர் என்ற உத்தரவாதத்தை மேல்மட்ட அதிகாரிகளுக்குக் கொடுப்பதற்காக மிகக் கடினமான காரணிகளுடன் இன்னும் எட்டுக் குறிக்கோள்களை நாங்கள் பட்டியலிட்டோம். பயிற்சியாளர்களால் இந்தக் கடினமான காரணிகளை எதிர்கொள்ள முடிந்தால், ஆறு மாதகாலப் பயிற்சி பெற்றவர்களைவிட இவர்கள் சிறப்பாகச் செயல்படுவார்கள் என்று இப்பயிற்சியின் சில பகுதிகளின் உருவாக்கத்தில் கலந்து கொண்ட நிர்வாகிகள் தெரிவித்தனர்.

எதிர்ப்பை எதிர்கொள்ள வேண்டியிருக்கும் என்று நாங்கள் பயிற்சியாளர்களை ஏற்கனவே தயார்படுத்தியிருந்தோம். நாங்கள் புதிதாகச் சேர்த்த எட்டுக் குறிக்கோள்களையும் காரணிகளையும் அவர்களிடம் எடுத்துச் சென்று, "நாம் எதிர்பார்த்தது போலவே, கடினமான காரணிகளைக் கொண்ட கூடுதலான சில குறிக்கோள்களை நீங்கள் நிறைவேற்ற வேண்டும் என்று நிர்வாகம் விரும்புகிறது. இவற்றை நீங்கள் நிறைவேற்றிவிட்டால், உங்களைத் துணை மேலாளர்களாக நியமிப்பதாக எங்களிடம் அவர்கள் உறுதியளித்துள்ளனர்," என்று கூறினோம்.

இப்பயிற்சியாளர்கள் நம்புதற்கரிய வழிகளில் செயல்பட்டனர். கணக்கியல் போன்ற துறைகளுக்கு அவர்கள் நேராகச் சென்று, அங்கிருந்த அதிகாரிகளிடம் இவ்வாறு தங்களை அறிமுகப்படுத்திக் கொண்டனர்: "வணக்கம். பயிற்சியாளர்களால் கட்டுப்படுத்தப்படுகின்ற அறிவுறுத்தல் திட்டத்தின் ஓர் உறுப்பினர் நான். குறிக்கோள்களையும் அவற்றுக்கான காரணிகளையும் உருவாக்குவதில் நீங்கள் ஈடுபட்டீர்கள் என்பதை நான் புரிந்து கொண்டேன்.

"இந்தக் குறிப்பிட்டத் துறையில் ஆறு காரணிகளை நான் நிறைவேற்ற வேண்டியுள்ளது. கல்லூரியில் நான் கைவசப்படுத்தியத் திறமைகளைக் கொண்டு இதில் மூன்று காரணிகளில் சுலபமாகத் தேர்ச்சி பெற்றுவிட்டேன். இன்னொரு காரணியைப் பற்றி ஒரு புத்தகத்திலிருந்து

கற்றுக் கொண்டேன். ஐந்தாவது காரணியை, கடந்த வாரம் நீங்கள் பயிற்றுவித்த டாமிடம் இருந்து கற்றேன். நான் கற்றுத் தேர்வதற்கான இன்னும் ஒரே ஒரு காரணி மட்டும் உள்ளது. நீங்களோ அல்லது உங்கள் துறையைச் சேர்ந்த வேறு எவரேனும் ஒருவரோ என்னுடன் ஒருசில மணிநேரங்கள் செலவிட்டு அதை எனக்குக் காட்டினால் நன்றாக இருக்கும்." எனவே ஒரு துறையில் இரண்டு வாரங்கள் செலவிடுவதற்கு பதிலாக, அவர்கள் அரை நாளைச் செலவிட்டனர்.

இப்பயிற்சியாளர்கள் ஒருவரோடு ஒருவர் ஒத்துழைத்தனர், கலந்து விவாதித்தனர், தங்களுக்குக் கொடுக்கப்பட்டக் கூடுதல் குறிக்கோள்களை ஒன்றரை வாரத்தில் நிறைவேற்றினர். ஆறு மாதப் பயிற்சி ஐந்து வாரப் பயிற்சியாகக் குறைந்தது. விளைவுகள் குறிப்பிடத்தக்க அளவு அதிகரித்தன.

தங்கள் கருத்துக் கண்ணோட்டங்களை ஆய்வு செய்வதற்கும், 'எனக்கும் வெற்றி, உனக்கும் வெற்றி' அணுகுமுறையின்மீது கவனம் செலுத்துவதற்குமான துணிச்சல் மக்களுக்கு இருந்தால், இப்படிப்பட்ட சிந்தனையானது, நிறுவன வாழ்வின் ஒவ்வொரு பகுதியிலும் இதே போன்ற தாக்கத்தை ஏற்படுத்தும். பொறுப்புணர்வு கொண்ட, முன்யோசனையுடன் செயல்படுகின்ற, சுயமாகச் செயல்படுகின்ற தனிநபர்களிடம் ஒரு பொறுப்பை முழுவதுமாக ஒப்படைக்கும்போது அவர்களுக்கும் அவர்களது நிறுவனங்களுக்கும் கிடைக்கின்ற விளைவுகளைப் பார்த்து நான் எப்போதும் வியந்து போகிறேன்.

'எனக்கும் வெற்றி, உனக்கும் வெற்றி' செயற்திற உடன்படிக்கைகள்

'எனக்கும் வெற்றி, உனக்கும் வெற்றி' செயற்திற உடன்படிக்கைகளை உருவாக்குவதற்கு, கருத்துக் கண்ணோட்ட மாற்றங்கள் இன்றியமையாதவை. இங்கு விளைவுகள்மீது கவனம் செலுத்தப்படுகிறதே அன்றி, வழிமுறைகள்மீது அல்ல. நம்மில் பெரும்பாலானவர்கள் வழிமுறைகளை மேற்பார்வையிடுகிறோம். 3வது பழக்கத்தில் நாம் விவாதித்த 'மேலோட்டமான ஒப்படைப்பு' வழிமுறையைப் பயன்படுத்துகிறோம். நாங்கள் நீர்ச்சறுக்கு விளையாட்டில் ஈடுபட்டிருந்தபோது என் மகனைப் படம்பிடிக்க என் மனைவி சான்ட்ராவுடன் நான் பயன்படுத்திய நிர்வாக வழிமுறை இது. ஆனால் 'எனக்கும் வெற்றி, உனக்கும் வெற்றி' உடன்படிக்கைகள் விளைவுகள்மீது கவனம் செலுத்தி, அளப்பரிய மனித ஆற்றலை விடுவித்து, அதிகமான கூட்டாற்றலை உருவாக்கி, அதன் விளைவாக, வெறுமனே உற்பத்தியின்மீது கவனம் செலுத்துவதற்குப் பதிலாக உற்பத்தித் திறனைப் பெருக்குகிறது.

'எனக்கும் வெற்றி, உனக்கும் வெற்றி' பொறுப்புடைமையில் மக்கள் தங்களைத் தாங்களே மதிப்பீடு செய்கின்றனர். மக்கள் பயன்படுத்துகின்ற பாரம்பரிய மதிப்பீட்டு வழிமுறைகள் திறனவற்றையாகவும், உணர்ச்சிரீதியாகக் களைப்பூட்டுபவையாகவும் உள்ளன. 'எனக்கும்

வெற்றி, உனக்கும் வெற்றி' அணுகுமுறையில், துவக்கத்தில் எந்தக் காரணிகளை உருவாக்குவதற்குத் தாங்கள் உதவினார்களோ, அதே காரணிகளைக் கொண்டு அவர்கள் தங்களை மதிப்பீடு செய்கின்றனர். அதை நீங்கள் சரியாக வடிவமைத்து நிறுவினால், மக்களால் அதைச் செய்ய முடியும். 'எனக்கும் வெற்றி, உனக்கும் வெற்றி' செயற்திற உடன்படிக்கைகள் இருக்கும்போது, தனது வீட்டின் புல்வெளியைத் தான் எவ்வளவு 'பசுமையாகவும் தூய்மையாகவும்' வைத்திருக்கிறோம் என்பதை ஓர் ஏழு வயதுச் சிறுவனால்கூட எளிதாகக் கூறிவிட முடியும்.

பல்கலைக்கழகத்தில் நான் பாடம் கற்றுக் கொடுத்தபோது எனக்கு ஏற்பட்டத் தலைசிறந்த அனுபவங்கள், இலக்குகளைப் புரிந்து கொள்வதில் 'எனக்கும் வெற்றி, உனக்கும் வெற்றி' சூழ்நிலையை ஆரம்பத்திலேயே என் மாணவர்களுடன் பகிர்ந்து கொண்டபோதுதான் ஏற்பட்டன. "நாம் இதைத்தான் சாதிக்க விரும்புகிறோம். முதல் நிலை, இடை நிலை, கடை நிலையில் தேர்ச்சி பெறுவதற்கான அடிப்படைத் தேவைகள் இவை. உங்கள் ஒவ்வொருவரையும் முதல் நிலையில் தேர்ச்சி பெறச் செய்வதுதான் என் இலக்கு. நாம் இதுவரை பேசியுள்ளவற்றை நன்றாகப் புரிந்து கொண்டு, அவற்றை ஆய்வு செய்து, உங்களுக்குத் தனித்துவமான எந்தக் காரியத்தை நீங்கள் சாதிக்க விரும்புகிறீர்கள் என்பது பற்றிய உங்கள் சொந்தப் புரிதலை வெளிக்கொணருங்கள். பிறகு, நாம் இருவருமாகச் சேர்ந்து, நீங்கள் எந்த நிலையில் தேர்ச்சி பெற விரும்புகிறீர்கள் என்பதிலும், அதை சாதிப்பதற்கு நீங்கள் என்ன செய்யத் திட்டமிட்டுள்ளீர்கள் என்பதிலும் ஓர் உடன்படிக்கைக்கு வரலாம்."

மேலாளர்களுக்கும், அவர்களது ஊழியர்களுக்கும் இடையேயான செயற்திற உடன்படிக்கைகளின் சாராம்சத்தைக் கைவசப்படுத்துவதற்கு ஒரு 'மேலாளரின் கடித உத்தி'யைப் பயன்படுத்துமாறு நிர்வாகத் தத்துவவியலாளரும் ஆலோசனையாளருமான பீட்டர் டிரக்கர் பரிந்துரைக்கிறார். இந்த உத்தியின்படி, ஓர் ஊழியர் தன்னிடம் எதிர்பார்க்கப்படும் எதிர்பார்ப்புகளும், தனக்கு வழங்கப்படும் வழிகாட்டுதல்களும் வளவசதிகளும் தனது நிறுவனத்தின் இலக்குகளோடு இணக்கமாக இருப்பதை உறுதி செய்து கொள்வதற்காக அவற்றை ஆழமாகவும் முழுமையாகவும் தனது மேலாளருடன் கலந்து பேசி, பிறகு அந்தக் கலந்துரையாடலைத் தொகுத்து, அடுத்தச் செயற்திட்டம் அல்லது மறுபரிசீலனைக் கலந்துரையாடல் எப்போது நடைபெறும் என்பதையும் குறிப்பிட்டுத் தன் மேலாளருக்கு ஒரு கடிதத்தை எழுதுவார்.

அப்படிப்பட்ட ஓர் 'எனக்கும் வெற்றி, உனக்கும் வெற்றி' செயற்திற உடன்படிக்கையை உருவாக்குவதுதான் நிர்வாகத்தின் மைய நடவடிக்கையாகும். ஓர் உடன்படிக்கை இருக்கும்போது, அந்த உடன்படிக்கையின் கட்டமைப்பிற்குள் ஊழியர்களால் தங்களைச் சிறப்பாகக் கையாள முடியும். மேலாளர்கள் ஒரு தூண்டுதலாக மட்டும் இருந்து செயல்பட்டால் போதும். வேலை நடைபெறுவதை உறுதி செய்துவிட்டு, ஊழியர்களின் வழியிலிருந்து மேலாளர்கள் விலகிவிட வேண்டும்.

ஒரு மேலதிகாரி தன்கீழ் வேலை பார்க்கும் ஊழியர்கள் ஒவ்வொருவரது 'முதல் உதவியாளராக' ஆகும்போது, நீண்ட காலம் அவரால் தன் ஊழியர்களைத் தன் கட்டுப்பாட்டில் வைத்திருக்க முடியும். அனைத்து நிர்வாக நிலைகளையும் மேற்செலவுகளையும் களைந்துவிடலாம். ஆறு அல்லது எட்டுப் பேரை மேற்பார்வையிடுவதற்குப் பதிலாக, இப்படிப்பட்ட ஒரு மேலாளரால் ஐம்பதுக்கும் அதிகமானவர்களைக் கண்காணிக்க முடியும்.

'எனக்கும் வெற்றி, உனக்கும் வெற்றி' செயற்திற உடன்படிக்கையில், இறுதி விளைவுகள், ஒரு மேலாளர் வரைமுறையின்றி வழங்கும் ஒரு வெகுமதியாகவோ அல்லது தண்டனையாகவோ இருப்பதற்குப் பதிலாக, ஒருவரது செயற்திறனினால் ஏற்படும் இயற்கையான விளைவுகளாக இருக்கின்றன.

நிர்வாகம் அல்லது பெற்றோர்களால் கட்டுப்படுத்தப்படக்கூடிய நான்கு வகையான அடிப்படை விளைவுகள் (வெகுமதிகள் மற்றும் தண்டனைகள்) உள்ளன: பொருளாதாரரீதியான விளைவுகள், உளவியல்ரீதியான விளைவுகள், வாய்ப்புகள், மற்றும் பொறுப்பு. பொருளாதாரரீதியான விளைவுகளில் வருமானம், பணியாளர் பங்கு உரிமைகள், சலுகைகள், அல்லது அபராதம் போன்றவை அடங்கும். உளவியல்ரீதியான விளைவுகளில் அங்கீகாரம், மதிப்புதல், மதிப்பு, நம்பகத்தன்மை அல்லது அவற்றின் இழப்பு ஆகியவை அடங்கும். ஏதோ பிழைத்திருந்தால் போதும் என்ற மனப்போக்கில் மக்கள் இல்லாதவரை, பொருளாதாரரீதியான இழப்பீட்டைவிட உளவியல்ரீதியான இழப்பீடு மக்களை அதிகமாக ஊக்குவிப்பதாக உள்ளது. வாய்ப்புகள் என்பது பயிற்சி, உருவாக்கம், சலுகைகள், மற்றும் பிற நன்மைகளை உள்ளடக்கியது. பொறுப்பு என்பது வரம்பு மற்றும் அதிகாரத்துடன் தொடர்புடையது. இவை கூடலாம் அல்லது குறையலாம்.

'எனக்கும் வெற்றி, உனக்கும் வெற்றி' உடன்படிக்கைகள் இப்பகுதிகளில் ஏற்படக்கூடிய விளைவுகளைத் தெளிவாகக் குறிப்பிடுகின்றன. மக்களும் இவற்றை முன்கூட்டியே அறிந்து கொள்கின்றனர். இங்கு விளையாட்டிற்கு இடமில்லை. துவக்கத்திலிருந்தே அனைத்தும் தெளிவாக உள்ளன.

அறிவார்ந்த இந்தத் தனிப்பட்ட விளைவுகளுடன் கூடுதலாக, நிறுவனத்தின் இயற்கையான விளைவுகள் எவை என்பதைத் தெளிவாகத் தெரிந்திருப்பது மிகவும் முக்கியம். எடுத்துக்காட்டாக, நான் தாமதமாக வேலைக்கு வந்தாலோ, மற்றவர்களுடன் ஒத்துழைக்க மறுத்தாலோ, என்கீழ் வேலை பார்ப்பவர்களுடன் சிறப்பான 'எனக்கும் வெற்றி, உனக்கும் வெற்றி' செயற்திற உடன்படிக்கைகளை உருவாக்காவிட்டாலோ, விளைவுகளுக்கு அவர்களைப் பொறுப்பேற்கச் செய்யாவிட்டாலோ, அல்லது அவர்களது தொழில்ரீதியான வளர்ச்சியையும் உருவாக்கத்தையும் நான் ஊக்குவிக்காவிட்டாலோ என்ன நிகழும்?

என் மகளுக்குப் பதினாறு வயது ஆனபோது, எங்களுடைய குடும்பத்தின் காரைப் பயன்படுத்துவது குறித்து 'எனக்கும் வெற்றி, உனக்கும் வெற்றி' உடன்படிக்கை ஒன்றை அவளுடன் நாங்கள் உருவாக்கினோம். சாலை விதிகளை அவள் மதித்து நடக்க வேண்டும் என்றும், காரை அவள் சுத்தமாக வைத்திருக்க வேண்டும் என்றும், அதை முறையாகப் பராமரிக்க வேண்டும் என்றும் நாங்கள் உடன்படிக்கை செய்து கொண்டோம். பொறுப்பான விஷயங்களுக்கு மட்டுமே அவள் எங்களுடைய காரைப் பயன்படுத்த வேண்டும் என்றும், எனக்கும் என் மனைவிக்கும் அவள் ஓர் ஓட்டுனராக இருந்து உதவ வேண்டும் என்றும் ஒப்புக் கொள்ளப்பட்டது. மற்றவர்கள் அவளுக்கு நினைவுறுத்த வேண்டிய அவசியமின்றி, தனது பிற அனைத்து வேலைகளையும் அவள் மகிழ்ச்சியாகச் செய்வாள் என்றும் ஒப்புக் கொள்ளப்பட்டது. இவை யாவும் எங்களுடைய வெற்றிகள்.

கார், பெட்ரோல், காப்பீடு போன்ற சில வளவசதிகளை நான் அவளுக்கு கொடுப்பதென்றும் ஒப்புக் கொள்ளப்பட்டது. எங்கள் உடன்படிக்கையின்படி அவள் எவ்வளவு சிறப்பாகச் செயல்பட்டுக் கொண்டிருந்தாள் என்பதை மதிப்பீடு செய்வதற்காக, ஒவ்வொரு வாரமும் ஞாயிற்றுக்கிழமையன்று மதியம் அவள் என்னை சந்திக்க வேண்டும் என்றும் நாங்கள் ஒப்புக் கொண்டிருந்தோம். விளைவுகள் மிகத் தெளிவாக இருந்தன. அவள் எங்களுடைய ஒப்பந்தப்படி நடந்து கொண்டால், காரை அவள் பயன்படுத்தலாம். இல்லையென்றால், அவள் அவ்வாறு நடந்து கொள்ள முடிவெடுக்கும்வரை காரை அவள் தொடக்கூடாது.

'எனக்கும் வெற்றி, உனக்கும் வெற்றி' உடன்படிக்கை ஆரம்பத்திலிருந்தே எங்கள் இருவரிடத்திலும் தெளிவான எதிர்பார்ப்புகளை உருவாக்கியது. காரை அவளால் பயன்படுத்த முடியும் என்பது அவளுக்குக் கிடைத்த வெற்றி. இந்த ஒப்பந்தம் எனக்கும் என் மனைவிக்கும் நிச்சயமாக வெற்றிதான். இப்போது அவளால் தன்னுடைய வெளிவேலைகளைத் தானே கவனித்துக் கொள்ள முடியும். எங்களுடைய வெளிவேலைகளில் சிலவற்றிலும் அவளால் எங்களுக்கு உதவ முடியும். காரைப் பராமரிப்பது அல்லது அதை சுத்தமாக வைப்பதைப் பற்றி நாங்கள் கவலைப்பட வேண்டியிருக்கவில்லை. உள்ளார்ந்த பொறுப்பு எங்கள் இருவரிடமும் இருந்தது. நான் அவளது வழிமுறைகளை வேவு பார்க்க வேண்டியிருக்கவில்லை. அவளது நாணயமும், மனசாட்சியும், நுண்ணோக்குத் திறனும், எங்களுடைய உயர்ந்த உணர்ச்சிரீதியான வங்கிக் கணக்கும் அவளை மிகச் சிறப்பாக நிர்வகித்தன. அவளுடைய ஒவ்வொரு நடவடிக்கையையும் கண்காணித்து, நாங்கள் நினைத்தபடி அவள் செயல்படாவிட்டால் அவளுக்கு வெகுமதி அளிக்க வேண்டிய தேவையோ அல்லது அவளை தண்டிக்க வேண்டிய தேவையோ எங்களுக்கு இருக்கவில்லை. எங்களிடம் 'எனக்கும் வெற்றி, உனக்கும் வெற்றி' உடன்படிக்கை இருந்ததால், அது எங்கள் அனைவரையும் விடுவித்தது.

'எனக்கும் வெற்றி, உனக்கும் வெற்றி' உடன்படிக்கைகள் பெருமளவில் நம்மை விடுவிக்கின்றன. ஆனால் அதைத் தனியாகப் பயன்படுத்தினால் அது நிலைத்து நிற்காது. ஆரம்பத்திலியே இவற்றை நீங்கள் நிர்மாணித்தாலும், தனிப்பட்ட நாணயமும் நம்பிக்கையான உறவும் இல்லாமல் அதைப் பராமரிப்பது இயலாத காரியம்.

ஓர் உண்மையான 'எனக்கும் வெற்றி, உனக்கும் வெற்றி' உடன்படிக்கையானது, கருத்துக் கண்ணோட்டம், குணநலன்கள், மற்றும் உறவுகளின் விளைவு. அந்த வகையில் பார்த்தால், இது எந்த சகசார்பு இணைநடவடிக்கைகளுக்காக உருவாக்கப்பட்டதோ, அதை விவரிக்கும் ஒன்றாகவும், அதை இயக்கும் ஒன்றாகவும் விளங்குகிறது.

அமைப்புமுறைகள்

'எனக்கும் வெற்றி, உனக்கும் வெற்றி' அணுகுமுறையானது ஒரு நிறுவனத்தில் அதை ஆதரிப்பதற்கான அமைப்பு முறைகள் இருக்கும்போது மட்டுமே பிழைத்திருக்கும். நீங்கள் 'எனக்கும் வெற்றி, உனக்கும் வெற்றி' என்று பேசிவிட்டு, 'எனக்கு வெற்றி, உனக்குத் தோல்வி' அணுகுமுறைக்கு வெகுமதி அளித்தால், நீங்கள் தோற்றுக் கொண்டிருக்கிறீர்கள் என்று அர்த்தம்.

நீங்கள எதற்கு வெகுமதி அளிக்கிறீர்களோ அதைத்தான் பெறுவீர்கள். உங்கள் இலக்குகளை அடைந்து, உங்கள் குறிக்கோள் வாசகத்தில் உள்ள மதிப்பீடுகளை நீங்கள் பிரதிபலிக்க விரும்பினால், அந்த இலக்குகள் மற்றும் மதிப்பீடுகளுடன் உங்கள் வெகுமதி அமைப்பு முறையை இசைவாக வைத்துக் கொள்ள வேண்டியது அவசியம். அதை நீங்கள் முறையாக இசைவுபடுத்தாவிட்டால், உங்கள் பேச்சும் உங்கள் நடத்தையும் முரண்பட்டிருக்கும். ஒத்துழைப்பைப் பற்றிப் பேசிவிட்டுப் போட்டியை உருவாக்கிய அந்த 'பெர்முடா தீவுப் போட்டி' மேலாளரின் சூழ்நிலை உங்களுக்கு ஏற்படும்.

மத்திய மேற்கு மாநிலம் ஒன்றில் ஒரு பெரிய ரியல் எஸ்டேட் நிறுவனத்துடன் இணைந்து பல வருடங்களாக நான் வேலை செய்து வந்தேன். இந்நிறுவனத்துடனான எனது முதல் அனுபவம் ஒரு பெரிய விற்பனைக் கூட்டத்தில் ஏற்பட்டது. வருடாந்திர வெகுமதி வழங்கும் கூட்டத்திற்காக அங்கு 800 விற்பனையாளர்கள் குழுமியிருந்தனர். அவர்களை ஊக்குவித்து உற்சாகப்படுத்துவதற்காக ஏற்பாடு செய்யப்பட்டிருந்த கூட்டம் அது. அவர்களை உற்சாகப்படுத்துவதற்காக வெளியிலிருந்து சில கேளிக்கைக் குழுக்கள் வரவழைக்கப்பட்டு இருந்தன.

அங்கிருந்த 800 பேரில், தலைசிறந்த செயற்திறனுக்கான விருதுகள் சுமார் 40 பேருக்கு வழங்கப்பட்டன. அங்கு கைதட்டல்கள் விண்ணைப் பிளந்தன, பாராட்டுகள் மழையெனப் பொழிந்தன. 40 பேர் வெற்றி பெற்றுள்ளனர் என்பதில் அங்கு எந்த சந்தேகமும் இருக்கவில்லை. அதே சமயம், 760 பேர் தோற்றுப் போயுள்ளனர் என்ற அறிதலும் அங்கு நிலவியது.

எனவே, 'எனக்கும் வெற்றி, உனக்கும் வெற்றி' கருத்துக் கண்ணோட்டத்தை நோக்கி நிறுவனத்திலுள்ள அமைப்பு முறைகளையும்

வடிவமைப்புகளையும் இசைவுபடுத்துவதற்காக ஒரு கல்வி மற்றும் நிறுவன உருவாக்கத் திட்டத்திற்கான வேலையில் உடனடியாக நாங்கள் ஈடுபட்டோம். தங்களை உத்வேகப்படுத்தக்கூடிய அமைப்பு முறைகளை உருவாக்குவதற்கு நிறுவனத்தின் அடிமட்டத்தில் பணியாற்றிய மக்களை அதில் ஈடுபடுத்தினோம். அவரவரது செயற்திற உடன்படிக்கைகளின்படி அவர்கள் தங்களுக்கு விருப்பமான விளைவுகளைப் பெறுவதை சாத்தியமாக்குவதற்கு உதவக்கூடிய வகையில், ஒருவரோடு ஒருவர் ஒத்துழைக்கவும் கூட்டாற்றலை உருவாக்கவும் நாங்கள் அவர்களை ஊக்குவித்தோம்.

ஒரு வருடத்திற்குப் பிறகு நடந்த விற்பனைக் கூட்டத்தில் 1,000 விற்பனையாளர்கள் கலந்து கொண்டனர். அதில் சுமார் 800 பேருக்கு விருதுகள் வழங்கப்பட்டன. ஒப்பீட்டின் அடிப்படையில் ஒருசில தனிநபர்கள் வெற்றி பெற்றிருந்தாலும், சுயமாகத் தேர்ந்தெடுத்தக் குறிக்கோள்களை சாதித்த மக்கள்மீதும், குழுவின் குறிக்கோள்களை அடைவதில் கவனம் செலுத்திய குழுக்கள்மீதும் அந்நிகழ்ச்சி சிறப்புக் கவனம் செலுத்தியது. அவர்களை உற்சாகப்படுத்துவதற்காக வெளியிலிருந்து யாரையும் கூட்டி வர வேண்டிய அவசியம் இருக்கவில்லை. ஆர்வமும் உற்சாகமும் அங்கு இயற்கையாகவே நிரம்பியிருந்தன. ஏனெனில், அவர்கள் ஒவ்வொருவரும் அடுத்தவருடைய மகிழ்ச்சியைப் பகிர்ந்து கொண்டனர், விற்பனையாளர்கள் ஒரு குழுவாக விருதுகளையும் வெகுமதிகளையும் பெற்றனர். அதோடு, அந்த அலுவலகத்திலிருந்த அனைவரும் ஒட்டுமொத்தமாக ஓர் உல்லாசப் பயணம் செல்வதற்கும் அனுமதி வழங்கப்பட்டது.

இந்த வருடம் பரிசு வாங்கிய 800 பேருமே, கடந்த வருடம் பரிசு வாங்கியிருந்த 40 பேரின் விற்பனை மற்றும் லாப அளவுகளுக்கு ஈடாக சாதித்திருந்தது இதில் குறிப்பிடத்தக்க அம்சம். 'எனக்கும் வெற்றி, உனக்கும் வெற்றி' மனப்போக்கு பொன் முட்டைகளின் எண்ணிக்கையை அதிகரித்ததோடு, வாத்திற்கும் நன்றாக இரை போட்டது. இது ஏராளமான மனித ஆற்றலையும் திறமையையும் விடுவித்தது. கூட்டாற்றலின் விளைவு அங்கிருந்த ஒவ்வொருவரையும் அசர வைத்தது.

முதலாளித்துவப் பொருளாதாரத்தில், சந்தையில் நிலவும் போட்டி எந்த அளவுக்கு முக்கியமோ, அதே அளவுக்கு வேலையிடத்தில் கூட்டுறவும் முக்கியமானதாக விளங்குகிறது. போட்டி நிலவும் சூழலில் 'எனக்கும் வெற்றி, உனக்கும் வெற்றி' மனப்போக்கால் நிலைத்திருக்க முடியாது.

'எனக்கும் வெற்றி, உனக்கும் வெற்றி' சிறப்பாகப் பலனளிக்க வேண்டுமென்றால், அமைப்பு முறைகள் அதற்கு ஆதரவாக இருக்க வேண்டும். பயிற்சி அமைப்பு முறை, திட்ட அமைப்பு முறை, கருத்துப் பரிமாற்ற அமைப்பு முறை, வரவு செலவுத் திட்டமிடுதல் அமைப்பு முறை, தகவல் அமைப்பு முறை, இழப்பீட்டு அமைப்பு முறை ஆகிய அனைத்தும் 'எனக்கும் வெற்றி, உனக்கும் வெற்றி' என்ற கொள்கையின் அடிப்படையில் அமைந்திருக்க வேண்டும்.

தங்கள் ஊழியர்களுக்கு மனித உறவுகளில் பயிற்சி அளிக்க விரும்பிய இன்னொரு நிறுவனத்திற்கு நான் ஆலோசனையாளராக சில காலம் பணியாற்றினேன். அங்கு ஊழியர்கள்தான் பிரச்சனை என்பது அடிப்படை அனுமானமாக இருந்தது.

அந்நிறுவனத்தின் தலைவர் என்னிடம், "எங்களுடைய கடைகளில் ஏதேனும் ஒரு கடைக்குள் நுழைந்து அவர்கள் உங்களை எப்படி நடத்துகிறார்கள் என்று பாருங்கள். அவர்கள் வெறுமனே உத்தரவுகளை எடுத்துக் கொள்வார்கள். வாடிக்கையாளர்களிடம் எப்படி நெருங்கிப் பழகுவது என்பதை அவர்கள் புரிந்து கொள்வதில்லை. பொருட்களைப் பற்றி அவர்களுக்கு எதுவும் தெரியாது. பொருட்களையும் தேவைகளையும் முடிச்சுப் போடுவதற்குத் தேவையான விற்பனைச் செயல்முறையில் அவர்களுக்கு எந்த அறிவும் கிடையாது, எந்தத் திறமையும் கிடையாது," என்று கூறினார்.

எனவே, நான் பல்வேறு கடைகளுக்குச் சென்றேன். அவர் சரியாகத்தான் கூறியிருந்தார். ஆனாலும் என் மனத்திலிருந்த கேள்விக்கு அது விடையளிக்கவில்லை: அவர்களது இந்த மனப்போக்கிற்கு என்ன காரணம்?

அத்தலைவர் என்னிடம், "பிரச்சனை எங்கள் கட்டுப்பாட்டில் உள்ளது. பல்வேறு துறைகளின் தலைவர்கள் அங்கு சிறந்த முன்மாதிரிகளாக இருந்து பிரமாதமாகச் செயல்பட்டுக் கொண்டிருக்கின்றனர். விற்பதும் நிர்வகிப்பதும்தான் அவர்களுடைய வேலை என்பதை நாங்கள் அவர்களுக்குத் தெரிவித்துள்ளோம். அவர்கள் சிறப்பாகவே விற்பனை செய்து கொண்டிருக்கின்றனர். நீங்கள் வெறுமனே எங்கள் விற்பனையாளர்களுக்கு சிறிது பயிற்சி அளிக்க வேண்டும் என்று நாங்கள் விரும்புகிறோம்," என்று கூறினார்.

அவரது இந்த வார்த்தைகள் ஓர் அபாய அறிவிப்பை வெளிப்படுத்தின. "நாம் கூடுதல் தகவல்களை சேகரிக்க வேண்டும்," என்று நான் கூறினேன்.

அதை அவர் விரும்பவில்லை. பிரச்சனை என்ன என்பதை அவர் 'அறிந்திருந்தார்.' ஆனாலும் விற்பனைப் பயிற்சியைச் செயல்படுத்தவே அவர் விரும்பினார். ஆனால் நான் விடாப்பிடியாக இருந்தேன். இரண்டு நாட்களுக்குள் உண்மையான பிரச்சனையை நாங்கள் கண்டுபிடித்தோம். வேலை வரையறை மற்றும் கமிஷன் தொகை வழங்கும் முறையை மேலாளர்கள் தங்களுக்கு சாதகமாகப் பயன்படுத்திக் கொண்டிருந்தனர். அவர்கள் கல்லாவின் பின்னால் நின்று கொண்டு, கூட்டம் அதிகமாக இல்லாத நேரங்களில் தாங்களே அனைத்து விற்பனையையும் செய்து கொண்டிருந்தனர். கடையில் பாதி நேரம் மெதுவாகவும் மீதி நேரம் பரபரப்பாகவும் சென்று கொண்டிருந்தது. கூட்டம் அதிகமாக இல்லாத நேரங்களில், சரக்குகளைக் கணக்கெடுப்பது, பொருட்களை அடுக்கி வைப்பது, துப்புரவு செய்வது போன்ற வேலைகளை அந்த மேலாளர்கள் தங்கள் விற்பனையாளர்களுக்குக் கொடுத்தனர். பிறகு, கல்லாவிற்குப் பின்னால் நின்று கொண்டு, விற்பனை செய்து கமிஷன்களை ஈட்டிக்

கொண்டிருந்தனர். அதனால்தான், துறை மேலாளர்கள் விற்பனையில் தலைசிறந்து விளங்கினர்.

எனவே, கமிஷன் தொகை வழங்கும் முறையை நாங்கள் மாற்றினோம். பிரச்சனை ஒரே இரவில் தீர்ந்தது. விற்பனையாளர்கள் சம்பாதித்தால் மட்டுமே மேலாளார்களால் சம்பாதிக்க முடியும் என்பது போன்ற ஓர் அமைப்பு முறையை நிர்மாணித்தோம். மேலாளர்களின் தேவைகள் மற்றும் இலக்குகளை விற்பனையாளர்களின் தேவைகள் மற்றும் இலக்குகளுடன் ஒருங்கிணைத்தோம். மனித உறவுகள் குறித்தப் பயிற்சிக்கான தேவை திடீரென்று அங்கிருந்து மறைந்தது. ஓர் உண்மையான 'எனக்கும் வெற்றி, உனக்கும் வெற்றி' வெகுமதி அமைப்பு முறைதான் இங்கு முக்கியத் தேவையாக இருந்தது.

இன்னொரு சமயம், செயற்திறன் மதிப்பீடுகள் தேவைப்பட்ட ஒரு நிறுவனத்தின் நிர்வாக அதிகாரியோடு இணைந்து நான் செயல்பட்டுக் கொண்டிருந்தேன். ஒரு குறிப்பிட்ட மேலாளருக்குத் தான் கொடுத்திருந்த செயற்திறன் மதிப்பீடு குறித்து அவர் விரக்தியில் இருந்தார். "அவருக்கு நான் மூன்று புள்ளிகளைக் கொடுத்திருக்க வேண்டும். ஆனால் ஒரு புள்ளியை மட்டுமே நான் கொடுக்க வேண்டியதாயிற்று," என்று அவர் கூறினார். இங்கு ஒரு புள்ளி என்பது மூன்று புள்ளிகளைவிடவும் மேலானது. ஒரு புள்ளி கிடைத்ததால், குறிப்பிட்ட அந்த மேலாளர் பதவி உயர்வுக்குத் தகுதி பெற்றிருந்தார்.

"நீங்கள் அவருக்கு ஒரு புள்ளியைக் கொடுத்ததற்கு என்ன காரணம்?" என்று நான் கேட்டேன்.

"அவர் சிறந்த விற்பனையைப் படைக்கிறார்," என்று அவர் பதிலளித்தார்.

"அப்படியானால், அவர் மூன்று புள்ளிகளைப் பெற்றிருக்க வேண்டும் என்று நீங்கள் ஏன் நினைக்கிறீர்கள்?"

"அவர் அதை சாதிக்கும் விதம்தான் காரணம். அவர் பிற நபர்களை உதாசீனப்படுத்துகிறார், அவர்கள்மீது ஏறி மிதித்துச் செல்கிறார். அவர் எப்போதும் பிரச்சனைகளை உருவாக்குகிறார்," என்று அந்த மேலாளர் கூறினார்.

"அவரது ஒட்டுமொத்த கவனமும் உற்பத்தியின்மீது இருப்பதுபோல் தோன்றுகிறது. அதற்குத்தான் அவருக்கு வெகுமதி அளிக்கப்படுகிறது. பிரச்சனையைப் பற்றி நீங்கள் அவரிடம் பேசி, உற்பத்தித் திறனின் முக்கியத்துவத்தை அவர் புரிந்து கொள்வதற்கு உதவினால் என்ன?"

தான் ஏற்கனவே அதை முயற்சித்துப் பார்த்துவிட்டதாகவும், அதனால் எந்தப் பிரயோஜனமும் ஏற்படவில்லை என்றும் அவர் என்னிடம் கூறினார்.

நான் அவரிடம், "அப்படியானால் நீங்கள் 'எனக்கும் வெற்றி, உனக்கும் வெற்றி' ஒப்பந்தத்தை அவரோடு ஏற்படுத்திக் கொள்ளுங்கள். அவருக்குக் கிடைக்கும் ஊதியத்தில் மூன்றில் இரண்டு பகுதி அவரது உற்பத்தியிலிருந்தும், மீதி ஒரு பகுதி மற்றவர்கள் அவரைப் பற்றி என்ன நினைக்கிறார்கள், எப்படிப்பட்டத் தலைவராக அவரைப் பார்க்கிறார்கள்

என்பதிலிருந்தும் வரும்படியாக அந்த ஒப்பந்தம் இருக்க வேண்டும். இதைப் பற்றி நீங்கள் என்ன நினைக்கிறீர்கள்?" என்று கேட்டேன்.

"இது நிச்சயமாக வேலை செய்யும்," என்று அவர் பதிலளித்தார்.

பெரும்பாலான நேரங்களில், அமைப்பு முறைகளில்தான் பிரச்சனை உள்ளதே தவிர, மக்களிடம் அல்ல. நல்ல மனிதர்களை மோசமான அமைப்பு முறைகளில் ஈடுபடுத்தினால், மோசமான விளைவுகளைத்தான் நீங்கள் பெறுவீர்கள். நீங்கள் வளர்க்க விரும்பும் மலர்களுக்குத்தான் நீங்கள் நீரூற்ற வேண்டும்.

மக்கள் உண்மையிலேயே 'எனக்கும் வெற்றி, உனக்கும் வெற்றி' சிந்தனையில் ஈடுபடக் கற்றுக் கொள்ளும்போது, அதை வலியுறுத்துவதற்கான அமைப்பு முறைகளை அவர்களால் நிறுவ முடியும். தேவையற்றப் போட்டிச் சூழ்நிலைகளை ஒத்துழைப்பிற்கான சூழ்நிலைகளாக மாற்றி, உற்பத்தி மற்றும் உற்பத்தித் திறனை உருவாக்குவதன் மூலம் மக்களின் ஆற்றலின்மீது சக்தி வாய்ந்த தாக்கத்தை அந்த அமைப்பு முறைகளால் ஏற்படுத்த முடியும்.

வியாபாரத்தில், ஒருவரோடு ஒருவர் இணைந்து செயல்படுகின்ற, அதிகமாக உற்பத்தி செய்கின்ற, வெளிச்சூழல்களை எதிர்த்துச் சமாளிக்கின்ற மக்களைக் கொண்ட குழுக்களை உருவாக்குவதற்கு நிர்வாகிகள் தங்கள அமைப்பு முறைகளை அதற்கேற்றவாறு இசைவுபடுத்திக் கொள்ள வேண்டும். கல்வித் துறையைப் பொறுத்தவரை, ஆசிரியர்கள், தனிநபர் பெறும் விளைவுகளின் அடிப்படையில் ஒரு மதிப்பீட்டு அமைப்பு முறையை நிறுவி, கற்பதிலும் சாதிப்பதிலும் ஒருவருக்கொருவர் உதவி செய்து கொள்வதற்கு மாணவர்களை ஊக்குவிக்க வேண்டும். குடும்பங்களில், பெற்றோர்கள் தங்கள் கவனத்தைப் போட்டியிலிருந்து ஒத்துழைப்பிற்கு மாற்ற வேண்டும். 'எனக்கும் வெற்றி, உனக்கும் வெற்றி' ஒப்பந்தங்களின் துணையுடன் அவர்கள் வீட்டுப் பொறுப்புகளை நிறுவ வேண்டும். இது தொடர் நச்சரிப்பைக் களைந்துவிட்டு, தங்களால் மட்டுமே செய்யப்படக்கூடிய வேலைகளில் கவனம் செலுத்துவதற்குப் பெற்றோர்களுக்கு உதவும்.

தான் பார்த்த ஒரு கார்ட்டூன் நிகழ்ச்சியைப் பற்றி என் நண்பர் ஒருவர் என்னிடம் ஒருமுறை பகிர்ந்து கொண்டார். அதில் இரண்டு குழந்தைகள் பேசிக் கொள்கின்றனர். ஒரு குழந்தை, "அம்மா காலையில் சீக்கிரமாக எழுந்திருக்காவிட்டால், நாம் பள்ளிக்குத் தாமதாகப் போகப் போவது உறுதி," என்று கூறுகிறது. ஒரு பொறுப்பான 'எனக்கும் வெற்றி, உனக்கும் வெற்றி' அடிப்படையில் குடும்பங்கள் ஒழுங்கமைப்பட்டு இருக்காதபோது ஏற்படுகின்ற பிரச்சனைகளை இந்த வார்த்தைகள் அவரது கவனத்திற்குக் கொண்டு வந்தன.

'எனக்கும் வெற்றி, உனக்கும் வெற்றி' மனப்போக்கு, தெளிவான வழிகாட்டுதல்களோடும் கைவசம் இருக்கின்ற வளவசதிகளோடும் குறிப்பிட்ட விளைவுகளை சாதிப்பதற்கான பொறுப்பைத் தனிநபர்மீது வைக்கிறது. விளைவுகளை உற்பத்தி செய்வதற்கும், அதை மதிப்பீடு செய்வதற்கும் அது அந்நபரைப் பொறுப்பேற்கச் செய்து, அந்த

விளைவினால் ஏற்படுகின்ற இயற்கையான இறுதி விளைவை, அதாவது வெகுமதியை அல்லது தண்டனையை, அது தெளிவுபடுத்துகிறது. 'எனக்கும் வெற்றி, உனக்கும் வெற்றி' செயற்திற உடன்படிக்கைகளை ஆதரித்து வலியுறுத்துகின்ற சூழலை 'எனக்கும் வெற்றி, உனக்கும் வெற்றி' அமைப்பு முறைகள் உருவாக்குகின்றன.

செயல்முறைகள்

'எனக்கும் வெற்றி, உனக்கும் வெற்றி' விளைவுகளை 'எனக்கு வெற்றி, உனக்குத் தோல்வி' வழியைக் கொண்டோ அல்லது 'எனக்குத் தோல்வி, உனக்கு வெற்றி' வழியைக் கொண்டோ அடைய முடியாது. "உங்களுக்குப் பிடித்திருக்கிறதோ இல்லையோ, நீங்கள் 'எனக்கும் வெற்றி, உனக்கும் வெற்றி' என்ற முறையில் சிந்திக்க வேண்டும்," என்று உங்களால் கூற முடியாது. எனவே, ஓர் 'எனக்கும் வெற்றி, உனக்கும் வெற்றி' தீர்வை எவ்வாறு பெறுவது என்பதுதான் இங்குள்ள சவால்.

ஹார்வர்டு லா ஸ்கூலைச் சேர்ந்த ரோஜர் ஃபிஷ்ஷர், வில்லியம் உரி ஆகிய இரண்டு பேராசிரியர்கள், பேச்சுவார்த்தைகளில் 'கொள்கைரீதியான' அணுமுறைக்கும் 'பதவிரீதியான' அணுகுமுறைக்கும் இடையேயான வேறுபாடுகளை 'கெட்டிங் டு எஸ்' என்ற தங்கள் புத்தகத்தில் விரிவாக ஆய்வு செய்துள்ளனர். 'எனக்கும் வெற்றி, உனக்கும் வெற்றி' என்ற சொற்றொடர் அதில் பயன்படுத்தப்படவில்லை என்றபோதும், அப்புத்தகத்தின் அடிப்படைத் தத்துவம் 'எனக்கும் வெற்றி, உனக்கும் வெற்றி' அணுகுமுறையைத்தான் ஊக்குவிக்கிறது.

பிரச்சனையிலிருந்து மக்களைப் பிரிப்பதும், பதவிகளின்மீது கவனம் செலுத்துவதற்குப் பதிலாக ஆர்வங்களின்மீது கவனம் செலுத்துவதும், பரஸ்பர லாபம் ஏற்படுவதற்கான வாய்ப்புகளைக் கண்டுபிடிப்பதும், இரு தரப்பினரும் ஏற்றுக் கொள்ளக்கூடிய மதிப்பீட்டுத் தரம் அல்லது கொள்கை போன்ற பாரபட்சமற்றக் காரணிகளை வலியுறுத்துவதும்தான் கொள்கைரீதியான அணுகுமுறையின் சாராம்சம் என்று அவர்கள் பரிந்துரைக்கின்றனர்.

'எனக்கும் வெற்றி, உனக்கும் வெற்றி' தீர்வுகளை நாடுகின்ற பல்வேறு மக்களுடனும் நிறுவனங்களுடனும் நான் இணைந்து செயல்படும்போது, பின்வரும் நான்கு அம்சச் செயல்முறையை சுவீகரித்துக் கொள்ளுமாறு நான் அவர்களுக்குப் பரிந்துரைக்கிறேன்:

முதலில், அடுத்தவருடைய கண்ணோட்டத்தில் இருந்து பிரச்சனையைப் பாருங்கள். அடுத்தவர்களால் பார்க்க முடிவதைவிடச் சிறப்பாக நீங்கள் அவர்களது தேவைகளையும் கரிசனங்களையும் புரிந்து கொள்வதற்கும் நிறைவேற்றுவதற்கும் உண்மையிலேயே முயற்சி செய்யுங்கள்.

இரண்டாவதாக, முக்கியமான பிரச்சனைகளையும் கவலைக்குரிய விஷயங்களையும் (பதவிகளை அல்ல) கண்டுபிடியுங்கள்.

மூன்றாவதாக, முழுமையாக ஏற்றுக் கொள்ளத்தக்க ஒரு தீர்வில் எந்த விளைவுகள் உள்ளடங்கி இருக்கும் என்பதைத் தீர்மானியுங்கள்.

நான்காவதாக, அந்த விளைவுகளை உருவாக்குவதற்கான புதிய சாத்தியக்கூறுகளைக் கண்டுபிடியுங்கள்.

5வது பழக்கமும் 6வது பழக்கமும் இச்செயல்முறையின் இரண்டு அம்சங்களை நேரடியாகக் கையாள்கின்றன. அடுத்த இரண்டு அத்தியாயங்களில் நாம் இவற்றை ஆழமாக ஆய்வு செய்யலாம்.

ஆனால் இந்த நேரத்தில், 'எனக்கும் வெற்றி, உனக்கும் வெற்றி' என்ற செயல்முறையும், 'எனக்கும் வெற்றி, உனக்கும் வெற்றி' மனப்போக்கின் சாராம்சமும் ஒன்றுக்கொன்று பின்னிப் பிணைந்துள்ளதை நான் உங்களுக்குச் சுட்டிக்காட்ட விரும்புகிறேன். 'எனக்கும் வெற்றி, உனக்கும் வெற்றி' தீர்வுகளை 'எனக்கும் வெற்றி, உனக்கும் வெற்றி' செயல்முறைகளைக் கொண்டுதான் உங்களால் சாதிக்க முடியும். வழிமுறைக்கும் இறுதி முடிவுக்கும் இடையே இங்கு முரண்பாடு இல்லை.

'எனக்கும் வெற்றி, உனக்கும் வெற்றி' என்பது ஓர் ஆளுமை உத்தி அல்ல. மனித உறவுப் பரிமாற்றத்தின் ஒரு முழுமையான கருத்துக் கண்ணோட்டம் அது. நாணயம், பக்குவம், மற்றும் அபரிமித மனப்போக்கு ஆகிய குணநலன்களில் இருந்து அது வருகிறது. உயர்ந்த நம்பிக்கை நிலவுகின்ற உறவுகளில் இருந்து அது வளர்கிறது. எதிர்பார்ப்புகளையும் சாதனையையும் தெளிவாக விளக்கி, அவற்றைச் சிறப்பாகக் கையாள்கின்ற உடன்படிக்கைகளில் அது உள்ளடங்கியுள்ளது. தோள் கொடுக்கின்ற அமைப்பு முறைகளில் அது தழைக்கிறது. 5வது மற்றும் 6வது பழக்கங்களில் நாம் முழுமையாக ஆய்வு செய்யவுள்ள செயல்முறைகளின் மூலம் அது சாதிக்கப்படுகின்றது.

செயல்முறைப் பரிந்துரைகள்:

1. ஓர் ஒப்பந்தத்தை உருவாக்குவதற்கோ அல்லது ஒரு தீர்வை எட்டுவதற்கோ நீங்கள் முயற்சி மேற்கொள்ளவிருக்கின்ற, விரைவில் நீங்கள் எதிர்கொள்ளவிருக்கின்ற ஒரு சந்திப்பைப் பற்றி சிந்தித்துப் பாருங்கள். துணிச்சல் மற்றும் கரிசனத்திற்கு இடையே ஒரு சமநிலையைத் தக்க வைத்துக் கொள்வதென்று உறுதி பூணுங்கள்.

2. 'எனக்கும் வெற்றி, உனக்கும் வெற்றி' கருத்துக் கண்ணோட்டத்தைப் பின்பற்றுவதிலிருந்து அடிக்கடி உங்களைத் தடுத்துக் கொண்டிருக்கும் விஷயங்கள் எவை என்பதை ஒரு பட்டியல் இடுங்கள். இத்தடைகளில் சிலவற்றைக் களைவதற்கு உங்கள் செல்வாக்கு வட்டத்தில் நீங்கள் செய்யக்கூடிய விஷயங்களைத் தீர்மானித்துக் கொள்ளுங்கள்.

3. 'எனக்கும் வெற்றி, உனக்கும் வெற்றி' உடன்படிக்கையை நீங்கள் ஏற்படுத்த விரும்புகின்ற ஒரு குறிப்பிட்ட உறவைத் தேர்ந்தெடுத்துக் கொள்ளுங்கள். அடுத்தவருடைய இடத்தில் உங்களை வைத்துப் பார்த்து, தீர்வை அவர் எப்படிப் பார்க்கிறார்

என்று நீங்கள் நினைக்கிறீர்கள் என்பதைத் திட்டவட்டமாக எழுதிக் கொள்ளுங்கள். பிறகு, உங்கள் சொந்தக் கண்ணோட்டத்திலிருந்து, உங்களைப் பொறுத்தவரை எந்த விளைவுகள் வெற்றியை உருவாக்கித் தரும் என்பதைப் பட்டியலிடுங்கள். பரஸ்பரம் நன்மை பயக்கின்ற ஒரு தீர்வையும் ஓர் உடன்படிக்கையையும் எட்டும்வரை தொடர்ந்து உங்களுடன் கருத்துக்களைப் பரிமாறிக் கொள்வதற்கு அவர் தயாராக இருக்கிறாரா என்பதை அவரை அணுகிக் கேளுங்கள்.

4.   உங்கள் வாழ்வில் மூன்று முக்கியமான உறவுகளை அடையாளம் காணுங்கள். இவர்களிடம் நீங்கள் வைத்துள்ள உணர்ச்சிரீதியான வங்கிக் கணக்குகள் ஒவ்வொன்றிலும் எந்த அளவுக்கு சமநிலை உள்ளது என்பதைக் குறித்துக் கொள்ளுங்கள். இந்தக் கணக்குகள் ஒவ்வொன்றிலும் உள்ள வைப்பை அதிகரிப்பதற்கு உங்களால் செய்யக்கூடிய சில திட்டவட்டமான நடவடிக்கைகளைப் பட்டியலிடுங்கள்.

5.   உங்களுடைய சொந்த அணுகுமுறையை ஆழமாகக் கருத்தில் கொள்ளுங்கள். உங்களிடம் இருப்பது 'எனக்கு வெற்றி, உனக்குத் தோல்வி' அணுகுமுறையா? இந்த அணுகுமுறை மற்றவர்களுடனான உங்கள் உறவை எவ்வாறு பாதிக்கிறது? இந்த அணுகுமுறை உங்களுக்குள் முக்கியமாக எங்கிருந்து உதயமாகிறது என்பதை உங்களால் அடையாளம் காண முடிகிறதா? உங்களுடைய தற்போதைய யதார்த்தத்தில் இந்த அணுகுமுறை உங்களுக்கு நன்மை பயக்கிறதா இல்லையா என்பதைத் தீர்மானியுங்கள்.

6.   கடினமான சூழ்நிலைகளில்கூட உண்மையிலேயே பரஸ்பர நலனை நாடுகின்ற, 'எனக்கும் வெற்றி, உனக்கும் வெற்றி' மனப்போக்கைக் கொண்டிருக்கின்ற ஒருவரைக் கண்டுபிடிக்க முயற்சி செய்யுங்கள். இவரை அதிக நெருக்கமாகக் கண்காணித்து, இவரை முன்மாதிரியாக வைத்துக் கற்றுக் கொள்வதென்று இக்கணமே தீர்மானியுங்கள்.

பழக்கம் 5

முதலில் புரிந்து கொள்ளுதல், பின்னர் புரிய வைத்தல்

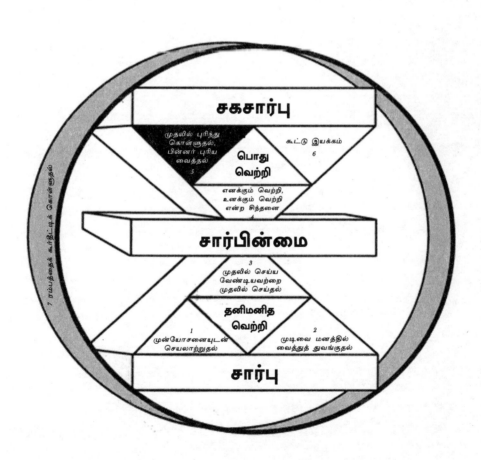

பிறரது நிலையில் தன்னை இருத்திப் பார்த்துக் கருத்துப் பரிமாற்றம் மேற்கொள்வது குறித்தக் கொள்கைகள்

"பகுத்தறிவிற்குத் தெரியாத காரணங்கள் இதயத்திடம் இருக்கும்."
- பாஸ்கல்

உங்கள் பார்வையில் ஏதோ பிரச்சனை இருப்பதாக வைத்துக் கொள்வோம். கண் பரிசோதகரின் உதவியை நாட நீங்கள் தீர்மானிக்கிறீர்கள். உங்களுடைய பிரச்சனையைச் சுருக்கமாகச் செவிமடுத்துவிட்டு, அவர் தனது மூக்குக் கண்ணாடியைக் கழற்றி உங்களிடம் கொடுக்கிறார்.

"இவற்றை அணிந்து கொள்ளுங்கள். இந்தக் கண்ணாடியை நான் பத்து வருடங்களாக அணிந்து வருகிறேன். இது உண்மையிலேயே எனக்குப் பெருமளவில் உதவியுள்ளது. வீட்டில் என்னிடம் இன்னொரு மூக்குக் கண்ணாடி இருக்கிறது. இதை நீங்கள் அணிந்து கொள்ளுங்கள்," என்று அவர் உங்களிடம் கூறுகிறார்.

எனவே நீங்கள் அதைப் போட்டுக் கொள்கிறீர்கள். ஆனால் அது உங்கள் பிரச்சனையை இன்னும் மோசமாக்குகிறது.

"இது கொடுமை! என்னால் எதையும் பார்க்க முடியவில்லை," என்று நீங்கள் கூறுகிறீர்கள்.

"என்ன அப்படிக் கூறுகிறீர்கள்? இது எனக்குச் சிறப்பாகப் பலனளித்து வருகிறது. சற்றுக் கடினமாக முயற்சித்துப் பாருங்கள்," என்று அவர் பதிலளிக்கிறார்.

"நான் முயற்சிக்கத்தான் செய்கிறேன். எல்லாம் மங்கலாகத் தெரிகின்றது. எதையுமே என்னால் தெளிவாகப் பார்க்க முடியவில்லை," என்று நீங்கள் வலியுறுத்திக் கூறுகிறீர்கள்.

"உங்களுக்கு என்ன பிரச்சனை? நேர்மறையாகச் சிந்தியுங்கள்."

"என்னால் எதையும் தெளிவாகப் பார்க்க முடியவில்லை."

"நீங்கள் சிறிதுகூட நன்றியில்லாதவராக இருக்கிறீர்கள். நான் உங்களுக்கு உதவுவதற்கு இவ்வளவு செய்த பிறகும் நீங்கள் இப்படிக் கூறுகிறீர்கள்," என்று அவர் சலித்துக் கொள்கிறார்.

அடுத்த முறை உங்களுக்கு உதவி தேவைப்படும்போது அந்தப் பரிசோதகரிடம் நீங்கள் மீண்டும் செல்வதற்கான வாய்ப்பு எவ்வளவு உள்ளது? நிச்சயமாக நீங்கள் அவரிடம் செல்ல மாட்டீர்கள் என்று

நான் நினைக்கிறேன். ஒன்றைப் பரிந்துரைப்பதற்கு முன்னதாகப் பிரச்சனை என்னவென்று கண்டறியாத ஒருவர்மீது உங்களால் நம்பிக்கை வைக்க முடியாது.

ஆனால், கருத்துப் பரிமாற்றத்தில் அடுத்தவருக்கு ஒரு விஷயத்தைப் பரிந்துரைப்பதற்கு முன் பிரச்சனை என்னவென்று நாம் எத்தனை முறை கண்டறிகிறோம்?

"நீ ஏன் இப்படி இருக்கிறாய்? பிரச்சனை என்னவென்று கூறு. உணர்வுகளை வெளிப்படுத்துவது கடினமான காரியம்தான். ஆனால், நீ கூறுவதைப் புரிந்து கொள்வதற்கு நான் நிச்சயமாக முயற்சிப்பேன்."

"இல்லை. அம்மா, நீங்கள் என்னை முட்டாள் என்று நினைப்பீர்கள்."

"நிச்சயமாக இல்லை! நீ என்னிடம் தாராளமாக உன்னுடைய உணர்வுகளையும் பிரச்சனைகளையும் பகிர்ந்து கொள்ளலாம். என் அளவுக்கு உன்மீது வேறு யார் அக்கறை கொண்டிருக்கிறார்கள்? உன்னுடைய நலன் மட்டுமே எனக்கு முக்கியம். எது உனக்கு இவ்வளவு வருத்தத்தை ஏற்படுத்திக் கொண்டிருக்கிறது?"

"எனக்குத் தெரியவில்லை."

"தயவு செய்து சொல். என்ன பிரச்சனை?"

"சரி, உங்களிடம் உண்மையைக் கூறிவிடுகிறேன். நான் இனி பள்ளிக்கூடம் செல்ல விரும்பவில்லை."

"என்ன?" என்று நீங்கள் நம்ப முடியாமல் கேட்கிறீர்கள். "உனக்குப் பள்ளிக்கூடம் போக விருப்பமில்லை என்றால் என்ன அர்த்தம்? உன்னுடைய படிப்பிற்கு நாங்கள் இவ்வளவு தியாகங்களைச் செய்த பிறகு இப்போது அப்படிக் கூறினால் என்ன அர்த்தம்? படிப்புதான் உன்னுடைய எதிர்காலத்திற்கான அடித்தளம். உன்னுடைய அக்காவைப்போல் நீயும் படிப்பில் கவனம் செலுத்தினால், சிறந்த மதிப்பெண்களைப் பெறுவாய், பிறகு பள்ளிக்கூடம் செல்வதற்கான விருப்பம் தானாக வந்துவிடும். படிப்பில் ஒருமித்தக் கவனம் செலுத்த வேண்டும் என்று மீண்டும் மீண்டும் நாங்கள் உன்னிடம் கூறியிருக்கிறோம். கற்கும் திறன் உன்னிடம் ஏராளமாக உள்ளது, ஆனால் நீ உன்னை அதில் ஈடுபடுத்திக் கொள்ள மறுக்கிறாய். இன்னும் கடினமாக முயற்சி செய். பள்ளிக்கூடம் குறித்தும், உன் படிப்புக் குறித்தும் ஒரு நேர்மறையான மனப்போக்கை வளர்த்துக் கொள்."

நீங்கள் சிறிது நேர மௌனத்திற்குப் பிறகு, "இப்போது எப்படி உணர்கிறாய் என்று சொல்," என்று கூறுகிறீர்கள்.

விஷயங்களை விரைவுபடுத்தி, நல்ல அறிவுரையைக் கொண்டு பிரச்சனைகளை உடனடியாகத் தீர்ப்பதில் நாம் முனைப்பாக இருக்கிறோம். ஆனால், பிரச்சனை என்னவென்பதை முதலில் தெரிந்து கொள்வதற்கும், அதை உண்மையிலேயே ஆழமாகப் புரிந்து கொள்வதற்கும் நேரத்தைச் செலவிட நாம் தவறிவிடுகிறோம்.

மனிதர்களுக்கு இடையேயான உறவுகளில் நான் கற்றுக் கொண்டுள்ள தனிப்பெரும் முக்கியக் கொள்கை என்னவென்பதை ஒரே வாக்கியத்தில் தொகுத்துக் கூறினால், அது இவ்வாறுதான் இருக்கும்:

“முதலில் புரிந்து கொள்ள முயற்சி செய்யுங்கள், பிறகு புரிந்து கொள்ளப்பட முயற்சியுங்கள்.” மனிதர்களுக்கு இடையேயான கருத்துப் பரிமாற்றம் அதிகப் பலனளிப்பதாக அமைவதற்கு இக்கொள்கை இன்றியமையாததாகும்.

குணநலன்களும் கருத்துப் பரிமாற்றமும்

இக்கணத்தில், நான் எழுதிய ஒரு புத்தகத்தை நீங்கள் படித்துக் கொண்டிருக்கிறீர்கள். படிப்பது, எழுதுவது ஆகிய இரண்டுமே கருத்துப் பரிமாற்றத்தின் வெவ்வேறு வடிவங்கள். பேசுவதும் காதுகொடுத்துக் கேட்பதும்கூடக் கருத்துப் பரிமாற்றத்தின் பிற வடிவங்கள்தான். உண்மையில், கருத்துப் பரிமாற்றத்திற்கான நான்கு அடிப்படை வகைகள் உள்ளன. இந்த நான்கு விஷயங்களில் ஒன்றைச் செய்வதில் நீங்கள் செலவிடும் நேரம் முழுவதையும் நினைத்துப் பாருங்கள். இவை நான்கையும் சிறப்பாகச் செய்வதற்கான திறன் உங்களுடைய வெற்றிக்கு முழுக்க முழுக்க இன்றியமையாதது.

கருத்துப் பரிமாற்றம்தான் வாழ்வில் மிக முக்கியமான திறமையாகும். நாம் விழித்திருக்கும் நேரத்தின் பெரும்பகுதியைக் கருத்துப் பரிமாற்றத்தில்தான் நாம் செலவிடுகிறோம். ஆனால் இந்த விஷயத்தைப் பற்றி சிந்தித்துப் பாருங்கள்: எப்படி எழுத வேண்டும், எப்படிப் படிக்க வேண்டும், எப்படிப் பேச வேண்டும் என்று கற்றுக் கொள்வதற்கு நீங்கள் பல வருடங்களைச் செலவிட்டிருக்கிறீர்கள். ஆனால் காதுகொடுத்துக் கேட்பது எப்படி என்பதைக் கற்றுக் கொள்வதற்கு நீங்கள் எவ்வளவு காலத்தைச் செலவிட்டிருக்கிறீர்கள்? உரையாடலின்போது ஒரு தனிநபரின் கண்ணோட்டத்திலிருந்து அவரை உண்மையிலேயே ஆழமாகப் புரிந்து கொள்வதற்கு உதவும் வகையில் காதுகொடுத்துக் கேட்பதற்கு நீங்கள் ஏதேனும் பயிற்சி எடுத்திருக்கிறீர்களா அல்லது இது குறித்து உங்களுக்கு எங்கேனும் கற்றுக் கொடுக்கப்பட்டுள்ளதா?

ஒப்பிட்டுப் பார்க்கையில், ஒருசில மக்கள் மட்டுமே இத்தகையப் பயிற்சியைப் பெற்றுள்ளனர். அதிலும், உண்மையிலேயே மற்றொருவரைப் புரிந்து கொள்வதற்கு இன்றியமையாததாக இருக்கின்ற குணநல அடிப்படையும் உறவு அடிப்படையும் இல்லாத வெறும் ஆளுமை நெறிமுறை உத்தியைப் பயன்படுத்த மட்டுமே இவர்களுக்குப் பெருமளவு பயிற்சி கொடுக்கப்பட்டுள்ளது.

என்னுடன் நீங்கள் ஆற்றலோடு உரையாட விரும்பினாலோ அல்லது என்மீது தாக்கத்தை ஏற்படுத்த விரும்பினாலோ, முதலில் நீங்கள் என்னைப் புரிந்து கொள்ள வேண்டியது அவசியம். உங்கள் வாழ்க்கைத் துணைவர், குழந்தைகள், அண்டைவீட்டார், உங்கள் மேலதிகாரி, சக ஊழியர், நண்பர் ஆகியோர் விஷயத்திலும் இது உண்மைதான். நீங்கள் ஏதோ ஓர் உத்தியைப் பயன்படுத்துவதாக எனக்குத் தோன்றினால், நீங்கள் என்னை ஏமாற்றுகிறீர்கள், என்னுடன் நாடகமாடுகிறீர்கள் என்ற உணர்வு எனக்கு ஏற்படும். நீங்கள் ஏன் என்னிடம் இப்படிப் பேசுகிறீர்கள், உங்கள் உள்நோக்கம் என்ன என்று உங்களை நான் சந்தேகிக்கத் துவங்குவேன்.

உங்களிடம் வெளிப்படையாகப் பேசுவதற்கு நான் அவ்வளவு பாதுகாப்பாக உணர மாட்டேன்.

நீங்கள் என்மீது தாக்கம் ஏற்படுத்த விரும்பினால், உங்கள் உண்மையான நடத்தையைக் கொண்டு மட்டுமே அதை உங்களால் சாதிக்க முடியும். உங்கள் நடத்தை உங்களுடைய குணநலன்களிலிருந்து இயல்பாக வெளிப்படும். நீங்கள் உண்மையிலேயே எப்படிப்பட்ட நபர் என்பதிலிருந்து அது வெளிப்படும். நீங்கள் யார் என்று மற்றவர்கள் நினைக்கிறார்களோ அல்லது உங்களை எப்படிப்பட்டவராக நான் நினைக்க வேண்டும் என்று நீங்கள் விரும்புகிறீர்களோ, அது இங்கு உங்களுக்கு எந்த விதத்திலும் உதவாது. உங்களுடனான எனது அனுபவத்திலிருந்து உங்களை நான் முழுமையாக அறிந்து கொள்வேன்.

உங்களது குணநலன்கள் தொடர்ந்து வெளிப்பட்டுக் கொண்டு இருப்பதோடு மட்டுமல்லாமல், அவை தகவல் தெரிவித்துக் கொண்டும் இருக்கின்றன. காலப்போக்கில் அதிலிருந்து நான் உங்களையும், உங்களது முயற்சிகளையும் உள்ளுணர்வுரீதியாக நம்புவேன் அல்லது நம்பாமல் இருக்கத் துவங்குவேன்.

ஒரு சமயம் நீங்கள் பரிவுடன் நடந்து கொள்கிறீர்கள், வேறொரு சமயம் கடுமையாக நடந்து கொள்கிறீர்கள் என்றாலோ, உங்கள் நடத்தை பிறர் முன்னிலையில் வேறு விதமாகவும் தனிமையில் வேறு விதமாகவும் இருந்தாலோ, உங்கள் வாழ்க்கை இருமை இயல்பு கொண்டதாக இருந்தாலோ, உங்களிடம் வெளிப்படையாகப் பேசுவது எனக்குக் கடினமான காரியமாக இருக்கும். உங்களுடைய அன்பையும் தாக்கத்தையும் நான் விரும்பினாலோ, அல்லது அவை எனக்குத் தேவைப்பட்டாலோகூட, என்னுடைய அபிப்பிராயங்களையும் அனுபவங்களையும் மென்மையான உணர்வுகளையும் உங்களிடம் வெளிப்படுத்தும் அளவுக்கு நான் பாதுகாப்பாக உணர மாட்டேன். என்ன நிகழும் என்று யாருக்குத் தெரியும்?

ஆனால் நான் உங்களிடம் மனம்விட்டுப் பேசாதவரை, நீங்கள் என்னையும் எனது தனித்துவமான சூழ்நிலையையும் உணர்வுகளையும் புரிந்து கொள்ளாதவரை, எனக்கு என்ன அறிவுரை கொடுக்க வேண்டும் அல்லது பரிந்துரைக்க வேண்டும் என்பது உங்களுக்குத் தெரியாது. நீங்கள் கூறுவது நல்லதாகவும் அருமையானதாகவும் இருந்தாலும்கூட, அது எனக்குப் பொருத்தமானதாக இருக்காது.

உங்களுக்கு என்மீது அக்கறை உள்ளது என்றும், நீங்கள் என்னை மெச்சுகிறீர்கள் என்றும் என்னிடம் நீங்கள் கூறக்கூடும். அதை நம்புவதற்கு நான் நிச்சயமாக ஏங்கி நிற்பேன். ஆனால் என்னை நீங்கள் புரிந்து கொள்ளாதபோது எப்படி உங்களால் என்னை மெச்ச முடியும்? உங்கள் வார்த்தைகள் மட்டுமே எனக்குக் கேட்கின்றன, ஆனால் வெறும் வார்த்தைகளை என்னால் நம்ப முடியாது.

நீங்கள் கூறுவது எனக்குத் தேவை என்பதை நான் அறிந்திருந்தாலும்கூட, உங்களது தாக்கத்திற்கு ஆளாவதற்கு நான் பயப்படுகிறேன், என்னைத் தற்காத்துக் கொள்ளத் துடிக்கிறேன், அது குறித்து சில சமயங்களில் குற்ற உணர்வுகூடக் கொள்கிறேன்.

என்னுடைய தனித்துவத்தின் தாக்கத்திற்கு நீங்கள் ஆளாகியிருக்காதவரை, உங்களது அறிவுரை என்மீது எந்தவிதமான தாக்கத்தையும் ஏற்படுத்தாது. எனவே, மனித உறவுகளில் நடைபெறும் கருத்துப் பரிமாற்றங்களில் நீங்கள் உண்மையிலேயே ஆற்றல்மிக்கவராக விளங்க விரும்பினால், வெறும் உத்தியைக் கொண்டு அதை உங்களால் செய்ய முடியாது. குணநலன்களின் அடிப்படையில் அமைந்த, வெளிப்படையான கருத்துப் பரிமாற்றத்தையும் நம்பிக்கையையும் ஊக்குவிக்கின்ற, புரிந்துணர்வோடு காதுகொடுத்துக் கேட்பதற்கான திறமைகளை நீங்கள் உருவாக்கிக் கொள்ள வேண்டும். இதயங்களுக்கிடையே ஒரு வர்த்தகத்தை ஏற்படுத்துகின்ற உணர்ச்சிரீதியான வங்கிக் கணக்குகளை நீங்கள் உருவாக்க வேண்டும்.

புரிந்துணர்வோடு காதுகொடுத்துக் கேட்பது

"முதலில் புரிந்து கொள்ள முயற்சியுங்கள்" என்பது கருத்துக் கண்ணோட்டத்தில் மிக ஆழமான ஒரு மாற்றத்தை உள்ளடக்கிய ஒன்று. பொதுவாக மற்றவர்களால் நாம் புரிந்து கொள்ளப்படுவதற்கு நாம் முயற்சிப்போம். பெரும்பாலான மக்கள் அடுத்தவரைப் புரிந்து கொள்ளும் நோக்கத்தில் காதுகொடுத்துக் கேட்பதில்லை; அவருக்கு பதிலளிக்கும் நோக்கத்தில்தான் காதுகொடுத்துக் கேட்கின்றனர். ஒன்று, அவர்கள் பேசுவார்கள், அல்லது பேசத் தயாராகிக் கொண்டிருப்பார்கள். அடுத்தவர் கூறும் விஷயத்தை இவர்கள் தங்களது சொந்தக் கருத்துக் கண்ணோட்டத்தின் மூலமாக வடிகட்டிக் கொண்டிருப்பார்கள், தங்களுடைய சுயபுராணத்தை மற்றவர்களின் வாழ்க்கையில் வாசித்துக் கொண்டிருப்பார்கள்.

"உங்கள் உணர்வுகள் துல்லியமாக எனக்குப் புரிகின்றன."

"நானும் இதே சூழ்நிலையில் இருந்திருக்கிறேன். என்னுடைய அனுபவத்தை நான் உங்களிடம் கூறுகிறேன்."

அவர்கள் தங்களது சொந்தத் திரைப்படங்களை மற்றவர்களின் நடத்தைக்குள் தொடர்ந்து புகுத்திக் கொண்டிருக்கிறார்கள். தாங்கள் சந்திக்கும் ஒவ்வொருவருக்கும் அவர்கள் தங்கள் மூக்குக் கண்ணாடியைப் பரிந்துரைக்கிறார்கள்.

தன் மகன், மகள், வாழ்க்கைத் துணைவர், சக ஊழியர் போன்ற யாரேனும் ஒருவருடன் அவர்களுக்கு ஒரு பிரச்சனை ஏற்பட்டால், "அந்த நபர் என்னைப் புரிந்து கொள்வதே இல்லை," என்பதுதான் அவர்களது மனப்போக்காக இருக்கிறது.

ஒரு தந்தை ஒருமுறை என்னிடம், "என் மகனை என்னால் புரிந்து கொள்ளவே முடியவில்லை. அவன் நான் கூறுவதைக் காதுகொடுத்துக் கேட்பதே இல்லை," என்று கூறினார்.

அதற்கு நான், "நீங்கள் கூறியதை நான் அப்படியே மீண்டும் கூற அனுமதியுங்கள். உங்கள் மகன் நீங்கள் கூறுவதைக் காதுகொடுத்துக் கேட்காததால் உங்களால் அவனைப் புரிந்து கொள்ள முடியவில்லை, சரிதானே?" என்று கேட்டேன்.

"ஆம், சரிதான்," என்று அவர் பதிலளித்தார்.

"நான் மீண்டும் ஒருமுறை முயற்சித்துப் பார்க்க விரும்புகிறேன். உங்கள் மகன் நீங்கள் கூறுவதைக் காதுகொடுத்துக் கேட்காததால் உங்களால் அவனைப் புரிந்து கொள்ள முடியவில்லை, அப்படித்தானே?" என்று மீண்டும் அவரிடம் கேட்டேன்.

அவர் பொறுமியிழந்தவராக, "நான் அதைத்தான் கூறினேன்," என்று கூறினார்.

"ஒருவரைப் புரிந்து கொள்ள வேண்டும் என்றால், அவர் கூறுவதை நீங்கள் காதுகொடுத்துக் கேட்க வேண்டும் என்றல்லவா நான் நினைத்தேன்," என்று கூறினேன்.

"ஓ!" என்றார் அவர். ஒரு நீண்ட மௌனம் நிலவியது. அவர் மீண்டும், "ஓ!" என்று கூறினார். அவருக்குள் தெளிவு உதயமாகத் துவங்கியது. "அவனது நிலைமை எனக்குப் புரிகிறது. அவன் சந்தித்துக் கொண்டிருக்கும் பிரச்சனைகளைப் பற்றி எனக்குத் தெரியும். நானும் இதே பிரச்சனைகளை எதிர்கொண்டேன். அவன் ஏன் நான் கூறுவதைச் செவிமடுக்க மறுக்கிறான் என்பதைத்தான் என்னால் புரிந்து கொள்ள முடியவில்லை என்று நான் நினைக்கிறேன்," என்று அவர் கூறினார்.

தன் மகனின் தலைக்குள் உண்மையிலேயே என்ன ஓடிக் கொண்டிருந்தது என்பது பற்றிய யோசனை அவருக்கு எள்ளளவுகூட இருக்கவில்லை. அவர் தன் தலைக்குள் எட்டிப் பார்த்து, தனது மகன் உட்பட, உலகம் முழுவதையும் தான் பார்த்துவிட்டதாக நினைத்தார்.

நம்மில் பலரும் இதே தவறைத்தான் செய்கிறோம். நாம் நமது சொந்த நியாயங்கள் மற்றும் சுயபுராணத்தால் நிரம்பியுள்ளோம். நாம் மற்றவர்களால் புரிந்து கொள்ளப்பட விரும்புகிறோம். நம்முடைய உரையாடல்களில் நாம் ஒருவர் மட்டுமே பேசிக் கொண்டிருக்கிறோம். அடுத்தவருக்குள் என்ன நிகழ்ந்து கொண்டிருக்கிறது என்பதை நாம் உண்மையில் ஒருபோதும் புரிந்து கொள்வதில்லை.

இன்னொருவர் பேசும்போது, பின்வரும் நிலைகளில் ஏதேனும் ஒரு நிலையிலிருந்துதான் நாம் வழக்கமாகக் "காதுகொடுத்துக் கேட்கிறோம்." அவர் கூறுவதை உண்மையிலேயே கவனிக்காமல் இருந்துவிட்டு, நாம் அவரை முழுமையாகப் புறக்கணிக்கக்கூடும். அல்லது அவர் கூறுவதைக் கேட்பதுபோல் நடிக்கக்கூடும்: "ஓ, அப்படியா. சரி." அல்லது உரையாடலின் சில குறிப்பிட்டப் பகுதிகளை மட்டுமே கவனித்துக் கேட்டுவிட்டு, மற்றவற்றை ஒதுக்கிவிடக்கூடும். மழலையர் பள்ளிக்குச் செல்லும் குழந்தைகள் நம்மிடம் பேசும்போது நாம் பெரும்பாலும் இப்படி நடந்து கொள்கிறோம். அல்லது அடுத்தவர் கூறும் வார்த்தைகளின்மீது ஒருமித்தக் கவனத்தையும் ஆற்றலையும் குவித்து, அவரது பேச்சை நாம் கூர்ந்து கவனிக்கக்கூடும். ஆனால், 'புரிந்துணர்வோடு காதுகொடுத்துக் கேட்டல்' என்ற மிக உயர்ந்த ஐந்தாவது நிலையை நம்மில் வெகுசிலரே கடைபிடிக்கிறோம்.

'புரிந்துணர்வோடு காதுகொடுத்துக் கேட்டல்' என்று நான் கூறும்போது, 'கூர்ந்து கவனித்தல்' அல்லது 'கவனித்தப் பிறகு

எடுத்துரைத்தல்' போன்ற உத்திகளைப் பற்றி நான் குறிப்பிட விரும்பவில்லை. அடுத்தவர் கூறுவதை வார்த்தைக்கு வார்த்தை அப்படியே கூறுவது அது. அந்த வகையான காதுகொடுத்துக் கேட்டல் என்பது திறமை சார்ந்த விஷயம்; குணநலன்கள் மற்றும் உறவுகளிலிருந்து அது துண்டிக்கப்பட்டுள்ளது; ஒரு வகையில் பார்த்தால், பேசுபவரை அது அவமானப்படுத்துகிறது. நீங்கள் இந்த உத்திகளைப் பயன்படுத்தினால், உங்கள் உரையாடலில் உங்கள் சுயபுராணத்தைப் புகுத்த மாட்டீர்கள். கூர்ந்து கவனிப்பதற்கான திறமைகளுடன் நீங்கள் காதுகொடுத்துக் கேட்பீர்கள், ஆனால் நீங்கள் கூர்ந்து கவனிப்பதன் நோக்கம் அவருக்கு பதிலளிப்பதும், அவரைக் கட்டுப்படுத்துவதும், சூழ்ச்சித்தனமாகக் கையாள்வதுமாக இருக்கும்.

'புரிந்துணர்வோடு காதுகொடுத்துக் கேட்டல்' என்று நான் கூறும்போது, புரிந்து கொள்ளும் நோக்கத்தில் கவனித்துக் கேட்பது என்று அர்த்தம். முதலில் உண்மையாகப் புரிந்து கொள்ள முயற்சி செய்யுங்கள். இது முற்றிலும் வேறுபட்ட ஒரு கருத்துக் கண்ணோட்டம்.

'புரிந்துணர்வோடு காதுகொடுத்துக் கேட்டல்' என்பது அடுத்தவருடைய கட்டமைப்பிற்குள் நுழைந்து பார்க்கிறது. நீங்கள் அதன் வழியாகப் பார்க்கிறீர்கள்; அவர்கள் எந்த விதத்தில் உலகத்தைப் பார்க்கிறார்களோ, அதே விதத்தில் நீங்களும் பார்க்கிறீர்கள்; அவர்களது கருத்துக் கண்ணோட்டத்தைப் புரிந்து கொள்கிறீர்கள்; அவர்கள் உணரும் விதத்தைப் புரிந்து கொள்கிறீர்கள்.

புரிந்துணர்வு என்பது அனுதாபம் அல்ல. அனுதாபம் என்பது ஒருவகையான உடன்படிக்கை, ஒருவிதமான சீர்தூக்கிப் பார்த்தல். சில சமயங்களில் இது அதிகப் பொருத்தமான உணர்ச்சியாகவும் பதிலாகவும் இருக்கும். ஆனால் பெரும்பான்மையான நேரங்களில், அனுதாபம் காட்டப்படும் மக்கள் இதைத் தங்களுக்கு சாதகமாகப் பயன்படுத்திக் கொள்கின்றனர். இது அவர்களை மற்றவர்கள்மீது சார்ந்திருக்கும்படிச் செய்துவிடுகிறது. புரிந்துணர்வோடு காதுகொடுத்துக் கேட்பதன் சாராம்சம் நீங்கள் ஒருவருடன் ஒத்துபோவது என்பதல்ல; மாறாக, உணர்ச்சிரீதியாகவும் அறிவுரீதியாகவும் அவரை நீங்கள் முழுமையாகவும் ஆழமாகவும் புரிந்து கொள்வதுதான் அது.

புரிந்துணர்வோடு காதுகொடுத்துக் கேட்டல் என்பது அடுத்தவருடைய வார்த்தைகளை நினைவில் வைத்து, மீண்டும் எடுத்துரைத்து, அவற்றைப் புரிந்து கொள்வதைவிட அதிகமானதை உள்ளடக்கியது. நம்முடைய கருத்துப் பரிமாற்றத்தில் 10 சதவீதம் மட்டுமே நாம் பேசும் வார்த்தைகளால் தெரிவிக்கப்படுகிறது. இன்னொரு 30 சதவீதம் ஒலிகளாலும், 60 சதவீதம் நமது உடல்மொழியாலும் தெரிவிக்கப்படுகிறது. புரிந்துணர்வோடு காதுகொடுத்துக் கேட்டலில் நீங்கள் உங்கள் செவிகளால் கவனிக்கிறீர்கள். அதோடு, மிக முக்கியமாக, உங்கள் கண்களாலும் இதயத்தாலும்கூடக் கூர்ந்து கவனிக்கிறீர்கள் என்று கருத்துப் பரிமாற்ற வல்லுனர்கள் கணிக்கின்றனர். பேசுபவரின் உணர்வுகளைப் புரிந்து கொள்வதற்கும், அவர் கூறுவதன் அர்த்தத்தைப்

புரிந்து கொள்வதற்கும் நீங்கள் காதுகொடுத்துக் கேட்கிறீர்கள். அவரது நடத்தையைப் புரிந்து கொள்ளவும் முயற்சிக்கிறீர்கள். நீங்கள் உங்கள் வலது மூளையையும் இடது மூளையையும் பயன்படுத்துகிறீர்கள்.

புரிந்துணர்வோடு காதுகொடுத்துக் கேட்பது மிகவும் சக்திவாய்ந்தது. ஏனெனில், இது நீங்கள் நடவடிக்கை எடுக்கத் தேவையான தகவல்களைக் கொடுக்கிறது. உங்களுடைய சுயபுராணத்தைப் புகுத்துவதற்கும், எண்ணங்கள், உணர்வுகள், உள்நோக்கங்கள், மற்றும் அர்த்தங்களை அனுமானிப்பதற்கும் பதிலாக, அடுத்தவருடைய தலைக்குள்ளும் இதயத்திற்குள்ளும் இருக்கின்ற யதார்த்தத்தை நீங்கள் கையாள்கிறீர்கள். புரிந்து கொள்வதற்காக நீங்கள் காதுகொடுத்துக் கேட்கிறீர்கள். இன்னோர் ஆன்மாவிடமிருந்து ஆழமான தகவலைப் பெறுவதில் நீங்கள் கவனமாக இருக்கிறீர்கள்.

அதோடு, உணர்ச்சிரீதியான வங்கிக் கணக்குகளில் சேமிப்பை அதிகரிப்பதற்குப் புரிந்துணர்வோடு காதுகொடுத்துக் கேட்பது மிகவும் முக்கியமானது. ஏனெனில், சேமிப்பு என்ற கண்ணோட்டத்தில் நீங்கள் செய்வதை, அடுத்தவரும் அதே கண்ணோட்டத்தில் புரிந்து கொண்டாலொழிய அது சேமிப்பாகாது. அவருக்கு உண்மையிலேயே எது முக்கியம் என்பதை நீங்கள் புரிந்து கொள்ளவில்லை என்றால், நீங்கள் கடினமாக உழைத்து உங்கள் கணக்கில் உள்ள சேமிப்பை அதிகரித்தாலும், உங்கள் முயற்சிகள் சுயநலமானவை, தன்னை ஏமாற்றுபவை, அச்சுறுத்துபவை, அல்லது இழிவுபடுத்துபவை என்பதாக அவர் கருதுவதால், நீங்கள் சேமிப்பு என்று நினைத்துக் கொண்டிருப்பதை, கணக்கிலிருந்து எடுக்கப்படும் ஒன்றாக அவர் பார்ப்பார்.

புரிந்துணர்வோடு காதுகொடுத்துக் கேட்பது உணர்ச்சிரீதியான வங்கிக் கணக்கில் ஒரு மாபெரும் சேமிப்பாக அமையும். அது அடுத்தவரை குணப்படுத்துவதாக இருக்கும். ஏனெனில், அது ஒருவருக்கு 'உளவியல் சுவாசக் காற்றை'க் கொடுக்கிறது.

இக்கணத்தில் நீங்கள் இருக்கும் அறையில் உள்ள காற்று முழுவதும் உறிஞ்சப்பட்டால், இந்தப் புத்தகத்தின்மீதான உங்கள் ஆர்வத்திற்கு என்ன நிகழும்? இப்புத்தகத்தைப் பற்றி நீங்கள் துளிகூட அக்கறை கொள்ள மாட்டீர்கள். சுவாசிப்பதற்குக் காற்றைப் பெறுவதைத் தவிர வேறு எதைப் பற்றியும் நீங்கள் கவலைப்பட மாட்டீர்கள். உயிரோடு இருப்பது மட்டுமே உங்களது ஒரே ஊக்குவிப்பாக இருக்கும்.

ஆனால் உங்களிடம் இப்போது காற்று இருப்பதால், அது உங்களை ஊக்கப்படுத்துவதில்லை. மனித ஊக்குவிப்புத் துறையின் தலைசிறந்த உள்நோக்குகளில் ஒன்று இது: நிறைவேற்றப்பட்டத் தேவைகள் ஒருவரை ஊக்குவிப்பதில்லை. நிறைவேற்றப்படாத தேவைகள்தான் மக்களை ஊக்குவிக்கின்றன. உடல்ரீதியாக உயிரோடு இருப்பதற்கு அடுத்து, உளவியல்ரீதியாக உயிரோடு இருப்பதுதான் மனிதனின் தலையாய தேவை. அதாவது, தான் புரிந்து கொள்ளப்பட வேண்டும், உறுதிப்படுத்தப்பட வேண்டும், பாராட்டப்பட வேண்டும் ஆகியவை மனிதனின் உளவியல்ரீதியான தேவைகள்.

இன்னொருவர் பேசுவதைப் புரிந்துணர்வுடன் நீங்கள் காதுகொடுத்துக் கேட்டால், அவருக்கு நீங்கள் உளவியல் சுவாசக் காற்றைக் கொடுக்கிறீர்கள். அந்த இன்றியமையாத தேவை நிறைவேற்றப்பட்டவுடன், அவர்மீது தாக்கம் ஏற்படுத்துவதன்மீதோ அல்லது அவரது பிரச்சனையைத் தீர்ப்பதிலோ நீங்கள் கவனம் செலுத்தலாம்.

உளவியல் சுவாசக் காற்றிற்கான இத்தேவை வாழ்வின் ஒவ்வொரு பகுதியிலும் உள்ள கருத்துப் பரிமாற்றத்தின்மீதும் தாக்கத்தை ஏற்படுத்துகிறது.

ஒரு சமயம், சிக்காகோ நகரில் ஒரு பயிலரங்கில் இக்கோட்பாட்டை நான் கற்றுக் கொடுத்தேன். அன்று மாலையில், புரிந்துணர்வுடன் காதுகொடுத்துக் கேட்பதைப் பயிற்சி செய்யுமாறு பயிலரங்கில் கலந்து கொண்டவர்களிடம் நான் பரிந்துரைத்தேன். அடுத்த நாள் காலையில் ஒருவர் என்னிடம் உற்சாகத்துடன் ஓடி வந்தார்.

"நேற்றிரவு என்ன நிகழ்ந்தது என்று நான் உங்களிடம் கூற விரும்புகிறேன். சிக்காகோவில் ஒரு பெரிய ரியல் எஸ்டேட் பரிவர்த்தனையை நிறைவேற்ற நான் நீண்டகாலமாக முயற்சித்துக் கொண்டிருந்தேன். இப்போது நான் சிக்காகோவில் இருப்பதால், அதை நிறைவேற்றிவிட வேண்டும் என்று தீர்மானித்தேன். முதலீட்டாளர்களையும், அவர்களது வழக்கறிஞர்களையும், மாற்றுப் பரிவர்த்தனை முன்மொழிவு ஒன்றைக் கொண்டு வந்திருந்த இன்னொரு ரியல் எஸ்டேட் ஏஜன்டையும் நான் சந்தித்தேன்.

"பரிவர்த்தனை என் கையைவிட்டுப் போவதுபோல் எனக்குத் தோன்றியது. நான் இந்தப் பரிவர்த்தனைக்காக ஆறு மாதங்களாக உழைத்து வந்திருந்தேன். உண்மையில் என்னுடைய முட்டைகள் அனைத்தும் இந்த ஒரே கூடையில் இருந்தன. நான் பீதியடைந்தேன். என்னால் முடிந்த அனைத்தையும் நான் செய்தேன். எல்லாச் சாக்குப்போக்குகளையும் உபயோகித்துப் பார்த்தேன். எனக்குத் தெரிந்த விற்பனை உத்திகள் அனைத்தையும் நான் பயன்படுத்தினேன். இறுதியாக, 'இதன் முடிவை இன்னும் சிறிது காலம் நம்மால் தள்ளிப் போட முடியுமா?' என்று கேட்டேன். ஆனால் ஏற்கனவே இந்தப் பரிவர்த்தனையை நீண்டகாலமாக இழுபறியாக இருந்து வந்திருந்ததால், இதை முடிப்பதில் எல்லோரும் மும்முரமாக இருந்தனர் என்பது வெளிப்படையாகத் தெரிந்தது.

"எனவே நான் என்னிடம், 'இன்று நான் கற்றுக் கொண்டதை இங்கு முயற்சித்துப் பார்த்தால் என்ன? முதலில் அவர்களைப் புரிந்து கொண்டு, பிறகு அவர்கள் என்னைப் புரிந்து கொள்வதை நான் ஏன் முயற்சிக்கக்கூடாது? இழப்பதற்கு எனக்கு இதில் எதுவும் இல்லை,' என்று கூறிக் கொண்டேன்.

"நான் அவரிடம் சென்று, 'உங்கள் நிலை என்ன என்பதையும், எனது பரிந்துரைகள் குறித்த உங்கள் கவலைகளையும் உண்மையிலேயே நான் புரிந்து கொண்டுள்ளேனா என்று பார்க்க விரும்புகிறேன். அவற்றை

நான் புரிந்து கொண்டுள்ளதாக நீங்கள் உணரும்போது, என்னுடைய முன்மொழிவு பொருத்தமானதாக இருக்கிறதா இல்லையா என்று நாம் பார்க்கலாம்,' என்று கூறினேன்.

"அவருடைய சூழ்நிலையில் என்னை வைத்துப் பார்ப்பதற்கு நான் உண்மையிலேயே முயற்சித்தேன். அவரது தேவைகளையும் கவலைகளையும் நான் மீண்டும் அவரிடம் எடுத்துரைத்தபோது, அவர் வெளிப்படையாகப் பேசத் துவங்கினார்.

"அவர் கவலை கொண்டிருந்த விஷயங்களைப் பற்றியும், அவர் எதிர்பார்த்த விளைவுகளைப் பற்றியும் நான் எவ்வளவு அதிகமாக உணர்ந்தேனோ, எவ்வளவு அதிகமாக அவற்றை வெளிப்படுத்தினேனோ, அவர் அவ்வளவு அதிகமாக மனம்விட்டுப் பேசினார்.

"இறுதியில், எங்கள் உரையாடலுக்கு நடுவே, அவர் தன் மனைவியைத் தொலைபேசியில் தொடர்பு கொண்டார். அப்போது என்னைப் பார்த்து, 'டீல் உங்களுக்குத்தான்,' என்று கூறினார்.

"ஆச்சரியத்தில் நான் வாயடைத்துப் போனேன். இப்போதும் நான் பிரமையில்தான் இருக்கிறேன்," என்று அவர் என்னிடம் கூறினார்.

அந்த மனிதருக்கு உளவியல் சுவாசக் காற்றைக் கொடுத்ததன் வாயிலாக இவர் உணர்ச்சிரீதியான வங்கிக் கணக்கில் ஒரு பெரும் சேமிப்பை ஏற்படுத்தியிருந்தார். அப்படிப்பட்ட சமயங்களில், தொழில்நுட்ப அம்சங்களைக் காட்டிலும் மனித உறவு நோக்கு முக்கியமாகிவிடுகிறது.

முதலில் புரிந்து கொள்ள முயற்சிப்பதும், பரிந்துரைப்பதற்கு முன் கண்டறிவதும் கடினம்தான். இத்தனை வருடங்களாக உங்களுக்கு மிகச் சிறப்பாகப் பலனளித்து வந்துள்ள ஒரு மூக்குக் கண்ணாடியை இன்னொருவருக்குக் கொடுப்பது குறுகிய காலத்தில் மிகவும் சுலபம்.

ஆனால் நாளடைவில், அது உற்பத்தியையும் உற்பத்தித் திறனையும் தீவிரமாகக் குறைக்கிறது. மற்றவர்கள் எந்த இடத்தில் இருந்து வருகிறார்கள் என்பதைத் துல்லியமாகப் புரிந்து கொள்ளாமல், ஒரு சகசார்பு உற்பத்தியில் உச்சபட்ச உற்பத்தியை உங்களால் அடைய முடியாது. தாங்கள் புரிந்து கொள்ளப்படவில்லை என்ற உணர்வு நீங்கள் தொடர்பு கொள்ளும் மக்களுக்கு ஏற்பட்டால், அவர்களிடம் உயர்ந்த உணர்ச்சிரீதியான வங்கிக் கணக்குகளை உங்களால் வைத்துக் கொள்ள முடியாது.

புரிந்துணர்வுடன் காதுகொடுத்துக் கேட்பதில் ஆபத்தும் இருக்கிறது. அடுத்தவரது பேச்சை நீங்கள் காதுகொடுத்துக் கேட்கும்போது, நீங்கள் வெளிப்படையாக இருப்பதால், நீங்கள் அவரது தாக்கத்திற்கு ஆளாகக்கூடிய வாய்ப்பு அதிகமாக உள்ளது. நீங்கள் எளிதில் தூண்டப்படும் நிலையில் இருப்பீர்கள். எனவே, இத்தகைய அனுபத்தில் ஈடுபடுவதற்கு ஏராளமான பாதுக்காப்பு உணர்வு உங்களுக்கு மிகவும் அவசியம். நீங்கள் ஒருவர்மீது தாக்கத்தை ஏற்படுத்துவதற்கு, அவர் உங்கள்மீது தாக்கத்தை ஏற்படுத்த வேண்டும். இது ஒரு வகையில் ஒரு முரண்பாடுதான். அப்படியென்றால், நீங்கள் உண்மையிலேயே புரிந்து கொள்ள வேண்டும்.

அதனால்தான், 1வது, 2வது, மற்றும் 3வது பழக்கங்கள் மிக முக்கியமான அடித்தளங்களாக விளங்குகின்றன. வெளியிலிருந்து வருகின்ற தூண்டுதல்களையும் தாக்கங்களையும் மனஅமைதியோடும் வலிமையோடும் கையாளக்கூடிய ஒரு கொள்கை மையத்தை, ஒரு மாற்றமற்ற உள்ளார்ந்த மையத்தை அவை உங்களுக்குக் கொடுக்கின்றன.

பரிந்துரைப்பதற்கு முன் கண்டறியுங்கள்

முதலில் புரிந்து கொள்ள முயற்சிப்பது அல்லது பரிந்துரைப்பதற்கு முன் கண்டறிவது கடினமானதாகவும் சிறிது ஆபத்தானதாகவும் இருந்தாலும், இது வாழ்வின் பல பகுதிகளில் வெளிப்படுகின்ற ஒரு சரியான கொள்கையாகும். அனைத்து உண்மையான தொழில்முறை வல்லுனர்களின் அடையாளம் இதுதான். ஒரு மருத்துவரிடம் செல்லும்போது, அவரது கண்டுபிடிப்பில் உங்களுக்கு நம்பிக்கை இல்லை என்றால், அவர் பரிந்துரைக்கும் மருந்துகளிலும் உங்களுக்கு எந்தவிதமான நம்பிக்கையும் இருக்காது.

எங்களுடைய மகள் ஜென்னி இரண்டரை மாதக் குழந்தையாக இருந்தபோது, ஒரு சனிக்கிழமையன்று மிகவும் நோய்வாய்ப்பட்டாள். அன்று எங்கள் சமூகத்தில் ஒரு கால்பந்துப் போட்டி நடைபெற இருந்தது. கிட்டத்தட்ட அனைவருமே அதில் உற்சாகமாக இருந்தனர். அது ஒரு முக்கியமான போட்டியாக இருந்ததால், சுமார் 60,000 பேர் அங்கு குழுமி இருந்தனர். என் மனைவி சான்ட்ராவும் நானும் அப்போட்டியைக் கண்டுகளிக்க விரும்பினோம், ஆனால் ஜென்னியை வீட்டில் விட்டுவிட்டுச் செல்வதை நாங்கள் விரும்பவில்லை. அவளுக்கு வாந்தியும் வயிற்றுப் போக்கும் இருந்தது எங்களுக்குக் கவலையளித்தது.

போட்டியைக் காண வந்திருந்தவர்களில் ஒரு மருத்துவரும் இருந்தார். அவர் எங்கள் குடும்ப மருத்துவர் அல்ல. ஆனாலும் அவர் மட்டும்தான் அங்கு இருந்தார். ஜென்னியின் நிலைமை மோசமானதால், அவரிடம் மருத்துவ ஆலோசனை பெறுவதென்று நாங்கள் தீர்மானித்தோம்.

போட்டி அரங்கத்தைத் தொலைபேசியில் அழைத்து, என் மனைவி அவருடன் பேசினார். அது போட்டியின் ஒரு முக்கியமான தருணமாக இருந்ததால், அந்த மருத்துவரின் குரலில் எரிச்சல் கலந்திருந்ததை என் மனைவியால் உணர முடிந்தது. “யார் இது?” என்று அந்த மருத்துவர் கேட்டார்.

“என் பெயர் திருமதி. கவி. எங்கள் மகள் ஜென்னியைப் பற்றி எங்களுக்குக் கவலையாக இருக்கிறது.”

“என்ன பிரச்சனை?” என்று அவர் கேட்டார்.

அறிகுறிகளை என் மனைவி அவருக்கு விவரித்தார். அதற்கு அந்த மருத்துவர், “நீங்கள் எந்தக் கடையில் மருந்து வாங்குவீர்கள்? நான் அவர்களை அழைத்து உங்கள் குழந்தைக்கான மருந்துகளைக் கொண்டு வந்து தரும்படிக் கூறுகிறேன்,” என்று கூறினார்.

என் மனைவி தொலைபேசியை வைத்துவிட்டுத் திரும்பியபோது, அவசரத்தில் அந்த மருத்துவருக்கு முழுமையான விபரங்களைத் தான்

கொடுத்திருக்காததை உணர்ந்தார். ஆனாலும், தான் போதுமான அளவு விபரங்களைக் கொடுத்திருந்ததாக அவர் நினைத்தார்.

"ஜென்னி இரண்டரை மாதக் குழந்த என்பது அவருக்குத் தெரியும் என்று நீ நினைக்கிறாயா?" என்று நான் என் மனைவியிடம் கேட்டேன்.

"நிச்சயமாக அவருக்குத் தெரிந்திருக்கும்," என்று என் மனைவி பதிலளித்தார்.

"ஆனால் அவர் நம்முடைய மருத்துவர் அல்ல. அவர் ஜென்னிக்கு இதுவரை வைத்தியம் பார்த்ததுகூடக் கிடையாது."

"அவருக்கு நிச்சயமாகத் தெரிந்திருக்கும். நீங்கள் கவலைப்படாதீர்கள்."

"அவருக்குத் தெரியும் என்று உனக்கு உறுதியாகத் தெரிவதற்கு முன் அவர் பரிந்துரைக்கும் மருந்துகளைக் கொடுக்க நீ தயாராக இருக்கிறாயா?"

என் மனைவி மௌனமானார். "இப்போது என்ன செய்வது?" என்று அவர் என்னிடம் கேட்டார்.

"அவரை மீண்டும் தொலைபேசியில் அழைத்துப் பேசு," என்று நான் கூறினேன்.

"நீங்களே கூப்பிடுங்கள்," என்று என் மனைவி பதிலளித்தார்.

எனவே நான் மீண்டும் அந்த மருத்துவரை அழைத்துப் பேசினேன். "டாக்டர், நீங்கள் என் குழந்தைக்கு மருந்துகளைப் பரிந்துரைத்தபோது, அவள் இரண்டரை மாதக் குழந்தை என்பது உங்களுக்குத் தெரியுமா?" என்று கேட்டேன்.

"இல்லை! எனக்கு அது தெரியாது. நீங்கள் என்னை அழைத்தது நல்லதாகப் போய்விட்டது. நான் உடனடியாக மருந்துகளை மாற்றித் தருகிறேன்," என்று அவர் பதிலளித்தார்.

ஒருவருடைய கண்டறிதலில் உங்களுக்கு நம்பிக்கை இல்லாவிட்டால், அவருடைய பரிந்துரையில் உங்களுக்கு நம்பிக்கை இருக்காது.

இக்கொள்கை விற்பனையைப் பொறுத்தவரையும் உண்மைதான். ஓர் ஆற்றல்மிக்க விற்பனையாளர் முதலில் தன் வாடிக்கையாளரின் தேவைகள், கவலைகள், சூழ்நிலைகள் ஆகியவற்றைப் புரிந்து கொள்ள முயற்சிப்பார். அனுபவமற்ற விற்பனையாளர்கள் வெறுமனே பொருட்களை விற்பார்கள். ஆனால் தொழில்முறை விற்பனையாளர்கள் மற்றவர்களின் தேவைகளுக்கும் பிரச்சனைகளுக்கும் தீர்வுகளை விற்பனை செய்வார்கள். இது முற்றிலும் வித்தியாசமான ஓர் அணுகுமுறை. எவ்வாறு கண்டறிய வேண்டும் என்பதையும், எவ்வாறு புரிந்து கொள்ள வேண்டும் என்பதையும் ஒரு தொழில்முறை வல்லுனர் கற்றுக் கொள்கிறார். மக்களுடைய தேவைகளைத் தனது பொருட்கள் மற்றும் சேவைகளுடன் எவ்வாறு தொடர்புபடுத்துவது என்பதையும் அவர் கற்றுக் கொள்கிறார். அதோடு, அவரது பொருளாலோ அல்லது சேவையாலோ தன் வாடிக்கையாளருடைய தேவைகளை நிறைவேற்ற முடியாது என்பதை அவர் உணர்ந்தால், அதை நேர்மையாகத் தன் வாடிக்கையாளரிடம் கூறுவதற்கான நாணயமும் அவரிடம் இருக்கிறது.

பரிந்துரைப்பதற்கு முன் கண்டறிவது சட்டத்தின் அடிப்படையும்கூட. ஒரு தொழில்முறை வழக்கறிஞர் ஒரு வழக்கைத் தயாரிப்பதற்கு முன், சூழ்நிலையைப் புரிந்து கொள்வதற்கும், சட்ட விதிகளையும் முன்னுதாரணங்களையும் புரிந்து கொள்வதற்கும் முதலில் உண்மைத் தகவல்களை சேகரிக்கிறார். ஒரு நல்ல வழக்கறிஞர் தன்னுடைய சொந்த வாதத்தை எழுதுவதற்கு முன், எதிர்த்தரப்பு வழக்கறிஞரின் வாதத்தை எழுதிவிடுகிறார்.

பொருட்களின் வடிவமைப்பிலும் இது உண்மை. ஒரு நிறுவனத்தைச் சேர்ந்த ஒருவர், “நுகர்வோர் ஆய்வு என்பதெல்லாம் கற்றுக்குட்டிகளுக்குத்தான். நாம் பொருட்களை வடிவமைக்கத் துவங்கலாம்,” என்று கூறுவதை உங்களால் கற்பனை செய்ய முடிகிறதா? வேறு வார்த்தைகளில் கூறினால், நுகர்வோரின் வாங்கும் பழக்கங்களையும் உள்நோக்கங்களையும் புரிந்து கொள்வதைப் பற்றி மறந்துவிடுங்கள், வெறுமனே பொருட்களை வடிவமையுங்கள் என்று அது கூறுகிறது. அது ஒருபோதும் பயனளிக்காது.

ஒரு நல்ல பொறியியல் வல்லுனர் ஒரு பாலத்தை வடிவமைக்கத் துவங்குவதற்கு முன் செயல்பாட்டில் உள்ள ஆற்றல்களையும் இறுக்கங்களையும் புரிந்து கொள்வார். ஒரு நல்ல ஆசிரியர், பாடம் கற்றுக் கொடுப்பதற்கு முன் தன் வகுப்பைக் கவனிப்பார். ஒரு நல்ல மாணவன் ஒரு விஷயத்தை நடைமுறைப்படுத்துவதற்கு முன் அதைப் புரிந்து கொள்வான். ஒரு நல்ல பெற்றோர் தன் குழந்தையை மதிப்பீடு செய்வதற்கு முன்போ அல்லது சீர்தூக்கிப் பார்ப்பதற்கு முன்போ முதலில் அக்குழந்தையைப் புரிந்து கொள்வார். புரிதல்தான் நல்ல தீர்மானத்திற்கு முக்கியமானது. முதலில் சீர்தூக்கிப் பார்ப்பதன் மூலம், ஒரு நபரால் ஒருபோதும் முழுமையாகப் புரிந்து கொள்ள முடியாது.

முதலில் புரிந்து கொள்ள முயற்சி செய்யுங்கள் என்பது வாழ்வின் அனைத்துப் பகுதிகளிலும் தெளிவாகக் காணப்படுகின்ற ஒரு சரியான கொள்கை. முக்கியமாக, சகசார்பு நிலவும் உறவுகளில் இது வலிமைமிக்கதாக விளங்குகிறது.

சுயபுராணத்தைப் புகுத்துவதில் உள்ள 4 வழிகள்

அடுத்தவர் கூறுவதைக் கேட்கும்போது நம் சுயபுராணத்தைப் புகுத்துவது நமது போக்காக இருப்பதால், பின்வரும் நான்கு வழிகளில் ஏதோ ஒரு வழியில் நாம் நடந்து கொள்கிறோம். நாம் மதிப்பீடு செய்கிறோம் — அவர்களுடன் ஒத்துப்போகிறோம் அல்லது முரண்படுகிறோம்; நாம் ஆழமாக விசாரிக்கிறோம் — நம்முடைய சொந்தக் கட்டமைப்பில் இருந்து நாம் கேள்விகள் கேட்கிறோம்; நாம் அறிவுறுத்துகிறோம் — நம்முடைய சொந்த அனுபவத்திலிருந்து ஆலோசனை வழங்குகிறோம்; அல்லது நாம் அர்த்தப்படுத்துகிறோம் — நம்முடைய சொந்த உள்நோக்கங்கள் மற்றும் நடத்தையின் அடிப்படையில் மக்களைப் பற்றி அறியவும், அவர்களது உள்நோக்கங்களையும் நடத்தையையும் விளக்கவும் முயற்சிக்கிறோம்.

இந்த பதில்கள் நமக்கு இயற்கையாகவே வருகின்றன. இவை நம்முள் ஆழமாகப் பதிந்துள்ளன. இவற்றைப் பிரதிபலிக்கின்ற முன்மாதிரிகளைச் சுற்றி எல்லா நேரங்களிலும் வாழ்ந்து வருகிறோம். ஆனால் உண்மையிலேயே புரிந்து கொள்வதற்கான நமது திறனை அவை எவ்வாறு பாதிக்கின்றன?

நான் என்னுடைய மகனுடன் உரையாட முயற்சிக்கிறேன் என்றால், அவன் விளக்கமளிப்பதற்கு முன்பே அவன் கூறும் அனைத்து விஷயங்களையும் நான் மதிப்பிடும்போது, மனம்விட்டு வெளிப்படையாக என்னிடம் அவனால் பேச முடியுமா? உளவியல் சுவாசக் காற்றை நான் அவனுக்குக் கொடுக்கிறேனா?

நான் அவனை விசாரிக்கும்போது அவன் எவ்வாறு உணர்கிறான்? விசாரிப்பது என்பது இருபது கேள்விகளை அள்ளி வீசுவது. அது சுயபுராணப் புலம்பல். அது கட்டுப்படுத்துகிறது, ஆக்கிரமிக்கிறது. இது காரணகாரியத்துடன்கூடியதும்கூட. ஆனால் காரணகாரியத்தின் மொழிக்கும், உணர்ச்சியின் மொழிக்கும் பெரும் வேறுபாடு உள்ளது. நாள் முழுவதும் இருபது கேள்விகளை உங்களால் கேட்டுக் கொண்டே இருக்க முடியும், ஆனாலும் ஒருவருக்கு உண்மையிலேயே எது முக்கியம் என்பதை உங்களால் கண்டுபிடிக்க முடியாது. தொடர்ந்து விசாரித்துக் கொண்டே இருப்பதுதான் பெற்றோர்கள் தங்கள் குழந்தைகளிடம் நெருங்க முடியாமல் இருப்பதற்கான முக்கியக் காரணங்களில் ஒன்று.

"கண்ணா, எப்படிப் போய்க் கொண்டிருக்கிறது?"

"பிரச்சனையில்லை."

"சமீபகாலமாக என்ன நடந்து கொண்டிருக்கிறது?"

"எதுவுமில்லை."

"பள்ளியில் என்ன விசேஷம்?"

"சொல்லிக் கொள்ளும்படியாக ஒன்றுமில்லை."

"வார இறுதியில் என்ன செய்வதாகத் திட்டம்?"

"தெரியாது."

அவன் தன் நண்பர்களுடன் தொலைபேசியில் பேசிக் கொண்டிருந்தால், அதிலிருந்து அவனைப் பிரித்தெடுப்பது கடினம். ஆனால் உங்களுக்கு அவன் வெறுமனே ஓரிரு வார்த்தைகளில் மட்டும் பதிலளிக்கிறான். உங்கள் வீடு அவன் சாப்பிடுவதற்கும் உறங்குவதற்குமான ஓர் இடமாக மட்டுமே உள்ளது. ஆனால் அவன் உங்களுடன் ஒருபோதும் எதையும் பகிர்ந்து கொள்வதில்லை, வெளிப்படையாகப் பேசுவதில்லை.

இதைப் பற்றி நீங்கள் நேர்மையாக சிந்தித்துப் பாருங்கள். ஒவ்வொரு முறை அவன் உங்களிடம் பேச வரும்போதும், உங்களுடைய சுயபுராணத்தையும் அறிவுரையையும் கட்டவிழ்த்துவிட்டு, "நான் அப்போதே கூறினேன் அல்லவா?" என்று அவனைக் குத்திக் காட்டினால், அவன் எப்படி உங்களிடம் வெளிப்படையாகப் பேசுவான்?

இந்த பதில்களை நாம் பயன்படுத்தும்போது அது பற்றிய உணர்வே நமக்கு இல்லாத அளவுக்கு இவை நம்முள் மிக ஆழமாகப் பதிந்துள்ளன.

நான் இந்தக் கோட்பாட்டை ஆயிரக்கணக்கான மக்களுக்குப் பல பயிலரங்குகள் மூலம் நாடு முழுவதிலும் கற்றுக் கொடுத்துள்ளேன். புரிந்துணர்வுடன் காதுகொடுத்துக் கேட்பது எப்படி என்பது பயிலரங்கில் நடித்துக் காட்டப்படும்போது, அது அவர்களை அதிர்ச்சிக்கு உள்ளாக்கத் தவறுவதில்லை. இறுதியில் அவர்கள் தங்கள் சொந்த பதில்களைச் செவிமடுக்கத் துவங்குகின்றனர். அவர்கள் வழக்கமாகத் தாங்கள் பதிலளிக்கும் விதத்தைப் பார்த்துவிட்டு, புரிந்துணர்வுடன் காதுகொடுத்துக் கேட்பது எப்படி என்பதைக் கற்றுக் கொள்ளும்போது, தங்கள் கருத்துப் பரிமாற்றத்தில் ஏற்படுகின்ற நம்புதற்கரிய விளைவுகளை அவர்கள் காண்கின்றனர். பலருக்கு, ஏழு பழக்கங்களில், 'முதலில் புரிந்து கொள்ள முயற்சிப்பது' என்பது அதிக உற்சாகமளிக்கின்ற, உடனடியாகச் செயல்படுத்தக்கூடிய பழக்கமாக இருக்கிறது.

ஒரு தந்தைக்கும் அவரது பருவ வயது மகனுக்கும் இடையே நடைபெறக்கூடிய ஒரு வழக்கமான உரையாடலைப் பார்க்கலாம். நாம் மேலே விவரித்துள்ள நான்கு விதமான பதில்களின் அடிப்படையில் அந்தத் தந்தையின் வார்த்தைகளைப் பார்க்கலாம்.

"அப்பா, தொடர்ந்து பள்ளிக்குச் செல்ல எனக்கு விருப்பமில்லை."
"என்ன பிரச்சனை?" (விசாரித்தல்)
"இது நடைமுறைக்கு முற்றிலும் ஒத்துவராது. பள்ளியிலிருந்து நான் எதையும் கற்றுக் கொள்ளவில்லை."
"பலன்களை உடனடியாக உன்னால் பார்க்க முடியாது. நானும் உன் வயதில் இப்படித்தான் நினைத்தேன். சில வகுப்புகள் எவ்வளவு வீணானவை என்று நான் நினைத்தது எனக்கு நன்றாக நினைவிருக்கிறது. ஆனால் அந்த வகுப்புகள் பின்னாளில் எனக்கு மிகவும் உதவியாக இருந்தன. நீ இன்னும் சற்றுத் தாக்குப்பிடிக்க வேண்டும். சிறிது காலம் பொறுத்திருந்து பார்." (அறிவுரை வழங்குதல்)
"நான் என் வாழ்வில் பத்து வருடங்களை அதற்குக் கொடுத்திருக்கிறேன்! ஒன்றும் இரண்டும் மூன்று என்பதைக் கற்றுக் கொள்வது ஒரு ஆட்டோ மெக்கானிக்கிற்கு எந்த வகையில் உதவப் போகிறது?"
"ஆட்டோ மெக்கானிக்கா? என்ன விளையாடுகிறாயா?" (மதிப்பீடு செய்தல்)
"இல்லை. ஜோவைப் பாருங்கள். அவன் பள்ளியைவிட்டு நின்றுவிட்டான். கார்களைப் பழுது பார்க்கிறான். ஏராளமாகப் பணம் சம்பாதிக்கிறான். இது நடைமுறைக்கு ஒத்துவரக்கூடிய ஒன்று."
"இப்போது உனக்கு அப்படித் தெரியலாம். ஆனால் பல வருடங்கள் கழித்துத் திரும்பிப் பார்க்கும்போது, பள்ளிப் படிப்பை முடித்திருந்தால் எவ்வளவு நன்றாக இருந்திருக்கும் என்று ஜோ நினைத்துப் பார்ப்பான். ஆட்டோ மெக்கானிக்காக இருக்க நீ விரும்ப மாட்டாய். இதைவிடச் சிறந்த வேறொரு விஷயத்திற்கு உன்னைத் தயார்படுத்துவதற்கு உனக்குப் படிப்பு அவசியம்." (அறிவுரை வழங்குதல்)
"எனக்குத் தெரியவில்லை. ஜோ இப்போது நல்ல நிலையில்தான் இருக்கிறான்."

"நீ உண்மையிலேயே முயற்சித்துப் பார்த்திருக்கிறாயா?" (விசாரித்தல், மதிப்பீடு செய்தல்.)

"அப்பா, உயர்நிலைப் பள்ளியில் நான் இரண்டு வருடங்களாக இருந்து வருகிறேன். நான் நிச்சயமாக முயற்சித்துப் பார்த்துவிட்டேன். இது வீணான படிப்பு."

"உன் பள்ளிக்கூடம் மிக உயர்ந்த மதிப்பு வாய்ந்த ஒன்று. அதற்கு சற்று மதிப்புக் கொடு." (அறிவுரை வழங்குதல், மதிப்பீடு செய்தல்)

"மற்ற மாணவர்களும் இதேபோல்தான் நினைக்கின்றனர்."

"நீ இப்போது இருக்கும் இடத்தில் இருப்பதற்கு நானும் உன் தாயாரும் எவ்வளவு தியாகங்களைச் செய்திருக்கிறோம் என்பதை நீ உணர்கிறாயா? இவ்வளவு தூரம் வந்த பிறகு படிப்பை நிறுத்துவது முட்டாள்தனம்." (மதிப்பீடு செய்தல்)

"அப்பா, நீங்கள் தியாகம் செய்துள்ளது எனக்குத் தெரியும். ஆனால் இதற்கு மேல் செலவு செய்வது வீண்."

"நீ உன்னுடைய வீட்டுப்பாடத்தை முடிப்பதில் அதிக நேரத்தையும், தொலைக்காட்சியின் முன்னால் குறைவான நேரத்தையும் செலவிட்டால் . . .' (அறிவுரை வழங்குதல், மதிப்பீடு செய்தல்)

"அப்பா, இது வேலைக்கு ஆகாது. சரி, விடுங்கள். நான் இது பற்றி இனி பேச விரும்பவில்லை."

இங்கு அந்தத் தந்தையின் நோக்கம் உன்னதமானதுதான். அவர் தன் மகனுக்கு உதவ விரும்பினார். ஆனால் அவர் தன் மகனை உண்மையிலேயே புரிந்து கொள்ள முயற்சி எடுத்தாரா?

இப்போது அந்த மகனை நாம் சற்று உன்னிப்பாகப் பார்க்கலாம். அவனது வார்த்தைகளை மட்டுமன்றி, அவனது எண்ணங்களையும், உணர்வுகளையும் (கீழே அடைப்புக் குறிகளுக்குள் கொடுக்கப்பட்டுள்ளன), அவனது தந்தையின் சுயபுராணரீதியான பதில்களால் ஏற்பட்ட சில விளைவுகளையும் நாம் பார்க்கலாம்.

"அப்பா, தொடர்ந்து பள்ளிக்குச் செல்ல எனக்கு விருப்பமில்லை." (நான் உங்களுடன் பேச விரும்புகிறேன், உங்கள் கவனத்தைப் பெற விரும்புகிறேன்.)

"என்ன பிரச்சனை?" (நீங்களும் என்னுடன் பேச ஆர்வமாக இருக்கிறீர்களா! நல்லது!)

"இது நடைமுறைக்கு முற்றிலும் ஒத்துவராது. பள்ளியிலிருந்து நான் எதையும் கற்றுக் கொள்ளவில்லை." (பள்ளியில் எனக்கு ஒரு பிரச்சனை உள்ளது. என்னால் அதைப் பொறுத்துக் கொள்ள முடியவில்லை.)

"பலன்களை உடனடியாக உன்னால் பார்க்க முடியாது. நானும் உன் வயதில் இப்படித்தான் நினைத்தேன்." (ஐயோ! அப்பாவின் சுயபுராணத்தின் மூன்றாவது பாகத்திற்குத் தயாராக வேண்டும்! இப்போது நான் இதைப் பற்றிப் பேச விரும்பவில்லை. காலில் செருப்புக்கூட இல்லாமல் அவர் எவ்வளவு தூரம் பள்ளிக்கு நடந்து சென்றார் என்பது பற்றி இப்போது எனக்கு அக்கறை இல்லை. என் பிரச்சனைக்கு வாருங்கள்.) "சில வகுப்புகள் எவ்வளவு வீணானவை

என்று நான் நினைத்தது எனக்கு நன்றாக நினைவிருக்கிறது. ஆனால் அந்த வகுப்புகள் பின்னாளில் எனக்கு மிகவும் உதவியாக இருந்தன. நீ இன்னும் சற்றுத் தாக்குப்பிடிக்க வேண்டும். சிறிது காலம் பொறுத்திருந்து பார்." (நேரம் என்னுடைய பிரச்சனையைத் தீர்க்காது. என் பிரச்சனையை என்னால் உங்களிடம் கூற முடிந்தால் எவ்வளவு நன்றாக இருக்கும்.)

"நான் என் வாழ்வில் பத்து வருடங்களை அதற்குக் கொடுத்திருக்கிறேன்! ஒன்றும் இரண்டும் மூன்று என்பதைக் கற்றுக் கொள்வது ஒரு ஆட்டோ மெக்கானிக்கிற்கு எந்த வகையில் உதவப் போகிறது?"

"ஆட்டோ மெக்கானிக்கா? என்ன விளையாடுகிறாயா?" (நான் ஒரு ஆட்டோ மெக்கானிக்காக இருந்தால் அவர் என்னை விரும்பப் போவதில்லை. நான் பள்ளிப் படிப்பை முடிக்காவிட்டால் அவர் என்னை விரும்பப் போவதில்லை. நான் கூறியுள்ளதை நான் நியாயப்படுத்தியாக வேண்டும்.)

"இல்லை. ஜோவைப் பாருங்கள். அவன் பள்ளியைவிட்டு நின்றுவிட்டான். அவன் கார்களைப் பழுது பார்க்கிறான். ஏராளமாகப் பணம் சம்பாதிக்கிறான். இது நடைமுறைக்கு ஒத்துவரக்கூடியது."

"இப்போது உனக்கு அப்படித் தெரியலாம். ஆனால் பல வருடங்கள் கழித்துத் திரும்பிப் பார்க்கும்போது, பள்ளிப் படிப்பை முடித்திருந்தால் எவ்வளவு நன்றாக இருந்திருக்கும் என்று ஜோ நினைத்துப் பார்ப்பான்." (கல்வியின் மதிப்பைப் பற்றிப் பதினாறாவது சொற்பொழிவு இப்போது வரப் போகிறது.) "ஆட்டோ மெக்கானிக்காக இருக்க நீ விரும்ப மாட்டாய்." (அது எப்படி உங்களுக்குத் தெரியும், அப்பா? எனக்கு உண்மையிலேயே என்ன வேண்டும் என்று உங்களுக்கு ஏதேனும் யோசனை இருக்கிறதா?) இதைவிடச் சிறந்த வேறொரு விஷயத்திற்கு உன்னைத் தயார்படுத்துவதற்கு உனக்குப் படிப்பு அவசியம்." (அறிவுரை வழங்குதல்)

"எனக்குத் தெரியவில்லை. ஜோ இப்போது நல்ல நிலையில்தான் இருக்கிறான்." (அவன் ஒன்றும் தோல்வியாளனல்ல. அவன் பள்ளிப்படிப்பை முடிக்கவில்லை என்றாலும், தோற்றுப் போகவில்லை.)

"நீ உண்மையிலேயே முயற்சித்துப் பார்த்திருக்கிறாயா?" (அரைத்த மாவையே நாம் அரைத்துக் கொண்டிருக்கிறோம். அப்பா, நீங்கள் சற்றுக் காதுகொடுத்துக் கேளுங்கள்; நான் உண்மையிலேயே ஒரு முக்கியமான விஷயம் குறித்து உங்களிடம் பேச வேண்டியுள்ளது.)

"அப்பா, உயர்நிலைப் பள்ளியில் நான் இரண்டு வருடங்களாக இருந்து வருகிறேன். நான் நிச்சயமாக முயற்சித்துப் பார்த்துவிட்டேன். இது வீணான படிப்பு."

"உன் பள்ளிக்கூடம் மிக உயர்ந்த மதிப்பு வாய்ந்த ஒன்று. அதற்கு சற்று மதிப்புக் கொடு." (ஐயோ! இப்போது மதிப்பைப் பற்றிப் பேசிக் கொண்டிருக்கிறோம். நான் பேச விரும்பும் விஷயத்தைப் பற்றி என்னால் பேச முடிந்தால் எவ்வளவு நன்றாக இருக்கும்.)

"மற்ற மாணவர்களும் இதேபோல்தான் நினைக்கின்றனர்." (எனக்கும் ஓரளவு மதிப்பு இருக்கிறது. நான் ஒன்றும் முட்டாள் அல்ல.)

"நீ இப்போது இருக்கும் இடத்தில் இருப்பதற்கு நானும் உன் தாயாரும் எவ்வளவு தியாகங்களைச் செய்திருக்கிறோம் என்பதை நீ உணர்கிறாயா? (மீண்டும் குற்றவுணர்வுப் பயணமா? நான் முட்டாள்தான். பள்ளிக்கூடம் சிறப்பானது. அம்மாவும் அப்பாவும் சிறப்பானவர்கள். நான் மட்டும்தான் முட்டாள்.) இவ்வளவு தூரம் வந்த பிறகு படிப்பை நிறுத்துவது முட்டாள்தனம்."

"அப்பா, நீங்கள் தியாகம் செய்துள்ளது எனக்குத் தெரியும். ஆனால் இதற்கு மேல் செலவு செய்வது வீண்." (நீங்கள் என்னைப் புரிந்து கொள்ளவில்லை.)

"நீ உன்னுடைய வீட்டுப்பாடத்தை முடிப்பதில் அதிக நேரத்தையும், தொலைக்காட்சியின் முன்னால் குறைவான நேரத்தையும் செலவிட்டால் . . ." (பிரச்சனை அதுவல்ல, அப்பா! என் பிரச்சனையைப் பற்றி உங்களிடம் என்னால் ஒருபோதும் கூற முடியாது. உங்களிடம் சொல்ல முயற்சித்தது என் முட்டாள்தனம்தான்.)

"அப்பா, இது வேலைக்கு ஆகாது. சரி, விடுங்கள். நான் இது பற்றி இனி பேச விரும்பவில்லை."

அடுத்தவருடைய வார்த்தைகளை மட்டுமே அடிப்படையாக வைத்து நாம் அவரைப் புரிந்து கொள்ள முயற்சிக்கும்போது நாம் எவ்வளவு மட்டுப்படுத்தப்படுகிறோம் என்பதை உங்களால் பார்க்க முடிகிறதா, குறிப்பாக அவரை உங்களது சொந்த மூக்குக் கண்ணாடியின் வழியாகப் பார்க்கும்போது? தன்னுடைய நிலைமையை நாம் புரிந்து கொள்ள வேண்டும் என்பதற்காக ஒருவர் உண்மையிலேயே முயற்சிக்கும்போது, அவருக்கு நம்முடைய சுயபுராணரீதியான பதில்களைக் கொடுப்பது அவரை எவ்வளவு தூரம் மட்டுப்படுத்துகிறது என்பதை உங்களால் காண முடிகிறதா?

உண்மையான விருப்பமும், வலிமையான குணநலன்களும், நேர்மறையான உணர்ச்சிரீதியான வங்கிக் கணக்கும், புரிந்துணர்வுடன் காதுகொடுத்துக் கேட்கும் திறமைகளும் இல்லாமல் உங்களால் ஒருபோதும் அடுத்தவரின் நிலைமையில் உங்களை வைத்துப் பார்க்க முடியாது, அவர் இந்த உலகத்தைப் பார்க்கும் விதத்தில் உங்களால் பார்க்க முடியாது.

புரிந்துணர்வுடன் காதுகொடுத்துக் கேட்பது நான்கு வளர்ச்சி நிலைகளை உள்ளடக்கியது.

அடுத்தவர் கூறுவதை அப்படியே திருப்பிக் கூறுவதுதான் முதல் நிலை. மிகக் குறைந்த பலனளிக்கும் நிலையும் அதுதான். கூர்ந்து கவனித்தல் அல்லது கவனித்தப் பிறகு மீண்டும் எடுத்துரைத்தலில் இத்திறமைதான் கற்றுக் கொடுக்கப்படுகிறது. குணநல அடிப்படையும் உறவு அடிப்படையும் இல்லாத பட்சத்தில், இது மக்களை அவமானப்படுத்துவதாக அமைகிறது, அவர்கள் மனம்விட்டுப் பேசுவதை நிறுத்துவதற்கும் வழிவகுக்கிறது. ஆனாலும், இது முதல் நிலைக்கான ஒரு திறமை. ஏனெனில், அடுத்தவர் பேசுவதைக் காதுகொடுத்துக் கேட்பதற்காவது அது உங்களைத் தயார்படுத்துகிறது.

அடுத்தவர் கூறுவதை அப்படியே திருப்பிக் கூறுவது சுலபம். அவருடைய வாயிலிருந்து வரும் வார்த்தைகளைக் காதுகொடுத்துக் கேட்டு, அவற்றை அப்படியே நீங்கள் திருப்பிக் கூறுகிறீர்கள். இதில் நீங்கள் உங்கள் மூளையைக்கூட அவ்வளவாகப் பயன்படுத்துவதில்லை.

"அப்பா, தொடர்ந்து பள்ளிக்குச் செல்ல எனக்கு விருப்பமில்லை."

"உனக்கு அலுத்துவிட்டது. உனக்கு இனி பள்ளிக்குச் செல்ல விருப்பமில்லை என்று நீ நினைக்கிறாய், அப்படித்தானே?"

அவன் கூறியதை வார்த்தைக்கு வார்த்தை அப்படியே நீங்கள் திருப்பிக் கூறியுள்ளீர்கள். நீங்கள் அவனை மதிப்பீடு செய்யவில்லை, விசாரிக்கவில்லை, அவனை அறிவுறுத்தவோ அல்லது அர்த்தப்படுத்தவோ இல்லை. அவனது வார்த்தைகளை நீங்கள் கவனமாகச் செவிமடுத்துள்ளீர்கள் என்பதை அவனுக்கு நீங்கள் உணர்த்தியிருக்கிறீர்கள். ஆனால் அவனைப் புரிந்து கொள்வதற்கு நீங்கள் இன்னும் அதிகமானவற்றைச் செய்ய வேண்டும்.

புரிந்துணர்வுடன் காதுகொடுத்துக் கேட்பதில் உள்ள இரண்டாம் நிலை, அவன் கூறியவற்றை வேறு வார்த்தைகளில் மீண்டும் எடுத்துரைப்பது. இது சற்றுக் கூடுதல் ஆற்றல் வாய்ந்தது என்றாலும், வாய்வழி வார்த்தைகளோடு இது நின்றுவிடுகிறது.

"அப்பா, தொடர்ந்து பள்ளிக்குச் செல்ல எனக்கு விருப்பமில்லை."

"இனிமேல் பள்ளிக்குச் செல்ல நீ விரும்பவில்லை, அப்படித்தானே?"

இம்முறை, அவன் கூறுவதில் உள்ள அர்த்தத்தை நீங்கள் உங்கள் சொந்த வார்த்தைகளில் எடுத்துரைக்கிறீர்கள். காரண காரியத்தை ஆராய்கின்ற உங்கள் இடது மூளையைக் கொண்டு நீங்கள் அவன் கூறியதைப் பற்றி சிந்திக்கிறீர்கள்.

மூன்றாவது நிலை உங்கள் வலது மூளையை ஈடுபடுத்துகிறது. அவனது உணர்வை நீங்கள் பிரதிபலிக்கிறீர்கள்.

"அப்பா, தொடர்ந்து பள்ளிக்குச் செல்ல எனக்கு விருப்பமில்லை."

"உனக்கு உண்மையிலேயே வெறுப்பு ஏற்பட்டுள்ளது."

அவன் கூறுவதில் நீங்கள் செலுத்தும் கவனத்தைவிட, அவனது உணர்வின்மீது நீங்கள் அதிக கவனம் செலுத்துகிறீர்கள். நான்காவது நிலை இரண்டாவது மற்றும் மூன்றாவது நிலைகளை உள்ளடக்கியது. அவன் கூறுவதை நீங்கள் வேறு வார்த்தைகளில் எடுத்துரைத்து, அவனது உணர்வைப் பிரதிபலிக்கிறீர்கள்.

"அப்பா, தொடர்ந்து பள்ளிக்குச் செல்ல எனக்கு விருப்பமில்லை."

"பள்ளியின்மீது உனக்கு உண்மையிலேயே வெறுப்பு ஏற்பட்டுள்ளது."

வெறுப்பு என்பது இங்கு அவனுக்கு ஏற்பட்டுள்ள உணர்வு. பள்ளி என்பது அவன் கூறும் விஷயம். அவனது பேச்சின் இரு பக்கங்களையும் புரிந்து கொள்வதற்கு நீங்கள் உங்கள் மூளையின் இரண்டு பக்கங்களையும் பயன்படுத்துகிறீர்கள்.

புரிந்துணர்வுடன் காதுகொடுத்துக் கேட்பதன் நான்காவது நிலையை நீங்கள் பயன்படுத்தும்போது நிகழும் விஷயம் உண்மையிலேயே நம்புதற்கரியது. நீங்கள் அவனை உண்மையிலேயே புரிந்து கொண்டு,

அவன் கூறுவதை வேறு வார்த்தைகளில் எடுத்துரைத்து, அவனது உணர்வைப் பிரதிபலிக்கும்போது, உளவியல் சுவாசக் காற்றை அவனுக்குக் கொடுக்கிறீர்கள். அவன் தனது சொந்த எண்ணங்கள் மற்றும் உணர்வுகள் ஊடாகச் செயல்படுவதற்கு அவனுக்கு உதவுகிறீர்கள். நீங்கள் உண்மையிலேயே தான் கூறுவதைக் காதுகொடுத்துக் கேட்க விரும்புகிறீர்கள், தன்னைப் புரிந்து கொள்ள விரும்புகிறீர்கள் என்ற நம்பிக்கை அவனுக்குள் அதிகரிக்கும்போது, அவனது மனத்தில் நடந்து கொண்டிருக்கும் போராட்டங்களுக்கும், அவை குறித்து அவன் உண்மையிலேயே உங்களிடம் கூறும் விஷயங்களுக்கும் இடையேயான இடைவெளி காணாமல் போய்விடுகிறது. ஓர் ஆத்மார்த்தமான கருத்துப் பரிமாற்றம் அங்கு நிகழ்கிறது. அவனது சிந்தனையும் உணர்வும் ஒரு விஷயத்தையும், அவனது பேச்சு இன்னொரு விஷயத்தையும் வெளிப்படுத்தவில்லை. அவன் உங்கள்மீது உணர்வுபூர்வமான நம்பிக்கை கொள்ளத் துவங்குகிறான்.

"அப்பா, தொடர்ந்து பள்ளிக்குச் செல்ல எனக்கு விருப்பமில்லை." (நான் உங்களுடன் பேச விரும்புகிறேன், உங்களுடைய கவனத்தைப் பெற விரும்புகிறேன்.)

"பள்ளியின்மீது உனக்கு உண்மையிலேயே வெறுப்பு ஏற்பட்டுள்ளது." (ஆம்! அப்படிப்பட்ட உணர்வுதான் எனக்கு ஏற்பட்டுள்ளது.)

"நிச்சயமாக நான் அப்படித்தான் உணர்கிறேன். பள்ளிக்கூடம் நடைமுறைக்கு ஒத்துவராது. அதிலிருந்து எந்தவொரு பயனுள்ள விஷயமும் இதுவரை எனக்குக் கிடைக்கவில்லை."

"பள்ளிக்கூடம் உனக்கு எந்த நன்மையையும் செய்யவில்லை என்று நீ நினைக்கிறாய்." (ஒரு நிமிடம் பொறுங்கள், அப்பா! நான் உண்மையிலேயே அப்படியா நினைக்கிறேன்?)

"ஆமாம். எனக்கு உதவக்கூடிய எந்தவொரு விஷயத்தையும் பள்ளிக்கூடத்திலிருந்து இதுவரை நான் கற்றிருக்கவில்லை. ஜோவைப் பாருங்கள். அவன் பள்ளியைவிட்டு நின்றுவிட்டு, கார் மெக்கானிக்காக வேலை பார்த்துக் கொண்டிருக்கிறான். நன்றாகப் பணம் சம்பாதித்துக் கொண்டிருக்கிறான். இது நடைமுறைக்கு ஏற்ற விஷயம்தான்."

"ஜோவின் யோசனை உண்மையிலேயே மிகச் சரியான யோசனை என்று நீ நினைக்கிறாய்." (ம்ம்ம் . . .)

"ஒரு விதத்தில் எனக்கு அப்படித்தான் தோன்றுகிறது. அவன் இப்போது உண்மையிலேயே பணம் சம்பாதித்துக் கொண்டிருக்கிறான். ஆனால் ஒருசில வருடங்களில், தன்மீதே அவன் வெறுப்புக் கொள்ளப் போகிறான் என்று நிச்சயமாக நான் நம்புகிறேன்."

"தன் முடிவு தவறு என்று ஜோ உணர்வான் என்று நீ நினைக்கிறாய்."

"அப்பா, அவன் நிச்சயமாக அப்படி நினைக்கத்தான் போகிறான். கல்வித் தகுதி இல்லாவிட்டால் இவ்வுலகில் எந்தவொரு நல்ல நிலையையும் ஒருவரால் அடைய முடியாது."

"கல்வி உண்மையிலேயே முக்கியமானதுதான்."

"ஆமாம், ஒரு டிப்ளோமா இல்லாவிட்டாலோ, கல்லூரிக்குச் செல்ல முடியாவிட்டாலோ, அல்லது ஒரு வேலை கிடைக்காவிட்டாலோ

நம்மால் என்ன செய்ய முடியும்? கல்வித் தகுதியைப் பெறுவதுதான் ஒரே வழி."

"அது நிச்சயமாக உனது எதிர்காலத்திற்கு முக்கியம்."

"ஆமாம், அப்பா! இது எனக்கு உண்மையிலேயே கவலையாக இருக்கிறது. ஆனால் அம்மாவிடம் இதைப் பற்றிக் கூறிவிடாதீர்கள்."

"உன் அம்மாவுக்கு இது தெரிய வேண்டாம் என்று நீ நினைக்கிறாய்."

"அப்படியில்லை. சரி, நீங்களே அவரிடம் கூறிவிடுங்கள். எப்படியானாலும் அவர் இதை நிச்சயமாகக் கண்டுபிடித்துவிடுவார். அப்பா, நான் இன்று 'வாசிப்புப் பரீட்சை'யை எழுதினேன். அதன் முடிவைப் பாருங்கள். நான்காம் வகுப்பு மாணவனுக்கு இருக்கும் வாசிப்புத் திறன்தான் எனக்கு இருப்பதாக அவர்கள் தெரிவித்துள்ளனர். உயர்நிலைப் பள்ளியில் நான் ஒரு கடைநிலை மாணவனாக இருக்கிறேன்."

உண்மையான புரிதலால் ஏற்படுகின்ற வித்தியாசத்தைக் கவனித்தீர்களா? உண்மையான பிரச்சனையைக் கண்டுபிடித்து அதைக் கையாளாதவரை, நல்ல நோக்கத்துடன் கொடுக்கப்படும் எந்தவோர் அறிவுரையாலும் எந்தப் பிரயோஜனமும் இல்லை. நம்முடைய சொந்த வாழ்க்கை வரலாற்றையும் கருத்துக் கண்ணோட்டங்களையும் இறுகப் பற்றிக் கொண்டு, அடுத்தவருடைய கண்ணோட்டத்திலிருந்து உலகைப் பார்ப்பதற்கு நாம் முயற்சிக்காதவரை, உண்மையான பிரச்சனையை நம்மால் ஒருபோதும் கண்டுபிடிக்க முடியாது.

"அப்பா, நான் தோற்கப் போகிறேன். நான் தோற்கப் போவது உறுதி எனும்போது, பள்ளியைவிட்டு நின்றுவிடுவதுதான் நல்லது. ஆனாலும் படிப்பை நிறுத்த நான் விரும்பவில்லை."

"நீ அலைக்கழிக்கப்படுவதாக உணர்கிறாய். ஓர் இக்கட்டான சூழ்நிலையில் நீ சிக்கித் தவித்துக் கொண்டிருக்கிறாய்."

"அப்பா, நான் என்ன செய்ய வேண்டும் என்று நீங்கள் நினைக்கிறீர்கள்?"

முதலில் புரிந்து கொள்ள முயற்சித்ததன் மூலம் இந்தத் தந்தை ஒரு பரிவர்த்தனைரீதியான வாய்ப்பை ஒரு பரிபூரண மாற்றத்திற்கான வாய்ப்பாக மாற்றியுள்ளார். மேலோட்டமான, கட்டளையுடன்கூடிய கருத்துப் பரிமாற்றத்திற்குப் பதிலாக, தன் மகனின்மீது மட்டுமல்லாமல், தன் மகனுக்கும் தனக்கும் இடையேயான உறவிலும் அவர் ஒரு பரிபூரண மாற்றத்திற்கான தாக்கம் ஏற்படுவதற்கான ஒரு சூழ்நிலையை அவர் உருவாக்கியுள்ளார். தன் சுயபுராணத்தை ஒதுக்கி வைத்துவிட்டு, உண்மையிலேயே புரிந்து கொள்வதற்கு முயற்சித்ததன் மூலம், உணர்ச்சிரீதியான வங்கிக் கணக்கில் அவர் ஒரு பெரிய தொகையைச் செலுத்தியுள்ளதோடு, தன் மகன் மெல்ல மெல்ல மனம் திறந்து பேசி உண்மையான பிரச்சனையை வெளிப்படுத்துவதற்கு அவனுக்கு ஆற்றலை வழங்கியுள்ளார்.

வெவ்வேறு பக்கங்களிலிருந்து ஒருவரை ஒருவர் பார்த்துக் கொண்டிருப்பதற்குப் பதிலாக, இப்போது தந்தையும் மகனும் ஒரே பக்கத்தில் இருந்து பிரச்சனையைப் பார்த்துக் கொண்டிருக்கின்றனர். தனக்கு ஆலோசனை வழங்குமாறு மகன் தன் தந்தையிடம் கேட்கிறான்.

அந்தத் தந்தை ஆலோசனை வழங்கும்போதுகூட, தன் மகனின் உணர்வுகளைப் புரிந்து கொண்டு பேச வேண்டும். அவனது பேச்சை கவனமாகச் செவிமடுக்க வேண்டும். அவனது பேச்சு அறிவுபூர்வமானதாக இருக்கும்வரை, அவர் தொடர்ந்து கேள்விகள் கேட்டு ஆலோசனை வழங்கலாம். ஆனால் அவனது பேச்சு உணர்ச்சிகரமானதாக ஆகும்போது, மீண்டும் புரிந்துணர்வுடன் காதுகொடுத்துக் கேட்பதற்குத் தன்னை அவர் தயார்படுத்திக் கொள்ள வேண்டும்.

"பரிசீலனை செய்வதற்கு ஏற்ற ஒருசில விஷயங்களை என்னால் கூற முடியும்."

"எப்படிப்பட்ட விஷயங்கள், அப்பா?"

"புத்தகங்களை வாசிப்பதற்கு சிறப்பு உதவி பெறுவதைப் பற்றி நீ யோசிக்கலாம். உன்னுடைய பள்ளியில் அதற்கென்று ஏதேனும் பயிற்சி வகுப்புகள் இருக்கின்றனவா என்று பார்க்கலாம்."

"நான் ஏற்கனவே அதைப் பற்றி விசாரித்துவிட்டேன். ஒரு வாரத்தில் இரண்டு இரவுகளும், சனிக்கிழமை முழுவதும் நான் அங்கு இருக்க வேண்டும். அது என்னுடைய நேரத்தின் பெரும்பகுதியை எடுத்துக் கொள்ளும்."

அவனது பதிலில் உணர்ச்சி கலந்திருப்பதை உணர்ந்து கொண்டு, அவர் மீண்டும் புரிந்துணர்வுடன் காதுகொடுத்துக் கேட்கிறார்.

"அது மிக அதிக விலைதான்!"

"அப்பா, அதுமட்டுமல்ல. ஆறாவது வகுப்பு மாணவர்களுக்கு நான் பயிற்சியளிப்பதாக ஒப்புக் கொண்டிருக்கிறேன்."

"அவர்களுக்கு ஏமாற்றத்தை ஏற்படுத்திவிடக்கூடாது என்று நீ நினைக்கிறாய், அப்படித்தானே?"

"அப்பா, ஒரு விஷயத்தை நான் உங்களிடம் கூற விரும்புகிறேன். வாசிப்புப் பயிற்சிக்கான சிறப்பு வகுப்புகள் உண்மையிலேயே எனக்கு உதவும் என்றால், ஒவ்வோர் இரவும் அதில் கலந்து கொண்டு கற்பதற்கு நான் தயாராக இருக்கிறேன். அந்த ஆறாம் வகுப்பு மாணவர்களுக்குக் கற்றுக் கொடுப்பதற்கு வேறு யாரேனும் ஒருவரை நான் ஏற்பாடு செய்து கொள்வேன்."

"உனக்கு உண்மையிலேயே உதவி தேவை, ஆனால் அந்தப் பயிற்சி வகுப்புகள் ஒரு வித்தியாசத்தை ஏற்படுத்துமா என்று நீ சந்தேகிக்கிறாய்."

"அப்பா, அந்த வகுப்புகள் ஒரு வித்தியாசத்தை ஏற்படுத்தும் என்று நீங்கள் நினைக்கிறீர்களா?"

இப்போது அவன் அதிக வெளிப்படையாகவும் அறிவுரீதியாகவும் பேசுகிறான். அவன் தனது தந்தையின் சுயபுராணத்தை மீண்டும் திறக்கிறான். தன் மகனின்மீது தாக்கத்தை ஏற்படுத்தி, அவனை மாற்றுவதற்கு அந்தத் தந்தைக்கு இன்னொரு வாய்ப்புக் கிடைத்துள்ளது.

சில சமயங்களில், பரிபூரண மாற்றத்திற்கு வெளியிலிருந்து எந்த ஆலோசனையும் தேவைப்படுவதில்லை. வெளிப்படையாக மனம்விட்டுப் பேசுவதற்கு மக்களுக்கு உண்மையிலேயே வாய்ப்புக் கொடுக்கப்படும்போது, தங்கள் பிரச்சனைகளை அவர்கள் தாங்களாகவே

கண்டுகொள்கிறார்கள். பேச்சின் ஊடாக அப்பிரச்சனைகளுக்கான தீர்வுகள் அவர்களுக்குத் தெளிவாகப் புலப்படத் துவங்குகின்றன.

மற்ற சமயங்களில், கூடுதல் கண்ணோட்டமும் உதவியும் உண்மையிலேயே அவர்களுக்குத் தேவைப்படுகின்றன. அடுத்தவரின் நலன்மீது உண்மையிலேயே அக்கறை காட்டுவதும், அவர்கள் கூறுவதைப் புரிந்துணர்வுடன் காதுகொடுத்துக் கேட்பதும், தனது பிரச்சனையையும் அதற்கான தீர்வையும் தன் சொந்த வேகத்தில் அவரே கண்டுபிடிப்பதற்கு அவரை அனுமதிப்பதும்தான் இங்கு முக்கியம். ஒரு வெங்காயத்தின் மென்மையான உட்பகுதியைச் சென்றடைவதற்கு அதன் தோலை ஒவ்வொன்றாக உரிப்பதைப் போன்றது இது.

மக்கள் உண்மையிலேயே காயப்பட்டிருக்கும்போது, அவரைப் புரிந்து கொள்ள வேண்டும் என்ற ஒரு தூய்மையான விருப்பத்துடன் அவரது பேச்சை நீங்கள் செவிமடுக்கும்போது, அவர்கள் எவ்வளவு விரைவில் மனம்விட்டுப் பேசத் துவங்குகின்றனர் என்பதைக் கண்டு நீங்கள் அசந்து போவீர்கள். அவர்கள் வெளிப்படையாகப் பேச விரும்புவார்கள். குழந்தைகள் தங்கள் நண்பர்களைவிடவும் தங்கள் பெற்றோர்களிடம் மனம்விட்டுப் பேசத் துடிக்கிறார்கள். தங்கள் பெற்றோர்கள் தங்கள்மீது நிபந்தனையற்ற அன்பு செலுத்துவார்கள், தங்களை நம்புவார்கள், தங்களை விமர்சிக்கவோ அல்லது சீர்தூக்கிப் பார்க்கவோ மாட்டார்கள் என்ற நம்பிக்கை அக்குழந்தைகளுக்கு ஏற்படும்போது, நிச்சயமாக அவர்கள் தங்கள் பெற்றோர்களிடம் வெளிப்படையாகப் பேசுவார்கள்.

போலித்தனமும் வஞ்சனையுமின்றி நீங்கள் உண்மையிலேயே அடுத்தவரைப் புரிந்து கொள்ள முயற்சிக்கும்போது, அவரிடமிருந்து வெளிப்படும் அறிவும் புரிதலும் பல நேரங்களில் உங்களை அதிர்ச்சிக்குள்ளாக்கும். ஒருவரது நிலைமையைப் புரிந்து கொள்வதற்குப் பேச வேண்டிய அவசியம்கூட எப்போதும் இருப்பதில்லை. உண்மையில், சில சமயங்களில் உங்கள் வார்த்தைகளே உங்களுக்கு இடையூறாக அமையக்கூடும். உத்தி மட்டுமே ஏன் போதாது என்பதற்கான இன்னொரு முக்கியக் காரணம் இது. இப்படிப்பட்டப் புரிதல், உத்திக்கு அப்பாற்பட்டது. வெறும் உத்தி உங்களுக்கு இடையூறாக மட்டுமே அமையும்.

புரிந்துணர்வுடன் காதுகொடுத்துக் கேட்கும் திறமையை நானும் பயன்படுத்தி இருக்கிறேன். ஏனெனில், திறமை என்பது எந்தவொரு பழக்கத்திலும் ஒரு முக்கிய அங்கமாகும். திறமைகள் நமக்குத் தேவை. ஆனால், புரிந்து கொள்வதற்கான உண்மையான விருப்பம் இல்லையென்றால், அத்திறமைகளால் எந்தவொரு பயனும் இல்லை என்பதை நான் மீண்டும் உங்களுக்கு வலியுறுத்த விரும்புகிறேன். தாங்கள் பிறரால் பயன்படுத்தப்படுகிறோம், ஏய்க்கப்படுகிறோம் என்ற உணர்வு ஏற்படும்போது மக்கள் கோபம் கொள்கின்றனர். உண்மையில், உங்களுக்கு நெருக்கமானவர்களை நீங்கள் கையாளும்போது, நீங்கள் என்ன செய்து கொண்டிருக்கிறீர்கள் என்பதை அவர்களிடம் கூறுவது உதவிகரமானதாக இருக்கும்.

"காதுகொடுத்துக் கேட்பது மற்றும் புரிந்துணர்வு பற்றிய ஒரு புத்தகத்தை நான் படித்தேன். அப்போது உன்னுடனான எனது உறவைப் பற்றி நான் நினைத்தேன். நான் உன் பேச்சுக்குப் போதிய அளவு செவிசாய்த்திருக்கவில்லை என்பதை உணர்ந்தேன். ஆனால் நீ கூறுவதை நான் கவனமாகக் கேட்க விரும்புகிறேன். அது எனக்குக் கடினமாக இருக்கிறது. சில சமயங்களில் அதில் நான் தோற்கக்கூடும், ஆனாலும் அதை நான் பயிற்சி செய்யப் போகிறேன். உண்மையிலேயே நான் உன்மீது அக்கறை கொண்டிருக்கிறேன், உன்னைப் புரிந்து கொள்ள விரும்புகிறேன். நீதான் எனக்கு அதில் உதவ வேண்டும்." உங்களுடைய நோக்கத்தை உறுதியாக எடுத்துரைப்பது ஒரு பெரிய சேமிப்பாக அமையும்.

ஆனால் நீங்கள் உண்மையாக நடந்து கொள்ளவில்லை என்றால், நான் முயற்சிக்கக்கூட மாட்டேன். உங்களிடம் தன் மனத்தைத் திறந்து வெளிப்படையாகப் பேசிய ஒருவர், தன்மீது உங்களுக்கு உண்மையிலேயே அக்கறை இருக்கவில்லை என்பதையும், தான் கூறியதை நீங்கள் உண்மையிலேயே காதுகொடுத்துக் கேட்க விரும்பவில்லை என்பதையும், தான் காயப்பட்டுள்ளோம் என்பதையும் கண்டறியும்போது, அது உங்களுக்கு ஆபத்தை ஏற்படுத்தக்கூடியதாக மாறும்.

புரிந்துணர்வுடன் காதுகொடுத்துக் கேட்பது அதிக நேரத்தை எடுத்துக் கொள்வதாக சிலர் கூக்குரலிடுகின்றனர். துவக்கத்தில் அது சற்றுக் கூடுதல் நேரத்தை எடுத்துக் கொள்ளக்கூடும், ஆனால் காலப்போக்கில் ஏராளமான நேரத்தை மிச்சப்படுத்தும். நீங்கள் ஒரு மருத்துவராக இருந்து, புத்திசாலித்தனமாக சிகிச்சை அளிக்க விரும்பினால், துல்லியமாக நோயைக் கண்டறிவதுதான் நீங்கள் செய்யக்கூடிய மிகவும் சக்திவாய்ந்த செயலாகும். "நான் அவசரத்தில் இருக்கிறேன். நோயைக் கண்டறிவதற்கு எனக்கு நேரமில்லை. வெறுமனே இந்த மருந்துகளை உட்கொள்ளுங்கள்," என்று உங்களால் கூற முடியாது.

ஒருமுறை ஹவாய் மாநிலத்தின் ஓஹூ தீவின் வட கடற்கரையில் ஓர் அறையில் அமர்ந்து நான் எழுதிக் கொண்டிருந்தேன். அப்போது மெல்லிய காற்று வீசிக் கொண்டிருந்தது. எனவே நான் இரண்டு சன்னல்களைத் திறந்து வைத்திருந்தேன். ஒரு பெரிய மேசையில், அத்தியாயம்வாரியாக நான் பல காகிதங்களைப் பரப்பி வைத்திருந்தேன்.

திடீரென்று, காற்று பலமாக வீசத் துவங்கியது. என்னுடைய காகிதங்கள் பறக்கத் துவங்கின. பக்க எண்கள் குறிப்பிடப்படாத காகிதங்கள் உட்பட, எல்லாக் காகிதங்களும் இப்போது ஒரு குவியலாகவும் ஒழுங்கின்றியும் இருந்தது என்னை எவ்வளவு தூரம் பீதியடையச் செய்தது என்பது என் நினைவில் உள்ளது. அவற்றை மீண்டும் ஒழுங்குபடுத்துவதற்கு நான் அந்த அறையில் அங்குமிங்கும் ஓடிக் கொண்டிருந்தேன். இறுதியில், ஒரு பத்து வினாடிகளை எடுத்துக் கொண்டு ஒரு சன்னலைப் பூட்டினால் எல்லாம் சரியாகிவிடும் என்பதை நான் உணர்ந்தேன்.

புரிந்துணர்வுடன் காதுகொடுத்துக் கேட்பதற்குச் சிறிது நேரம் தேவைப்படும். ஆனால், ஏற்கனவே வெகுதூரம் பயணித்தப் பிறகு

தவறான புரிதல்களைச் சரிப்படுத்துவதற்கும், வெளிப்படுத்தப்படாத மற்றும் தீர்க்கப்படாத பிரச்சனைகளுடன் வாழ்வதற்கும், மக்களுக்கு உளவியல் சுவாசக் காற்றைக் கொடுக்காததால் ஏற்பட்ட விளைவுகளைக் கையாள்வதற்கும் தேவைப்படும் நேரத்தைவிட மிகக் குறைவான நேரமே இதற்குத் தேவை.

நுண்ணோக்குப் பார்வையுடனும் புரிந்துணர்வுடனும் காதுகொடுத்துக் கேட்கும் ஒருவரால், அடுத்தவரின் மனத்திற்குள் என்ன நிகழ்ந்து கொண்டிருக்கிறது என்பதை வேகமாகப் படிக்க முடியும். அதோடு, அடுத்தவர் தன்னை மெல்ல மெல்ல வெளிப்படுத்தி, தன் மையத்தில் உள்ள உண்மையான பிரச்சனையைக் கண்டுபிடிப்பதற்குப் பாதுகாப்பாக உணரும் வகையில் ஒப்புதலையும் புரிதலையும் இவர்களால் வெளிப்படுத்த முடியும்.

தாங்கள் புரிந்து கொள்ளப்பட வேண்டும் என்று மக்கள் விரும்புகின்றனர். நீங்கள் இதில் எவ்வளவு அதிகமான நேரத்தை முதலீடு செய்தாலும், அதிக அளவு பதிலீட்டைத்தான் அது உங்களிடம் கொண்டுவரும்.

புரிந்து கொள்ளுதலும் கண்ணோட்டமும்

மற்றவர்கள் கூறுவதை ஆழமாகச் செவிமடுக்க நீங்கள் கற்றுக் கொள்ளும்போது, கண்ணோட்டங்களில் அளப்பரிய வேறுபாடுகள் இருப்பதை நீங்கள் கண்டறிவீர்கள். சகசார்புச் சூழ்நிலைகளில் மக்கள் இணைந்து பணியாற்ற முயற்சிக்கும்போது இந்த வேறுபாடுகள் ஏற்படுத்துகின்ற தாக்கதையும் நீங்கள் போற்றத் துவங்குவீர்கள்.

நீங்கள் இளம் பெண்ணைப் பார்க்கிறீர்கள்; நான் வயதான பெண்மணியைப் பார்க்கிறேன். நம் இருவரின் கண்ணோட்டங்களும் சரியானவையாக இருக்க முடியும்.

வாழ்க்கைத் துணைவரை மையமாகக் கொண்ட மூக்குக் கண்ணாடியின் வழியாக நீங்கள் உலகைப் பார்க்கக்கூடும்; நான் பணத்தை மையமாகக் கொண்ட லென்ஸின் வழியாக அதைப் பார்க்கிறேன்.

நீங்கள் அபரிமித மனப்போக்கைக் கொண்டிருப்பவராக இருக்கக்கூடும்; நான் பற்றாக்குறை மனப்பான்மை உடையவனாக இருக்கக்கூடும்.

நீங்கள் உயர்ந்த காட்சிரீதியான, உள்ளுணர்வுரீதியான, முழுமையான வலது மூளைக் கருத்துக் கண்ணோட்டத்தில் இருந்து பிரச்சனைகளை அணுகக்கூடும்; நான் இடது மூளையைக் கொண்டு செயல்படுபவனாக இருக்கக்கூடும். எனவே, என்னுடைய அணுகுமுறை வரிசையொழுங்குடனும்   ஆய்வுரீதியானதாகவும் வார்த்தைரீதியானதாகவும் இருக்கும்.

நம்முடைய கருத்துக் கண்ணோட்டங்கள் பெருமளவில் வேறுபட்டிருக்கலாம். ஆனாலும் நாம் இருவரும் வருடக்கணக்காக நம்முடைய சொந்தக் கருத்துக் கண்ணோட்டங்களுடன் வாழ்ந்து

வந்திருக்கிறோம். அவை 'உண்மைத் தகவல்கள்' என்று எண்ணிக் கொண்டும், 'உண்மைத் தகவல்களை'ப் பார்க்க முடியாதவர்களின் உளத் தகுதியைக் கேள்வி கேட்டுக் கொண்டும் நாம் இருந்து வந்திருக்கிறோம்.

நம்முடைய வேறுபாடுகள் அனைத்தையும் வைத்துக் கொண்டு, ஒரு திருமண வாழ்க்கையிலும், ஒரு வேலையிலும், ஒரு சமூகப் பணித்திட்டத்திலும் வளவசதிகளைக் கையாள்வதற்கும் விளைவுகளை சாதிப்பதற்கும் நாம் இணைந்து செயல்பட முயற்சிக்கிறோம். எப்படி அதைச் செய்வது? நம்முடைய தனிப்பட்டக் கருத்துக் கண்ணோட்டங்களின் எல்லைகளைத் தாண்டி, ஆழமாகக் கருத்துக்களைப் பரிமாறுவது எப்படி? ஒத்துழைப்புடன் பிரச்சனைகளைக் கையாள்வது எப்படி? 'எனக்கும் வெற்றி, உனக்கும் வெற்றி' தீர்வுகளை உருவாக்குவது எப்படி?

5வது பழக்கம்தான் இதற்கான விடை. 'எனக்கும் வெற்றி, உனக்கும் வெற்றி' செயல்முறையின் முதற்படி இதுதான். குறிப்பாக, அடுத்தவர் அந்தக் கருத்துக் கண்ணோட்டத்திலிருந்து வராதபோதுகூட, முதலில் அவரைப் புரிந்து கொள்ள முயற்சி செய்யுங்கள்.

இக்கொள்கை ஒரு நிர்வாக அதிகாரிக்குச் சிறப்பாக வேலை செய்தது. பின்வரும் அனுபவத்தை அவர் என்னுடன் பகிர்ந்து கொண்டார்:

"பல கிளைகளைக் கொண்ட ஒரு பெரிய தேசிய வங்கியுடன் ஓர் ஒப்பந்தத்தை ஏற்படுத்துவதற்கான பேச்சு வார்த்தையில் ஈடுபட்டிருந்த ஒரு சிறிய நிறுவனத்தில் நான் வேலை பார்த்துக் கொண்டிருந்தேன். இந்த வங்கி தனது வழக்கறிஞர்களை சான்பிரான்சிஸ்கோவில் இருந்தும், தனக்காக பேரப்பேச்சைக் கையாள்பவரை ஒஹையோவில் இருந்தும் வரவழைத்து, தனது வங்கித் தலைவர்களில் இருவரையும் சேர்த்து மொத்தம் எட்டுப் பேர் அடங்கிய ஒரு பேரப்பேச்சுக் குழுவை உருவாக்கியது. 'எனக்கும் வெற்றி, உனக்கும் வெற்றி' அல்லது எந்தப் பரிவர்த்தனையும் இல்லை என்ற அணுகுமுறையைக் கையாள்வதென்று நான் வேலை பார்த்த நிறுவனம் தீர்மானித்தது. எனது நிறுவனம் தன்னுடைய சேவையையும் கட்டணத்தையும் குறிப்பிடத்தக்க அளவு அதிகரிக்க விரும்பியது. ஆனாலும், இந்தப் பெரிய வங்கியின் எதிர்பார்ப்புகளால் எங்கள் நிறுவனம் திக்குமுக்காடிக் கொண்டிருந்தது.

"பேரப்பேச்சின்போது எங்கள் நிறுவனத் தலைவர் அவர்களிடம், 'இந்த ஒப்பந்தத்தை உங்கள் விருப்பப்படி நீங்கள் எழுத வேண்டும் என்று நாங்கள் விரும்புகிறோம். அப்போது உங்களுடைய தேவைகளையும் பிரச்சனைகளையும் எங்களால் சரியாகப் புரிந்து கொள்ள முடியும். நாங்கள் அந்தத் தேவைகளுக்கும் பிரச்சனைகளுக்கும் பதிலளிப்போம். கட்டணத்தைப் பற்றி நாம் பிறகு பேசலாம்,' என்று கூறினார்.

"அங்கிருந்தவர்கள் திணறினர். ஒப்பந்தத்தை எழுதுவதற்கான வாய்ப்பு தங்களுக்குக் கிடைத்துள்ளதை நினைத்து அவர்கள் வாயடைத்துப் போனார்கள். அவர்கள் அந்த ஒப்பந்தத்தை எழுதுவதற்கு மூன்று நாட்களை எடுத்துக் கொண்டனர்.

"அதை அவர்கள் எங்கள் நிறுவனத் தலைவரிடம் கொடுத்தபோது அவர், 'உங்களுக்கு என்ன வேண்டும் என்பதை நாங்கள் புரிந்து

கொள்வதை உறுதி செய்து கொள்ளலாம்,' என்று கூறினார். அவர் அந்த ஒப்பந்தத்தைப் படித்து, அதில் குறிப்பிடப்பட்டிருந்தவற்றை வேறு வார்த்தைகளில் மீண்டும் எடுத்துரைத்து, உணர்வுகளைப் பிரதிபலித்து, அவர்களுக்கு எது முக்கியம் என்பதைப் புரிந்து கொண்டார். 'ஆம், அது சரி. இல்லை, இங்கு நாங்கள் அந்த அர்த்தத்தில் கூறவில்லை . . . ஆம், இப்போது நீங்கள் சரியாகப் புரிந்து கொண்டுள்ளீர்கள்.'

"அவர்களது கண்ணோட்டத்தை அவர் முழுமையாகப் புரிந்து கொண்டபோது, தன்னுடைய கருத்துக் கண்ணோட்டத்தில் இருந்து அவர் சில கரிசனங்களை முன்வைத்தார். அவர்கள் அதை கவனமாகக் கேட்டனர். காதுகொடுத்துக் கேட்க அவர்கள் தயாராக இருந்தனர். சுவாசக் காற்றுக்காக அவர்கள் போராடிக் கொண்டிருக்கவில்லை. துவக்கத்தில் குறைந்த நம்பிக்கை நிலவிய, கிட்டத்தட்ட எதிர்ப்பான ஒரு சூழல், கூட்டாற்றலுக்கான ஒரு செழிப்பான சூழலாக மாறியது.

"பேச்சுவார்த்தைகளின் முடிவில், அந்த வங்கியின் உறுப்பினர்கள் வெறுமனே, 'நாங்கள் உங்களுடன் இணைந்து செயல்பட விரும்புகிறோம். இந்தப் பரிவர்த்தனையை நிறைவேற்ற விரும்புகிறோம். விலை என்ன என்பதை எங்களுக்குத் தெரிவியுங்கள், ஒப்பந்தத்தில் நாம் கையெழுத்திடலாம்,' என்று கூறினர்."

பிறகு புரிந்து கொள்ளப்பட முயற்சியுங்கள்

முதலில் புரிந்து கொள்ள முயற்சி செய்யுங்கள், பிறகு புரிந்து கொள்ளப்பட முயற்சியுங்கள். எவ்வாறு புரிந்து கொள்ளப்படுவது என்பதை அறிவது ஐந்தாவது பழக்கத்தின் இரண்டாவது பகுதி. 'எனக்கும் வெற்றி, உனக்கும் வெற்றி' தீர்வுகளை அடைவதில் இது சம அளவு முக்கியத்துவம் வாய்ந்தது.

துணிவிற்கும் கரிசனத்திற்கும் இடையேயான சமநிலைதான் பக்குவம் என்று முன்பு நாம் வரையறுத்தோம். புரிந்து கொள்ள முயற்சிப்பதற்குக் கரிசனம் தேவை; புரிந்து கொள்ளப்பட முயற்சிப்பதற்குத் துணிவு தேவை. 'எனக்கும் வெற்றி, உனக்கும் வெற்றி'க்கு இந்த இரண்டுமே அதிக அளவில் தேவை. எனவே சகசார்புச் சூழ்நிலைகளில் நாம் புரிந்து கொள்ளப்படுவது மிகவும் அவசியமாகிறது.

நம்பகத்தன்மை, இரக்கம், பகுத்தறிவு என்ற வரிசையில் அமைந்த மூன்று சொற்களில் உள்ளடங்கியிருந்த ஒரு மகத்தான தத்துவத்தைப் பண்டைய கிரேக்கர்கள் கொண்டிருந்தனர். முதலில் புரிந்து கொள்ள முயற்சித்து, பலனளிக்கும் விதத்தில் கருத்துக்களை முன்வைப்பதன் சாரம்சம் இந்த மூன்று வார்த்தைகளில் உள்ளடங்கியுள்ளதாக நான் நினைக்கிறேன்.

நம்பகத்தன்மை என்பது மக்கள் உங்கள் நாணயத்தின்மீதும் தகுதியின்மீதும் வைத்துள்ள நம்பிக்கை. நீங்கள் அடுத்தவரிடம் தூண்டுகின்ற நம்பிக்கை அது; உங்களுடைய உணர்ச்சிரீதியான வங்கிக் கணக்கு அது. இரக்கம் என்பது ஒத்துணரும் உணர்வு. உங்களிடம் பேசிக் கொண்டிருப்பவரின் உணர்ச்சிகளோடு நீங்கள் ஒத்திசைவாக

இருக்கிறீர்கள் என்று அர்த்தம். பகுத்தறிவு என்பது தர்க்கம்; உங்களது விளக்கத்தின் காரண காரியப் பகுதி இது.

இவ்வார்த்தைகளின் வரிசைமுறையைப் பாருங்கள்: நம்பகத்தன்மை, இரக்கம், பகுத்தறிவு — உங்கள் குணநலன்கள், உங்கள் உறவுகள், பிறகு உங்கள் விளக்கத்தின் அறிவுபூர்வமான தர்க்கம். இது இன்னொரு மாபெரும் கருத்துக் கண்ணோட்ட மாற்றத்தைக் குறிக்கிறது. பெரும்பாலான மக்கள், பிறரிடம் தங்கள் யோசனைகளை விளக்கி எடுத்துரைக்கும்போது, நேராக அறிவுபூர்வமான தர்க்கத்திற்குச் சென்றுவிடுகின்றனர், தங்கள் இடது மூளைக்குத் தாவிவிடுகின்றனர். நம்பகத்தன்மையையும் இரக்கத்தையும் முதலில் கருத்தில் எடுத்துக் கொள்ளாமல், நேராகத் தங்கள் அறிவுபூர்வமான தர்க்கத்தைக் கொண்டு மற்றவர்களைத் தங்கள் கருத்தை ஏற்றுக் கொள்ள வைக்க முயற்சிக்கின்றனர்.

தன்னுடைய மேலதிகாரி ஓர் ஆக்கபூர்வமற்றத் தலைமைத்துவப் பாணியைக் கடைபிடித்ததால் விரக்தியடைந்திருந்த ஒருவரை நான் சந்தித்தேன்.

"எனது மேலதிகாரி ஏன் எதுவுமே செய்வதில்லை? நான் அவரிடம் இது பற்றி ஏற்கனவே பேசியுள்ளேன். அது அவருக்கும் தெரியும். ஆனாலும் அவர் எதுவும் செய்வதில்லை," என்று அவர் என்னிடம் கூறினார்.

"நீங்கள் ஏன் திறம்பட ஒரு காட்சிரீதியான விளக்கத்தை அவருக்குக் கொடுக்கக்கூடாது?" என்று நான் கேட்டேன்.

"நான் அதைச் செய்துவிட்டேன்," என்று அவர் பதிலளித்தார்.

"'திறம்பட' என்பதை நீங்கள் எப்படி வரையறுப்பீர்கள்? ஒரு விற்பனையாளரால் ஒரு பொருளை விற்க முடியவில்லை என்றால், யாரைப் பயிற்சி வகுப்பிற்கு அனுப்புவார்கள்? வாங்குபவரையா அல்லது விற்பவரையா? திறம்பட என்றால் அது வேலை செய்கிறது என்று அர்த்தம்; உற்பத்தி/உற்பத்தித் திறன் என்று அர்த்தம். நீங்கள் விரும்பிய மாற்றத்தை நீங்கள் உருவாக்கினீர்களா? அந்தச் செயல்முறையில் உங்களுக்கிடையேயான உறவை வலுப்படுத்தினீர்களா? உங்களுடைய எடுத்துரைப்பினால் என்னென்ன விளைவுகள் ஏற்பட்டன?"

"நான் உங்களிடம் ஏற்கனவே கூறிவிட்டேன். அவர் எதையும் செய்யவில்லை. அவர் நான் கூறுவதைக் காதுகொடுத்துக் கேட்பதுகூட இல்லை."

"அப்படியானால் நீங்கள் திறமையாக எடுத்துரைக்க வேண்டும். அவரை நீங்கள் புரிந்து கொள்ள வேண்டும். அவரது கண்ணோட்டத்தில் இருந்து நீங்கள் பார்க்க வேண்டும். உங்களுடைய கருத்தை நீங்கள் எளிமையாகவும் காட்சிரீதியாகவும் எடுத்துரைத்து, அவரால் தீர்மானிக்கக்கூடியதைவிடச் சிறப்பான, அவர் ஒத்துக் கொள்ளக்கூடிய ஒரு மாற்றை அவரிடம் விவரியுங்கள். இதற்கு சிறிது முயற்சி தேவை. அதற்கு நீங்கள் தயாராக இருக்கிறீர்களா?"

"நான் ஏன் இவ்வளவு சிரமப்பட வேண்டும்?" என்று அவர் கேட்டார்.

"வேறு வார்த்தைகளில் கூறினால், அவர் தனது ஒட்டுமொத்தத் தலைமைத்துவப் பாணியையும் மாற்றிக் கொள்ள வேண்டும் என்று நீங்கள் விரும்புகிறீர்கள், ஆனால் உங்கள் கருத்துக்களை நீங்கள் எடுத்துரைக்கும் முறையை மாற்றிக் கொள்ள நீங்கள் தயாராக இல்லை, அப்படித்தானே?"

"அப்படித்தான் நான் நினைக்கிறேன்," என்று அவர் பதிலளித்தார்.

"அப்படியானால், அவரது வழியை சகித்துக் கொண்டு வாழக் கற்றுக் கொள்ளுங்கள்."

"அது என்னால் முடியாது. அது என்னுடைய நாணயத்தை பாதிக்கிறது."

"அப்படியானால், திறமையாக அவரிடம் காட்சிரீதியாக எடுத்துக்கூறுங்கள். அது உங்களுடைய செல்வாக்கு வட்டத்தில் இருக்கிறது."

ஆனாலும் இறுதியில் அவர் அதைச் செய்ய மறுத்துவிட்டார். அதிக முயற்சி தேவைப்பட்டதுதான் அதற்குக் காரணம்.

எனக்குத் தெரிந்த ஒரு பல்கலைக்கழகப் பேராசிரியர், தக்க விலையைக் கொடுக்கத் தயாராக இருந்தார். அவர் ஒருநாள் என்னை அணுகி, "ஸ்டீபன், என்னுடைய ஆராய்ச்சி இத்துறை ஆர்வம் கொண்டுள்ள முக்கியப் பகுதிகள் எதிலும் இல்லாததால், அதற்குத் தேவையான உதவித் தொகைப் பெறுவதில் என்னால் முதல்நிலையைக்கூட எட்ட முடியவில்லை," என்று கூறினார்.

சூழ்நிலையைப் பற்றி நீண்ட நேரம் விவாதித்தப் பிறகு, நம்பகத்தன்மை, இரக்க குணம், பகுத்தறிதல் ஆகியவற்றைக் கொண்டு ஒரு திறமையான காட்சிரீதியான விளக்கத்தை உருவாக்குமாறு அவருக்கு நான் பரிந்துரைத்தேன். "நீங்கள் உண்மையானவர் என்பதையும், நீங்கள் செய்ய விரும்புகின்ற ஆராய்ச்சி தலைசிறந்த நன்மைகளைக் கொண்டுவரும் என்பதையும் நான் அறிவேன். அவர்களால் தீர்மானிக்கக்கூடிய சாதகமான மாற்று ஒன்றை நீங்கள் அவர்களிடம் விவரியுங்கள். அவர்களை நீங்கள் ஆழமாகப் புரிந்துள்ளதை அவர்களுக்குக் காட்டுங்கள். பிறகு, உங்கள் கோரிக்கைக்குப் பின்னால் உள்ள காரணத்தை எச்சரிக்கையுடன் விளக்குங்கள்."

"நான் முயற்சித்துப் பார்க்கிறேன்," என்று அவர் கூறினார்.

"நீங்கள் என்னுடன் பேசிப் பார்க்க விரும்புகிறீர்களா?" என்று நான் கேட்டேன். அவர் அதை ஆர்வத்துடன் ஒப்புக் கொண்டார். பிறகு நாங்கள் அவரது அணுகுமுறையை ஒத்திகை பார்த்தோம்.

அவர் அவர்களிடம் தன்னுடைய விளக்கத்தை முன்வைத்தபோது, "உங்களுடைய குறிக்கோள்களையும், என்னுடைய இந்த விளக்கம் மற்றும் எனது பரிந்துரை குறித்த உங்கள் கரிசனங்களையும் நான் முதலில் புரிந்து கொண்டுள்ளேனா என்று பார்ப்போம்," என்று கூறித் தன் பேச்சைத் துவக்கினார்.

அவர் அதை மெதுவாகவும் படிப்படியாகவும் செய்தார். அவர் தன்னுடைய ஆழமான புரிதலையும், அவர்களுடைய கண்ணோட்டம்

குறித்துத் தான் கொண்டிருந்த மதிப்பையும் வெளிப்படுத்தி விளக்கமளித்துக் கொண்டிருந்தபோது, ஒரு மூத்தப் பேராசிரியர் இன்னொரு பேராரிசியரிடம் திரும்பி, தலையசைத்துவிட்டு, மீண்டும் இவரை நோக்கித் திரும்பி, "உங்கள் ஆராய்ச்சிக்கான பணத்தைக் கொடுக்க நாங்கள் தயார்," என்று கூறினார்.

உங்களுடைய சொந்த யோசனைகளைத் தெளிவாகவும், திட்டவட்டமாகவும், காட்சிரீதியாகவும், மிக முக்கியமாக, அவர்களுடைய கருத்துக் கண்ணோட்டங்கள் மற்றும் கரிசனம் குறித்த ஓர் ஆழமான புரிதலோடும் நீங்கள் முன்வைத்து விளக்கும்போது, உங்களுடைய யோசனைகளின் நம்பகத்தன்மையை நீங்கள் பெருமளவில் அதிகரிக்கிறீர்கள்.

இங்கு நீங்கள் வெறுமனே உங்களுடைய சொந்தக் கண்ணோட்டத்தை மட்டும் பிரசங்கம் செய்யவில்லை. நீங்கள் உண்மையிலேயே அடுத்தவரின் கருத்துக் கண்ணோட்டத்தைப் புரிந்து கொள்கிறீர்கள். நீங்கள் கொடுத்துக் கொண்டிருக்கும் காட்சிரீதியான விளக்கம், நீங்கள் முன்பு நினைத்திருந்ததிலிருந்து வேறுபட்டிருக்கவும்கூடும். ஏனெனில், புரிந்து கொள்ள வேண்டும் என்ற முயற்சியில், நீங்கள் கற்றுக் கொண்டீர்கள்.

நீங்கள் அதிகத் துல்லியமாகவும் அதிக நாணயத்துடனும் விளக்கமளிக்க 5வது பழக்கம் உங்கள் நிலையை உயர்த்துகிறது. மக்களும் அதை அறிந்துள்ளனர். அனைத்து உண்மைத் தகவல்களையும் கண்ணோட்டங்களையும் கருத்தில் கொண்டு, அனைவருக்கும் நன்மை பயக்கின்ற, நீங்கள் உண்மையிலேயே நம்புகின்ற யோசனைகளைத்தான் நீங்கள் எடுத்துரைத்துக் கொண்டிருக்கிறீர்கள் என்பதை அவர்கள் அறிந்துள்ளனர்.

தனிநபர் அடிப்படையில்

5வது பழக்கம் உங்கள் செல்வாக்கு வட்டத்தின் மத்தியில் இருப்பதால் அது மிகவும் சக்திவாய்ந்ததாக உள்ளது. பிரச்சனைகள், கருத்து வேறுபாடுகள், சூழல்கள், மற்றவர்களின் நடத்தை போன்ற சகசார்புச் சூழ்நிலைகளின் பல காரணிகள் உங்கள் கரிசன வட்டத்தில் இருக்கின்றன. நீங்கள் உங்கள் ஆற்றல்களை அதில் குவித்தால், உங்கள் ஆற்றல்களை விரைவில் விரயம் செய்து விடுவீர்கள். அதோடு, எந்த நன்மையும் விளையப் போவதுமில்லை.

முதலில் புரிந்து கொள்ள முயற்சி செய்யுங்கள். அது உங்கள் கட்டுப்பாட்டில் உள்ள ஒரு விஷயம். நீங்கள் அவ்வாறு செய்யும்போது, உங்கள் செல்வாக்கு வட்டத்தின்மீது நீங்கள் கவனம் செலுத்தும்போது, நீங்கள் உண்மையிலேயே மற்றவர்களை ஆழமாகப் புரிந்து கொள்கிறீர்கள். நீங்கள் செயல்படுவதற்குத் தேவையான துல்லியமான தகவல்கள் உங்களிடம் இருக்கின்றன, பிரச்சனைகளின் மையத்தை நீங்கள் விரைவில் சென்றடைகிறீர்கள், உங்களுடைய உணர்ச்சிரீதியான வங்கிக் கணக்குகளை உருவாக்குகிறீர்கள், நீங்கள் மற்றவர்களுடன் இணைந்து

செயல்படுவதற்கு அவர்களுக்குத் தேவையான உளவியல் சுவாசக் காற்றை அவர்களுக்குக் கொடுக்கிறீர்கள்.

உள்ளிருந்து துவங்குதல் அணுகுமுறை இது. நீங்கள் அவ்வாறு செயல்படும்போது, உங்கள் செல்வாக்கு வட்டத்தில் என்ன நிகழ்கிறது என்பதைப் பாருங்கள். நீங்கள் உண்மையிலேயே கவனமாகக் காதுகொடுத்துக் கேட்பதால், நீங்கள் மற்றவர்களின் தாக்கத்திற்கு ஆளாகிறீர்கள். மற்றவர்களின் தாக்கத்திற்கு ஆளாக முடிவதுதான் மற்றவர்கள்மீது தாக்கம் ஏற்படுத்துவதற்கு முக்கியமானதாகும். உங்களுடைய வட்டம் விரிவடையத் துவங்குகிறது. உங்களுடைய கரிசன வட்டத்தில் உள்ள பல விஷயங்களின்மீது தாக்கம் ஏற்படுத்துவதற்கான உங்கள் திறனை நீங்கள் அதிகரிக்கிறீர்கள்.

உங்களுக்கு என்ன நிகழ்கிறது என்பதைப் பாருங்கள். மற்றவர்களை நீங்கள் எவ்வளவு ஆழமாகப் புரிந்து கொள்கிறீர்களோ, அவர்களை நீங்கள் அவ்வளவு அதிகமாக மெச்சுவீர்கள், அவர்களைப் பற்றி அவ்வளவு அதிக மரியாதையாக உணர்வீர்கள். இன்னொருவருடைய ஆன்மாவைத் தொடுவது என்பது புனித மண்ணில் நடப்பதாகும்.

5வது பழக்கத்தை உங்களால் இப்போதே பயிற்சி செய்ய முடியும். அடுத்த முறை நீங்கள் ஒருவருடன் உரையாடும்போது, உங்களுடைய சுயபுராணத்தை ஒதுக்கி வைத்துவிட்டு, அவரை உண்மையிலேயே புரிந்து கொள்ள முயற்சி செய்யுங்கள். தங்களுடைய பிரச்சனைகளைப் பற்றி மக்கள் வெளிப்படையாகப் பேச விரும்பாதபோதுகூட, நீங்கள் அவர்களிடம் புரிந்துணர்வுடன் நடந்து கொள்ளலாம். அவர்களது இதயங்களையும், காயங்களையும் உங்களால் உணர முடியும். "நீங்கள் இன்று சற்று சோர்வாக இருப்பதுபோல் தோன்றுகிறது," என்று அவர்களிடம் கூறலாம். பதிலுக்கு அவர்கள் எதுவும் கூறாமல் இருக்கக்கூடும். அது பரவாயில்லை. நீங்கள் புரிதலையும் மதிப்பையும் வெளிப்படுத்தி இருக்கிறீர்கள்.

அவர்களை அவசரப்படுத்தாதீர்கள்; பொறுமையாக இருங்கள்; மரியாதையாக நடந்து கொள்ளுங்கள். நீங்கள் அவர்களைப் புரிந்து கொள்வதற்கு முன் அவர்கள் உங்களிடம் வெளிப்படையாகப் பேச வேண்டியதில்லை. அவர்களது நடத்தையை நீங்கள் எல்லா நேரங்களிலும் கரிசனத்துடன் பார்க்கலாம். தேவையான சமயத்தில், நீங்கள் அவர்களது உணர்ச்சிகளைப் புரிந்து கொண்டு, அறிவார்ந்த முறையிலும், உங்களது சுயபுராணத்திற்கு வெளியேயும் வாழலாம்.

நீங்கள் அதிக முன்யோசனையுடன் செயல்படுபவராக இருந்தால், தடுப்பு நடவடிக்கைகளை மேற்கொள்வதற்கான வாய்ப்புகளை உங்களால் உருவாக்க முடியும். உங்கள் மகனுக்கோ அல்லது மகளுக்கோ பள்ளிக்கூடத்தில் ஏதேனும் ஒரு பிரச்சனை வரும்வரையோ அல்லது நீங்கள் முதலில் புரிதலோடு நடந்து கொள்ள வேண்டிய அடுத்த வியாபாரரீதியான பேச்சுவார்த்தை வரும்வரையோ நீங்கள் காத்திருக்க வேண்டியதில்லை.

உங்கள் குழந்தைகள் ஒவ்வொருவருடனும் தனித்தனியாக நேரத்தைச் செலவிடுங்கள். அவர்கள் கூறுவதைக் காதுகொடுத்துக் கேளுங்கள்;

அவர்களைப் புரிந்து கொள்ளுங்கள். வீட்டிலும் பள்ளியிலும் அவர்கள் எதிர்கொள்ளும் சவால்களையும் பிரச்சனைகளையும் அவர்களது கண்ணோட்டத்தில் இருந்து பாருங்கள். உணர்ச்சிரீதியான வங்கிக் கணக்கை உருவாக்குங்கள். அவர்களுக்குத் தேவையான சுவாசக் காற்றைக் கொடுங்கள்.

உங்கள் வாழ்க்கைத் துணைவருடன் அடிக்கடி வெளியே சென்று வாருங்கள். நீங்கள் இருவரும் ரசித்துச் செய்யக்கூடிய காரியங்களில் ஈடுபடுங்கள். வெளியே சென்று உணவருந்தி வாருங்கள். பரஸ்பரம் ஒருவர் கூறுவதை மற்றவர் கவனமாகக் கேளுங்கள். புரிந்து கொள்ள முயற்சி செய்யுங்கள். வாழ்க்கையை அடுத்தவரின் கண்கள் ஊடாகப் பாருங்கள்.

என் மனைவி சான்ட்ராவுடன் தினமும் நான் செலவிடும் நேரத்தை வேறு எதற்காகவும் நான் விட்டுக் கொடுக்க மாட்டேன். நாங்கள் ஒருவரையொருவர் புரிந்து கொள்ள முயற்சிக்கும் அதே நேரத்தில், எங்கள் குழந்தைகளுடன் உரையாடுவதற்கு எங்களுக்கு உதவுவதற்காக, புரிந்துணர்வுடன் காதுகொடுத்துக் கேட்பதை அடிக்கடி நாங்கள் உண்மையிலேயே பயிற்சி செய்கிறோம்.

சூழ்நிலை குறித்த எங்களின் பல்வேறு கண்ணோட்டங்களை நாங்கள் பகிர்ந்து கொள்கிறோம். குடும்ப உறவுகளில் தலைதூக்குகின்ற கடினமான பிரச்சனைகளை அணுகுவதற்கான சிறந்த பலனளிக்கும் வழிகளை நாங்கள் ஒத்திகை பார்க்கிறோம்.

ஓர் அடிப்படைக் குடும்பப் பொறுப்பை நிறைவேற்றத் தவறிய, ஒரு சிறப்புக் கோரிக்கையை முன்வைக்கின்ற ஒரு மகனாகவோ அல்லது மகளாகவோ நான் நடிப்பேன். என் மனைவி தன்னுடைய உண்மையான பாத்திரத்தை ஏற்று நடிப்பார்.

நாங்கள் முன்னும் பின்னும் தொடர்ந்து பேசிக் கொண்டே இருப்போம். சூழ்நிலையை ஓர் உண்மையான வழியில் மனக்காட்சிப்படுத்த முயற்சிப்போம். நாங்கள் எப்போதும் ஒரே மாதிரியாக நடந்து கொள்வதற்கும், எங்கள் குழந்தைகளுக்கு சரியான கொள்கைகளைக் கற்றுக் கொடுப்பதற்கும் எங்களைப் பயிற்றுவித்துக் கொள்வதற்காக நாங்கள் இவ்வாறு செய்கிறோம். முன்பு நாங்கள் எதிர்கொண்ட, எங்கள் இருவரில் யாரோ ஒருவர் 'குளறுபடி செய்த' ஏதோ ஒரு கடினமான அல்லது அழுத்தமான ஒரு சூழ்நிலையை மீண்டும் நடித்துப் பார்ப்பது எங்களுக்கு மிகவும் உதவிகரமாக இருந்துள்ளது.

நீங்கள் நேசிக்கும் மக்களை ஆழமாகப் புரிந்து கொள்வதற்கு நீங்கள் முதலீடு செய்யும் நேரம் வெளிப்படையான பேச்சுவார்த்தையில் பெருமளவு பலனளிக்கும். குடும்பங்களையும் திருமண உறவுகளையும் ஆக்கிரமிக்கும் பெரும்பாலான பிரச்சனைகள் இங்கு எழுவதற்கான வாய்ப்பே இல்லாமல் போய்விடுகிறது. கருத்துப் பரிமாற்றம் மிகவும் வெளிப்படையானதாக இருப்பதால், எதிர்காலப் பிரச்சனைகளை முளையிலேயே கிள்ளி எறிய முடிகிறது. எழக்கூடிய பிரச்சனைகளைக்

கையாள்வதற்கு, உணர்ச்சிரீதியான வங்கிக் கணக்கில் பெருமளவு நம்பிக்கை குவிந்துள்ளது.

வியாபாரத்தில், உங்கள் ஊழியர்கள் ஒவ்வொருவருடனும் தனித்தனியாகப் பேசுவதற்கு நீங்கள் நேரத்தை ஒதுக்கிக் கொள்ளலாம். அவர்கள் கூறுவதை கவனமாகக் கேளுங்கள், அவர்களைப் புரிந்து கொள்ளுங்கள். வாடிக்கையாளர்கள், வினியோகஸ்தர்கள், மற்றும் ஊழியர்கள் என்று, ஒவ்வொரு நிலையிலிருந்தும் துல்லியமான, நேர்மையான பின்னூட்டக் கருத்துக்களைப் பெறுவதற்கு உங்கள் வியாபாரத்தில் மனிதவளக் கணக்கெடுப்பு அல்லது பங்குதாரர் தகவல் அமைப்பு முறைகளை நிர்மாணியுங்கள். பொருளாதார அம்சமும் தொழில்நுட்ப அம்சமும் எவ்வளவு முக்கியமானவையாக இருக்கின்றனவோ, அதே அளவுக்கு மனித உறவுகள் குறித்தவற்றிற்கு முக்கியத்துவம் கொடுங்கள். ஒரு வியாரத்தின் ஒவ்வொரு நிலையிலும் உள்ள மனிதவளங்களை நீங்கள் பயன்படுத்தும்போது, ஏராளமான நேரத்தையும், ஆற்றலையும், பணத்தையும் நீங்கள் மிச்சப்படுத்துகிறீர்கள். நீங்கள் காதுகொடுத்துக் கேட்கும்போது, நீங்கள் கற்றுக் கொள்ளவும் செய்கிறீர்கள். உங்கள்கீழ் வேலை பார்க்கும் மக்களுக்கும், உங்களுடன் வேலை பார்க்கும் மக்களுக்கும் நீங்கள் உளவியல் சுவாசக் காற்றைக் கொடுக்கிறீர்கள். காலை எட்டு மணிமுதல மாலை ஐந்து மணிவரையிலான வேலையின் எதிர்பார்ப்புகளையும் தாண்டி ஒரு விசுவாசத்தை நீங்கள் அவர்களிடம் உருவாக்குகிறீர்கள்.

முதலில் புரிந்து கொள்ள முயற்சி செய்யுங்கள். பிரச்சனைகள் வருவதற்கு முன்பு, நீங்கள் மதிப்பீடு செய்து பரிந்துரைப்பதற்கு முன்பு, உங்களுடைய சொந்த யோசனைகளை முன்வைப்பதற்கு முன்பு புரிந்து கொள்ள முயற்சியுங்கள். ஆற்றல்மிக்க சகசார்பிற்கான ஒரு சக்திவாய்ந்த பழக்கம் இது.

நாம் உண்மையிலேயே ஒருவரையொருவர் ஆழமாகப் புரிந்து கொள்ளும்போது, படைப்புத்திறன்மிக்கத் தீர்வுகளுக்கும் மூன்றாவது மாற்றுகளுக்கும் நாம் வழிவகுக்கிறோம். நமது வேறுபாடுகள் நமது கருத்துப் பரிமாற்றத்திற்கும் முன்னேற்றத்திற்கும் முட்டுக்கட்டைகளாக இருப்பதற்குப் பதிலாக, கூட்டாற்றலுக்கான படிக்கற்களாக மாறுகின்றன.

செயல்முறைப் பரிந்துரைகள்:

1. எந்த உறவில் உங்களுடைய உணர்ச்சிரீதியான வங்கிக் கணக்கு அபாய எச்சரிக்கையைக் காட்டுகிறதோ, அந்த உறவைத் தேர்ந்தெடுத்துக் கொள்ளுங்கள். அடுத்தவரின் கண்ணோட்டத்தில் இருந்து சூழ்நிலையைப் புரிந்து கொள்ள முயற்சி செய்யுங்கள், அதை எழுதிக் கொள்ளுங்கள். அடுத்த முறை அவருடன் நீங்கள் கருத்துப் பரிமாற்றத்தில் ஈடுபடும்போது, புரிந்து கொள்ளும் நோக்கத்தில் அவர் கூறுவதைச் செவிமடுங்கள். நீங்கள் கேட்பதையும் எழுதியிருப்பதையும் ஒப்பிட்டுப் பாருங்கள். உங்களுடைய அனுமானங்கள் எந்த அளவுக்குச் சரியானவை?

அந்த நபரின் கண்ணோட்டத்தை நீங்கள் உண்மையிலேயே புரிந்து கொண்டீர்களா?

2. புரிந்துணர்வுடன் காதுகொடுத்துக் கேட்பது என்னும் கோட்பாட்டை உங்களுக்கு நெருக்கமான ஒருவருடன் பகிர்ந்து கொள்ளுங்கள். அடுத்தவர் கூறுவதை கவனமாகக் கேட்க நீங்கள் உண்மையிலேயே விரும்புவதாகவும், அதைப் பயிற்சி செய்ய நீங்கள் உண்மையிலேயே ஆர்வமாக இருப்பதாகவும் அவரிடம் கூறுங்கள். ஒரு வாரத்தில் அவருடைய பின்னூட்டக் கருத்தைக் கேளுங்கள். நீங்கள் எவ்வளவு தூரம் அத்திறமையை வளர்த்துக் கொண்டிருக்கிறீர்கள்? அது அந்த நபரை எவ்வாறு உணரச் செய்தது?

3. மக்கள் பேசிக் கொள்வதைப் பார்ப்பதற்கான வாய்ப்பு அடுத்த முறை உங்களுக்குக் கிடைக்கும்போது, ஒருசில நிமிடங்கள் உங்கள் காதுகளை மூடிக் கொண்டு வெறுமனே கண்காணியுங்கள். வார்த்தைகளில் மட்டுமே வெளிவராமல் போகக்கூடிய எந்த உணர்ச்சிகள் அங்கு பரிமாறிக் கொள்ளப்படுகின்றன?

4. விசாரித்தல், மதிப்பிடுதல், அறிவுறுத்துதல், அல்லது அர்த்தப்படுத்துதல் போன்ற சுயபுராணரீதியான பதில்களில் ஏதேனும் ஒன்றைப் பொருத்தமற்ற முறையில் நீங்கள் பயன்படுத்துவதை அடுத்த முறை நீங்கள் கவனிக்கும்போது, அதை அங்கீகரித்து, அவரிடம் மன்னிப்புக் கேட்பதன் மூலம் உங்கள் வங்கிக் கணக்கில் ஒரு சிறு தொகையைச் சேமியுங்கள். ("என்னை மன்னியுங்கள், நான் உண்மையிலேயே புரிந்து கொள்ள முயற்சிக்கவில்லை. நாம் மீண்டும் முதலில் இருந்து துவங்கலாமா?")

5. உங்களது அடுத்த விளக்கத்தைப் புரிந்துணர்வின் அடிப்படையில் அமையுங்கள். அடுத்தவரின் கண்ணோட்டத்தை அவரைவிடச் சிறப்பாக அவரிடமே எடுத்துரையுங்கள். பிறகு அந்த நிலைப்பாட்டிலிருந்து உங்களுடைய கருத்து புரிந்து கொள்ளப்படுவதற்கு முயற்சி செய்யுங்கள்.

பழக்கம் 6

கூட்டு இயக்கம்

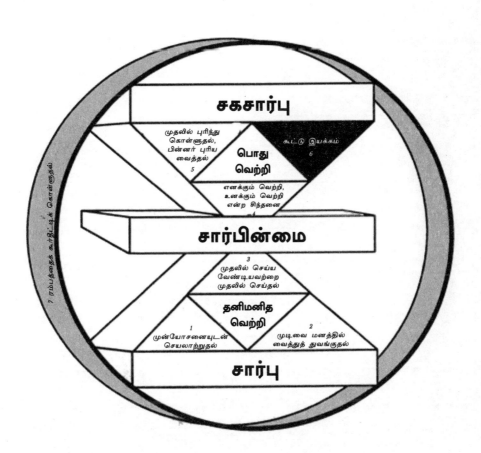

படைப்பாற்றலுடன்கூடிய கூட்டுறவு குறித்தக் கொள்கைகள்

"நான் ஒரு புனிதத் துறவியின் நம்பிக்கையை என்
வழிகாட்டுதலாக எடுத்துக் கொள்கிறேன்:
இன்றியமையாத விஷயங்களில் ஒற்றுமை,
முக்கியமான விஷயங்களில் வேற்றுமை,
அனைத்து விஷயங்களில் பெருந்தன்மை."
- அமெரிக்க அதிபர் ஜார்ஜ் புஷ்
பதவிப்பிரமாண உரையிலிருந்து

இங்கிலாந்தின் போர் முயற்சிக்குத் தலைமை ஏற்குமாறு சர்
வின்ஸ்டன் சர்ச்சிலுக்கு அழைப்பு விடுக்கப்பட்டபோது,
அக்கணத்திற்காகத்தான் தன் வாழ்நாள் முழுவதும் தன்னைத்
தயார்படுத்தி வந்திருந்ததாக அவர் கூறினார். அதேபோல், மற்ற
அனைத்துப் பழக்கங்களையும் பயிற்சி செய்வது கூட்டியக்கம் எனும்
பழக்கத்திற்கு நம்மைத் தயார்படுத்துகிறது.

முறையாகப் புரிந்து கொள்ளப்படும்போது, கூட்டியக்கம்தான்
வாழ்வின் மிக உயர்ந்த நடவடிக்கை என்பதையும், பிற அனைத்துப்
பழக்கங்களின் உண்மையான சோதனை மற்றும் வெளிப்பாடு
என்பதையும் நாம் உணர்வோம்.

கூட்டியக்கத்தின் மிக உயர்ந்த வடிவங்கள் தனித்துவமான நான்கு
மனிதப் பண்புகளையும், 'எனக்கும் வெற்றி, உனக்கும் வெற்றி'
அணுகுமுறையின் உள்நோக்கத்தையும், புரிந்துணர்வுடன் கருத்துக்களைப்
பரிமாறிக் கொள்ளும் திறமைகளையும் வாழ்வில் நாம் எதிர்கொள்ளும்
மிகக் கடினமான சவால்களின்மீது குவிக்கின்றன. இதன் விளைவுகள்
அற்புதமானவை. இதற்கு முன்பு இருந்திராத புதிய மாற்றுகளை நாம்
படைக்கிறோம்.

கூட்டியக்கம்தான் கொள்கையை மையமாகக் கொண்ட
தலைமைத்துவத்தின் ஜீவநாடி. கொள்கையை மையமாகக் கொண்ட
குழந்தை வளர்ப்பின் ஜீவநாடியும் இதுதான். இது மக்களுக்குள்
இருக்கின்ற மாபெரும் சக்திகளைத் தூண்டி, அவற்றை ஒன்றுதிரட்டி
விடுவிக்கிறது. நாம் இதுவரை பார்த்துள்ள பழக்கங்கள் அனைத்தும்
கூட்டியக்கத்தின் அதிசயத்தை உருவாக்குவதற்கு நம்மைத்
தயார்படுத்துகின்றன.

கூட்டியக்கம் என்றால் என்ன? அதை எளிமையாக வரையறுக்க
வேண்டுமென்றால், ஒரு முழுமையானது அதன் பல பாகங்களின்

மொத்தத்தைவிட அதிகம் என்று பொருள் கொள்ளலாம். உறவுகளில் அது வெறுமனே ஒரு பகுதி மட்டுமல்ல, மாறாக, கிரியா ஊக்கியாக விளங்குகின்ற, அதிக சக்தியளிக்கின்ற, அதிகமாக ஒருங்கிணைக்கின்ற, மிகவும் உற்சாகமான பகுதி அது.

படைப்புத்திறன்மிக்கச் செயல்முறைதான் மிகவும் அச்சுறுத்தும் செயல்முறையும்கூட. ஏனெனில், என்ன நிகழப் போகிறது என்பதோ அல்லது அது எதற்கு வழிவகுக்கப் போகிறது என்பதோ உங்களுக்குத் துல்லியமாகத் தெரியாது. எந்தெந்தப் புதிய அபாயங்களையும் சவால்களையும் நீங்கள் எதிர்கொள்ள வேண்டி வரும் என்று உங்களுக்குத் தெரியாது. சாகச உணர்வு, கண்டறியும் உணர்வு, படைப்புத்திறன் உணர்வு ஆகியவற்றுடன் துவங்குவதற்கு ஏராளமான உள்ளார்ந்த பாதுகாப்பு தேவை. நீங்கள் உங்களுடைய சௌகரிய நிலையைவிட்டு வெளியேறி, முற்றிலும் புதிய, நீங்கள் இதுவரை அறிந்திராத வனாந்திரத்தை எதிர்கொள்ள வேண்டும். நீங்கள் ஒரு புதிய பாதையை வகுப்பவராக, ஒரு முன்னோடியாக மாறுகிறீர்கள். மற்றவர்கள் பின்தொடர்ந்து வருவதற்காக நீங்கள் புதிய சாத்தியக்கூறுகளையும், புதிய பிராந்தியங்களையும், புதிய கண்டங்களையும் திறந்துவிடுகிறீர்கள்.

கூட்டியக்கம் என்பது இயற்கையில் எல்லா இடங்களிலும் உள்ளது. நீங்கள் இரண்டு செடிகளை அருகருகே நட்டு வைத்தால், அவற்றின் வேர்கள் ஒன்றோடொன்று பின்னிப் பிணைந்து, மண்ணின் தரத்தை மேம்படுத்தி, அச்செடிகள் தனித்தனியாக நடப்பட்டிருந்தால் அவற்றின் வளர்ச்சி எவ்வாறு அமைந்திருக்குமோ, அதைவிட மிகச் சிறப்பாக வளர்வதற்கு அவை உதவுகின்றன. இரண்டு மரக்கட்டைகளை ஒன்றாகச் சேர்த்து வைத்தால், அவை ஒவ்வொன்றும் தனித்தனியாக எவ்வளவு எடையைத் தாங்குமோ, அதைவிட அதிகமான எடையை இவை இரண்டும் சேர்ந்து தாங்குகின்றன. முழுமையானது அதன் பாகங்களின் மொத்தத்தைவிட அதிகமானது. ஒன்றும் ஒன்றும் சேர்ந்தால் மூன்று அல்லது அதற்கு அதிகமானதற்கு சமமாகிறது.

இயற்கையிலிருந்து நாம் கற்றுக் கொள்கின்ற படைப்புத்திறனுடன்கூடிய ஒத்துழைப்புக் கொள்கைகளை நமது சமூகக் கருத்துப் பரிமாற்றங்களில் நடைமுறைப்படுத்துவதுதான் சவாலான விஷயம். கூட்டியக்கத்தைக் கடைபிடிப்பதற்கான பல வாய்ப்புகளைக் குடும்ப வாழ்க்கை நமக்குக் கொடுக்கிறது.

ஓர் ஆணும் ஒரு பெண்ணும் சேர்ந்து ஒரு குழந்தையை இவ்வுலகிற்குள் கொண்டு வருவதும் கூட்டியக்கம்தான். வேறுபாடுகளை மதிப்பதும், அவற்றைப் போற்றுவதும், வலிமைகளை உருவாக்குவதும், பலவீனங்களை ஈடு செய்வதும்தான் கூட்டியக்கத்தின் சாராம்சம்.

ஆண்களுக்கும் பெண்களுக்கும், கணவன்களுக்கும் மனைவியருக்கும் இடையேயான உடல்ரீதியான வேறுபாட்டை நாம் மதிக்கிறோம். ஆனால் சமுதாயரீதியான, உளரீதியான, உணர்ச்சிரீதியான வேறுபாடுகளை நாம் எவ்வாறு கையாள்கிறோம்? இந்த வேறுபாடுகளால் புதிய, உற்சாகமளிக்கும் வாழ்க்கை வடிவங்களின் மூல ஆதாரங்களாக இருக்க முடியாதா? ஒவ்வொரு நபருக்கும் முழுமையான மனநிறைவைக்

கொடுக்கின்ற, அவர்களின் சுயமதிப்பைப் பேணி வளர்க்கின்ற, அவர்கள் ஒவ்வொருவரும் சார்பின்மைக்கும், பிறகு மெல்ல மெல்ல சகசார்பிற்கும் பக்குவமைடைவதற்கு உதவுகின்ற ஒரு சூழலை இந்த வேறுபாடுகளால் உருவாக்க முடியாதா? சேவை மற்றும் பங்களிப்பின்மீது அதிக அக்கறை செலுத்துகின்ற ஒரு திரைக்கதையை, குறைந்த பாதுகாப்பையும், குறைவான எதிர்விவாதத்தையும், குறைவான சுயநலத்தையும் கொண்ட ஒரு திரைக்கதையை, அதிக வெளிப்படையான, அதிக நம்பிக்கையுடன்கூடிய, அதிகமாகக் கொடுக்கின்ற, குறைவான தற்காப்பை வெளிப்படுத்துகின்ற ஒரு திரைக்கதையை, அதிக அன்பும், அதிக அக்கறையும், குறைவான எடைபோடுதலும், குறைவான ஆதிக்கமும் கொண்ட ஒரு புதிய திரைக்கதையை இந்தக் கூட்டியக்கத்தால் உருவாக்க முடியாதா?

ஒருங்கிணைப்புடன்கூடிய கருத்துப் பரிமாற்றம்

நீங்கள் ஒருங்கிணைந்து கருத்துக்களைப் பரிமாறிக் கொள்ளும்போது, புதிய சாத்தியக்கூறுகள், புதிய மாற்றுகள், புதிய தேர்ந்தெடுப்புகள் ஆகியவற்றுக்கு உங்கள் மனத்தையும் இதயத்தையும் திறக்கிறீர்கள். 'முடிவை மனத்தில் வைத்துத் துவங்குவது' என்ற இரண்டாவது பழக்கத்தை நீங்கள் ஒதுக்கி வைப்பதுபோல் தோன்றும், ஆனால் உண்மையில் அதற்கு நேரெதிரானதைத்தான் நீங்கள் செய்கிறீர்கள் — நீங்கள் அப்பழக்கத்தை நிறைவேற்றுகிறீர்கள். ஒருங்கிணைப்புடன்கூடிய கருத்துப் பரிமாற்றத்தில் நீங்கள் ஈடுபடும்போது என்ன விளைவுகள் ஏற்படும் என்பதோ, அல்லது முடிவு எப்படி இருக்கும் என்பதோ உங்களுக்கு உறுதியாகத் தெரியாது என்றாலும்கூட, அது முன்பு இருந்ததைவிட மிகச் சிறப்பாகவே இருக்கும் என்ற நம்பிக்கையோடு, ஓர் உள்ளார்ந்த உற்சாகத்தையும், பாதுகாப்பையும், சாகசத்தையும் நீங்கள் உணர்கிறீர்கள். அந்த முடிவுதான் உங்கள் மனத்தில் உள்ளது.

சம்பந்தப்பட்டுள்ள நபர்கள் அதிக உள்நோக்கைப் பெறுவார்கள் என்ற நம்பிக்கையுடனும், பரஸ்பரக் கற்றல் மற்றும் உள்நோக்கு தருகின்ற உற்சாகம் மேன்மேலும் அதிகமான கற்றல்களுக்கும், உள்நோக்குகளுக்கும், வளர்ச்சிக்குமான ஓர் உந்துதலை உருவாக்கும் என்ற நம்பிக்கையுடனும் நீங்கள் துவங்குகிறீர்கள்.

பலர் தங்கள் குடும்ப வாழ்க்கையிலும் சரி, பிற சூழ்நிலைகளிலும் சரி, சிறிதளவு கூட்டியக்கத்தைக்கூட உண்மையில் அனுபவித்ததில்லை. தற்காப்புடன்கூடிய அல்லது பாதுகாப்பான கருத்துப் பரிமாற்றத்தில் ஈடுபடுவதற்கும், வாழ்க்கையோ பிற மனிதர்களோ நம்பத்தக்கவர்கள் அல்ல என்று நம்புவதற்கும் அவர்கள் பயிற்றுவிக்கப்பட்டிருக்கிறார்கள், எதிர்மறையாகப் பக்குவப்படுத்தப்பட்டு இருக்கிறார்கள். அதன் விளைவாக, 6வது பழக்கத்தையும் அதன் கொள்கைகளையும் அவர்கள் உண்மையிலேயே திறந்த மனத்துடன் ஏற்றுக் கொள்வதில்லை.

இது வாழ்வின் மாபெரும் சீரழிவுகள் மற்றும் விரயங்களில் ஒன்றைச் சுட்டிக்காட்டுகிறது. ஏனெனில், பயன்படாத, உருவாக்கப்படாத

ஏராளமான ஆற்றல் குவிந்து கிடக்கிறது. திறமையற்ற மக்கள் ஒவ்வொரு நாளும் தங்களிடம் உள்ள பயன்படுத்தப்படாத ஆற்றலுடன் வாழ்கின்றனர். கூட்டியக்கத்தை அவர்கள் தங்கள் வாழ்வில் மிகச் சிறிய அளவில், மேலோட்டமாகவே அனுபவிக்கின்றனர்.

தடகள விளையாட்டுகள் அல்லது குழு சார்ந்த விளையாட்டுகளில் தங்களுக்குக் கிடைத்த, வழக்கத்திற்கு மாறான படைப்புத்திறனுடன்கூடிய சில சிறப்பான அனுபவங்கள் பற்றிய நினைவுகள் அவர்களுக்கு இருக்கக்கூடும். அல்லது ஒரு நெருக்கடியான சூழ்நிலையில் ஒருவரது உயிரைக் காப்பாற்றுவதற்காகவோ அல்லது ஒரு தீர்வை வழங்குவதற்காகவோ வழக்கத்திற்கு மாறாக அவர்கள் தங்கள் அகங்காரங்களை மூட்டை கட்டி வைத்துவிட்டு அதிக அளவு ஒத்துழைப்புடன் செயல்படிருக்கக்கூடும்.

இப்படிப்பட்ட நிகழ்வுகள் பலருக்கு அசாதாரணமானவையாகத் தோன்றும்; வாழ்க்கைக்கு அப்பாற்பட்டவையாகவும் அதிசயங்களாகவும்கூடத் தோன்றும். ஆனால் உண்மை அதுவல்ல. இவ்விஷயங்களை முறையாகவும், தொடர்ச்சியாகவும், கிட்டத்தட்ட தினமும் மக்களின் வாழ்வில் உருவாக்க முடியும். ஆனால் அதற்கு ஏராளமான தனிப்பட்டப் பாதுகாப்பும், திறந்த மனமும், சாகச உணர்வும் தேவை.

படைப்புத்திறனுடன்கூடிய முயற்சிகளில் பெரும்பாலானவை கணிக்க முடியாதவை. அவை தெளிவற்றவையாகவும், 'கிடைத்தால் மாங்காய், இல்லையேல் வெறும் கல்தான் இழப்பு' என்ற ரீதியில் இருப்பது போலவும் தோன்றும். ஆனால் தெளிவின்மையை சகித்துக் கொள்ள முடியாத, கொள்கைகள் மற்றும் உள்ளார்ந்த மதிப்பீடுகளின்பால் கொண்டுள்ள நாணயத்திலிருந்து தங்கள் பாதுகாப்பைப் பெறாத மக்கள் உயர்ந்த படைப்புத்திறனுடன்கூடிய முயற்சிகளில் ஈடுபடுவதற்கு நடுங்குவார்கள், அம்முயற்சிகள் இனிமையற்றவை என்பதாக உணர்வார்கள். அமைப்புமுறை, உறுதி, மற்றும் கணிப்பிற்கான தேவை அவர்களிடம் மிகவும் அதிகமாக இருப்பதுதான் அதற்குக் காரணம்.

வகுப்பறையில் கூட்டியக்கம்

உண்மையிலேயே தலைசிறந்த வகுப்புகள் குழப்பத்தின் முனையில் நின்று தடுமாறிக் கொண்டிருப்பதாக ஓர் ஆசிரியர் என்ற முறையில் நான் நம்பத் துவங்கியுள்ளேன். ஒரு முழுமையான பொருள் அதன் பாகங்களின் மொத்தத்தைவிட அதிகமானது என்ற கொள்கையை ஆசிரியர்களும் மாணவர்களும் உண்மையிலேயே ஏற்றுக் கொள்வதற்குத் திறந்த மனத்துடன் இருக்கிறார்களா இல்லையா என்பதைக் கூட்டியக்கம் சோதிக்கிறது.

என்ன நிகழப் போகிறது என்பது ஆசிரியர்களுக்கும் மாணவர்களுக்கும் தெரியாத சில நேரங்களும் வரும். துவக்கத்தில், உண்மையிலேயே திறந்த மனத்துடன் இருந்து, மற்றவர்களின் யோசனைகளைக் காதுகொடுத்துக் கேட்பதற்கும், அவற்றிலிருந்து கற்றுக்

கொள்வதற்குமான ஒரு பாதுகாப்பான சூழல் நிலவுகிறது. பிறகு அனைவரும் கலந்து ஆலோசிக்கின்றனர். அங்கு படைப்புத்திறன், கற்பனை, மற்றும் அறிவுபூர்வமான கூட்டியக்கத்தின் கை மேலோங்கியிருக்கிறது, மதிப்பீட்டின் கை கீழே இருக்கிறது. பிறகு, வழக்கத்திற்கு முற்றிலும் மாறான ஒன்று நிகழத் துவங்குகிறது. வரையறுக்க முடியாத ஒரு புதிய தூண்டுதல், ஒரு புதிய கருத்து, ஒரு புதிய திசை கொடுக்கின்ற உற்சாகம் அந்த ஒட்டுமொத்த வகுப்பையும் பரிபூரணமாக மாற்றுகிறது. சம்பந்தப்பட்ட நபர்களுக்குப் புலப்படக்கூடிய ஒரு மாற்றமாக அது அமைகிறது.

கூட்டியக்கம் என்பது ஒட்டுமொத்தக் குழுவும் சேர்ந்து பழைய திரைக்கதைகளை முற்றிலுமாக ஒதுக்கி வைத்துவிட்டு, ஒரு புதிய திரைக்கதையை எழுதுவதற்கு ஒத்துக் கொள்வது.

ஒரு பல்கலைக்கழகத்தில் தலைமைத்துவத் தத்துவத்தையும் பாணியையும் நான் ஒரு வகுப்பில் கற்றுக் கொடுத்ததை என்னால் ஒருபோதும் மறக்க முடியாது. அந்த செமஸ்டரின் மூன்றாவது வாரம் அது. எனது விளக்கத்தின் நடுவே ஒரு மாணவன் எழுந்து நின்று, அந்த விளக்கத்துடன் தொடர்புடைய, உணர்ச்சிரீதியான மற்றும் ஆழமான புரிதலுடன்கூடிய மிகவும் சக்திவாய்ந்த தனது தனிப்பட்ட அனுபவங்கள் சிலவற்றை மற்றவர்களுடன் பகிர்ந்து கொள்ளத் துவங்கினான். ஒருவிதப் பணிவும் மதிப்புணர்வும் அந்த வகுப்பை ஆக்கிரமித்தன. பிற மாணவர்கள் இந்த மாணவன்மீது மதிப்பையும், அவனது துணிவிற்குப் பாராட்டுதலையும் தெரிவித்துக் கொண்டிருந்தனர்.

இந்த உணர்வு கூட்டாற்றலுடன்கூடிய, படைப்புத்திறன்மிக்க முயற்சிக்கான ஒரு வளமான நிலமாக மாறியது. பிறகு மற்றவர்களும் அவனுடன் சேர்ந்து கொண்டனர். அவர்களும் தங்களது அனுபவங்களையும்,   உள்நோக்குகளையும்,   சில சுயசந்தேகங்களையும்கூடப் பகிர்ந்து கொண்டனர். நம்பிக்கையும் பாதுகாப்புணர்வும் மற்றவர்கள் வெளிப்படையாக மனம்விட்டுப் பேசுவதற்கான சூழலை உருவாக்கின. பலர் தாங்கள் ஏற்கனவே தயாரித்து வைத்திருந்ததைப் பேசுவதற்குப் பதிலாக, மற்றவர்களுடைய கருத்துக்களையும் யோசனைகளையும் அடிப்படையாகக் கொண்டு, அந்தப் பயிற்சி வகுப்பைத் தாங்கள் பார்க்கும் விதம் குறித்து ஒட்டுமொத்தமான ஒரு புதிய காட்சியை உருவாக்கத் துவங்கினர்.

நான் இச்செயல்முறையில் மிகவும் லயித்துப் போனேன். நான் உண்மையிலேயே மெய்மறந்துவிட்டேன் என்றுதான் கூற வேண்டும். ஏனெனில் அது அதிசயமானதாகவும் படைப்புத்திறன் கொண்டதாகவும் இருந்தது. வகுப்பின் அமைப்பைப் பற்றிய எனது கண்ணோட்டத்தை நான் மெல்ல மெல்லத் தளர்த்திக் கொண்டு, முற்றிலுமாகப் புதிய சாத்தியக்கூறுகளை நான் உணரத் துவங்கியதைக் கண்டேன். அது வெறுமனே ஒரு பகட்டாக இருக்கவில்லை, மாறாக ஒருவிதப் பக்குவமும், உறுதியான நிலைப்பாடும், வலிமையான கருத்தும் இருந்தன. அவை அப்பயிற்சி வகுப்பின் பழைய அமைப்பையும் திட்டத்தையும் கடந்து நின்றன.

நாங்கள் எங்களுடைய பழைய பாடத்திட்டத்தையும், பாடநூல்களையும், அனைத்து விளக்கத் திட்டங்களையும் புறக்கணித்துவிட்டு, புதிய குறிக்கோளையும், பணித்திட்டங்களையும் நடவடிக்கைகளையும் வடிவமைத்தோம். இது எங்களுக்கு மிகுந்த உற்சாகத்தை அளித்தது. அடுத்த மூன்று வாரங்களில், எங்களுக்கு நிகழ்ந்து கொண்டிருந்த விஷயங்களை மற்றவர்களிடம் பகிர்ந்து கொள்வதற்கான பெருவிருப்பம் எங்களுக்குள் எழுந்ததை நாங்கள் உணர்ந்தோம்.

தலைமைத்துவக் கொள்கைகளைப் பற்றி நாங்கள் கற்றுக் கொண்ட விஷயங்களையும், எங்களுக்குக் கிடைத்த உள்நோக்குகளையும் ஒரு புத்தகமாக எழுத நாங்கள் தீர்மானித்தோம். புதிய பணித்திட்டங்களை மேற்கொண்டோம், அதற்கேற்ப நடவடிக்கைகளை மாற்றினோம், புதிய குழுக்களை உருவாக்கினோம். வகுப்பை மறுவடிவமைப்பதற்கு முன்பு உழைத்ததைவிட, மாணவர்கள் இப்போது மிகவும் கடினமாக உழைத்தனர் — முற்றிலும் வேறு காரணங்களுக்காக.

இந்த அனுபவத்திலிருந்து ஒரு தனித்துவமான, ஒருங்கிணைந்த, கூட்டியக்கக் கலாச்சாரம் பிறந்தது. அது அந்த செமஸ்டரையும் கடந்து நீடித்து நிலைத்தது. பல வருடங்களாக, அந்த வகுப்பின் முன்னாள் மாணவர்கள் ஒன்றுகூடி சந்தித்துப் பேசினர். இன்றும்கூட, பல வருடங்களுக்குப் பிறகு, நாங்கள் ஒருவரையொருவர் பார்த்துக் கொள்ளும்போது, அதைப் பற்றி நாங்கள் பேசுகிறோம், அன்று நிகழ்ந்தவற்றையும், அவற்றுக்கான காரணங்களையும் இன்றும் விவரிக்கிறோம்.

அப்படிப்பட்ட ஒரு கூட்டியக்கத்திற்குத் தேவையான நம்பிக்கையை உருவாக்குவதற்கு மிகக் குறைவான நேரம் தேவைப்பட்டது எனக்கு இன்றளவும் ஆச்சரியமான விஷயமாக உள்ளது. அந்த வகுப்பில் இருந்தவர்கள் அதிக அளவு பக்குவமானவர்கள் என்பதுதான் அதற்கு முக்கியக் காரணம் என்று நான் நம்புகிறேன். அவர்கள் தங்கள் படிப்பின் கடைசி வருடத்தின் கடைசி செமஸ்டரில் இருந்தனர். வெறுமனே இன்னொரு நல்ல பயிற்சி வகுப்பையும் தாண்டி அவர்கள் இன்னும் அதிகமானவற்றை விரும்பினர் என்று நான் நினைக்கிறேன். ஏதேனும் புதிய, உற்சாகம் தருகின்ற, உண்மையிலேயே அர்த்தமுள்ள ஒன்றை உருவாக்குவதற்கு அவர்கள் மிகுந்த பசியோடு இருந்தனர். அவர்களைப் பொறுத்தவரை, 'சரியான காலத்தில் கனிந்த ஒரு யோசனை' அது.

அதோடு, அவர்களுக்கிடையே நல்ல புரிந்துணர்வு இருந்தது. கூட்டியக்கத்தை அனுபவிப்பது வெறுமனே அதைப் பற்றிப் பேசுவதைவிட அதிக சக்தி வாய்ந்தது என்பதையும், வெறுமனே ஏதோ பழைய விஷயத்தைப் படிப்பதைவிட ஏதேனும் புதிய விஷயத்தை உருவாக்குவது அதிக அர்த்தம் வாய்ந்தது என்பதையும் நான் உணர்ந்தேன்.

பெரும்பாலான மக்களைப் போலவே, நானும் சில சமயங்களில் குழப்பத்தின் முனையில் நின்றிருக்கிறேன். கூட்டியக்கமாக மாறக்கூடிய வாய்ப்பு இருந்த அச்சூழ்நிலைகள் ஏதோ காரணத்திற்காகக்

குழப்பத்திற்குள்ளேயே ஆழ்ந்துவிட்டன. இப்படிப்பட்ட அனுபவங்களால் சோர்ந்து போயுள்ள மக்கள், தங்களுடைய புதிய அனுபவங்களை, தோல்வியை மனத்தில் வைத்துத் துவங்குவது வருத்தத்திற்குரிய விஷயம். அவர்கள் தங்களை அதற்கு எதிராகத் தற்காத்துக் கொண்டு, கூட்டியக்கத்தில் இருந்து தங்களை முழுவதுமாக துண்டித்துக் கொள்கின்றனர்.

ஒரு நிறுவனத்தில் இருக்கும் ஒருசில மக்கள் தங்கள் அதிகாரத்தையும் வளவசதிகளையும் தவறாகப் பயன்படுத்தும்போது, ஒட்டுமொத்த நிறுவனத்திற்கும் புதிய விதிமுறைகளையும் கட்டுப்பாடுகளையும் விதிக்கும் நிர்வாகிகளைப் போன்றது இது. அவர்களின் இச்செயல், நிறுவனத்தின் பெரும்பாலான ஊழியர்களின் சுதந்திரத்தையும் படைப்புக்கான சாத்தியக்கூறுகளையும் மட்டுப்படுத்துகிறது. அல்லது சில வியாபாரக் கூட்டாளிகள் மிகவும் மோசமான விளைவுகளைக் கற்பனை செய்து கொண்டு, அவற்றை சட்டரீதியாக எழுதுவதைப் போன்றது இது. ஒட்டுமொத்தப் படைப்புத்திறனையும், கூட்டியக்கத்திற்கான சாத்தியக்கூறுகளையும் இது கொன்றுவிடுகிறது.

ஆலோசனைகள் வழங்குதல் மற்றும் நிர்வாக அதிகாரிகளுக்குப் பயிற்சி அளித்தல் ஆகியவற்றில் எனக்குக் கிடைத்த அனுபவங்களை நான் திரும்பிப் பார்க்கும்போது, சிறந்த விளைவுகள் அனைத்தும் எப்போதும் கூட்டியக்கத்தில் இருந்து உருவானவைதான் என்று என்னால் உறுதியாகக் கூற முடியும். ஒரு தனிநபரைப் பற்றியோ அல்லது ஒரு நிறுவனத்தைப் பற்றியோ அல்லது ஒரு குடும்ப உறுப்பினரைப் பற்றியோ ஓர் உண்மையை நேருக்கு நேர் எடுத்துரைக்க வேண்டிய அவசியம் ஏற்பட்ட சூழ்நிலைகளில், துவக்கத்தில் குறிப்பிடத்தக்கத் துணிவு வழக்கமாகத் தேவைப்படுகிறது. ஆனால் அதை எடுத்துக் கூறுவதற்குத் துணிவு மட்டுமன்றி, உண்மையான அன்பும் தேவைப்பட்டது. பிறகு மற்றவர்களும் உண்மையாகவும், வெளிப்படையாகவும், நேர்மையாகவும் நடந்து கொண்டனர். கூட்டியக்கக் கருத்துப் பரிமாற்றம் அதிலிருந்து துவங்கியது. அது வழக்கமாக அதிக படைப்புத்திறன் வாய்ந்ததாகவும், துவக்கத்தில் யாருமே எதிர்பார்த்திராத ஆழ்நோக்குகளையும் திட்டங்களையும் தருவதாகவும் அமைந்தது.

கார்ல் ரோஜர்ஸ் இவ்வாறு கூறியுள்ளார்: "எது மிகவும் தனிப்பட்டதோ, அதுவே மிகப் பொதுவானது." நீங்கள் எவ்வளவு அதிக உண்மையாக நடந்து கொள்கிறீர்களோ, எவ்வளவு அதிக நேர்மையாக உங்களை வெளிப்படுத்திக் கொள்கிறீர்களோ, குறிப்பாக, தனிப்பட அனுபவங்கள் மற்றும் சுயசந்தேகங்கள் தொடர்பான விஷயங்களில், அவ்வளவு அதிகமான மக்களால் உங்களுடன் தங்களைத் தொடர்புபடுத்திப் பார்க்க முடிவதோடு, தங்களை வெளிப்படுத்திக் கொள்வதற்குத் தேவையான பாதுகாப்பு உணர்வையும் அது அவர்களுக்குக் கொடுக்கிறது. இந்த வெளிப்பாடு அடுத்தவரின் உணர்வுகள் மீது தாக்கத்தை ஏற்படுத்துவதால், உண்மையான புரிந்துணர்வு அங்கு நிலவுகிறது. இது புதிய உள்நோக்குகளையும்,

படிப்பினைகளையும், ஒருவித உற்சாகம் மற்றும் சாகச உணர்வையும் உருவாக்கி, அந்தச் செயல்முறை தொடர்ந்து நடைபெற வழிவகுக்கிறது.

மக்கள் ஒருவரோடு ஒருவர் கிட்டத்தட்டப் பாதி வாக்கியங்களில் உரையாடத் துவங்குகின்றனர். சில சமயங்களில் அவர்கள் கூறுவது தொடர்பற்றதாக இருந்தாலும், அடுத்தவர்கள் கூறுவதை இவர்கள் வெகு விரைவில் புரிந்து கொள்கின்றனர். பல்வேறு தேர்ந்தெடுப்புகளையும் புதிய மாற்றுகளையும் உறுதிப்படுத்துகின்ற புதிய உள்நோக்குகள், கருத்துக் கண்ணோட்டங்கள் ஆகியவற்றை இது திறந்துவிடுகிறது. சில சமயங்களில் இந்த யோசனைகள் காற்றில் பறக்கவிடப்பட்டாலும்கூட, வழக்கமாக நடைமுறைக்குச் சாத்தியப்படுகின்ற, பயனுள்ள ஒரு தீர்மானத்திற்கு இவர்கள் வந்துவிடுகின்றனர்.

வியாபாரத்தில் கூட்டியக்கம்

எங்களுடைய வியாபாரத்திற்கு ஒரு குறிக்கோள் வாசகத்தை உருவாக்குவதற்கு நானும் என் சக ஊழியர்களும் இணைந்து செயல்பட்டபோது கிடைத்த அர்த்தமுள்ள ஒரு கூட்டியக்க அனுபவத்தை நான் மிகவும் ரசித்தேன். எங்கள் நிறுவனத்தில் இருந்த கிட்டத்தட்ட அனைத்து ஊழியர்களும் ஒரு மலைப்பகுதிக்குச் சென்றோம். இயற்கை எழில் கொஞ்சிய அப்பகுதியில் நாங்கள் எங்கள் முதல் பிரதியை உருவாக்கத் துவங்கினோம். நாங்கள் ஒவ்வொருவரும் மிக அற்புதமான குறிக்கோள் வாசகத்தை உருவாக்கியதாக நினைத்தோம்.

முதலில் எங்களுக்கிடையே நிலவிய கருத்துப் பரிமாற்றம் மரியாதையானதாகவும், எச்சரிக்கையானதாகவும், கணிக்கத்தக்கதாகவும் இருந்தது. ஆனால் பல்வேறு மாறுதல்களையும் சாத்தியக்கூறுகளையும் வாய்ப்புகளையும் பற்றி நாங்கள் பேசத் துவங்கியபோது, மக்கள் வெளிப்படையாகவும் உண்மையாகவும் பேசினர், வாய்விட்டு சிந்தித்தனர். குறிக்கோள் வாசகத்தை உருவாக்கத் துவங்கியது ஒரு கூட்டுத் தொடர்பிற்கு வழிவகுத்தது; மடைதிறந்த வெள்ளமென யோசனைகள் வெளிப்படத் துவங்கின. மக்கள் உண்மையிலேயே புரிந்துணர்வுடனும் துணிச்சலோடும் செயல்பட்டனர். பரஸ்பர மரியாதை மற்றும் புரிதல் நிலையிலிருந்து நாங்கள் கூட்டியக்கரீதியான கருத்துப் பரிமாற்ற நிலைக்கு மாறினோம்.

எல்லோராலும் அதை உணர முடிந்தது. அது உற்சாகம் தருவதாக இருந்தது. எங்கள் உரையாடல் பக்குவமானதாக மாறியபோது, எங்களுடைய கூட்டு முன்னோக்கை வார்த்தைகளில் வடித்தோம். அது ஒவ்வொருவருக்கும் ஒரு குறிப்பிட்ட அர்த்தம் தருவதாக அமைந்தது.

எங்கள் பெருநிறுவனக் குறிக்கோள் வாசகம் இப்படி இருந்தது:

புரிதல் மற்றும் கொள்கையை மையமாகக் கொண்ட தலைமைத்துவத்தைக் கடைபிடித்து வாழ்வதன் மூலம் மேன்மையான குறிக்கோள்களை அடைவதற்கு மக்களும் பெருநிறுவனங்களும் தங்கள் செயற்திறனைக் குறிப்பிடத்தக்க அளவு அதிகரித்துக் கொள்வதற்கு அவர்களுக்கு சக்தியளிப்பதுதான் எங்கள் குறிக்கோள்.

எங்கள் குறிக்கோள் வாசகத்தை உருவாக்குவதற்கு வழிவகுத்தக்
கூட்டியக்கச் செயல்முறை அங்கிருந்த ஒவ்வொருவரின் இதயத்திலும்
மனத்திலும் ஆழமாகப் பதிந்தது. அதோடு, நாங்கள் யார் என்பது
குறித்தும், நாங்கள் யார் இல்லை என்பது குறித்தும் ஒரு விளக்கக்
குறியீடாகவும் எங்களுக்கு அது அமைந்து வந்துள்ளது.

இன்னொரு சிறப்பான கூட்டியக்க அனுபவம் ஒரு பெரிய காப்பீட்டு
நிறுவனத்தில் வருடாந்திரத் திட்டமிடுதல் தொடர்பான சந்திப்புக்
கூட்டத்தில் வளவசதி மற்றும் விவாதம் ஆகியவற்றின் தூண்டுகோலாக
இருப்பதற்கு எனக்கு விடப்பட்ட அழைப்பை நான் ஏற்றுக்
கொண்டபோது எனக்குக் கிடைத்தது. சில மாதங்களுக்கு முன்னதாகவே,
மேல்மட்ட நிர்வாகிகள் பலர் ஈடுபட இருந்த அந்த இரண்டு நாள்
சந்திப்புக் கூட்டத்தை நடத்துவதற்குப் பொறுப்பேற்றிருந்த செயற்குழு
உறுப்பினர்களை நான் சந்தித்தேன். வழக்கமாக எழுத்துபூர்வமான
கேள்விகள் மற்றும் நேர்காணல்கள் வாயிலாக அவர்கள் நான்கு அல்லது
ஐந்து முக்கியப் பிரச்சனைகளை அடையாளம் காண்பார்கள். பிறகு,
மேல்மட்ட நிர்வாகிகள் அவற்றுக்குப் பல மாற்றுத் தீர்வுகளை
முன்வைப்பார்கள். கடந்தகால சந்திப்புக் கூட்டங்களில் பொதுவாக
மரியாதையான கருத்துப் பரிமாற்றங்கள் நிலவியிருந்தபோதிலும், சில
சமயங்களில் அது தரம் தாழ்ந்து 'எனக்கு வெற்றி, உனக்குத் தோல்வி'
என்ற ரீதியில் அகங்காரப் போராட்டங்களாக மாறியுள்ளதும்
நடைபெற்றதுண்டு. அவை வழக்கமாகக் கணிக்கத்தக்கவையாகவும்,
படைப்புத்திறன் இல்லாதவையாகவும், சலிப்பூட்டுபவையாகவும்
இருந்தன.

கூட்டியக்கத்தின் சக்தியைப் பற்றி நான் அந்தச் செயற்குழு
உறுப்பினர்களிடம் பேசியபோது, அதன் ஆற்றலை அவர்களால் பார்க்க
முடிந்தது. அவர்கள் சற்று நடுக்கத்துடன் அந்த சந்திப்பின் அமைப்பை
மாற்ற ஒப்புக் கொண்டனர். தாங்கள் அடையாளம் கண்டிருந்த முக்கியப்
பிரச்சனைகள் ஒவ்வொன்றைப் பற்றியும் "வெள்ளை அறிக்கைகளை"
உருவாக்குவதற்குப் பல்வேறு உயரதிகாரிகளை அவர்கள் கேட்டுக்
கொண்டனர். அந்த அதிகாரிகள் தங்கள் பெயர்களை வெளியிட
வேண்டாம் என்றும் கேட்டுக் கொள்ளப்பட்டது. பிறகு, அந்த சந்திப்பிற்கு
வெகு முன்னதாகவே இந்த அனைத்துப் பிரச்சனைகளையும், அவை
குறித்த வெவ்வேறு கண்ணோட்டங்களையும் புரிந்து கொள்வதற்கு
அவற்றைப் படிக்கும்படியும் அந்த அதிகாரிகளிடம் கேட்டுக்
கொள்ளப்பட்டது. சந்திப்புக் கூட்டத்தில் அவர்கள் எதையும்
முன்வைக்கக்கூடாது, அங்கு பேசப்படுவதை வெறுமனே செவிமடுக்க
வேண்டும் என்றும் அவர்களிடம் கூறப்பட்டது. தற்காப்பு மற்றும்
பாதுகாப்பு முயற்சிகளில் ஈடுபடுவதற்குப் பதிலாக, உருவாக்கவும் கூடி
இயங்கவும் தயாராக இருக்கும்படியும் அவர்களுக்கு அறிவுறுத்தப்பட்டது.

கூட்டத்தின் முதல் நாளன்று மதியம்வரை 4வது, 5வது, மற்றும்
6வது பழக்கங்களின் கொள்கைகள் கற்றுக் கொடுக்கப்பட்டன,
அவற்றுக்கான திறமைகள் பயிற்சி செய்யப்பட்டன. மீதி நேரம் முழுவதும்
படைப்புத்திறனுடன்கூடிய கூட்டியக்கத்தில் செலவிடப்பட்டது.

அங்கு விடுவிக்கப்பட்டப் படைப்பாற்றல் நம்புதற்கரியதாக இருந்தது. சலிப்பு மறைந்து உற்சாகம் பிறந்தது. மக்கள் அடுத்தவர்களின் தாக்கத்திற்கு ஆளாகத் திறந்த மனத்துடன் இருந்தனர், புதிய உள்நோக்குகளையும் வாய்ப்புகளையும் உருவாக்கினர். கூட்டம் முடிவடைந்தபோது, நிறுவனம் எதிர்கொண்டிருந்த முக்கிய சவாலின் இயல்பு குறித்த முற்றிலும் புதிய புரிதல் உருவானது. வெள்ளை அறிக்கை முன்மொழிவுகள் தேவையற்றவை ஆகின. வேறுபாடுகள் மதிப்பிடப்பட்டுக் கடக்கப்பட்டன. ஒரு புதிய பொதுவான முன்னோக்கு உருவாகத் துவங்கியது.

உண்மையான கூட்டியக்கத்தை மக்கள் அனுபவித்தப் பிறகு, அவர்கள் முற்றிலும் மாறியிருப்பர். மனத்தை விசாலப்படுத்துகின்ற இதுபோன்ற சாகசங்கள் எதிர்காலத்தில் நிகழ்வதற்கான சாத்தியக்கூறுகளை அவர்கள் அறிந்திருப்பர்.

ஒரு குறிப்பிட்டக் கூட்டியக்க அனுபவத்தை மீண்டும் உருவாக்குவதற்கு அடிக்கடி முயற்சிகள் மேற்கொள்ளப்படுகின்றன, ஆனால் இது சாத்தியமல்ல. ஆனாலும், படைப்புரீதியான வேலைகளுக்குப் பின்னால் உள்ள இன்றியமையாத குறிக்கோளை நம்மால் மீண்டும் கைவசப்படுத்த முடியும். "நமது ஆசான்கள் செய்வதை அப்படியே பார்த்துப் பின்பற்றுவதை நாம் நாடவில்லை, மாறாக அவர்கள் எதைத் தேடிச் சென்றனரோ அதையே நாம் நாடுகிறோம்," என்று ஒரு கிழக்கத்தியத் தத்துவம் கூறுகிறது. கடந்தகாலத்தில் நிகழ்ந்த கூட்டியக்க அனுபவங்களை மீண்டும் உருவாக்குவதை நாம் நாடவில்லை, மாறாக, புதிய, வித்தியாசமான, சில சமயங்களில் மிகவும் உயர்ந்த குறிக்கோள்களைச் சுற்றி நாம் புதிய கூட்டியக்கங்களை நாடுகிறோம்.

கூட்டியக்கம் மற்றும் கருத்துப் பரிமாற்றம்

கூட்டியக்கம் உற்சாகம் தருகிறது. படைப்புத்திறன் உற்சாகம் தருகிறது. வெளிப்படைத் தன்மையும் கருத்துப் பரிமாற்றமும் உருவாக்குகின்ற விஷயங்கள் அளப்பரியவை. உண்மையிலேயே குறிப்பிடத்தக்க லாபங்கள் மற்றும் மேம்பாடுகளுக்கான சாத்தியக்கூறுகள் மிகவும் யதார்த்தமானவையாக இருப்பதால், இதில் வெளிப்படையாக இருப்பது நாம் மேற்கொள்ள வேண்டிய ஒரு சாகச முயற்சிதான்.

இரண்டாம் உலகப் போருக்குப் பிறகு, புதிய அணுசக்தி ஆணையத்திற்கு டேவிட் லிலியென்தாலை அமெரிக்கா நியமித்தது. உயர்ந்த செல்வாக்கு கொண்ட பல பிரபலங்களை அவர் ஒரு குழுவாக ஒருங்கிணைத்தார்.

பல்வேறு வகைப்பட்ட இவர்கள் மிகவும் தீவிரமான நோக்கத்தைக் கொண்டிருந்தனர். அதை எட்டுவதற்குப் பொறுமையின்றி இருந்தனர். அதோடு, செய்தி ஊடகமும் அவர்களை விரட்டிக் கொண்டிருந்தது.

ஆனால் ஓர் உயர்ந்த உணர்ச்சிரீதியான வங்கிக் கணக்கை உருவாக்குவதற்கு லிலியன்தால் பல வாரங்களை எடுத்துக் கொண்டார். இக்குழுவினர் ஒருவரையொருவர் தெரிந்து கொள்வதற்கும், அடுத்தவரது

ஆர்வங்கள், நம்பிக்கைகள், இலக்குகள், கரிசனங்கள், பின்புலங்கள், கட்டமைப்புகள், கருத்துக் கண்ணோட்டங்கள் ஆகியவற்றைத் தெரிந்து கொள்வதற்கும் அவர் வழியமைத்தார். மக்களுக்கிடையே ஒரு மாபெரும் பிணைப்பை உருவாக்குகின்ற வகையான கருத்துப் பரிமாற்றத்திற்கான சூழலை அவர் ஏற்படுத்தினார். அதைச் செய்வதற்கு அவர் அதிக நேரம் எடுத்துக் கொண்டதால், அவர் 'திறமையற்றவர்' என்று பெருமளவில் விமர்சிக்கப்பட்டார்.

ஆனால், அவரது முயற்சியால் அக்குழுவினர் மிகவும் நெருக்கமடைந்தனர். அவர்கள் ஒருவருக்கொருவர் வெளிப்படையாக இருந்தனர், படைப்புத்திறனும் கூட்டாற்றலும் பெற்றனர். ஆணையக் குழுவினரிடையே ஏதேனும் ஒரு விஷயத்தில் முரண்பாடு ஏற்பட்டால், தற்காத்துக் கொள்வதற்கு அல்லது எதிர்ப்பதற்கு பதிலாக, அதைப் புரிந்து கொள்வதற்கு அவர்கள் உண்மையிலேயே முயற்சிக்கும் அளவுக்கு அவர்களிடையே பெரும் மதிப்பு நிலவியது. "இவ்வளவு அறிவும், தகுதியும், அர்ப்பணிப்பும் கொண்ட நீங்கள் என்னுடன் முரண்பட்டு நிற்கிறீர்கள் என்றால், எனக்குப் புரியாத, நான் புரிந்து கொள்ள விரும்புகின்ற ஏதோ ஒன்று நிச்சயமாக உங்களிடம் இருக்க வேண்டும். நான் பார்க்க வேண்டிய ஒரு கண்ணோட்டம், ஒரு கட்டமைப்பு உங்களிடம் இருக்கிறது." தன்னைப் பாதுகாத்துக் கொள்ளத் தேவையற்றக் கருத்துப் பரிமாற்றம் ஒன்று அங்கு உருவானது; வழக்கத்திற்கு மாறான கலாச்சாரம் பிறந்தது.

கருத்துப் பரிமாற்றத்தில் வெவ்வேறு நிலைகளுடன் நம்பிக்கை எவ்வாறு தொடர்புபடுத்தப்படுகிறது என்பதைக் கீழ்க்கண்ட வரைபடம் விளக்குகிறது.

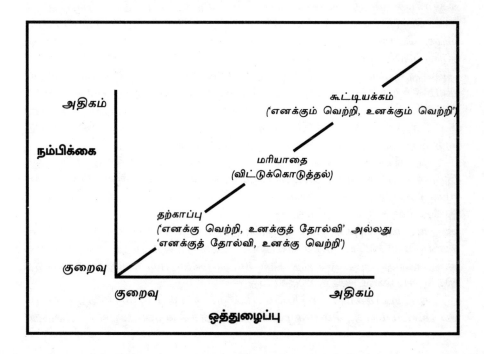

குறைவான நம்பிக்கை நிலவும் சூழ்நிலைகளில் இருந்து வருகின்ற குறைந்த அளவிலான கருத்துப் பரிமாற்றத்தில் தற்காப்பு, பாதுகாப்பு, சட்டரீதியான வார்த்தைகள் ஆகியவை அடங்கியிருக்கும். விஷயங்கள் மோசமாகப் போகும்போது தங்களைக் காத்துக் கொள்வதற்கான அனைத்து விஷயங்களும் இதில் அடங்கியிருக்கும். இப்படிப்பட்டக் கருத்துப் பரிமாற்றம் 'எனக்கு வெற்றி, உனக்குத் தோல்வி' அல்லது 'எனக்குத் தோல்வி, உனக்கு வெற்றி' விளைவைத்தான் உருவாக்கும். இதில் உற்பத்தி/உற்பத்தித் திறன் சமநிலை இல்லை என்பதால் இது பயனற்றது. தற்காத்துக் கொள்வதற்கும் பாதுகாத்துக் கொள்வதற்குமான காரணங்களைத்தான் இது மேன்மேலும் உருவாக்கும்.

மத்தியில் உள்ள நிலை மரியாதையான கருத்துப் பரிமாற்றம். பக்குவம் கொண்ட மக்கள் கலந்துரையாடும் நிலை இது. அவர்கள் அடுத்தவர்களிடம் மதிப்பும் மரியாதையும் காட்டுகின்றனர், மோசமான எதிர்கொள்ளுதல்களுக்கான சாத்தியக்கூற்றை அவர்கள் தவிர்க்க விரும்புகின்றனர். எனவே, அவர்கள் பணிவாகப் பேசுகின்றனர், புரிந்துணர்வுடன் அல்ல. அறிவுரீதியாக அவர்கள் ஒருவரையொருவர் புரிந்து கொள்ளக்கூடும். ஆனால் தங்கள் நிலையின் அடித்தளத்தில் உள்ள கருத்துக் கண்ணோட்டங்களையும் அனுமானங்களையும் அவர்கள் ஆழமாகப் பார்ப்பதில்லை, புதிய சாத்தியக்கூறுகளுக்கு அவர்கள் தயாராக இருப்பதில்லை.

சார்பற்றச் சூழ்நிலைகளிலும் சகசார்புச் சூழ்நிலைகளிலும் மரியாதையான கருத்துப் பரிமாற்றம் பலனளிக்கிறது. ஆனால் படைப்புரீதியான சாத்தியக்கூறுகள் இவர்களுக்குக் கிடைப்பதில்லை. சகசார்புச் சூழ்நிலைகளில் விட்டுக்கொடுத்தல் மட்டுமே வழக்கமாக நடைபெறுகிறது. விட்டுக்கொடுத்தல் என்றால் $1 + 1 = 1$ு என்று பொருள். பங்கு கொண்ட அனைவருமே விட்டுக் கொடுக்க வேண்டும். இங்கு தற்காப்புரீதியான அல்லது பாதுகாப்புரீதியான அல்லது கோபமான அல்லது நயவஞ்சகமான கருத்துப் பரிமாற்றம் நிகழ்வதில்லை; கருத்துப் பரிமாற்றம் நேர்மையானதாகவும், மரியாதையானதாகவும், உண்மையானதாகவும் உள்ளது. ஆனால் இது படைப்பாற்றல் அல்லது கூட்டாற்றல் மிக்கதாக இருப்பதில்லை. இது குறைந்த வடிவிலான ஒரு 'எனக்கும் வெற்றி, உனக்கும் வெற்றி'யை உருவாக்குகிறது.

கூட்டியக்கம் என்றால் $1 + 1$ என்பது 8, 16, அல்லது 1,600 ஆக இருக்கலாம். உயர்ந்த நம்பிக்கையுடன்கூடிய கூட்டியக்க நிலை முன்பு முன்மொழியப்பட்ட எந்தவொரு தீர்வையும்விட மிகச் சிறப்பான தீர்வுகளை உருவாக்குகிறது. சம்பந்தப்பட்ட அனைவரும் அதை அறிவர். மேலும், படைப்புத்திறனை வெளிப்படுத்துவதற்கான வாய்ப்பை அவர்கள் உண்மையிலேயே ரசிக்கின்றனர். அங்கு ஒரு சிறு கலாச்சாரம் உருவாகிறது. அது குறைந்த காலமே வாழ்ந்தாலும், உற்பத்தி/ உற்பத்தித் திறன் சமநிலை அங்கு இருக்கிறது.

கூட்டியக்கம் சாத்தியப்படாத, எந்தப் பரிவர்த்தனையும் சாத்தியப்படாத சில சூழல்களும் இருக்கின்றன. ஆனால் அந்தச்

சூழல்களில்கூட உண்மையிலேயே முயற்சித்துப் பார்ப்பது பொதுவாக அதிக பலனளிக்கின்ற விட்டுக்கொடுத்தலில் முடியும்.

மூன்றாவது மாற்றுத் தீர்வைத் தேடுதல்

நமது கருத்துப் பரிமாற்ற நிலை எவ்வாறு நமது சகசார்புத் திறனை பாதிக்கிறது என்பது பற்றிய ஒரு சிறந்த யோசனையைப் பெறுவதற்குக் கீழ்க்கண்ட சூழ்நிலையைக் கற்பனை செய்து பாருங்கள்:

அது விடுமுறைக் காலம். ஒரு கணவர் தன் குடும்பத்தை ஓர் ஏரிப் பகுதிக்கு அழைத்துச் சென்று, மீன்பிடித்தல் மற்றும் முகாமிடுதல் ஆகியவற்றில் ஈடுபட்டு மகிழ விரும்பினார். அவருக்கு அது மிகவும் முக்கியமானதாக இருந்தது. ஒரு வருடமாக அவர் அதைத் திட்டமிட்டுக் கொண்டிருந்தார். ஏரிக்கரையில் ஒரு வீட்டையும், ஒரு படகையும் அவர் வாடகைக்கு எடுத்திருந்தார். அவரது மகன்கள் இந்தப் பயணம் குறித்து மிகவும் உற்சாகமாக இருந்தனர்.

ஆனால் அவரது மனைவி, 250 மைல்களுக்கு அப்பால் வாழ்ந்து கொண்டிருந்த தன் வயதான, நோய்வாய்ப்பட்டிருந்த தாயாரை அந்த விடுமுறைக் காலத்தில் கண்டுவர விரும்பினார். தன் தாயாரைப் பார்ப்பதற்கு அவருக்கு அவ்வளவு அடிக்கடி வாய்ப்புக் கிடைப்பதில்லை என்பதால், அவருக்கு அது முக்கியமானதாக இருந்தது.

அவர்களது வேறுபாடுகள் ஒரு பெரிய எதிர்மறையான அனுபவத்தை விளைவிக்கக்கூடியவையாக இருந்தன.

"எல்லாம் திட்டமிடப்பட்டுவிட்டன. குழந்தைகள் உற்சாகமாக இருக்கின்றனர். நாம் மீன்பிடிப் பயணத்தை நிச்சயமாக மேற்கொண்டாக வேண்டும்," என்று அந்தக் கணவர் கூறுகிறார்.

"ஆனால் என் தாயார் எவ்வளவு காலம் உயிரோடு இருப்பார் என்று நமக்குத் தெரியாது. நான் அவர் அருகில் இருக்க விரும்புகிறேன். அதைச் செய்வதற்குப் போதுமான நேரம் நமக்கு இப்போதுதான் வாய்த்துள்ளது," என்று அந்த மனைவி பதிலளிக்கிறார்.

"இந்த ஒரு வார விடுமுறைக்கு நாம் ஒரு வருடம் காத்திருந்திருக்கிறோம். ஒரு வாரம் முழுவதும் பாட்டி வீட்டில் வெறுமனே வளைய வருவதை நமது பையன்கள் விரும்ப மாட்டார்கள். நம் எல்லோருக்கும் பைத்தியம் பிடிக்கச் செய்துவிடுவார்கள். மேலும், உன் தாயாரின் உடல்நிலை அவ்வளவு மோசமாக ஒன்றும் இல்லை. உன்னுடைய சகோதரியின் வீடு உன் தாயாரின் வீட்டிலிருந்து ஒரு மைல் தொலைவில்தானே உள்ளது? அவள் உன் தாயாரைக் கவனித்துக் கொள்ள மாட்டாளா?"

"அவர் எனக்கும் தாயார்தான். நான் அவரோடு இருக்க விரும்புகிறேன்."

"தினமும் இரவு அவரைத் தொலைபேசியில் அழைத்து நீ பேசலாம். இந்த வருடம் கிறிஸ்துமஸ் பண்டிகையை உன் தாயாரின் வீட்டில் கொண்டாடப் போவதாக நாம் திட்டமிட்டுள்ளோம் என்பது உனக்கு நினைவிருக்கிறதா?"

"அதற்கு இன்னும் ஐந்து மாதங்கள் இருக்கின்றன. அதுவரை அவர் உயிரோடு இருப்பாரா என்று யாருக்குத் தெரியும். இப்போதுதான் நான் அவருக்குத் தேவை. அவர் இப்போது என்னுடன் இருக்க விரும்புகிறார்."

"உன் தாயார் இப்போது சிறப்பாக கவனிக்கப்பட்டு வருகிறார். மேலும், எனக்கும் நம் குழந்தைகளுக்கும்கூட நீ தேவைதான்."

"மீன் பிடிப்பதைவிட என் தாயார் எனக்கு மிகவும் முக்கியம்."

"உன்னுடைய கணவனும் குழந்தைகளும் உன்னுடைய தாயாரைவிட மிகவும் முக்கியம்."

அவர்களின் இந்த விவாதத்தின்போது, ஒருவிதமான சமரசத்திற்கு அவர்கள் வரக்கூடும். அவர்கள் இருவரும் அந்த விடுமுறையைத் தனித்தனியாகக் கழிப்பதென்று தீர்மானிக்கக்கூடும். அந்தக் கணவர் தன் மகன்களை அழைத்துக் கொண்டு ஏரியில் மீன் பிடிக்கச் செல்கிறார். அவரது மனைவி தன் தாயாரைப் பார்த்து வரச் செல்கிறார். அவர்கள் இருவரும் குற்ற உணர்வை அனுபவிக்கின்றனர், மகிழ்ச்சியற்று இருக்கின்றனர். குழந்தைகள் அதை உணர்ந்து கொள்கின்றனர். அது அவர்களது மகிழ்ச்சியையும் பாதிக்கிறது.

அந்தக் கணவர் தன் மனைவியின் விருப்பத்திற்கு உடன்படக்கூடும், ஆனால் அவர் அதை வெறுப்புடன் செய்கிறார். தெரிந்தோ தெரியாமலோ, அந்த ஒரு வாரம் முழுவதும் அனைவருக்கும் எவ்வளவு மகிழ்ச்சியற்றதாக இருக்கப் போகிறது என்பதை நிரூபிப்பதற்கான ஆதாரங்களை அவர் தன் மனைவியிடம் சமர்ப்பிக்கிறார்.

அந்த மனைவி தன் கணவனின் விருப்பத்திற்கு உட்படக்கூடும். ஆனால் அவர் எதிலும் கலந்து கொள்ளாமல் ஒதுங்கி இருக்கிறார். தன் தாயாரின் உடல்நிலையில் ஏற்படும் சிறு மாற்றங்களுக்கும் அவர் அதிகமாக உணர்ச்சிவசப்படுகிறார். ஒருவேளை அவரது தாயாருக்கு ஏதேனும் பிரச்சனை ஏற்பட்டு, அதன் விளைவாக அவர் இறந்துவிட்டால், அந்தக் கணவரால் தன்னை ஒருபோதும் மன்னித்துக் கொள்ள முடியாது. அவரது மனைவியும் தன் கணவரை மன்னிக்க மாட்டார்.

அவர்கள் இறுதியாக எந்த சமரசத்திற்கு வந்தாலும் சரி, அடுத்தவரின் உணர்ச்சியைப் புரிந்து கொள்ளாமல் நடந்து கொண்டதற்கான ஆதாரமாகவும், புறக்கணிப்பு அல்லது மோசமான முன்னுரிமைத் தீர்மானத்திற்கான ஆதாரமாகவும் இந்த அனுபவம் காலங்காலமாக இருவர்மீதும் சுட்டிக்காட்டப்படும். இது அக்குடும்பத்தை இரு துருவங்களாகப் பிரிக்கக்கூடும். ஒரு காலத்தில் அழகாகவும், மென்மையாகவும், இயல்பாகவும், அன்பாகவும் இருந்த பல திருமணங்கள் இதுபோன்ற பல நிகழ்வுகளின் வாயிலாக ஓர் எதிர்ப்பு நிலையை எட்டியுள்ளன.

அந்தக் கணவரும் அவரது மனைவியும் ஒரே சூழ்நிலையை வேறு விதமாகப் பார்க்கின்றனர். அந்த வேறுபாடு அவர்களை இரு துருவங்களாக்கி, பிரித்து வைத்து, அவர்களது உறவில் விரிசலை ஏற்படுத்துகிறது. அல்லது அவர்களது நெருக்கத்தை அது மிக உயர்ந்த

அளவில் அதிகரிக்கக்கூடும். ஆற்றல்மிக்க சகசார்புப் பழக்கங்களை அவர்கள் தங்களிடம் உருவாக்கியிருந்தால், அவர்கள் தங்களது வேறுபாடுகளை முற்றிலும் வித்தியாசமான ஒரு கருத்துக் கண்ணோட்டத்தில் இருந்து அணுகுவார்கள். அவர்களது கருத்துப் பரிமாற்றம் ஓர் உயர்ந்த நிலையில் இருக்கும்.

அவர்கள் ஓர் உயர்ந்த உணர்ச்சிரீதியான வங்கிக் கணக்கை வைத்திருப்பதால், அவர்களுடைய திருமண உறவில் நம்பிக்கையும் வெளிப்படையான கருத்துப் பரிமாற்றமும் இருக்கின்றன. அவர்கள் 'எனக்கும் வெற்றி, உனக்கும் வெற்றி' என்று சிந்திப்பதால், ஒரு மூன்றாவது மாற்று உள்ளது என்று நம்புகின்றனர். இருவருக்கும் பரஸ்பரமாக பலனளிக்கின்ற ஒரு தீர்வு உள்ளது என்றும், அது தாங்கள் இருவரும் முதலில் முன்மொழிந்த தீர்வுகளைவிடச் சிறப்பாக உள்ளது என்றும் அவர்கள் நம்புகின்றனர். அவர்கள் புரிந்துணர்வுடன் காதுகொடுத்துக் கேட்பதாலும், முதலில் புரிந்து கொள்ள முயற்சிப்பதாலும், ஒரு தீர்மானத்தை மேற்கொள்வதற்கு முன் கருத்தில் கொள்ள வேண்டிய மதிப்பீடுகளையும் கரிசனங்களையும் அவர்கள் தங்களுக்குள்ளும் தங்களுக்கு இடையேயும் உருவாக்குகின்றனர்.

உயர்ந்த உணர்ச்சிரீதியான வங்கிக் கணக்கு, 'எனக்கும் வெற்றி, உனக்கும் வெற்றி' சிந்தனை, முதலில் புரிந்து கொள்ள முயற்சித்தல் ஆகிய அம்சங்களின் கூட்டு, கூட்டியக்கத்திற்கான கச்சிதமான சூழலை உருவாக்குகிறது.

புத்த மதம் இதை 'நடு வழி' என்று அழைக்கிறது. சமரசம் என்பது இதற்குப் பொருளல்ல. ஒரு முக்கோணத்தின் உச்சியைப் போன்ற உயர்ந்த நிலை என்று அதற்கு அர்த்தம்.

'நடு வழி' அல்லது உயர்ந்த வழியைத் தேடுவதில், அந்தக் கணவரும் மனைவியும் தங்கள் அன்பும் உறவும் தங்கள் கூட்டியக்கத்தின் அங்கங்கள் என்பதை உணர்கின்றனர்.

அவர்கள் உரையாடும்போது, தன் மனைவியின் விருப்பத்தை, அவர் தன் தாயாருடன் இருக்க வேண்டிய அவசியத்தை அந்தக் கணவர் உண்மையிலேயே ஆழமாக உணர்கிறார். தன் தாயாரை கவனித்துக் கொள்வதில் முக்கியப் பொறுப்பேற்றுள்ள தனது சகோதரிக்கு சற்று ஓய்வு கொடுக்க வேண்டும் என்ற அவரது விருப்பத்தை அக்கணவர் புரிந்து கொள்கிறார். தன் மனைவியின் தாயார் இன்னும் எவ்வளவு காலம் தங்களோடு இருப்பார் என்பது யாருக்குமே தெரியாது என்பதையும், மீன்பிடிப்பதைவிட அவர் நிச்சயமாக முக்கியமானவர்தான் என்பதையும் அவர் உணர்கிறார்.

குடும்பத்தோடு விடுமுறையைக் கழிக்க வேண்டும், தன் மகன்களுக்கு ஒரு தலைசிறந்த அனுபவத்தைக் கொடுக்க வேண்டும் என்ற தன் கணவரின் விருப்பத்தை அந்த மனைவி ஆழமாகப் புரிந்து கொள்கிறார். இந்த விடுமுறையில் மீன்பிடிக்கச் செல்வதற்காக, அதற்குத் தேவையான பயிற்சி வகுப்புகளிலும் உபகரணங்களிலும் ஏராளமான பணம் முதலீடு செய்யப்பட்டுள்ளதையும், இவற்றைக் கொண்டு நல்ல நினைவுகளை உருவாக்குவதன் முக்கியத்துவத்தையும் அவர் உணர்கிறார்.

எனவே அவர்கள் தங்கள் விருப்பங்கள் அனைத்தையும் தங்கள்முன் பரப்பி வைக்கின்றனர். அவர்கள் தங்கள் பிரச்சனையின் எதிரெதிர்ப் பக்கங்களில் நிற்கவில்லை. அவர்கள் இருவரும் சேர்ந்து ஒரே பக்கத்தில் நின்று பிரச்சனையைப் பார்க்கின்றனர், தேவைகளைப் புரிந்து கொள்கின்றனர், அவற்றை நிறைவேற்றக்கூடிய ஒரு மூன்றாவது மாற்றுத் தீர்வை உருவாக்க இணைந்து செயல்படுகின்றனர்.

"இந்த மாதத்திலேயே வேறொரு சமயம் நீ உன் தாயாரைப் பார்த்து வருவதற்கு நாம் ஏற்பாடு செய்யலாம். வீட்டுப் பொறுப்புகளை ஒரு வார இறுதியில் நான் ஏற்றுக் கொள்கிறேன். வார நாட்களில் வேறு யாரையேனும் உதவிக்கு வைத்துக் கொள்ளலாம். நீ தாராளமாக உன் தாயாரைப் பார்த்து வரலாம். உன் தாயாருடன் நேரத்தைச் செலவிடுவது உனக்கு முக்கியம் என்பதை நான் அறிவேன்," என்று அக்கணவர் பரிந்துரைக்கிறார்.

அவர் மேலும், "அல்லது உன் தாயாரின் வீட்டிற்கு அருகே மீன்பிடிப்பதற்கு ஏதேனும் இடம் இருக்கிறதா என்று பார்க்கலாம். அந்தப் பகுதி அவ்வளவு நன்றாக இருக்காது, ஆனால் நம்முடைய தேவைகளை அது நிறைவேற்றும். நம் குழந்தைகளும் சுவர்களின்மீது ஏறிக் கொண்டிருக்க மாட்டார்கள். நம்முடைய உறவினர்களுடன் சில பொழுதுபோக்கு நடவடிக்கைகளையும் நாம் திட்டமிடலாம். அது கூடுதல் பலனாக இருக்கும்," என்று கூறுகிறார்.

அவர்கள் கூட்டாக இயங்குகின்றனர். இருவரும் நல்லவிதமாக உணர்கின்ற ஒரு தீர்வை அவர்கள் எட்டுகின்றனர். அவர்கள் இருவரும் தனித்தனியாக முன்பு முன்மொழிந்த தீர்வைவிட இது மிகச் சிறப்பானதாக இருக்கிறது. சமரசத்தைவிட இது சிறந்ததாக இருக்கிறது. உற்பத்தியையும் உற்பத்தித் திறனையும் உருவாக்குகின்ற ஒரு கூட்டியக்கத் தீர்வாக இது இருக்கின்றது.

ஒரு பரிவர்த்தனைக்குப் பதிலாக ஒரு பரிபூரண மாற்றமாக அது அமைகிறது. அவர்கள் இருவரும் தங்களுக்கு உண்மையிலேயே விருப்பமானதைப் பெறுவதோடு, அவர்களது உறவும் வளர்கிறது.

எதிர்மறைக் கூட்டாற்றல்

மூன்றாவது மாற்றுத் தீர்வை நாடுவது என்பது இருமை இயல்பு கொண்ட, இது அல்லது அது என்ற மனப்போக்கிலிருந்து ஏற்படும் ஒரு பெரிய கருத்துக் கண்ணோட்ட மாற்றமாகும். ஆனால் விளைவுகளில் ஏற்படும் வித்தியாசத்தைப் பாருங்கள்!

மக்கள் ஒரு சகசார்பு யதார்த்தத்தில் பிரச்சனைகளுக்குத் தீர்வு காண முயலும்போது அல்லது தீர்மானங்களை மேற்கொள்ள முயலும்போது எவ்வளவு எதிர்மறை ஆற்றல் செலவிடப்படுகிறது என்று தெரியுமா? மற்றவர்களுடைய தவறுகளை எடுத்துரைப்பதிலும், அரசியலைப் பற்றி விவாதிப்பதிலும், போட்டி போடுவதிலும், அடுத்தவருடைய முதுகைக் காப்பாற்றுவதிலும், குழுவாகச் சேர்ந்து யோசிப்பதிலும் எவ்வளவு நேரம்

செலவிடப்படுகிறது தெரியுமா? ஒரு காலை ஆக்சிலரேட்டரிலும் இன்னொரு காலை பிரேக்கிலும் வைத்துக் காரோட்டுவதைப் போன்றது இது.

பிரேக்கில் இருந்து காலை எடுப்பதற்குப் பதிலாக, மக்கள் ஆக்சிலரேட்டரை இன்னும் வேகமாக அழுத்துகின்றனர். தங்கள் நிலையை வலிமைப்படுத்திக் கொள்வதற்காக அவர்கள் அதிக அழுத்தத்தையும், அதிகப் பேச்சாற்றலையும், அதிக அறிவுபூர்வமான தகவல்களையும் பயன்படுத்துகின்றனர்.

அதிகமாக சார்ந்திருக்கும் மக்கள் ஒரு சகசார்பு யதார்த்தத்தில் வெற்றி பெற முயற்சிப்பதுதான் பிரச்சனையே. அவர்கள் தங்கள் பதவி கொடுக்கின்ற அதிகாரத்திலிருந்து வலிமையைக் கடன் வாங்குவதைச் சார்ந்திருக்கின்றனர், 'எனக்கு வெற்றி, உனக்குத் தோல்வி' மனப்போக்கைக் கடைபிடிக்கின்றனர். அல்லது மற்றவர்கள் மத்தியில் பிரபலமாக இருப்பதை அவர்கள் சார்ந்திருக்கின்றனர், 'எனக்குத் தோல்வி, உனக்கு வெற்றி' என்ற மனப்போக்கைக் கடைபிடிக்கின்றனர். அவர்கள் 'எனக்கும் வெற்றி, உனக்கும் வெற்றி' என்று வெறுமனே பேசுவார்கள், ஆனால் உண்மையில் அவர்கள் மற்றவர்கள் கூறுவதைச் செவிமடுக்க விரும்புவதில்லை; அவர்கள் வெறுமனே மற்றவர்களை வஞ்சகமாகத் தங்கள் வழிக்குக் கொண்டு வரவே விரும்புகின்றனர். அப்படிப்பட்டச் சூழலில் கூட்டியக்கம் செழித்து வளராது.

அனைத்து யதார்த்தங்களும் தங்களுடைய கருத்துக் கண்ணோட்டத்திற்கு உட்பட்டு இருக்க வேண்டும் என்று பாதுகாப்பற்ற மக்கள் நினைக்கின்றனர். மற்றவர்களைத் தங்களைப்போல் நடந்து கொள்ளச் செய்வதும், தங்களைப்போல் சிந்திக்கச் செய்வதும் அவர்களுக்கு அவசியமாகிறது. ஓர் உறவின் வலிமையே இன்னொரு கண்ணோட்டம் அங்கு இருப்பதுதான் என்பதை அவர்கள் உணர்வதில்லை. ஒரே மாதிரியாக இருப்பது என்பது ஐக்கியமல்ல, அது சுவாரசியமற்றதும்கூட. வேறுபாடுகளை மதிப்பதுதான் கூட்டியக்கத்தின் ஜீவநாடி. நமக்கு உள்ளேயே கூட்டியக்கம் இருப்பதுதான் மற்றவர்களுடனான கூட்டியக்கத்திற்கு மிகவும் முக்கியமானது என்று நான் நம்புகிறேன். நமக்குள் இருக்கும் கூட்டியக்கத்தின் மையம் முதல் மூன்று பழக்கங்களின் கொள்கைகளில் அடங்கியுள்ளது. வெளிப்படையாகவும், பிறரது தூண்டுதலுக்கு உட்படும் நிலையிலும் இருக்கும் பாதுகாப்பற்றச் சூழ்நிலையைக் கையாள்வதற்குத் தேவையான உள்ளார்ந்த பாதுகாப்பை அக்கொள்கைகள் தருகின்றன. அவற்றை நாம் உட்கிரகித்துக் கொள்வதன் மூலம், 'எனக்கும் வெற்றி, உனக்கும் வெற்றி' என்ற அபரிமித மனப்போக்கையும், ஐந்தாவது பழக்கத்தின் நம்பகத்தன்மையையும் நாம் உருவாக்குகிறோம்.

கொள்கையை மையமாக வைத்துச் செயல்படுவதால் கிடைக்கும் நடைமுறைக்கு உகந்த விளைவுகளில் ஒன்று, அது நம்மை முழுமையாக்குகிறது, உண்மையிலேயே ஒருங்கிணைக்கிறது. பகுத்தறிவுரீதியான, வார்த்தைரீதியான, இடது மூளைச் சிந்தனையில்

ஆழமாக ஊறிப் போயுள்ள மக்கள், ஏராளமான படைப்புத்திறன் தேவைப்படுகின்ற பிரச்சனைகளுக்குத் தீர்வு காண்பதில் இத்தகைய சிந்தனை போதுமானதாக இல்லை என்பதைக் கண்டறிகின்றனர். அவர்கள் அது குறித்து விழிப்புணர்வு பெற்று, தங்கள் வலது மூளைக்குள் ஒரு புதிய திரைக்கதையை உருவாக்கத் துவங்குகின்றனர். அதுவரை அவர்களுக்கு வலது மூளை இருக்கவில்லை என்று அர்த்தமில்லை; அது செயலற்று இருந்தது, அவ்வளவுதான். குழந்தைப் பருவத்தில் கிடைத்தக் கல்வி மற்றும் சமுதாயத் திரைக்கதை காரணமாக அவர்களது இடது மூளை அதிகமாகப் பயன்படுத்தப்பட்டதும், வலது மூளைத் தசைகள் வளர்ச்சி அடையாமல் இருந்ததும் அதற்குக் காரணமாக இருக்கலாம்.

உள்ளுணர்வு, படைப்புத்திறன், மற்றும் கற்பனைத் திறன் கொண்ட வலது மூளையையும், ஆய்ந்தறியும், பகுத்தறியும் இடது மூளையையும் ஒரு நபர் ஒருசேரப் பயன்படுத்தும்போது, ஒட்டுமொத்த மூளையும் செயல்படுகிறது. வேறு வார்த்தைகளில் கூறினால், நம்முடைய தலைக்குள் உளவியல் கூட்டியக்கம் நடைபெறுகிறது. வாழ்க்கையின் யதார்த்தத்திற்கு இக்கருவி மிகப் பொருத்தமானது. ஏனெனில், வாழ்க்கை என்பது பகுத்தறிவுரீதியானது மட்டுமல்ல, அது உணர்ச்சிரீதியானதும்கூட.

'இடது பக்கத்தைக் கொண்டு கையாளுங்கள், வலது பக்கத்தைக் கொண்டு வழிநடத்துங்கள்' என்ற தலைப்பில் ஒருமுறை நான் ஃப்ளோரிடா மாநிலத்தின் ஆர்லேன்டோ நகரில் ஒரு நிறுவனத்தில் ஒரு பயிலரங்கை நடத்திக் கொண்டிருந்தேன். இடைவேளையின்போது, அந்நிறுவனத்தின் தலைவர் என்னிடம் வந்து, "ஸ்டீபன், இது ஆவலைத் தூண்டுவதாக இருக்கிறது. நீங்கள் எடுத்துரைத்துக் கொண்டிருக்கும் விஷயத்தை என் வியாபாரத்தில் பயன்படுத்துவதைவிட அதிகமாக எனது திருமண வாழ்க்கையில் நடைமுறைப்படுத்துவதைப் பற்றி நான் சிந்தித்துக் கொண்டிருக்கிறேன். எனக்கும் என் மனைவிக்கும் இடையே கருத்துப் பரிமாற்றத்தில் பெரும் பிரச்சனை உள்ளது. நீங்கள் எங்கள் இருவரோடும் சேர்ந்து மதிய உணவருந்த வேண்டும் என்று நான் விரும்புகிறேன். அப்போது நாங்கள் இருவரும் எவ்வாறு உரையாடுகிறோம் என்று நீங்கள் பாருங்கள். இது உங்களுக்கு சம்மதமா?" என்று கேட்டார்.

"சரி," என்று நான் பதிலளித்தேன்.

நாங்கள் மூவரும் உட்கார்ந்த பிறகு, பரஸ்பரம் நலம் விசாரித்தோம். அப்போது அத்தலைவர் தன் மனைவியை நோக்கித் திரும்பி, "நான் திரு. ஸ்டீபனை இங்கு அழைத்துள்ளதற்குக் காரணம், நம் இருவருக்கும் இடையே இருக்கின்ற கருத்துப் பரிமாற்றப் பிரச்சனைக்குத் தீர்வு காண்பதற்கு அவரால் உதவ முடியுமா என்று பார்ப்பதற்குத்தான். நான் உன் உணர்வுகளைப் புரிந்து கொள்கின்ற, உன்மீது அக்கறை கொண்ட ஒரு கணவனாக இருக்க விரும்புகிறேன். நான் குறிப்பாக என்ன செய்ய வேண்டும் என்று நீ கூறினால் நன்றாக இருக்கும்," என்று கூறினார். அவரது ஆதிக்கமான இடது மூளைக்குத் தகவல்களும் புள்ளிவிபரங்களும் தேவைப்பட்டன.

"நான் முன்பே கூறியுள்ளதுபோல், குறிப்பிட்டுச் சொல்லும்படியாக எதுவும் இல்லை. முன்னுரிமைகளைப் பற்றி நான் கொண்டுள்ள ஒரு

பொதுவான உணர்வைத்தான் நான் இங்கு குறிப்பிடுகிறேன்," என்று அவரது மனைவி பதிலளித்தார். அப்பெண்மணியின் ஆதிக்கமான வலது மூளையானது உணர்வுகளுக்கு முன்னுரிமை கொடுத்துக் கொண்டிருந்தது.

"'முன்னுரிமைகளைப் பற்றிய ஒரு பொதுவான உணர்வு' என்றால் என்ன? நான் என்ன செய்ய வேண்டும் என்று நீ விரும்புகிறாய்? நான் கையாள்வதற்கு ஏற்றவாறு ஏதேனும் ஒரு குறிப்பிட்ட விஷயத்தை எனக்குக் கொடு."

"அது வெறும் ஓர் உணர்வுதான்." காட்சிகளையும் உள்ளுணர்வுகளையும் அவரது வலது மூளை கையாண்டு கொண்டிருந்தது. "நம் திருமண உறவு உங்களுக்கு முக்கியமானது என்று என்னிடம் நீங்கள் கூறுகிறீர்கள். ஆனால் நீங்கள் கூறும் அதே அளவுக்கு அது உங்களுக்கு முக்கியமானதாக இருப்பதாக எனக்குத் தோன்றவில்லை."

"அதை அதிக முக்கியமானதாக ஆக்குவதற்கு நான் என்ன செய்ய வேண்டும்? ஏதேனும் திட்டவட்டமான ஒரு யோசனையை எனக்குக் கொடு."

"அதை வார்த்தைகளில் கூறுவது கடினம்."

அக்கணத்தில் அவர் தன் கண்களை உருட்டி என்னைத் திரும்பிப் பார்த்தார். "ஸ்டீபன், இது போன்ற ஒரு முட்டாள்தனத்தை உங்கள் திருமண வாழ்வில் நீங்கள் எதிர்கொண்டு இருக்கிறீர்களா?" என்று அவர் கேட்பதுபோல் அது இருந்தது.

அவரது மனைவி, "அது வெறும் ஓர் உணர்வு. மிக வலிமையான ஓர் உணர்வு," என்று கூறினார்.

"இதோ பார், அதுதான் உன் பிரச்சனை. உன்னுடைய தாயாரிடமும் இதே பிரச்சனைதான் உள்ளது. உண்மையில், எனக்குத் தெரிந்த ஒவ்வொரு பெண்ணிடமும் இதே பிரச்சனைதான் இருக்கிறது," என்று அவர் தன் மனைவியிடம் கூறினார்.

பிறகு அது ஏதோ ஒரு சட்டரீதியான ஏற்பாடு என்பதைப்போல் அவர் தன் மனைவியைக் குறுக்கு விசாரணை செய்யத் துவங்கினார்.

"நீ விரும்பும் இடத்தில் நீ வாழ்கிறாயா?"

"பிரச்சனை அதுவல்ல," என்று அவரது மனைவி பெருமூச்செறிந்தார்.

அந்த மனிதர் வலுக்கட்டாயமாகப் பொறுமையை வரவழைத்துக் கொண்டு, "எனக்குத் தெரியும். ஆனால் பிரச்சனை என்ன என்பதை நீ என்னிடம் கூற மறுப்பதால், எது பிரச்சனை அல்ல என்பதைக் கண்டுபிடிப்பதுதான் உன்னுடைய உண்மையான பிரச்சனையைக் கண்டுபிடிப்பதற்குச் சிறந்த வழி என்று நான் நினைக்கிறேன். நீ விரும்பும் இடத்தில் நீ வாழ்கிறாயா?"

"அப்படித்தான் நினைக்கிறேன்."

"இதோ பார், நமக்கு உதவி செய்வதற்குத்தான் ஸ்டீபன் இங்கு வந்திருக்கிறார். ஒருசில நிமிடங்கள் மட்டுமே அவரால் நமக்காகச் செலவிட முடியும். எனவே நான் கேட்கும் கேள்விகளுக்கு 'ஆம்' அல்லது 'இல்லை' என்று விரைவாக பதில் கூறு. நீ விரும்பும் இடத்தில்தான் நீ வாழ்கிறாயா?"

"ஆமாம்."

"நல்லது. நீ விரும்பும் அனைத்தும் உன்னிடம் உள்ளனவா?"

"ஆமாம்."

"நீ விரும்பும் விஷயங்களை நீ செய்கிறாயா?"

அவர்களுடைய உரையாடல் இப்படியே சிறிது நேரம் சென்று கொண்டிருந்தது. நான் அவர்களுக்கு எந்த விதத்திலும் உதவவில்லை என்பதை என்னால் பார்க்க முடிந்தது. எனவே நான் குறுக்கிட்டு, "உங்கள் உறவில் இப்படித்தான் கருத்துப் பரிமாற்றம் நிகழ்ந்து கொண்டிருக்கிறதா?" என்று கேட்டேன்.

"ஆமாம், ஒவ்வொரு நாளும் இதே கதைதான்," என்று அவர் கூறினார்.

"எங்கள் திருமண வாழ்க்கையின் கதை இதுதான்," என்று அவரது மனைவி பெருமூச்செறிந்தார்.

நான் அவர்கள் இருவரையும் பார்த்தேன். பாதி மூளையைக் கொண்டு மட்டுமே செயல்பட்ட, ஒரே வீட்டில் இணைந்து வாழ்கின்ற இரண்டு நபர்கள் அவர்கள் என்ற எண்ணம் எனக்கு உதித்தது. "உங்களுக்குக் குழந்தைகள் உண்டா?" என்று நான் கேட்டேன்.

"ஆமாம், இரண்டு குழந்தைகள் உள்ளனர்."

நம்ப முடியாதவனைப்போல் நான் அவர்களிடம், "உண்மையாகவா? அதை எப்படிச் செய்தீர்கள்?" என்று கேட்டேன்.

"நாங்கள் எப்படிச் செய்தோம் என்று எந்த அர்த்தத்தில் கேட்கிறீர்கள்?"

"நீங்கள் கூட்டாக இணைந்து செயல்பட்டீர்கள். ஒன்றும் ஒன்றும் சேர்ந்தால் வழக்கமாக இரண்டுதான் வரும். ஆனால் நீங்கள் அதை நான்காக ஆக்கியுள்ளீர்கள். அதுதான் கூட்டியக்கம். ஒரு விஷயத்தின் முழுமை அதன் பாகங்களின் மொத்தத்தைவிட அதிகம். எனவே, அதை எப்படிச் செய்தீர்கள்?"

"நாங்கள் எப்படிச் செய்தோம் என்று உங்களுக்குத் தெரியும்," என்று அவர் பதிலளித்தார்.

"உங்களுக்கிடையே இருந்த வேறுபாடுகளை நீங்கள் மதித்திருக்கிறீர்கள்!" என்று நான் கூறினேன்.

வேறுபாடுகளை மதித்தல்

மக்களுக்கிடையே உள்ள உளரீதியான, உணர்ச்சிரீதியான, உளவியல்ரீதியான வேறுபாடுகளை மதிப்பதுதான் கூட்டியக்கத்தின் ஜீவநாடி. அனைத்து மக்களும் இவ்வுலகத்தை உள்ளபடியே பார்ப்பதில்லை, மாறாக, தாங்கள் எவ்வாறு இருக்கிறார்களோ அவ்வாறே பார்க்கிறார்கள் என்பதை உணர்ந்து கொள்வது அந்த வேறுபாடுகளைப் புரிந்து கொள்வதற்கு இன்றியமையாததாகும்.

நான் உலகத்தை உள்ளது உள்ளபடியே பார்ப்பதாக நான் நினைத்தால், நான் ஏன் வேறுபாடுகளை மதிப்பதை விரும்பப் போகிறேன்? 'வழி தவறிச்' சென்றுள்ள ஒருவரைப் பற்றி நான் ஏன் கவலைப்படப் போகிறேன்? நான் பாரபட்சமற்றவன், உலகத்தை

உள்ளபடியே நான் பார்க்கிறேன் என்பது எனது கருத்துக் கண்ணோட்டம். மற்ற அனைவரும் நுணுக்கங்களில் மூழ்கிப் போயிருக்கும்போது நான் மட்டுமே பெரிய படத்தைப் பார்க்கிறேன். அதனால்தான் அவர்கள் என்னை ஒரு கண்காணிப்பாளர் என்று அழைக்கின்றனர். நான் முன்னோக்கான பார்வையைக் கொண்டிருக்கிறேன்.

அது எனது கருத்துக் கண்ணோட்டமாக இருந்தால், என்னால் ஒருபோதும் திறமையான சகசார்பாளனாகவோ அல்லது சார்பற்றவனாகவோ இருக்க முடியாது. நான் பக்குவப்படுத்தப்பட்டு வந்துள்ள விதத்தின் கருத்துக் கண்ணோட்டங்களால் நான் மட்டுப்படுத்தப்படுவேன்.

தனது கருத்துக் கண்ணோட்டத்தில் உள்ள குறைபாடுகளை அங்கீகரிப்பதற்கும், மற்றவர்களுடைய மனங்கள் மற்றும் இதயங்களுடன் கருத்துக்களைப் பரிமாறுவதன் வாயிலாகக் கிடைக்கின்ற செழிப்பான வளவசதிகளை மெச்சுவதற்கும் தேவையான பணிவன்பும் மதிப்பும் உண்மையிலேயே ஆற்றல்மிக்க நபரிடம் இருக்கும். அந்த நபர் வேறுபாடுகளை மதிப்பார். ஏனெனில், யதார்த்தத்தை அவர் தெரிந்து கொள்வதற்கும் புரிந்து கொள்வதற்கும் அந்த வேறுபாடுகள் அவருக்கு உதவுகின்றன. நம்முடைய சொந்த அனுபவங்களை மட்டுமே நாம் கருத்தில் கொண்டால், தகவல் பற்றாக்குறையால் நாம் தொடர்ந்து அவதிப்படுவோம்.

இரு நபர்கள் முரண்பட்டு நிற்கும்போது அவர்கள் இருவர் கூறுவதும் சரியாக இருக்க வாய்ப்பு உள்ளதா? பகுத்தறிவுரீதியாகப் பார்த்தால் அதற்கு வாய்ப்பில்லை, ஆனால் அது உளவியல்ரீதியானது. அது நிஜமானதும்கூட. நீங்கள் அந்த இளம் பெண்ணைப் பார்க்கிறீர்கள், நான் அந்த வயதான பெண்மணியைப் பார்க்கிறேன். நாம் இருவரும் ஒரே படத்தைத்தான் பார்க்கிறோம், நாம் இருவர் கூறுவதும் சரிதான். நாம் அதே கறுப்புக் கோடுகளையும் வெள்ளை இடைவெளிகளையும் பார்க்கிறோம். ஆனால் நாம் அவற்றை வெவ்வேறு விதமாக மொழிபெயர்க்கிறோம். ஏனெனில், அவற்றை வெவ்வேறு விதமாக அர்த்தப்படுத்துவதற்கு நாம் பக்குவப்படுத்தப்பட்டு இருக்கிறோம்.

நம்முடைய கண்ணோட்டங்களில் உள்ள வேறுபாடுகளை நாம் மதிக்காதவரை, ஒருவரை ஒருவர் நாம் மதிக்காதவரை, நம் இருவரின் கண்ணோட்டங்களும் சரியானவையாக இருக்க முடியும் என்ற சாத்தியக்கூற்றையும், வாழ்க்கை என்பது எப்போதுமே இருமை இயல்பை மட்டுமே கொண்டதாக இருக்க வேண்டியதில்லை என்பதையும், மூன்றாவது மாற்றுத் தீர்வுகள் எப்போதும் இருக்கும் என்பதையும் நாம் நம்பாதவரை, நாம் பக்குவப்பட்டிருக்கும் விதத்தில் உள்ள குறைபாடுகளை நம்மால் ஒருபோதும் கடந்து செல்ல முடியாது.

நான் அந்த வயதான பெண்ணை மட்டுமே பார்க்கக்கூடும். ஆனால் நீங்கள் வேறு எதையோ பார்ப்பதை நான் உணர்கிறேன். நான் உங்களை மதிக்கிறேன், உங்களுடைய கண்ணோட்டத்தை மதிக்கிறேன். நான் புரிந்து கொள்ள விரும்புகிறேன்.

எனவே, நம்முடைய கண்ணோட்டங்களில் உள்ள வேறுபாட்டை நான் தெரிந்து கொள்ளும்போது, "நீங்கள் வித்தியாசமாகப் பார்க்கிறீர்கள். நீங்கள் பார்ப்பதை நானும் பார்க்க எனக்கு உதவுங்கள்," என்று நான் கூறுவேன்.

இரண்டு நபர்கள் ஒரே அபிப்பிராயத்தைக் கொண்டிருந்தால், அதில் ஓர் அபிப்பிராயம் எனக்குத் தேவையில்லை. வயதான பெண்ணையே பார்க்கின்ற இன்னொருவருடன் கருத்துப் பரிமாற்றத்தில் ஈடுபடுவது எனக்கு எந்த விதத்திலும் நன்மை பயக்காது. என்னுடன் ஒத்துப் போகின்ற ஒருவருடன் நான் பேச விரும்பவில்லை, கருத்துப் பரிமாற்றத்தில் ஈடுபட விரும்பவில்லை. நீங்கள் வேறு விதமாகப் பார்ப்பதால் நான் உங்களுடன் பேச விரும்புகிறேன். அந்த வித்தியாசத்தை நான் மதிக்கிறேன்.

அவ்வாறு செய்வதன் மூலம் நான் என்னுடைய சொந்த விழிப்புணர்வை மட்டும் அதிகரித்துக் கொள்ளவில்லை; நான் உங்களையும் உறுதிப்படுத்துகிறேன். நான் உங்களுக்கு உளவியல் சுவாசக் காற்றைக் கொடுக்கிறேன். பிரேக்கில் இருந்து என் காலை விடுவித்து, ஒரு குறிப்பிட்ட நிலையைத் தற்காப்பதற்காக நீங்கள் முதலீடு செய்துள்ள எதிர்மறையான ஆற்றலை நான் விடுவிக்கிறேன். கூட்டியக்கச் சூழலை நான் உருவாக்குகிறேன்.

வித்தியாசத்தை மதிப்பதன் முக்கியத்தை, கல்வியாளர் **டாக்டர் ஆர்.எச்.ரீவ்ஸ்**, 'விலங்குகள் பள்ளி' என்ற தனது நீதிக் கதையில் எடுத்துரைக்கிறார்.

முன்பொரு காலத்தில், ஒரு 'புதிய உலகத்தின்' பிரச்சனைகளை எதிர்கொள்வதற்காக விலங்குகள் அனைத்தும் சேர்ந்து ஏதேனும் துணிகரமான ஒன்றைச் செய்யப் போவதாகத் தீர்மானித்து ஒரு பள்ளியை நிறுவின. ஓடுவது, ஏறுவது, நீந்துவது, பறப்பது போன்ற பல நடவடிக்கைகளை உள்ளடக்கிய ஒரு பாடத்திட்டத்தை அவை தயாரித்தன. சுலபமாக நிர்வகிப்பதற்கு உதவுவதற்காக அனைத்து விலங்குகளும் அனைத்துப் பாடங்களிலும் பங்கு கொண்டன.

வாத்து மிகச் சிறப்பாக நீந்தியது. உண்மையில், அது தனக்கு நீந்தக் கற்றுக் கொடுத்த ஆசானைவிடச் சிறப்பாக நீந்தியது. பறப்பதிலும் அது சிறந்து விளங்கி நல்ல மதிப்பெண்களைப் பெற்றது. ஆனால், அதனால் அவ்வளவு நன்றாக ஓட முடியவில்லை. அது மோசமாக ஓடியதால், பள்ளி நேரம் முடிந்த பிறகு, அது பள்ளியிலேயே இருந்து ஓடப் பழக வேண்டியதாயிற்று. ஓட்டப் பயிற்சிக்காக அது நீந்துவதையும் கைவிட வேண்டியதாயிற்று. அதன் கால்கள் மிகவும் மோசமாகியவரை இது தொடர்ந்தது. நீச்சலிலும் அது இப்போது சராசரியாகத்தான் இருந்தது. ஆனால் பள்ளியில் சராசரி மதிப்பெண்கள் ஏற்றுக் கொள்ளப்பட்டதால், வாத்தைத் தவிர வேறு யாரும் அதைப் பற்றிக் கவலைப்படவில்லை.

ஓட்டத்தில் முயல் மிகச் சிறந்து விளங்கியது. ஆனால் அதற்கு சரியாக நீந்த வராததால், அதிகமாக நீச்சல் பயிற்சி எடுத்துக் கொள்ள வேண்டியதாயிற்று. அளவுக்கதிகமான பயிற்சியின் காரணமாக அதற்கு நரம்புத் தளர்ச்சி ஏற்பட்டது.

ஏறுவதில் அணில் தலைசிறந்து விளங்கியது. ஆனால், பறக்கும் வகுப்பில் அது விரக்தி அடைந்தது. மரத்திலிருந்து கீழே குதிப்பதற்குப் பதிலாக, அதன் ஆசிரியர் நிலத்திலிருந்து மேலே பறக்க அதைக் கட்டாயப்படுத்தினார். அளவுக்கதிகமாக முயற்சித்துத் தளர்ந்து போனதில், ஏறுவதிலும் ஓடுவதிலும்கூட அதன் திறன் சராசரியை எட்டியது.

கழுகு மிகவும் பிரச்சனை கொடுத்தது. அது தீவிர ஒழுங்குக் கட்டுப்பாட்டிற்கு ஆளானது. ஏறுவதைப் பொறுத்தவரை, அது எல்லோரையும் தோற்கடித்து மரத்தின் உச்சியைச் சென்றடைந்தது, ஆனால் தன் சொந்த வழியைப் பயன்படுத்துவதில் அது உறுதியாக இருந்தது.

அந்த வருடக் கடைசியில், இயல்புக்குப் புறம்பான ஓர் ஈல் மீன் மிக உயர்ந்த சராசரி மதிப்பெண்களைப் பெற்று வெற்றி பெற்றது. அது மிகச் சிறப்பாக நீந்தியது, ஓரளவுக்கு ஓடியது, சிறிதளவுக்குப் பறக்கவும் செய்தது.

மேய்ச்சல் காவல் நாய்கள் அந்தப் பள்ளிக்குச் செல்லவில்லை. வரிவிதிப்பை அவை எதிர்த்தன. ஏனெனில். மண்ணைத் தோண்டுவது, குழி பறிப்பது ஆகியவற்றை நிர்வாகம் பள்ளிப் பாடத்திட்டத்தில் சேர்த்துக் கொள்ளவில்லை. அவை தமது வாரிசுகளை பேட்ஜர் நாய்களிடம் உதவியாளர்களாக அனுப்பி வைத்துவிட்டு, ஒரு வெற்றிகரமான தனியார்ப் பள்ளியைத் துவக்கும் நோக்கத்துடன் கிரவுன்ட்ஹாக், கோஃபர் ஆகியவற்றுடன் கூட்டு சேர்ந்தன.

ஆற்றல் தள ஆய்வு

ஒரு சகசார்புச் சூழ்நிலையில், வளர்ச்சிக்கும் மாற்றத்திற்கும் எதிராகச் செயல்படுகின்ற எதிர்மறையான ஆற்றல்களைக் கையாள்வதில் கூட்டியக்கம் குறிப்பாக அதிக சக்தி வாய்ந்ததாக இருக்கிறது.

சமூகவியலாளர் கர்ட் லூவின் ஓர் ‘ஆற்றல் தள ஆய்வு’ மாதிரியை உருவாக்கினார். முன்னோக்கி நகர்வதை ஊக்குவிக்கின்ற மற்றும் தூண்டுகின்ற ஆற்றல்களுக்கும் பிடித்திழுக்கும் ஆற்றல்களுக்கும் இடையேயான சமநிலைதான் தற்போதையச் செயல்பாட்டு நிலை என்று அதில் அவர் வர்ணித்துள்ளார்.

தூண்டும் ஆற்றல்கள் பொதுவாக நேர்மறையானவை, நியாயமானவை, அர்த்தமுள்ளவை, பிரக்ஞையுடையவை, பொருளாதாரரீதியானவை. பிடித்திழுக்கும் ஆற்றல்கள் பொதுவாக எதிர்மறையானவையாக, உணர்ச்சிரீதியானவையாக, அர்த்தமற்றவையாக, விழிப்புணர்வு அற்றவையாக, சமுதாயரீதியானவையாக, உளவியல்ரீதியானவையாக அமைகின்றன. இந்த இரண்டு ஆற்றல்களுமே நிஜமானவை. மாற்றத்தைக் கையாளும்போது இவை இரண்டுமே கணக்கில் எடுத்துக் கொள்ளப்பட வேண்டும்.

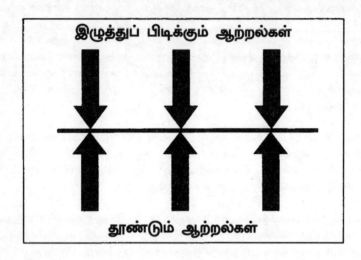

எடுத்துக்காட்டாக, ஒரு குடும்பத்தில் ஒரு குறிப்பிட்ட 'வானிலை' நிலவுவதாக வைத்துக் கொள்வோம். அக்குடும்ப உறுப்பினர்களுக்கு இடையேயான பேச்சுவார்த்தை நேர்மறையானதாகவோ எதிர்மறையானதாகவோ இருக்கலாம். தங்கள் உணர்வுகளை வெளிப்படுத்துவதிலோ அல்லது கவலை தரும் விஷயங்களைப் பற்றிப் பேசும்போதோ அவர்கள் பாதுகாப்பாக உணரலாம் அல்லது பாதுகாப்பற்றவர்களாக உணரலாம். அவர்களுடைய கருத்துப் பரிமாற்றம் மரியாதையுடன்கூடியதாகவோ அல்லது மரியாதை அற்றதாகவோ இருக்கலாம்.

அந்த நிலையை நீங்கள் உண்மையிலேயே மாற்ற விரும்பக்கூடும். அதிக நேர்மறையான, அதிக மரியாதையான, அதிக வெளிப்படையான, அதிக நம்பிக்கையான ஒரு வானிலையை நீங்கள் உருவாக்க விரும்பக்கூடும். அதைச் செய்வதற்கான உங்களது பகுத்தறிவுரீதியான காரணங்கள்தான் அந்த நிலையை உயர்த்துவதற்கு உங்களைத் தூண்டுகின்ற ஆற்றல்கள்.

ஆனால் அந்தத் தூண்டும் ஆற்றல்களை அதிகரிப்பது மட்டும் போதாது. பிடித்திழுக்கும் ஆற்றல்கள் உங்களுடைய முயற்சிகளை எதிர்க்கின்றன. குடும்பத்தில் குழந்தைகளுக்கு இடையே நிலவுகின்ற போட்டி மனப்பான்மை, உங்கள் வாழ்க்கைத் துணைவர் பக்குவப்பட்டுள்ள விதம், நீங்கள் வளர்க்கப்பட்டுள்ள விதம், உங்கள் குடும்பத்தில் உருவாகியுள்ள பழக்கங்கள், உங்கள் நேரத்தையும் ஆற்றல்களையும் எதிர்பார்த்து நிற்கின்ற வேலைகள் அல்லது பிற விஷயங்கள் போன்றவைதான் உங்கள் முயற்சிகளைப் பிடித்திழுக்கும் எதிர்மறையான ஆற்றல்கள்.

தூண்டும் ஆற்றல்களை அதிகரிப்பது சிறிது காலம்வரை சிறந்த விளைவுகளைத் தரகூடும். ஆனால், பிடித்திழுக்கும் ஆற்றல்கள் அங்கு இருக்கும்வரை, அது மேலும் மேலும் கடினமாகிறது. ஒரு ஸ்பிரிங்கை எதிர்த்துத் தள்ளுவது போன்றது இது. நீங்கள் அதை அதிக வலுவாக அழுத்த அழுத்த, அதன் வலு மேலும் அதிகரிக்கிறது.

மேலும் கீழும் செல்லுகின்ற 'யோ—யோ' விளைவு, பல முயற்சிகளுக்குப் பிறகு, 'மக்கள் அப்படித்தான் இருப்பார்கள், அவர்களை மாற்றுவது கடினம்,' என்ற உணர்வை உங்களுக்குள் தோற்றுவிக்கும்.

ஆனால் கூட்டியக்கத்தை நீங்கள் அறிமுகப்படுத்தும்போது, 4வது பழக்கத்தின் உள்நோக்கையும், 5வது பழக்கத்தின் திறமையையும், 6வது பழக்கத்தின் கருத்துப் பரிமாற்றத்தையும் 'பிடித்திழுக்கும் ஆற்றல்கள்'மீது நேரடியாகப் பயன்படுத்துகிறீர்கள். இந்த ஆற்றல்களைப் பற்றிப் பேசுவதைப் பாதுகாப்பானதாக ஆக்குகின்ற ஒரு சூழ்நிலையை நீங்கள் உருவாக்குகிறீர்கள். நீங்கள் அவற்றைத் தளர்த்தி, பிடித்திழுக்கும் அந்த ஆற்றல்களை உண்மையிலேயே தூண்டும் ஆற்றல்களாக மாற்றுகின்ற புதிய உள்நோக்குகளை உருவாக்குகிறீர்கள். மக்களைப் பிரச்சனையில் ஈடுபடுத்தி, அவர்களை அதில் மூழ்கச் செய்து, அது உண்மையிலேயே தங்களுடைய பிரச்சனை என்ற உணர்வை அவர்களுக்கு ஏற்படுத்துகிறீர்கள். எனவே, அதற்கான தீர்வின் ஓர் அங்கமாக அவர்கள் மாறுகின்றனர்.

அதன் விளைவாக, புதிய இலக்குகளும், அனைவருக்கும் பொதுவான இலக்குகளும் உருவாக்கப்படுகின்றன. யாரும் எதிர்பாத்திராத விதத்தில் ஒட்டுமொத்த அமைப்பும் மேல்நோக்கி நகர்கிறது. அந்த அசைவு தருகின்ற உற்சாகம் ஒரு புதிய கலாச்சாரத்தை உருவாக்குகிறது. அதில் சம்பந்தப்பட்டுள்ள மக்கள் பரஸ்பரம் அடுத்தவருடைய நலனில் அக்கறை கொள்கின்றனர். புதிய சிந்தனையாலும், புதிய, படைப்புத்திறனுடன்கூடிய மாற்றுத் தீர்வுகளாலும், வாய்ப்புகளாலும் அவர்கள் சக்தியூட்டப்படுகின்றனர்.

ஒருவர்மீது ஒருவர் கோபத்துடன் இருந்த, தங்கள் நிலைகளைத் தற்காத்துக் கொள்வதற்கு வழக்கறிஞர்களை நியமித்தப் பலருக்கிடையேயான பேச்சுவார்த்தைகளில் பல முறை நான் சம்பந்தப்பட்டிருக்கிறேன். இவர்களது நடவடிக்கைகள் அனைத்தும் பிரச்சனையைப் பெரிதுபடுத்துவதாகவே அமைந்தன. ஏனெனில், சட்டரீதியாக நடவடிக்கை எடுக்கப்பட்டதால் அவர்களுக்கிடையேயான கருத்துப் பரிமாற்றம் மோசமடைந்தது. அவர்களிடையே நம்பிக்கையும் மிகக் குறைந்த அளவில் இருந்ததால், நீதிமன்றத்திற்குத் தங்கள் பிரச்சனைகளை எடுத்துச் செல்வதைத் தவிர அவர்களுக்கு வேறு வழி இருக்கவில்லை.

"இரு தரப்பினரும் நல்லவிதமாக உணரக்கூடிய வகையில் 'எனக்கும் வெற்றி, உனக்கும் வெற்றி' தீர்வை அடைய நீங்கள் விரும்புகிறீர்களா?" என்று நான் கேட்பேன்.

பதில் வழக்கமாக சம்மதத்தைத் தெரிவித்தாலும், அது உண்மையிலேயே சாத்தியம் என்று பெரும்பாலான மக்கள் நினைக்கவில்லை.

"உங்களுடைய எதிர்த்தரப்பினரை சம்மதிக்க வைத்தால், அவர்களோடு உண்மையிலேயே கருத்துப் பரிமாற்றச் செயல்முறையைத் துவங்குவதற்கு நீங்கள் தயாராக இருக்கிறீர்களா?"

"ஆமாம்," என்பதுதான் வழக்கமான பதிலாக இருக்கும்.

இவர்கள் ஒவ்வொருவருடைய விஷயத்திலும் விளைவுகள் அதிசயிக்கத்தக்கவையாக இருந்து வந்துள்ளன. பல மாதங்களாக சட்டரீதியாகவும் உளவியல்ரீதியாகவும் சிக்குண்டு கிடந்த பல பிரச்சனைகள் ஒருசில மணிநேரங்களில் அல்லது ஒருசில நாட்களில் தீர்க்கப்பட்டுள்ளன. பெரும்பாலான தீர்வுகள் நீதிமன்றத்தில் ஏற்பட்ட சமரசத் தீர்வுகள் அல்ல; அவை கூட்டியக்கத் தீர்வுகள். இரு தரப்பினரும் முன்பு முன்மொழிந்த தீர்வுகளைக் காட்டிலும் சிறப்பான தீர்வுகள். பெரும்பாலானவர்களின் விஷயங்களில், குறைந்த நம்பிக்கையும், சரிசெய்ய முடியாத உரசல்களும் இருந்த உறவுகளில்கூட, உறவுகள் தொடர்ந்தன.

எங்களுடைய வளர்ச்சித் திட்டங்களில் ஒன்றில், ஓர் உயரதிகாரி ஒரு சூழ்நிலையை எங்களிடம் விவரித்தார். செயற்திறன் இல்லாமல் போனதற்காக ஒரு நீண்டகால வாடிக்கையாளர் ஓர் உற்பத்தியாளர்மீது வழக்குத் தொடுத்தார். இரு தரப்பினரும் தங்களது நிலை முற்றிலும் சரியானது என்று நினைத்தனர். அடுத்தவர்தான் நெறிமுறையின்றியும், முற்றிலும் நம்புதற்கு அரியவராகவும் இருப்பதாக இரு தரப்பினரும் கருதினர்.

5வது பழக்கத்தை அவர்கள் கடைபிடிக்கத் துவங்கியபோது, இரண்டு விஷயங்கள் தெளிவாகின. முதலில், துவக்கத்தில் ஏற்பட்டக் கருத்துப் பரிமாற்றப் பிரச்சனைகள் ஒரு தவறான புரிதலுக்கு வழிவகுத்தன. அந்தத் தவறான புரிதல் குறைகூறுதல்களாலும் பழிசுமத்துதல்களாலும் பின்னாளில் பெரிதுபடுத்தப்பட்டது. இரண்டாவதாக, துவக்கத்தில் இரு தரப்பினருமே நல்ல எண்ணத்துடனேயே நடந்து கொண்டனர். சட்டபூர்வமான நடவடிக்கைகளால் ஏற்படும் செலவையும் பிரச்சனையையும் அவர்கள் விரும்பவில்லை. ஆனாலும் அவர்களுக்கு வேறு வழி தெரியவில்லை.

இந்த இரண்டு விஷயங்களும் தெளிவானபோது, 4வது, 5வது, மற்றும் 6வது பழக்கங்கள் இவர்கள்மீது ஆதிக்கம் செலுத்தத் துவங்கின. பிரச்சனை விரைவில் தீர்க்கப்பட்டு, உறவு தொடர்ந்து செழிப்புற்றுக் கொண்டிருக்கிறது.

வேறொரு சூழலில், ஒருநாள் அதிகாலையில் எனக்கு ஒரு தொலைபேசி அழைப்பு வந்தது. ரியல் எஸ்டேட் தொழிலில் ஈடுபட்டிருந்த ஒருவர் அவசர உதவி கேட்டு எனக்கு விடுத்த அழைப்பு அது. அவருக்குக் கடன் கொடுத்திருந்த வங்கி, அவர் தனது அசல் மற்றும் வட்டியைச் செலுத்தத் தவறியதால், அவரது கணக்கைத் தீர்த்து,

அவரது நிலத்தை எடுத்துக் கொள்ளப் போவதாக அவரிடம் தெரிவித்திருந்தது. ஆனால் அவர் அதை எதிர்த்து அந்த வங்கியின்மீது வழக்குத் தொடர்ந்தார். நிலத்தைத் தயார் செய்து, சந்தையில் அதை விற்று, வங்கிக் கடனை அடைப்பதற்கு அவருக்குக் கூடுதல் நிதி தேவைப்பட்டது. ஆனால், ஏற்கனவே செலுத்தாமல் இருந்த வட்டியைக் கட்டினால்தான் கூடுதல் நிதி கொடுப்பது பற்றித் தங்களால் யோசிக்க முடியும் என்று அந்த வங்கி அறிவித்தது.

இதற்கிடையே, அந்தப் பணித்திட்டம் பாதியில் விடப்பட்டிருந்தது. தெருக்கள் களைகள் நிறைந்த வயல்களைப்போல் காட்சியளித்தன. அப்பகுதியில் கட்டப்பட்டிருந்த சில வீடுகளின் உரிமையாளர்கள் தங்கள் நிலங்களின் மதிப்பு குறைவதைக் கண்டு கோபம் கொண்டனர். நகரின் முக்கியப் பகுதியில் நில மேம்பாட்டுத் திட்டப் பணி குறித்த நேரத்தில் நிறைவேறாமல் இருந்ததைக் கண்டு அந்த ஒட்டுமொத்த நகரமும் ஏமாற்றமடைந்தது. வழக்கிற்காக ஏற்கனவே பல்லாயிரக்கணக்கான டாலர்கள் பணத்தை அந்த வங்கி செலவிட்டிருந்தது. நீதிமன்றத்திற்கு அந்த வழக்கு விசாரணைக்கு வருவதற்குப் பல மாதங்கள் இருந்தன.

வேறு வழியின்றி, இந்த ரியல் எஸ்டேட் நபர் 4வது, 5வது, மற்றும் 6வது பழக்கங்களை முயற்சித்துப் பார்க்க ஒப்புக் கொண்டார். இவருக்கு நிதியுதவி வழங்கத் தயாராக இல்லாத, அந்த வங்கியைச் சேர்ந்த சில உயரதிகாரிகளோடு ஒரு சந்திப்பை இவர் ஏற்பாடு செய்திருந்தார்.

சந்திப்புக் கூட்டம் காலை எட்டு மணிக்குத் துவங்கியது. வங்கியின் ஒரு கான்ஃபரன்ஸ் அறையில் அக்கூட்டம் நடைபெற்றது. அங்கு நிலவிய இறுக்கமும் நம்பிக்கையின்மையும் வெளிப்படையாகத் தெரிந்தன. வங்கியின் சார்பில் ஆஜராகியிருந்த வழக்கறிஞர், வங்கி அதிகாரிகள் எதுவும் பேசக் கூடாது என்று கூறியிருந்தார். அவர்கள் வெறுமனே கவனிக்க வேண்டும், அந்த வழக்கறிஞர் மட்டுமே பேசுவார் என்று ஒப்புக் கொள்ளப்பட்டு இருந்தது. நீதிமன்றத்தில் வங்கியின் நிலைக்கு ஏதேனும் பாதிப்பை ஏற்படுத்தக்கூடிய எதுவும் அந்தக் கூட்டத்தில் நிகழ்வதை அவர் விரும்பவில்லை.

முதல் ஒன்றரை மணிநேரம், நான் 4வது, 5வது, மற்றும் 6வது பழக்கங்களைக் கற்றுக் கொடுத்தேன். நான் அங்கிருந்த கரும்பலகைக்குச் சென்று, எங்களுடைய முந்தையப் புரிதலின் அடிப்படையில் அந்த வங்கியின் கவலைகளையும் பிரச்சனைகளையும் அப்பலகையில் எழுதினேன். துவக்கத்தில் அந்த வங்கி உயரதிகாரிகள் எதுவுமே கூறவில்லை. ஆனால், 'எனக்கும் வெற்றி, உனக்கும் வெற்றி' என்ற எங்களது நோக்கத்தை நாங்கள் அதிகமாக எடுத்துரைத்து, முதலில் அவர்களைப் புரிந்து கொள்வதற்கு நாங்கள் முயற்சித்தபோது, அவர்கள் அதிக வெளிப்படையாக விளக்கமளித்தனர், தெளிவுபடுத்தினர்.

தாங்கள் புரிந்து கொள்ளப்படுகிறோம் என்ற உணர்வு அவர்களுக்கு ஏற்பட்டபோது, அந்த ஒட்டுமொத்தச் சூழலும் மாறியது. பிரச்சனை சுமூகமான முறையில் அமைதியாகத் தீர்க்கப்படுவதற்கான வாய்ப்பு இருந்தது குறித்து அவர்கள் உற்சாகம் கொண்டது வெளிப்படையாகத்

தெரிந்தது. அவர்களது வழக்கறிஞரின் எதிர்ப்பையும் தாண்டி, அந்த அதிகாரிகள் அதிகமாக மனம்விட்டுப் பேசினர், தங்களுடைய தனிப்பட்டக் கவலைகள் உட்பட. "நாங்கள் இங்கிருந்து வெளியேறியவுடன் எங்கள் வங்கித் தலைவர் எங்களிடம் கேட்கும் முதல் கேள்வி இதுவாகத்தான் இருக்கும்: 'நம்முடைய பணம் நமக்குக் கிடைத்துவிட்டதா?' அதற்கு நாங்கள் என்ன பதில் கூறப் போகிறோம்?"

பதினோரு மணியளவில், வங்கியின் உயரதிகாரிகள் தங்கள் நிலை சரி என்பதில் இன்னும் உறுதியாக இருந்தனர். ஆனால் தாங்கள் புரிந்து கொள்ளப்பட்டிருந்ததாக அவர்கள் உணர்ந்தனர். எனவே அவர்கள் தங்களைத் தற்காத்துக் கொள்ளவோ எரிச்சலூட்டவோ முயற்சிக்கவில்லை. அக்கணத்தில், அவர்கள் அந்த ரியல் எஸ்டேட் நபரின் பிரச்சனைகளைக் காதுகொடுத்துக் கேட்கத் தயாராக இருந்தனர். கரும்பலகையின் மறு பக்கத்தில் நாங்கள் அவற்றைப் பட்டியலிட்டிருந்தோம். இது ஆழமான பரஸ்பரப் புரிதலுக்கு வழிவகுத்தது. துவக்கத்தில் மோசமான கருத்துப் பரிமாற்றத்தால் தவறான புரிதலும் நடைமுறைக்கு ஒத்து வராத எதிர்பார்ப்புகளும் ஏற்பட்டன என்றும், அதைத் தொடர்ந்து வந்த பெரிய பிரச்சனைகளை 'எனக்கும் வெற்றி, உனக்கும் வெற்றி' அணுகுமுறையால் எளிதாகத் தவிர்த்திருக்க முடியும் என்றும் அவர்கள் அனைவரும் உணர்ந்தனர்.

அவர்கள் அனைவருக்கும் இடையே நிலவிய நாட்பட்டத் தீவிர வலியும், உண்மையிலேயே பிரச்சனையைத் தீர்க்க வேண்டும் என்ற உணர்வும் அவர்கள் ஒருவரோடு ஒருவர் கருத்துக்களைப் பரிமாறுவதற்கு ஊக்கமளித்தன. மதியத்தில், அந்த சந்திப்புக் கூட்டம் நிறைவடைந்த நேரத்தில், அவர்கள் நேர்மறையானவர்களாகவும், படைப்புத்திறன் மிக்கவர்களாகவும், கூட்டாக இயங்குபவர்களாகவும், தொடர்ந்து பேச விரும்புபவர்களாகவும் மாறியிருந்தனர்.

அந்த ரியல் எஸ்டேட் நபர் முன்வைத்த முதல் பரிந்துரையை அவர்கள் 'எனக்கும் வெற்றி, உனக்கும் வெற்றி' அணுகுமுறையின் ஒரு துவக்கமாகப் பார்த்தனர். அதன்மீது எல்லோரும் கூட்டாகச் செயல்பட்டு, அதை மேம்படுத்தினர். 12:45 மணியளவில், வீட்டு உரிமையாளர்கள் அமைப்பு மற்றும் நகரத்தாரிடம் வழங்குவதற்காக ஒரு செயற்திட்டத்துடன் அந்த ரியல் எஸ்டேட் நபரும் வங்கி உயரதிகாரிகள் இருவரும் அந்த அறையைவிட்டு வெளியேறினர். இதைத் தொடர்ந்து பல சிக்கல்கள் உருவானபோதும், சட்டரீதியான நடவடிக்கைகள் கைவிடப்பட்டன, கட்டுமானப் பணி வெற்றிகரமாக முடிந்தது.

சட்டபூர்வமான நடவடிக்கைகளை மேற்கொள்ள வேண்டாம் என்று நான் பரிந்துரைக்கவில்லை. சில சூழ்நிலைகளில் அது தவிர்க்க முடியாததாக இருக்கும். ஆனால், அதைக் கடைசி ஆயுதமாக நான் பார்க்கிறேன். அதை வெகு முன்னதாகவே பயன்படுத்தினால், தடுப்பு முயற்சியாக இருந்தாலும்கூட, சில சமயங்களில் பயமும் சட்டக் கருத்துக் கண்ணோட்டமும், கூட்டியக்க முறையில் அமையாத எண்ணங்களையும் செயல்முறைகளையும் உருவாக்கும்.

இயற்கையில் உள்ள அனைத்தும் கூட்டியக்கமே

சூழலியல் என்ற வார்த்தை இயற்கையில் உள்ள கூட்டியக்கத்தை விவரிப்பதுதான். இயற்கையில் உள்ள ஒவ்வொன்றும் பிற அனைத்துடனும் தொடர்பு கொண்டுள்ளன. அந்த உறவில்தான் படைப்பு சக்திகள் உச்சபட்ச நிலையை அடைகின்றன. இந்த ஏழு பழக்கங்களிலும் உள்ள உண்மையான சக்தி இவை ஒவ்வொன்றும் மற்றப் பழக்கங்களோடு கொண்டுள்ள உறவில்தான் இருக்கிறதே தவிர, வெறுமனே தனித்தனிப் பழக்கங்களில் அல்ல.

பாகங்களின் உறவு ஒரு நிறுவனத்திற்குள் அல்லது ஒரு குடும்பத்திற்குள் கூட்டியக்கக் கலாச்சாரத்தை உருவாக்குவதில் உள்ள சக்தியும்கூட. ஈடுபாடு எவ்வளவு அதிக உண்மையானதாக இருக்கிறதோ, ஆய்வு செய்வதிலும் பிரச்சனைகளைத் தீர்ப்பதிலும் எவ்வளவு அதிக உண்மையான நீடித்தப் பங்கு கொள்ளுதல் இருக்கிறதோ, அனைவரது படைப்புத்திறனும், தாங்கள் படைப்பது குறித்து அவர்கள் கொண்டுள்ள அர்ப்பணிப்பும் அவ்வளவு அதிகமாக விடுவிக்கப்படுகிறது. உலக சந்தையை மாற்றியுள்ள ஜப்பானியர்களின் வியாபார அணுகுமுறையில் உள்ள சக்தியின் சாராம்சம் இதுதான் என்று நான் நம்புகிறேன்.

கூட்டியக்கம் பலனளிக்கிறது. இது ஒரு சரியான கொள்கை. அனைத்து முந்தையப் பழக்கங்களின் மணிமகுட சாதனை இதுதான். இதன் பயன் ஒரு சகசார்பு யதார்த்தத்தில் உள்ளது. குழுப்பணி, குழு உருவாக்கம், மற்றவர்களுடனான ஒற்றுமை மற்றும் படைப்புத்திறனின் உருவாக்கம் இது. ஒரு சகசார்புக் கருத்துப் பரிமாற்றத்திலோ அல்லது கூட்டியக்கச் செயல்முறையிலோ மற்றவர்களுடைய கருத்துக் கண்ணோட்டங்களை உங்களால் கட்டுப்படுத்த முடியாது என்றாலும், உங்களுடைய செல்வாக்கு வட்டத்தில் ஏராளமான கூட்டாற்றல் உள்ளது.

உங்களுடைய சொந்த உள்ளார்ந்த கூட்டாற்றல் முழுமையாக அந்த வட்டத்திற்குள் இருக்கிறது. உங்களுடைய சொந்த இயல்பின் இரு பக்கங்களையும் உங்களால் மதிக்க முடியும். அவற்றுக்கிடையேயான வேறுபாட்டை உங்களால் மதிக்க முடியும். படைப்புத்திறனை ஊக்குவிப்பதற்கு அந்த வேறுபாட்டை உங்களால் பயன்படுத்த முடியும்.

எதிர்ப்புச் சூழலில்கூட நீங்கள் உங்களுடனேயே கூட்டியக்கத்தில் ஈடுபட முடியும். அவமதிப்பை நீங்கள் தனிப்பட்ட முறையில் எடுத்துக் கொள்ள வேண்டியதில்லை. எதிர்மறை ஆற்றலில் இருந்து உங்களால் விலகி நிற்க முடியும். மற்றவர்களிடம் உள்ள நல்லதைப் பார்த்து, அதை உங்களால் பயன்படுத்த முடியும். அது எவ்வளவு வித்தியாசமானதாக இருந்தாலும்கூட, உங்கள் கண்ணோட்டத்தை மேம்படுத்துவதற்கும் விரிவுபடுத்துவதற்கும் அதை உங்களால் பயன்படுத்திக் கொள்ள முடியும்.

வெளிப்படையாகப் பேசுவதற்கு மற்றவர்களை ஊக்குவிக்கக்கூடிய விதத்தில், நீங்கள் வெளிப்படையாக இருப்பதற்கும், உங்கள் யோசனைகளையும், உணர்வுகளையும், அனுபவங்களையும் வெளிப்படுத்துவதற்கும் சகசார்புச் சூழ்நிலைகளில் நீங்கள் துணிச்சலைப் பயன்படுத்த வேண்டும்.

மற்றவர்களிடம் உள்ள வித்தியாசத்தை உங்களால் மதிக்க முடியும். யாரேனும் உங்களுடன் ஒத்துப் போக மறுக்கும்போது, "நீங்கள் வித்தியாசமாகப் பார்க்கிறீர்கள்," என்று நீங்கள் கூறலாம். நீங்கள் அவர்களோடு ஒத்துப் போக வேண்டியதில்லை. நீங்கள் வெறுமனே அவர்களுக்கு உறுதியளிக்கலாம், அவர்களைப் புரிந்து கொள்ள முயற்சிக்கலாம்.

உங்களுடைய தீர்வு, அடுத்தவருடைய 'தவறான' தீர்வு என்ற இரண்டு மாற்றுத் தீர்வுகள் மட்டுமே உங்கள் கண்களுக்குத் தெரியும்போது, கூட்டியக்கத்துடன்கூடிய ஒரு மூன்றாவது மாற்றுத் தீர்வு குறித்து நீங்கள் தேடலாம். எப்போதும் ஒரு மூன்றாவது மாற்று இருந்து கொண்டே இருக்கிறது. 'எனக்கும் வெற்றி, உனக்கும் வெற்றி' தத்துவத்தை நீங்கள் கடைபிடித்துச் செயல்பட்டால், உண்மையிலேயே புரிந்து கொள்ள முயற்சித்தால், சம்பந்தப்பட்ட அனைவருக்கும் சிறப்பாக அமையக்கூடிய ஒரு தீர்வை உங்களால் நிச்சயமாகக் கண்டுபிடிக்க முடியும்.

செயல்முறைப் பரிந்துரைகள்:

1. விஷயங்களை நீங்கள் பார்க்கும் விதத்திலிருந்து எப்போதும் வித்தியாசமாகப் பார்க்கின்ற ஒருவரைப் பற்றி நினைத்துப் பாருங்கள். அந்த வித்தியாசங்களை மூன்றாவது மாற்றுத் தீர்வுகளுக்கான படிக்கற்களாகப் பயன்படுத்துவதற்கான வழிகளைக் கருத்தில் கொள்ளுங்கள். தற்போதைய ஒரு பணித்திட்டம் அல்லது பிரச்சனை குறித்து அவரது கருத்துக்களை நீங்கள் கேட்கலாம். அவர் கூறவிருக்கும் வித்தியாசமான கண்ணோட்டத்தை மதியுங்கள்.

2. உங்களுக்கு எரிச்சலூட்டும் மக்களின் பெயர்களைப் பட்டியலிடுங்கள். உங்களிடம் அதிக உள்ளார்ந்த பாதுகாப்பும் வித்தியாசத்தை மதிக்கும் திறனும் இருக்கும்பட்சத்தில் கூட்டியக்கத்திற்கு வழிவகுக்கக்கூடிய வித்தியாசமான கண்ணோட்டங்கள் ஏதேனும் அவர்களிடம் உள்ளதா?

3. அதிக அளவிலான குழுப்பணியையும் கூட்டியக்கத்தையும் நீங்கள் விரும்பக்கூடிய ஒரு சூழ்நிலையைக் கண்டுபிடியுங்கள். கூட்டியக்கத்தை ஆதரிப்பதற்கு எந்தெந்தக் காரணிகள் இருக்க வேண்டியது அவசியம்? அவற்றை உருவாக்குவதற்கு உங்களால் என்ன செய்ய முடியும்?

4. அடுத்த முறை யாரேனும் ஒருவருடன் நீங்கள் முரண்பட்டு நிற்கும்போது அல்லது அவரை எதிர்கொள்ளும்போது, அந்த நபரின் நிலைப்பாட்டின் அடிப்படையாக உள்ள கரிசனங்களையும் கவலைகளையும் புரிந்து கொள்ள முயற்சி செய்யுங்கள். அவற்றைப் படைப்புத்திறனுடனும் பரஸ்பர நன்மை பயக்கும் வழியிலும் அணுகுங்கள்.

நான்காம் பகுதி

புதுப்பிப்பு

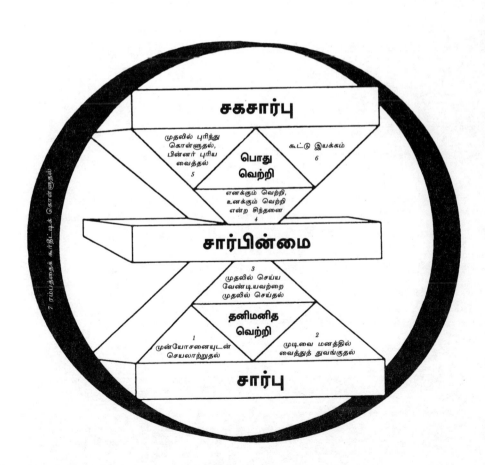

பழக்கம் 7

ரம்பத்தைக் கூர்தீட்டிக் கொள்ளுதல்

எல்லாத் தளங்களிலும் சுயபுதுப்பித்தலை மேற்கொள்வது குறித்தக் கொள்கைகள்

> *"மிகச் சிறிய விஷயங்களிலிருந்து பிரம்மாண்டமான விளைவுகள் ஏற்படுவதை சில சமயங்களில் நான் கருத்தில் கொள்ளும்போது . . .*
> *மிகச் சிறிய விஷயங்கள் என்று எதுவுமே இல்லை என்று நான் சிந்திக்க முற்படுகிறேன் . . ."*
>
> **- புரூஸ் பார்ட்டன்**

காட்டில் ஒரு மரத்தை அறுத்தெடுப்பதற்காக வியர்வை சிந்திக் கடுமையாக உழைக்கும் ஒருவரை நீங்கள் எதிர்கொள்ள நேர்வதாக வைத்துக் கொள்வோம்.

"நீங்கள் என்ன செய்து கொண்டிருக்கிறீர்கள்?" என்று நீங்கள் அவரிடம் கேட்கிறீர்கள்.

"நான் மரத்தை அறுத்துக் கொண்டிருப்பது உங்கள் கண்களுக்குத் தெரியவில்லையா?" என்று அவரிடமிருந்து பட்டென்று ஒரு பதில் வருகிறது.

"நீங்கள் மிகவும் களைத்துப் போயிருப்பது நன்றாகத் தெரிகிறது. எவ்வளவு நேரமாக நீங்கள் வேலை செய்து கொண்டிருக்கிறீர்கள்?"

"ஐந்து மணிநேரத்திற்கும் மேலாகக் கடுமையாக உழைத்துக் கொண்டிருக்கிறேன். என்னால் முடியவில்லை! இது மிகக் கடினமான வேலை."

"ஒரு சிறிய இடைவேளை எடுத்துக் கொண்டு, உங்களுடைய ரம்பத்தைக் கூர்தீட்டிக் கொண்டால் என்ன? அப்போது உங்களால் அதிக வேகமாக மரத்தை அறுக்க முடியுமல்லவா?" என்று நீங்கள் கேட்கிறீர்கள்.

"ரம்பத்தைக் கூர்தீட்டுவதற்கு எனக்கு நேரமில்லை. மரத்தை அறுப்பதில் நான் மும்முரமாக ஈடுபட்டுள்ளது உங்களுக்குத் தெரியவில்லையா?" என்று அவர் அழுத்தமாகக் கூறுகிறார்.

ரம்பத்தைக் கூர்தீட்டுவதற்கு நேரம் எடுத்துக் கொள்வதுதான் 7வது பழக்கம். ஏழு பழக்கங்கள் கருத்துக் கண்ணோட்டத்தில் இது மற்றப் பழக்கங்களைச் சூழ்ந்துள்ளது. ஏனெனில், இந்தப் பழக்கம்தான் பிற அனைத்துப் பழக்கங்களையும் சாத்தியமாக்குகிறது.

புதுப்பித்தலின் நான்கு பரிமாணங்கள்

7வது பழக்கம் என்பது தனிநபர் உற்பத்தித் திறனாகும். நீங்கள் பெற்றுள்ள மாபெரும் சொத்தான உங்களைப் பாதுகாப்பதும் மேம்படுத்துவதும்தான் இது. உடற்பரிமாணம், ஆன்மீகப் பரிமாணம், உளப் பரிமாணம், சமூகப் பரிமாணம் ஆகிய, மனித இயல்பின் நான்கு பரிமாணங்களின் புதுப்பிப்பு இது.

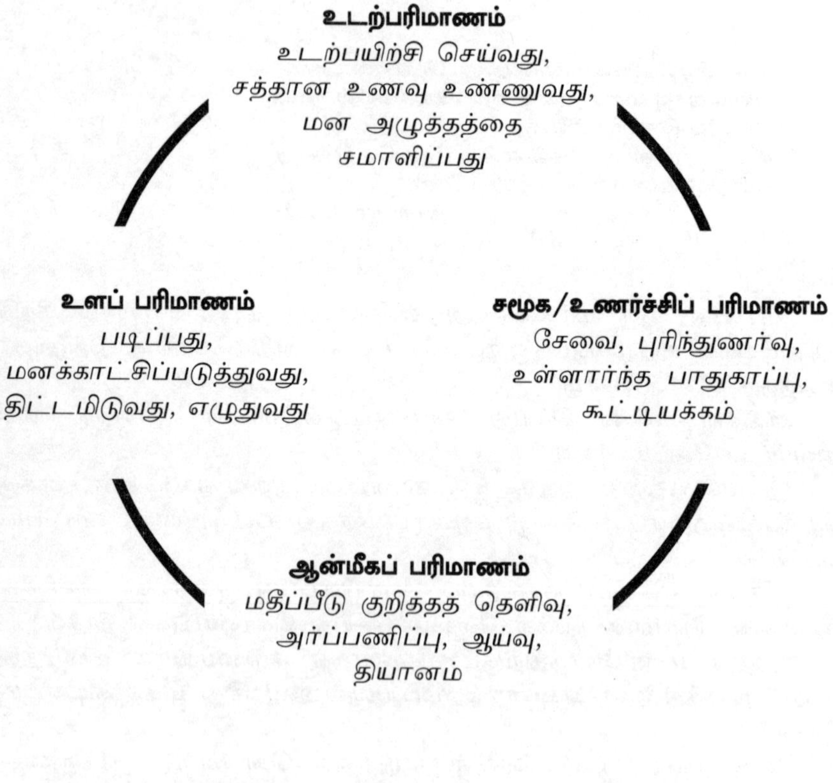

உடற்பரிமாணம்
உடற்பயிற்சி செய்வது,
சத்தான உணவு உண்ணுவது,
மன அழுத்தத்தை
சமாளிப்பது

உளப் பரிமாணம்
படிப்பது,
மனக்காட்சிப்படுத்துவது,
திட்டமிடுவது, எழுதுவது

சமூக/உணர்ச்சிப் பரிமாணம்
சேவை, புரிந்துணர்வு,
உள்ளார்ந்த பாதுகாப்பு,
கூட்டியக்கம்

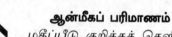

ஆன்மீகப் பரிமாணம்
மதிப்பீடு குறித்தத் தெளிவு,
அர்ப்பணிப்பு, ஆய்வு,
தியானம்

வெவ்வேறு வார்த்தைகள் பயன்படுத்தப்பட்டு இருந்தாலும், வாழ்வின் பெரும்பாலான தத்துவங்கள் இந்த நான்கு பரிமாணங்களை வெளிப்படையாகவோ அல்லது மறைமுகமாகவோ கையாள்கின்றன. ஆரோக்கியமான சமநிலையுடைய வாழ்க்கையை, கண்ணோட்டம் (ஆன்மீகப் பரிமாணம்), தன்னாட்சி (உளப் பரிமாணம்), பிணைப்பு (சமூகப் பரிமாணம்), தொனி (உடற்பரிமாணம்) ஆகிய நான்கு மதிப்பீடுகளைச் சுற்றி ஹெர்ப் ஷெப்பர்டு என்ற தத்துவவியலாளர் விவரிக்கிறார். ஓட்டத்திற்கான ஆசானான ஜார்ஜ் ஷீனன் நாம் வகிக்கும் நான்கு பங்குகளை இவ்வாறு விவரிக்கிறார்: ஒரு நல்ல விலங்காக இருப்பது (உடற்பரிமாணம்), ஒரு நல்ல கைவினைக் கலைஞனாக இருப்பது (உளப் பரிமாணம்), ஒரு நல்ல நண்பனாக இருப்பது (சமூகப் பரிமாணம்) மற்றும் ஒரு புனிதராக இருப்பது (ஆன்மீகப் பரிமாணம்). ஆழ்ந்த ஊக்குவிப்பு மற்றும் நிறுவனக் கோட்பாடு பின்வரும் நான்கு பரிமாணங்களை அல்லது ஊக்குவிப்பை அரவணைத்துக் கொள்கிறது: பொருளாதாரரீதியானது (உடற்பரிமாணம்); மக்கள் எவ்வாறு நடத்தப்படுகிறார்கள் (சமூகப் பரிமாணம்); மக்கள் எவ்வாறு உருவாக்கப்படுகிறார்கள், பயன்படுத்தப்படுகிறார்கள் (உளப் பரிமாணம்); நிறுவனம் வழங்குகின்ற சேவை, வேலை, மற்றும் பங்களிப்பு (ஆன்மீகப் பரிமாணம்).

'ரம்பத்தைக் கூர்தீட்டுவது' என்பது இந்த நான்கு ஊக்குவிப்புகளையும் வெளிப்படுத்துவது என்று பொருள்படும். அதாவது, நம்முடைய இயல்பின் நான்கு பரிமாணங்களையும் அறிவார்ந்த, சமநிலையுடன்கூடிய வழிகளில் முறையாகவும் தொடர்ச்சியாகவும் கடைபிடித்து ஒழுகுவது என்பதாகும்.

இதைச் செய்வதற்கு நாம் முன்யோசனையுடன் செயல்பட வேண்டியது அவசியம். ரம்பத்தைக் கூர்தீட்டுவதற்கு நேரம் எடுத்துக் கொள்வது ஒரு நிச்சயமான இரண்டாவது கால்சதுரப் பகுதி நடவடிக்கையாகும். இரண்டாவது கால்சதுரப் பகுதியின்மீது நிச்சயமாக நடவடிக்கை எடுக்கப்பட்டாக வேண்டும். தன்னுடைய அவசர நிலை காரணமாக, முதலாவது கால்வட்டப் பகுதி நம்மீது செயல்படுகிறது. தனிநபர் உற்பத்தித் திறன் நமது இரண்டாவது இயல்பாக மாறும்வரை, ஓர் ஆரோக்கியமான அடிமைத்தனமாக ஆகும்வரை, அது தொடர்ந்து வலியுறுத்தப்பட்டாக வேண்டும். அது நம்முடைய செல்வாக்கு வட்டத்தின் மையத்தில் இருப்பதால், அதை நமக்காக வேறு யாராலும் செய்ய முடியாது. நமக்கு நாமே அதைச் செய்து கொண்டாக வேண்டும்.

நம்மீது நாம் செய்யும் முதலீடுதான் நம் வாழ்வில் நாம் செய்யக்கூடிய மிகவும் சக்திவாய்ந்த முதலீடாகும். வாழ்க்கையைக் கையாள்வதற்கும், வாழ்வில் பங்களிப்பதற்கும் நம்மிடம் உள்ள ஒரே கருவி இதுதான். நாம்தான் நம்முடைய சொந்தச் செயற்திறனுக்கான கருவி. நாம் ஆற்றலோடு செயல்பட விரும்பினால், அந்த நான்கு வழிகளிலும் நம்மைக் கூர்தீட்டிக் கொள்வதற்கு முறையாக நேரத்தை எடுத்துக் கொள்வதன் முக்கியத்துவத்தை நாம் அங்கீகரித்தாக வேண்டும்.

உடற்பரிமாணம்

உடற்பரிமாணம் என்பது நமது உடலைச் சிறப்பாகப் பேணிப் பராமரிப்பதை உள்ளடக்கியது. சரியான வகை உணவுகளை உண்ணுவது, போதுமான ஓய்வையும் ஆசுவாசத்தையும் பெறுவது, முறையாக உடற்பயிற்சி செய்வது ஆகியவை இதில் அடங்கும்.

அவரசமற்றது என்பதால் நம்மில் பெரும்பாலானவர்கள் தொடர்ச்சியாக செய்யத் தவறுகின்ற இரண்டாவது கால்சதுரப் பகுதி நடவடிக்கை உடற்பயிற்சிதான். நாம் அதைச் செய்யத் தவறுவதால், நாளடைவில் நாம் முதலாவது கால்சதுரப் பகுதியில் வந்து சேர்ந்துவிடுகிறோம். நம்முடைய புறக்கணிப்பினால் இயல்பாக விளைகின்ற ஆரோக்கியம் தொடர்பான பிரச்சனைகளையும் நெருக்கடிகளையும் நாம் சமாளிக்க வேண்டியதாகிறது.

உடற்பயிற்சி செய்வதற்குப் போதுமான நேரம் இல்லை என்று நம்மில் பெரும்பாலானவர்கள் நினைக்கிறோம். இது சிதைவடைந்த கருத்துக் கண்ணோட்டம். உடற்பயிற்சி செய்யாமல் இருப்பதற்குத்தான் நமக்கு நேரமில்லை. ஒரு வாரத்தில் மூன்றிலிருந்து ஆறு மணிநேரம் உடற்பயிற்சி செய்வது நமது குறைந்தபட்சத் தேவை. வாரத்தில் 162 —165 மணிநேரம் நாம் ஈடுபடும் பிற நடவடிக்கைகளின்மீது இந்த உடற்பயிற்சி ஏற்படுத்தும் நேர்மறையான தாக்கத்தைக் கருத்தில் கொள்ளும்போது, இந்தக் குறைந்தபட்ச நேரம் ஒன்றும் அளவுக்கு மீறியதாகத் தெரியவில்லை.

இதைச் செய்வதற்கு உங்களுக்கு எந்தவொரு சிறப்பான உடற்பயிற்சிக் கருவியும் தேவையில்லை. உடற்பயிற்சி நிலையத்திற்குச் சென்று அங்குள்ள கருவிகளைப் பயன்படுத்துவது அல்லது டென்னிஸ் போன்ற திறமையான விளையாட்டுகளில் ஈடுபடுவது கூடுதல் பலனளிக்கும் என்றாலும்கூட, ரம்பத்தைக் கூர்தீட்டுவதற்கு இவை எதுவும் தேவை இல்லை.

ஒரு நல்ல உடற்பயிற்சித் திட்டம் என்பது நீங்கள் உங்கள் சொந்த வீட்டிலேயே இருந்து செய்யக்கூடிய ஒன்று. தாக்குப்பிடிக்கும் தன்மை, நெகிழ்வுத்தன்மை, வலிமை ஆகிய மூன்று பகுதிகளில் உங்களுடைய உடலை உருவாக்கும் திட்டம் அது.

தாக்குப்பிடிக்கும் தன்மை என்பது இதயத்திற்கும் நுரையிரலுக்கும் வலுவூட்டும் உடற்பயிற்சிகளில் இருந்து வருகிறது, ரத்த ஓட்டச் செயற்திறனிலிருந்து வருகிறது. உங்கள் உடல் நெடுகிலும் ரத்த ஓட்டம் சீராக இருப்பதைப் பார்த்துக் கொள்கின்ற உங்கள் இதயத்தின் திறன் அது.

உங்கள் இதயம் ஒரு தசை என்றாலும், அதை நேரடியாகப் பயிற்றுவிக்க முடியாது. உடலில் உள்ள பெரிய தசை அமைப்புகள், குறிப்பாகக் காலில் உள்ள தசைகள் மூலமாகத்தான் அதற்குப் பயிற்சியளிக்க முடியும். அதனால்தான், வேகமாக நடப்பது, ஓடுவது, சைக்கிள் ஓட்டுவது, நீந்துவது, பனிச்சறுக்கு விளையாடுவது போன்றவை அதிகப் பலனளிக்கும் நடவடிக்கைகளாக உள்ளன.

ஒரு நிமிடத்திற்கு நூறு முறைவரை உங்கள் இதயத்துடிப்பை அதிகரித்து, அதை முப்பது நிமிடத்திற்கு அதே நிலையில் உங்களால்

வைத்திருக்க முடிந்தால், நீங்கள் குறைந்தபட்ச திடகாத்திரத்துடன் இருப்பதாகக் கருதப்படுகிறது.

உங்கள் இதயத்துடிப்பைக் குறைந்தது உங்களுடைய உச்சபட்சத் துடிப்பில் அறுபது சதவீதம்வரை உங்களால் உயர்த்த முடிய வேண்டும். 220லிருந்து உங்கள் வயதைக் குறைத்தால் வரும் எண்தான் உங்கள் உச்சபட்ச இதயத்துடிப்பு என்று பொதுவாக ஏற்றுக் கொள்ளப்பட்டுள்ளது. எனவே, நீங்கள் 40 வயது நிரம்பியவராக இருந்தால், உங்கள் உச்சபட்ச இதயத்துடிப்பு 180ஆக இருக்கும். அதனால் நீங்கள் 180ல் 60 சதவீதமான 108 துடிப்பிற்கு முயற்சிக்க வேண்டும்.

நெகிழ்வுத்தன்மை சில உடல்நீட்சிப் பயிற்சிகளிலிருந்து வருகிறது. இதயத்திற்கும் நுரையிரலுக்கும் வலுவூட்டும் பயிற்சிகளைத் துவங்குவதற்கு முன் ஒருசில கடினமற்ற உடற்பயிற்சிகளைச் செய்து உடலை ஒரு தயார்நிலைக்குக் கொண்டுவர வேண்டும் என்று பெரும்பாலான வல்லுனர்கள் பரிந்துரைக்கின்றனர்.

வலிமை என்பது உபகரணங்கள் இன்றி வெறும் உடலை வைத்தே செய்யப்படும் தசை எதிர்ப்புப் பயிற்சிகளிலிருந்து வருகிறது. வலிமையை உருவாக்குவதில் நீங்கள் எவ்வளவு தீவிரமாக இருக்கிறீர்கள் என்பது உங்களுடைய சூழ்நிலையைப் பொறுத்தது. நீங்கள் கடுமையான உடலுழைப்பில் ஈடுபடுபவராகவோ அல்லது தடகள விளையாட்டுக்களில் ஈடுபடுபவராகவோ இருந்தால், வலிமையை அதிகரித்துக் கொள்வது உங்களுடைய திறமையை மேம்படுத்தும். நீங்கள் ஒரே இடத்தில் உட்கார்ந்து வேலை செய்பவராக இருந்து, உங்களது வாழ்க்கைமுறைக்கு அதிக வலிமை தேவை இல்லையென்றால், இதயத்திற்கும் நுரையிரலுக்கும் வலுவூட்டும் பயிற்சி மற்றும் உடல்நீட்சிப் பயிற்சிகளோடு சேர்த்து சிறிதளவு வலிமையேற்றுதல் பயிற்சி மட்டும் செய்தால் போதுமானது.

நான் ஒரு சமயம் ‘உடற்பயிற்சி உளவியலில்’ முனைவர் பட்டம் பெற்றிருந்த என் நண்பர் ஒருவரோடு ஓர் உடற்பயிற்சி நிலையத்திற்குச் சென்றிருந்தேன். அங்கு அவர் தன் உடல்வலிமையை அதிகரிக்கும் உடற்பயிற்சிகளில் தன் முழுக்கவனத்தையும் செலுத்திக் கொண்டிருந்தார். அவர் பெஞ்ச் பிரஸ் எனப்படும், சாய்வாகப் படுத்த நிலையில் எடைகளைத் தூக்கும் ஓர் உடற்பயிற்சியைச் செய்யத் தயாராகிக் கொண்டிருந்தார். தன்னைக் கவனமாகக் கண்காணிக்குமாறும், தான் தூக்கிக் கொண்டிருந்த எடைகளைத் தான் கேட்கும்போது நான் இறக்கி வைக்க வேண்டும் என்றும் அவர் என்னிடம் கேட்டுக் கொண்டார். “ஆனால் நான் சொன்னால் ஒழிய என் எடைகளை என்னிடம் இருந்து தூக்கிவிடாதீர்கள்,” என்று அவர் கண்டிப்புடன் கூறினார்.

அதனால் நானும் அவரை மிகவும் கவனமாகக் கண்காணித்துக் கொண்டு எடைகளை அவரிடம் இருந்து இறக்கி வைப்பதற்காகத் தயாராகக் காத்துக் கொண்டிருந்தேன். எடை மேலேயும் கீழேயும் போய்க் கொண்டும் வந்து கொண்டும் இருந்தது. அவரது முயற்சி கடினமாகிக் கொண்டு வந்ததை நான் கவனித்துக் கொண்டிருந்தேன். அவர் எடையை

உயர்த்தத் தயாராகும்போது, "கண்டிப்பாக இம்முறை அவரால் முடியாது," என்று நான் நினைத்துக் கொள்வேன். ஆனால் அவர் அதைச் செய்துவிடுவார். பின்னர் அதை மெதுவாகக் கீழே கொண்டு வருவார். மறுபடியும் தூக்குவார். மேலே, கீழே, மேலே, கீழே என்று அது தொடர்ந்து கொண்டே இருந்தது.

கடைசியாக நான் அவரது முகத்தைப் பார்த்தபோது, அவரது கடின முயற்சியின் காரணமாக அவரது முகத்தில் இரத்த நாளங்கள் வெடித்துவிடுவதுபோலப் புடைத்துக் கொண்டிருந்தன. "இப்போது எடை அவரது நெஞ்சின்மீது விழுந்து அவரை அமுக்கப் போகிறது. நாமே முன்வந்து அவரது எடையை இறக்கி வைத்துவிட வேண்டியதுதான். ஒரு வேளை அவர் தன் கட்டுப்பாட்டை இழந்துவிட்டாரோ அல்லது தான் என்ன செய்து கொண்டிருக்கிறோம் என்பதை அவர் மறந்து விட்டோரோ," என்று நான் அஞ்சினேன். ஆனால் அவர் பாதுகாப்பாக எடையைக் கீழே கொண்டு வந்துவிட்டார். பின்னர் அதை மீண்டும் மேலே தூக்கினார். என்னால் நம்பவே முடியவில்லை.

ஒருவழியாக எடையைக் கீழே இறக்கி வைக்குமாறு அவர் என்னிடம் கூறினார். நான் அதை இறக்கி வைத்துவிட்டு அவரிடம், "நீங்கள் ஏன் அவ்வளவு தூரம் தாமதித்தீர்கள்?" என்று கேட்டேன்.

"கிட்டத்தட்ட உடற்பயிற்சியின் அனைத்துப் பலன்களும் கடைசியில்தான் வருகின்றன. நான் உடல்வலுவை அதிகரிக்க முயன்று வருகிறேன். தசை நார்கள் கிழிபட்டு, நரம்பு இழைகள் வலியை அனுபவிக்காதவரை அது நிகழப் போவதில்லை. பின்னர், இயற்கை அதை ஈடுகட்டும் விதமாக அடுத்த 48 மணி நேரத்திற்குள் அந்தத் தசை நார்களை வலுவடையச் செய்துவிடும்," என்று கூறினார்.

அவர் கூற வந்த கருத்தை என்னால் புரிந்து கொள்ள முடிந்தது. பொறுமை போன்ற உணர்ச்சிரீதியான தசைகளுக்கும் அக்கொள்கை பொருந்தும். உங்களுடைய பொறுமையின் கடந்தகால எல்லையை நீங்கள் கடந்து செல்லப் பயிற்சி செய்யும்போது, அந்த உணர்ச்சிரீதியான தசை கிழிபடுகிறது. இயற்கை அதை ஈடுகட்ட முயல்வதால், அடுத்த முறை அந்தத் தசை வலுவாக ஆகிவிடுகிறது.

என்னுடைய நண்பர் தன் தசை வலிமையை அதிகரிக்க விரும்பினார். அதை எவ்வாறு செய்ய வேண்டும் என்பதையும் அவர் அறிந்திருந்தார். ஆனால் ஆற்றலோடு செயல்படுவதற்கு நாம் அனைவரும் அத்தகைய வலிமயை உருவாக்க வேண்டிய அவசியமில்லை. 'வலி இல்லையேல், லாபம் இல்லை' என்பது சில சூழல்களில் பொருத்தமானதாக இருந்தாலும், ஓர் ஆற்றல்மிக்க உடற்பயிற்சித் திட்டத்தின் ஜீவநாடி அதுவல்ல.

ரம்பத்தைக் கூர்தீட்டுவது, அதாவது, வேலை செய்வதற்கும், நம்மைப் பொருத்திக் கொள்வதற்கும், மகிழ்ச்சியாக இருப்பதற்குமான நமது திறனைப் பேணுவதற்கும் மேம்படுத்துவதற்கும் உதவுகின்ற வகையில் நம்முடைய உடலை முறையாக உடற்பயிற்சி செய்வதுதான் உடற்பரிமாணத்தைப் புதுப்பிப்பதன் சாராம்சம்.

ஓர் உடற்பயிற்சித் திட்டத்தை உருவாக்குவதில் நாம் புத்திசாலித்தனத்துடன் செயல்பட வேண்டியது அவசியம். நீங்கள் இதுவரை உடற்பயிற்சியில் ஈடுபட்டதே இல்லை என்றால், அளவுக்கதிகமாக உடற்பயிற்சி செய்வதற்கு நீங்கள் முற்படக்கூடும். அது தேவையற்ற வலியையும், காயத்தையும், நிரந்தரமான பாதிப்பையும்கூட ஏற்படுத்தக்கூடும். எனவே, உடற்பயிற்சியை மெதுவாகத் துவங்குவது நல்லது. எந்தவோர் உடற்பயிற்சித் திட்டமும் சமீபத்திய ஆய்வுகள் கண்டறிந்துள்ள விஷயங்களோடும், உங்களது மருத்துவரின் பரிந்துரைகளோடும், உங்களுடைய சொந்த விழிப்புணர்வோடும் இணக்கமாக இருக்க வேண்டும்.

நீங்கள் இதுவரை உடற்பயிற்சி செய்தது இல்லை என்றால், உங்கள் உடல் இந்த மாற்றத்திற்கு எதிர்ப்புத் தெரிவிக்கும். அது தன் சௌகரிய நிலையை விட்டுக் கொடுக்க விரும்பாது. முதலில் உங்களுக்கு இப்பயிற்சி அவ்வளவாகப் பிடிக்காமல் இருக்கலாம். அதன்மீது உங்களுக்கு வெறுப்புக்கூட ஏற்படலாம். ஆனால் முன்யோசனையுடன் செயல்படுங்கள். உடற்பயிற்சியைத் துவங்குங்கள். காலையில் மழை பெய்து கொண்டிருந்தால்கூட, நீங்கள் திட்டமிட்டுள்ளபடி ஓடுங்கள். “ஆஹா! மழை பெய்கிறது! என்னுடைய உடலையும் மனஉறுதியையும் உருவாக்குவதற்கு உகந்த சூழல் இது!” என்று கூறுங்கள்.

நீங்கள் இங்கு உடனடித் தீர்வைக் கையாண்டு கொண்டிருக்கவில்லை. மிகச் சிறந்த நீண்டகால விளைவுகளைப் பெற்றுத் தரக்கூடிய ஓர் இரண்டாம் கால்சதுரப் பகுதி நடவடிக்கையைத்தான் இங்கு நீங்கள் கையாண்டு கொண்டிருக்கிறீர்கள். தொடர்ந்து உடற்பயிற்சி செய்து வரும் ஒருவரிடம் இது பற்றிக் கேட்டுப் பாருங்கள். மெல்ல மெல்ல, உங்களுடைய ஆசுவாச இதயத்துடிப்பு குறைந்து, பிராணவாயுவைக் கையாள்கின்ற அமைப்பு முறை அதிகச் செயற்திறனுடன் செயல்படத் துவங்கும். அதிக சிரமமான காரியங்களைச் செய்வதற்கான உங்களது உடலின் திறனை நீங்கள் அதிகரிக்கும்போது, உங்களுடைய வழக்கமான நடவடிக்கைகள் சௌகரியமாகவும் இனிமையாகவும் இருப்பதை நீங்கள் காண்பீர்கள். மதிய நேரத்திலான உங்களுடைய ஆற்றல் அதிகரிக்கும். உடற்பயிற்சி செய்வதற்கு நீங்கள் களைப்பாக உணர்ந்தது போக, நீங்கள் செய்யும் அனைத்துக் காரியங்களையும் அதிக ஆற்றலோடு செய்வதற்குத் தேவையான புதிய தெம்பு உங்களிடம் உருவாகியிருக்கும்.

உடற்பயிற்சி செய்வதன் மூலம் நீங்கள் அனுபவிக்கக்கூடிய மிகப் பெரிய நன்மை, முன்யோசனையுடன் செயல்படுதல் என்னும் 1வது பழக்கத்திற்கான தசைகளின் உருவாக்கம்தான். உடற்பயிற்சி செய்வதிலிருந்து உங்களைத் தடுத்துக் கொண்டிருக்கும் அனைத்து சக்திகளுக்கும் எதிர்வினையாற்றிக் கொண்டிருப்பதற்குப் பதிலாக, சிறந்த உடல்நலத்துடன் இருப்பதன் மதிப்பின் அடிப்படையில் நீங்கள் செயல்படும்போது, உங்களைப் பற்றிய உங்களது கருத்துக் கண்ணோட்டமும், உங்கள் சுயமதிப்பும், தன்னம்பிக்கையும், நாணயமும் ஆழ்ந்த தாக்கத்திற்கு உள்ளாகும்.

ஆன்மீகப் பரிமாணம்

ஆன்மீகப் பரிமாணத்தைப் புதுப்பிப்பது உங்களுடைய வாழ்க்கைக்குத் தலைமைத்துவத்தைக் கொடுக்கிறது. இது 2வது பழக்கத்துடன் உயர்ந்த தொடர்பைக் கொண்டுள்ளது.

ஆன்மீகப் பரிமாணம் என்பது உங்களது மையம், உங்களுடைய மதிப்பீட்டு அமைப்பு குறித்த உங்கள் அர்ப்பணிப்பு. வாழ்வின் மிகவும் தனிப்பட்டப் பகுதியும், எல்லாவற்றையும்விட மிக முக்கியமான பகுதியும் இது. உங்களுக்கு உத்வேகத்தைக் கொடுத்து, உங்களை உயர்த்தி, மனிதகுலத்தின் நிலைபேறுடைய உண்மைகளுடன் உங்களை இணைக்கின்ற மூலாதாரங்களுடன் இது தொடர்பு கொண்டுள்ளது. மக்கள் இதைப் பல்வேறு விதமாகச் செய்கின்றனர்.

மறைநூல்களின்மீதான தியானத்தின் மூலமாகவும், பிரார்த்தனையின் வாயிலாகவும் நான் தினமும் எனது ஆன்மீகப் புதுப்பித்தலைக் கண்டறிகிறேன். ஏனெனில், இந்த மறைநூல்கள் என்னுடைய மதிப்பீட்டு அமைப்பு முறையைப் பிரதிநிதித்துவப்படுத்துகின்றன. நான் இவற்றைப் படித்து தியானிக்கும்போது, புதுப்பிக்கப்பட்டுள்ளதாகவும், வலுவூட்டப்பட்டுள்ளதாகவும், சேவை செய்வதற்கு என்னை மீண்டும் அர்ப்பணித்துக் கொண்டுள்ளதாகவும் உணர்கிறேன்.

தலைசிறந்த இலக்கியங்களைப் படிப்பதும், தலைசிறந்த இசையைக் கேட்பதும் இதேபோன்ற ஆன்மீகப் புதுப்பிப்பை சிலருக்குக் கொடுக்கின்றன. வேறு சிலர், இயற்கையோடு தாங்கள் கருத்துப் பரிமாறிக் கொள்வதில் இதைக் காண்கின்றனர். இயற்கையில் மெய்மறந்து நிற்பவர்களுக்கு இயற்கை தனது ஆசீர்வாதங்களைக் கொடுக்கிறது. நகரத்தின் இரைச்சலையும் முரண்பாட்டையும் ஒதுக்கிவிட்டு, இயற்கையின் இணக்கம் மற்றும் தாளத்தை நீங்கள் சுவீகரித்துக் கொள்ளும்போது, நீங்கள் புதுப்பிக்கப்படுகிறீர்கள். வெளியிலுள்ள இரைச்சலும் முரண்பாடும் மெல்ல மெல்ல உங்களது உள்ளார்ந்த அமைதியை மீண்டும் ஆக்கிரமிக்கத் துவங்கும்வரை, ஒரு குறிப்பிட்டக் காலத்திற்கு உங்களை யாராலும் தொந்தரவு செய்ய முடியாது, உங்கள் அமைதியைக் குலைக்க முடியாது.

ஆர்தர் கார்டன் தன்னுடைய சொந்த ஆன்மீகப் புதுப்பிப்பைப் பற்றிய ஓர் அற்புதமான, உள்ளார்ந்த கதையை, 'த டர்ன் ஆஃப் டைடு' என்ற ஒரு சிறிய கதையின் மூலம் பகிர்ந்து கொள்கிறார். அவரது வாழ்வில் எல்லாமே ஸ்தம்பித்துப் போயிருந்த ஒரு காலகட்டத்தைப் பற்றி அது கூறுகிறது. அவரிடம் உற்சாகம் புரண்டெழவில்லை. அவரது எழுத்து முயற்சிகள் எதுவும் பலனளிக்கவில்லை. சூழ்நிலை நாளுக்கு நாள் மோசமாகிக் கொண்டே போனது.

இறுதியில், ஒரு மருத்துவரிடமிருந்து உதவி பெறுவதென்று அவர் தீர்மானித்தார். உடல்ரீதியாக அவருக்கு எந்தப் பிரச்சனையும் இல்லை என்பதைக் கண்டுகொண்ட அந்த மருத்துவர், தன்னுடைய பரிந்துரைகளை ஒரே ஒரு நாள் மட்டும் கடைபிடிக்க அவரால் முடியுமா என்று ஆர்தர் கார்டனிடம் கேட்டார்.

ஆர்தர் கார்டன் அதற்கு சம்மதித்தார். ஒரு குழந்தையாக இருந்தபோது அவர் எந்த இடத்தில் மிகவும் மகிழ்ச்சியாக இருந்தாரோ, மறுநாள் அந்த இடத்திற்குச் சென்று, அன்று முழுவதையும் அங்கு செலவிடுமாறு அந்த மருத்துவர் ஆர்தருக்குப் பரிந்துரைத்தார். அவர் உணவு உட்கொள்ளலாம், ஆனால் யாருடனும் பேசக்கூடாது, எதையும் எழுதவோ அல்லது படிக்கவோ கூடாது, வானொலி கேட்கக்கூடாது என்று அந்த மருத்துவர் கண்டிப்பாகக் கூறினார். பிறகு நான்கு பரிந்துரைகளை வெவ்வேறு தாள்களில் எழுதி மடித்து அவரிடம் கொடுத்துவிட்டு, முதல் தாளை ஒன்பது மணிக்கும், அடுத்ததைப் பன்னிரண்டு மணிக்கும், மூன்றாவதை மூன்று மணிக்கும், நான்காவது பரிந்துரையை நான்கு மணிக்கும் பிரித்துப் பார்க்குமாறு அவர் ஆர்தரிடம் கூறினார்.

"நீங்கள் நிஜமாகத்தான் கூறுகிறீர்களா இல்லை விளையாடுகிறீர்களா?" என்று ஆர்தர் கேட்டார்.

"என்னுடைய பில் உங்கள் கைக்கு வந்தவுடன் நான் விளையாடவில்லை என்பதை நீங்கள் புரிந்து கொள்வீர்கள்," என்று அந்த மருத்துவர் பதிலளித்தார்.

எனவே அடுத்த நாள் காலையில் ஆர்தர் கார்டன் அங்கிருந்த கடற்கரைக்குச் சென்றார். மருத்துவர் கொடுத்திருந்த முதல் பரிந்துரையைப் பிரித்துப் படித்தார். 'காதுகொடுத்து கவனமாகக் கேளுங்கள்' என்று அதில் எழுதப்பட்டிருந்தது. அந்த மருத்துவருக்குப் பைத்தியம் பிடித்துவிட்டிருந்ததாக ஆர்தர் நினைத்தார். மூன்று மணிநேரம் எப்படி ஒருவரால் கவனமாகக் காதுகொடுத்துக் கேட்க முடியும்? ஆனால், மருத்துவரின் கட்டளைகளைப் பின்பற்ற அவர் ஒப்புக் கொண்டிருந்ததால், கேட்பதில் அவர் கவனம் செலுத்தத் துவங்கினார். சிறிது நேரத்திற்குப் பிறகு, முதலில் தான் கவனித்திராத பிற சத்தங்களை இப்போது அவரால் கேட்க முடிந்தது. அவர் உன்னிப்பாகச் செவிமடுக்கத் துவங்கியபோது, தான் ஒரு குழந்தையாக இருந்தபோது, கடல் தனக்குக் கற்றுக் கொடுத்திருந்த பொறுமை, மதிப்பு, விஷயங்களிடையே நிலவும் சகசார்பு ஆகிய படிப்பினைகளைப் பற்றி அவர் நினைக்கத் துவங்கினார். அவர் ஒலிகளையும், மௌனத்தையும் செவிமடுக்கத் துவங்கினார். தனக்குள் உருவாகிக் கொண்டிருந்த உள்ளார்ந்த அமைதியும் அவர் காதுகளில் விழத் துவங்கியிருந்தது.

மதியம் பன்னிரண்டு மணிக்கு, இரண்டாவது பரிந்துரையை அவர் பிரித்துப் படித்தார். 'பின்னோக்கிச் செல்ல முயற்சி செய்யுங்கள்' என்று அதில் எழுதப்பட்டிருந்தது. "எதை நோக்கிப் பின்னோக்கிச் செல்ல முயற்சிப்பது?" என்று அவர் வியந்தார். தனது குழந்தைப் பருவம் அல்லது மகிழ்ச்சியான நேரங்களைப் பற்றிய நினைவுகளை நோக்கிப் பின்னோக்கிச் செல்வதாக அது இருக்கலாம் என்று அவர் எடுத்துக் கொண்டார். அவர் தன் கடந்தகாலத்தைப் பற்றியும், தான் அனுபவித்த சிறு சிறு மகிழ்ச்சியான கணங்களைப் பற்றியும் நினைவுகூர்ந்தார். அவற்றைத் துல்லியமாக ஞாபகப்படுத்திப் பார்க்க அவர் முயற்சித்தார்.

அவ்வாறு நினைவுகூர்ந்து கொண்டிருந்தபோது, தனக்குள் ஓர் இதமான உணர்வு உருவானதை அவர் உணர்ந்தார்.

மூன்று மணிக்கு அவர் மூன்றாவது பரிந்துரையைப் பிரித்தார். முந்தைய இரண்டு பரிந்துரைகளுடன் ஒப்பிட்டபோது அது மிகவும் வித்தியாசமானதாக இருந்தது. 'உங்களுடைய உள்நோக்கங்களை ஆய்வு செய்யுங்கள்' என்று அதில் குறிப்பிடப்பட்டிருந்தது. முதலில் அவர் தன்னைத் தற்காத்துக் கொள்ள முற்பட்டார். தான் விரும்பும் விஷயங்களான வெற்றி, அங்கீகாரம், பாதுகாப்பு ஆகியவற்றைப் பற்றி அவர் நினைத்துப் பார்த்து, அவை அனைத்தையும் நியாயப்படுத்தினார். ஆனால் பிறகு, அவை எதுவுமே நல்ல உள்நோக்கங்கள் அல்ல என்ற எண்ணம் அவருக்கு உதயமாகியது. தன்னுடைய தேக்க நிலைக்கான விடை அதில் ஒளிந்திருக்கலாம் என்று அவர் நினைத்தார்.

அவர் தனது உள்நோக்கங்களை ஆழமாகக் கருத்தில் கொண்டார். அவர் தனது கடந்தகால மகிழ்ச்சியைப் பற்றி நினைத்துப் பார்த்தார். இறுதியில், அவர் தேடிக் கொண்டிருந்த விடை அவருக்குக் கிடைத்தது.

அவர் இவ்வாறு எழுதினார்: "திடீரென்று எனக்குள் ஓர் எண்ணக் கீற்று ஒளிர்விட்டது. ஒருவருடைய உள்நோக்கங்கள் தவறாக இருந்தால், எதுவுமே சரியாக இருக்க முடியாது. நீங்கள் ஒரு தபால்காரராக இருக்கலாம், முடி திருத்துபவராக இருக்கலாம், காப்பீட்டு விற்பனையாளராக இருக்கலாம், அல்லது ஓர் இல்லத்தரசியாக இருக்கலாம். இவை எதுவுமே ஒரு பொருட்டல்ல. மற்றவர்களுக்கு சேவை செய்கிறோம் என்ற உணர்வு உங்களுக்கு இருக்கும் வரை நீங்கள் உங்கள் வேலையைச் சிறப்பாகச் செய்கிறீர்கள். உங்களுக்கு உதவுவது மட்டுமே உங்களுடைய நோக்கமாக இருந்தால், அதை நீங்கள் அவ்வளவு சிறப்பாகச் செய்ய மாட்டீர்கள். புவியீர்ப்பு விதியைப் போன்ற ஒரு நிலையான விதி இது."

ஆறு மணி ஆனபோது, இறுதிப் பரிந்துரையை அவர் பிரித்துப் படித்தார். 'உங்கள் கவலைகளை மண்ணில் எழுதுங்கள்' என்று அதில் கூறப்பட்டிருந்தது. கடற்கரை மணலில் மண்டியிட்டு அமர்ந்து, அங்கு கிடந்த ஓர் உடைந்த சிப்பியை எடுத்து, அந்த மணலில் பல வார்த்தைகளை அவர் எழுதினார். பிறகு அங்கிருந்து எழுந்து சென்றார். பின்னால் திரும்பிக்கூடப் பார்க்கவில்லை; அலை அங்கு வரும் என்பதை அவர் அறிந்திருந்தார்.

ஆன்மீகப் புதுப்பிப்பிற்கு நேரத்தை முதலீடு செய்வது அவசியமாகிறது. ஆனால் இது நம்மால் புறக்கணிக்க முடியாத ஓர் இரண்டாவது கால்சதுரப் பகுதி நடவடிக்கையாகும்.

தலைசிறந்த சீர்திருத்தவாதியான மார்ட்டின் லூதர் கிங் இவ்வாறு கூறியுள்ளார்: "நான் இன்று செய்ய வேண்டிய வேலை ஏராளமாக உள்ளதால், மண்டியிட்டுப் பிரார்த்தனை செய்வதில் நான் இன்னொரு மணிநேரத்தைச் செலவிட வேண்டும்." அவரைப் பொறுத்தவரை, பிரார்த்தனை என்பது ஓர் இயந்திரத்தனமான கடமையல்ல, மாறாக, தனது ஆற்றல்களை விடுவிப்பதற்கும் பெருக்குவதற்குமான சக்தியின் மூலாதாரமாகும்.

எத்தனை அழுத்தமான சூழ்நிலைகளை எதிர்கொண்டாலும், எப்போதும் அமைதியாகவும் சாந்தமாகவும் இருந்த, தூரக் கிழக்கு நாடு ஒன்றைச் சேர்ந்த ஸென் துறவி ஒருவரிடம், "இந்த அமைதியையும் சாந்தத்தையும் எவ்வாறு உங்களால் தக்க வைத்துக் கொள்ள முடிகிறது?" என்று யாரோ ஒருவர் கேட்டார். அதற்கு அத்துறவி, "நான் என்னுடைய தியான நிலையைவிட்டு ஒருபோதும் அகன்று செல்வதில்லை," என்று பதிலளித்தார். அவர் அதிகாலையிலும் மீதமுள்ள நேரம் முழுவதிலும் தியானம் செய்தார். அக்கணங்களின் அமைதியை அவர் தன் மனத்திலும் இதயத்திலும் எப்போதும் சுமந்து சென்றார்.

நம்முடைய வாழ்வின் தலைமைத்துவ மையத்தை நாடுவதற்கும், இறுதியில் வாழ்க்கை எதைப் பற்றியது என்பதைப் பற்றி சிந்திப்பதற்கும் நாம் நேரத்தை எடுத்துக் கொள்ளும்போது, அது பிற அனைத்தின்மீதும் ஒரு குடையாக விரிகிறது; அது நம்மைப் புதுப்பிக்கிறது, நமக்குப் புத்துணர்வு அளிக்கிறது. குறிப்பாக நாம் அதற்கு நம்மை மீண்டும் அர்ப்பணித்துக் கொள்ளும்போது அது நிகழ்கிறது என்பதுதான் நாம் இங்கு கருத்தில் கொள்ள வேண்டிய விஷயம்.

அதனால்தான் ஒரு தனிப்பட்டக் குறிக்கோள் வாசகம் நமக்கு மிகவும் முக்கியம் என்று நான் நம்புகிறேன் நம்முடைய மையத்தையும் குறிக்கோளையும் பற்றிய ஆழமான புரிதல் நமக்கு இருந்தால், அதை அடிக்கடி நம்மால் புதுப்பிக்க முடியும், அதற்கு நம்மை அர்ப்பணித்துக் கொள்ள முடியும். நம்முடைய அன்றாட ஆன்மீகப் புதுப்பித்தலில், அந்த மதிப்பீடுகளுடன் இணக்கமாக உள்ள நிகழ்வுகளை மனக்காட்சிப்படுத்தி, நமது கற்பனையில் அவற்றை நாம் வாழ்ந்து பார்க்கலாம்.

சமயத் தலைவர் டேவிட் ஓ. மெக்கே இவ்வாறு கற்பித்துள்ளார்: "வாழ்வின் மாபெரும் யுத்தங்கள் ஆன்மாவின் அமைதியான அறைகளில்தான் தினமும் நடைபெறுகின்றன." அங்கு நடக்கும் யுத்தங்களில் நீங்கள் வெற்றி பெற்றால், உள்ளார்ந்த முரண்பாடுகளை உருவாக்கும் அந்த விவகாரங்களை உங்களால் தீர்க்க முடிந்தால், ஒருவித அமைதியையும், உங்களைப் பற்றிய ஓர் அறிதலையும் நீங்கள் உணர்வீர்கள். பிறகு பொது வெற்றிகள் இயல்பாகப் பின்தொடர்வதை நீங்கள் காண்பீர்கள். மற்றவர்களின் நலனை ஊக்குவிப்பதற்கும், மற்றவர்களின் வெற்றிகள் குறித்து உண்மையிலேயே மகிழ்வதற்கும் அங்கு நீங்கள் ஒத்துழைப்புடன் சிந்திப்பீர்கள்.

உளப் பரிமாணம்

நம்முடைய மன உருவாக்கம் மற்றும் படிப்பில் ஓர் ஒழுங்கு ஆகியவற்றின் பெரும்பகுதி நம்முடைய முறைசார்ந்த கல்வியின் வழியாக வருகின்றன. ஆனால் வெளியிலிருந்து நம்மீது ஒழுங்கை வலியுறுத்துகின்ற பள்ளி வாழ்க்கை முடிந்தவுடன், நம்மில் பலர் நமது மனங்களைத் தறிகெட்டு ஓட அனுமதித்துவிடுகிறோம், நல்ல விஷயங்களைப் படிப்பதை நிறுத்திவிடுகிறோம். அதோடு, நம்முடைய உத்தியோகத்திற்கு அப்பாலுள்ள எந்தவொரு புதிய விஷயத்தையும் ஆழமாக ஆய்வு செய்ய

நாம் முற்படுவதில்லை, பகுத்தறிவுரீதியாக சிந்திப்பதில்லை, எதையும் எழுதுவதில்லை. தெளிவான, திட்டவட்டமான, சுருக்கமான வார்த்தைகளில் நம்மை வெளிப்படுத்திக் கொள்வதற்கான நமது திறனை சோதித்துப் பார்க்கும் விதத்தில்கூட நாம் எதையும் எழுத முயற்சிப்பதில்லை. மாறாக, தொலைக்காட்சி பார்ப்பதில் நாம் நம்முடைய பெரும்பகுதி நேரத்தைச் செலவிடுகிறோம்.

தொலைக்காட்சி பெரும்பாலான வீடுகளில் ஒரு வாரத்திற்கு முப்பத்தைந்தில் இருந்து நாற்பத்தைந்து மணிநேரம் ஓடுவதாகத் தொடர்ச்சியான கருத்துக் கணிப்புகள் தெரிவிக்கின்றன. அது ஒரு மாணவன் ஒரு பள்ளியில் செலவிடும் நேரத்தைவிட அதிகமானது; பலர் தங்கள் வேலையில் செலவிடும் நேரத்தைவிட அதிகமானது. அதிக சக்தி வாய்ந்த சமூகமயமான தாக்கம் அது. நாம் தொலைக்காட்சி பார்க்கும்போது, அதன் ஊடாகக் கற்றுக் கொடுக்கப்படும் மதிப்பீடுகளுக்கு நாம் ஆளாக நேரிடுகிறது. அது நமக்குப் புலப்படாத, நுட்பமான வழிகளில் நம்மீது சக்தி வாய்ந்த தாக்கத்தை ஏற்படுத்துகிறது.

புத்திசாலித்தனமாகத் தொலைக்காட்சி பார்ப்பதற்கு 3வது பழக்கத்தின் ஆற்றல்மிக்க சுயநிர்வாகம் அவசியமாகிறது. உங்களுடைய குறிக்கோளுக்கும் மதிப்பீடுகளுக்கும் உதவுகின்ற, உத்வேகமும் மகிழ்ச்சியும் அளிக்கின்ற நிகழ்ச்சிகளைத் தேர்ந்தெடுத்துப் பார்ப்பதற்கு இது உங்களுக்கு ஆற்றல் வழங்குகிறது.

எங்களுடைய குடும்பத்தில், சராசரியாக ஒரு நாளுக்கு ஒரு மணிநேரம் என்ற கணக்கில், ஒரு வாரத்தில் சுமார் ஏழு மணிநேரம் மட்டுமே தொலைக்காட்சி நிகழ்ச்சிகளைப் பார்க்கிறோம். ஒரு குடும்ப சந்திப்புக் கூட்டத்தை ஏற்பாடு செய்து இது பற்றி நாங்கள் பேசினோம். தொலைக்காட்சியால் பல குடும்பங்களில் நிகழும் பிரச்சனைகளைப் பற்றிய உண்மைத் தகவல்களை நாங்கள் அதில் ஆய்வு செய்தோம். ஒரு குடும்பமாக நாங்கள் இதைப் பற்றிக் கலந்துரையாடியதால், யாரும் தங்களைத் தற்காத்துக் கொள்ள முற்படவில்லை, விவாதிக்கவும் இல்லை; மாறாக, நெடுந்தொடர் நிகழ்ச்சிகளுக்கு அடிமையாவது மற்றும் ஒரு குறிப்பிட்ட நிகழ்ச்சியைத் தொடர்ந்து பார்த்து வருவதால் மக்களுக்கு ஏற்படும் சார்பு நோய் பற்றிய விழிப்புணர்வு எங்களுக்கு ஏற்படத் துவங்கியது.

தொலைக்காட்சியில் ஒளிபரப்பப்படும் உயர்தரக் கல்வி நிகழ்ச்சிகள் மற்றும் பொழுதுபோக்கு நிகழ்ச்சிகளுக்கு நான் நன்றிக்கடன் பட்டுள்ளேன். அவற்றால் நம் வாழ்வை வளமாக்கவும், நம் குறிக்கோள்கள் மற்றும் இலக்குகளுக்கு அர்த்தமுள்ள வழிகளில் பங்களிக்கவும் முடியும். ஆனால் நம்முடைய நேரத்தை விரயம் செய்கின்ற, நம்மீது எதிர்மறையான தாக்கங்களை ஏற்படுத்துகின்ற பல நிகழ்ச்சிகள் தொலைக்காட்சியில் ஒளிபரப்பப்படுகின்றன. உடலைப் போலவே, தொலைக்காட்சியும் ஒரு நல்ல சேவகன், ஆனால் ஒரு மோசமான எஜமான். நம்முடைய குறிக்கோள்களை சாதிப்பதில் எந்தவொரு வளவசதியின் பயனையும் உச்சபட்சமானதாக ஆக்குவதற்கு நாம் 3வது பழக்கத்தைக் கடைபிடித்து, நம்மைத் திறமையாக நிர்வகித்துக் கொள்ள வேண்டியது அவசியம்.

தொடர்ச்சியான கல்வி, அதாவது, மனத்தை மெருகேற்றி விசாலப்படுத்துகின்ற தொடர்ச்சியான கல்வி உளப் புதுப்பித்தலுக்கு இன்றியமையாதது. சில சமயங்களில், வகுப்பறை ஒழுங்கும் முறையான கல்விச் செயற்திட்டங்களும் இதில் அடங்கும், ஆனால் பெரும்பாலான சமயங்களில் அப்படி அமைவதில்லை. முன்யோசனையுடன் செயல்படும் மக்களால், தங்களைப் பயிற்றுவித்துக் கொள்வதற்குப் பல்வேறு வழிகளைத் தாங்களாகவே கண்டுபிடிக்க முடியும்.

தன்னிலிருந்து விலகி நின்று, தனது சொந்தச் செயற்திட்டத்தை ஆய்வு செய்வதற்கு நம் மனத்தைப் பயிற்றுவிப்பது மிக மிக அவசியம். என்னைப் பொறுத்தவரை இதுதான் சுதந்திரக் கல்விக்கான வரையறை — பெரிய கேள்விகள், குறிக்கோள்கள், மற்றும் பிற கருத்துக் கண்ணோட்டங்கள் ஆகியவற்றுக்கு எதிராக வாழ்வின் செயற்திட்டங்களை ஆய்வு செய்வதற்கான திறன். அப்படிப்பட்டக் கல்வி இல்லாமல் மேற்கொள்ளப்படும் பயிற்சிகள் நம் மனத்தைக் குறுக்கி மூடிவிடுகின்றன. இதனால், அப்பயிற்சியின் அடிப்படையாக உள்ள அனுமானங்கள் ஒருபோதும் ஆய்வு செய்யப்படாமலேயே போய்விடுகின்றன. பலதரப்பட்ட விஷயங்களைப் படிப்பதும், தலைசிறந்த சிந்தனையாளர்களின் படைப்புகளுக்கு உங்களைப் பரிச்சயப்படுத்திக் கொள்வதும் மிகவும் மதிப்பு வாய்ந்தவையாக விளங்குவது இதனால்தான்.

நல்ல படைப்புகளைப் படிக்கும் பழக்கத்தை உருவாக்கிக் கொள்வதுதான் உங்கள் மனத்திற்கு முறையாகத் தகவல்களைக் கொடுப்பதற்கும், அதை விரிவாக்குவதற்குமான சிறந்த வழி. உயர்ந்த பலனளிக்கும் ஓர் இரண்டாவது கால்சதுரப் பகுதி நடவடிக்கைகளில் அதுவும் ஒன்று. இப்போது வாழ்ந்து கொண்டிருக்கும் அல்லது நமக்கு முன்பு வாழ்ந்து சென்றுள்ள தலைசிறந்த சிந்தனையாளர்களின் மனத்திற்குள் உங்களால் நுழைய முடியும். ஒரு மாதத்திற்கு ஒரு புத்தகம் என்றும், பிறகு இரண்டு வாரங்களுக்கு ஒரு புத்தகம் என்றும், அதன் பிறகு வாரத்திற்கு ஒரு புத்தகம் என்றும் ஓர் இலக்கை நிர்ணயித்துக் கொள்ளுமாறு நான் உங்களுக்குப் பரிந்துரைக்கிறேன். "படிக்கும் பழக்கம் இல்லாத ஒருவர், படிக்கத் தெரியாத ஒருவரைவிட எந்த வகையிலும் சிறந்தவரல்ல."

வாழ்க்கை வரலாறுகள், நேஷனல் ஜியோகிராபிக் இதழ்கள், நமது கலாச்சார விழிப்புணர்வை விரிவுபடுத்தும் பிற பதிப்புகள் போன்ற தரமான எழுத்துப் படைப்புகளால் பல்வேறு துறைகளில் நமது கருத்துக் கண்ணோட்டங்களை விரிவுபடுத்தி, நம்முடைய மனத்தைக் கூர்தீட்ட முடியும், குறிப்பாக முதலில் புரிந்து கொள்ள முயற்சிக்க வேண்டும் என்ற 3வது பழக்கத்தை நாம் கடைபிடிக்கும்போது. ஓர் எழுத்தாளர் என்ன கூற வருகிறார் என்பதை உண்மையில் புரிந்து கொள்வதற்கு முன்னதாகவே அவரை எடைபோடுவதற்கு நம்முடைய சுயஅனுபவத்தை நாம் பயன்படுத்தினால், அவரது படைப்பைப் படிக்கும் அனுபவத்திலிருந்து கிடைக்கக்கூடிய பலன்களை நாம் மட்டுப்படுத்திவிடுகிறோம்.

மனத்தைக் கூர்தீட்டுவதற்கான இன்னொரு சக்தி வாய்ந்த வழி எழுதுவது. நம்முடைய எண்ணங்கள், அனுபவங்கள், உள்நோக்குகள், மற்றும் நாம் கற்றுக் கொண்ட விஷயங்களை ஒரு குறிப்பேட்டில் எழுதுவது, மனத்தின் தெளிவையும், துல்லியத்தையும் மேம்படுத்துகிறது. நல்ல கடிதங்களை எழுதுவது நமது தெளிவாக சிந்திக்கும் திறனின்மீதும், துல்லியமாகக் காரணப்படுத்தும் திறனின்மீதும், திறமையாகப் புரிந்து கொள்ளப்படுவதற்கான திறனின்மீதும் பெரும் தாக்கத்தை ஏற்படுத்துகிறது.

ஒழுங்கமைத்தல் மற்றும் திட்டமிடுதல் ஆகியவை மனத்தின் புதுப்பித்தலுக்கான பிற வடிவங்களைக் குறிக்கின்றன. இவை 2வது மற்றும் 3வது பழக்கங்களுடன் தொடர்பு கொண்டுள்ளன. முடிவை மனத்தில் வைத்துத் துவங்குவதற்கும், அந்த முடிவை சாதிப்பதற்கு மனரீதியாக ஒழுங்கமைத்துக் கொள்வதற்குமான திறன் அது. முடிவையும், ஒட்டுமொத்தப் பயணத்தையும், நடவடிக்கைகளின் அடிப்படையில் இல்லாவிட்டால்கூடக் குறைந்தபட்சம் கொள்கை அளவில் துவக்கத்திலிருந்தே பார்ப்பதற்கான உங்கள் மனத்தின் மனக்காட்சிப்படுத்தும் திறனையும் கற்பனை செய்யும் திறனையும் பயன்படுத்துவது அது.

யுத்தங்கள் படைத்தளபதிகளின் போர்க்கூடாரங்களில் வெற்றி கொள்ளப்படுகின்றன என்று கூறப்படுகிறது. உடல், ஆன்மீகம், மற்றும் மனம் ஆகிய முதல் மூன்று பரிமாணங்களில் ரம்பத்தைக் கூர்தீட்டும் பழக்கத்தை நான் 'தினசரித் தனிப்பட்ட வெற்றி' என்று அழைக்கிறேன். ஒரு நாளுக்கு ஒரு மணிநேரம் என்ற கணக்கில், உங்கள் வாழ்நாள் முழுவதும் இதைச் செய்து வருமாறு நான் உங்களுக்குப் பரிந்துரைக்கிறேன்.

மதிப்பு மற்றும் விளைவுகளின் அடிப்படையில் பார்க்கும்போது, இந்த தினசரித் தனிப்பட்ட வெற்றிக்கு உங்கள் நேரத்தில் ஒரு மணிநேரத்தைச் செலவிடுவதை வேறு எந்த வழியிலும் உங்களால் சாதிக்க முடியாதது. இது உங்களுடைய ஒவ்வொரு தீர்மானத்தின்மீதும், ஒவ்வோர் உறவின்மீதும் தாக்கத்தை ஏற்படுத்தும். இது நீங்கள் ஆழமாகவும் ஆசுவாசமாகவும் தூங்குவதற்கு உதவுவதோடு, உங்களுடைய நாளின் மற்ற நேரத்தின் தரத்தையும் திறனையும் பெருமளவில் மேம்படுத்தவும் செய்யும். வாழ்வின் கடினமான சவால்களைக் கையாள்வதற்கு உங்களுக்குத் தேவையான நீண்டகால உடல் வலிமையையும், ஆன்மீக வலிமையையும், மன வலிமையையும் இது உருவாக்கும்.

ஃபிலிப்ஸ் புரூக்ஸ் அதை இவ்வாறு விவரிக்கிறார்:

> *வரும் வருடங்களில், என்றேனும் ஒரு நாள், பெரும் சபலத்துடன் போராடிக் கொண்டோ அல்லது உங்கள் வாழ்வின் பெரும் துயரத்திற்கடியில் நடுங்கிக் கொண்டோ இருப்பீர்கள். ஆனால் உண்மையான போராட்டம் இங்கு, இக்கணத்தில்தான் உள்ளது. பெரும் வருத்தம் அல்லது சபலம் ஏற்படக்கூடிய*

அந்த நாளில் நீங்கள் அவலமாகத் தோற்பீர்களா அல்லது விண்ணளாவ வெற்றி பெறுவீர்களா என்பது இக்கணத்தில் தீர்மானிக்கப்படுகிறது. ஒரு நிலையான, நீண்டகாலமாகத் தொடர்ச்சியாக மேற்கொள்ளப்படுகின்ற செயல்முறை இல்லாமல் குணநலன்களை உருவாக்க முடியாது.

சமூக/ உணர்ச்சிப் பரிமாணம்

உடற்பரிமாணம், ஆன்மீகப் பரிமாணம், உளப் பரிமாணம் ஆகியவை தனிமனித முன்னோக்கு, தலைமைத்துவம், மற்றும் நிர்வாகம் ஆகியவை குறித்தக் கொள்கைகளை மையமாகக் கொண்ட 1வது, 2வது, மற்றும் 3வது பழக்கங்களுடன் நெருங்கிய தொடர்பு கொண்டவையாக இருக்கும் அதே நேரத்தில், சமூக/உணர்ச்சிப் பரிமாணமானது மனித உறவுகள் குறித்தத் தலைமைத்துவம், புரிந்துணர்வுடன்கூடிய கருத்துப் பரிமாற்றம், மற்றும் படைப்புரீதியான ஒத்துழைப்பு ஆகியவற்றை மையமாகக் கொண்ட 4வது, 5வது, மற்றும் 6வது பழக்கங்கள்மீது கவனம் செலுத்துகிறது.

நமது வாழ்வின் சமூக மற்றும் உணர்ச்சிப் பரிமாணங்கள் ஒன்றோடு ஒன்று பிணைக்கப்பட்டு உள்ளன. ஏனெனில், நமது உணர்ச்சிரீதியான வாழ்க்கை பிரதானமாக மற்றவர்களுடனான நமது உறவுகளிலிருந்து உருவாகி, அந்த உறவுகளில் வெளிப்படுகிறது.

மற்றப் பரிமாணங்களைப் போலன்றி, நமது சமூக/உணர்ச்சிப் பரிமாணத்தைப் புதுப்பிப்பதற்கு அதிக நேரம் தேவைப்படுவதில்லை. மக்களுடனான நம்முடைய அன்றாடப் பேச்சுவார்த்தைகளின் ஊடாக இதை நம்மால் செய்ய முடியும். ஆனால் இதற்குப் பயிற்சி நிச்சயம் தேவை. நம்மை நாமே அதிகமாக உந்தித் தள்ள வேண்டியிருக்கும். ஏனெனில், நம்முடைய அனைத்து மனித உறவுப் பரிவர்த்தனைகளிலும் 4வது, 5வது, மற்றும் 6வது பழக்கங்கள் இயல்பாக வருவதற்குத் தேவையான அளவு தனிப்பட்ட வெற்றியையும் பொது வெற்றிக்கான திறமைகளையும் நம்மில் பலர் இன்னும் அடைந்திருக்கவில்லை.

நீங்கள் என்னுடைய வாழ்வின் ஒரு முக்கிய நபர் என்று வைத்துக் கொள்வோம். நீங்கள் என்னுடைய மேலதிகாரியாகவோ, என்கீழ் வேலை பார்ப்பவராகவோ, நண்பராகவோ, சக ஊழியராகவோ, அண்டைவீட்டுக்காரராகவோ, எனது வாழ்க்கைத் துணைவராகவோ, குழந்தையாகவோ, அல்லது எனது உறவினராகவோ இருக்கலாம். நான் பேச விரும்புகின்ற, பேச வேண்டிய தேவையுள்ள ஒருவராக நீங்கள் இருக்க வேண்டும். நாம் இருவரும் சேர்ந்து கருத்துப் பரிமாற்றத்தில் ஈடுபட வேண்டும், சேர்ந்து செயல்பட வேண்டும், ஒரு நெருக்கடியான விவகாரம் குறித்துக் கலந்துபேச வேண்டும், ஒரு குறிக்கோளை அடையவோ அல்லது ஒரு பிரச்சனையைத் தீர்க்கவோ வேண்டும் என்று வைத்துக் கொள்வோம். ஆனால் விஷயங்களை நாம் வித்தியாசமாகப் பார்க்கிறோம்; வெவ்வெறு மூக்குக் கண்ணாடிகளின் வழியாகப் பார்க்கிறோம். நீங்கள் அந்த இளம்பெண்ணைப் பார்க்கிறீர்கள், நான் அந்த வயதான பெண்மணியைப் பார்க்கிறேன்.

எனவே நான் 4வது பழக்கத்தைப் பயிற்சி செய்கிறேன். நான் உங்களிடம் வந்து, "நாம் இந்தச் சூழ்நிலையை வெவ்வேறு விதமாக அணுகிக் கொண்டிருப்பதை நான் காண்கிறேன். நாம் இருவரும் நல்லவிதமாக உணரக்கூடிய ஒரு தீர்வைக் கண்டுபிடிக்கும் வரையில் கருத்துப் பரிமாற்றத்தில் ஈடுபடுவதாக நாம் ஏன் ஓர் ஒப்பந்தம் செய்து கொள்ளக்கூடாது?" என்று கேட்கிறேன். பெரும்பாலான மக்கள் அதற்கு 'சரி' என்று கூற விரும்புவார்கள்.

பிறகு நான் 5வது பழக்கத்திற்குச் செல்கிறேன். "முதலில் நீங்கள் கூறுவதை நான் கவனமாகக் கேட்கிறேன்." உடனடியாக பதிலளிக்கும் நோக்கத்தில் நீங்கள் கூறுவதைச் செவிமடுப்பதற்குப் பதிலாக, உங்கள் கருத்துக் கண்ணோட்டத்தை ஆழமாகவும் முழுமையாகவும் புரிந்து கொள்ளும் நோக்கத்தில் நான் புரிந்துணர்வுடன் காதுகொடுத்துக் கேட்கிறேன். உங்களது கருத்துக் கண்ணோட்டத்தை நீங்கள் விளக்கும் அளவுக்குச் சிறப்பாக என்னால் விளக்க முடியும்போது, என்னுடைய கருத்துக் கண்ணோட்டத்தை என்னைப்போல் சிறப்பாக நீங்கள் புரிந்து கொள்ளும் விதத்தில் நான் அதை உங்களிடம் எடுத்துக் கூறுகிறேன்.

நம் இருவரையும் நல்லவிதமாக உணரச் செய்கின்ற ஒரு தீர்வைத் தேடுவது மற்றும் பரஸ்பரம் ஒருவரது கண்ணோட்டத்தை அடுத்தவர் ஆழமாகப் புரிந்து கொள்வது என்ற நமது ஒப்பந்தத்தின் அடிப்படையில் நாம் 6வது பழக்கத்திற்குச் செல்கிறோம். நீங்களும் நானும் துவக்கத்தில் தனித்தனியாக முன்மொழிந்த தீர்வுகளைவிடச் சிறப்பான ஒரு மூன்றாவது மாற்றை உருவாக்குவதற்கு நாம் இணைந்து செயல்படுகிறோம்.

4வது, 5வது, மற்றும் 6வது பழக்கங்களில் வெற்றி பெறுவது பிரதானமாக அறிவுசார்ந்த விஷயமல்ல; அது பிரதானமாக உணர்ச்சிசார்ந்த விஷயம். நம்முடைய தனிப்பட்டப் பாதுகாப்புணர்வுடன் அது உயர்ந்த தொடர்பைக் கொண்டுள்ளது.

நம்முடைய தனிப்பட்டப் பாதுகாப்பு நமக்குள் இருக்கும் மூலங்களிலிருந்து வருகின்றது என்றால், பொது வெற்றிக்கான பழக்கங்களைப் பயிற்சி செய்வதற்கான வலிமையை நாம் பெற்றிருக்கிறோம் என்று அர்த்தம். உணர்ச்சிரீதியாக நாம் பாதுகாப்பற்றவர்களாக இருந்தால், நாம் அறிவுரீதியாக மிகவும் மேம்பட்டவர்களாக இருந்தாலும்கூட, வாழ்வின் நெருக்கடியான விஷயங்களில் வித்தியாசமாக சிந்திக்கின்ற மக்களுடன் 4வதும் 5வது, மற்றும் 6வது பழக்கங்களைப் பயிற்சி செய்வது நம்மை அச்சுறுத்துவதாக அமையும்.

உள்ளார்ந்த பாதுகாப்பு எங்கிருந்து வருகிறது? மற்றவர்கள் நம்மைப் பற்றி என்ன சிந்திக்கிறார்கள் அல்லது அவர்கள் நம்மை எப்படி நடத்துகிறார்கள் என்பதிலிருந்து அது வருவதில்லை. அவர்கள் நமக்குக் கொடுத்துள்ள திரைக்கதைகளில் இருந்து அது வருவதில்லை. நமது சூழல்கள் அல்லது நமது நிலையிலிருந்து அது வருவதில்லை.

அது நமக்குள் இருந்து வருகிறது. நம்முடைய சொந்த மனத்திலும் இதயத்திலும் ஆழமாகப் பதிந்துள்ள துல்லியமான கருத்துக் கண்ணோட்டங்கள் மற்றும் சரியான கொள்கைகளில் இருந்து அது வருகிறது. உள்ளிருந்து துவங்குதல் என்ற கண்ணோட்டத்தில் இருந்தும், நம்முடைய ஆழமான மதிப்பீடுகளைப் பிரதிபலிக்கின்ற அன்றாடப் பழக்கங்கள் இடம்பெற்றிருக்கின்ற ஒரு நாணயமான வாழ்க்கையை வாழ்வதில் இருந்தும் அது வருகிறது.

ஒரு நாணயமான வாழ்க்கைதான் தனிப்பட்ட மதிப்பிற்கான மிகவும் அடித்தளமான மூலாதாரம் என்று நான் நம்புகிறேன். சுயமதிப்பு என்பது பிரதானமாக மனநிலையைப் பொறுத்த விஷயம், மனப்போக்கைப் பொறுத்த விஷயம் என்றும், சிந்தனை வலியுறுத்தல்கள் மூலம் மனஅமைதியை உங்களால் வரவழைத்துக் கொள்ள முடியும் என்றும் முழங்குகின்ற பிரபல வெற்றிப் புத்தகங்களுடன் நான் ஒத்துப்போக மறுக்கிறேன்.

மனஅமைதியானது உங்கள் வாழ்க்கை உண்மையான கொள்கைகளோடும் மதிப்பீடுகளோடும் இணக்கமாக இருப்பதிலிருந்து மட்டுமே வருகிறது. அது வேறு எந்த வழியிலிருந்தும் வருவதில்லை.

ஆற்றல்மிக்க சகசார்பு வாழ்க்கையின் விளைவாகவும் உள்ளார்ந்த பாதுகாப்பு வருகிறது. வாழ்க்கை என்பது எப்போதும் 'வெட்டு ஒன்று, துண்டு இரண்டு' என்று இருப்பதில்லை, 'எனக்கும் வெற்றி, உனக்கும் வெற்றி' தீர்வுகளும் உள்ளன, பரஸ்பர நன்மை அளிக்கின்ற மூன்றாவது மாற்றுகளும் உள்ளன என்ற அறிதலில் பாதுகாப்பு இருக்கிறது. உங்களுடைய கருத்துக் கண்ணோட்டத்தை விட்டுக்கொடுக்காமல் அதிலிருந்து விலகி நின்று இன்னொரு நபரை ஆழமாகவும் உண்மையாகவும் உங்களால் புரிந்து கொள்ள முடியும் என்ற அறிதலிலும் பாதுகாப்பு இருக்கிறது. மற்றவர்களுடன் உண்மையாகவும், படைப்புத்திறமையுடனும், ஒத்துழைப்புடனும் பேச்சுவார்த்தையில் ஈடுபட முடியும், இந்த சகசார்புப் பழக்கங்களை உண்மையிலேயே அனுபவிக்க முடியும் என்ற அறிதலிலும் பாதுகாப்பு இருக்கிறது.

சேவையிலிருந்தும், மற்றவர்களுக்கு ஓர் அர்த்தமுள்ள வழியில் உதவுவதில் இருந்தும் உள்ளார்ந்த பாதுகாப்பு வருகிறது. இதற்கான ஒரு முக்கியமான மூலாதாரம் உங்களது வேலை. நீங்கள் உங்கள் வேலையில் படைப்புத்திறனுடன் செயல்படுவதாகவும், சிறந்த பங்களிப்பை வழங்குவதாகவும், உண்மையிலேயே ஒரு வித்தியாசத்தை ஏற்படுத்துவதாகவும் நீங்கள் பார்க்கும்போது உள்ளார்ந்த பாதுகாப்பு உங்களுக்குக் கிடைக்கிறது. உங்களை வெளிப்படுத்திக் கொள்ளாமல் உதவி செய்வது இன்னொரு மூலமாகும். யார் உதவி செய்தார்கள் என்று ஒருபோதும் யாருக்கும் தெரியாத நிலை அது. அது ஒரு பொருட்டல்ல; மற்றவர்களின் வாழ்க்கையை ஆசீர்வதிப்பதுதான் இங்கு முக்கியம். தாக்கம்தான் இங்கு இலக்கு, அங்கீகாரம் அல்ல.

நம்முடைய வாழ்வைக் கடந்து நின்று, நமக்குள் இருக்கும் சிறந்த ஆற்றல்களைப் பயன்படுத்துகின்ற விதத்தில் வாழ்வில் அர்த்தமும்

குறிக்கோளும் இருப்பதற்கான தேவையின்மீது விக்டர் ஃபிராங்க்கெல் கவனம் செலுத்தினார். ஒரு நீண்ட, ஆரோக்கியமான, மகிழ்ச்சியான வாழ்க்கையானது, தனிப்பட்ட முறையில் உற்சாகம் தருகின்ற, மற்றவர்களின் வாழ்க்கைக்குப் பங்களிக்கின்ற, அவர்களது வாழ்க்கையை ஆசீர்வதிக்கின்ற அர்த்தமுள்ள பணித்திட்டங்களில் பங்களிப்பதன் விளைவுதான் என்று காலம் சென்ற டாக்டர் ஹான்ஸ் செல்யே, மனஅழுத்தம் குறித்துத் தான் மேற்கொண்ட மிகச் சிறந்த ஆய்வில் கூறியுள்ளார். "உங்களுடைய அண்டை அயலாரின் அன்பை சம்பாதியுங்கள்" என்பது அவரது நெறிமுறையாக இருந்தது.

ஜார்ஜ் பெர்னார்ட்டு ஷா அதை இவ்வாறு கூறியுள்ளார்:

"ஒரு பலம் பொருந்திய நோக்கம் என்று உங்களால் அங்கீகரிப்பட்ட ஒரு நோக்கத்திற்காக நீங்கள் பயன்படுத்தப்படுவதும், உங்களை மகிழ்ச்சிப்படுத்துவதற்கு இந்த உலகம் தன்னை அர்ப்பணிக்காது என்று குறைகூறிக் கொண்டு, நோய்களும் மனக்குறைகளும் நிறைந்த, பதற்றமும் சுயநலமும் கொண்ட ஒரு முட்டாளாக இருப்பதற்குப் பதிலாக இயற்கையின் ஓர் ஆற்றலாக இருப்பதும்தான் வாழ்வின் உண்மையான மகிழ்ச்சியாகும். என்னுடைய வாழ்க்கை இந்த ஒட்டுமொத்த சமூகத்திற்குச் சொந்தமானது என்றும், நான் வாழும்வரை என்னால் முடிந்தவற்றை அதற்காகச் செய்வது என் பாக்கியம் என்றும் நான் கருதுகிறேன். நான் இறக்கும்போது நான் முழுமையாகப் பயன்படுத்தப்பட்டிருக்க வேண்டும் என்று விரும்புகிறேன். ஏனெனில், நான் எவ்வளவு கடினமாக உழைக்கிறேனோ, அவ்வளவு அதிகமாக வாழ்கிறேன். வாழ்தல் என்பதே எனக்குப் பெருமகிழ்ச்சி ஏற்படுத்துகின்றது. வாழ்க்கை ஒரு 'சிறிய மெழுகுவர்த்தி' அல்ல எனக்கு. அது ஓர் அபாரமான தீப்பந்தம். இக்கணத்தில் அதை நான் பிடித்திருக்கிறேன். எதிர்கால சந்ததியினருக்கு அதைக் கொடுப்பதற்கு முன் அதை என்னால் எவ்வளவு பிரகாசமாகச் சுடர்விடச் செய்ய முடியுமோ, அவ்வளவு பிரகாசமாகச் சுடர்விடச் செய்ய நான் விரும்புகிறேன்."

"இவ்வுலகில் வாழ்வதற்கு நாம் செலுத்தும் வாடகைதான் சேவை," என்று **எல்டன் டேனர்** கூறியுள்ளார். சேவை செய்வதற்குப் பல வழிகள் உள்ளன. நாம் ஒரு தேவாலயத்தையோ அல்லது ஒரு சேவை அமைப்பையோ சேர்ந்தவராக இருந்தாலும் சரி, இல்லாவிட்டாலும் சரி, அர்த்தமுள்ள சேவை வாய்ப்புகளைக் கொடுக்கின்ற ஒரு வேலையிலும் இருந்தாலும் சரி, இல்லாவிட்டாலும் சரி, இன்னொரு நபரிடம் நிபந்தனையற்ற அன்பு செலுத்துவதன் மூலம் பெரும் முதலீடுகளைச் செய்ய முடிவதற்கான வாய்ப்பு இல்லாமல் போகும் அளவுக்கு ஒரு நாள்கூடக் கழிவதில்லை.

மற்றவர்கள்மீது உங்கள் திரைக்கதையைப் பதிவு செய்தல்

பெரும்பாலான மக்கள் சமுதாயக் கண்ணாடியின் ஒரு செயல்பாடாக, தங்களைச் சுற்றி இருப்பவர்களின் அபிப்பிராயங்கள், கருத்துக் கண்ணோட்டங்கள் ஆகியவற்றை உள்வாங்கிக் கொண்டுள்ளவர்களாக இருக்கின்றனர். சகசார்பு மக்கள் என்ற முறையில்,

நீங்களும் நானும், நாம் அந்த சமுதாயக் கண்ணாடியின் ஓர் அங்கம் என்ற உணர்தலை உள்ளடக்கிய ஒரு கருத்துக் கண்ணோட்டத்தில் இருந்து வருகிறோம்.

அடுத்தவர்களுடைய ஒரு தெளிவான, திரிவடையாத தோற்றத்தை மாற்றமின்றி அப்படியே அவர்களிடம் பிரதிபலிப்பதை நம்மால் தேர்ந்தெடுக்க முடியும். அவர்களுடைய முன்யோசனையுடன்கூடிய இயல்பை அவர்களிடம் நம்மால் உறுதிப்படுத்த முடியும், பொறுப்புள்ள மனிதர்களாக அவர்களை நம்மால் நடத்த முடியும். கொள்கையை மையமாகக் கொண்ட, மதிப்பீடுகளை அடிப்படையாகக் கொண்ட, சார்பற்ற, மதிப்புவாய்ந்த தனிநபர்களாக இருக்கும்படி அவர்களது திரைக்கதையை எழுதுவதற்கு நம்மால் அவர்களுக்கு உதவ முடியும். நம்மிடம் அபரிமித மனப்போக்கு இருக்கும்போது, மற்றவர்களுக்கு ஒரு நேர்மறையான பிரதிபலிப்பைக் கொடுப்பது எந்தவிதத்திலும் நம்மைக் குறைத்துவிடாது என்பதை நாம் உணர்கிறோம். முன்யோசனையுடன்கூடிய மக்களுடனான ஆற்றல்மிக்கப் பேச்சுவார்த்தைக்கான வாய்ப்புகளை அது அதிகரிப்பதால், அது நம்மை வளர்த்தெடுக்கிறது.

உங்கள் வாழ்வில் ஏதோ ஒரு சமயத்தில், உங்கள்மீது உங்களுக்கு நம்பிக்கை இல்லாமல் இருந்த நேரத்தில் வேறு யாரோ ஒருவர் உங்கள்மீது நம்பிக்கை கொண்டிருந்திருக்கக்கூடும். அப்படிப்பட்ட நபர்கள் உங்கள் திரைக்கதையை எழுதி உங்களைப் பக்குவப்படுத்தினார்கள். அது உங்களுடைய வாழ்வில் ஏதேனும் ஒரு வித்தியாசத்தை ஏற்படுத்தியதா?

மற்றவர்களிடம் ஒரு நேர்மறையான பக்குவத்தை ஏற்படுத்தி, அவர்களுக்கு உறுதி வழங்கும் ஒருவராக நீங்கள் இருந்தால் என்ன செய்வீர்கள்? நீங்கள் அவர்கள்மீது நம்பிக்கை கொண்டுள்ளதால், தாழ்வான பாதையைத் தேர்ந்தெடுப்பதற்கு சமுதாயக் கண்ணாடியால் அவர்கள் வழிநடத்தப்படும்போது, உயர்ந்த பாதையைத் தேர்ந்தெடுக்க நீங்கள் அவர்களுக்கு உத்வேகம் கொடுக்கிறீர்கள். அவர்கள் கூறுவதை நீங்கள் கவனமாகச் செவிமடுக்கிறீர்கள், அவர்களது நிலையில் உங்களை இருத்திப் பார்த்து அவர்களிடம் புரிந்துணர்வுடன் நடந்து கொள்கிறீர்கள். பொறுப்புகளை அவர்களிடமிருந்து நீங்கள் பறிப்பதில்லை, மாறாக, முன்யோசனையுடன் நடந்து கொள்வதற்கு நீங்கள் அவர்களை ஊக்குவிக்கிறீர்கள்.

'மேன் ஆஃப் லா மான்ச்சா' என்ற இசை நாடகத்தைப் பற்றி நீங்கள் கேள்விப்பட்டிருக்கக்கூடும். வரலாற்றின் இடைக்காலத்தைச் சேர்ந்த போர்வீரன் ஒருவன் தெருவில் ஒரு பெண்ணை சந்திப்பதைப் பற்றிய ஓர் அழகான கதை அது. அப்பெண் ஒரு விலைமாது. அவளது வாழ்வில் உள்ள அனைவரும் அவளுடைய வாழ்க்கைமுறையைக் கொண்டு அவளைச் சீர்தூக்கிப் பார்க்கின்றனர்.

ஆனால் கவிஞனான இந்தப் போர்வீரன் அவளிடம் வேறு ஏதோ அழகான, அருமையான ஒன்றைப் பார்க்கிறான். அவளது பண்புநலன்களையும் பார்த்து, அவளிடம் அவற்றை மீண்டும் மீண்டும் அவன் உறுதி செய்கிறான். அவளுக்கு 'டுல்சீனியா' என்று ஒரு புதிய

பெயரையும் சூட்டுகிறான். ஒரு புதிய கருத்துக் கண்ணோட்டத்துடன் தொடர்பு கொண்ட ஒரு புதிய பெயர் அது.

முதலில் அதை அவள் வன்மையாக மறுக்கிறாள். அவளது பழைய திரைக்கதை அவளை முழுவதுமாக ஆக்கிரமித்து இருக்கிறது. அகன்ற கண்களைக் கொண்ட ஒரு கற்பனாவாதி அவன் என்று அவனை அவள் ஒதுக்கித் தள்ளுகிறாள். ஆனால் அவன் விடாப்பிடியாக இருக்கிறான். நிபந்தனையற்ற அன்பை அவன் தொடர்ந்து வங்கிக் கணக்கில் சேமித்துக் கொண்டே இருக்கிறான். மெல்ல மெல்ல அது அவளுடைய திரைக்கதைக்குள் நுழைகிறது. அவளுடைய உண்மையான இயல்பிற்குள்ளும் ஆற்றலுக்குள்ளும் ஊடுருவுகிறது. எனவே அவள் செயல்விடை அளிக்கத் துவங்குகிறாள். மெல்ல மெல்ல, அவளுடைய வாழ்க்கைமுறை மாறத் துவங்குகிறது. அதை அவள் நம்புகிறாள், தனது புதிய கருத்துக் கண்ணோட்டத்தில் இருந்து செயல்படுகிறாள். இது அவளது வாழ்வில் இடம்பெற்றிருந்த மற்ற அனைவரையும் அதிர்ச்சிக்கு உள்ளாக்குகிறது.

பின்னாளில், அவள் தனது பழைய கருத்துக் கண்ணோட்டத்தை நோக்கி நகரத் துவங்கும்போது, மரணப்படுக்கையில் இருக்கும் அவன் அவளை அழைத்து, 'அந்த சாத்தியமற்றக் கனவு' என்ற ஓர் அழகான பாடலைப் பாடுகிறான். பிறகு அவளது கண்களுக்குள் உற்றுப் பார்த்து, "நீ டுல்சீனியா என்பதை ஒருநாளும் மறந்துவிடாதே," என்று அவளது காதுகளில் கிசுகிசுக்கிறான்.

சுய தீர்க்கதரிசனம் குறித்துக் கூறப்படும் மிக அழகான கதைகளில் ஒன்று இங்கிலாந்தில் தற்செயலாகத் தவறாகப் 'ப்ரோகிராம்' செய்யப்பட்ட ஒரு கணினியைப் பற்றியது. கல்விரீதியான வார்த்தைகளில் கூறினால், 'புத்திசாலிக் குழந்தைகளைக்' கொண்ட ஒரு வகுப்பை 'முட்டாள் குழந்தைகள்' என்றும், 'முட்டாள் குழந்தைகளைக்' கொண்ட ஒரு வகுப்பை 'புத்திசாலிக் குழந்தைகள்' என்றும் அக்கணினி தவறாக முத்திரையிட்டது. கணினி கொடுத்த அந்த அறிக்கையின் அடிப்படையில்தான் கல்வியாண்டின் துவக்கத்தில் தங்கள் மாணவர்களைப் பற்றி ஆசிரியர்கள் கருத்துக் கண்ணோட்டங்களை உருவாக்கினர்.

கணினியில் ஏற்பட்டத் தவறை ஐந்தரை மாதங்களுக்குப் பிறகு பள்ளி நிர்வாகம் கண்டறிந்தபோது, என்ன நிகழ்ந்தது என்பதை எவரிடமும் கூறாமல், அக்குழந்தைகளை மீண்டும் சோதித்துப் பார்ப்பதென்று அவர்கள் தீர்மானித்தனர். விளைவுகள் அதிசயிக்கத்தக்க வகையில் இருந்தன. ஐ.கியூ. தேர்வில் 'புத்திசாலிக் குழந்தைகள்' குறைவான மதிப்பெண்களைப் பெற்றனர். மனரீதியாக மட்டுப்படுத்தப்பட்ட, ஒத்துழைக்காத, கற்பிப்பதற்குக் கடினமான மாணவர்களாக அவர்கள் நடத்தப்பட்டிருந்தனர். ஆசிரியர்களின் கருத்துக் கண்ணோட்டம் ஒரு சுய தீர்க்கதரிசனமாக மாறியிருந்தது.

ஆனால் 'முட்டாள் குழந்தைகளின்' மதிப்பெண்கள் அதிகரித்திருந்தன. அவர்களை புத்திசாலி மாணவர்களைப்போல் அவர்களது ஆசிரியர்கள் நடத்தியிருந்தனர். அவர்களது ஆற்றலும்,

நம்பிக்கையும், நன்னம்பிக்கை மனப்போக்கும், உற்சாகமும் அக்குழந்தைகள் குறித்து அந்த ஆசிரியர்கள் கொண்டிருந்த உயர்ந்த தனிப்பட்ட எதிர்பார்ப்புகளையும் மதிப்பையும் பிரதிபலித்தன.

கல்வியாண்டின் துவக்கத்தில் ஒருசில வாரங்கள் எப்படி இருந்தன என்று அந்த ஆசிரியர்களிடம் கேட்கப்பட்டது. "என்ன காரணத்திற்காகவோ, எங்களுடைய கற்பித்தல் முறைகள் பலனளிக்கவில்லை. எனவே எங்களுடைய முறைகளை நாங்கள் மாற்ற வேண்டியதாயிற்று," என்று அந்த ஆசிரியர்கள் பதிலளித்தனர். இக்குழந்தைகள் புத்திசாலிகள் என்று அந்த அறிக்கையில் குறிப்பிடப்பட்டிருந்தது. விஷயங்கள் சரிவர வேலை செய்யவில்லை என்றால், தங்களது கற்பித்தல் வழிமுறைகளில்தான் தவறு இருக்க வேண்டும் என்று அவர்கள் கருதினர். எனவே அவர்கள் தங்கள் வழிமுறைகளை மாற்றுவதில் கவனம் செலுத்தினர். அவர்கள் முன்யோசனையுடன் செயல்பட்டனர்; தங்களுடைய செல்வாக்கு வட்டத்தில் செயல்பட்டனர். ஆசிரியரின் வளைந்து கொடுத்துப் போக மறுக்கும் பண்புதான் கற்கும் திறனில் உள்ள பிரச்சனைக்குக் காரணமேயன்றி வேறெதுவும் இல்லை.

மற்றவர்களைப் பற்றி நாம் அவர்களிடம் எதைப் பிரதிபலிக்கிறோம்? இப்பிரதிபலிப்பு எவ்வளவு தூரம் அவர்களுடைய வாழ்வில் தாக்கத்தை ஏற்படுத்துகிறது? மற்றவர்களின் உணர்ச்சிரீதியான வங்கிக் கணக்குகளில் முதலீடு செய்யும் அளவுக்கு நம்மிடம் ஏராளமாக உள்ளது. அவர்களிடம் ஒளிந்துள்ள ஆற்றலின் அடிப்படையில் எவ்வளவு அதிகமாக நம்மால் அவர்களைப் பார்க்க முடிகிறதோ, அவ்வளவு அதிகமாக நம்முடைய கற்பனையை நம்முடைய வாழ்க்கைத் துணைவரிடமும், குழந்தைகளிடமும், சக ஊழியர்களிடமும், அல்லது நமக்குக் கீழே வேலை செய்பவர்களிடமும் நம்மால் பயன்படுத்த முடியும். அவர்கள்மீது முத்திரை குத்துவதை நாம் நிறுத்தலாம். அவர்களுடன் நாம் இருக்கும் ஒவ்வொரு முறையும், புதிய வழிகளில் நாம் அவர்களைப் 'பார்க்கலாம்.' மற்றவர்களுடன் ஆழ்ந்த திருப்தியளிக்கும், வளப்படுத்தும், ஆக்கபூர்வமான உறவுகளைக் கொள்ளும் திறன் கொண்ட, சார்பற்ற, மனநிறைவுடன்கூடிய மக்களாக அவர்கள் உருவாவதற்கு நம்மால் அவர்களுக்கு உதவ முடியும்.

கதே இவ்வாறு கூறியுள்ளார்: "ஒரு மனிதன் எப்படி இருக்கிறானோ, அவனை அப்படியே நடத்தினால், அவன் தொடர்ந்து அப்படியே இருப்பான். ஒரு மனிதனால் எப்படி இருக்க முடியுமோ, அவன் எப்படி இருக்க வேண்டுமோ, அப்படி அவனை நடத்தினால், அவன் அவ்விதமாக உருவாவான்."

புதுப்பித்தலில் சமநிலை

சுயபுதுப்பித்தல் செயல்முறை என்பது உடற்பரிமாணம், ஆன்மீகப் பரிமாணம், உளப் பரிமாணம், சமூக/உணர்ச்சிப் பரிமாணம் ஆகிய நமது இயல்பின் நான்கு பரிமாணங்களிலும் சமநிலையான புதுப்பித்தல் நிகழ்வதை உள்ளடக்கியிருக்க வேண்டும்.

புதுப்பித்தல் ஒவ்வொரு பரிமாணத்திலும் முக்கியம் என்றாலும், அனைத்துப் பரிமாணங்களையும் நாம் ஒரு புத்திசாலித்தனமான, சமநிலையான வழியில் கையாளும்போது மட்டுமே அது பயனுள்ளதாக அமைகிறது. ஏதேனும் ஒரு பகுதியைப் புறக்கணிப்பது பிற பகுதிகளை எதிர்மறையாக பாதிக்கிறது.

நிறுவனங்களின் விஷயத்திலும், தனிநபர்களின் விஷயத்திலும் இது உண்மை என்பதை நான் தெரிந்து கொண்டுள்ளேன். ஒரு நிறுவனத்தில், உடற்பரிமாணம் பொருளாதாரத்தின் அடிப்படையில் வெளிப்படுத்தப்படுகிறது. உளப் பரிமாணம் அல்லது உளவியல் பரிமாணம் அங்கீகாரம், உருவாக்கம், திறமையின் பயன்பாடு ஆகியவற்றைக் கையாள்கிறது. சமூக/உணர்ச்சிப் பரிமாணம் மக்களுக்கிடையேயான உறவுவையும் அவர்கள் நடத்தப்படும் விதத்தையும் கையாள்கிறது. ஆன்மீகப் பரிமாணமானது குறிக்கோள் அல்லது பங்களிப்பு அல்லது நிறுவனத்தின் நாணயம் ஆகியவற்றின் ஊடாக அர்த்தத்தைக் கண்டுபிடிப்பதைக் கையாள்கிறது.

ஒரு நிறுவனம் இந்த நான்கு பகுதிகளில் ஏதேனும் ஒரு பகுதியை அல்லது ஒன்றுக்கு மேற்பட்டப் பகுதியைப் புறக்கணிக்கும்போது, அது ஒட்டுமொத்த நிறுவனத்தின்மீதும் எதிர்மறையான தாக்கத்தை ஏற்படுத்துகிறது. அளப்பரிய, நேர்மறையான ஆற்றல்களை விளைவிக்கக்கூடிய படைப்பாற்றல்கள் நிறுவனத்தை எதிர்த்துப் போராடுவதற்குப் பயன்படுத்தப்படுவதோடு, வளர்ச்சிக்கும் உற்பத்திக்கும் தடை ஏற்படுத்தும் ஆற்றல்களாகவும் உருமாறுகின்றன.

பணம் சம்பாதிப்பது மட்டுமே உந்து சக்தியாக உள்ள நிறுவனங்களை நான் பார்த்திருக்கிறேன். அவர்கள் வழக்கமாகத் தங்களது குறிக்கோளை விளம்பரப்படுத்திக் கொள்வதில்லை. சில சமயங்களில் அவர்கள் வேறு எதையேனும் தங்கள் குறிக்கோளாக வெளியிடுகின்றனர். ஆனால், பணம் சம்பாதிப்பது மட்டுமே தங்களது ஒரே விருப்பம் என்பதை அவர்கள் தங்கள் இதயங்களில் அறிந்துள்ளனர்.

இதை நான் காண நேரும் ஒவ்வொரு முறையும், ஏராளமான எதிர்மறைக் கூட்டியக்கம் அவர்களது கலாச்சாரத்தில் உருவாகியிருப்பதைப் பார்க்கிறேன். இது சகசார்பு எதிர்ப்புகளையும், தற்காப்பு மற்றும் பாதுகாப்புரீதியான கருத்துப் பரிமாற்றத்தையும், அரசியல் பேச்சையும், குழு மனப்பான்மையையும் உருவாக்குகிறது. பணம் சம்பாதிக்காமல் நம்மால் செழிப்புற முடியாது, ஆனால் ஒரு நிறுவனத்தின் இருத்தலுக்கு அது மட்டுமே போதுமான காரணம் அல்ல. சாப்பிடாமல் நம்மால் உயிர்வாழ முடியாது, ஆனால் சாப்பிடுவதற்காக நாம் உயிர்வாழ்வது இல்லை.

மறுபுறம், சமூக/உணர்ச்சிப் பரிமாணங்கள்மீது மட்டுமே தனிப்பட்ட கவனம் செலுத்துகின்ற நிறுவனங்களையும் நான் பார்த்திருக்கிறேன். ஒரு விதத்தில் அவற்றை ஒருவிதமான சமுதாயப் பரிசோதனை என்று கூறலாம். தங்களுடைய மதிப்பீட்டு அமைப்பு முறைக்கான எந்தவிதமான பொருளாதாரக் காரணியும் அவர்களிடம் இல்லை. தங்களது

செயற்திறனை அளவிடக்கூடிய அளவீட்டு அமைப்பு முறை எதுவும் அவர்களிடம் இருப்பதில்லை. இதன் விளைவாக, அவர்கள் அனைத்து விதமான செயற்திறன்களையும் இழந்து, இறுதியில் சந்தையில் தங்களுடைய தாக்குப்பிடிக்கும் திறனையும் இழந்துவிடுகின்றனர்.

மூன்று பரிமாணங்களை உருவாக்குகின்ற பல நிறுவனங்களை நான் பார்த்திருக்கிறேன். நல்ல சேவைக் காரணிகளும், நல்ல பொருளாதாரக் காரணிகளும், நல்ல மனித உறவுகள் காரணிகளும் அவர்களிடம் இருக்கும். ஆனால், மக்களுடைய திறமையை அடையாளம் கண்டு, உருவாக்கி, பயன்படுத்தி, அதை அங்கீகரிப்பதற்குத் தங்களை உண்மையிலேயே அர்ப்பணித்துக் கொள்ள அவர்கள் தவறிவிடுகின்றனர். இந்த உளவியல் ஆற்றல்கள் இல்லாதபோது, பிறருக்குப் பிச்சையிடுகின்ற சர்வாதிகார முறை தலைதூக்கும். இதன் விளைவாக ஏற்படும் கலாச்சாரம் பல்வேறு வகையான கூட்டு எதிர்ப்புகளையும், அதீத உற்பத்தியையும், பகைமையையும், பிற ஆழமான, நாட்பட்டக் கலாச்சாரப் பிரச்சனைகளையும் பிரதிபலிக்கும்.

நிறுவன மற்றும் தனிநபர்ச் செயற்திறனுக்கு ஒரு புத்திசாலித்தனமான, சமநிலையான வழியில் நான்கு பரிமாணங்களும் உருவாக்கப்படுவதும் புதுப்பிக்கப்படுவதும் அவசியமாகிறது. புறக்கணிக்கப்படும் எந்தவொரு பரிமாணமும், செயற்திறனையும் வளர்ச்சியையும் தடுக்கின்ற எதிர்மறையான எதிர்ப்பாற்றலை உருவாக்கும். தங்களுடைய குறிக்கோள் வாசகத்தில் இந்த நான்கு பரிமாணங்களையும் அங்கீகரிக்கின்ற நிறுவனங்களும் தனிநபர்களும் சமநிலையுடன்கூடிய புதுப்பித்தலுக்கு ஒரு சக்திமிக்கக் கட்டமைப்பை வழங்குகின்றனர்.

தொடர்ச்சியான மேம்பாட்டுச் செயல்முறைதான் 'டோட்டல் குவாலிட்டி மூவ்மென்ட்' என்ற கோட்பாட்டின் அடையாளச் சின்னமாகும். ஜப்பானின் பொருளாதார வளர்ச்சிக்கான முக்கியக் காரணமும் இதுதான்.

புதுப்பித்தலில் கூட்டியக்கம்

சமநிலையுடன்கூடிய புதுப்பிப்புதான் கூட்டியக்கத்திற்கு உகந்தது. எந்தவொரு பரிமாணத்திலும் ரம்பத்தைக் கூர்தீட்டுவதற்கு நீங்கள் செய்யும் விஷயங்கள் பிற பரிமாணங்களிலும் நேர்மறையான தாக்கத்தை ஏற்படுத்துகின்றன. ஏனெனில், அவை மிக உயர்ந்த அளவில் ஒன்றுக்கொன்று தொடர்புபடுத்தப்பட்டுள்ளன. உங்கள் உடலாரோக்கியம் உங்கள் மனஆரோக்கியத்தை பாதிக்கிறது; உங்கள் ஆன்மீக வலிமை உங்களுடைய சமூக/உணர்ச்சி வலிமையை பாதிக்கிறது. ஒரு பரிமாணத்தில் நீங்கள் தொடர்ந்து மேம்படும்போது, மற்றப் பரிமாணங்களிலும் உங்கள் திறனை நீங்கள் அதிகரிக்கிறீர்கள்.

அதிக ஆற்றல்வாய்ந்த மனிதர்களின் ஏழு பழக்கங்கள் இந்த நான்கு பரிமாணங்களிலும் உச்சபட்சக் கூட்டியக்கத்தை உருவாக்குகின்றன. எந்தவொரு பரிமாணத்திலும் ஏற்படுகின்ற புதுப்பிப்பு ஏழு பழக்கங்களில் குறைந்தது ஒரு பழக்கத்தைக் கடைபிடித்து வாழ்வதற்கான உங்கள்

திறனை அதிகரிக்கிறது. இப்பழக்கங்கள் வரிசைமுறையில் அமைந்திருந்தாலும்கூட, ஒரு பழக்கத்தில் ஏற்படும் மேம்பாடு, மற்றப் பழக்கங்களைக் கடைபிடித்து வாழ்வதற்கான உங்கள் திறனைக் கூட்டியக்கரீதியாக அதிகரிக்கிறது.

நீங்கள் எவ்வளவு அதிகமாக முன்யோசனையுடன் (1வது பழக்கம்) செயல்படுகிறீர்களோ, தனிமனிதத் தலைமைத்துவத்தையும் (2வது பழக்கம்) நிர்வாகத்தையும் (3வது பழக்கம்) உங்கள் வாழ்க்கையில் உங்களால் அவ்வளவு அதிகமாகச் செயல்படுத்த முடியும். உங்கள் வாழ்க்கையை நீங்கள் எவ்வளவு திறமையாகக் கையாள்கிறீர்களோ (3வது பழக்கம்), அவ்வளவு அதிகமாக இரண்டாவது கால்சதுரத்தைச் சேர்ந்த புதுப்பித்தல் நடவடிக்கைகளை உங்களால் மேற்கொள்ள முடியும் (7வது பழக்கம்). முதலில் புரிந்து கொள்ள முயற்சிப்பதை (5வது பழக்கம்) நீங்கள் எவ்வளவு அதிகமாக நாடுகிறீர்களோ, கூட்டியக்கத்துடன்கூடிய 'எனக்கும் வெற்றி, உனக்கும் வெற்றி' தீர்வுகளை (4வது மற்றும் 6வது பழக்கங்கள்) நோக்கி உங்களால் அவ்வளவு விரைவாகச் செல்ல முடியும். சார்பற்ற நிலைக்கு உங்களை இட்டுச் செல்லும் எந்தவொரு பழக்கத்திலும் (1வது, 2வது, மற்றும் 3வது பழக்கங்கள்) நீங்கள் எவ்வளவு அதிகமாக மேம்படுகிறீர்களோ, சகசார்புச் சூழ்நிலைகளில் (4வது, 5வது, மற்றும் 6வது பழக்கங்கள்) நீங்கள் அவ்வளவு அதிக ஆற்றலுடன் திகழ்வீர்கள். புதுப்பித்தல்தான் (7வது பழக்கம்) அனைத்துப் பழக்கங்களையும் புதுப்பிக்கும் செயல்முறையாகும்.

உங்களது உடற்பரிமாணத்தை நீங்கள் புதுப்பிக்கும்போது, உங்களுடைய தனிப்பட்ட முன்னோக்கை, அதாவது, உங்களுடைய சொந்த சுயவிழிப்புணர்வு மற்றும் தேர்ந்தெடுக்கும் சுதந்திரம் குறித்த உங்களது கருத்துக் கண்ணோட்டத்தை, முன்யோசனையுடன்கூடிய செயல்பாட்டை, செயல்பாட்டுச் சுதந்திரம் உங்களுக்கு இருக்கிறது என்ற அறிதலை, எந்தவொரு தூண்டுதலுக்குமான பதில்நடவடிக்கையைத் தேர்ந்தெடுப்பதற்கு நீங்கள் வலியுறுத்துகிறீர்கள். உடற்பயிற்சியின் மாபெரும் பலன் இதுவாகத்தான் இருக்கும். ஒவ்வொரு தினசரித் தனிப்பட்ட வெற்றியும் உங்களது தனிப்பட்ட உள்ளார்ந்த பாதுகாப்புக் கணக்கில் ஒரு சேமிப்பை ஏற்படுத்துகிறது.

உங்களுடைய ஆன்மீகப் பரிமாணத்தை நீங்கள் தொடர்ந்து புதுப்பிக்கும்போது, உங்களது தனிமனிதத் தலைமைத்துவத்தை (2வது பழக்கம்) நீங்கள் வலியுறுத்துகிறீர்கள். வெறுமனே உங்கள் நினைவைக் கொண்டு வாழ்வதற்குப் பதிலாக உங்களுடைய கற்பனையையும் மனசாட்சியையும் கொண்டு வாழ்வதற்கான உங்கள் திறனையும், உங்களது மிக உள்ளார்ந்த கருத்துக் கண்ணோட்டங்களையும் மதிப்பீடுகளையும் ஆழமாகப் புரிந்து கொள்வதற்கான உங்கள் திறனையும், சரியான கொள்கைகள் அடங்கிய ஒரு மையத்தை உங்களுக்குள் உருவாக்குவதற்கான உங்கள் திறனையும், வாழ்வில் உங்களது சொந்தத் தனித்துவமான குறிக்கோளை வரையறுப்பதற்கான உங்கள் திறனையும், சரியான கொள்கைகளுடன் இணக்கமாக உங்கள்

வாழ்க்கையை வாழ்வதற்கு உங்களது திரைக்கதையை மாற்றி எழுதிக் கொள்வதற்கான உங்கள் திறனையும், வலிமைக்கான உங்களது தனிப்பட்ட மூலாதாரங்களைப் பயன்படுத்துவதற்கான உங்கள் திறனையும் நீங்கள் அதிகரிக்கிறீர்கள். ஆன்மீகப் புதுப்பித்தலில் நீங்கள் உருவாக்குகின்ற வளமான தனிப்பட்ட வாழ்க்கை உங்களது தனிப்பட்டப் பாதுகாப்புக் கணக்கில் ஏராளமான சேமிப்புகளைக் குவிக்கிறது.

உங்களுடைய உளப் பரிமாணத்தை நீங்கள் புதுப்பிக்கும்போது, உங்களுடைய தனிமனித நிர்வாகத்தை (3வது பழக்கம்) நீங்கள் வலியுறுத்துகிறீர்கள். நீங்கள் தொடர்ந்து திட்டமிடும்போது, உயர்ந்த பலனளிக்கும் இரண்டாவது கால்சதுர நடவடிக்கைகளையும், முன்னுரிமை இலக்குகளையும், உங்களது நேரம் மற்றும் ஆற்றலின் பயன்பாட்டை உச்சபட்சமாக அதிகரித்துக் கொள்வதற்கான நடவடிக்கைகளையும் அங்கீகரிப்பதற்கு உங்கள் மனத்தை நீங்கள் கட்டாயப்படுத்துகிறீர்கள். பிறகு உங்களுடைய நடவடிக்கைகளை உங்களது முன்னுரிமைகளைச் சுற்றி ஒழுங்கமைத்துச் செயல்படுத்துகிறீர்கள். தொடர்ந்து கற்பதில் நீங்கள் முழுமையாக ஈடுபடும்போது, உங்களுடைய அறிவாற்றலையும் உங்களுடைய வாய்ப்புகளையும் நீங்கள் அதிகரிக்கிறீர்கள். உங்களது பொருளாதாரப் பாதுகாபபு உங்கள் வேலையில் இல்லை; அது உற்பத்தி செய்வதற்கான, சிந்திப்பதற்கான, கற்றுக் கொள்வதற்கான, உருவாக்குவதற்கான, பொருத்திக் கொள்வதற்கான உங்கள் சொந்த சக்தியில் உள்ளது. அதுதான் உண்மையான பொருளாதார சுதந்திரம். செல்வத்தைப் பெற்றிருப்பது பொருளாதார சுதந்திரம் அல்ல; செல்வத்தை உருவாக்குவதற்கான ஆற்றலைப் பெற்றிருப்பதுதான் உண்மையான பொருளாதார சுதந்திரம். அது உள்ளார்ந்தது.

தினசரித் தனிப்பட்ட வெற்றி, அதாவது, உடற்பரிமாணம், ஆன்மீகப் பரிமாணம், உளப் பரிமாணம் ஆகியவற்றைப் புதுப்பிப்பதற்குக் குறைந்தபட்சம் ஒரு நாளைக்கு ஒரு மணிநேரத்தைச் செலவிடுவது, ஏழு பழக்கங்களின் உருவாக்கத்திற்கு இன்றியமையாத முக்கியக் காரணியாகும். அது முற்றிலுமாக உங்களது செல்வாக்கு வட்டத்திற்குள் இருக்கிறது. இப்பழக்கங்களை உங்கள் வாழ்விற்குள் ஒருங்கிணைத்து, கொள்கையை மையமாகக் கொண்டவராக ஆவதற்குத் தேவையான இரண்டாவது கால்சதுரப் பகுதியைச் சேர்ந்த கவனக்குவிப்பு நேரம் அது.

தினசரிப் பொது வெற்றிக்கான அடித்தளமும் இதுதான். சமூக/உணர்ச்சிப் பரிமாணத்தில் ரம்பத்தைக் கூர்தீட்டுவதற்கு உங்களுக்குத் தேவையான உள்ளார்ந்த பாதுகாப்பிற்கான மூலாதாரம் இதுதான். சகசார்புச் சூழ்நிலைகளில் உங்களுடைய செல்வாக்கு வட்டத்தின்மீது கவனத்தைக் குவிப்பதற்குத் தேவையான வலிமையை அது உங்களுக்குக் கொடுக்கிறது. அதாவது, அபரிமித மனப்பான்மைக் கருத்துக் கண்ணோட்டத்தின் ஊடாக மற்றவர்களைப் பார்ப்பதற்கும், அவர்களுடைய வித்தியாசங்களை உண்மையிலேயே மதிப்பதற்கும், அவர்களுடைய வெற்றி குறித்து மகிழ்வதற்கும் தேவையான தனிப்பட்ட

வலிமையை அது உங்களுக்குக் கொடுக்கிறது. உண்மையான புரிதலையும் கூட்டியக்கரீதியான 'எனக்கும் வெற்றி, உனக்கு வெற்றி' தீர்வுகளையும் நோக்கிச் செயல்படுவதற்கும், ஒரு சகசார்பு யதார்த்தத்தில் 4வது, 5வது, மற்றும் 6வது பழக்கங்களைப் பயிற்சி செய்வதற்குமான அடித்தளத்தை இது உங்களுக்கு வழங்குகிறது.

மேல்நோக்கிய சுழற்சி

புதுப்பித்தல் என்பது வளர்ச்சி, மாற்றம், மற்றும் தொடர்ச்சியான மேம்பாடு ஆகியவற்றில் நாம் மேல்நோக்கிய சுழற்சியில் செல்வதற்கு நமக்கு சக்தியளிக்கின்ற கொள்கையும் செயல்முறையும் ஆகும்.

அந்தச் சுழற்சியின் ஊடாக அர்த்தமுள்ள, தொடர்ச்சியான முன்னேற்றத்தை அடைவதற்கு, புதுப்பித்தலின் மற்றுமோர் அம்சத்தை நாம் கருத்தில் கொள்ள வேண்டும். இந்த மேல்நோக்கிய சுழற்சியை வழிநடத்துகின்ற நமது மனசாட்சிதான் அந்த அம்சம். மேடம் டெஸ்டைலின் வார்த்தைகளில் கூறினால், "சுலபமாக அடக்கி வைக்கும் அளவுக்கு மனசாட்சியின் குரல் மென்மையானதுதான். ஆனால், அதைக் கண்டறிவதில் எந்தத் தவறும் ஏற்படாத அளவுக்கு அது தெளிவானதும்கூட."

மனசாட்சி என்பது சரியான கொள்கைகளுடனான நமது ஒப்புமை அல்லது வேறுபாட்டை உணர்ந்து கொண்டு, அவற்றை நோக்கி நம்மை உயர்த்துகின்ற ஒரு மனிதப் பண்பு — அது முறையாக இருக்கும்பட்சத்தில்.

நரம்பு மற்றும் தசைக்கட்டைப் பற்றிய அறிவு தலைசிறந்த ஒரு தடகள வீரருக்கு எவ்வளவு இன்றியமையாததோ, மனத்தைப் பற்றிய அறிவு ஓர் அறிஞருக்கு எவ்வளவு இன்றியமையாததோ, அதேபோல் மனசாட்சியைப் பற்றிய அறிவு உண்மையிலேயே முன்யோசனையுடன் செயல்படுகின்ற, அதிக ஆற்றல்வாய்ந்த நபருக்கு இன்றியமையாத ஒன்றாகும். ஆனாலும், மனசாட்சியைப் பயிற்றுவிப்பதற்கும், அதற்குக் கற்றுக் கொடுப்பதற்கும், இன்னும் அதிகமான கவனக்குவிப்பும், அதிக சமநிலையுடன்கூடிய ஒழுங்கும், அதிகபட்ச நேர்மையாக வாழ்வதும் அவசியமாகிறது. உத்வேகமூட்டுகின்ற இலக்கியங்களைப் படிப்பதும், மேன்மையான எண்ணங்களை எண்ணுவதும், எல்லாவற்றுக்கும் மேலாக, தன்னுடைய உட்குரலுடன் இணக்கமாக வாழ்வதும் அதற்குத் தேவை.

நொறுக்குத் தீனியும் உடற்பயிற்சியின்மையும் ஒரு தடகள வீரரின் நிலைமையைச் சீரழித்துவிடுவதுபோல், கீழ்த்தரமான, பக்குவமற்ற, அல்லது பாலுணர்வைத் தூண்டுகின்ற விஷயங்கள் நம்முடைய உயர்ந்த உணர்வுகளை மழுங்கடிக்கின்ற ஓர் உள்ளார்ந்த இருளை வளர்ப்பதோடு, "எது சரி, எது தவறு?" என்ற இயல்பான அல்லது தெய்வீக மனசாட்சியை அகற்றிவிட்டு, அவ்விடத்தில், "யாரேனும் என்னைக் கண்டுபிடித்துவிடுவார்களோ?" என்ற சமுதாய மனசாட்சியை வைக்கிறது.

அதை **டாக் ஹம்மர்ஸ்கோல்டின்** வார்த்தைகளில் இவ்வாறு கூறலாம்:

நீங்களே முழுமையாக ஒரு விலங்காக மாறாமல் உங்களுடன் இருக்கும் விலங்கோடு உங்களால் விளையாட முடியாது; உண்மைக்கான உங்களது உரிமையை ரத்து செய்யாமல் பொய்மையுடன் உங்களால் வாழ முடியாது; மனத்தின் உணர்திறனை இழக்காமல் உங்களால் குரூரத்துடன் வாழ முடியாது. தன்னுடைய தோட்டத்தைத் தூய்மையாக வைத்துக் கொள்ள விரும்பும் ஒருவன் களைகளுக்கென்று தனியாக ஒரு நிலத்தை ஒதுக்குவதில்லை.

நாம் சுயவிழிப்புணர்வைப் பெற்றவுடன், நாம் கடைபிடித்து ஒழுகுவதற்கான குறிக்கோள்களையும் கொள்கைகளையும் நாம் தேர்ந்தெடுக்க வேண்டும். இல்லையென்றால், அந்த வெற்றிடம் நிரப்பப்பட்டு, நம்முடைய விழிப்புணர்வை இழந்துவிட்டு, வெறுமனே பிழைத்திருப்பதற்கும் இனப்பெருக்கம் செய்வதற்கும் மட்டுமே வாழ்கின்ற விலங்குகளைப்போல் நாம் மாறிவிடுகிறோம். அந்த நிலையில் இருக்கின்ற மக்கள் உண்மையில் வாழ்ந்து கொண்டிருக்கவில்லை என்றுதான் கூற வேண்டும்; அவர்கள் 'வாழப்பட்டுக் கொண்டிருக்கிறார்கள்.' தங்களுக்குள் உறங்கிக் கொண்டிருக்கின்ற, உருவாக்கப்படாமல் கிடக்கின்ற தனித்துவமான பண்புகளை உணர்ந்து கொள்ளாமல், அவர்கள் வெறுமனே எதிர்வினையாற்றிக் கொண்டிருக்கின்றனர்.

அவற்றை உருவாக்குவதற்கு எந்தவிதமான குறுக்கு வழியும் கிடையாது. அறுவடை விதி எப்போதும் ஆட்சி செலுத்துகிறது: நாம் எதை விதைக்கிறோமோ, அதையே அறுவடை செய்கிறோம் — கூடுதலாகவும் இல்லை, குறைவாகவும் இல்லை. நியாய விதி மறுக்க முடியாதது. சரியான கொள்கைகளுடன் நம்மை நாம் எவ்வளவு அதிக நெருக்கமாக இசைவுபடுத்திக் கொள்கிறோமோ, உலகம் இயங்கும் விதத்தைப் பற்றிய நமது தீர்மானம் அவ்வளவு அதிக சிறப்பானதாக அமையும்; நம்முடைய கருத்துக் கண்ணோட்டங்கள், அதாவது நம்முடைய பிராந்தியத்தின் வரைபடங்கள் அவ்வளவு அதிகத் துல்லியமானவையாக இருக்கும்.

நாம் இந்த மேல்நோக்கிய சுழற்சியோடு வளர்ந்து உருவாகும்போது, நமது மனசாட்சியைப் பயிற்றுவிப்பதன் மூலமும், அதற்குக் கீழ்ப்படிந்து நடப்பதன் மூலமும் புதுப்பித்தல் செயல்முறையில் நாம் விடாமுயற்சியைக் காட்ட வேண்டும். அதிகப்படியாகப் பயிற்றுவிக்கப்பட்டுள்ள ஒரு மனசாட்சி தனிப்பட்ட சுதந்திரம், பாதுகாப்பு, அறிவு, மற்றும் சக்தியின் வழியில் நம்மை முடுக்கிவிடும்.

மேல்நோக்கிய சுழற்சியோடு சேர்ந்து நகர்வதற்கு நாம் அதிக உயர்வான தளங்களில் கற்பதும், நம்மை அர்ப்பணித்துக் கொள்வதும், செயல்படுவதும் அவசியமாகிறது. இவற்றில் ஏதேனும் ஒன்று போதுமானது என்று நாம் சிந்தித்தால் நம்மையே நாம் ஏமாற்றிக் கொள்கிறோம் என்று அர்த்தம். தொடர்ந்து முன்னேறுவதற்கு மீண்டும் மீண்டும் நாம் கற்க வேண்டும், நம்மை அர்ப்பணித்துக் கொள்ள வேண்டும், தொடர்ந்து செயல்பட வேண்டும்.

மேல்நோக்கிய சுழற்சி

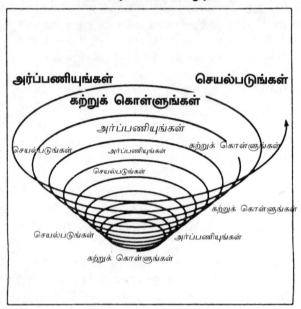

செயல்முறைப் பரிந்துரைகள்:

1. உங்களது உடலை நல்ல நிலையில் வைத்திருப்பதற்கு உங்களுக்கு உதவக்கூடிய, உங்களுடைய வாழ்க்கைமுறைக்குப் பொருத்தமான, நீண்ட காலம் நீங்கள் ரசித்து மகிழக்கூடிய நடவடிக்கைகளைப் பட்டியலிடுங்கள்.

2. அதிலிருந்து ஒரு நடவடிக்கையைத் தேர்ந்தெடுத்து, வரும் வாரத்திற்கான உங்களது தனிப்பட்டப் பாத்திரப் பகுதியின் ஓர் இலக்காக அதைப் பட்டியலிடுங்கள். அந்த வார இறுதியில் உங்களுடைய செயற்திறனை மதிப்பிடுங்கள். உங்கள் இலக்கை நீங்கள் எட்டியிராவிட்டால், உண்மையிலேயே மிக உயர்ந்த மதிப்பீடு ஒன்றிற்கு முன்னுரிமை கொடுத்து உங்கள் இலக்கைப் பின்னுக்குத் தள்ளியது அதற்குக் காரணமா? அல்லது உங்களுடைய மதிப்பீடுகளுக்கு நாணயமாக நடந்து கொள்ள நீங்கள் தவறிவிட்டீர்களா?

3. உங்களுடைய ஆன்மீக மற்றும் உளப் பரிமாணங்களில் புதுப்பித்தல் நடவடிக்கைகளை இதேபோல் பட்டியலிடுங்கள். உங்களுடைய சமூக—உணர்ச்சிப் பகுதியில், நீங்கள் மேம்படுத்த விரும்புகின்ற உறவுகளையும், அல்லது பொது வெற்றி மாபெரும்

பலனை ஏற்படுத்தக்கூடிய குறிப்பிட்டச் சூழல்களையும் பட்டியலிடுங்கள். ஒவ்வொரு பகுதியிலும் ஒரு விஷயத்தைத் தேர்ந்தெடுத்து, அதை அந்த வாரத்திற்கான ஓர் இலக்காகக் குறித்துக் கொள்ளுங்கள். அதை நடைமுறைப்படுத்தி மதிப்பீடு செய்யுங்கள்.

4. ஒவ்வொரு வாரமும் உங்களுடைய நான்கு பரிமாணங்களிலும் 'ரம்பத்தைக் கூர்தீட்டுவதற்கான' நடவடிக்கைகளை எழுதிக் கொள்வதற்கும், அவற்றைச் செய்வதற்கும், பிறகு உங்களுடைய செயற்திறனையும் விளைவுகளையும் மதிப்பீடு செய்வதற்கும் உங்களை அர்ப்பணித்துக் கொள்ளுங்கள்.

மீண்டும் உள்ளிருந்து துவங்குதல்

> *"கடவுள் உள்ளிருந்து துவங்கிச் செயல்படுகிறார். சமுதாயம் வெளியிலிருந்து துவங்கிச் செயல் படுகிறது. சமுதாயம் ஏழ்மையிலிருந்து மக்களை வெளியேற்றும். இயேசு கிறிஸ்து மக்களிடமிருந்து ஏழ்மைத்தனத்தை வெளியேற்றுகிறார். பிறகு அவர்களே தங்களை ஏழ்மையிலிருந்து வெளியேற்றிக் கொள்கின்றனர். சமுதாயம் சூழலை மாற்றுவதன் மூலம் மக்களை மாற்றுகிறது. கிறிஸ்து மக்களை மாற்றுகிறார். பிறகு அவர்கள் தங்கள் சூழலை மாற்றிக் கொள்கின்றனர். சமுதாயம் மனித நடத்தையை மாற்றியமைக்கும், ஆனால் கிறிஸ்து மனித இயல்பையே மாற்றி அமைக்கிறார்."*
>
> **- எஸ்ரா டாஃப்ட் பென்சன்**

இப்புத்தகத்தின் சாராம்சத்தை உள்ளடக்கியதாக நான் உணர்கின்ற ஒரு தனிப்பட்டக் கதையை நான் உங்களுடன் பகிர்ந்து கொள்ள விரும்புகிறேன். அவ்வாறு செய்வதில், அதில் அடங்கியுள்ள அடிப்படையான கொள்கைகளை நீங்கள் தொடர்புபடுத்திப் பார்ப்பீர்கள் என்று நான் நம்புகிறேன்.

சில வருடங்களுக்கு முன்பு, புத்தகம் ஒன்றை எழுதுவதற்காக, நான் பேராசிரியராகப் பணியாற்றிக் கொண்டிருந்த பல்கலைக்கழகத்தில் இருந்து ஒரு வருடம் சம்பளமற்ற விடுப்பு எடுத்துக் கொண்டு, என் குடும்பத்தை அழைத்துக் கொண்டு ஹவாய் மாநிலத்தின் ஓஹு தீவின் வடகரையில் அமைந்த லேயீ என்னும் இடத்திற்குச் சென்றேன். அங்கு நாங்கள் ஒரு வருடகாலம் வாழ்ந்தோம்.

நாங்கள் அங்கு சென்ற சில நாட்களில், தினசரி நடவடிக்கைகளை மேற்கொள்வதற்கும் வேலை செய்வதற்குமென்று ஒரு வழக்கத்தை உருவாக்கினோம். அது மிகவும் ஆக்கபூர்வமாக அமைந்ததோடு மட்டுமல்லாமல், மிகவும் இனிமையானதாகவும் இருந்தது.

அதிகாலையில் கடற்கரையில் சிறிது நேரம் ஓடிவிட்டு வந்த பிறகு, எங்களுடைய இரு குழந்தைகளையும் பள்ளிக்கு அனுப்புவோம். அவர்கள் வெற்றுக் கால்களுடனும் அரைக்கால் சட்டையுடனும் பள்ளிக்குச் சென்றனர். கரும்புத் தோட்டங்களை அடுத்துத் தனித்து அமைந்திருந்த ஒரு கட்டிடத்தில் நான் ஓர் அலுவலகத்தை உருவாக்கியிருந்தேன். அங்குதான் என்னுடைய எழுத்துப் பணியை நான் மேற்கொண்டேன். அந்த இடம் மிக அமைதியாகவும், மிக அழகாகவும், மிக ரம்மியமாகவும் இருந்தது. தொலைபேசியோ, சந்திப்புக் கூட்டங்களோ, அல்லது அழுத்தம் தருகின்ற அவசர வேலைகளோ அங்கு இருக்கவில்லை.

என்னுடைய அலுவலகம் ஒரு கல்லூரியின் வெளிப்புற முனையில் இருந்தது. ஒருநாள் அக்கல்லூரியின் நூலகத்தின் பின்பகுதியில் சில புத்தகங்களை நான் புரட்டிப் பார்த்துக் கொண்டிருந்தபோது, ஒரு புத்தகம் என் ஆர்வத்தை ஈர்த்தது. அதை நான் திறந்தபோது ஒரு குறிப்பிட்டப் பத்தி என் கண்களில் பட்டது. அது என்னுடைய எஞ்சிய வாழ்நாளின்மீது சக்திமிக்கத் தாக்கத்தை ஏற்படுத்தியது.

நான் அந்தப் பத்தியை மீண்டும் மீண்டும் படித்தேன். தூண்டுதலுக்கும் பதில்நடவடிக்கைக்கும் இடையே ஓர் இடைவெளி இருக்கிறது, அந்த இடைவெளியை நாம் எவ்வாறு பயன்படுத்துகிறோம் என்பதுதான் நம்முடைய வளர்ச்சிக்கும் மகிழ்ச்சிக்குமான இன்றியமையாத விஷயம் என்ற எளிமையான கருத்து அதில் உள்ளடங்கி இருந்தது.

அக்கருத்து என் மனத்தில் ஏற்படுத்திய தாக்கத்தை வார்த்தைகளில் விவரிப்பது கடினம். சுயதீர்மானம் என்ற தத்துவத்துடன் நான் வளர்க்கப்பட்டு வந்திருந்தாலும்கூட, 'தூண்டுதலுக்கும் பதில்நடவடிக்கைக்கும் இடையே உள்ள இடைவெளி' என்று அக்கருத்து எடுத்தாளப்பட்டிருந்த விதம் என்னை நம்புதற்கரிய ஆற்றலுடன் தாக்கியது. அது கிட்டத்தட்ட 'முதன்முதலாகத் தெரிய வருவது'போல் இருந்தது. 'நடைமுறை வடிவம் பெறுவதற்கான நேரம் வந்துவிட்ட ஒரு யோசனை' அது. ஓர் உள்ளார்ந்த புரட்சி போன்றது அது.

அதைப் பற்றி நான் மீண்டும் மீண்டும் சிந்தித்தேன். அது என்னுடைய வாழ்க்கையின் கருத்துக் கண்ணோட்டத்தில் ஒரு சக்திவாய்ந்த தாக்கத்தை ஏற்படுத்தத் துவங்கியது. என்னுடைய சொந்த ஈடுபாட்டைக் கண்காணிக்கும் ஒருவனாக நான் மாறியிருந்ததுபோல் இருந்தது. நான் அந்த இடைவெளியில் நின்று, வெளியே அந்தத் தூண்டுதலைப் பார்க்கத் துவங்கினேன். என்னுடைய பதில்நடவடிக்கையைத் தேர்ந்தெடுப்பதற்கும், தூண்டுதலாக மாறுவதற்கும், குறைந்தபட்சம் அதன்மீது தாக்கத்தை ஏற்படுத்துவதற்கும், அதை மாற்றி அமைப்பதற்குமான உள்ளார்ந்த சுதந்திர உணர்வில் நான் களித்தேன்.

சிறிது காலத்திற்குப் பிறகு, நானும் என் மனைவி சான்ட்ராவும் ஆழமான கருத்துப் பரிமாற்றத்தைப் பயிற்சி செய்யத் துவங்கினோம். புத்தகத்தில் நான் படித்த அந்தப் 'புரட்சிகரமான' யோசனையும் இதில் பங்காற்றியது. நண்பகலுக்கு சற்று முன்பாக என் மனைவியை ஒரு பழைய சிவப்பு ஹோண்டா பைக்கில் அழைத்துக் கொண்டு, மழலையர் பள்ளியில் படித்துக் கொண்டிருந்த எங்கள் இரு குழந்தைகளையும் உடன் அழைத்துக் கொண்டு, ஒரு குழந்தையை எங்களுக்கு இடையேயும், இன்னொரு குழந்தையை என்னுடைய இடது கால் மூட்டிலும் அமர்த்திக் கொண்டு, என்னுடைய அலுவலகத்திற்கு அருகே இருந்த கரும்புத் தோட்டங்களின் வழியாக பைக்கை ஓட்டிச் செல்வேன். நாங்கள் வெறுமனே பேசிக் கொண்டு சுமார் ஒருமணிநேரம் மெதுவாக அந்த பைக்கில் பயணித்தோம்.

என் குழந்தைகள் அந்த சவாரியை ஆவலோடு எதிர்பார்த்தனர். சவாரியின்போது அவர்கள் ஒரு சிறு சத்தத்தைக்கூட ஏற்படுத்தவில்லை. வேறு எந்த வாகனமும் அங்கு அவ்வளவாக வந்ததில்லை. எங்களது பைக்கும் எந்த சத்தத்தையும் ஏற்படுத்தவில்லை என்பதால், எங்கள் பேச்சு எங்கள் காதுகளில் தெளிவாகக் கேட்டது. வழக்கமாக நாங்கள் ஆளரவமற்ற ஒரு கடற்கரைக்குச் சென்று, எங்கள் பைக்கை அங்கு நிறுத்திவிட்டு, 200 மீட்டர் தூரம் தள்ளி ஒதுக்குப்புறமாக அமைந்திருந்த ஓர் இடத்திற்கு நடந்து சென்று, மதிய உணவை உட்கொண்டோம். இது எங்களுடைய தினசரிச் சிற்றுலாவாக அமைந்தது.

மணற்கடற்கரையிலும், அத்தீவில் அமைந்திருந்த ஒரு நன்னீர் நதியிலும் எங்கள் குழந்தைகள் ஆனந்தமாக விளையாடிக் கொண்டிருந்தனர். எனவே நானும் என் மனைவியும் எந்த இடையூறும் இன்றி எங்கள் உரையாடலைத் தொடர முடிந்தது. ஒரு வருடம் முழுவதும் ஒவ்வொரு நாளும் குறைந்தபட்சம் இரண்டு மணிநேரத்தை ஆழ்ந்த கருத்துப் பரிமாற்றத்தில் நாங்கள் செலவிட்டதன் மூலம் எங்களுக்கிடையே உருவான புரிதலையும் நம்பிக்கையையும் உணர்ந்து கொள்ள அதிகமான கற்பனை தேவையில்லை.

அவ்வருடத் துவக்கத்தில், நாங்கள் அனைத்துவிதமான சுவாரசியமான விஷயங்களையும் பற்றிப் பேசினோமம — மககள, யோசனைகள், நிகழ்வுகள், குழந்தைகள், என்னுடைய எழுத்துப் பணி, வீட்டில் எங்கள் குடும்பம், எதிர்காலத் திட்டங்கள், மற்றும் ஏராளமான விஷயங்கள் அதில் அடங்கும். மெல்ல மெல்ல, எங்களுடைய கருத்துப் பரிமாற்றம் ஆழமாகியது. எங்களுடைய உள்ளார்ந்த உலகங்களைப் பற்றி நாங்கள் அதிகமாகப் பேசத் துவங்கினோம். எங்களுடைய வளர்ப்பு, நாங்கள் பக்குவப்படுத்தப்பட்டிருந்த விதம், எங்களுடைய உணர்வுகள், சுயசந்தேகங்கள் ஆகியவை எங்கள் உரையாடலில் முக்கிய அங்கம் வகித்தன. இந்தக் கருத்துப் பரிமாற்றங்களில் நாங்கள் ஆழமாக மூழ்கிக் கொண்டிருந்தபோது, நாங்கள் அந்த உரையாடல்களைக் கண்காணித்ததோடு, அவற்றில் எங்களையும் கண்காணித்தோம். தூண்டுதலுக்கும் பதில்நடவடிக்கைக்கும் இடையேயான இடைவெளியை சில புதிய, சுவாரசியமான வழிகளில் நாங்கள் பயன்படுத்தத் துவங்கினோம். சமுதாயத்தால் உளரீதியாக நாங்கள் எவ்வாறு பக்குவப்படுத்தப்பட்டிருந்தோம் என்பதைப் பற்றியும், உலகத்தை நாங்கள் பார்த்த விதத்தின்மீது அது எப்படிப்பட்டத் தாக்கத்தை ஏற்படுத்தியது என்பதைப் பற்றியும் சிந்திப்பதற்கு அது எங்களுக்கு உதவியது.

எங்களுடைய உள்ளார்ந்த உலகங்களுக்குள் நாங்கள் ஒரு சாகசப் பயணத்தைத் துவக்கினோம். அது அதிக உற்சாகம் அளித்ததையும், அதிக சுவாரசியமாக இருந்ததையும், அதிகமாக எங்களைக் கவர்ந்திழுத்ததையும், வெளியுலகில் நாங்கள் அறிந்திராத பல கண்டறிதல்களும் உள்நோக்குகளும் அதில் நிறைந்து இருந்ததையும் நாங்கள் கண்டோம்.

எல்லாம் இனிமையாகச் சென்றதாகக் கூற முடியாது. அவ்வப்போது எங்கள் உரையாடல்களில் உரசல்கள் ஏற்பட்டன. சில வேதனையான

அனுபவங்களையும், தர்மசங்கடமான அனுபவங்களையும், எங்கள் உண்மையான சொரூபங்களை வெளிக்காட்டுகின்ற அனுபவங்களையும் நாங்கள் எதிர்கொள்ள வேண்டியிருந்தது. இந்த அனுபவங்கள் நாங்கள் இருவரும் ஒருவருக்கொருவர் மிகவும் வெளிப்படையாக நடந்து கொள்வதற்கும், எளிதாகத் தூண்டப்படுவதற்கும் வழிவகுத்தது. இவ்விஷயங்களுக்குள் புகுவதற்குப் பல வருடங்களாக நாங்கள் விரும்பி வந்திருந்தோம் என்பதையும் நாங்கள் கண்டறிந்தோம். மிக ஆழமான, மென்மையான விஷயங்களுக்குள் சென்று, பிறகு அவற்றைவிட்டு வெளியே வந்தபோது, ஒருவித குணமாதலை நாங்கள் உணர்ந்தோம்.

நாங்கள் ஒருவருக்கொருவர் அதிக ஆதரவாகவும், உதவியாகவும், ஊக்குவிப்பதாகவும் இருந்ததன் மூலமாகவும், புரிந்துணர்வுடன் செயல்பட்டதன் மூலமாகவும், இந்த உள்ளார்ந்த கண்டறிதல்களை நாங்கள் ஒருவருக்கொருவர் பேணிப் பராமரித்து வந்தோம்.

பேசப்படாத அடிப்படை விதிமுறைகள் இரண்டை நாங்கள் மெல்ல மெல்ல உருவாக்கினோம். முதல் விதிமுறை 'விசாரணையில் ஈடுபடாமல் இருப்பது.' ஒருவர் தன்னுள் புதைந்து கிடக்கும் விஷயங்களை மெல்ல மெல்ல வெளிக்கொணரும்போது, அடுத்தவர் அவரைக் கேள்வி கேட்கக்கூடாது, வெறுமனே புரிந்துணர்வுடன் நடந்து கொள்ள வேண்டும், அவ்வளவுதான். குறுக்கு விசாரணை செய்வது அடுத்தவரை ஊடுருவுவதைப் போன்றது, அதிகமாகக் கட்டுப்படுத்துவதைப் போன்றது. அச்சுறுத்திய, நிச்சயமற்றப் பல கடினமான புதிய பகுதிகளை நாங்கள் கண்டறிந்து கொண்டிருந்தோம். அவை பயங்களையும் சந்தேகங்களையும் தூண்டின. நாங்கள் அவற்றை இன்னும் அதிகமாக அகழ்ந்து பார்க்க விரும்பினோம், ஆனால் அடுத்தவர் தனது சொந்த வேகத்தில் வெளிப்படையாகப் பேசுவதற்கான தேவையை நாங்கள் மதிக்கத் துவங்கினோம்.

இரண்டாவது விதிமுறை, ஏதாவது ஒரு விஷயம் எங்களுக்கு அதிகக் காயத்தையோ அல்லது அதிக வலியையோ ஏற்படுத்தினால், அன்று நாங்கள் அத்துடன் நிறுத்திக் கொள்ள வேண்டும். பிறகு, அடுத்த நாள், விட்ட இடத்திலிருந்து நாங்கள் துவங்கினோம் அல்லது அதைப் பகிர்ந்து கொண்டிருந்தவர் தொடர்ந்து பேசுவதற்குத் தயாராக உணரும்வரை நாங்கள் காத்திருந்தோம். தீர்க்கப்பட்டிராத விஷயங்களைக் கையாள வேண்டும் என்று நாங்கள் விரும்பினோம். ஆனால் அதைச் செய்வதற்கான நேரமும் உகந்த சூழலும் எங்களிடம் இருந்ததாலும், எங்களுடைய சொந்த ஈடுபாட்டைக் கண்காணிப்பதிலும் எங்களுடைய திருமண வாழ்வில் நாங்கள் தொடர்ந்து வளர்வது குறித்தும் நாங்கள் மிகவும் உற்சாகமாக இருந்ததாலும், தீர்க்கப்படாமல் இருந்து கொண்டிருந்த அந்தப் பிரச்சனைகளை என்றேனும் ஒருநாள் தீர்த்துவிடுவோம் என்பதை நாங்கள் அறிந்திருந்தோம்.

இவ்வகைக் கருத்துப் பரிமாற்றத்தினால் விளைந்த மிகக் கடினமான, அதிகப் பலனளிக்கும் பகுதி, சான்ட்ராவினுடைய பலவீனங்களையும் என்னுடைய பலவீனங்களையும் தொட்டபோது ஏற்பட்டது. பிறகு,

நாங்கள் உணர்வுபூர்வமாக அதில் ஈடுபட்டிருந்த காரணத்தால், தூண்டுதலுக்கும் பதில்நடவடிக்கைக்கும் இடையேயான இடைவெளி அங்கு காணாமல் போயிருந்ததை நாங்கள் கண்டறிந்தோம். ஒருசில மோசமான உணர்வுகள் தலைதூக்கியிருந்தன. ஆனால், விட்ட இடத்தில் இருந்து துவங்கி, ஒரு தீர்வு கிடைக்கும்வரை அந்த உணர்வுகளைக் கையாள்வதுதான் எங்களுடைய ஆழமான விருப்பமாகவும், உள்ளார்ந்த உடன்படிக்கையாகவும் இருந்தது.

அந்த வகையான கடினமான நேரங்களில் ஒன்று என்னுடைய ஆளுமையிலிருந்த ஓர் அடிப்படையான போக்கால் ஏற்பட்டது. எனது தந்தை தனிமையை அதிகமாக விரும்புகின்ற ஒரு நபராகவும், அதிகக் கட்டுப்பாடும் அதிக எச்சரிக்கையும் கொண்ட ஒருவராகவும் இருந்தார். எனது தாயார் எல்லோருடனும் கலந்து பழகுகின்ற, மிகவும் வெளிப்படையான, சகஜமாக உறவாடுகின்ற ஒரு நபராக இருந்தார். இப்போதும் அவ்வாறே இருந்து வருகிறார். இந்த இரு வகையான போக்குகளும் என்னிடம் இருப்பதை நான் காண்கிறேன். நான் பாதுகாப்பற்றவனாக உணரும்போது, எனது தந்தையைப்போல் தனிமை விரும்பியாக மாறிவிடுகிறேன். நான் எனக்குள் வாழ்ந்து கொண்டு, எச்சரிக்கையுடன் கண்காணிக்கிறேன்.

சான்ட்ரா எனது தாயாரைப் போன்றவர். அவர் எல்லோருடனும் சகஜமாக உறவாடுகின்ற, உண்மையான, தடையின்றிப் பழகுகின்ற ஒருவர். அவரது வெளிப்படையான பேச்சும் நடத்தையும் பொருத்தமற்றவை என்று எனக்குத் தோன்றிய பல அனுபவங்களை நான் பல வருடங்களாக எதிர்கொண்டு வந்திருக்கிறேன். நான் மற்றவர்களின் உணர்வுகளைப் புரிந்து கொள்ளத் தவறியதால், என்னுடைய கட்டுப்பாடு சமூகரீதியாகவும் தனிப்பட்ட முறையிலும் செயல்குறைபாடு கொண்ட ஒன்றாக விளங்குவதாக என் மனைவி நினைத்தார். நாங்கள் எங்களுக்குள் ஆழமாகச் சென்று பார்த்து, ஒருவருக்கொருவர் அது குறித்து அந்தக் கடற்கரையில் வைத்துக் கருத்துப் பரிமாற்றம் மேற்கொண்டபோது இவை அனைத்தும், இவற்றைவிட இன்னும் அதிகமான விஷயங்களும் வெளிவந்தன. சான்ட்ராவின் உள்நோக்கையும் ஞானத்தையும் நான் மதிக்கத் துவங்கினேன். அதிக வெளிப்படையான, அதிகமாகக் கொடுக்கின்ற, மற்றவர்களின் உணர்வுகளைப் புரிந்து நடந்து கொள்கின்ற, பிறருடன் கலந்து பழகுகின்ற ஒருவனாக நான் ஆவதற்கு அவர் எனக்கு உதவி செய்த விதத்தையும் நான் போற்றுகிறேன்.

அந்தக் கடினமான சமயங்களில் இன்னொன்று, என்னைப் பல வருடங்களாக வதைத்துக் கொண்டிருந்த, ‘வறட்டுப் பிடிவாதம்’ என்று நான் கருதிய, சான்ட்ராவின் ஒரு போக்குடன் தொடர்புடையது. ‘ஃபிரிஜிடேர்’ என்ற நிறுவனத்தின் வீட்டு உபயோகப் பொருட்கள்மீது இனம் புரியாத, வெறித்தனமான ஓர் ஈர்ப்பு சான்ட்ராவிற்கு இருந்தது. அதை என்னால் புரிந்து கொள்ளவே முடியவில்லை. வேறொரு நிறுவனத்தின் பொருட்களை வாங்குவதைப் பற்றி அவர் நினைத்துக்கூடப் பார்க்க மாட்டார். சற்று நெருக்கடியான நிதிநிலைமையில் நாங்கள்

எங்கள் திருமண வாழ்க்கையைத் துவக்கிய நேரத்தில்கூட, நாங்கள் வாழ்ந்து கொண்டிருந்த சிறிய நகரத்தில் ஃபிரிஜிடேர் பொருட்களை எந்தவொரு வினியோகிப்பாளரும் விற்பனை செய்யாததால், எங்களது ஊரிலிருந்து எண்பது கிலோமீட்டர் தொலைவில் இருந்த ஒரு பெருநகரத்திற்குக் காரோட்டிச் சென்று அப்பொருட்களை வாங்குவதற்கு அவர் என்னை வற்புறுத்தினார்.

இது என்னில் பெரும் எதிர்ப்பை உருவாக்கியது. அதிர்ஷ்டவசமாக, இச்சூழ்நிலை நாங்கள் எப்போதேனும் வீட்டு உபயோகப் பொருள் ஒன்றை வாங்கியபோது மட்டுமே ஏற்பட்டது. ஆனால் அச்சூழ்நிலை உருவானபோது, கோப வெளிப்பாடுகளைத் தூண்டுகின்ற ஒரு தூண்டுதலைப்போல் அது இருந்தது. இந்தத் தனியொரு விஷயம் அறிவுக்கு ஒவ்வாத சிந்தனையின் அடையாளச் சின்னமாக இருந்தது. அதோடு, எனக்குள் ஏராளமான எதிர்மறை உணர்வுகளையும் அது உற்பத்தி செய்தது.

அப்படிப்பட்ட சமயங்களில் நான் வழக்கமாக, செயல்பாட்டுக் குறையுடன்கூடிய எனது சொந்தக் குகைக்குள் தஞ்சம் புகுந்து கொண்டேன். அச்சூழ்நிலையைக் கையாள்வதற்கான ஒரே வழி, அதைக் கையாளாமல் இருப்பதுதான் என்பதை நான் கண்டறிந்தேன். இல்லையென்றால், நான் என் கட்டுப்பாட்டை இழந்து, சொல்லக்கூடாத விஷயங்களைச் சொல்லிவிடுவேன் என்று நான் நினைத்தேன். அவ்வாறு வாய்தவறி ஏதோ எதிர்மறையான விஷயத்தைக் கூறி, திரும்பிச் சென்று மன்னிப்புக் கேட்டது என் வாழ்வில் பல சமயங்களில் நடந்துள்ளது.

என் மனைவிக்கு ஃபிரிஜிடேர் சாதனங்கள் பிடித்திருந்தது என்னைத் தொந்தரவு செய்யவில்லை; மாறாக, எந்த அடிப்படையும் இல்லாத விளக்கங்களைக் கூறி அவர் தொடர்ந்து தன் நிலையில் விடாப்பிடியாக இருந்ததுதான் எனக்குக் கோபத்தை ஏற்படுத்தியது. அவரது விளக்கங்கள் அறிவுக்குப் புறம்பாகவும், ஏற்பதற்குத் தகுதியற்றவையாகவும் இருந்ததாக எனக்குத் தோன்றியது. தனது பதில் அறிவுக்கு ஒவ்வாத ஒன்று என்றும், முற்றிலும் உணர்ச்சிரீதியானது என்றும் அவர் ஒப்புக் கொண்டிருந்தால், அச்சூழ்நிலையை என்னால் சமாளித்திருக்க முடியும் என்று நான் நினைக்கிறேன். ஆனால் அவர் அதை நியாயப்படுத்தியது எனக்கு ஏமாற்றத்தைக் கொடுத்தது.

ஒரு வசந்தகாலத்தின் துவக்கத்தில் இந்த ஃபிரிஜிடேர் விவகாரம் பற்றியப் பேச்சு எழுந்தது. எங்களுடைய முந்தையக் கருத்துப் பரிமாற்றங்கள் எங்களை இதற்குத் தயார்படுத்தியிருந்தன. துருவித் துருவி விசாரிக்கக்கூடாது, ஒருவருக்கு அல்லது இருவருக்குமே வேதனை தருகிறது என்ற பட்சத்தில் விவாதத்தை நிறுத்திவிட வேண்டும் என்ற அடிப்படை விதிமுறைகள் ஆழமாக வகுக்கப்பட்டிருந்தன.

அதை நாங்கள் கலந்து பேசிய நாளை என்னால் ஒருபோதும் மறக்கவே முடியாது. அன்று நாங்கள் கடற்கரைக்குச் செல்லவில்லை. கரும்புத் தோட்டங்களின் வழியாக நாங்கள் வெறுமனே எங்கள் பைக்கில் பயணித்துக் கொண்டே இருந்தோம். ஒருவேளை நாங்கள்

ஒருவரையொருவர் நேருக்கு நேர் பார்க்க விரும்பாமல் இருந்தது இதற்குக் காரணமாக இருந்திருக்கலாம். ஏராளமான மனக்காயங்களும் மோசமான உணர்வுகளும் அந்த விவகாரத்துடன் தொடர்புபடுத்தப்பட்டு, இத்தனை வருடங்களாக மூழ்கடிக்கப்பட்டு வந்திருந்தன. எங்கள் உறவில் உரசலை ஏற்படுத்தும் அளவுக்கு அது ஒருபோதும் அவ்வளவு தீவிரமான ஒன்றாக இருந்ததில்லை. ஆனால் ஓர் அழகான, ஒற்றுமையான உறவை வளர்க்க முயற்சிக்கும்போது பிளவை ஏற்படுத்தக்கூடிய எந்தவொரு விவகாரமும் முக்கியமானதுதான்.

அந்த உரையாடலின் வாயிலாக நாங்கள் கற்றுக் கொண்ட விஷயத்தைக் கண்டு நானும் சான்ட்ராவும் அசந்து போனோம். அது உண்மையிலேயே கூட்டியக்கரீதியானதாக இருந்தது. சான்ட்ரா தன்னுடைய 'வறட்டுப் பிடிவாதத்திற்கான' காரணத்தை அப்போதுதான் முதன்முதலில் அறிந்து கொண்டிருந்ததுபோல் தோன்றியது. சான்ட்ரா தனது தந்தையைப் பற்றியும், அவர் ஓர் உயர்நிலைப் பள்ளி வரலாற்று ஆசிரியராக இருந்ததைப் பற்றியும், குடும்பச் செலவுகளை சமாளிப்பதற்காக வீட்டு உபயோகப் பொருட்கள் வியாபாரத்திற்குள் அவர் நுழைந்ததைப் பற்றியும் கூறினார். பொருளாதார வீழ்ச்சி ஏற்பட்ட ஒரு சமயத்தில், சான்ட்ராவின் தந்தை தீவிரமான நிதி நெருக்கடிகளை அனுபவித்தார். அந்த நேரத்தில் தொடர்ந்து வியாபாரத்தில் இருப்பதற்கு அவருக்கு உதவிய ஒரே விஷயம், ஃபிரிஜிடேர் நிறுவனம் அவரது சரக்குகளுக்கு நிதியுதவி வழங்க முன்வந்ததுதான்.

சான்ட்ரா தனது தந்தையுடன் ஓர் ஆழமான, இனிமையான உறவைக் கொண்டிருந்தார். அவரது தந்தை மிகவும் களைத்துப்போய் வீட்டிற்குத் திரும்பியவுடன் சோபாவில் படுத்துக் கொள்வார். சான்ட்ரா அவரது பாதங்களை அமுத்தித் தேய்த்துவிட்டு, அவருக்காகப் பாடுவார். பல வருடங்களாகக் கிட்டத்தட்ட ஒவ்வொரு நாளும் அவர்கள் இருவரும் இந்த இனிமையான நேரத்தை அனுபவித்தனர். சான்ட்ராவின் தந்தை தனது கவலைகளையும் பிரச்சனைகளையும் பற்றி அவரிடம் மனம்விட்டுப் பேசுவார். கடினமான சமயங்களை சமாளிப்பதற்குத் தன்னுடைய பொருட்களுக்கு நிதியுதவி வழங்கிய ஃபிரிஜிடேர் நிறுவனம் குறித்துத் தான் கொண்டிருந்த ஆழ்ந்த நன்றியையும் அவர் சான்ட்ராவிடம் பகிர்ந்து கொண்டார்.

தந்தைக்கும் மகளுக்கும் இடையேயான இந்தக் கருத்துப் பரிமாற்றம், மிகவும் சக்திவாய்ந்த திரைக்கதைகள் எழுதப்படுகின்ற மிக இயல்பான நேரங்களில் தங்குதடையற்ற ஒரு வழியில் நடைபெற்றது. அப்படிப்பட்ட ஆசுவாசமான நேரங்களில், மனம் தூண்டுதலுக்குத் தயாராக இருப்பதால், அனைத்துவிதமான காட்சிகளும் எண்ணங்களும் ஆழ்மனத்தில் ஆழமாகப் பதிந்துவிடுகின்றன. சான்ட்ரா இவை அனைத்தைப் பற்றியும் மறந்துவிட்டிருந்தார். அந்த வருடம் கடற்கரையில் நிகழ்ந்த பாதுகாப்பான கருத்துப் பரிமாற்றத்தின் ஊடாக அது இயல்பாகவும் தங்குதடையின்றியும் வெளிவந்தது.

சான்ட்ரா தன்னைப் பற்றியும், ஃபிரிஜிடேர் நிறுவனம் குறித்துத் தான் கொண்டிருந்த உணர்வுகளின் உணர்ச்சிரீதியான வேரைப் பற்றியும் சக்திவாய்ந்த உள்நோக்கைப் பெற்றார். நான் உள்நோக்கோடு, ஒட்டுமொத்தமாக ஒரு புதிய மதிப்பு நிலையையும் பெற்றேன். சான்ட்ரா, வீட்டு சாதனங்களைப் பற்றிப் பேசிக் கொண்டிருக்கவில்லை என்பதையும், அவர் தனது தந்தையைப் பற்றியும், அவரது தேவைகள் குறித்த விசுவாசத்தைப் பற்றியும்தான் பேசிக் கொண்டிருந்தார் என்பதையும் நான் உணர்ந்தேன்.

அன்று நாங்கள் இருவரும் அழுதது நன்றாக என் நினைவில் இருக்கிறது. எங்களுக்குக் கிடைத்த உள்நோக்குகள் எங்கள் அழுகைக்குக் காரணமல்ல, மாறாக நாங்கள் இருவரும் பரஸ்பரம் ஒருவர்மீது ஒருவர் கொண்டிருந்த மதிப்பு அதிகரித்ததை நினைத்துத்தான் நாங்கள் அழுதோம். மிகவும் அற்பமான விஷயங்கள்கூட ஆழ்ந்த உணர்ச்சிரீதியான அனுபவங்களில் வேரூன்றியுள்ளதை நாங்கள் கண்டறிந்தோம். ஆழத்தில் உள்ள மென்மையான விவகாரங்களைப் பார்க்காமல் மேலோட்டமான குறிப்புகளை மட்டும் கையாள்வது, இன்னொருவர் தன் இதயத்தில் வைத்து பூஜிக்கின்ற ஒரு புனித பூமியை மிதித்து துவம்சம் செய்வதைப் போன்றது.

அந்த ஒரு வருடத்தில் பல செழிப்பான விளைவுகளை நாங்கள் பெற்றோம். நாங்கள் இருவரும் பரஸ்பரம் அடுத்தவருடைய எண்ணங்களோடு கிட்டத்தட்ட உடனடியாகத் தொடர்பு கொள்ள முடிகின்ற அளவுக்கு எங்களுடைய கருத்துப் பரிமாற்றம் மிகவும் சக்திவாய்ந்ததாக மாறியது. நாங்கள் ஹவாய் மாநிலத்தைவிட்டுப் புறப்பட்டபோது, இந்தப் பழக்கத்தைத் தொடர்ந்து கடைபிடிக்கப் போவதாக உறுதியாகத் தீர்மானித்தோம். அன்றிலிருந்து இன்றுவரை பல வருடங்களாக, வெறுமனே பேசுவதற்காக எங்கள் ஹோன்டா பைக்கிலோ அல்லது வானிலை மோசமாக இருந்தால் எங்கள் காரிலோ ஒவ்வொரு நாளும் பயணித்து வருகிறோம். தொடர்ந்து அன்பில் திளைப்பதற்கு, பேசுவது மிகவும் முக்கியம் என்பதை நாங்கள் உணர்ந்து கொண்டுள்ளோம், குறிப்பாக உணர்வுகளைப் பற்றிப் பேசுவது. நாங்கள் இருவரும் ஒவ்வொரு நாளும் பலமுறை ஒருவரோடு ஒருவர் கருத்துப் பரிமாறிக் கொள்ள முயற்சிக்கிறோம், நான் வெளியூரில் இருந்தால்கூட.

தாமஸ் உல்ஃப் கூறியுள்ளது தவறு. உங்கள் இல்லத்திற்கு உங்களால் மீண்டும் திரும்பிச் செல்ல முடியும் — உங்களுடைய உறைவிடம் ஒரு பொக்கிஷமான உறவாகவும், ஒரு விலைமதிக்க முடியாத தோழமையாகவும் இருக்கும்பட்சத்தில்.

கூட்டுக் குடும்ப வாழ்க்கை

தூண்டுதலுக்கும் பதில்நடவடிக்கைக்கும் இடையே உள்ள இடைவெளியைப் புத்திசாலித்தனமாகப் பயன்படுத்திக் கொள்வதற்கான திறனும், மனித இயல்பின் நான்கு பண்புகளை நடைமுறையில் செயல்படுத்துவதற்கான திறனும் உள்ளிருந்து துவங்கி எங்களுக்கு

சக்தியளித்தன என்பதை சான்ட்ராவும் நானும் அந்த அற்புதமான வருடத்தில் கண்டறிந்தோம்.

வெளியிலிருந்து துவங்குதல் அணுகுமுறையை நாங்கள் முயற்சித்துப் பார்த்திருந்தோம். நாங்கள் இருவரும் ஒருவரையொருவர் நேசித்தோம், எங்களுடைய மனப்போக்குகளையும் நடத்தைகளையும் கட்டுப்படுத்தியதன் மூலமும், மனிதர்களுக்கிடையேயான கருத்துப் பரிமாற்றத்திற்கான பயனளிக்கும் உத்திகளைக் கடைபிடித்ததன் மூலமும் எங்களுடைய வேறுபாடுகளை ஏற்றுக் கொண்டு செயல்படுவதற்கு நாங்கள் முயற்சித்திருந்தோம். ஆனால் எங்களுடைய தற்காலிகத் தீர்வுகள் குறைந்த காலமே வேலை செய்தன. எங்களது இன்றியமையாத கருத்துக் கண்ணோட்டங்களின் நிலையில் நாங்கள் செயல்பட்டுக் கருத்துக்களைப் பரிமாறிக் கொண்டவரை, நாட்பட்ட அடிப்படைப் பிரச்சனைகள் தொடர்ந்து இருந்துவரத்தான் செய்தன.

உள்ளிருந்து துவங்கி நாங்கள் செயல்படத் துவங்கியபோது, நம்பிக்கையும் வெளிப்படைத்தன்மையும் நிறைந்த ஓர் உறவை எங்களால் வளர்த்து உருவாக்க முடிந்தது; செயல்பாட்டுக் குறைகளைக் கொண்ட வித்தியாசங்களை ஓர் ஆழமான, நிரந்தரமான வழியில் எங்களால் தீர்க்க முடிந்தது. வெளியிலிருந்து துவங்கி செயல்பட்டிருந்தால் இது ஒருபோதும் சாத்தியப்பட்டிருக்காது. ‘எனக்கும் வெற்றி, உனக்கும் வெற்றி’ என்ற செழிப்பான ஓர் உறவு, ஓர் ஆழமான பரஸ்பரப் புரிதல், மற்றும் அற்புதமான கூட்டியக்கம் ஆகிய சுவையான கனிகள், நாங்கள் எங்களுடைய கருத்துக் கண்ணோட்டங்களை ஆய்வு செய்து, எங்களது திரைக்கதைகளைத் திருத்தியமைத்து, ஒருவரோடு ஒருவர் ஆழமாகக் கருத்துப் பரிமாறுவது என்ற முக்கியமான இரண்டாவது கால்சதுரப் பகுதி நடவடிக்கைக்கு நேரத்தை உருவாக்கும் விதத்தில் எங்களுடைய வாழ்க்கையை நிர்வகித்ததன் மூலம் நாங்கள் பேணிப் பாதுகாத்து வளர்த்த வேர்களில் இருந்து உருவாகின.

வேறு பிற கனிகளும் அங்கு இருந்தன. எங்களுடைய வாழ்க்கை எவ்வளவு தூரம் எங்களுடைய பெற்றோர்களின் சக்திவாய்ந்த தாக்கத்திற்கு ஆளாகியிருந்ததோ, அதே அளவுக்கு எங்களுடைய குழந்தைகளின் வாழ்க்கை எங்களால் உணர்ந்து கொள்ள முடியாத வழிகளில் எங்களது தாக்கத்திற்கு ஆளாகிக் கொண்டிருந்தது என்பதையும், அவர்களுடைய வாழ்க்கை எங்களால் வடிவமைக்கப்பட்டுக் கொண்டிருந்தது என்பதையும் ஓர் ஆழமான நிலையில் எங்களால் பார்க்க முடிந்தது. திரைக்கதையின் சக்தியை எங்களுடைய வாழ்வில் புரிந்து கொண்டதன் மூலம், போதனைகள் மற்றும் எடுத்துக்காட்டுகள் மூலமாக எதிர்கால சந்ததியினருக்கு நாங்கள் வழங்கவிருந்த விஷயங்கள் சரியான கொள்கைகளின் அடிப்படையில் இருப்பதை உறுதி செய்வதற்கு எங்களால் முடிந்த அனைத்தையும் செய்வதற்கான புதுப்பிக்கப்பட்ட ஓர் ஆழ்விருப்பம் எங்களுக்குள் உருவானது.

நமக்குக் கொடுக்கப்பட்டுள்ள, முன்யோசனையுடன் நாம் மாற்ற விரும்புகின்ற அந்தத் திரைக்கதைகள்மீதுதான் நான் இந்தப் புத்தகத்தில் குறிப்பாக கவனம் செலுத்தியுள்ளேன். நம்முடைய திரைக்கதைகளை நாம் கவனமாக ஆய்வு செய்யும்போது, அழகான, நேர்மறையான திரைக்கதைகள் நமக்கு வழங்கப்பட்டுள்ளதையும், அதை நாம் கண்டுகொள்ளாமல் போயிருப்பதையும் நம்மில் பலர் பார்க்கத் துவங்குகிறோம். உண்மையான அந்தத் திரைக்கதைகளை மெச்சுவதற்கும், நமக்கு முன்பு வாழ்ந்து சென்ற, கொள்கையை அடிப்படையாகக் கொண்டு வாழ்வதில் நம்மைப் பேணி வளர்த்த, நாம் யாராக இருக்கிறோம் என்பதை மட்டுமல்லாமல் நம்மால் யாராக உருவாக முடியும் என்பதையும் நமக்குப் பிரதிபலித்துக் காட்டியவர்களை மெச்சுவதற்கும் சுயவிழிப்புணர்வு நமக்கு உதவுகிறது.

உத்வேகமூட்டும் ஒரு சக்தி ஒரு வலிமையான கூட்டுக் குடும்பத்தில் நிலவுகிறது. குழந்தைகள், பெற்றோர்கள், தாத்தாக்கள், பாட்டிகள், அத்தைகள், மாமன்கள், மற்றும் பிற உறவுகள் அடங்கிய ஓர் ஆற்றல்மிக்க சகசார்புக் குடும்பத்தால், தாங்கள் யார் என்பதையும், தாங்கள் எங்கிருந்து வந்துள்ளோம் என்பதையும், தாங்கள் எதைக் கட்டிக் காக்கிறோம் என்பதையும் மக்கள் உணர்ந்து கொள்வதற்கு அவர்களுக்கு உதவுகின்ற ஒரு சக்திமிக்க ஆற்றலாக விளங்க முடியும்.

குழந்தைகள் தங்களைத் தங்கள் 'வம்சாவழியினருடன்' அடையாளம் காண்பதும், தங்கள் வம்சாவழியினர் நாடு முழுவதிலும் பரவியிருந்தாலும் சரி, அவர்களில் பலர் தங்களை அறிந்துள்ளனர், தங்கள்மீது அக்கறை கொண்டுள்ளனர் என்பதை உணர்வதும் மிகச் சிறந்த விஷயமாகும். உங்கள் குடும்பத்தை நீங்கள் பேணி வளர்ப்பதில் அது ஆற்றல்மிக்க ஒரு பேருதவியாக அமையும். உங்களுடைய குழந்தைகள் யாரேனும் ஒருவனுக்கு ஒரு பிரச்சனை இருந்து, தன் வாழ்வின் ஒரு காலகட்டத்தில் உங்களோடு பேசுவதற்கு அவனுக்கு விருப்பமில்லை எனும்போது உங்களுடைய சகோதரர் அல்லது சகோதரியிடம் அவனால் பேச முடியும். ஒரு குறிப்பிட்டக் காலத்திற்கு அவர்கள் அவனுக்கு ஒரு தாயாகவோ, தந்தையாகவோ, ஆசானாகவோ அல்லது கதாநாயகனாகவோ இருக்க முடியும்.

தங்களது பேரக் குழந்தைகளிடம் அதிக ஆர்வம் காட்டும் தாத்தாக்களும் பாட்டிகளும் இப்புவியில் வாழும் விலைமதிக்க முடியாத பொக்கிஷங்களில் சிலர். அவர்களால் ஓர் அற்புதமான சமுதாயக் கண்ணாடியாக இருக்க முடியும். எனது தாயார் அப்படிப்பட்டவர். இப்போதுகூட, தனது எண்பதுகளில் அவர் தன்னுடைய வம்சத்தினர் ஒவ்வொருவரின்மீதும் ஓர் ஆழமான, தனிப்பட்ட ஆர்வம் காட்டுகிறார். அவர் எங்களுக்கு அன்பான கடிதங்களை எழுதுகிறார். ஒருநாள் நான் ஒரு விமானத்தில் வைத்து அவரது கடிதம் ஒன்றைப் படித்துக் கொண்டிருந்தேன். என் கண்களில் கண்ணீர் பெருகி எனது கன்னங்களில் வழிந்து கொண்டிருந்தது. நான் அன்றிரவு அவரைத் தொலைபேசியில் அழைத்துப் பேசினால் அவர் என்ன கூறுவார் என்று எனக்குத் தெரியும்:

"ஸ்டீபன், நான் உன்னை மிகவும் நேசிக்கிறேன் என்பதையும், நீ மிகவும் அற்புதமானவன் என்று நான் நினைப்பதையும் நீ தெரிந்து கொள்ள வேண்டும் என்று நான் விரும்புகிறேன்." அவர் தொடர்ந்து இவ்வாறு உறுதி வழங்கிக் கொண்டே இருப்பார்.

ஒரு வலிமையான கூட்டுக் குடும்பம் என்பது அதிகப் பலனளிக்கின்ற, அதிக வெகுமதி வழங்குகின்ற, திருப்தியளிக்கின்ற சகசார்பு உறவுகளில் ஒன்று. அந்த உறவின் முக்கியத்துவத்தைப் பலர் உணர்கின்றனர். சில வருடங்களுக்கு முன்பு வெளிவந்த 'வேர்கள்' என்ற புதினத்தின்மீது நாம் எவ்வளவு ஆர்வம் காட்டினோம் என்பதை நினைத்துப் பாருங்கள். நம் ஒவ்வொருவருக்கும் வேர்கள் உள்ளன. அந்த வேர்களை நூல்பிடித்துக் கண்டறிவதற்கும், நம்முடைய மூதாதையர்களை அடையாளம் காண்பதற்குமான திறன் நம்மிடம் உள்ளது.

அதை நாம் நமக்காக மட்டுமல்லாமல், நம்முடைய சந்ததியினருக்கும், ஒட்டுமொத்த மனிதகுலத்தின் சந்ததியினருக்கும் செய்வதுதான் அதை நாம் செய்வதற்கான உயர்ந்த நோக்கமும் மிக சக்திவாய்ந்த ஊக்குவிப்பும் ஆகும். "நம்மால் இரண்டு நிரந்தமான சொத்துக்களை மட்டுமே நம் குழந்தைகளுக்குக் கொடுக்க முடியும் — ஒன்று, வேர்கள்; மற்றொன்று, சிறகுகள்," என்று யாரோ ஒருவர் கூறியுள்ளார்.

ஒரு புதிய அவதாரம் எடுத்தல்

மற்ற விஷயங்களைவிடவும், நமது குழந்தைகளுக்கும் மற்றவர்களுக்கும் 'சிறகுகளை'க் கொடுப்பது என்பதற்கு, நமக்கு முந்தையத் தலைமுறையினரால் நமக்கு வழங்கப்பட்டு வந்துள்ள எதிர்மறையான திரைக்கதையைவிட்டு மேலெழுவதற்கான சுதந்திரத்தைக் கொடுத்து அவர்களுக்கு சக்தியளிப்பது என்று அர்த்தம் என்று நான் நம்புகிறேன். என்னுடைய நண்பரும் கூட்டாளியுமான டாக்டர் டெர்ரி வார்னர் அழைக்கின்ற 'புதிய அவதாரம் எடுக்கின்ற' ஒரு நபராக ஆவது என்று அர்த்தம் என்று நான் நம்புகிறேன். அந்தத் திரைக்கதைகளை நாம் அப்படியே நமது சந்ததியினருக்குக் கொடுப்பதற்குப் பதிலாக, அவற்றை நம்மால் மாற்ற முடியும். அதைச் செய்யும்போது உறவுகளை வளர்த்தெடுக்கும் விதத்தில் அதை நம்மால் செய்ய முடியும்.

நீங்கள் ஒரு குழந்தையாக இருந்தபோது உங்கள் பெற்றோர் உங்கள்மீது அதிகார துஷ்பிரயோகம் செய்திருந்தால், உங்களுடைய குழந்தைகளை நீங்கள் அவ்வாறு நடத்த வேண்டும் என்று கட்டாயமில்லை. ஆனாலும் நீங்கள் அந்தத் திரைக்கதையின்படியே வாழும் போக்கைச் சுட்டிக்காட்டுவதற்கான ஏராளமான ஆதாரங்கள் உள்ளன. ஆனால் நீங்கள் முன்யோசனையுடன் செயல்படக்கூடியவர் என்பதால், உங்களால் அந்தத் திரைக்கதையை மாற்றி எழுத முடியும். உங்கள் குழந்தைகளை முறைதவறி நடத்தாமல் இருப்பதைத் தேர்ந்தெடுப்பதோடு, அவர்களை உறுதிப்படுத்துவதையும், நேர்மறையான வழிகளில் அவர்களைப் பக்குவப்படுத்துவதையும் உங்களால் தேர்ந்தெடுக்க முடியும்.

அதை நீங்கள் உங்களது தனிப்பட்டக் குறிக்கோள் வாசகத்திலும், உங்கள் இதயத்திலும் மனத்திலும் எழுதிக் கொள்ளலாம். உங்களது தினசரித் தனிப்பட்ட வெற்றியில் அந்தக் குறிக்கோள் வாசகத்துடன் இணக்கமாக நீங்கள் வாழ்வதாக நீங்கள் மனக்காட்சிப்படுத்தலாம். உங்களுடைய பெற்றோர்கள்மீது அன்பு செலுத்துவதற்கும், அவர்களை மன்னிப்பதற்கும் உங்களால் நடவடிக்கைகள் மேற்கொள்ள முடியும். அவர்கள் இன்னும் உயிரோடு இருந்தால், அவர்களைப் புரிந்து கொள்ள முயற்சிப்பதன் மூலம் அவர்களுடன் ஒரு நேர்மறையான உறவை உருவாக்குவதற்கும் உங்களால் நடவடிக்கைகள் எடுக்க முடியும்.

உங்கள் குடும்பத்தில் பல தலைமுறைகளாக நிலவி வருகின்ற ஒரு போக்கு உங்களோடு நின்று போகட்டும். நீங்கள் உங்கள் கடந்தகாலத்திற்கும் எதிர்காலத்திற்குமான ஒரு பாலம். உங்களது சொந்த மாற்றம் உங்களுக்கு அடுத்து வருகின்ற பலரது வாழ்வில் பெரும் தாக்கத்தை ஏற்படுத்தக்கூடும்.

இருபதாம் நூற்றாண்டின் மிகவும் சக்திவாய்ந்த மனிதரான அன்வர் சாதத், மாற்றத்தின் இயல்பு குறித்த ஓர் ஆழமான புரிதலைத் தனது சொத்தின் ஒரு பகுதியாக நமக்கு விட்டுச் சென்றுள்ளார். அரேபியர்களுக்கும் இஸ்ரேலியர்களுக்கும் இடையே ‘சந்தேகம், பயம், பகைமை, மற்றும் தவறான புரிதல் ஆகியவற்றுடன்கூடிய ஒரு பெரிய சுவரை’ உருவாக்கியிருந்த ஒரு கடந்தகாலத்திற்கும், அதிகப்படியான முரண்பாடுகளும் தனிமைப்படுத்துதலும் தவிர்க்க முடியாதவை என்பதுபோல் தோன்றிய ஓர் எதிர்காலத்திற்கும் இடையே அன்வர் சாதத் நின்றார். பேச்சுவார்த்தைக்கான முயற்சிகள் ஒவ்வொரு நிலையிலும் எதிர்ப்புகளை எதிர்கொண்டன.

இலைகளை வெட்டிச் சாய்ப்பதன் மூலம் இறுக்கமான சூழ்நிலைக்குத் தீர்வு காண சிலர் முயற்சித்து கொண்டிருந்தபோது, **சாதத்** முன்பு தனிமைச் சிறையில் தனக்குக் கிடைத்த மையக் குவிப்பு அனுபவத்திலிருந்து தனக்கு வேண்டியவற்றை எடுத்துக் கொண்டு, வேர்களின்மீது செயல்படத் துவங்கினார். அவ்வாறு செய்ததன் மூலம், அவர் கோடிக்கணக்கான மக்களுக்குப் பலனளிக்கின்ற விதத்தில் வரலாற்றுப் பாதையை மாற்றினார்.

அவர் தனது சுயசரிதையில் இவ்வாறு குறிப்பிட்டுள்ளார்:

கைரோ மத்தியச் சிறைச்சாலையில் 54வது அறையில் கிட்டத்தட்டப் பிரக்ஞையின்றி நான் உருவாக்கியிருந்த அந்த உள்ளார்ந்த வலிமையிலிருந்து நான் எனக்குத் தேவையான உதவியைப் பெற்றேன். அந்த வலிமையை நீங்கள் திறமை என்று அழைத்தாலும் சரி, திறன் என்று அழைத்தாலும் சரி, மாற்றத்திற்கான வலிமை அது. நான் அதிக சிக்கலான ஒரு சூழ்நிலையை எதிர்கொண்டிருந்தேன் என்பதையும், தேவையான உளவியல் திறன் மற்றும் அறிவுத்திறனைக் கொண்டு என்னை வலிமைப்படுத்திக் கொள்ளாமல் அந்தச் சூழ்நிலையை என்னால் மாற்ற முடியாது என்பதையும் கண்டேன். வாழ்க்கை மற்றும் மனித இயல்பைப் பற்றி அந்தத் தனிமைச் சிறையில் நான் சிந்தித்தது எனக்கு ஒரு விஷயத்தைக் கற்றுக் கொடுத்திருந்தது: தன்னுடைய சிந்தனையின்

அடிப்படை இழையை மாற்ற முடியாத ஒருவனால் யதார்த்தத்தை ஒருபோதும் மாற்ற முடியாது. எனவே, எந்தவிதமான முன்னேற்றத்தையும் அவனால் அடைய முடியாது.

உண்மையான மாற்றம் உள்ளிருந்து துவங்குகிறது. உடனடித் தீர்வை வழங்குகின்ற ஆளுமை நெறிமுறை உத்திகளைக் கொண்டு மனப்போக்கு மற்றும் நடத்தை ஆகிய இலைகளை வெட்டிச் சாய்ப்பதிலிருந்து அது வருவதில்லை. அது வேர்களை வெட்டிச் சாய்ப்பதிலிருந்து வருகிறது. நமது குணநலன்களுக்கு வடிவம் கொடுக்கின்ற, நாம் உலகத்தைப் பார்ப்பதற்கான லென்ஸை உருவாக்குகின்ற நம்முடைய சிந்தனையின் இழையை, அடிப்படையான, இன்றியமையாத கருத்துக் கண்ணோட்டங்களை வேரறுப்பதிலிருந்து அது வருகிறது.

நம்முடனும், நமது அன்புக்குரியவர்களுடனும், நண்பர்களுடனும், சக கூட்டாளிகளுடனும் ஒற்றுமையாக இருப்பதும், ஒன்றரக் கலந்திருப்பதும்தான் ஏழு பழக்கங்களில் மிக உயர்ந்த, மிகச் சிறந்த, மிகவும் சுவையான கனியாகும். உண்மையான ஒற்றுமை என்னும் இக்கனியை நம்மில் பலர் கடந்தகாலத்தில் அவ்வப்போது சுவைத்து வந்திருக்கிறோம். ஒற்றுமையின்மை என்னும் கசப்பான, தனிமையான கனியையும் நாம் சுவைத்து வந்திருக்கிறோம். எனவே, ஒற்றுமை என்பது எவ்வளவு விலைமதிக்க முடியாதது என்பதையும், அது எவ்வளவு எளிதில் ஒடிந்து போகக்கூடியது என்பதையும் நாம் அறிவோம்.

அப்படிப்பட்ட ஒற்றுமையை உருவாக்குகின்ற முழுமையான நாணயத்தை அடக்கிய ஒரு குணநலனை உருவாக்குவதும், அன்பு மற்றும் சேவை நிரம்பிய வாழ்க்கையை வாழ்வதும் அவ்வளவு சுலபமான விஷயமல்ல. இது உடனடித் தீர்வு அல்ல.

ஆனால் இது சாத்தியம்தான். சரியான கொள்கைகளின்மீது நம்முடைய வாழ்க்கையை மையப்படுத்துவதற்கான விருப்பம், மற்ற மையங்களாலும் பிரயோஜனமற்றப் பழக்கங்களின் சௌகரிய நிலைகளினாலும் உருவாக்கப்பட்டுள்ள கருத்துக் கண்ணோட்டங்களை உடைத்து அவற்றிலிருந்து விடுபடுவதற்கான விருப்பம் ஆகியவற்றிலிருந்து அது துவங்குகிறது.

சில சமயங்களில் நாம் தவறுகள் செய்கிறோம், தர்மசங்கடமாக உணர்கிறோம். ஆனால் நாம் தினசரித் தனிப்பட்ட வெற்றியில் ஆரம்பித்து, உள்ளிருந்து துவங்கிச் செயல்பட்டால், விளைவுகள் நிச்சயமாக வரும். விதைகளை விதைத்துவிட்டு, பொறுமையாகக் களைகளை நீக்கி அதைப் பேணி வளர்க்கும்போது, உண்மையான வளர்ச்சியின் உற்சாகத்தை நாம் உணரத் துவங்குகிறோம். இறுதியில், ஓர் இணக்கமான, ஆற்றல்மிக்க வாழ்க்கையின் ஒப்பிட முடியாத சுவையான கனிகளை நாம் சுவைக்கிறோம்.

மீண்டும் நான் **எமர்சனின்** மேற்கோளை எடுத்துக் கூற விரும்புகிறேன்: **"நாம் விடாப்பிடியாகச் செய்யும் ஒரு காரியம் இறுதியில் சுலபமாகிறது. அக்காரியத்தின் இயல்பு மாறிவிடவில்லை, ஆனால் அதைச் செய்வதற்கான நமது திறன் அதிகரித்துள்ளது."**

நம்முடைய வாழ்க்கையை சரியான கொள்கைகள்மீது மையப்படுத்தி, ஒன்றைச் செய்வதற்கும், அதைச் செய்வதற்கான நமது திறனை அதிகரிப்பதற்கும் இடையே ஒரு சமநிலையான கவனக்குவிப்பை உருவாக்குவதன் மூலம், ஆற்றல்மிக்க, பயனுள்ள, அமைதியான வாழ்க்கையை நமக்காகவும் நம்முடைய சந்ததியினருக்காகவும் உருவாக்கும் செயலைச் செய்வதற்கு நாம் சக்தியூட்டப் பெறுகிறோம்.

ஒரு தனிப்பட்டக் குறிப்பு

நான் இப்புத்தகத்தை நிறைவு செய்யும் இந்த நேரத்தில், சரியான கொள்கைகளின் மூலாதாரம் என்று நான் நம்புகின்ற ஒரு விஷயம் தொடர்பான எனது சொந்தத் தனிப்பட்ட உறுதியான நம்பிக்கையை உங்களுடன் பகிர்ந்து கொள்ள விரும்புகிறேன். சரியான கொள்கைகள் என்பவை இயற்கை விதிகள், கடவுள்தான் அவற்றின் மூலாதாரம், அவர்தான் நமது மனசாட்சியின் மூலாதாரமும்கூட என்று நான் நம்புகிறேன். உத்வேகமூட்டும் இந்த விழிப்புணர்வை மக்கள் எவ்வளவு தூரம் கடைபிடித்து வாழ்கின்றனரோ, அவ்வளவு தூரம் அவர்கள் தங்கள் இயல்புகளை நிறைவேற்றுவதற்கு முயற்சிப்பார்கள்; அவர்கள் எவ்வளவு தூரம் அவ்வாறு வாழவில்லையோ, அவ்வளவு தூரம் விலங்குகளின் தளத்திலிருந்து அவர்களால் உயர்ந்தெழ முடியாது என்று நான் நம்புகிறேன்.

சட்டத்தாலோ அல்லது கல்வியாலோ எட்ட முடியாத சில பகுதிகள் மனித இயல்பில் உள்ளன என்றும், அவற்றைக் கையாள்வதற்குக் கடவுளின் சக்தி தேவை என்றும் நான் நம்புகிறேன். மனிதர்கள் என்ற முறையில், நம்மால் நம்மைக் கச்சிதமானவர்களாக ஆக்கிக் கொள்ள முடியாது என்று நான் நம்புகிறேன். சரியான கொள்கைகளுடன் நம்மை நாம் எவ்வளவு அதிகமாகப் பொருத்திக் கொள்கிறோமோ, அவ்வளவு அதிகமாக தெய்வீகப் பண்புகள் நமது இயல்பில் விடுவிக்கப்பட்டு, நம்முடைய படைப்பின் அளவீட்டை நிறைவேற்றுவதற்கு அவை நமக்கு உதவும். டீல்ஹார்டு த சார்டின் இவ்வாறு கூறியுள்ளார்: "ஆன்மீக அனுபவத்தைக் கொண்டிருக்கும் மனிதப் பிறவிகள் அல்ல நாம், மாறாக, ஒரு மனித அனுபவத்தைக் கொண்டிருக்கும் ஆன்மீகப் பிறவிகள்தான்."

இப்புத்தகத்தில் நான் பகிர்ந்து கொண்டுள்ள பல விஷயங்களுடன் தனிப்பட்ட முறையில் நான் போராடிக் கொண்டிருக்கிறேன். ஆனால் இப்போராட்டம் எனக்குப் பயனுள்ளதாகவும் நிறைவளிப்பதாகவும் உள்ளது. இது என்னுடைய வாழ்க்கைக்கு அர்த்தத்தைக் கொடுத்து, நேசிப்பதற்கும், சேவை செய்வதற்கும், மீண்டும் முயற்சிப்பதற்கும் எனக்கு சக்தியளிக்கிறது.

என்னுடைய தனிப்பட்டக் கண்டறிதலையும் உறுதியான நம்பிக்கையையும் **டி.எஸ்.எலியட்** அழகாக வெளிப்படுத்தும்விதத்தை நான் மீண்டும் குறிப்பிட விரும்புகிறேன்: **"நாம் நமது தேடலை ஒருபோதும் நிறுத்தக்கூடாது. நாம் நிறுத்தும் இடம் நாம் துவங்கிய இடமாக இருக்க வேண்டும். அது அந்த இடத்தை நாம் முதன்முதலாக அறிவதுபோலவும் இருக்க வேண்டும்."**

முடிவுரை:

என்னிடம் அடிக்கடிக் கேட்கப்படும் கேள்விகள்

இந்த முடிவுரையில் கொடுக்கப்பட்டுள்ளது போன்ற சில தனிப்பட்டக் கேள்விகளால் எப்போதும் நான் தர்மசங்கடத்திற்கு ஆளாகி வந்துள்ளேன். ஆனால் அவை என்னிடம் ஆர்வத்தோடும் அடிக்கடியும் கேட்கப்படுவதால் நான் அவற்றை இங்கு சேர்த்துள்ளேன். இவற்றில் பல கேள்விகளும் பதில்களும் 'லிவ்விங் த செவன் ஹேபிட்ஸ்' என்ற புத்தகத்திலும் இடம்பெற்றுள்ளன.

7 பழக்கங்கள் புத்தகம் 1989ம் ஆண்டு வெளியிடப்பட்டது. அதைத் தொடர்ந்து பல வருடங்களாக உங்களுக்குக் கிடைத்து வந்துள்ள அனுபவங்களைக் கருத்தில் கொள்ளும்போது, இப்புத்தகத்தில் எதை நீங்கள் மாற்றுவீர்கள் அல்லது கூட்டவோ கழிக்கவோ செய்வீர்கள்?

நான் இக்கேள்வியைத் தீவிரமாக எடுத்துக் கொள்கிறேன். ஆனாலும், நான் எதையும் மாற்ற மாட்டேன். நான் அதிக ஆழமாகச் செல்லக்கூடும், விரிவாகச் செயல்படுத்தவும்கூடும், ஆனால் அப்போதிலிருந்து வெளியிடப்பட்டுள்ள சில புத்தகங்களில் அதைச் செய்வதற்கான வாய்ப்பு எனக்குக் கிடைத்திருந்தது.

எடுத்துக்காட்டாக, முதலில் செய்ய வேண்டியவற்றை முதலில் செய்தல் என்ற 3வது பழக்கம்தான் அதிகமாகப் புறக்கணிக்கப்பட்டப் பழக்கம் என்று 250,000 அதிகமான மக்கள் தெரிவித்துள்ளதாகக் கணிக்கப்பட்டது. எனவே, 'முதலில் செய்யப்பட வேண்டியவை முதலில்' என்ற புத்தகம் (1996 வெளியீடு) 2வது மற்றும் 3வது பழக்கங்களுக்குள் ஆழமாகச் சென்றதோடு, மற்றப் பழக்கங்களுக்கான அதிக விஷயங்களையும் விளக்கங்களையும் வழங்கியது.

'அதிக ஆற்றல்மிக்கக் குடும்பங்களுக்கான 7 பழக்கங்கள்' புத்தகம், சிந்தனையின் 7 பழக்கங்கள் கட்டமைப்பை வலிமையான, மகிழ்ச்சியான, அதிக ஆற்றல்மிக்கக் குடும்பங்களை உருவாக்குவதில் செயல்படுத்தியது.

அதோடு, என்னுடைய மகன் சான், பருவ வயதினருக்கான தனித்துவமான தேவைகள், ஆர்வங்கள், மற்றும் சவால்களுக்கு, களிப்பூட்டும் விதத்திலும், அறிவூட்டும் விதத்திலும், காட்சிரீதியாக வசீகரமானதாகவும் இக்கட்டமைப்பை 'அதிக ஆற்றமிக்கப் பருவ வயதினருக்கான 7 பழக்கங்கள்' புத்தகத்தில் செயல்படுத்தினான்.

7 பழக்கங்களை உட்கிரகித்துக் கொண்டதன் மூலம் தங்களுடைய சொந்த வாழ்வின் படைப்பாற்றலாகத் தாங்கள் உருவானதன் வாயிலாக ஏற்பட்டக் குறிப்பிடத்தக்கத் தாக்கத்தைப் பற்றி எங்களிடம்

பல்லாயிரக்கணக்கானோர் கூறியுள்ளனர். இவர்களில் எழுபத்தாறு பேர், துணிச்சல் மற்றும் உத்வேகம் குறித்தத் தங்களது சுவாரசியமான கதைகளைப் பற்றிய விபரங்களை 'லிவ்விங் த 7 ஹேபிட்ஸ்' புத்தகத்தில் பகிர்ந்து கொண்டுள்ளனர். சூழல்கள், நிறுவனத்தின் நிலை, அல்லது முந்தைய வாழ்க்கை அனுபவங்கள் ஆகியவை எப்படி இருந்தாலும் சரி, அனைத்துவிதமான தனிப்பட்ட, குடும்ப, மற்றும் நிறுவன அமைப்புகளில் பரிபூரண மாற்றத்தை ஏற்படுத்தக்கூடிய இக்கொள்கைகளின் சக்தியை இக்கதைகள் எடுத்துக் காட்டுகின்றன.

7 பழக்கங்கள் புத்தகம் வெளியானதிலிருந்து நீங்கள் என்ன கற்றுக் கொண்டுள்ளீர்கள்?

நான் பல விஷயங்களைக் கற்றிருக்கிறேன் அல்லது என்னிடம் ஏற்கனவே வேரூன்றி இருந்த பல விஷயங்கள் வலியுறுத்தப்பட்டுள்ளன. நான் கற்றுக் கொண்ட பத்து விஷயங்களைச் சுருக்கமாக இங்கு குறிப்பிடுகிறேன்.

1. கொள்கைகளுக்கும் மதிப்பீடுகளுக்கும் இடையேயான வேறுபாட்டைப் புரிந்து கொள்வதன் முக்கியத்துவம். கொள்கைகள் என்பவை இயற்கை விதிகள்; அவை நமக்கு வெளியே இருப்பவை; இறுதியில் நம்முடைய நடவடிக்கைகளின் விளைவுகளைக் கட்டுப்படுத்துபவை. மதிப்பீடுகள் என்பவை உள்ளார்ந்தவை, உணர்ச்சி சார்ந்தவை, நம்முடைய நடத்தையை வழிநடத்துவதில் நாம் அதிகமாக உணரும் விஷயங்கள். இப்போது நாம் பெற விரும்பும் விளைவுகளை, எதிர்காலத்தில் இன்னும் தலைசிறந்த விளைவுகளைப் பெறுவதற்கு நமக்கு உதவும் வகையில் பெறுவதற்கு, கொள்கைகளை நாம் மதிக்கக் கற்றுக் கொள்வோம் என்று நான் நம்புகிறேன். செயற்திறனை நான் இப்படித்தான் வரையறுக்கிறேன். எல்லோரும் மதிப்பீடுகளைக் கொண்டுள்ளனர். திருட்டுக் கும்பல்களிடமும் மதிப்பீடுகள் இருக்கின்றன. மதிப்பீடுகள் மக்களின் நடத்தையைக் கட்டுப்படுத்துகின்றன; கொள்கைகள் அந்த நடத்தைகளின் விளைவுகளைக் கட்டுப்படுத்துகின்றன. கொள்கைகள் நம்மிடமிருந்து தனித்து இருக்கின்றன. அவற்றைப் பற்றிய விழிப்புணர்வு நமக்கு இருக்கிறதோ இல்லையோ, அவற்றை நாம் ஏற்றுக் கொள்கிறோமோ இல்லையோ, அவற்றை நாம் நம்புகிறோமோ இல்லையோ, அவற்றுக்குக் கீழ்ப்படிந்து நடக்கிறோமோ இல்லையோ, அவை இயங்கிக் கொண்டுதான் இருக்கின்றன. அடக்கம்தான் அனைத்துப் பண்புநலன்களிலும் தலையாயது என்று நான் நம்புகிறேன். எதுவும் நமது கட்டுப்பாட்டில் இல்லை, மாறாக, அனைத்துமே கொள்கைகளின் கட்டுப்பாட்டில்தான் உள்ளன என்பதால் கொள்கைகளிடம் நாம் நம்மை ஒப்படைத்துவிட வேண்டும் என்று அடக்கம் கூறுகிறது. மறுபுறம், எல்லாம் நமது கட்டுப்பாட்டில்தான் உள்ளது என்றும், நமது மதிப்பீடுகள் நமது நடத்தையைக் கட்டுப்படுத்துவதால் நாம் விரும்பும் விதத்தில் வாழலாம்

என்றும் கர்வம் கூறுகிறது. நாம் அவ்வாறு செய்யலாம், ஆனால் நமது நடத்தையின் விளைவுகள் கொள்கைகளில் இருந்துதான் தோன்றுகின்றன, நமது மதிப்பீடுகளில் இருந்து அல்ல. எனவே நாம் கொள்கைகளை மதிக்க வேண்டும்.

2. இப்புத்தகத்துடனான எனது உலகளாவிய அனுபவங்களிலிருந்து, இதன் அடிப்படையாக அமைந்துள்ள கொள்கைகளின் உலகளாவிய இயல்பை நான் பார்க்கிறேன். விளக்கங்களும் வழக்கங்களும் வேறுபடக்கூடும், அவை கலாச்சாரத்திற்குக் கலாச்சாரம் மாறக்கூடும், ஆனால் கொள்கைகள் ஒன்றுதான். 7 பழக்கங்களில் அடங்கியுள்ள கொள்கைகள் உலகில் ஆறு மாபெரும் சமயங்களில் இடம்பெற்றிருப்பதை நான் பார்த்திருக்கிறேன். அந்தக் கலாச்சாரங்களில் நான் கற்றுக் கொடுக்கும்போது, அந்த சமயங்களின் மறைநூல்களில் இருந்து மேற்கோள்களை எடுத்தாண்டிருக்கிறேன். இதை நான் மத்தியக் கிழக்கு நாடுகளிலும், ஆசியா, ஆஸ்திரேலியா, வட பசிபிக் நாடுகள், தென் அமெரிக்கா, ஐரோப்பா, வட அமெரிக்கா, ஆப்பிரிக்கா போன்ற இடங்களிலும் கற்றுக் கொடுத்துள்ளேன். செவ்விந்தியர்களுக்கும், பிற பூர்வீகக்குடி மக்களுக்கும் நான் இதைக் கற்பித்திருக்கிறேன். நாம் அனைவரும் ஒன்றுதான்; நாம் ஒரே மாதிரியான பிரச்சனைகளைத்தான் எதிர்கொள்கிறோம்; ஒரே மாதிரியான தேவைகளையே கொண்டிருக்கிறோம்; அடிப்படையில் உள்ள கொள்கைகளுடன் நாம் உள்ளார்ந்த அளவில் ஒத்திசைவாகச் செயல்படுகிறோம். நியாயம் அல்லது 'எனக்கும் வெற்றி, உனக்கும் வெற்றி' கொள்கை குறித்த ஓர் உள்ளார்ந்த உணர்வு நம்மிடம் உள்ளது. பொறுப்பு, குறிக்கோள், நாணயம், மதிப்பு, ஒத்துழைப்பு, கருத்துப் பரிமாற்றம், புதுப்பிப்பு ஆகிய கொள்கைகள் குறித்த ஓர் உள்ளார்ந்த அறநெறி உணர்வு நம்மிடம் உள்ளது. இவை அனைத்தும் உலகளாவியவை. ஆனால் வழக்கங்கள் அப்படிப்பட்டவை அல்ல. அவை சூழ்நிலைக்கு ஏற்ப அமைபவை. உலகளாவிய கொள்கைகளை ஒவ்வொரு கலாச்சாரமும் தனித்துவமான வழிகளில் அர்த்தப்படுத்துகிறது.

3. 7 பழக்கங்கள் நிறுவனங்களில் ஏற்படுத்துகின்ற விளைவுகளை நான் பார்த்திருக்கிறேன். வெறும் தொழில்நுட்பக் கண்ணோட்டத்தில் மட்டும் பார்த்தால், ஒரு நிறுவனத்திடம் எந்தப் பழக்கமும் இருப்பதில்லை. அதன் கலாச்சாரம் சில கோட்பாடுகளை அல்லது சட்டதிட்டங்களை அல்லது சமூக விதிமுறைகளைக் கொண்டிருக்கும். அவை அதன் பழக்கங்களைக் குறிக்கின்றன. நிறுவப்பட்ட அமைப்பு முறைகளும் செயல்முறைகளும்கூட ஒரு நிறுவனத்தில் இருக்கும். இவையும் பழக்கங்களைக் குறிக்கின்றன. நான் கிட்டத்தட்ட ஒவ்வொரு துறை மற்றும் தொழிலில் உள்ள பல்லாயிரக்கணக்கான நிறுவனங்களுடன் இணைந்து செயல்பட்டிருக்கிறேன். 7 பழக்கங்களில் அடங்கியுள்ள அதே அடிப்படைக் கொள்கைகள்தான் செயற்திறனை வரையறுப்பதையும் சாத்தியப்படுத்துவதையும் நான் பார்த்திருக்கிறேன்.

4. எந்தவொரு பழக்கத்திலிருந்து துவங்கினாலும் உங்களால் 7 பழக்கங்களையும் கற்றுக் கொடுக்க முடியும். அதோடு, மற்ற ஆறு பழக்கங்களைக் கற்றுக் கொடுப்பதற்கு வழிவகுக்கும் வண்ணம் ஒரு பழக்கத்தை உங்களால் கற்றுக் கொடுக்க முடியும். இது ஒரு 'ஹாலோகிராம்' போன்றது. இங்கு முழுமை அதன் பாகங்களில் அடங்கியுள்ளது; பாகம் முழுமையில் அடங்கியுள்ளது.

5. 7 பழக்கங்களும் உள்ளிருந்து துவங்குதல் அணுகுமுறையைக் குறித்தாலும்கூட, முதலில் வெளியிலுள்ள சவால்களில் துவங்கி, பிறகு உள்ளிருந்து துவங்குதல் அணுகுமுறையைப் பயன்படுத்தினால் அவை மிகவும் வெற்றிகரமாகச் செயல்படும். வேறு வார்த்தைகளில் கூறினால், நீங்கள் உங்கள் உறவில் ஒரு சவாலை எதிர்கொண்டிருந்தால், எடுத்துக்காட்டாக, கருத்துப் பரிமாற்றமும் நம்பிக்கையும் உங்கள் உறவில் பிரச்சனைகளாக இருந்தால், அந்த சவாலை எதிர்கொண்டு கிடைக்கின்ற பொது வெற்றியை சாத்தியமாக்குகின்ற தனிப்பட்ட வெற்றியைப் பெறுவதற்குத் தேவையான உள்ளிருந்து துவங்குதல் அணுகுமுறையின் இயல்பை இந்த சவால் வரையறுக்கும். நான் 1வது, 2வது, மற்றும் 3வது பழக்கங்களைக் கற்றுக் கொடுப்பதற்கு முன்பு, 4வது, 5வது, மற்றும் 6வது பழக்கங்களைக் கற்றுக் கொடுப்பதற்கான காரணம் இதுதான்.

6. சகசார்பு நிலை சார்பற்ற நிலையைவிடப் பத்து மடங்கு அதிகக் கடினமானது. அடுத்தவர் 'எனக்கு வெற்றி, உனக்குத் தோல்வி' மனப்போக்கைக் கொண்டிருக்கும்போது நீங்கள் 'எனக்கும் வெற்றி, உனக்கும் வெற்றி' சிந்தனையைக் கொண்டிருப்பதற்கும், நீங்கள் முதலில் முழுமையாகப் புரிந்து கொள்ளப்பட வேண்டும் என்று ஆழமாக விரும்பிக் கொண்டிருக்கும்போது அதை ஒதுக்கி வைத்துவிட்டு அடுத்தவரை நீங்கள் புரிந்து கொள்ள முயற்சிப்பதற்கும், விட்டுக்கொடுப்பது சுலபமாக இருக்கும்போது ஒரு சிறந்த மூன்றாவது மாற்றுத் தீர்வைத் தேடுவதற்கும் அதிகப்படியான உளரீதியான மற்றும் உணர்ச்சிரீதியான சுதந்திரத்தை சகசார்பு நிலை கட்டாயமாக எதிர்பார்க்கிறது. வேறு வார்த்தைகளில் கூறினால், படைப்புத்திறன் மற்றும் ஒத்துழைப்புடன்கூடிய வழிகளில் மற்றவர்களுடன் வெற்றிகரமாக இணைந்து செயல்படுவதற்கு ஏராளமான சார்பின்மையும், உள்ளார்ந்த பாதுகாப்பும், சுயவிழிப்புணர்வும் அவசியம். இல்லையென்றால், நாம் சகசார்பு என்று அழைப்பது உண்மையிலேயே எதிர் சார்பு அல்லது உடன் சார்புதான். எதிர் சார்பில் மக்கள் தங்கள் சார்பின்மையை வலியுறுத்துவதற்காக நேரெதிரானதைச் செய்கின்றனர். உடன் சார்பில், மக்களுக்குத் தங்கள் தேவைகளை நிறைவேற்றுவதற்கும் தங்களது பலவீனங்களை நியாயப்படுத்துவதற்கும் அடுத்தவருடைய பலவீனங்கள் தேவைப்படுகின்றன.

7. முதல் மூன்று பழக்கங்களை 'ஒரு வாக்குறுதியைக் கொடுத்து, அதை நிறைவேற்றுதல்' என்று எளிதாகத் தொகுத்துக் கூறிவிடலாம். அடுத்த மூன்று பழக்கங்களையும் 'பிரச்சனையில் மற்றவர்களையும்

ஈடுபடுத்தி, இணைந்து தீர்வைக் கண்டுபிடித்தல்' என்று தொகுத்துக் கூறிவிடலாம்.

8. ஒரு டஜனுக்கும் குறைவான தனித்துவமான வார்த்தைகளும் சொற்றொடர்களும் மட்டுமே இருந்தாலும்கூட, 7 பழக்கங்கள் ஒரு புதிய மொழியைக் குறிப்பிடுகின்றன. இப்புதிய மொழி ஏராளமான விஷயங்களைக் கூறுவதற்கான ஒரு குறியாக, ஒரு சுருக்கு வழியாக ஆகிறது. "அது சேமிப்பா அல்லது எடுப்பா?" "இது எதிர்வினைச் செயல்பாடா அல்லது முன்யோசனையுடன்கூடிய செயல்பாடா?" "இது கூட்டியக்கரீதியானதா அல்லது விட்டுக்கொடுத்தலா?" "அது 'எனக்கும் வெற்றி, உனக்கும் வெற்றி'யா அல்லது 'எனக்கு வெற்றி, உனக்குத் தோல்வி'யா அல்லது 'எனக்குத் தோல்வி, உனக்கு வெற்றி'யா?" "அது முதலில் செய்ய வேண்டியவற்றை முதலில் செய்வதா அல்லது இரண்டாவது செய்ய வேண்டியவற்றை முதலில் செய்வதா?" "அது வழியை மனத்தில் வைத்துத் துவங்குவதா அல்லது முடிவை மனத்தில் வைத்துத் துவங்குவதா?" என்று நீங்கள் ஒருவரிடம் கேட்கும்போது, தனித்துவமான இந்த வார்த்தைகள் உணர்த்துகின்ற கொள்கைகளையும் கோட்பாடுகளையும் பற்றிய ஒரு விரிவான புரிதல் மற்றும் அவை குறித்த அர்ப்பணிப்பின் மூலமாக ஒட்டுமொத்தக் கலாச்சாரங்களும் பரிபூரணமாக மாறுவதை நான் கண்டிருக்கிறேன்.

9. நாணயம் விசுவாசத்தைவிட மிக உயர்ந்த ஒரு மதிப்பீடு. இன்னும் சிறப்பாகக் கூறினால், நாணயம் என்பது விசுவாசத்தின் மிக உயர்ந்த நிலை. நாணயம் என்பது மக்கள், நிறுவனம், அல்லது குடும்பத்தை மையமாகக் கொண்டதாக இல்லாமல், கொள்கைகளை மையமாகக் கொண்டிருப்பது, கொள்கைகளுடன் ஒருங்கிணைந்திருப்பது ஆகும். மக்கள் கையாண்டு கொண்டிருக்கும் பெரும்பாலான விவகாரங்களுக்கு, "இது பிரபலமானதா (ஏற்றுக் கொள்ளப்படக்கூடியது, அரசியல்ரீதியானது) அல்லது இது சரியானதா?" என்பது வேராக இருப்பதை நீங்கள் காண்பீர்கள். நமக்கு சரி என்று தோன்றும் விஷயத்தைச் செய்வதைப் பின்னுக்குத் தள்ளிவிட்டு, ஒரு நபருக்கோ அல்லது ஒரு குழுவிற்கோ விசுவாசமாக இருப்பதற்கு நாம் முன்னுரிமை கொடுக்கும்போது, நாணயத்தை நாம் இழக்கிறோம். நாம் தற்காலிகமாகப் பிரபலமடையக்கூடும் அல்லது விசுவாசத்தை உருவாக்கக்கூடும், ஆனால் நாளாவட்டத்தில், இந்த நாணய இழப்பு அந்த உறவுகளையும்கூடக் குன்றிப்போகச் செய்துவிடும். ஒருவரது முதுகிற்குப் பின்னால் புறம்பேசுவதைப் போன்றது இது. வேறொருவரைப் பற்றிப் புறம் பேசுவதன் மூலம் நீங்கள் தற்காலிகமாக உங்களை இணைத்துக் கொண்டுள்ள ஒரு நபர், வேறு சில அழுத்தமான சூழல்களில் தன்னைப் பற்றியும் நீங்கள் புறங்கூறுவீர்கள் என்பதை அறிந்திருக்கிறார். ஒரு விதத்தில் பார்த்தால், முதல் மூன்று பழக்கங்கள் நாணயத்தையும், அடுத்த மூன்று பழக்கங்கள் விசுவாசத்தையும் குறிக்கின்றன. ஆனால் அவை அனைத்தும் ஒன்றுக்கொன்று முற்றிலுமாகப் பின்னிப் பிணைந்துள்ளன.

காலப்போக்கில், நாணயம் விசுவாசத்தை உருவாக்குகிறது. நீங்கள் அவற்றை நேர்மாறாகச் செய்ய முயற்சித்து, முதலில் விசுவாசத்தைத் தேர்ந்தெடுத்தால், நீங்கள் நாணயத்தைக் காலம் தாழ்த்துவதையும் விட்டுக்கொடுப்பதையும் காண்பீர்கள். மற்றவர்களால் நீங்கள் விரும்பப்படுவதைவிட, அவர்களால் நீங்கள் நம்பப்படுவது சிறந்தது. இறுதியில், நம்பிக்கையும் மதிப்பும் பொதுவாக அன்பை உருவாக்கும்.

10. 7 பழக்கங்களைக் கடைபிடித்து வாழ்வது ஒவ்வொருவருக்கும் ஒரு நிரந்தரப் போராட்டம்தான். ஒவ்வொருவரும் அவ்வப்போது இந்த ஏழு பழக்கங்களில் ஏதோ ஒன்றிலும் அல்லது சில சமயங்களில் ஒரே நேரத்தில் அனைத்துப் பழக்கங்களிலும் தவறிக் கொண்டிருக்கின்றனர். இப்பழக்கங்கள் அனைத்தும் நாம் புரிந்து கொள்வதற்கு எளிதானவை, ஆனால் தொடர்ந்து கடைபிடிப்பதற்கு மிகவும் கடினமானவை. அவை பொது அறிவு சார்ந்த விஷயங்கள்; ஆனால் பொது அறிவு எப்போதும் எல்லோரிடமும் பொதுவாகக் காணப்படும் விஷயம் அல்ல.

தனிப்பட்ட முறையில் எந்தப் பழக்கத்தைக் கடைபிடிப்பதற்கு நீங்கள் அதிகமாக சிரமப்படுகிறீர்கள்?

5வது பழக்கம். நான் உண்மையிலேயே களைத்துப் போயிருந்து, என் எண்ணம் சரி என்று ஏற்கனவே நான் அறிந்திருக்கும்போது, அடுத்தவர் கூறுவதைக் காதுகொடுத்துக் கேட்க நான் உண்மையிலேயே விரும்புவதில்லை. கவனமாகக் கேட்பதுபோல் நான் நடிக்கக்கூடும். நான் கற்றுக் கொடுக்கும் விஷயத்தை நானே கடைபிடிக்காமல் இருக்கும் தவறை நான் நிச்சயமாகச் செய்திருக்கிறேன். அடுத்தவரைப் புரிந்து கொள்ளும் நோக்கத்தில் அவர் கூறுவதைச் செவிமடுப்பதற்குப் பதிலாக அவருக்கு பதில் கூறும் நோக்கத்துடன் கேட்கிறேன். உண்மையில், ஒரு விதத்தில் பார்த்தால், நான் தினமும் 7 பழக்கங்களுடன் போராடிக் கொண்டிருக்கிறேன். அவற்றில் எதையும் நான் வெற்றி கொண்டதில்லை. நாம் ஒருபோதும் மேதமை பெறாத வாழ்க்கைக் கோட்பாடுகளாக அவற்றை நான் பார்க்கிறேன். நாம் அவற்றில் வல்லவர்களாக ஆவதை நெருங்கும் சமயத்தில், நாம் உண்மையிலேயே கடந்து செல்ல வேண்டிய தூரம் இன்னும் ஏராளமாக இருக்கிறது என்ற விழிப்புணர்வு நமக்கு ஏற்படுகிறது. அதிகமாகத் தெரியத் தெரிய, தெரியாதது அதிகமாக இருக்கிறது என்பது தெரிய வருகிறது.

நான் என்னுடைய பல்கலைக்கழக மாணவர்களுக்கு, அவர்களது கேள்விகளின் தரத்திற்காக 50 சதவீத மதிப்பெண்களையும், அக்கேள்விகளுக்கான அவர்களது பதிலின் தரத்திற்கு 50 சதவீத மதிப்பெண்களையும் கொடுப்பது இந்தக் காரணத்திற்காகத்தான். அவர்களது அறிவின் உண்மையான நிலை இவ்வழியில் சிறப்பாக வெளிப்படுத்தப்படுகிறது.

அதேபோல், 7 பழக்கங்களும் ஒரு மேல்நோக்கிய சுழற்சியை உணர்த்துகின்றன.

ஓர் உயர்ந்த நிலையில் இருக்கும் 1வது பழக்கம், ஒரு தாழ்ந்த நிலையில் இருக்கும் 1வது பழக்கத்தில் இருந்து பெருமளவில் வேறுபட்டது. துவக்க நிலையில் முன்யோசனையுடன் செயல்படுவது, தூண்டுதலுக்கும் பதில்நடவடிக்கைக்கும் இடையே உள்ள இடைவெளி குறித்த விழிப்புணர்வாக மட்டுமே இருக்கக்கூடும். அதற்கடுத்த நிலை பின்னூட்டக் கருத்தைக் கொடுப்பதை உள்ளடக்கியிருக்கக்கூடும். அடுத்த நிலை மன்னிப்புக் கேட்பதை உள்ளடக்கியிருக்கக்கூடும். அடுத்த நிலை மன்னிப்பதை உள்ளடக்கியிருக்கக்கூடும். அடுத்த நிலை பெற்றோரை மன்னிப்பதை உள்ளடக்கியிருக்கக்கூடும். அடுத்த நிலை இறந்துபோன பெற்றோரை மன்னிப்பதை உள்ளடக்கியிருக்கக்கூடும். அடுத்த நிலை மற்றவர்கள் கூறுவதைத் தவறாக எடுத்துக் கொள்ளாமல் இருப்பதை உள்ளடக்கியிருக்கக்கூடும்.

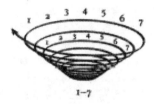

மேல்நோக்கிய சுழற்சி

ஃபிராங்க்ளின்கவி நிறுவனத்திற்கு நீங்கள்தான் நிர்வாக இயக்குனராக இருக்கிறீர்கள். அந்நிறுவனம் இந்த 7 பழக்கங்களைக் கடைபிடிக்கிறதா?

நாங்கள் அதற்கு முயற்சிக்கிறோம். நாங்கள் கற்றுக் கொடுப்பதைக் கடைபிடித்து வாழ்வதற்குத் தொடர்ந்து முயற்சிப்பது எங்களுடைய அடிப்படை மதிப்பீடுகளில் ஒன்று. ஆனால் அதை நாங்கள் கச்சிதமாகச் செய்வதில்லை. மற்ற எந்தவொரு தொழிலையும்போலவே, மாறுகின்ற சந்தை யதார்த்தங்களும், முன்பு தனித்தனியாக இருந்த கவி தலைமைத்துவ மையம் மற்றும் ஃபிராங்க்ளின் குவெஸ்ட் ஆகியவற்றின் கலாசாரங்களை ஒருங்கிணைத்ததும் தொடர்ந்து எங்களுக்கு சவாலாக இருந்து வருகின்றன. இந்த ஒருங்கிணைப்பு 1997ம் ஆண்டு கோடைக்காலத்தில் நிகழ்ந்தது. கொள்கைகளை நடைமுறைப்படுத்துவதற்கு நேரமும், பொறுமையும், விடாமுயற்சியும் தேவை. எங்களுடைய வெற்றியின் உண்மையான சோதனை காலப்போக்கில் நிகழும். எவரொருவராலும் ஒரு துல்லியமான படத்தைக் கொடுக்க முடியாது.

எந்தவொரு விமானமும் பெரும்பாலான சமயங்களில் தனக்கு வகுத்துக் கொடுக்கப்பட்டுள்ள பாதையிலிருந்து விலகியே செல்கிறது, ஆனால் மீண்டும் மீண்டும் சரியான பாதைக்கு வந்துவிடுகிறது. இறுதியில்

அது தான் வந்து சேர வேண்டிய இடத்தை அடைந்துவிடுகிறது. தனிநபர்கள், குடும்பங்கள், அல்லது நிறுவனங்களின் விஷயத்திலும் இது உண்மை. 'முடிவை மனத்தில் கொண்டிருப்பதும்,' தொடர்ந்து பின்னூட்டக் கருத்துக்களைப் பெற்றுத் தன் பாதையைத் திருத்திக் கொள்வதற்குத் தன்னை அர்ப்பணித்துக் கொள்வதும்தான் இங்கு முக்கியம்.

ஏன் ஏழு பழக்கங்கள்? அது ஏன் ஆறு அல்லது எட்டு அல்லது பத்து அல்லது பதினைந்து பழக்கங்களாக இருக்கக்கூடாது? ஏழு என்ற எண்ணில் அப்படி என்ன புனிதத்துவம் இருக்கிறது?

ஏழு என்ற எண்ணில் எந்தப் புனிதத்துவமும் இல்லை. இயல்பாக, தனிப்பட்ட வெற்றிக்கான மூன்று பழக்கங்கள் பொது வெற்றிக்கான மூன்று பழக்கங்களை முந்தி வருகின்றன. பிறகு இன்னொரு பழக்கம் மீதி ஆறு பழக்கங்களையும் புதுப்பிப்பதற்காக உள்ளது. அதனால் மொத்தம் ஏழு பழக்கங்கள் உள்ளன. அவ்வளவுதான்.

இந்தக் கேள்வி என்னிடம் கேட்கப்படும்போது, நான் எப்போதும் இப்படிக் கூறி வந்திருக்கிறேன்: ஏதேனும் ஒரு நல்ல பண்புநலனை ஒரு பழக்கமாக மாற்ற நீங்கள் விரும்பினால், நீங்கள் கடைபிடித்து வாழ விரும்பும் ஒரு மதிப்பீடாக அதை வெறுமனே 2வது பழக்கத்தின் கீழே பட்டியலிட்டுவிடுங்கள். வேறு வார்த்தைகளில் கூறினால், நேரம் தவறாமை என்ற ஒரு விருப்பமான பண்புநலனை நீங்கள் ஒரு பழக்கமாக ஆக்கிக் கொள்ள விரும்பினால், அது 2வது பழக்கத்தின் ஒரு மதிப்பீடாக இருக்கும். எனவே, நீங்கள் புதிதாக எந்தவொரு பண்புநலனைக் கண்டறிந்தாலும் சரி, அதை 2வது பழக்கத்தின்கீழ் ஒரு மதிப்பீடாகப் பட்டியலிடுவீர்கள். உங்களால் ஒரு மதிப்பீட்டு அமைப்பு முறையை வைத்திருக்க முடியும், உங்களால் உங்கள் சொந்த மதிப்பீட்டு அமைப்பு முறையைத் தேர்ந்தெடுக்க முடியும் என்ற யோசனைதான் முதலாவது பழக்கம். அந்த மதிப்பீடுகளோ அல்லது தேர்ந்தெடுப்புகளோதான் இரண்டாவது பழக்கம். அவற்றைக் கடைபிடித்து வாழ்வது மூன்றாவது பழக்கம்.

ஏழு பழக்கங்கள் புத்தகத்தின் இப்புதிய பதிப்பிற்காக நான் இந்த முடிவுரையை எழுதிக் கொண்டிருந்த அதே நேரத்தில், '8வது பழக்கம்: செயற்திறனிலிருந்து மேன்மைத்துவம்' என்ற தலைப்பில் ஒரு புதிய புத்தகத்தை எழுதி முடித்துள்ளேன். சிலருக்கு நான் அதை 8வது பழக்கம் என்று அழைப்பது எனது வழக்கமான பதிலில் இருந்து நான் விலகிவிட்டதைப்போல் தோன்றக்கூடும். ஆனால், நான் இப்புதிய புத்தகத்தின் முதலாவது அத்தியாயத்தில் கூறியிருப்பதுபோல், 'அதிக ஆற்றல் வாய்ந்த 7 பழக்கங்கள்' 1989ல் வெளியிடப்பட்டப் பிறகு உலகம் பெருமளவில் மாறியுள்ளது. நமது தனிப்பட்ட வாழ்விலும், உறவுகளிலும், நமது குடும்பங்களிலும், தொழில்வாழ்க்கையிலும், நிறுவனங்களிலும் நாம் எதிர்கொள்ளும் சவால்களும் சிக்கல்களும் முற்றிலும் வித்தியாசமாக உள்ளன. உண்மையில், பெர்லின் சுவர் தகர்க்கப்பட்ட 1989ம் வருடத்தை,

தகவல் யுகத்தின் துவக்கமாகவும், ஒரு புதிய யதார்த்தத்தின் பிறப்பாகவும், மாபெரும் முக்கியத்துவம் வாய்ந்த பிரளய மாற்றமாகவும், உண்மையிலேயே ஒரு புதிய யுகமாகவும் பலர் கருதுகின்றனர்.

ஏழு பழக்கங்களின் புதிய யதார்த்தம் – 8வது பழக்கம்

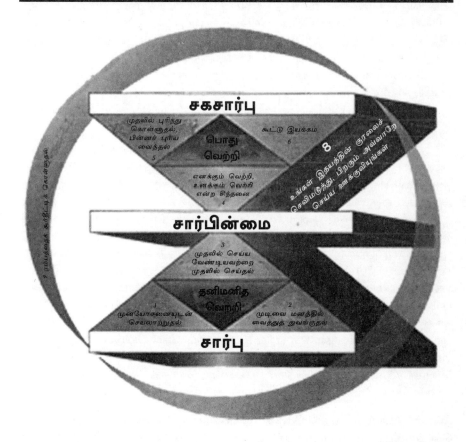

தனிநபர்கள் மற்றும் நிறுவனங்கள் என்ற முறையில், அதிக ஆற்றலுடன் இருப்பது இன்றைய உலகில் ஒருவரது விருப்பம்சார்ந்த விஷயமல்ல, மாறாக, யதார்த்தத் தளத்திற்குள் நுழைவதற்கான விலை அது. இப்புதிய யதார்த்தத்தில் பிழைத்திருப்பதற்கும், தழைத்தோங்குவதற்கும், புதுமையைப் புனைவதற்கும், சிறப்பாகச் செயல்படுவதற்கும், வழிநடத்துவதற்கும், நாம் செயற்திறனை உருவாக்குவதும், அதற்கு அப்பால் செல்வதும் அவசியமாகிறது. பூரண மனநிறைவுதான் ஒரு புதிய யுகத்தின் அழைப்பும் தேவையும் ஆகும். உணர்ச்சிபூர்வமான செம்மையான பயன்பாடு, முக்கியப் பங்களிப்பு,

மேன்மைத்துவம் ஆகியவற்றிற்கானது இது. இவை அனைத்தும் ஒரு வித்தியாசமான தளத்தில் அல்லது பரிமாணத்தில் உள்ளன. அவை வெவ்வேறு வகையானவை. எடுத்துக்காட்டாக, முக்கியத்துவம் என்பது வெற்றியிலிருந்து வகையில் மாறுபட்டுள்ளதே தவிர, அளவில் அல்ல. மனித மேதமை மற்றும் ஊக்குவிப்பின் உயர்ந்த நிலைகளைப் பயன்படுத்துவதற்கு, ஒரு புதிய மனப்போக்கும், ஒரு புதிய திறமையும், ஒரு புதிய கருவியும் தேவை, அதாவது ஒரு புதிய பழக்கம் தேவை.

8வது பழக்கம் என்பது எப்படியோ மறந்துவிடப்பட்ட, 7வது பழக்கத்துடன் இணைக்கப்படுகின்ற இன்னுமொரு பழக்கம் அல்ல. அது இன்றைய நவீன அறிவுச் சொத்து யுகத்தின் மைய சவாலை எதிர்கொள்கின்ற ஏழு பழக்கங்களுக்கான ஒரு மூன்றாவது பரிமாணத்தின் சக்தியைக் கண்டறிந்து அதைப் பயன்படுத்துவதைப் பற்றியதாகும்.

நீங்கள் பிரபலமாக இருப்பது உங்களை எப்படி பாதிக்கிறது?

அது பல வழிகளில் என்னை பாதிக்கிறது. தன்முனைப்புத் தளத்தில் வைத்துப் பார்த்தால், அது உள்ளத்திற்கு மகிழ்வூட்டுவதாக இருக்கிறது. கற்பித்தல் என்ற நோக்கில் பார்த்தால், அது நெகிழ வைப்பதாக உள்ளது. ஆனால் ஒரு விஷயத்தை நான் வலியுறுத்திக் கூறியாக வேண்டும். இக்கொள்கைகளில் ஒன்றுகூட என்னுடையதல்ல. இதற்கு எனக்குக் கிடைக்கும் அங்கீகாரத்திற்கு நான் தகுதியானவன் அல்ல. அடக்கமாகவும் பணிவன்புடனும் இருக்க வேண்டும் என்ற விருப்பத்தால் நான் இவ்வாறு கூறவில்லை. நான் அவ்வாறு நம்புவதால்தான் அப்படிக் கூறுகிறேன். உங்களில் பெரும்பாலானவர்களைப் போலவே, உண்மையைத் தேடுகின்ற, புரிதலைத் தேடுகின்ற ஒருவனாகத்தான் நான் என்னைப் பார்க்கிறேன். நான் ஒரு குரு அல்ல; அவ்வாறு அழைக்கப்படுவதை நான் புறக்கணிக்கிறேன். எனக்கு எந்த சீடர்களும் தேவையில்லை. ஏற்கனவே மக்களின் இதயங்களில் இருக்கின்ற, தங்கள் மனசாட்சிக்கு உண்மையாக அவர்கள் வாழ்கின்ற கொள்கைகளை நோக்கி ஒரு சீடத்துவத்தை ஊக்குவிக்க மட்டுமே நான் முயற்சித்துக் கொண்டிருக்கிறேன்.

நீங்கள் மீண்டும் முதலிலிருந்து துவக்கியாக வேண்டும் என்றால், ஒரு தொழிலதிபர் என்ற முறையில் நீங்கள் எந்த விஷயத்தை வித்தியாசமாகச் செய்வீர்கள்?

பணிநியமனம் செய்வது மற்றும் தேர்ந்தெடுப்பதில் நான் அதிக உத்தியுடனும், அதிக முன்யோசனையுடனும் செயல்படுவேன். அவசர வேலைகளில் நீங்கள் புதைந்து கிடக்கும்போதும், ஆயிரக்கணக்கான பந்துகள் காற்றில் மிதந்து கொண்டிருக்கும்போதும், தீர்வுகளைக் கொடுக்கக்கூடியவர்களைப்போல் தோன்றுகின்ற மக்களை முக்கியமான பதவிகளில் அமர்த்துவது சுலபம். அவர்களுடைய பின்புலங்களையும் அவர்கள் செயல்படும் விதத்தையும் ஆழமாக அலசிப் பார்ப்பதோ, முழுமையான அறிவியற்பூர்வமான ஆராய்வில் ஈடுபடுவதோ, அல்லது

குறிப்பிட்டப் பொறுப்புகளிலும் பதவிகளிலும் நிறைவேற்றப்பட வேண்டிய காரணிகளை எச்சரிக்கையாக உருவாக்குவதோ நமது போக்காக இருப்பதில்லை. பணிநியமனமும் தேர்ந்தெடுப்பும் அக்கணத்தின் அடிப்படையில் மேற்கொள்ளப்படாமல் உத்தி சார்ந்து செய்யப்பட்டால், அதாவது, நீண்டகாலச் சிந்தனையும் முன்யோசனையுடன்கூடிய செயல்பாடும் அதில் இருந்தால், அது நீண்டகாலப் பலனை அளிக்கும் என்று நான் உறுதியாக நம்புகிறேன். "நாம் உள்ளார்வத்தோடு விரும்பும் ஒரு விஷயத்தை மிக சுலபமாக நாம் நம்பிவிடுகிறோம்," என்று யாரோ ஒருவர் கூறியுள்ளார். குணநலன்களையும் தகுதியையும் நீங்கள் ஆழமாகப் பார்க்க வேண்டும். ஏனெனில், காலப்போக்கில், அப்பகுதிகளில் உள்ள குறைபாடுகள் தம்மை நிச்சயமாக வெளிப்படுத்திக் கொள்ளும். பயிற்சியும் உருவாக்கமும் முக்கியம் என்றாலும்கூட, பணிநியமனமும் தேர்ந்தெடுப்பும் அதிக முக்கியமானவை என்று நான் உறுதியாக நம்புகிறேன்.

நீங்கள் மீண்டும் முதலிலிருந்து துவக்கியாக வேண்டும் என்றால், ஒரு பெற்றோர் என்ற முறையில் நீங்கள் எந்த விஷயத்தை வித்தியாசமாகச் செய்வீர்கள்?

ஒரு பெற்றோர் என்ற முறையில், என்னுடைய குழந்தைகள் ஒவ்வொருவருடனும் அவர்களது வாழ்வின் பல்வேறு காலகட்டங்களில் மென்மையான 'எனக்கும் வெற்றி, உனக்கும் வெற்றி' உடன்படிக்கைகளை எச்சரிக்கையாக உருவாக்குவதில் நான் அதிக நேரத்தைச் செலவிட்டிருந்தால் நன்றாக இருந்திருக்கும். வியாபாரம் மற்றும் பயணங்கள் காரணமாக, உறவுகளை வளர்ப்பதில் முழுமையான, வலிமையான 'எனக்கும் வெற்றி, உனக்கும் வெற்றி' உடன்படிக்கைகளைத் தொடர்ச்சியாக உருவாக்குவதற்குக் கொடுக்க வேண்டிய விலையைக் கொடுப்பதற்குப் பதிலாக, என் குழந்தைகளுக்கு அதிகமாகச் செல்லம் கொடுத்து, எண்ணற்ற முறை 'எனக்குத் தோல்வி, உனக்கு வெற்றி' நிலையில் நான் செயல்பட்டிருக்கிறேன்.

தொழில்நுட்பம் எதிர்காலத்தில் வியாபாரத்தை எவ்வாறு மாற்றப் போகிறது?

"உள்கட்டமைப்பு மாறும்போது, அனைத்தும் ஆட்டம் காண்கிறது," என்ற ஸ்டேன் டேவிஸின் கூற்றை நான் நம்புகிறேன். தொழில்நுட்ப உள்கட்டமைப்பு எல்லாவற்றிற்கும் மையமானது என்று நான் நினைக்கிறேன். அது நல்ல போக்குகள் மற்றும் மோசமான போக்குகள் அனைத்தையுமே துரிதப்படுத்தும். துல்லியமாக இதே காரணங்களுக்காகத்தான் மனித அம்சம் அதிக முக்கியமானதாக ஆகிறது என்றும் நான் உறுதியாக நம்புகிறேன். உயர்ந்த தொழில்நுட்பம் மனிதர்கள் இல்லாமல் வேலை செய்யாது. எவ்வளவுக்கு எவ்வளவு ஒரு தொழில்நுட்பம் தாக்கத்தை ஏற்படுத்துகிறதோ, அவ்வளவுக்கு அவ்வளவு அந்தத் தொழில்நுட்பத்தைக் கட்டுப்படுத்துகின்ற மனித அம்சம் முக்கியமானதாக ஆகிவிடுகிறது.

7 பழக்கங்கள் உலகளாவிய பிரபலத்துவம் பெற்றுள்ளது உங்களுக்கு ஆச்சரியத்தையோ அல்லது அதிர்ச்சியையோ ஏற்படுத்தியுள்ளதா?

ஆமாம், இல்லை என்ற இரண்டு பதில்களும் இதற்கு உண்டு. இது உலகளாவிய ஒரு கொள்கையாக ஆகும் என்றோ, இதில் இடம்பெற்றிருக்கும் ஒருசில வார்த்தைகள் அமெரிக்கர்களின் ஒரு பகுதியாக மாறும் என்றோ நான் ஒருபோதும் நினைத்திருக்கவில்லை. இந்த வகையில் உங்கள் கேள்விக்கு நான் ஆம் என்று விடையளிக்கிறேன். அதே நேரத்தில், இப்புத்தகம் இருபத்தைந்து வருடங்களுக்கும் மேலாகப் பரிசோதிக்கப்பட்டு வந்துள்ளது. இது வேலை செய்யும் என்பதை நான் நிச்சயமாக அறிவேன். ஏனெனில், இது நான் கண்டுபிடித்திராத கொள்கைகளின் அடிப்படையில் அமைந்துள்ளது, எனவே அதற்கு நான் எந்தப் பாராட்டையும் பெருமையையும் எடுத்துக் கொள்ளப் போவதில்லை.

சிறுவர் சிறுமியருக்கு ஏழு பழக்கங்களை நீங்கள் எவ்வாறு கற்றுக் கொடுக்கத் துவங்குவீர்கள்?

குழந்தைகளை வளர்ப்பதில் ஆல்பர்ட் ஸ்வைட்சரின் மூன்று அடிப்படை விதிமுறைகளை நான் கடைபிடிப்பேன் என்று நினைக்கிறேன்: முதலில், எடுத்துக்காட்டு; இரண்டாவது, எடுத்துக்காட்டு; மூன்றாவது, எடுத்துக்காட்டு. ஆனால் நான் அவ்வளவு தூரம் செல்ல மாட்டேன். நான் இப்படிக் கூறுவேன்: முதலில், எடுத்துக்காட்டு; இரண்டாவது அக்கறை செலுத்துகின்ற, உறுதிப்படுத்துகின்ற ஓர் உறவை வளர்ப்பது; மூன்றாவது, பழக்கங்களின் அடிப்படையாக இருக்கின்ற எளிய யோசனைகளில் சிலவற்றைக் குழந்தைகளுக்கு அவர்களது மொழியில் கற்றுக் கொடுப்பது; 7 பழக்கங்களைப் பற்றிய ஓர் அடிப்படையான புரிதலையும் அவற்றின் சில குறிப்பிட்டச் சொற்களையும் பெறுவதற்கு அவர்களுக்கு உதவுவது; கொள்கைகளின் ஊடாகத் தங்களது சொந்த அனுபவங்களை எவ்வாறு செயல்முறைப்படுத்துவது என்பதை அவர்களுக்குக் காட்டுவது; குறிப்பிட்ட எந்தக் கொள்கைகளும் பழக்கங்களும் தங்களது வாழ்வில் வெளிப்படுத்தப்படுகின்றன என்பதை அவர்களை அடையாளம் காணச் செய்வது.

என்னுடைய மேலதிகாரிக்கு (வாழ்க்கைத் துணைவர், குழந்தை, நண்பர் போன்றோருக்கும்) 7 பழக்கங்கள் புத்தகம் உண்மையிலேயே தேவை. அவர்களை அதைப் படிக்கச் செய்வதற்கு நான் என்ன செய்ய வேண்டும் என்று நீங்கள் பரிந்துரைக்கிறீர்கள்?

அவர்கள்மீது நீங்கள் எவ்வளவு அக்கறை கொண்டிருக்கிறீர்கள் என்பதை அவர்கள் அறிந்து கொள்ளாதவரை, நீங்கள் எவ்வளவு விஷயங்களைத் தெரிந்து வைத்திருக்கிறீர்கள் என்பதைப் பற்றி அவர்களுக்கு அக்கறை இல்லை. முதலில், நம்பிக்கைக்கான ஓர்

எடுத்துக்காட்டாக இருந்து, அதன் அடிப்படையில், நம்பிக்கை மற்றும் வெளிப்படைத்தன்மை நிறைந்த ஓர் உறவை உருவாக்குங்கள். பிறகு, 7 பழக்கங்கள் உங்களுக்கு எவ்வாறு உதவியுள்ளன என்பதை அவர்களுக்குக் காட்டுங்கள். 7 பழக்கங்கள் உங்கள் வாழ்வின் ஊடாக உங்கள் செயலில் பிரதிபலிப்பதை அவர்கள் பார்க்கட்டும். பிறகு, பொருத்தமான நேரத்தில், ஒரு பயிற்சித் திட்டத்தில் கலந்து கொள்வதற்கு அவர்களுக்கு நீங்கள் அழைப்பு விடுக்கலாம் அல்லது உங்களுடைய புத்தகத்தை அவர்களுடன் பகிர்ந்து கொள்ளலாம் அல்லது சரியான நேரம் பார்த்து இப்புத்தகத்தின் சில அடிப்படை யோசனைகளை அவர்களுக்குக் கற்றுக் கொடுக்கலாம்.

உங்களுடைய பின்புலம் என்ன? 7 பழக்கங்கள் புத்தகத்தை எப்படி நீங்கள் எழுதினீர்கள்?

என்னுடைய தந்தையின் காலடிகளைப் பின்தொடர்ந்து நான் எங்களது குடும்பத் தொழிலில் ஈடுபடுவேன் என்று எல்லோரும் நினைத்தனர். ஆனால், வியாபாரத்தைவிட, தலைவர்களுக்குக் கற்றுக் கொடுப்பதையும் அவர்களுக்குப் பயிற்சியளிப்பதையும் நான் வெகுவாக விரும்பினேன். நான் ஹார்வர்டு பிசினஸ் ஸ்கூலில் இருந்தபோது, நிறுவனங்களின் மனிதவளத் துறையில் எனக்கு ஆழமான ஆர்வமும் ஈடுபாடும் ஏற்பட்டது. பிறகு நான் பிரிகேம் யங் பல்கலைக்கழகத்தில் வியாபாரம் தொடர்பான பாடங்களைக் கற்பித்தேன். கூடவே, ஆலோசனை வழங்குவது, அறிவுரை வழங்குவது, பயிற்சி அளிப்பது ஆகியவற்றையும் பல வருடங்களாகச் செய்து வந்தேன். அந்த நேரத்தில், வரிசைமுறை மற்றும் சமநிலையுடன்கூடிய கொள்கைகள் அமைப்பு முறை ஒன்றைச் சுற்றி, ஒருங்கிணைக்கப்பட்டத் தலைமைத்துவம் மற்றும் நிர்வாக உருவாக்கத் திட்டங்களை உருவாக்குவதில் நான் ஆர்வம் கொண்டேன். இறுதியில் இவை 7 பழக்கங்களாகப் பரிணாம வளர்ச்சி பெற்றன. இவற்றை நிறுவனங்களில் செயல்படுத்தியபோது, கொள்கையை மையமாகக் கொண்ட தலைமைத்துவம் எனும் கொள்கையாக இது பரிணாம வளர்ச்சி அடைந்தது. பல்கலைக்கழகத்தை விட்டுவிட்டு, அனைத்துவிதமான நிறுவனங்களின் நிர்வாக உயரதிகாரிகளுக்குப் பயிற்சியளிப்பதில் முழுநேரம் ஈடுபடுவதென்று தீர்மானித்தேன். மிகவும் கவனமாக உருவாக்கப்பட்டப் பாடத்திட்டத்தை ஒரு வருடகாலம் பின்பற்றிய பிறகு உருவான ஒரு வியாபாரம், இப்புத்தகத்தை உலகம் நெடுகிலும் எடுத்துச் செல்வதற்கு எங்களுக்கு உதவியது.

வெற்றிக்கான உண்மையான சூத்திரம் தங்களிடம் இருப்பதாக முழங்கும் மக்களுக்கு உங்கள் பதில் என்ன?

நான் இரண்டு விஷயங்களைக் கூறுவேன். முதலில், அவர்கள் கூறுவது கொள்கைகள் அல்லது இயற்கை விதிகளின் அடிப்படையில் அமைந்திருந்தால், நான் அவர்களிடம் இருந்து கற்றுக் கொள்ள விரும்புகிறேன், அவர்களை நான் பாராட்டுகிறேன். இரண்டாவது, ஒரே

அடிப்படைக் கொள்கைகளை அல்லது இயற்கை விதிகளை விவரிப்பதற்கு நாம் வெவ்வேறு வார்த்தைகளைப் பயன்படுத்துகிறோம் என்று நான் கூறுவேன்.

உங்கள் தலை உண்மையிலேயே வழுக்கையா அல்லது செயற்திறனுக்காக உங்கள் தலையை நீங்கள் மழித்துக் கொள்கிறீர்களா?

இதோ பாருங்கள், நீங்கள் உங்கள் தலைமுடியைக் காய வைப்பதற்கு ஹேர் டிரையரை உபயோகித்துக் கொண்டிருக்கும்போது, நான் வெளியே சென்று வாடிக்கையாளர்களுக்கு சேவை செய்து கொண்டிருக்கிறேன். உண்மையில், "வழுக்கைதான் அழகு" என்ற சொற்றொடரை நான் முதன்முதலில் கேள்விப்பட்டபோது வயிறு குலுங்கச் சிரித்தேன்.

பின்னிணைப்பு 1

பல்வேறு மையங்களின் நிலைகளிலிருந்து வெளிப்படக்கூடிய கண்ணோட்டங்கள்

உங்கள் மையம் இதுவாக இருந்தால்:	உங்கள் வாழ்வின் பிற பகுதிகளை நீங்கள் வாழ்க்கைத் துணைவர்	குடும்பம்
வாழ்க்கைத் துணைவர்	• தேவைகளின் நிறைவேற்றத்திற்கான மூலாதாரம்	• அதன் இடத்தில் இருந்தால் நல்லது • குறைந்த முக்கியத்துவம் கொண்டது • ஒரு பொதுவான பணித்திட்டம்
குடும்பம்	• குடும்பத்தின் ஓர் அங்கம்	• மிக உயர்ந்த முன்னுரிமை
பணம்	• பணத்தை சம்பாதிப்பதில் சொத்து அல்லது கடப்பாடு	• பொருளாதார உறிஞ்சல்
வேலை	• வேலையில் உதவி அல்லது தடை	• வேலைக்கு உதவி அல்லது இடையூறு • வேலை நெறிமுறை குறித்து அறிவுறுத்தும் நபர்கள்
உடமைகள்	• முக்கிய உடமை • உடமைகளைக் கைவசப்படுத்துவதில் உதவியாளர்	• பயன்படுத்துவதற்கும், சுரண்டுவதற்கும், ஆதிக்கம் செலுத்துவதற்கும், மற்றும் கட்டுப்படுத்துவதற்குமான உடமை • காட்சிப் பொருள்
இன்பம்	• குதூகலத்திலும் இன்பத்திலும் உடனிருப்பவர் அல்லது அதற்குத் தடையாக இருப்பவர்	• வாகனம் அல்லது குறுக்கீடு
நண்பர் அல்லது நண்பர்கள்	• நண்பராக அல்லது போட்டியாளராக இருக்கும் சாத்தியமுடையவர் • சமூக அந்தஸ்திற்கான அடையாளம்	• நண்பர்கள், அல்லது நண்பர்களை உருவாக்குவதற்குத் தடையாக இருப்பவர்கள் • சமூக அந்தஸ்துக் குறியீடு

கீழ்க்கண்ட மாற்று வழிகளில் நோக்கக்கூடும்:

பணம்	வேலை	உடமைகள்
• வாழ்க்கைத் துணைவரைப் பொறுப்பாகப் பார்த்துக் கொள்வதற்குத் தேவையானது	• வாழ்க்கைத் துணைவரைப் பொறுப்பாகப் பார்த்துக் கொள்வதற்குத் தேவையான பணத்தை சம்பாதிப்பதற்கான வழி	• ஆசீர்வதிப்பதற்கு, மற்றவர்களைக் கவர்வதற்கு, அல்லது தனக்கு சாதகமாக அவர்களைப் பயன்படுத்திக் கொள்வதற்கான வழி
• குடும்பத்தின் பொருளாதாரப் பாதுகாப்பு	• ஒரு முடிவிற்கு இட்டுச் செல்லும் பாதை	• குடும்பத்திற்கான சௌகரியம் மற்றும் வாய்ப்புகள்
• பாதுகாப்பு மற்றும் மனநிறைவிற்கான மூலாதாரம்	• பணத்தைக் கைவசப்படுத்துவதற்குத் தேவையானது	• பொருளாதார வெற்றிக்கான அத்தாட்சி
• இரண்டாம் நிலை முக்கியத்துவம் கொண்ட ஒன்று	• மனநிறைவு மற்றும் திருப்திக்கான முக்கியமான மூலாதாரம்	• வேலையில் செயற்திறனை அதிகரிப்பதற்கான கருவிகள்
• கடின உழைப்பின் அத்தாட்சி	• மிக உயர்ந்த நெறிமுறை	• வேலைக்கான பதக்கம்
• உடமைகளை அதிகரிப்பதற்கு முக்கியமானது	• அந்தஸ்து, அதிகாரம், அங்கீகாரம் ஆகியவற்றைக் கைவசப்படுத்துவதற்கான வாய்ப்பு	• அந்தஸ்திற்கான அடையாளம்
• கட்டுப்படுத்துவதற்கான மற்றுமோர் உடமை		
• வாழ்க்கை சுகங்களுக்கான வாய்ப்புகளை அதிகரிப்பதற்கான வழி	• ஒரு முடிவிற்கு இட்டுச் செல்லும் பாதை	• குதூகலத்திற்கான பொருட்கள்
	• சுவாரசியமாக இருந்தால் நல்லது	• அதிகக் குதூகலத்திற்கான வழி
• பொருளாதார மற்றும் சமூக நலனிற்கான மூலாதாரம்	• சமூக வாய்ப்பு	• நட்பை விலைகொடுத்து வாங்குவதற்கான வழி
		• களிப்பூட்டுவதற்கு அல்லது இன்பத்தை வழங்குவதற்கான வழி

உங்கள் மையம் இதுவாக இருந்தால்:	உங்கள் வாழ்வின் பிற பகுதிகளை நீங்கள் இன்பம்	நண்பர்/நண்பர்கள்	எதிரி/எதிரிகள்
வாழ்க்கைத் துணைவர்	• பரஸ்பரமான, ஒன்றிணைக்கின்ற நடவடிக்கை அல்லது முக்கியமற்றது	• வாழ்க்கைத் துணைவர்தான் சிறந்த அல்லது ஒரே நண்பர் • 'நமது' நண்பர்கள் மட்டுமே நண்பர்கள்	• பொது எதிரி திருமணத்திற்கான வரையறையை வழங்குகிறார்
குடும்பம்	• குடும்ப நடவடிக்கைகள் அல்லது ஒப்பிட்டுப் பார்க்கையில் முக்கியமற்றது	• குடும்ப நண்பர்கள் அல்லது போட்டியாளர் • வலிமையான குடும்ப வாழ்க்கைக்கான அச்சுறுத்தல்	• குடும்பத்தாரால் வரையறுக்கப்படுகின்றனர் • குடும்ப வலிமை மற்றும் ஒற்றுமைக்கான மூலாதாரம் • குடும்ப வலிமைக்கான அச்சுறுத்தல்
பணம்	• பொருளாதாரத் தாழ்வு அல்லது பொருளாதார அழுத்தத்திற்கான அத்தாட்சி	• பொருளாதார அந்தஸ்து அல்லது செல்வாக்கின் காரணமாகத் தேர்ந்தெடுக்கப்பட்டவர்கள்	• பொருளாதாரரீதியான போட்டியாளர்கள் • பொருளாதாரப் பாதுகாப்பிற்கான அச்சுறுத்தல்
வேலை	• நேர விரயம் • வேலையுடன் குறுக்கிடுகிறது	• பணியிடத்தில் அல்லது அவர்களுக்கிடையேயான பொதுவான ஆர்வத்திலிருந்து உருவானவர்கள் • அடிப்படையில் தேவையற்றவர்கள்	• வேலையில் உற்பத்தித் திறனுக்குத் தடையாக இருப்பவர்கள்
உடமைகள்	• கடைக்குச் சென்று பொருட்களை வாங்குவது, சங்கங்களில் சேர்வது	• தனிப்பட்ட உடமைகள் • பயன்படுத்தத்தக்கவர்கள்	• எடுத்துக் கொள்பவர்கள், திருடர்கள் • அதிக உடமைகளோ அல்லது அங்கீகாரமோ கொண்டிருக்கும் மற்றவர்கள்
இன்பம்	• வாழ்வில் அதிக முக்கியமான முடிவு • திருப்திக்கான மூலாதாரம்	• குதூகலத்தில் உடனிருப்பவர்கள்	• வாழ்க்கையைத் தீவிரமாக எடுத்துக் கொள்பவர்கள் • அழிப்பவர்கள், குற்றவுணர்வை வரவழைப்பவர்கள்
நண்பர்/ நண்பர்கள்	• நண்பர்களுடன் எப்போதும் மகிழ்ச்சியாகக் களிப்பது • பிரதானமாக சமூக நிகழ்வுகள்	• தனிப்பட்ட மகிழ்ச்சிக்கு இன்றியமையாதவர்கள் • ஏற்றுக் கொள்ளப்படுதல், பிரபலத்துவம் ஆகியவை முக்கியமானவை	• சமூக வட்டத்திற்கு வெளியே உள்ளவர்கள் • பொது எதிரிகள் நட்பிற்கான ஒற்றுமை அல்லது வரையறையை வழங்குகின்றனர்

கீழ்க்கண்ட மாற்று வழிகளில் நோக்கக்கூடும்:

தேவாலயம்	சுயம்	கொள்கைகள்
• சேர்ந்து மகிழ்ச்சியாக அனுபவிப்பதற்கான நடவடிக்கை • உறவுக்கு அடுத்த நிலையில் இருப்பது	• சுயமதிப்பு வாழ்க்கைத் துணைவரைச் சார்ந்துள்ளது • வாழ்க்கைத் துணைவரின் மனப்போக்குகளாலும் நடத்தைகளாலும் எளிதில் தூண்டப்படுவது	• வாழ்க்கைத் துணைவருடனான உறவை உருவாக்குகின்ற, பேணுகின்ற யோசனைகள்
• உதவியின் மூலாதாரம்	• குடும்பத்தின் இன்றியமையாத பகுதி, ஆனால் குடும்பத்திற்கு அடுத்த நிலையில் இருக்கும் பகுதி	• குடும்பத்தை ஒற்றுமையாகவும் வலிமையாகவும் வைப்பதற்கான விதிமுறைகள் • குடும்பத்திற்கு அடுத்த நிலையில் இருப்பவை
• வரிவிலக்கு அளிக்கக்கூடியது • உங்கள் பாக்கெட்டிற்குள் நுழையும் கை	• சுயமதிப்பானது சொத்தின் நிகர மதிப்பால் தீர்மானிக்கப்படுகிறது	• பணத்தை சம்பாதிப்பதிலும் அதை நிர்வகிப்பதிலும் சிறப்பாகச் செயல்படுகின்ற வழிகள்
• பெருநிறுவன அந்தஸ்திற்கு முக்கியமானது • உங்கள் நேரத்தை வீணாக்கும் ஒன்று • தொழிலில் நெட்வொர்க் செய்து கொள்வதற்கான வாய்ப்பு	• பணியில் வகிக்கும் பாத்திரத்தால் வரையறுக்கப்படுகிறது	• உங்கள் வேலையில் உங்களை வெற்றிகரமாகத் திகழச் செய்கின்ற யோசனைகள் • அலுவலகச் சூழல்களுக்கு ஏற்றாற்போல் பொருத்திக் கொள்வதற்குத் தேவையானவை
• 'என்னுடைய தேவாலயம்,' அந்தஸ்திற்கான ஓர் அடையாளம் • நியாயமற்ற விமர்சனத்திற்கான மூலாதாரம் அல்லது வாழ்வில் நல்ல விஷயங்களுக்கான மூலாதாரம்	• நான் கைவசப்படுத்தியுள்ள பொருட்களால் தீர்மானிக்கப்படுகிறது • சமூக அந்தஸ்து மற்றும் அங்கீகாரத்தால் வரையறுக்கப்படுகிறது	• உடமைகளைக் கைவசப்படுத்துவதற்கும் மேம்படுத்துவதற்கும் உங்களுக்கு உதவுகின்ற கோட்பாடுகள்
• அசௌகரியமானது, பொழுதுபோக்கிற்குத் தடையாக இருப்பது • குற்றவுணர்விற்கு வடிகால்	• இன்பத்திற்கான கருவி	• திருப்திப்படுத்தப்பட வேண்டிய இயல்பான தூண்டுதல்கள் மற்றும் உள்ளுணர்வுகள்
• சமூக சந்திப்புகளுக்கான இடம்	• சமூகரீதியாக வரையறுக்கப்பட்டுள்ள ஒன்று • தர்மசங்கடத்தையோ அல்லது நிராகரிப்பையோ கண்டு அஞ்சுவது	• மற்றவர்களுடன் சகஜமாகக் கலந்து பழகுவதற்கு உங்களுக்கு உதவக்கூடிய அடிப்படை விதிகள்

உங்கள் மையம் இதுவாக இருந்தால்:	உங்கள் வாழ்வின் பிற பகுதிகளை நீங்கள் வாழ்க்கைத் துணைவர்	குடும்பம்
எதிரி/ எதிரிகள்	• அனுதாபப்படுபவர் அல்லது பலிகடா •	• உணர்ச்சிரீதியான ஆதரவுக்கான புகலிடம் அல்லது பலிகடா
தேவாலயம்	• தேவாலய சேவை அல்லது விசுவாசத்திற்கு சோதனை வரும்போது உடனிருப்பவர் அல்லது வழிநடத்துபவர்	• தேவாலய போதனைகள் அல்லது விசுவாசத்திற்கு சோதனை வரும்போது ஒழுகி நடப்பதற்கான முன்மாதிரிகள்
சுயம்	• உடமை • திருப்திப்படுத்துபவர், மகிழ்விப்பவர்	• உடமை • தேவையைத் நிறைவேற்றுபவர்கள்
கொள்கைகள்	• ஒரு பரஸ்பர நலனுடன்கூடிய சகசார்பு உறவில் சம பங்குதாரர்	• நண்பர்கள் • சேவை, பங்களிப்பு, மற்றும் மனநிறைவிற்கான வாய்ப்பு • கூட்டுக்குடும்ப சுயசரிதையை மாற்றி எழுதுவதற்கான மற்றும் மாற்றத்திற்கான வாய்ப்பு

கீழ்க்கண்ட மாற்று வழிகளில் நோக்கக்கூடும்:

பணம்	வேலை	உடமைகள்
• எதிரியோடு சண்டை இடுவதற்கான அல்லது அந்தஸ்தை நிரூபிப்பதற்கான வழி	• தப்பித்தல் அல்லது உணர்வுகளைக் கொட்டித் தீர்ப்பதற்கான வாய்ப்பு	• சண்டையிடுவதற்கான கருவிகள் • தோழமைக் கூட்டாளிகளைப் பெறுவதற்கான வழி • தப்பித்தல், புகலிடம்
• தேவாலயத்தையும் குடும்பத்தையும் ஆதரிப்பதற்கான வழி • தேவாலய சேவை அல்லது போதனைகளைவிட அதிக முன்னுரிமை தரப்பட்டால் மிகக் கொடியது	• யதார்த்த வாழ்விற்குத் தேவையானது	• குறைந்த முக்கியத்துவம் கொண்ட பௌதீக உடமைகள் • நற்பெயர் மற்றும் பெருமதிப்பிற்கான குறியீடு
• தேவைகளின் நிறைவேறுதலுக்கான மூலாதாரம்	• 'என்னுடைய சொந்த விஷயத்தைச்' செய்வதற்கான வாய்ப்பு	• சுயவரையறை, பாதுகாப்பு, மற்றும் மேம்பாட்டிற்கான மூலாதாரம்
• முக்கியமான முன்னுரிமைகளையும் இலக்குகளையும் அடைவதற்கு உதவுகின்ற வளவசதிகளைக் கொடுப்பது	• திறமைகளையும் திறன்களையும் ஓர் அர்த்தமுள்ள வழியில் பயன்படுத்துவதற்கான வாய்ப்பு • பொருளாதாரத்திற்கான மூலாதாரத்தை வழங்குவதற்கான வழி • நேர முதலீடு பிற நேர முதலீடுகளுடன் சமநிலையிலும், வாழ்வின் முன்னுரிமைகள் மற்றும் மதிப்பீடுகளுடன் இணக்கமாகவும் வைக்கப்பட்டாக வேண்டும்	• வளவசதிகளைக் கொடுத்து உதவுவது • அக்கறையுடன் பேணப்பட வேண்டிய பொறுப்புகள் • மக்களுடன் ஒப்பிடுகையில் முக்கியத்துவத்தில் இரண்டாம் நிலையில் உள்ளது

உங்கள் மையம் இதுவாக இருந்தால்:	உங்கள் வாழ்வின் பிற பகுதிகளை நீங்கள் இன்பம்	நண்பர்/நண்பர்கள்	எதிரி/எதிரிகள்
எதிரி/ எதிரிகள்	• அடுத்த யுத்தத்திற்கு முன்பு கிடைக்கின்ற ஓய்வு மற்றும் ஆசுவாசத்திற்கான நேரம்	• உணர்ச்சிரீதியான ஆதரவாளர்கள் மற்றும் அனுதாபம் காட்டுபவர்கள் • பொதுவான எதிரிகளால் வரையறுக்கப்பட்டவர்கள்	• பகைமைக்கான நபர்கள் • தனிப்பட்டப் பிரச்சனைகளுக்கான மூலாதாரம் • சுயபாதுகாப்பு மற்றும் சுயநியாயப்படுத்துதலுக்கான தூண்டுதல்
தேவாலயம்	• பாவக்கறை படாத சுகானுபவங்கள் — தேவாலயத்தின் பிற உறுப்பினர்களுடன் ஒன்றுகூடுவதற்கான வாய்ப்பு • பாவங்கள் அல்லது நேரத்தை விரயமாக்கும் விஷயங்கள்; தன்னொழுக்க உணர்வோடு புறக்கணிப்பட வேண்டியவை	• தேவாலயத்தின் பிற உறுப்பினர்கள்	• நம்பாதவர்கள்; தேவாலய போதனைகளுடன் ஒத்துப் போகாதவர்கள் அல்லது தேவாலய போதனைகளுக்கு நேரெதிரான வாழ்க்கையை வாழ்பவர்கள்
சுயம்	• தேவையான உணர்வுகளைத் திருப்திப்படுத்துபவை • 'எனது உரிமைகள்' • 'எனது தேவைகள்'	• 'எனக்கு' ஆதரவளிப்பவர்	• சுயவரையறை மற்றும் சுயநியாயப்படுத்துதலுக்கான மூலாதாரம்
கொள்கைகள்	• ஒருமித்தக் கவனக்குவிப்புடன்கூடிய ஒரு வாழ்க்கையில் மகிழ்ச்சி தரக்கூடிய ஏதேனும் ஒரு நடவடிக்கை • ஒரு சமநிலையுடன்கூடிய, ஒருங்கிணைக்கப்பட்ட வாழ்க்கைமுறையில் ஒரு முக்கிய அங்கமாக இருக்கின்ற உண்மையான பொழுதுபோக்கு	• சகசார்பு வாழ்க்கையில் உடன் வருபவர்கள் • விஷயங்களைப் பகிர்ந்து கொள்வதற்கும், இணைந்து சேவை செய்வதற்கும், ஆதரவு காட்டுவதற்குமான கூட்டாளிகள்	• உண்மையான 'எதிரிகள்' அல்ல; நாம் புரிந்து கொண்டு அக்கறை செலுத்த வேண்டிய, வெறுமனே வெவ்வேறு கருத்துக் கண்ணோட்டங்களையும் உள்நோக்கங்களையும் கொண்ட மக்கள்

கீழ்க்கண்ட மாற்று வழிகளில் நோக்கக்கூடும்:

தேவாலயம்	சுயம்	கொள்கைகள்
• சுயநியாயப்படுத்துதலுக்கான மூலாதாரம்	• பலிகடாவாக்கப்பட்டவர் • எதிரியால் செயலிழக்கச் செய்யப்பட்டவர்	• எதிரிகளை முத்திரையிடுவதற்கான நியாயப்படுத்துதல் • உங்களது எதிரியின் தவறான போக்கிற்கான மூலாதாரம்
• வழிகாட்டுதலுக்கான மிக உயர்ந்த முன்னுரிமை கொண்ட மூலாதாரம்	• சுயமதிப்பானது தேவாயத்தில் செய்யும் சேவை, தேவாலயத்திற்கான பங்களிப்புகள், அல்லது தேவாலயத்தின் நெறிமுறையைப் பிரதிபலிக்கின்ற நடவடிக்கைகள் ஆகியவற்றால் தீர்மானிக்கப்படுகிறது	• தேவாலயத்தால் போதிக்கப்படும் கோட்பாடுகள் • தேவாலயத்திற்குக் கீழ்நிலையில் இருப்பவை
• சுய ஆர்வங்களை நிறைவேற்றுவதற்கான கருவி	• சிறந்தவர், சாதுரியமானவர், செம்மையானவர் • தனிப்பட்ட நலனுக்கான அனைத்து வளவசதிகளையும் பயன்படுத்திக் கொள்ள நியாயம் கற்பிப்பவர்	• நியாயப்படுத்துதலுக்கான மூலாதாரம் • என்னுடைய சிறந்த ஆர்வங்களுக்கு உதவுகின்ற யோசனைகள்; தேவைக்கு ஏற்றவாறு பொருத்திக் கொள்ளப்படக்கூடியவை
• உண்மையான கொள்கைகளுக்கான கருவி • சேவைக்கும் பங்களிப்புக்குமான வாய்ப்பு	• தனித்துவமான, திறமை படைத்த, படைப்புத்திறனுடன்கூடிய பல நபர்களுக்கு மத்தியில் தனித்துவமான, திறமை படைத்த, படைப்புத்திறனுடன் இருக்கின்ற ஒரு தனிநபர்; சார்பற்ற நிலையிலும் சகசார்பு நிலையிலும் செயல்பட்டு அதிக விஷயங்களை சாதிக்கக்கூடிய வல்லமை படைத்தவர்	• விதிவிலக்கற்ற, மீறப்பட முடியாத, நிலையான இயற்கை விதிகள் • மதிக்கப்படும்போது, நாணயத்தைப் பேணிக் காத்து, உண்மையான வளர்ச்சிக்கும் மகிழ்ச்சிக்கும் வழிவகுப்பவை

பின்னிணைப்பு 2

அலுவலகத்தில் ஓர் இரண்டாம் கால்சதுரப் பகுதி நாள்

ஒரு வழக்கமான நாளில் ஒரு வியாபாரத்தில் இரண்டாவது கால்சதுரப் பகுதிக் கருத்திக் கண்ணோட்டம் ஏற்படுத்துகின்ற தாக்கத்தை நீங்கள் பார்ப்பதற்கு உங்களுக்கு உதவுவதற்காகக் கீழ்க்கண்ட பயிற்சியும் ஆய்வும் வடிவமைக்கப்பட்டுள்ளன.

நீங்கள் ஒரு மாபெரும் மருந்து நிறுவனத்தின் மார்க்கெட்டிங் இயக்குனர் என்று வைத்துக் கொள்வோம். நீங்கள் வழக்கம்போல் உங்கள் சராசரி அலுவலக நாளைத் துவக்கவிருக்கிறீர்கள். அன்றைய தினம் நீங்கள் செய்து முடிக்க வேண்டிய வேலைகள் அடங்கிய பட்டியலைப் பார்க்கிறீர்கள். அவை ஒவ்வொன்றிற்கும் எவ்வளவு நேரம் ஆகும் என்று கணிக்கிறீர்கள்.

முன்னுரிமைப்படுத்தப்படாத உங்களது பட்டியலில் கீழ்க்கண்ட விஷயங்கள் இடம்பெற்றுள்ளன:

1. பொது மேலாளருடன் உணவருந்த விரும்புகிறீர்கள் (1 — 2 மணிநேரம்).

2. அடுத்த வருட ஊடக விளம்பரத்திற்கு ஒதுக்கப்படும் தொகையைக் கணிப்பது பற்றி முந்தைய தினமே உங்களுக்கு அறிவுறுத்தப்பட்டிருந்தது (2 — 3 நாட்கள்).

3. நீங்கள் பதிலளிக்க வேண்டிய கோப்புகள் நிரம்பி வழிகின்றன (1 — 2 மணிநேரம்)

4. கடந்த மாதத்தின் விற்பனை குறித்து நீங்கள் உங்கள் விற்பனை மேலாளருடன் பேச வேண்டியுள்ளது. அவரது அலுவலக அறை ஹாலின் மறுகோடியில் உள்ளது (4 மணிநேரம்).

5. மிகவும் அவசரம் என்று கூறி, நீங்கள் பதிலளிக்க வேண்டிய பல கடிதங்களை உங்களது செயலாளர் உங்களிடம் கொடுக்கிறார் (1 மணிநேரம்).

6. உங்கள் மேசையின்மீது குவிந்துள்ள மருத்துவ இதழ்களை நீங்கள் படித்து முடிக்க விரும்புகிறீர்கள் (1 மணிநேரம்).

7. அடுத்த மாதம் நடைபெறவுள்ள விற்பனை தொடர்பான ஒரு சந்திப்புக் கூட்டத்தில் பேசுவதற்கு ஒரு பிரெசன்டேஷனை நீங்கள் தயாரிக்க வேண்டியுள்ளது (1 மணிநேரம்).

8. தயாரிக்கப்பட்ட ஒரு குறிப்பிட்ட மருந்தின் கடைசித் தொகுதி, தரக் கட்டுப்பாட்டுப் பரிசோதனையில் தோற்றுவிட்டதாக ஒரு வதந்தி நிலவுகிறது.

9.   அந்தக் குறிப்பிட்ட மருந்தைப் பற்றி பேசுவதற்குத் தன்னைத் தொலைபேசியில் அழைக்குமாறு அரசாங்கத்தின் உணவு மற்றும் மருந்து நிர்வாகத் துறையைச் சேர்ந்த ஒருவரிடமிருந்து உங்களுக்கு அழைப்பு வந்துள்ளது *(1 மணிநேரம்).*

10. நிர்வாகச் செயற்குழுவினருடன் மதியம் இரண்டு மணிக்கு ஒரு சந்திப்புக் கூட்டம் நடைபெற உள்ளது. ஆனால் அது எதைப் பற்றிய சந்திப்பு என்று உங்களுக்குத் தெரியவில்லை *(1 மணிநேரம்).*

இப்போது ஒருசில நிமிடங்களை எடுத்துக் கொண்டு, உங்களது நாளைத் திட்டமிடுவதற்கு உங்களுக்கு உதவக்கூடிய, 1வது, 2வது, மற்றும் 3வது பழக்கங்களில் இருந்து நீங்கள் கற்றுக் கொண்டுள்ளவற்றைப் பயன்படுத்துங்கள்.

8 மணியிலிருந்து 5 மணிவரையிலான அட்டவணை

8	_____
9	_____
10	_____
11	_____
12	_____
1	_____
2	_____
3	_____
4	_____
5	_____

ஒரே ஒரு நாளை மட்டும் திட்டமிடும்படி உங்களைக் கேட்டுக் கொள்வதன் மூலம், நான்காவது தலைமுறை நேர நிர்வாகத்திற்கு மிகவும் அடிப்படையான ஒரு வாரத் திட்டமிடுதலை நானாகவே அகற்றிவிட்டேன். கொள்கையை மையமாகக் கொண்ட, ஓர் இரண்டாவது கால்சதுரப் பகுதியின் கருத்துக் கண்ணோட்டத்தின் சக்தியை ஓர் ஒன்பது மணிநேர கால அட்டவணையில்கூட உங்களால் பார்க்க முடியும்.

பட்டியலில் இருக்கும் பெரும்பாலான விஷயங்கள் 1வது கால்சதுரப் பகுதி நடவடிக்கைகள் என்பது வெளிப்படை. மருத்துவ இதழ்களைப் படித்து முடிப்பது என்ற ஆறாவது விஷயத்தைத் தவிர, மற்ற அனைத்தும் முக்கியமானவையாகவும் அவசரமானவையாகவும் தோன்றுகின்றன.

நீங்கள் முன்னுரிமைப்படுத்தப்பட்ட மதிப்பீடுகளையும் இலக்குகளையும் பயன்படுத்துகின்ற ஒரு மூன்றாவது தலைமுறை நேர நிர்வாகியாக இருந்தால், அப்படிப்பட்ட அட்டவணைப்படுத்துதல் குறித்துத் தீர்மானங்களை மேற்கொள்வதற்கான ஒரு கட்டமைப்பு உங்களிடம் இருக்கும். பிறகு அந்த ஒவ்வொரு விஷயத்தையும் 1, 2, 3 . . . என்று நீங்கள் குறித்துக் கொள்வீர்கள். சம்பந்தப்பட்டுள்ள நபர்களுக்கு நேரம் இருக்கிறதா, மதிய உணவு உண்பதற்கு எவ்வளவு நேரம் தேவை என்பது போன்ற சூழல்களையும் நீங்கள் கருத்தில் கொள்வீர்கள். இறுதியில், இக்காரணிகளின் அடிப்படையில் உங்கள் நாளை நீங்கள் திட்டமிடுவீர்கள்.

இப்பயிற்சியைச் செய்துள்ள, மூன்றாவது தலைமுறை நேர நிர்வாகத்தைப் பயன்படுத்தும் பலர் நான் விவரித்துள்ளபடியே செய்துள்ளனர். எந்த நேரத்தில் எந்த நடவடிக்கையைச் செய்வோம் என்பதை அவர்கள் அட்டவணைப்படுத்துகின்றனர். பிறகு, தெளிவாக அடையாளம் காணப்பட்டுள்ள பல அனுமானங்களின் அடிப்படையில் அன்றைய தினத்திற்கான பெரும்பாலான விஷயங்களை அவர்கள் செய்து முடிப்பார்கள் அல்லது குறைந்தபட்சம் அவற்றைத் துவக்குவார்கள். மீதமுள்ளவற்றை அடுத்த நாளுக்கோ அல்லது வேறு ஏதேனும் ஒரு சமயத்திற்கோ மாற்றிக் கொள்வார்கள்.

எடுத்துக்காட்டாக, பெரும்பாலான மக்கள், காலை எட்டு மணியிலிருந்து ஒன்பது மணிவரையிலான நேரத்தை, நிர்வாகக் குழுவினருடனான சந்திப்பிற்குத் தேவையானவற்றை முன்னதாகவே தயாரித்துக் கொள்வதற்காக அந்த சந்திப்பு எதைப் பற்றியது என்பதைத் தெரிந்து கொள்வதற்கும், பொது மேலாளருடன் மதிய உணவு சந்திப்பை ஏற்பாடு செய்வதற்கும், அரசாங்கத்தின் உணவு மற்றும் மருந்து நிர்வாகத் துறையைத் தொலைபேசியில் அழைத்துப் பேசுவதற்கும் பயன்படுத்துவதாகக் குறிப்பிடுகின்றனர். அடுத்த ஒன்று அல்லது இரண்டு மணிநேரத்தை அவர்கள் வழக்கமாக விற்பனை மேலாளருடன் பேசுவதற்கும், தங்களது செயலாளரால் முக்கியம் மற்றும் அவசரம் என்று குறிப்பிடப்பட்டுள்ள கடிதங்களைக் கையாள்வதற்கும், ஒரு குறிப்பிட்ட மருந்து தரக் கட்டுப்பாட்டுப் பரிசோதனையில் தோற்றுவிட்டதாக நிலவுகின்ற வதந்தி உண்மைதானா என்பதை உறுதி செய்து கொள்வதற்கும் செலவிடுகின்றனர். அன்றைய காலைப் பொழுதின் மீதி நேரத்தைப் பொது மேலாளருடனான மதிய சந்திப்பிற்குத் தயாரிப்பதற்கு அல்லது இரண்டு மணிக்கு நடைபெறும் நிர்வாகச் செயற்குழுவினருடனான சந்திப்பிற்கு அல்லது அந்தக் குறிப்பிட்ட மருந்து தொடர்பான பிரச்சனைகளைக் கையாள்வதற்கும், கடந்த மாத விற்பனையைப் பற்றிப் பேசுவதற்கும் அவர்கள் செலவிடுகின்றனர்.

மதிய உணவிற்குப் பிறகு, மேலே குறிப்பிடப்பட்டுள்ள விஷயங்களில் பூர்த்தியாகாத விஷயங்களைக் கையாள்வதற்கு அல்லது அந்த முக்கியமான, அவசரமான வேலைகளைச் செய்து முடிக்க முயற்சிப்பதற்கு, அல்லது அன்றைய தினம் புதிதாகத் தோன்றியுள்ள பிற முக்கியமான மற்றும் அவசரமான விஷயங்களைக் கையாள்வதற்கு அவர்கள் தங்களது மதியப் பொழுதின் எஞ்சிய நேரத்தைச் செலவிடுகின்றனர்.

வரவிருக்கும் வருடத்திற்கான ஊடக விளம்பரத்திற்கு ஒதுக்கப்படும் தொகையைக் கணிக்கும் வேலையையும், அடுத்த மாத விற்பனைக் கூட்டத்திற்கான பிரெசன்டேஷனையும், முதலாவது கால்சதுரப் பகுதி நடவடிக்கைகள் அதிகமாக இல்லாத வேறொரு நாளில் பார்த்துக் கொள்ளலாம் என்று பெரும்பாலானவர்கள் உணர்கின்றனர். அவை இரண்டுமே நீண்டகால சிந்தனை மற்றும் திட்டமிடுதல் ஆகியவற்றுடன் தொடர்புடைய இரண்டாவது கால்சதுரப் பகுதி நடவடிக்கைகள் என்பது வெளிப்படை. மருத்துவ இதழ்களைப் படிப்பது தொடர்ந்து தள்ளிப் போடப்படுகின்றது. ஏனெனில், அது இரண்டாவது கால்சதுரப் பகுதி நடவடிக்கையாக இருந்தாலும், மேலே குறிப்பிடப்பட்டுள்ள மற்ற இரண்டு இரண்டாவது கால்சதுரப் பகுதி நடவடிக்கைகளைவிடக் குறைந்த முக்கியத்துவம் கொண்டது.

மூன்றாவது தலைமுறை நேர நிர்வாகத்தைப் பின்பற்றுபவர்கள் இத்தகைய சிந்தனையைத்தான் கொண்டுள்ளனர், அவர்கள் எந்த விஷயத்தை எப்போது செய்வார்கள் என்பது பெருமளவில் வேறுபட்டாலும்கூட.

நீங்கள் அந்த விஷயங்களை அட்டவணைப்படுத்தியபோது எந்த அணுகுமுறையைத் தேர்ந்தெடுத்தீர்கள்? உங்களது அணுகுமுறை மூன்றாவது தலைமுறையினரின் அணுகுமுறையைப்போல் இருந்ததா? அல்லது, நான்காவது தலைமுறையினரைப்போல் இரண்டாவது கால்சதுரப் பகுதி அணுகுமுறையைத் தேர்ந்தெடுத்தீர்களா? (பக்கம் 215ல் உள்ள நேர நிர்வாக மேட்ரிக்ஸைப் பாருங்கள்.)

இரண்டாவது கால்சதுரப் பகுதி அணுகுமுறை

அந்தப் பட்டியலில் உள்ள விஷயங்களை இரண்டாவது கால்சதுரப் பகுதி அணுகுமுறையைப் பயன்படுத்தி அணுகலாம். சாத்தியக்கூறுள்ள ஒரு சூழ்நிலை மட்டுமே இது; இரண்டாவது கால்சதுரக் கருத்துக் கண்ணோட்டத்துடன் இசைவாக உள்ள மற்ற சூழல்களை நம்மால் உருவாக்க முடியும். ஆனால் இதில் அடங்கியுள்ள சிந்தனை முறையை இது விளக்கிக் காட்டுகிறது.

ஓர் இரண்டாவது கால்சதுரப் பகுதி நிர்வாகி என்ற முறையில், பெரும்பாலான 'உற்பத்தி' நடவடிக்கைகள் முதலாவது கால்சதுரப் பகுதியில் உள்ளன என்பதையும், பெரும்பாலான 'உற்பத்தித் திறன்' நடவடிக்கைகள் இரண்டாவது கால்சதுரப் பகுதியில் உள்ளன என்பதையும் நீங்கள் அறிவீர்கள். முதலாவது கால்சதுரப் பகுதி

நடவடிக்கைகளை சமாளிப்பதற்கான ஒரே வழி, மூன்றாவது மற்றும் நான்காவது கால்சதுரப் பகுதி நடவடிக்கைகளுக்கு ‘முடியாது’ என்று கூறுவதற்கான தைரியத்தை வரவழைத்துக் கொள்வதன் மூலமும், வருமுன் காப்பு மற்றும் வாய்ப்பு ஆகியவற்றில் பிரதான கவனம் செலுத்துவதன் மூலமும் இரண்டாவது கால்சதுரப் பகுதி நடவடிக்கைகளுக்குக் குறிப்பிடத்தக்க கவனத்தைக் கொடுப்பதுதான் என்பதையும் நீங்கள் அறிவீர்கள்.

மதியம் இரண்டு மணிக்கு நடைபெறவுள்ள சந்திப்புக் கூட்டம்

அதில் கலந்து கொள்ளவிருந்த உயரதிகாரிகளுக்கு அந்த சந்திப்புக் கூட்டம் எந்த முன்திட்டத்தையும் வைத்திருக்கவில்லை அல்லது நீங்கள் அதில் கலந்து கொள்ளும்வரை அந்த முன்திட்டத்தை உங்களால் பார்க்க முடியாது என்று வைத்துக் கொள்வோம். இது ஒன்றும் வழக்கத்திற்கு மாறானது அல்ல. இதன் விளைவாக, மக்கள் அந்த சந்திப்பிற்கு எந்தத் தயாரிப்பும் இன்றி வருவார்கள். வந்த இடத்தில் தங்களுக்குத் தோன்றியதைக் கேட்பார்கள். அப்படிப்பட சந்திப்புக் கூட்டங்கள் பெரும்பாலும் ஒழுங்கற்றவையாகவும், முதலாவது கால்சதுரப் பகுதி நடவடிக்கைகளில் பிரதான கவனம் செலுத்துபவையாகவும் இருக்கும். அதாவது, முக்கியமான, அவசரமான விவகாரங்களைப் பற்றிப் பேசுபவையாகவும், அவர்களது அறியாமையைப் பறைசாற்றுபவையாகவுமே இருக்கும். இப்படிப்பட்ட சந்திப்புகள் பொதுவாக நேர விரயத்திலும் மோசமான விளைவுகளிலும் போய் முடியும். இது அந்தக் கூட்டத்தைத் தலைமையேற்று நடத்துபவரின் அகங்காரத்திற்குத் தீனிபோடுவதாக மட்டுமே இருக்கும்.

பெரும்பாலான சந்திப்புக் கூட்டங்களில், இரண்டாவது கால்சதுரப் பகுதி நடவடிக்கைகள் வழக்கமாக ‘மற்ற விவகாரங்கள்’ என்று வகைபிரிக்கப்பட்டிருக்கும். “ஒரு வேலைக்காக ஒதுக்கப்பட்டிருக்கும் நேரத்தை நிரப்புவதற்காக அந்த வேலை விரிவடையும்” என்ற பார்க்கின்சனின் விதிக்கு ஏற்றாற்போல், அவற்றைப் பற்றிப் பேசுவதற்கு வழக்கமாக நேரம் இருப்பதில்லை. அப்படி இருந்தாலும், முதலாவது கால்சதுரப் பகுதி நடவடிக்கைகளால் மக்கள் மிகவும் சோர்ந்து போயிருப்பதால், அவற்றைப் பற்றிப் பேசுவதற்கான சக்தி அவர்களுக்கு அவ்வளவாக இருப்பதில்லை.

எனவே, இப்படிப்பட்ட நிர்வாக சந்திப்புக் கூட்டத்தை எவ்வாறு பயனுள்ளதாக ஆக்குவது என்பது குறித்து ஒரு பிரெசன்டேஷனைக் கொடுப்பதற்காக உங்களை அக்கூட்டத்தின் நிகழ்ச்சி நிரலில் சேர்த்துக் கொள்ள முயற்சிப்பதன் மூலம் இரண்டாவது கால்சதுரப் பகுதிக்குள் நீங்கள் நுழையக்கூடும். அந்த பிரெசன்டேஷனைத் தயாரிப்பதற்காகக் காலையில் ஓரிரு மணிநேரத்தை நீங்கள் செலவிடக்கூடும் — அடுத்த சந்திப்புக் கூட்டத்தில் ஒரு விரிவான தயாரிப்பைக் கேட்பதில் அவர்கள் ஒவ்வொருவரின் ஆர்வத்தைத் தூண்டுவதற்கு இக்கூட்டத்தில் பேச உங்களுக்கு ஒருசில நிமிடங்கள் மட்டுமே அனுமதி கிடைத்தாலும்கூட.

இந்த பிரெசன்டேஷன், ஒவ்வொரு சந்திப்புக் கூட்டத்திற்கும் ஒரு தெளிவான திட்டவட்டமான குறிக்கோள் இருக்க வேண்டியதன் முக்கியத்துவத்தின்மீதும், கூட்டத்தில் கலந்து கொள்ளும் ஒவ்வொருவரும் குறிப்பிடத்தக்க அளவில் பங்களிப்பதற்கு அவர்களுக்கு வாய்ப்புக் கொடுக்கும் விதத்தில் சந்திப்புக் கூட்டத்தின் முன்திட்டம் அல்லது நிகழ்ச்சி நிரல் முன்யோசனையுடன் தயாரிக்கப்பட வேண்டியதன் முக்கியத்துவத்தின்மீதும் கவனம் செலுத்தும். இறுதியான நிகழ்ச்சி நிரல் அந்த நிர்வாகக் குழுவின் தலைவரால் உருவாக்கப்படும். வழக்கமாக இயந்திரத்தனமாக சிந்திப்பதை உள்ளடக்கிய முதலாவது கால்சதுரப் பகுதி விவகாரங்களைவிட அதிக படைப்புத்திறனுடன்கூடிய சிந்தனை தேவைப்படுகின்ற இரண்டாவது காலசதுரப் பகுதி விவகாரங்களின்மீது இது கவனம் செலுத்தும்.

கூட்டம் முடிந்த பிறகு, அதில் கலந்து கொண்டவர்களுக்கு அந்தக் கூட்டத்தில் கலந்துரையாடப்பட்ட விஷயங்களோடு, திட்டவட்டமான செயற்பணிகள் மற்றும் அவற்றுக்கான கால நேரங்கள் ஆகியவை குறித்தக் குறிப்புகளை உடனடியாக அனுப்புவதன் முக்கியத்துவத்தையும் இந்த பிரெசன்டேஷன் வலியுறுத்தும்.

அந்தப் பட்டியலில் உள்ள 'மதியம் இரண்டு மணிக்கு நிர்வாகச் செயற்குழுவினருடனான சந்திப்பு' என்ற நடவடிக்கையை ஓர் இரண்டாவது கால்சதுரக் கட்டமைப்பின் ஊடாகப் பார்க்கும்போது இப்படித்தான் செய்யப்படக்கூடும். நடவடிக்கைகளைப் பட்டியலிட வேண்டியது அவசியம் என்ற அனுமானத்தின்மீது கேள்வி கேட்பதற்கான துணிச்சல் உட்பட, மிக உயர்ந்த முன்யோசனையுடன்கூடிய செயல்பாடும் இதற்குத் தேவை. ஒரு நிர்வாக சந்திப்புக் கூட்டத்தில் பொதுவாக எழுகின்ற ஒரு நெருக்கடிச் சூழலைத் தவிர்ப்பதற்கான விஷயங்களையும் கருத்தில் கொள்ள வேண்டியது அவசியம்.

அப்பட்டியலில் உள்ள கிட்டத்தட்ட ஒவ்வொரு விஷயத்தையும் அதே இரண்டாவது கால்சதுரப் பகுதி சிந்தனையுடன் அணுக முடியும் — அரசாங்கத் துறைக்கு விடுக்கப்பட வேண்டிய தொலைபேசி அழைப்பைத் தவிர.

அரசாங்கத்தின் உணவு மற்றும் மருந்துத் துறைக்கு விடுக்கப்பட வேண்டிய தொலைபேசி அழைப்பு

இத்துறையுடனான உறவின் தரப் பின்புலத்தின் அடிப்படையில், அந்த அழைப்பைக் காலையிலேயே செய்து முடித்துவிடுங்கள். அந்தக் கலந்துரையாடலிலிருந்து வெளியாகும் விஷயங்களைப் பொருத்தமாகக் கையாள்வதற்கு இது உதவும். இன்னொருவரிடம் இந்த வேலையை ஒப்படைப்பது கடினமானதாக இருக்கக்கூடும். ஏனெனில், நீங்கள் இதில் ஈடுபட வேண்டும் என்று விரும்புகின்ற, உங்களது பிரதிநிதியை ஏற்றுக் கொள்ள விரும்பாத ஒரு தனிநபரையும் முதலாவது கால்சதுரக் கலாச்சாரத்தையும் கொண்ட இன்னொரு நிறுவனம் இதில் சம்பந்தப்பட்டு இருக்கின்றது.

நிர்வாகக் குழுவின் ஓர் உறுப்பினர் என்ற முறையில் உங்களது சொந்த நிறுவனத்தின் கலாச்சாரத்தின்மீது நீங்கள் நேரடியான தாக்கத்தை ஏற்படுத்த முயற்சிக்கும் அதே நேரத்தில், உங்களுடைய செல்வாக்கு வட்டம் அந்த அரசாங்கத் துறையின்மீது தாக்கத்தை ஏற்படுத்தும் அளவுக்குப் பெரிதானதாக இல்லாமல் போக்கக்கூடும். எனவே நீங்கள் வெறுமனே அவர்களது கோரிக்கைக்கு அடிபணிந்து போகிறீர்கள். அந்தத் தொலைபேசி உரையாடலின் வாயிலாக வெளிப்படுத்தப்படும் பிரச்சனை தீவிரமானது அல்லது கடுமையானது என்பதை நீங்கள் கண்டுபிடித்துவிட்டால், அப்படிப்பட்டப் பிரச்சனைகள் எதிர்காலத்தில் நிகழாமல் தடுக்கும் முயற்சியாக அதை நீங்கள் ஓர் இரண்டாவது கால்சதுர மனப்போக்கிலிருந்து அணுகக்கூடும். அரசாங்கத்தின் உணவு மற்றும் மருந்துத் துறையுடனான உறவின் தரத்தை மாற்றுவதற்கான வாய்ப்பைப் பயன்படுத்திக் கொள்வதற்கு அல்லது இப்பிரச்சனைகள் மீண்டும் எழாமல் தடுப்பதற்குக் குறிப்பிடத்தக்க முன்யோசனையுடன்கூடிய செயல்பாடு அவசியம்.

பொது மேலாளருடனான மதிய உணவுடன்கூடிய சந்திப்பு

நீண்டகால, இரண்டாவது கால்சதுர விவகாரங்களைப் பற்றி அலுவலகத்திற்கு வெளியே சகஜமாகக் கலந்துரையாடுவதற்கான ஒரு வாய்ப்பாக நீங்கள் இதைக் கருதக்கூடும். இதற்குத் தேவையானவற்றைத் தயாரிப்பதற்குக் காலையில் முப்பதிலிருந்து அறுபது நிமிடங்கள்வரை உங்களுக்குத் தேவைப்படக்கூடும். அல்லது எந்தத் திட்டமும் இன்றி, வெறுமனே அவருடன் ஒரு நல்ல உரையாடலை மட்டுமே விரும்பி, அவர் கூறுவதை கவனமாகச் செவிமடுப்பதென்று நீங்கள் தீர்மானித்திருக்கக்கூடும். இந்த இரண்டு சாத்தியக்கூறுகளுமே, பொது மேலாளருடனான உங்களது உறவை வளர்த்துக் கொள்வதற்கான ஒரு நல்ல வாய்ப்பாக அமையக்கூடும்.

ஊடக விளம்பரத்திற்கு ஒதுக்கப்படும் தொகையைக் கணிப்பது

பட்டியலில் உள்ள இரண்டாவது விஷயத்தைப் பொறுத்தவரை, இந்த நடவடிக்கையுடன் நேரடியாகத் தொடர்புபடுத்தப்பட்டுள்ள உங்களது கூட்டாளிகளில் இரண்டு அல்லது மூன்று நபர்களை நீங்கள் அழைத்து, உங்களுடைய கையொப்பம் மட்டுமே தேவைப்படுகின்ற முறையில் முழுமையாகத் தயாரிக்கப்பட்ட அவர்களது பரிந்துரைகளை அவர்களிடம் நீங்கள் கேட்கக்கூடும். அல்லது நன்றாக சிந்திக்கப்பட்ட இரண்டு அல்லது மூன்று பரிந்துரைகளை அவர்களை வரைகோடிட்டுக் காட்டச் சொல்லி, அவை ஒவ்வொன்றின் விளைவுகளையும் கண்டுபிடிக்கும்படிக் கூறி, அவற்றிலிருந்து நீங்கள் ஏதேனும் ஒன்றைத் தேர்ந்தெடுக்கலாம். விருப்பமான விளைவுகள், அறிவுறுத்தல்கள், வளவசதிகள், பொறுப்பேற்றல், பின்விளைவுகள் ஆகியவற்றைப் பரிசீலனை செய்வதற்கு ஒரு மணிநேரம் பிடிக்கக்கூடும். ஆனால் இந்த ஒரு மணிநேரத்தைச் செலவிடுவதன் மூலம், வெவ்வேறு

கண்ணோட்டங்களைக் கொண்டிருக்கக்கூடிய, அக்கறை காட்டுகின்ற மக்களின் சிறந்த சிந்தனையை நீங்கள் பயன்படுத்தக்கூடும். இந்த அணுகுமுறையை இதற்கு முன்பு நீங்கள் எடுத்திருக்கவில்லை என்றால், இந்த அணுகுமுறைக்குத் தேவைப்படும் விஷயங்களில் அவர்களுக்குப் பயிற்சி அளிப்பதற்கு நீங்கள் அதிக நேரத்தைச் செலவிடக்கூடும். அதாவது, "முழுமையாக ஆய்வு செய்யப்பட்டு வழங்கப்படுகின்ற பரிந்துரைகள் அல்லது தீர்வுகள்" என்றால் என்ன, வேறுபாடுகளைச் சுற்றிக் கூட்டாக இயங்குவது எப்படி, மாற்றுத் தீர்வுகளையும் அதன் விளைவுகளையும் அடையாளம் காண்பதில் அடங்கியுள்ள விஷயங்கள் எவை என்பதைப் பற்றி அவர்களுக்கு நீங்கள் கற்றுக் கொடுக்க வேண்டியிருக்கும்.

நீங்கள் பதிலளிக்க வேண்டிய கோப்புகள் நிரம்பி வழிகின்றன

நேரடியாகக் கோப்புகளுக்குள் புகுந்துவிடுவதற்குப் பதிலாக, உங்களது செயலாளரே பெரும்பாலான கோப்புகளைப் படித்துப் பதிலளிக்கும் விதத்தில் அவருக்குப் பயிற்சி அளிப்பதில் சுமார் அரை மணிநேரம் அல்லது ஒரு மணிநேரத்தை நீங்கள் செலவிடலாம். உங்களது செயலாளரை அல்லது உதவியாளரை வெறுமனே வழிமுறைகளைப் பற்றி சிந்திப்பவராக இல்லாமல், உண்மையிலேயே விளைவுகளைப் பற்றி சிந்திப்பவராக ஆக்குவதற்குப் பல வாரங்கள் ஆகக்கூடும், பல மாதங்கள்கூட ஆகலாம்.

அனைத்துக் கடிதங்களையும் படித்துப் பார்த்து, அவற்றை ஆய்வு செய்து, முடிந்த அளவுக்கு அவற்றில் பலவற்றைக் கையாள்வதற்கும் உங்கள் செயலாளருக்குப் பயிற்சி அளிக்கலாம். அவரால் கையாள முடியாத கடிதங்களையும் ஆவணங்களையும் கவனமாக ஒழுங்கமைத்து, முன்னுரிமைப்படுத்தி, நீங்கள் எடுக்க வேண்டிய நடவடிக்கைக்கான ஒரு பரிந்துரை அல்லது குறிப்புடன் உங்களிடம் கொடுப்பதற்கு அவருக்குப் பயிற்சி அளிக்கலாம். இவ்வழியில், ஒருசில மாதங்களில், உங்களுக்கு வருகின்ற கடிதங்கள் மற்றும் ஆவணங்களில் 80 முதல் 90 சதவீதத்தை உங்கள் செயலாளர் அல்லது உதவியாளரால் உங்களைவிடச் சிறப்பாகக் கையாள முடியும். உங்களுடைய மனம் முதலாவது கால்சதுரப் பகுதிப் பிரச்சனைகளில் புதைந்து கிடப்பதற்குப் பதிலாக இரண்டாவது கால்சதுரப் பகுதி அளிக்கும் சந்தர்ப்பங்களில் குவிந்திருப்பதுதான் இதற்குக் காரணம்.

விற்பனை மேலாளர் மற்றும் கடந்த மாத விற்பனை

பட்டியலில் உள்ள நான்காவது விஷயத்திற்கான இரண்டாவது கால்சதுரப் பகுதி அணுகுமுறை, அந்த விற்பனை மேலாளருடன் சேர்ந்து, இரண்டாவது கால்சதுரப் பகுதி அணுகுமுறை பயன்படுத்தப்படுகிறதா என்பதைப் பார்ப்பதற்கு ஒட்டுமொத்த உறவு மற்றும் செயற்திறன் உடன்படிக்கை குறித்துக் கலந்து சிந்திப்பதாகும். விற்பனை மேலாளரிடம் என்ன பேச வேண்டும் என்பதைப் பற்றி இப்பயிற்சியில் எதுவும்

சுட்டிக்காட்டப்படவில்லை. ஆனால் அது முதலாவது கால்சதுரப் பகுதி நடவடிக்கை என்று அனுமானித்தால், பிரச்சனையின் நாட்பட்ட இயல்பின்மீது நடவடிக்கை எடுப்பதற்கு இரண்டாவது கால்சதுரப் பகுதி அணுகுமுறையையும், உடனடியான தேவையைத் தீர்ப்பதற்கு முதலாவது கால்சதுரப் பகுதி அணுகுமுறையையும் உங்களால் பயன்படுத்த முடியும்.

உங்களுடைய தலையீடு இல்லாமல் இவற்றைக் கையாள்வதற்கும், நீங்கள் தெரிந்து கொள்ள வேண்டிய விஷயங்களை மட்டுமே உங்களது கவனத்திற்குக் கொண்டு வருவதற்கும் உங்கள் செயலாளருக்கு நீங்கள் பயிற்சி அளிக்கலாம். உங்களுடைய விற்பனை மேலாளருடனும் உங்கள்கீழ் பணிபுரியும் மற்றவர்களுடனும் சிறிதளவு இரண்டாவது கால்சதுரப் பகுதி நடவடிக்கை இதற்குத் தேவைப்படும். ஏனெனில், தலைமைத்துவம்தான் உங்களுடைய பிரதான வேலை, நிர்வாகம் அல்ல என்பதை அவர்களுக்கு அவ்விதத்தில்தான் உங்களால் புரிய வைக்க முடியும். உங்களைவிட உங்களது செயலாளருடன் சேர்ந்து தங்களது பிரச்சனைகளைச் சிறப்பாகத் தீர்த்துக் கொள்ள முடியும் என்பதை அவர்கள் புரிந்து கொள்ளத் துவங்குவர். இரண்டாவது கால்சதுரப் பகுதியின் தலைமைத்துவ நடவடிக்கையை மேற்கொள்வதற்கு அவர்கள் உங்களை விடுவிப்பர்.

விற்பனை மேலாளரை உங்களது செயலாளர் தொடர்பு கொண்டால் அது அவரது மனத்தைப் புண்படுத்தும் என்று நீங்கள் நினைத்தால், அந்த உறவை வளர்ப்பதில் நீங்கள் கவனம் செலுத்தத் துவங்கலாம். இறுதியில், நீங்களும் உங்களது விற்பனையாளரும் அதிகப் பலனளிக்கும் ஓர் இரண்டாவது கால்சதுரப் பகுதி அணுகுமுறையைப் பின்பற்றுவதற்கு அவருக்கு நீங்கள் நம்பிக்கையளிக்கலாம்.

மருத்துவ இதழ்களைப் படிப்பது

மருத்துவ இதழ்களைப் படிப்பது என்பது நீங்கள் தள்ளிப்போட விரும்பக்கூடிய ஓர் இரண்டாவது கால்சதுரப் பகுதி நடவடிக்கை. ஆனால் உங்களது நீண்டகாலத் தொழில்முறைத் தகுதியும் தன்னம்பிக்கையும் இந்த இதழ்களின் சமீபத்திய வெளியீட்டில் உள்ள தகவல்கள்வரை நீங்கள் முழுவதுமாகத் தெரிந்து வைத்திருப்பதைப் பெரிதும் சார்ந்திருக்கக்கூடும். எனவே அடுத்து வரவிருக்கும் உங்களது சொந்தப் பணியாளர் கூட்டத்தில் இந்த விஷயத்தைப் பற்றிப் பேசுவதென்று நீங்கள் தீர்மானிக்கக்கூடும். இந்த மருத்துவ இதழ்களைப் படிப்பதற்கான ஒழுங்குமுறையுடன்கூடிய ஓர் அணுகுமுறையை உங்களது பணியார்களுக்கிடையே உருவாக்குவதற்கு நீங்கள் அக்கூட்டத்தில் பரிந்துரைக்கக்கூடும். அவர்கள் ஒவ்வொருவரும் வெவ்வேறு இதழ்களைப் படித்து, தாங்கள் படித்த விஷயங்களின் சாராம்சத்தை அடுத்த சந்திப்புக் கூட்டத்தில் மற்றவர்களுடன் பகிர்ந்து கொள்ளலாம். அதோடு, அனைவரும் உண்மையிலேயே படித்துப் புரிந்து கொள்ள வேண்டிய முக்கியமான கட்டுரைகளையோ அல்லது தாங்கள் படித்த அந்த இதழின் சில குறிப்பிட்டப் பகுதிகளையோ பிரதியெடுத்து அவர்கள் மற்றவர்களுக்கு வினியோகிக்கலாம்.

அடுத்த மாத விற்பனைக் கூட்டத்திற்குத் தயாரித்தல்

பட்டியலில் உள்ள ஏழாவது விஷயத்தைக் கையாள்வதற்கு நீங்கள் தேர்ந்தெடுக்கக்கூடிய ஓர் இரண்டாவது கால்சதுரப் பகுதி அணுகுமுறை, உங்கள்கீழ் வேலை பார்ப்பவர்களில் ஒரு சிறு குழுவினரை அழைத்து, விற்பனையாளர்களின் தேவைகளை முழுமையாக ஆய்வு செய்து உங்களிடம் அறிக்கை வழங்குமாறு அவர்களைப் பணிப்பது. அதை நீங்கள் பொருந்தச் செய்து நடைமுறைப்படுத்துவதற்கு உங்களுக்குப் போதுமான நேரம் இருக்குமாறு பார்த்துக் கொள்வதற்கு ஏற்ற விதத்தில் அந்த வாரத்தில் ஒரு குறிப்பிட்டத் தேதிக்குள் அல்லது பத்து நாட்களுக்குள் ஒரு முழுமையான பரிந்துரை அறிக்கையை சமர்ப்பிக்குமாறு நீங்கள் அவர்களுக்கு உத்தரவிடலாம். இந்த அறிக்கையைத் தயாரிப்பதற்கு அவர்கள் விற்பனையாளர்களிடம் பேட்டி கண்டு, அவர்களது உண்மையான கரிசனங்களும் தேவைகளும் என்னவென்பதைப் புரிந்து கொள்ள வேண்டியிருக்கும். அல்லது விற்பனைக் கூட்டத்தில் கலந்துரையாடப்படும் விஷயங்கள் பொருத்தமானவையாக இருக்கும் வண்ணம் விற்பனைக் குழுவினரில் இருந்து பொருத்தமான ஒருசிலரைத் தேர்ந்தெடுத்து, அவர்கள் அக்கூட்டத்திற்குத் தேவையானவற்றைத் தயாரித்துப் பொருத்தமான வழிகளில் தங்களை அதில் ஈடுபடுத்திக் கொள்ளும் விதத்தில், கூட்டம் நடைபெறுவதற்குப் பல நாட்களுக்கு முன்பே அதை அந்த விற்பனையாளர்களுக்கு அனுப்பி வைக்க வேண்டியிருக்கும்.

விற்பனை தொடர்பான சந்திப்புக் கூட்டத்தை நீங்களே தயாரிப்பதற்குப் பதிலாக, வெவ்வேறு கண்ணோட்டங்களையும் வெவ்வேறு வகையான விற்பனைப் பிரச்சனைகளையும் குறிக்கின்ற மக்கள் அடங்கிய ஒரு சிறு குழுவினரிடம் அந்தப் பொறுப்பை நீங்கள் ஒப்படைக்கலாம். அவர்கள் ஆக்கபூர்வமாகவும் படைப்புத்திறனுடனும் ஒருவருடன் ஒருவர் கலந்துரையாடி, ஒரு முழுமையான பரிந்துரையை உங்களுக்குக் கொடுக்கலாம். அவர்களுக்கு இப்படிப்பட்ட வேலையைச் செய்து பழக்கமில்லை என்றால், அந்த சந்திப்புக் கூட்டத்தில் சிறிது நேரத்தைத் தனியாக ஒதுக்கி வைத்து, அவர்களிடம் கேள்வி கேட்டு அவர்களுக்குப் பயிற்சியளிக்கலாம். நீங்கள் ஏன் இந்த அணுகுமுறையைப் பயன்படுத்துகிறீர்கள், அது அவர்களுக்கு எந்த வகையில் உதவும் என்பதை அவர்களுக்கு எடுத்துக்கூறலாம். அவ்வாறு செய்யும்போது, உங்களது ஊழியர்கள் நீண்டகாலச் சிந்தனையில் ஈடுபடுவதற்கும், பிரச்சனையை ஆய்வு செய்து அதற்கான ஒரு முழுமையான தீர்வை அல்லது பரிந்துரையை மேலதிகாரியின் ஒப்புதலுக்காகக் கொடுப்பதற்குப் பொறுப்பானவர்களாக ஆவதற்கும், சகசார்பு வழிகளில் மற்றவர்களுடன் படைப்புத்திறனுடன் கலந்துரையாடுவதற்கும், குறிப்பிட்டக் காலக்கெடுவிற்குள் ஒரு தரமான வேலையைச் செய்து முடிப்பதற்கும் அவர்களுக்கு நீங்கள் கற்றுக் கொடுக்கிறீர்கள்.

ஒரு 'குறிப்பிட்ட' மருந்து மற்றும் தரக் கட்டுப்பாடு

தரக் கட்டுப்பாட்டில் தேர்ச்சி பெற்றிராத அந்தக் குறிப்பிட்ட மருந்து குறித்த, பட்டியலில் உள்ள எட்டாவது விஷயத்தை இப்போது நாம் பார்க்கலாம். பிரச்சனையை ஆய்வு செய்து அது தீவிரமானதா அல்லது கடுமையானதா என்பதைத் தெரிந்து கொள்வது இரண்டாவது கால்சதுரப் பகுதி அணுகுமுறையாகும். அப்பிரச்சனை தீவிரமானதாகவோ அல்லது கடுமையானதாகவோ இருந்தால், அதைப் பற்றி கவனமாக ஆய்வு செய்து உங்களிடம் ஒரு பரிந்துரையைக் கொண்டு வந்து கொடுக்குமாறோ அல்லது அவர்கள் கண்டறியும் தீர்வை நடைமுறைப்படுத்தி, அதன் விளைவுகளை உங்களுக்குத் தெரிவிக்குமாறோ நீங்கள் மற்றவர்களிடம் கூறலாம்.

அலுவலகத்தின் இந்த இரண்டாவது கால்சதுரைப் பகுதி நாளின் நிகர விளைவு, மற்றவர்களுக்கு வேலையைப் பகிர்ந்தளிப்பதிலும், அவர்களுக்குப் பயிற்சியளிப்பதிலும், நிர்வாகக் குழுவினருடனான சந்திப்பிற்கு ஒரு பிரெசன்டேஷனைத் தயாரிப்பதிலும், ஒரு தொலைபேசி அழைப்பு விடுப்பதிலும், ஓர் ஆக்கபூர்வமான மதிய உணவு உட்கொள்வதிலும் உங்கள் நேரத்தின் பெரும்பகுதியை நீங்கள் செலவிடுகிறீர்கள். ஒரு நீண்டகால உறபதத்திறன் அணுகுமுறையை நீங்கள் தேர்ந்தெடுத்துச் செயல்படுத்துவதன் மூலம், ஒருசில வாரங்களில் அல்லது மாதங்களில், இப்படிப்பட்ட முதலாவது கால்சதுரப் பகுதி அட்டவணைப்படுத்துதல் பிரச்சனையை மீண்டும் நீங்கள் எதிர்கொள்ள மாட்டீர்கள்.

நீங்கள் இந்த ஆய்வைப் படிக்கும்போது, இந்த அணுகுமுறை யதார்த்தத்திற்கு மாறானது என்று சிந்திக்கக்கூடும். இரண்டாவது கால்சதுரப் பகுதி நிர்வாகிகள் முதலாவது கால்சதுரப் பகுதியில் எப்போதேனும் செயல்படுகின்றனரா என்று நீங்கள் வியக்கக்கூடும்.

இது யதார்த்தத்திற்கு மாறானது என்பதை நான் ஒத்துக் கொள்கிறேன். இப்புத்தகம் செயற்திறனற்ற மக்களுக்கான பழக்கங்களைப் பற்றியது அல்ல; அதிக ஆற்றல் வாய்ந்த மனிதர்களுக்கான பழக்கங்களைப் பற்றியது இது. அதிக ஆற்றலுடன் இருக்க வேண்டும் என்பது நீங்கள் குறிவைத்துச் செயல்பட வேண்டிய ஒரு யதார்த்தமாகும்.

முதலாவது கால்சதுரப் பகுதியில் நீங்கள் நிச்சயமாக நேரத்தைச் செலவிட வேண்டியிருக்கும். இரண்டாவது கால்சதுரப் பகுதியில் சிறப்பாகத் திட்டமிடப்பட்ட விஷயங்கள்கூட சில சமயங்களில் நிறைவேறுவதில்லை. ஆனால், எப்போதும் நீங்கள் உங்களது தீர்மானத்தையும் ஆரோக்கியத்தையும் எதிர்மறையாக பாதிக்கின்ற, அழுத்தம் தருகின்ற நெருக்கடிச் சூழலில் இல்லாதபடி, உங்களால் கையாளக்கூடிய சிறிய அளவுகளாக முதலாவது கால்சதுரப் பகுதியைக் குறிப்பிடத்தக்க அளவுக்குக் குறைக்க முடியும்.

இதற்கு ஏராளமான பொறுமையும் விடாமுயற்சியும் தேவை. இந்த நேரத்தில் இந்த விஷயங்களில் பெரும்பாலானவற்றிற்கு அல்லது அனைத்திற்கும் இரண்டாவது கால்சதுரப் பகுதி அணுகுமுறையை

உங்களால் செயல்படுத்த முடியாமல் போகக்கூடும். ஆனால் அவற்றில் ஒருசில விஷயங்களின்மீது நீங்கள் நடவடிக்கை எடுக்கத் துவங்கி, மற்றவர்களிடத்திலும் உங்களிடத்திலும் இரண்டாவது கால்சதுரப் பகுதி மனப்போக்கை உருவாக்குவதற்கு உதவினால், காலப்போக்கில் அனைவரது செயற்திறனிலும் அளப்பரிய மேம்பாடுகள் உருவாகும்.

ஒரு குடும்ப அமைப்பு முறையிலோ அல்லது ஒரு சிறு வியாபார அமைப்பு முறையிலோ, இப்படிப்பட்டப் பணி ஒப்படைப்புகள் சாத்தியமற்றவையாக இருக்கலாம் என்பதை நான் மீண்டும் ஒப்புக் கொள்கிறேன். ஆனால், இரண்டாவது கால்சதுரப் பகுதி தன்முனைப்பின் மூலம் முதலாவது கால்சதுரப் பகுதி நெருக்கடிகளைக் குறைப்பதற்கு உங்களுடைய செல்வாக்கு வட்டத்திற்குள் சுவாரசியமான, படைப்புத்திறனுடன்கூடிய வழிகளை உருவாக்குகின்ற ஓர் இரண்டாவது கால்சதுரப் பகுதி அணுகுமுறையை இது தடுக்கவில்லை.

மக்களிடம் பரவலாகக் காணப்படும் பிரச்சனைகளுக்கான தீர்வுகள் இடம்பெற்றிருக்கும் பக்கங்கள் குறித்தப் பட்டியல்

ஆழமான பிரச்சனைகளுக்கு உடனடித் தீர்வுகளை வழங்குவதற்கான ஒரு முயற்சியாக இதை நீங்கள் கருதக்கூடாது. மாறாக, குறிப்பாக இப்பிரச்சனைகள் தொடர்பாக இப்புத்தகத்தில் கொடுக்கப்பட்டுள்ள தகவல்களுக்கான ஒரு குறிப்புதவிதான் இது. அப்பிரச்சனைகளைக் கையாள்வதற்கான உள்நோக்கையும் உதவியையும் இது கொடுக்கும் என்று நான் நம்புகிறேன். இந்தக் குறிப்புகள் ஏழு பழக்கங்களுக்கான ஒரு முழுமையான, ஒருங்கிணைக்கப்பட்ட அணுகுமுறையைப் பிரதிபலிப்பதோடு, சரியான முறையில் புரிந்து கொள்ளப்பட்டுப் பயன்படுத்தப்படும்போது மிகவும் பலனளிப்பவையாக விளங்கும்.

தனிப்பட்டச் செயற்திறன்

வளர்ச்சி மற்றும் மாற்றம்

தனிமனிதத் தலைமைத்துவம்

மனித உறவுகளில் சிறப்பாகச் செயல்படுவதற்கான திறன்

குடும்பம்

சீரழிகின்ற அல்லது முறிந்துபோன உறவுகள்

உங்களுடைய மகிழ்ச்சி உங்களுடைய வாழ்க்கைத் துணைவரின் மகிழ்ச்சியைச் சார்ந்திருக்கும்போது

வேறுபாடுகளைக் கையாளுதல்

உறவில் நம்பிக்கை இல்லாமல் போகும்போது

"ஆனால் ஒருவருக்கொருவர் செலவிடுவதற்கு எங்களிடம் ஒருபோதும் நேரம் இருப்பதில்லை!"

அங்கு கருத்துப் பரிமாற்றம் இல்லாதபோது

பரஸ்பரம் அடுத்தவருடைய 'பாவங்களை' எடுத்துரைத்தல்

குழந்தை வளர்ப்பு

ஒரு குழந்தையின் எதிர்மறையான நடத்தை குறித்து அளவுக்கு அதிகமாக உணர்ச்சிவசப்பட்டு நடந்து கொள்ளுதல்

ஒரு பெற்றோராக உங்களுக்கே உங்களைப் பிடிக்காமல் போகும்போது

மற்றவர்களுடனான உறவு

நல்ல உறவுகளை உருவாக்குவது கடினமானதாக இருந்தால்
வேர்கள் இல்லாமல் உங்களால் கனிகளைப் பெற முடியாது, 39—42
'நீங்கள்' என்பதிலிருந்து 'நான்' என்று ஆகி, 'நாம்' என்று ஆதல், 76—82
உணர்ச்சிரீதியான வங்கிக் கணக்குகளை உருவாக்குதல், 259—284

மற்றவர்களை நீங்கள் புரிந்து கொள்ளாதபோது
5வது பழக்கம்: முதலில் புரிந்து கொள்ள முயற்சியுங்கள், 329—364

மற்றவர்கள் உங்களைப் புரிந்து கொள்ளாதபோது
அவர்கள் உங்களைப் புரிந்து கொள்ள முயற்சி மேற்கொள்ளுங்கள், 357—360

மற்றவர்கள் குறித்துக் குறைகூறுதல், பழிசுமத்துதல், அல்லது மோசமான உணர்வுகளைக் கொண்டிருத்தல் ஆகியவற்றைக் கையாளுதல்
சார்புடன்கூடிய ஒரு பதில், 77
உங்களுடைய வார்த்தைகளைச் செவிமடுத்தல், 114—118
மோசமான உணர்வுகள் உயிரோடு புதைக்கப்படுகின்றன, 293
ஓர் அபரிமித மனப்போக்கை உருவாக்குதல், 307—309

'எனக்கும் வெற்றி, உனக்கும் வெற்றி' மனப்போக்கு உங்களிடம் இல்லை என்றால்
ஓர் அறிவுரையாளரை அல்லது முன்மாதிரியைக் கண்டுபிடிப்பது, 308

நீங்கள் பின்னூட்டக் கருத்தைக் கொடுத்தாக வேண்டும், ஆனால் அது காயத்தை ஏற்படுத்தும் எனும்போது
துணிவு மற்றும் கரிசனம்: சமநிலையை உருவாக்குதல், 305—306

வித்தியாசங்களைக் கையாளுதல்
இரு நபர்கள் வித்தியாசமாகப் பார்க்கின்றனர், ஆனால் அவர்கள் இருவருமே சரியாக இருக்கக்கூடும், 43—50
ஸ்டார் வார்ஸ், 86—87
நீங்கள் அணிந்திருக்கும் மூக்குக் கண்ணாடி ஒரு வித்தியாசத்தை ஏற்படுத்துகிறது, 180—183
வித்தியாசங்கள் அனைத்தும் உங்கள் தலைக்குள்தான் உள்ளன, 186—187
புரிந்து கொள்ளுதல்:ஒரு நபருடைய குறிக்கோள் இன்னொருவருக்கு அற்பமானது, 266—267
5வது பழக்கம்: முதலில் புரிந்து கொள்ள முயற்சியுங்கள், 329—364
"ஆனால் நீங்கள் இப்படியல்லவா கூறினீர்கள் . . ," 271—272
அன்பு விதிகளும் வாழ்க்கை விதிகளும், 277—280
6வது பழக்கம்: கூட்டியக்கம், 355—396

கருத்துப் பரிமாற்றம் இல்லாதபோது
'வயதான பெண்மணி'யைப் பார்க்க முயற்சித்தல், 43—50
நம்பிக்கை எனும் வங்கிக் கணக்குகளை உருவாக்குதல், 259—284
5வது பழக்கம்: முதலில் புரிந்து கொள்ள முயற்சியுங்கள், 329—364
கூட்டியக்கம் மற்றும் கருத்துப் பரிமாற்றம், 376—379

நிறுவன ஆற்றல்

மேலாண்மை ஆற்றல்

ஃபிராங்க்ளின்கவி நிறுவனத்தைப் பற்றி

குறிக்கோள் வாசகம்

அனைத்து இடங்களிலும் உள்ள மக்களிடத்திலும் நிறுவனங்களிலும் நாங்கள் மகத்துவத்தை ஊக்குவிக்கிறோம்.

அடிப்படை நம்பிக்கைகள்

கீழ்க்கண்டவற்றில் நாங்கள் நம்பிக்கை கொண்டுள்ளோம்:

1. மக்கள் இயல்பாகவே திறன் படைத்தவர்கள், மகத்துவமான நிலையை அடைய ஆழ்விருப்பம் கொண்டவர்கள், தேர்ந்தெடுப்பதற்கான சக்தி மிக்கவர்கள்.
2. கொள்கைகள் என்றென்றும் நிலைத்திருப்பவை, உலகளாவியவை. நிரந்தரமான விளைவுகளுக்கு அடித்தளமானவை.
3. தலைமைத்துவம் என்பது ஒரு விருப்பத் தேர்வு. அது குணநலன்களின் அடிப்படையில உள்ளிருந்து துவங்கி உருவாக்கப்படுகிறது. மாபெரும் தலைவர்கள் மக்களின் ஒட்டுமொத்தத் திறமைகளையும் ஆழ்விருப்பத்தையும் சரியான இலக்கை நோக்கிக் கட்டவிழ்த்துவிடுகின்றனர்.
4. ஒருங்கிணைக்கப்பட்டச் செயல்முறைகள் மற்றும் கருவிகளை அர்ப்பணிப்புடன் பயன்படுத்துவதிலிருந்து மட்டுமே ஆற்றல்மிக்கச் செயல்பாடுகள் குறித்தப் பழக்கங்கள் வருகின்றன.
5. நிரந்தரமான மேன்மையான செயல்பாடுகளுக்கு உற்பத்தி/ உற்பத்தித் திறன் சமநிலை அவசியமாகிறது. அதாவது, விளைவுகளை அடைவதிலும் திறன்களை உருவாக்குவதிலும் ஒருமித்தக் கவனம் தேவை.

மதிப்பீடுகள்

1. கொள்கைகள் குறித்த அர்ப்பணிப்பு: எங்களுடைய கருத்துக்கள் குறித்து நாங்கள் தீவிர விருப்பம் கொண்டுள்ளோம். நாங்கள் கற்பிக்கின்ற கொள்கைகள் மற்றும் நடைமுறைச் செயல்பாடுகளைப் பின்பற்றுவதில் முன்மாதிரிகளாக இருக்கக் கடுமையாக முயற்சிக்கிறோம்.
2. வாடிக்கையாளர்கள்மீது நிரந்தரமான தாக்கம்: எங்களுடைய வாடிக்கையாளர்களுக்கு நாங்கள் கொடுக்கின்ற வாக்குறுதிகளை நிறைவேற்ற நாங்கள் அயராது பாடுபட்டு வருகிறோம். அவர்களுடைய வெற்றியிலிருந்துதான் எங்களுடைய வெற்றி வருகிறது.

3. பிற நபர்களிடம் மரியாதை: நாங்கள் ஒருவரை ஒருவர் மதிக்கிறோம். நாங்கள் யாருடன் இணைந்து வேலை செய்கின்றோமோ, அவர்கள் ஒவ்வொருவரையும் எங்களுடைய உண்மையான கூட்டாளிகளாக நாங்கள் நடத்துகிறோம்.
4. லாபகரமான வளர்ச்சி: லாபமும் வளர்ச்சியும் எங்கள் நிறுவனத்தின் உயிர்நாடி என்று நாங்கள் நம்புகிறோம். எங்களுடைய குறிக்கோளையும் முன்னோக்கையும் நிறைவேற்றுவதற்குத் தேவையான சுதந்திரத்தை அவை எங்களுக்கு வழங்குகின்றன.

நிறுவனங்களுக்கும், குழுக்களுக்கும், தனிநபர்களுக்கும் ஆற்றல்மிக்க விளைவுகளைப் பெற்றுத் தருவதற்கான பயிற்சி, உற்பத்தித் திறனை அதிகரிப்பதற்கான கருவிகள் மற்றும் மதிப்பீட்டு சேவைகள் ஆகியவற்றை வழங்குவதில் ஃபிராங்க்ளின்கவி நிறுவனம் சர்வதேச அளவில் முன்னணி நிலை வகிக்கிறது. ஃபிராங்க்ளின்கவி நிறுவனமானது 90 சதவீத ஃபார்ச்சூன் 100 நிறுவனங்கள், 75 சதவீதத்திற்கும் அதிகமான ஃபார்ச்சூன் 500 நிறுவனங்கள், ஆயிரக்கணக்கான சிறிய மற்றும் நடுத்தர அளவு வியாபாரங்கள், எண்ணற்ற அரசாங்க நிறுவனங்கள், கல்வி நிறுவனங்கள் ஆகிய வாடிக்கையாளர்களை உள்ளடக்கியது. வருடாவருடம் லட்சக்கணக்கான தனிநபர்களுக்கும் நிறுவனங்களுக்கும் ஃபிராங்க்ளின்கவி நிறுவனம் தான் நடத்திவரும் பெருநிறுவனப் பயிற்சி, தனிப்பட்டப் பயிற்சி, கருத்துப் பட்டறைகள் ஆகியவற்றின் மூலமாக சேவை புரிந்து வருகின்றது. அதோடு இணையத்தளம் மூலமாகவும், பல நாடுகளில் உள்ள தனது அலுவலகங்களின் மூலமாகவும் இலக்குகள் நிர்ணயித்தல், திட்டமிடுதல் மற்றும் சுயமுன்னேற்றத்திற்கு உதவும் பல பொருட்ககளை விற்பனையும் செய்துவருகின்றது.

ஃபிராங்க்ளின்கவி நிறுவனம் உலகம் நெடுகிலும் 147 நாடுகளில் 46 அலுவலகங்களின் வாயிலாக 2,000 ஊழியர்களின் துணையுடன் 38 மொழிகளில் தொழில்முறைச் சேவைகளையும் பொருட்களையும் வழங்கி வருகிறது.

பயிற்சித் திட்டங்கள் மற்றும் சேவைகள்

- 'ஆற்றல்வாய்ந்த மனிதர்களின் 7 பழக்கங்கள்' பயிற்சிப் பட்டறை
- 'செயல்படுத்துதல் குறித்த 4 ஒழுங்குமுறைகள்' பயிற்சிப் பட்டறை
- 'கவனக்குவிப்பு: உங்களது மிக உயர்ந்த முன்னுரிமைகளை சாதித்தல்' பயிற்சிப் பட்டறை
- ஃபிராங்க்ளின்கவி திட்ட அமைப்புமுறை

ஃபிராங்க்ளின்கவி நிறுவனத்தின் பொருட்களையும் சேவைகளையும் பற்றி மேலும் தெரிந்து கொள்ள www.franklincovey.com என்ற இணையத்தளத்திற்குச் செல்லவும்.

Franklin Covey Company ®
Global Offices

SouthAsia / Pacific

India

FranklinCovey India and SouthAsia
JIL Tower A, Institutional Area, Ground Floor,
Plot No. 78, Sector-18, Gurgaon 122 001
Haryana, India
Tel No: +91 124 4782222
Mumbai: +91 22 42754444
Bangalore: +91 80 40716888
Email: connect@lkcfranklincovey.com
response@lkcfranklincovey.com
Web: www.franklincoveysouthasia.com
Territory :
Sri Lanka, Bangladesh, Nepal,
Bhutan, Maldives & Afghanistan
GM / Operations / Orders Contact
Lavleen Raheja
Rajan Kaicker
Email: lavleen@lkcfranklincovey.com
rajan@lkcfranklincovey.com

Indonesia

Dunamis Organization Services
Jl. Bendungan Jatiluhur No. 56
Bendungan Hilir
Jakarta 10210
Territory :
Indonesia
Tel No: 65-021-5720761
Fax No: 65-021-5720762
Email: info@dunamis.co.id
Web: www.dunamis.co.id
Territory : Indonesia
GM / Operations / Orders Contact
GM: Nugroho Supangat
nugroho@dunamis.co.id
OP: Nia Agustina
nia@dunamis.co.id

Malaysia

Leadership Resources (Malaysia) Sdn. Bhd.
Suite 5.02, Level 5, PJ Tower
Amcorp Trade Center
No. 18, Jalan Persiaran Barat
46050 Petaling Jaya
Selangor Darul Ehsan, Malaysia
Tel No: +(603) 79586418, +(603) 79551148
Fax No: +(603) 79552589
Email: info@franklincoveymalaysia.com
Web: www.franklincoveymalaysia.com
Territory :
Malaysia & Brunei
GM / Operations / Orders Contact
GM: V.S. Pandian
pandian@pc.jaring.my
OP: Rosli Samid
rosli@franklincoveymalaysia.com

Philippines

Center for Leadership and Change, Inc.
G/F Hoffner Building
Ateneo de Manila University
Loyola Heights, Quezon City 1108
Philippines
Tel No: 632-426-6121, 632-924-4490
Fax No: 632-426-5935
Territory :
Philippines
GM / Operations / Orders Contact
GM: Carmen Alcuaz-Reyes
mcar@pusit.admu.edu.ph
OP: Jimmy
jimar@admu.edu.ph

Singapore
Centre for Effective Leadership (Asia) Pte Ltd.
19 Tanglin Road
#05-18 Tanglin Shopping Ctr.
Territory : Singapore 247909
Tel No: 65 6838 0777, Fax No: 65 6838 9211
Email: training@cel-asia.com
Web: www.highlyeffectiveleaders.com
Territory :
Singapore, The People's Republic of China,
GM / Operations / Orders Contact
GM: Linda Kho
lindakho@starhub.net.sg
Denise Phua
dphua@starhub.net.sg
OP: Dennis Tan
dentanks@singnet.com.sg
Centre for Effective Leadership (HK) Ltd.
Room 1502, 15/F, Austin Tower
22 - 26A Austin Avenue, Tsimshatsui
Kowloon, Hong Kong
Tel No: (852) 2541 2218, (852) 2802 2939
Fax No: (852) 2544 4311, (852) 3009 7585
Email: product@asiacel.com
Web: www.highlyeffectiveleaders.com
GM / Operations / Orders Contact
GM: Anna Wong
awong@franklincovey.com.hk
OP: Regina Chan
product@franklincovey.com.hk

Strategic Paradigm Consulting Co., Ltd.
7F-1, No. 183, Section 4
Chung Hsiao E. Rd.
Taipei 106, Taiwan
Tel No: 886-2-2751-1333
Fax No: 886-2-2889-9390
Email: sns@tpts1.seed.net.tw
Web: www.highlyeffectiveleaders.com
GM / Operations / Orders Contact
GM: Sophia Yeh
sns@tpts1.seed.net.tw
OP: Ling
sns@tpts1.seed.net.tw

Centre for Effective Leadership Asia Pte. Ltd
Beijing
Room 1201A, The Gateway
No. 10 Yabao Road
Chaoyang District
Beijing 100020
P.R. of China
Tel No: 8610-65951326
Fax No: 8610 65925186
Email: fcclisa@public3.bta.net.cn
Web: www.highlyeffectiveleaders.com

Shanghai
Unit AH, 8F,
25 Chong Qing Road (M)
Shanghai 200020,
P.R. of China
Tel No: 8621-6387822
Fax No: 8621-63870188
Email: fccliang@sh163.net
Web: www.highlyeffectiveleaders.com

Guangzhou
Room 1309, Peace World Plaza,
No. 362-366 Huanshi Road East
Guangzhou 510060,
P.R. of China
Tel No: 8620-83878706
Fax No: 8620-83752205
Email: wangyum@public.guangzhou.gd.cn
Web: www.highlyeffectiveleaders.com

South Korea
Korea Leadership Center
2-3F Jeil Building
88-9 Nonhyun-Dong Kangnam-Ku
Seoul, 135-010 Korea
Tel No: 82-2-2106-4100
Fax No: 82-2-2106-4001

Web: www.eklc.co.kr
Territory :
South Korea
GM / Operations / Orders Contact
GM: Ken Gimm
kengimm@eklc.co.kr
OP: Justin Lee
justin@eklc.co.kr

Thailand
PacRim Leadership Center Co., Ltd.
59/387-389 Moo 4
Ramkhamhaeng Road
Sapansoong, Sapansoong, Bangkok 10240
Thailand
Tel No: 662-728-1224
Fax No: 662-728-0211
Email: plc@pacrimgroup.com
Web: www.pacrimgroup.com
Territory :
Thailand
GM / Operations / Orders Contact
GM: Porntip Iyimapun
porntip@pacrimgroup.com
OP: Paisan
paisan_k@pacrimgroup.com

Americas

Argentina
FranklinCovey Organizational Services
LFCA S.A.
Cerrito 774, Piso 11
C1010AAP, Buenos Aires, Buenos Aires   Argentina
Tel No: 54 (11) 4372-5648
Fax No: 54 (11) 4383-0226
Territory :
Argentina
GM / Operations / Orders Contact
GM: Roberto Nul
roberto.nul@attglobal.net

OP: Marta Aranzasti
maranzasti@franklincovey.com.ar

Bermuda
Effective Leadership Bermuda
4 Dunscombe Rd.
Warwick, WK08
Territory :
Bermuda
Tel No: 441-236-0383
Fax No: 441-236-0192
Email: franklincovey.bda@cwbda.bm
Territory :
Bermuda
GM / Operations / Orders Contact
GM: Martha Kirkland
marthak@logic.bm
OP:
franklincoveybda@cwbda.bm

Canada Quebec
Big Knowledge
360 St.-Jacques St. West, Suite 111
Montreal, Quebec H3C 1L5
Canada
Tel No: 514-844-2300
Fax No: 514-844-0706
Web: www.bigknowledge.com
Territory :
Quebec
PRES: Alain LaFrance
alafrance@bigknowledge.com
CEO: Renaud LaFrance
rlafrance@bigknowledge.com

Colombia
CLC Colombia, SA
Calle 90 No. 11 A-34
Oficina 101
Santa Fe de Bogota
Colombia
Tel No: 57 1 610-2736

Fax No: 57 1 610-2723
Email: franklincoveyco@fcla.com
Territory :
Colombia, Ecuador, Peru, Bolivia, Chile,
Venezuela & Paraguay
(Paraguay shared w/ Uruguay Licensee)
GM / Operations / Orders Contact
GM: Juan Manuel Ruiz
juanmanuelruiz01@hotmail.com
OP: Patricia Buenaventura
pb.fc.col@colomsat.net.co
Peru
OP:
emonsante@cegag.com

Latin America
Advantage Management International, Inc.
3377 Forsyth Road
Winter Park, FL 32792
Tel No: 407-644-7117
Fax No: 407-644-5919
Email: franklincovey@fcla.com
Web: www.fcla.com
Territory :
Belize, Honduras, Nicaragua, El Salvador,
Costa
Rica, Guyana, French Guyana & Surinam,
Bahamas, U.S. Virgin Islands, British Virgin
Islands, Haiti, Netherlands Antilles (Aruba,
Bonaire, Curacao & St. Martin) St.
Bartholomeu, St. Kitts, Martinique, Guadalupe
& Cayman Islands
Cuba (if and when trade restrictions are
removed, etc.)
GM / Operations / Orders Contact
GM: Tomas Morell
tmorell@fcla.com
OP: Eduardo Reyes
perfiles@fcla.com

Panama
Leadership Technologies, Inc.

Bella Vista, Avenida Federico Boyd
Edificio Alfaro - 1er Piso
Panama, Republic de Panama
Tel No: 507-264-8899
Web: www.fcla.com
Territory :
Panama
GM / Operations / Orders Contact
GM: Jose Miralles (Pepe)
jmiralles@fcpma.com
OP: Manuel Miralles
memiralles@fcpma.com

Puerto Rico
FranklinCovey Puerto Rico
Suite 112 MSC 388
100 Gran Bulevar Paseos
San Juan, Puerto Rico 00926-5955
Tel No: 787-977-4065, 787-977-4068,
787-644-9094
Fax No: 787-977-4067
Email: coveypr@coqui.net
Territory :
Puerto Rico, Dominican Republic & Guate-
mala
GM / Operations / Orders Contact
GM: Walter Santaliz
wsantaliz@fcla.com
OP: Melisa Reyes
coveypr@coqui.net

Guatemala Office
5ª, Avenida 5-55 Zona 14
Edificio EuroPlaza Torre II, Oficina 404A
Guatemala
Tel No: (502) 385-3494
(502) 385-3495, (502) 385-3496,
(502) 385-3497
Fax No: (502) 385-3407
Email: franklincoveygu@fcla.com
ordenesgu@fcla.com
fcguatemala@hotmail.com
Web: www.fcla.com

GM / Operations / Orders Contact
OP:
ordenesgu@fcla.com

Trinidad & Tobago
Leadership Consulting Group Limited
#23 Westwood Street
San Fernando
Trinidad, West Indies
Tel No: 868-652-6805, 868-653-4313
Fax No: 868-657-4432
Email: lcg@rave-tt.net
Territory :
Trinidad & Tobago, Barbados, Jamaica &
St.
Lucia
GM / Operations / Orders Contact
GM: Curtis Manchoon
cmanchoon@nbn.co.tt
OP:
lcg@rave-tt.net

Uruguay
FranklinCovey Uruguay
Torre Nauticas
Torre 24 / Of. 1204
Calle Publica 1234
Montevideo, 11300
Uruguay
Tel No: 59-82-628-6139
Fax No: 59-82-628-6117
Email: franklincoveyur@fcla.com
Web: www.fcla.com
Territory :
Uruguay & Paraguay
(Paraguay shared w/ Colombia Licensee)
GM / Operations / Orders Contact
GM: Guillermo Garrone
franklincoveyur@fcla.com
OP: Maria Laura Methol
fcuruadm@adinet.com.uy

Europe/MIddle East/Africa

Benelux
FranklinCovey Benelux
Ruimtesonde 3
3824 MZ Amersfoort
The Netherlands
Tel No: +31 33 453 0627
Fax No: +31 33 456 76 36
Email: info@franklincovey.nl
Web: www.franklincovey.nl
Territory :
Belgium, Netherlands & Luxembourg
GM / Operations / Orders Contact
GM: Jan Kuipers
j.kuipers@franklincovey.nl
OP: Jolanda Prijs
j.prijs@franklincovey.nl

Egypt
Egyptian Leadership Training Center
122 Mohi El-Din Abou El-Ezz Str.
Mohandessin
Giza,
Egypt
Tel No: +2 02 33 68 911
Fax No: +2 02 76 15 181
Email: fc_eltc@sofiocom.com.eg
customerservice@eltc.com.eg
Territory :
Egypt
GM / Operations / Orders Contact
GM: Hisham El-Bakry
helbakry@eltc.com.eg
Hazem Hamdy
hhamdy@eltc.com.eg
OP: Lamyaa Farouk
fc_eltc@sofiocom.com.eg

Estonia
7H Eesti OU
Kreutzwaldi 12

10124 Tallinn
Estonia
Tel No: +372 683 0315
Fax No: +372 683 0314
Email: 7H@7harjumust.ee
Web: www.7harjumust.ee
Territory :
Estonia
GM / Operations / Orders Contact
GM: Ilmar Raudsep (Gil)
ilmar@yahoo.com

France
FranklinCovey France
Cegos SA
Unité FranklinCovey
11, rue René Jacques
92798 Issy-les-Moulineaux cedex 9
France
Tel No: +33 1 55 00 94 01
Fax No: +33 1 40 95 28 05
Email: info@franklincoveyfrance.com
Web: www.franklincoveyfrance.com
Territory :
The French Republic
GM / Operations / Orders Contact
GM: Odile Salmon
osalmon@cegos.fr
Catherine Goutte
cgoutte@cegos.fr
OP: Nicolas Chaoui
nicolas.chaoui@cegos.fr

Germany
FranklinCovey®GSA (Germany, Switzerland, Austria)
Focus & Execution Ltd.
c/o FranklinCovey GSA
Gustav-Stresemann-Ring 1
65189 Wiesbaden
Tel No: +49 (0)611 9777-4215
Fax No: +49 (0)611 9777-4111
Email: info@franklincovey.de

Web: www.franklincovey.de
Territory :
Germany, Switzerland & Austria
GM / Operations / Orders Contact
GM: Leon van Melick
l.vanmelick@franklin-covey.biz
Ricardo Lillo
r.lillo@doortraining.de
Frauke Ion
f.ion@franklincovey.de
OP: Luisella
l.digiorgio@doortraining.de

Greece
ATHENS OFFICE
26 Perikou Str. Paleo Psixiko
115 24 Athens
Greece
Tel No: + 30 210 69 85 946
Fax No: + 30 210 69 85 947
Email: dms@sparknet.gr
Web: www.franklincoveygreece.gr
Territory :
Greece, Cyprus & Serbia
GM / Operations / Orders Contact
GM: Antony Antoniadis
dms@spark.net.gr
THESSALONIKI OFFICE
19 Karolou Dil Str.
546 23, Thessaloniki
Greece
Tel No: + 3 2310 273 979
Fax No: + 3 2310 271 945
OP: Despina Siskou
despinaSiskou@edoortraining.gr

Israel
Momentum Training Ltd.
Moshav Kfar,
Hess, 40692
Israel
Tel No: + 972 9 7961055
Fax No: + 972 9 7961055

Email: goz@momentumtraining.co.il

Territory :

Israel

GM / Operations / Orders Contact

GM: Aviad Goz

goz@inter.net.il

OP: Silvia

silvia@momentumtraining.co.il

Italy

Cegos Italia S.p.A

Piazza Velasca 5

20122 Milano

Italy

Tel No: +39 (2) 80 67 21

Fax No: +39 (2) 72 00 16 47

Email: servizio.clienti@cegos.it

Web: www.cegos.it

Territory :

The Republic of Italy & Malta

GM / Operations / Orders Contact

GM: Paolo Cavalleri

paolo.cavalleri@cegos.it

OP: Barbara Calvi

ba

rbara.calvi@cegos.it

Lebanon

Starmanship & Associates

Badaro Street,

Komeir Bldg(CNSS)

P.O. Box 167089,

Beirut, Lebanon

Tel No: + 961 1 393 494, Fax No: + 961 1 386 451

Email: starman@cyberia.net.lb

Territory :

Lebanon

GM / Operations / Orders Contact

GM: Raja Haddad

starman@cyberia.net.lb

Nigeria

FranklinCovey Organisation Services, Nigeria

ReStraL Limited

12th Floor, St. Nicholas house

Catholic Mission Street

Lagos, Nigeria

Tel No: + 234-1-2645885, +234-1-2632239

+234-1-2632850, +234-1-4705124

+234-1-2880883, Fax No: +234-1-2635090

Email: enquiries@restral.com

Web: www.franklincoveynig.com

www.restral.com

Territory :

Nigeria

GM / Operations / Orders Contact

GM: Ifueko Omoigui

ifuekoomoigui@restral.com

OP: Thomas Ighalo

thomasighalo@restral.com

Kelly Vera Okeahialam

kelechiokeahialam@restral.com

Nordic Region

FranklinCovey nordic approach k/s

Tuborg Boulevard 12

DK-2900 Hellerup

Denmark

Tel No: +45 7022 6612,

Fax No: +45 7022 6712

Email: info@franklincovey.dk

Web: www.franklincovey.dk

Territory :

Denmark, Norway, Sweden, Finland, Greenland, Iceland & Faroe Islands

GM / Operations / Orders Contact

GM: Carsten Lindgaard

cl@franklincovey.dk

Jan Balling Frederiksen

jbf@franklincovey.dk

OP: Ulla Lowenstein

ul@franklincovey.dk

Poland
Polska - FranklinCovey Poland
BIURO GLÓWNE NA EUROPE
CENTRALNA I
WSCHODNIA
FC PL Sp. z o.o.
02-384 Warszawa
ul. Wlodarzewska 33
Tel No: (0-22) 824 11 28
Fax No: (0-22) 824 11 29
Email: biuro@franklincovey.pl
Web: www.franklincovey.pl
Territory :
The Republic of Bulgaria, The Czech
Republic, The Republic of Croatia, The
Republic
of Hungary, The Republic of Latvia, The
Republic
of Lithuania, The Republic of Poland, The
Slovak
Republic, The Republic of Slovenia, Russia,
Azerbaijan, Belarus, Georgia, Kazakhstan &
Kyrgyztan
GM / Operations / Orders Contact
GM: Marek Choim
marek.choim@door.com.pl
OP: Beata
bdeszcz@franklincovey.pl

**Ceská republika - FranklinCovey Czech
Republic**
Výhradní zastoupení pro Ceskou a
Slovenskou
republiku
FC CZECH, s.r.o.
Ohradni 1424/2B,
140 00 Praha 4
Tel No: +420 261 099 341
+420 261 099 342
Fax No: +420 261 099 343
Email: info@franklincovey.cz
Web: www.franklincovey.cz
GM / Operations / Orders Contact
OP: Jerzy
info@franklincovey.cz

Wegry - FranklinCovey Hungary
FC HU
1134 Budapest,
Lehel utca 11.
BankCenter
Tel No: +36-1-4121884
Fax No: +36-1-4748181
Email: office@franklincovey.hu
Web: www.franklincovey.hu

Portugal
Cegoc - Tea, Lda
Avenida António Augusto de Aguiar, Nº 21 - 2º
1050-012 Lisboa
Portugal
Tel No: +351 21 319 19 60
Fax No: +351 21 319 19 61
Email: mfonseca@cegoc.pt
mceitil@cegoc.pt
amrocha@cegoc.pt
Web: www.cegoc.pt
Territory :
The Republic of Portugal & Cape Verde
Islands
GM / Operations / Orders Contact
GM: Mario Ceitil
mceitil@cegoc.pt
Catarina Alves
calves@cegoc.pt
OP: Mariana Fonseca
mfonseca@cegoc.pt

South Africa
FCSA Organisation Services (Pty) Ltd
45 De La Rey Road,
Rivonia, 2128, Johannesburg
South Africa
Tel No: + 27 11 807 2929
Fax No: + 27 11 807 2871
Email: info@franklincovey.co.za
Web: www.franklincovey.co.za
Territory :

South Africa, Botswana, Swaziland, Namibia, Zimbabwe, Zambia, Malawi, Uganda, Tanzania,
Kenya, Mauritius, Seychelles, Madagascar, Angola & Mozambique
GM / Operations / Orders Contact
GM: Jay Owens
covey@pixie.co.za
Grant Ashfield
granta@franklincovey.co.za
OP: Graham Smith
grahams@franklincovey.co.za

Spain
TEA-CEGOS, S.A.
FranklinCovey Division
Fray Bernardino de Sahagún, 24
28036 Madrid
SPAIN
Tel No: +34-912 705 000
Fax No: +34-912 705 001
Email: ctyden@tea-cegos.es
Email: franklincovey@tea-cegos.es
Web: www.tea-cegos.es
Territory :
The Kingdom of Spain
GM / Operations / Orders Contact
GM: Jose Montes
jmontes@tea-cegos.es
FC Mngr/OP: Christian Tyden
ctyden@tea-cegos.es

Turkey
ProVista
Mithatpasa Cad. No: 1190/2
35260 Guzelyali IZMIR
Turkey
Tel No: +90-232-247 50 21
Fax No: +90-232-247 50 22
Email: provista@bilgilink.com
Web: www.bilgilink.com/provista.html
Territory :
Turkey
GM / Operations / Orders Contact

GM: Hakan Sandberg
hakan@bilgilink.com
OP: Michael S. Norris
msnorris@bilgilink.com
Mark Hunsmann
mark@bilgilink.com

UAE
FranklinCovey - Qiyada Consultants
Kendah House, Suite 3102
Sheikh Zayed Road
P.O. Box 53703
Dubai, UAE
Tel No: + 971 4 332 2244
Fax No: + 971 4 332 2282
Email: info@franklincoveyme.com
Territory :
United Arab Emirates, Bahrain, Kuwait, Oman,
Qatar, the Kingdom of Saudi Arabia, Iraq, Jordan
& Syria
GM / Operations / Orders Contact
GM: AnnMarie Handsel
annmarie@franklincoveyme.com
OP: Nasco Gavrailov
atanas@franklincoveyme.com

நாகலட்சுமி சண்முகம்

மொழிபெயர்ப்பாளர்

நாகலட்சுமி மிகச் சிறந்த ஊக்குவிப்புப் பேச்சாளர். மக்களிடம் பரிபூரண மாற்றம் கொண்டுவரும் கருத்தரங்குகளை இவர் நடத்தி வருகிறார். அமெரிக்காவின் ஊக்குவிப்புப் பயிற்சியாளர்களில் தலைசிறந்தவராக விளங்கி வருபவரும், உலகெங்கிலும் கோடிக்கணக்கில் விற்பனையாகிக் கொண்டிருக்கும் **'சிக்கன் சூப் ஃபார் த ஸோல்'** புத்தகங்களின் இணையாசிரியருமான ஜாக் கேன்ஃபீல்டிடம் அமெரிக்கா சென்று நேரடிப் பயிற்சி பெற்றவர். முழுநேரப் பேச்சாளராக ஆவதற்கு முன்பு, பத்து வருடங்கள் கணினித் துறையில் தலைமைப் பொறுப்பு உட்படப் பல பதவிகளை வகித்தவர்.

தமிழ் நாடகத் துறையின் முன்னோடி மேதைகளான டிகேஎஸ் சகோதரர்களில் ஒருவரான திரு முத்துசாமி அவர்களின் பேத்தியான நாகலட்சுமியிடம் இருந்த இயல்பான தமிழ் ஆர்வம் அவரைத் தமிழ் மொழிபெயர்ப்புத் துறைக்கு இழுத்து வந்துள்ளது. அவரது மொழிபெயர்ப்பு நூல்களில் ரோன்டா பைர்ன், டாக்டர் ஜோசப் மர்ஃபி, ஜான் மேக்ஸ்வெல், டாக்டர் ஸ்பென்சர் ஜான்சன், நார்மன் வின்சென்ட் பீல், ஜான் கிரே, கேரி சேப்மேன், ஜாக் கேன்ஃபீல்ட், மார்க் விக்டர் ஹான்சன், பிரையன் டிரேசி மற்றும் டேல் கார்னகி போன்ற சர்வதேச அளவில் கொண்டாடப்படுகிற தலைசிறந்த நூலாசிரியர்களின் நூல்களும் அடங்கும்.

நாகலட்சுமி தனது கணவர் PSV குமாரசாமியுடனும், தன் மகன்கள் சித்தார்த் மற்றும் மனோரஞ்சனுடனும் தற்போது மும்பையில் வசித்து வருகிறார்.

ஸ்டீபன் ஆர். கவி
(1932-2012)

லட்சக்கணக்கானோரின் வாழ்க்கையை மாற்றிய நூலாசிரியர்

ஸ்டீபன் கவி சர்வதேச அளவில் பெரிதும் மதிக்கப்படுகின்ற தலைமைத்துவ வல்லுனர், குடும்ப உறவு நிபுணர், ஆசிரியர், நிறுவன ஆலோசகர் மற்றும் நூலாசிரியர். நன்னெறிகளை அடித்தளமாகக் கொண்டு நிர்மாணிக்கப்படுகின்ற வாழ்க்கைமுறையையும் தலைமைத்துவத்தையும் குடும்பங்களிலும் நிறுவனங்களிலும் எவ்வாறு வளர்த்தெடுப்பது என்பதைக் கற்றுக் கொடுப்பதற்காகத் தன் வாழ்க்கையை அர்ப்பணித்துக் கொண்டவர் அவர்.

அவர் ஹார்வர்டு பல்கலைக்கழகத்தில் எம்பிஏ பட்டமும், பிரிஹாம் யங் பல்கலைக்கழகத்தில் முனைவர் பட்டமும் பெற்றவர். அவர் பிரிஹாம் யங் பல்கலைக்கழகத்தில் பேராசிரியராகப் பணிபுரிந்துள்ளார்.

டாக்டர் கவி பெரிதும் பாராட்டப்படுகின்ற பல நூல்களின் ஆசிரியர். அதில் தலையாயது இப்புத்தகம். இப்புத்தகம் இதுவரை 2 கோடிப் பிரதிகள் விற்பனையாகியுள்ளது, 40 மொழிகளில் மொழிபெயர்க்கப்பட்டுள்ளது. இப்புத்தகத்திற்குக் குவிந்துள்ள பாராட்டுகளில் சில: 20ம் நூற்றாண்டிலேயே மிக அதிகமான தாக்கத்தை விளைவித்த வணிகப் புத்தகங்களில் முதலாவது. இதுவரை எழுதப்பட்டுள்ள நிர்வாகவியல் புத்தகங்களில் பெரும் தாக்கத்தை விளைவித்தப் பத்து புத்தகங்களில் ஒன்று. ஃபர்ஸ்ட் திங்க்ஸ் ஃபர்ஸ்ட், பிரின்சிபிள் சென்டர்டு லீடர்ஷிப், செவன் ஹேபிட்ஸ் ஆஃப் ஹைய்லி எஃபக்டிவ் ஃபேமிலீஸ், த எய்ட்த் ஹேபிட், த தேர்ட் ஆல்டர்னேட்டிவ், த லீடர் இன் மி மற்றும் எவ்ரிடே கிரேட்னெஸ் ஆகியவை அவருடைய பிற சிறந்த புத்தகங்களாகும்.

அவருக்குக் கிடைத்தப் பாராட்டுகளுக்கும் விருதுகளுக்கும் கணக்கு வழக்கே இல்லை. மனிதகுலத்திற்குத் தொடர்ந்து சேவை செய்து வந்ததற்காக வழங்கப்பட்ட தாமஸ் மோர் காலேஜ் மெடாலியன், 1999ம் வருடத்திய மிகச் சிறந்த பேச்சாளர் விருது, 1998ம் வருடம் வழங்கப்பட்ட இண்டர்நேஷனல் மேன் ஆஃப் பீஸ் விருது, நேஷனல் ஆந்த்ரப்பிரன்யூர் ஆஃப் த இயர் லைஃப்டைம் அச்சீவ்மென்ட் விருது, பல பல்கலைக்கழகங்கள் வழங்கிய கௌரவ டாக்டர் பட்டங்கள் போன்றவை அவற்றில் குறிப்பிடத்தக்கவை.

அமெரிக்க டைம்ஸ் பத்திரிக்கை அவரை, மிக அதிகத் தாக்கம் விளைவித்த 25 அமெரிக்கர்களில் ஒருவர் என்று வர்ணித்துள்ளது. ஒன்பது குழந்தைகளுக்குத் தந்தையாகவும், ஐம்பத்து இரண்டு பேரக்குழந்தைகளுக்குத் தாத்தாவாகவும் விளங்கிய ஸ்டீபன் கவிக்கு 2003ம் ஆண்டு ஃபாதர்ஹூட் அவார்டு வழங்கப்பட்டது. அவர் அவ்விருதைத் தனக்கு வழங்கப்பட்டிருந்த விருதுகளிலேயே மிகவும் அர்த்தம் பொதிந்த விருது என்று வர்ணித்தார்.

1997ம் ஆண்டு, ஸ்டீபன் கவி, தனது நிறுவனமான கவி லீடர்ஷிப் சென்டரை பிராங்க்ளின் குவெஸ்ட்டு நிறுவனத்துடன் இணைத்து ஃபிராங்க்ளின்கவி என்ற நிறுவனத்தைத் தோற்றுவித்தார். அந்நிறுவனம் இன்று இந்தியா உட்பட 125 நாடுகளில் இயங்கி வருகிறது.

தான் பெற்றிருந்த தொழில்முறையான வெற்றிகளைவிட, தனது குடும்பத்தாரோடு தான் கொண்டிருந்த உறவை ஸ்டீபன் கவி மிக முக்கியமான சாதனையாகக் கருதினார். அவர் தன் வாழ்வின் இறுதிவரை பாசமும் விசுவாசமும் நிறைந்த ஒரு கணவராகவும், தந்தையாகவும், தாத்தாவாகவும் விளங்கி வந்தார். அவர் குறிப்பிடத்தக்க நேரத்தைத் தன் குழந்தைகளுடனும் பேரக்குழந்தைகளுடனும் செலவழிப்பதில் பெருமகிழ்ச்சி கொண்டிருந்தார்.

ஸ்டீபன் கவி 2012ம் ஆண்டு ஜூலை மாதம் இயற்கை எய்தினார்.